एजंट स्मोकी बॅरेटने रहस्यमय सीरिअल किलरला शोधून काढण्यासाठी व्यावसायिक आणि भावनिक असे सर्व धागेदोरे खरवडून काढले आहेत.

– कर्कस रिव्ह्यू

अंगावर शहारे आणणारी थरारकथा. एफबीआय एजंट स्मोकी बॅरेट हिच्या आयुष्यातील ही तिसरी भयानक घटना आहे. कादंबरीचे लेखक मॅकफॅदियेन यांना धक्कातंत्र आता चांगलेच अवगत झाले आहे, असेच ही कथा वाचताना जाणवते.

एका सुंदर स्त्रीच्या खुनाच्या तपासासाठी जेव्हा एफबीआयच्या प्रमुखांचा स्मोकीला फोन येतो, तेव्हा ती संभ्रमात पडते. केवळ एका प्रभावशाली राजकीय व्यक्तीच्या मुलीचा, लिसा रिडचा हा खून होता म्हणून तो महत्त्वाचा होता असे नाहीतर मानवी हत्येपेक्षाही अधिक ती एक विकृती होती.

यासंदर्भात स्मोकी आणि तिच्या टीमने एका धर्मगुरूला ताब्यात घेतले. यामध्ये स्मोकीसह अनेकांची गुपिते त्याला माहीत होती. त्या गुपितांच्या आधारेच हा खुनी हे खून करत असे. पण ते कसे? याचे थरारक वर्णन कादंबरीमध्ये आहे.

हा खुनी सापडला का? हे खून करण्यामागे त्याचे कोणते कारण होते? याचीच ही थरार कथा.

– पब्लिशर्स वीकली

स्मोकी बॅरेटची ही तिसरी थरार कथा. सीरिअल किलर्सच्या मालिकेतील ही तिसरी कादंबरी. यामध्ये एका धर्मगुरूजवळ कथन केलेली गुपिते खुन्यापर्यंत पोहोचली कशी, हा स्मोकी समोरील मूळ प्रश्न होता. त्याचा शोध घेताना तिच्या हाती अनेक महत्त्वाचे धागे-दोरे लागले. त्यांचा संबंध प्रेसिडेंट, मोठ्या राजकीय व्यक्ती यांच्यापासून ते थेट पोपपर्यंत पोहोचत होता.

मॅकफॅदियेनने या कथेमध्ये मुख्य आणि उपकथानकांची एक शृंखला जबरस्त ताकदीने आपल्यासमोर सादर केली आहे. यामधला खूनी स्वत:ला धर्माचा रक्षक समजत असतो. आणि पापी माणसांना त्यांच्या पापांची सज्जा म्हणून ते हे खून करत असतो.

दुसऱ्या बाजूला आपल्या धक्कातून सावरून स्मोकीने नवीन आयुष्य जगायला सुरुवात केली आहे. पानोपानी थरार, उत्कटता वाढवायला लावणारी कादंबरी!

– बुकलिस्ट

आपल्या स्नेहीजनांना पुस्तके भेट द्या

द डार्कर साइड

लीसा रीडच्या खुन्याचा तपास एजंट बॅरेटच्या हाताखाली चालू असतो, तोच रोझमेरीच्या खुनाची बातमी येते आणि समोर येते, एक काळीकुट्ट खुनांची मालिका ....

मूळ लेखक
कोडी मॅकफॅडियेन

अनुवाद
प्रकाश जोशी

मेहता पब्लिशिंग हाऊस

Please contact us at **Mehta Publishing House,** 1941, Madiwale Colony, Sadashiv Peth, Pune 411030.

© +91 020-24476924 / 24460313

Email : info@mehtapublishinghouse.com
production@mehtapublishinghouse.com
sales@mehtapublishinghouse.com

Website : www.mehtapublishinghouse.com

- *या पुस्तकातील लेखकाची मते, घटना, वर्णने ही त्या लेखकाची असून त्याच्याशी प्रकाशक सहमत असतीलच असे नाही.*

THE DARKER SIDE by CODY MCFADYEN

Translated into Marathi Language by Prakash Joshi

द डार्कर साइड / अनुवादित कादंबरी

अनुवाद : प्रकाश जोशी
'स्वस्ति', अयाचित नगर जवळ, निर्मला कॉन्व्हेंट शाळेसमोर, गंगापूर रोड, नाशिक - ४२२०१३.

मराठी अनुवादाचे व प्रकाशनाचे हक्क मेहता पब्लिशिंग हाऊस, पुणे.

प्रकाशक : सुनील अनिल मेहता, मेहता पब्लिशिंग हाऊस, १९४१, सदाशिव पेठ, माडीवाले कॉलनी, पुणे - ४११०३०.

मुद्रक : रेप्रो इंडिया लि., मराठे उद्योग भवन, अप्पासाहेब मराठे मार्ग, प्रभादेवी, मुंबई - ४०००२५.

मुखपृष्ठ : चंद्रमोहन कुलकर्णी

प्रथमावृत्ती : मे, २०१३ / पुनर्मुद्रण : मे, २०१५

किंमत : ₹ ५००/-

ISBN for Printed Book 9788184984712
ISBN for E-Book 9788184987416

हे फक्त ह्येरी आणि तिच्या कोमल रितींसाठी !

भाग १
शांततेपूर्वी

१

मरण एकाकी असतं.

आणि हो, जगणं देखील.

एकांतात खोलवर आपण अंतरंगात डोकावल्यावर आपल्या लक्षात येतं, की आपण आपलं आयुष्य एकाकीपणे घालवत असतो. ज्यांच्यावर आपण प्रेम करतो, त्यांच्याजवळ आपण कितीही मन रिकामं केलं, तरी आपण काही ना काही तरी राखून ठेवलेलेच असतं. काही वेळा ती एखादी फारच क्षुल्लक गोष्ट असते; जसे की, एखाद्या स्त्रीला फार पूर्वीच संपलेल्या तिच्या एखाद्या गुप्त प्रेमप्रकरणाची आठवण होते. ती तिच्या नवऱ्याला मात्र सांगते की, त्याच्यावर ती जेवढं प्रेम करते त्यापेक्षा जास्त प्रेम तिनं कधीच कोणावरही केलेलं नाही. आणि ती अक्षरश: खरं बोलत असते. कारण त्यापेक्षा जास्त जरी नाही, तरी किमान तेवढं तरी प्रेम तिने अगोदर कोणावर तरी केलेलं असतं.

काही वेळा मनात राखून ठेवलेली ती गोष्ट मोठी असते, खूपच मोठी, एखाद्या राक्षसासारखी. जी आपल्याजवळ आपल्या कुशीत येऊन पडत असते आणि आपले खांदे चाटत असते. एखादा माणूस आपल्या कॉलेज जीवनात सामूहिक बलात्कार पाहतो, पण पुढे होऊन तो अत्याचार थांबवत नाही. अनेक वर्षांनंतर तो एका मुलीचा बाप होतो. जितकं तो तिच्यावर प्रेम करतो, तितकी त्याच्या मनातली अपराधीपणाची भावना त्याला जास्तच छळू लागते. पण तरीही... तरीही तो काही सांगत नाही. आपलं मन रिकामं न करता, सत्य तसंच मनात राखून ठेवतो. सत्य सांगण्यापूर्वी स्वत:चाच अनन्वित छळ सहन करतो –कदाचित तो मृत्यूलाही कवटाळेल, पण बोलणार नाही.

रात्री उशिरा, जेव्हा प्रत्येक जण एकटा असतो, तेव्हा ही गुपितं मनाचा

दरवाजा ठोठावून आत घुसतात. काही गुपितं हळुवारपणे दरवाजा ठोठावतात, तर काही धसमुसळेपणाने. काही पुटपुटत येतात, तर काही कर्कशपणे येतात. दरवाज्यांना कुलूप लावलेलं असलं तरी या गुपितांना बाहेर ठेवता येणं शक्य नसतं. आपण त्या गुपितांशी बोलतो, त्यांच्या विनवण्या करतो किंवा त्यांच्यावर ओरडतो. असंही वाटतं, की कोणालातरी हे सांगून टाकावं, आपल्या छातीवरचं हे ओझं दूर करावं आणि मोकळा श्वास घ्यावा.

आपण बिछान्यावर कूस बदलत तळमळत राहतो किंवा दिवाणखान्यात येरझाऱ्या घालत राहतो किंवा दारू पिऊन तर्र होतो किंवा अमली पदार्थ घेऊन दगड तरी होऊन बसतो, नाहीतर वेड्यासारखं चंद्राकडे बघून आक्रोश तरी करतो. मग होते पहाट. तेव्हा आपण या गुपितांना गप्प करतो; त्यांना गुंडाळून आपल्या हृद्याच्या कप्प्यात पुन्हा बंदिस्त करून आपलं पुढचं जगणं सुरू ठेवतो. या प्रयत्नात यशस्वी होणं, हे गुपित किती मोठं किंवा छोटं आहे यावर आणि प्रत्येक व्यक्तीवर अवलंबून असतं. अपराधीपणा सहन करण्याची क्षमता प्रत्येकात असतेच असं नाही.

तरुण असो वा वृद्ध, पुरुष असो वा स्त्री, प्रत्येकाच्या हृदयात गुपितं दडविलेली असतात, हे मी शिकले आहे, अनुभवलं आहे. माझ्या स्वत:च्याच बाबतीत हे मला माहीत आहे.

प्रत्येकजण....

लोखंडी टेबलावर पडलेल्या मृत मुलीच्या शरीराकडे बघत असताना मी विचार करते – कोणती गुपितं तू तुझ्याबरोबर घेऊन गेली आहेस, जी कोणालाच, कधीच कळणार नाहीत?

खूप म्हणजे खूप तरुण आहे ती. जाण्याचं वय नाही तिचं; असावी विशीतली. सुंदर, लांब, काळेभोर आणि सरळ केस. फिकट कॉफी रंगाची तिची त्वचा आणि फ्लुरोसेंटच्या तीव्र प्रकाशातही ती मऊ व निर्दोष दिसते आहे. त्वचेला साजेसा सुंदर, नाजूक शरीरबांधा – लॅटिनची अस्पष्ट झलक असणारा. मला वाटतं, लॅटिनबरोबर आणखी कोणाचं तरी मिश्रण असणारा; बहुधा अँग्लो. मृत्यूमुळे तिचे ओठ फिकट, निस्तेज पडलेले आहेत; पण ते ओष्ठद्वय संपन्न आहेत. अवास्तव भरलेलेही नाहीत आणि मी कल्पना करते, की ते स्मितहास्य करीत आहेत, खळखळून हसण्यापूर्वीचं स्मित; अस्पष्टसं तरीही मंजूळ आणि गोड. मानेपासून खाली ती चादरीने झाकलेली आहे. त्यावरून अंदाज बांधता येतो, की तिचा बांधा छोटा आणि सडपातळ आहे.

खून झालेली व्यक्ती मला हेलावून सोडते. चांगल्या असो वा वाईट, त्यांनाही आशा-आकांक्षा असतात, स्वप्नं असतात, त्यांच्याही आयुष्यात प्रेमाचं कोणीतरी

असतं. तेही याच जगात, एकदा केव्हातरी तुमच्या आमच्यासारखे जगलेले असतात. जिथे जगण्याच्या या खेळात हातातले सारे पत्ते हरण्यासाठीच ते आलेले असतात. तो कॅन्सर किंवा महामार्गावरचा अपघात असतो किंवा हातात वाईनचा ग्लास असताना आणि मुखावर दबलेलं स्मित असताना आलेला हृदयविकाराचा झटका, काहीही असू शकतं. जग आपल्याला मरण्यासाठी खूप संधी देत असतं. तरीही खुनी लोकं या व्यवस्थेला फसवत असतात, चकवत असतात. खुनाचे बळी तसेही जगण्यासाठी संघर्ष करीत असतातच; पण खुनी लोक त्यांच्या सावजाला या संघर्षापासूनच वंचित करून टाकतात. मला नेमकं हेच आवडत नाही. जेव्हा मी प्रथम खून पाहिला, तेव्हाही मी तिरस्कारच केला आणि आता तर मी खुनाचा जास्तच तिरस्कार करते.

मृत्यूशी माझा फार दिवसांपासूनचा संबंध आहे. एफ.बी.आय.च्या लॉस एंजेलिस शाखेत माझी नेमणूक झालेली आहे आणि गेल्या बारा वर्षांपासून मी अशा टीमचं नेतृत्व करतेय, जी दक्षिण कॅलिफोर्नियामधल्या वाइटातल्या वाईट गोष्टी हाताळत असते. खुनांच्या मालिका घडवून आणणारे पिसाट, लहानग्यांवर बलात्कार करणारे आणि खून करणारे, स्त्रियांवर अत्याचार करताना खदाखदा हसणारे आणि प्रेताशी संभोग करताना कण्हल्यासारखा आवाज काढणारे. असल्या जिवंत दुःस्वप्नांची मी शिकार करीत असते आणि ते खूप भयंकर असतं; पण ते सगळ्याच ठिकाणी आणि नित्याचं असतं.

म्हणूनच मला हा प्रश्न विचारावा लागला होता.

"सर! आपण इथे काय करतो आहोत?"

सहसंचालक जोन्स, बऱ्याच काळापासूनचे माझे विश्वासू सल्लागार, माझे बॉस आणि एफ.बी.आय.च्या लॉस एंजेलिसमधल्या सर्व कामकाजाचे प्रमुख आहेत. पण समस्या ही आहे की, 'आणि मी निष्काळजीपणाने जो प्रश्न विचारला त्यामागचं कारणंही हे आहे की,' आम्ही लॉस एंजेलिसमध्ये नाही, तर वॉशिंग्टन डी.सी.जवळ, व्हर्जिनियामध्ये आहोत.

ही बिचारी पोरगी मेलेली असली, तिचा मृत्यू मला हेलावणारा जरी असला, तरी काय झालं? शेवटी ती माझी कुणी नाही ना! ती माझ्या कार्यक्षेत्रातली कुठेय?

ते माझ्याकडे डोळ्यांच्या कोपऱ्यांतून कटाक्ष टाकतात. तो कटाक्ष माझ्या प्रश्नामुळे थोडा विचारात गढलेला आणि थोडा वैतागलेला आहे. एडी जोन्स अगदी तसे दिसतात, जसे ते आहेत – एक अतिशय मुरलेला पोलीस. त्यांच्या व्यक्तिमत्त्वातून कायद्याचा धाक आणि नेतृत्वगुण ओसंडून वाहत असतं. जबडा चौकोनी, चेहरा कणखर, कठोर, थकलेले डोळे आणि पोलिसी शिस्तीत कापलेले, कोणतीही स्टाईल नसलेले केस. त्यांच्या परीने ते देखणे आहेत. त्यांच्या आयुष्यातली त्यांची

दोन लग्नं ते सिद्धच करतात. पण तरीही तिथे काहीतरी लपवाछपवी आहेच. जणू मनाच्या लोखंडी तिजोरीत लपवलेल्या काळ्या सावल्या.

"ही खास कामगिरी आहे, स्मोकी." ते म्हणतात. "प्रत्यक्ष संचालकांनी सोपविलेली."

"खरं की काय?"

त्यांचं हे उत्तर मला अनेक पातळ्यांवर आश्चर्यचकित करतं. अगदी उघडउघड आश्चर्य वाटतं ते निव्वळ उत्सुकतेपायी – इथेच का? मीच का? आणि दुसरं कारणही जरा गुंतागुंतीचं आहे – संचालकांच्या या चाकोरीबाहेरच्या विनंतीला एडी जोन्सने मान्यता देणं. कारण नोकरशाहीत न आढळणारं ते एक दुर्मीळ व्यक्तिमत्त्व आहे. जर त्यांना आवश्यकता भासली तर कशाचीही पर्वा न करता, कोणालाही न घाबरता ते वरिष्ठांच्या आदेशाचा जाब विचारू शकतात. ते म्हणाले, 'खास कामगिरी.' पण त्यांना योग्य वाटेल असं कारण असल्याशिवाय आम्ही इथे असणंच शक्य नाही.

"हो." ते उत्तरतात. "संचालकांनी असं नाव सांगितलं, की मी ते टाळूच शकलो नाही."

यावर लगेच मनात आलेला प्रश्न मी विचारणार तेवढ्यात शवागाराचा दरवाजा ढकलला जाऊन उघडतो.

"सैतानाविषयी बोला आणि..." एडी जोन्स पुटपुटतात.

एफ.बी.आय.चे संचालक सॅम्युअल रॅथबन एकटेच आत चालत येतात. आणखीनच विचित्र. अगदी ९/११ च्या दुर्घटनेपूर्वीदेखील एफ.बी.आय.चे संचालक आपल्या पूर्ण लवाजम्यासह प्रवास करीत. ते आमच्याजवळ येतात, आणि सर्वप्रथम हस्तांदोलन करण्यासाठी माझ्यासमोर हात करतात. माझा अधिकच गोंधळ होतो. तरीही मी हात पुढे करते.

असं दिसतंय, की या साऱ्या नाटकात माझी मध्यवर्ती भूमिका असावी – 'क्वीन ऑफ द बॉल.' पण का?

"एजंट बॅरेट," त्यांच्या नेहमीच्या, राजकारण करताना अतिशय उपयोगी पडणाऱ्या खर्जातल्या आवाजात ते संभाषण सुरू करतात. "अगदी वेळेवर सूचना मिळूनही तत्परतेने तुम्ही आलात, त्याबद्दल धन्यवाद."

सॅम्युअल रॅथबन, म्हणजे 'सर' नावाने इतर वेळी परिचित असणारे, एक सुसह्य रसायन आहे. त्यांच्याकडे आवश्यक ते मर्दानी देखणेपण आणि राजकीय चातुर्य आहे; पण त्यांचा अनुभवदेखील दांडगा आहे. एक पोलीस म्हणून त्यांनी सेवा सुरू केली; रात्री कायद्याच्या शाळेत शिक्षण घेतले आणि शेवटी एफ.बी.आय.मध्ये ते स्थिरावले. त्यांना मी अगदीच 'प्रामाणिक' म्हणणार नाही. कारण त्यांच्यासारख्या

पदावर असलेल्या व्यक्तींसाठी प्रामाणिकपणा ही चैन असते. आणि त्यांनी ही चैन त्यांच्यातून हद्दपार करून टाकलेली आहे – पण जेव्हा नाइलाज असेल तेव्हाच ते खोटं बोलतात. संचालकांसाठी यालाच प्रामाणिकपणा म्हटलं जातं.

अतिशय कठोर असण्याबद्दल ते प्रसिद्ध आहेत. ज्याविषयी मला आश्चर्य वाटत नाही. आपल्या आरोग्याविषयी ते फार दक्ष असल्याचेही ऐकिवात आहे. धूम्रपान... मद्यपान... नाही, कॉफी... सोडा नाही, दररोज सकाळी पाच मैल जॉगिंग... जाऊ द्या. प्रत्येकात काहीतरी दोष असतातच.

मी केवळ चार फूट दहा इंच असल्याने त्यांच्याकडे बघण्यासाठी मला माझं डोकं विशिष्ट कोनात उंचवावं लागतं. मला आता याची सवय झाली आहे.

"काहीच अडचण नाही संचालक." मी सांगते. माझ्या शब्दाशब्दांत खोटेपणा भरलेला असतो.

खरं म्हणजे अडचण होती, फारच मोठी अडचण. जर माझ्या हातून काही चुकीचं घडलं असतं, तर जे परिणाम झाले असते, त्यांनाच एडी जोन्स धरून बसले असते.

रॅथबन एडी जोन्सकडे बघून मान हलवतात. "डेव्हिड," ते उद्‌गारतात.

"संचालक साहेब."

मी गमतीने या दोन पुरुषांची तुलना करते. दोघांचीही उंची सारखीच आहे. एडी जोन्सचे केस तांबुस आहेत आणि ते असे कापलेले आहेत, की ते 'मला या गोष्टींसाठी वेळ नाही' असेच त्यातून सुचवत असतात. संचालकांचे केस काळे आणि मधूनमधून करडे डाग असलेले आणि स्टाईलिश; खूपच देखणा म्हातारा माणूस, अत्यंत प्रभावी! एडी हे संचालक रॅथबनपेक्षा आठ वर्षांनी मोठे आणि खचितच त्यांच्यापेक्षा जास्त वयस्कर. मात्र संचालक निश्चितच दररोज पाच मैल पळणाऱ्या आणि त्या पळण्यावर प्रेम करणाऱ्या माणसासारखे दिसतात. एडी कसे दिसतात? जसं की ते सकाळी जॉगिंग जरूर करू शकतात, पण त्याऐवजी एखादी सिगारेट ओढणं आणि एक कप कॉफी पिणं त्यांना अधिक आवडेल, आणि हे तुम्हाला आवडत नसेल, तर खड्ड्यात जा! अशा बेफिकीर वृत्तीचे. संचालकांचा सूट त्यांच्या अंगाला नेटका बसतोय आणि हातात रोलेक्सचं घड्याळ आहे. एडी जोन्सच्या हातातल्या घड्याळासाठी त्यांनी बहुधा दहा वर्षांपूर्वी तीस डॉलर मोजलेले असावेत. त्या दोघांमधला फरक निश्चितच जाणवणारा असला, तरी त्यांच्यातलं साम्य मला जास्त भावतं.

त्या दोघांच्याही डोळ्यांत जाणवणारा थकलेपणा हा त्या दोघांनी दडवलेल्या गुपितांच्या ओझ्यांची साक्ष देतो आहे. पत्ते खेळणाऱ्या लोकांसारखे त्यांचे चेहरे आहेत – सतत काही ना काही दडवून ठेवल्यासारखे.

इथं ही अशी दोन माणसं आहेत, ज्यांच्याबरोबर जीवन जगणं खूप कठीण असावं, असं मला वाटतं. म्हणजे ते वाईट आहेत असं नाही; तरी पण मला असं वाटतं. ते तुमची काळजी घेत असल्याचं तुम्हाला माहीत आहे, असं ते गृहीत धरून चालतात. बस इतकंच! प्रेम आहे पण फुलं वगैरे नाही.

संचालक रॅथबन पुन्हा माझ्याकडे वळतात.

"मी आता मुद्द्यालाच हात घालतो एजंट बॅरेट. तुम्ही इथे आहात, कारण तुम्हाला इथे बोलावून घ्यावं असं जिनं मला सांगितलं, तिला 'नाही' म्हणण्याची माझी तयारी नाही."

मी एडी जोन्सकडे कटाक्ष टाकला. त्या वेळी संचालकांनी एक वजनदार नाव मला सांगितल्याचं आठवतं.

"कोणी सांगितलं, हे विचारू शकते का मी?"

"लवकरच." ते त्या प्रेताकडे पाहत मान हलवतात. "मला सांगा, तुम्ही काय पाहत आहात."

मी त्या प्रेताकडे बघते. आणि स्वत:ला एकाग्र करण्याचा आटोकाट प्रयत्न करते.

"तरुण, विशीतली स्त्री. कदाचित खुनाचा बळी ठरली असावी."

"मनुष्यवध असंच कशावरून म्हणावंसं वाटतं तुम्हाला?"

तिच्या दंडावर ठिकठिकाणी खरचटल्याच्या खुणांकडे मी बोट दाखवते.

"या खुणा लाल-जांभळ्या आहेत. याचा अर्थ त्या बऱ्याच ताज्या आहेत. त्यांच्या कडा बघितल्या? कोणाच्या तरी हातामुळे त्यावर ठिकठिकाणी खरचटलेलं आहे. इतक्या स्पष्टपणे या खुणा उमटण्यासाठी तुम्हाला एखाद्याला खूपच घट्टपणे पकडावं लागणार. तिचं शरीर हाताला थंड लागतंय. याचा अर्थ तिचा मृत्यू होऊन किमान बारा तास उलटले आहेत. या दृश्य खुणा बघून तर असं वाटतं, की कदाचित वीस तासही उलटले असावेत. मृत शरीरात अजूनही ताठपणा आहे. म्हणजे तिचा मृत्यू होऊन छत्तीस तासांपेक्षा जास्त वेळ झालेला नाही." मी खांदे उडवते. "ती तरुण आहे आणि मरण्यापूर्वी कोणीतरी तिचा हात इतक्या जोरात पकडलाय, की त्याच्या खुणा हातावर उमटल्या आहेत." त्यांच्याकडे पाहून मी ओढूनताणून स्मितहास्य करते. "आणि हो, ज्याअर्थी मी इथे आहे, त्याअर्थी ती नैसर्गिक कारणामुळे मृत्युमुखी पडली नसावी, हे उघडच आहे."

"चांगली तरबेज नजर आहे तुमची, अपेक्षा होतीच मला." ते म्हणतात. "तुम्ही म्हणता ते बरोबर आहे. टेक्सासहून व्हर्जिनियाला जाणाऱ्या एका प्रवासी विमानात तिचा खून झालाय. पूर्ण विमान रिकामं झालं आणि विमान कर्मचारी तिला उठवायचा प्रयत्न करू लागला, तोपर्यंत कोणालाच कळलं नाही, की ती मरण

पावली आहे.''

मी त्यांच्याकडे रोखून पाहते. निश्चितच ते माझी चेष्टा करताहेत.

''तीस हजार फुटांवर खून? सर, हा विनोद तर नाही ना?''

''नाही.''

''आपल्याला कसं माहीत, की तिचा खून झालाय?''

''ज्या अवस्थेत ती सापडली त्यावरून हे स्पष्ट झालं. पण याकडे तुम्ही पुन्हा एकदा नव्याने बघावंत, डोक्यात काहीही गृहीत न धरता.''

मी पुन्हा त्या प्रेताकडे वळते. आता मात्र मी पुरती गोंधळात पडले आहे.

''हे केव्हा घडलं?''

''तिचं प्रेत चोवीस तासांपूर्वी सापडलं.''

''तिच्या मृत्यूचं कारण आत्तापर्यंत आपल्याला कळलंय?''

''शवविच्छेदन अद्याप केलेलं नाही.'' ते घड्याळाकडे नजर टाकतात. ''खरं म्हणजे आम्ही आता एम.ई.चीच वाट पाहतो आहोत. गुप्ततेच्या करारपत्रांवर सह्या करण्यात बहुधा ते अडकलेले असावेत.''

सारंच विक्षिप्त आणि विलक्षण. त्यामुळे पुन्हा मी माझ्या मूळ प्रश्नाकडे परत येते. मी पुन्हा विचारते, ''सर, पण मला या कामासाठी का निवडलं? त्याहीपेक्षा जास्त योग्य प्रश्न म्हणजे – तुम्ही तरी का? या स्त्रीविषयी असं काय आहे, की ज्यामुळे या प्रकरणात एफ.बी.आय.च्या प्रत्यक्ष संचालकांचा सहभाग आवश्यक ठरतो?''

''मी तुम्हाला सांगणारच आहे. पण त्यापूर्वी, तुम्ही काहीतरी बघावं, अशी माझी इच्छा आहे.''

ते करण्यावाचून जणू काही माझ्यापुढे दुसरा काही पर्याय आहे.

ते त्या प्रेताच्या पलीकडे जाऊन त्यावरची चादर तिच्या छातीपासून वर उचलून धरतात.

''एक नजर टाका,'' ते म्हणतात.

एडी जोन्स आणि मी टेबलाच्या वरच्या भागाकडे सरकतो, जेणेकरून आम्ही तिच्या मृतदेहाकडे नखशिखान्त पाहू शकू. मी बघते तिचे छोटेसे स्तन, त्यावरची तांबूस स्तनाग्रं, सपाट पोट. माझी नजर तिच्या तरुण बांध्याकडे सरकत सरकत खाली प्रवास करीत जाते आणि ओटीपोटापर्यंत येऊन पोहोचते – निर्लज्जपणे, कशाचीही तमा न बाळगता. मरण पावलेल्या व्यक्तीच्या वाटेला येणाऱ्या अनेक अपमानांपैकी हा एक! आणि तिथेच मी थबकते.

''तिला लिंग आहे.'' मी काहीही विचार न करता बरळते.

एडी जोन्स काहीच बोलत नाहीत.

संचालक रॅथबन प्रेतावरची हातात धरलेली चादर सोडून देतात; अतिशय हळुवारपणे, काळजीपूर्वक, अगदी एखाद्या पित्याप्रमाणे.

"ही लिसा रिड आहे, स्मोकी. या नावावरून तुमच्या काही लक्षात येतंय का?"

मी चिंतित होऊन कशाचा काय संबंध असेल? हे जाणण्याचा प्रयत्न करते. एक संबंध मला दिसतो, ज्यामुळे संचालकांची इथली उपस्थिती पटू शकते.

"टेक्सासचे काँग्रेस प्रतिनिधी डिल्लन रिड?"

"बरोबर. लिसाचा जन्म डेक्स्टर रिड म्हणून झाला होता. श्रीमती रिड यांनी खास करून तुझी मागणी केली. त्यांना तुझी – अं – तुझी कथा माहीत आहे."

हे बोलताना ते अवघडून गेल्याने माझी मात्र करमणूक झाली. पण मी ती चेहऱ्यावर न आणता लपवून ठेवली.

तीन वर्षांपूर्वी मी आणि माझी टीम एकापाठोपाठ एक खून करणाऱ्या नरभक्षकाचा शोध करत होतो. त्याचं नाव जोसेफ सॅण्डस – पुरता वेडा, मनोरुग्ण! आम्ही त्याला पकडण्याच्या अगदी जवळ येऊन पोहोचलो होतो, तेव्हा एका रात्री तो माझ्या घरात घुसला. त्याने मला पलंगाला बांधले आणि माझ्यावर बलात्कार केले – वारंवार. शिकारीसाठी वापरतात तो सुरा त्याने माझ्या चेहऱ्याच्या डाव्या भागावर वापरला. त्याने स्वत:लाच माझ्यामध्ये कोरलं. माझं सौंदर्य माझ्यापासून हिरावून घेतलं आणि वेदनेचा एक कायमस्वरूपी नकाशा माझ्या चेहऱ्यावर सोडला.

सुऱ्याने काढलेला तो ओरखडा सुरू होतो माझ्या कपाळाच्या मध्यभागी. जिथे माझ्या केसांना सुरुवात होते तिथपासून. तिथून तो थेट खाली जातो तो माझ्या भुवयांच्या मध्यापर्यंत; आणि मग काटकोन करून तो डावीकडे सुटतो. मला डावी भुवईच नाहीये. त्या व्रणाने भुवईची जागा घेतली आहे. या घावाने तयार केलेला खडबडीत रस्ता पुढे चालूच राहतो, माझं कानशील पार करून माझे गाल कोरत कोरत. माझी त्वचा फाडत तो माझ्या नाकाकडे सरकतो, नाकपुड्यांच्या मध्यापर्यंत जेमतेम पोहोचतो आणि पुन्हा मागे वळतो, चौकोनातल्या कर्णाप्रमाणे छेद घेऊन डावी नाकपुडी पार करतो. आणि सरतेशेवटी माझा जबडा पार करून मानेवर उतरतो ते गळ्याचं हाड संपेपर्यंत.

आणखी एक व्रण मी दाखवते आहे. हा ओरखडा सरळसोट आहे; माझ्या डाव्या डोळ्याच्या मध्यापासून सुरू होऊन तो तोंडाशी संपतो. दुसऱ्या एका मनोरुग्णाने मला दिलेली ही भेट आहे; हा ओरखडा काढायला त्याने मलाच भाग पाडलं. तो तेव्हा माझ्याकडे पाहून हसत होता.

ते तर केवळ दिसणारे ओरखडे आहेत. मी जे कोणते ब्लाऊज घालते, त्याच्या

गळ्याखाली दुसरे व्रण आहेत. सॅण्डसच्या सुऱ्याने आणि सिगारेटच्या जळत्या टोकाने केलेले. त्या रात्री मी माझा चेहरा गमावला. पण सॅण्डसने माझ्यापासून हिरावून नेली ती अतिशय छोटीशीच गोष्ट होती. तो अतिशय भुकेलेला चोर होता आणि तो केवळ मौल्यवान गोष्टींवरच ताव मारायचा.

माझा नवरा, देखणा; मॅट त्याचं नाव! सॅण्डसने त्याला खुर्चीला बांधलं आणि माझ्यावरचा बलात्कार आणि माझा छळ पाहायला त्याला भाग पाडलं. मग सॅण्डसने मॅटचा छळ केला व अखेर त्याचा खून केला आणि हे सर्व मला बघायला त्यानं भाग पाडलं. आम्ही दोघेही नवरा-बायको एकत्रच किंचाळत होतो. मग मॅट गेला. आम्ही दोघांनी एकत्रपणे केलेली ती शेवटची गोष्ट.

नंतर एक शेवटची गोष्ट, सर्वांत वाईट. माझी दहा वर्षांची मुलगी, ॲलेक्सा. मी स्वत:ला सोडवून घेण्यात कशीबशी यशस्वी ठरले होते आणि बंदूक घेऊन सॅण्डसच्या मागावर होते. मी जसा घोडा दाबला तसं सॅण्डसने अलेक्साला वर उचललं आणि जी गोळी त्याच्यासाठी होती, त्या गोळीने तिचा बळी घेतला. बंदुकीतल्या उरलेल्या सर्व गोळ्या मी सॅण्डसवर रिकाम्या केल्या आणि बंदुकीत गोळ्या भरल्या. पुन्हापुन्हा त्याला मारण्यासाठी मी किंचाळत होते. जगबुडी होईपर्यंत मी त्याच्यावर गोळ्या झाडतच राहिले असते. पण त्याने मला तसं करू दिलं नाही.

त्या भयाण रात्रीनंतर माझ्या मनात सुऱ्याच्या धारेसारखे आत्महत्येचेच विचार येत होते. त्यानंतर पुढचे सहा महिने मी चाचपडत राहिले; आत्महत्या करावी की नाही, अशा दोलायमान स्थितीत! दु:ख, उद्वेग आणि वेडेपणा यात मी पुरती गुरफटून गेले होते. मला मरायचं होतं आणि मी मेलेही असते, पण मी वाचले, कारण माझ्या अगोदर कोणीतरी मृत्यूला कवटाळलं होतं.

माझी शाळेपासूनची एक जिवलग मैत्रीण होती. ॲनी किंग! एका वेडपट माणसाने तिचा खून केला. कारण दुसरं-तिसरं काही नव्हतं. मी त्याला शोधावं, त्याची शिकार करून दाखवावी अशी त्याची इच्छा होती. त्याने ॲनीवर मनसोक्त बलात्कार केले आणि नंतर एखाद्या सराईत मच्छिमाराप्रमाणे तिची आतडी बाहेर काढली. जेव्हा त्याची हौस भागली, तेव्हा त्याने ॲनीच्या दहा वर्षांच्या मुलीला, बॉनीला, ॲनीच्या प्रेताला बांधलं. बॉनी सापडली, मात्र तोपर्यंत त्या अवस्थेत तिने तीन दिवस काढलेले होते. पोखरलेल्या तिच्या आईच्या गालाला गाल लावून तीन दिवस!

मी त्या वेडपट माणसाची इच्छा पूर्ण केली. त्याला शोधून काढलं आणि मनात यत्किंचितही अपराधीपणाची भावना न आणता त्याला मारून टाकलं. हे सगळं करेपर्यंत माझी मरण्याची इच्छाच मरून गेली होती.

शेवटी असंच म्हणावं लागेल की, ॲनी माझ्यासाठी बॉनीला मागे ठेवून गेली. बॉनी आणि मी! आमच्यातलं नातं सुरू होण्याच्या आतच संपणं अपेक्षित होतं. कारण मी अशी, मन सैरभैर झालेली; मनाच्या प्रत्येक कोपऱ्यात गोंधळ माजलेला. आणि बॉनी? ती तर एवढा सगळा भयावह अनुभव घेतल्यावर मुकीच झालेली. पण नशीब काही वेळा विनोदच करत असतं. शाप कधीकधी वरदानात बदलू शकतो. असो! आम्ही दोघीही तुटून, कोलमडून पडलेलो होतो. पण तरीही बॉनी आणि मी दोघींनी एकमेकांना सावरायला मदत केली; एकमेकींचे घाव भरले. दोन वर्षांपूर्वी बॉनी पुन्हा बोलायला लागली. आणि मी जिवंत आहे हे जाणून आता मला आनंद वाटतोय. कधीतरी एक वेळ अशी होती, की असं काही होईल असं मला वाटलंही नव्हतं.

मी कुरूप झाल्याचं स्वीकारायला मी आता शिकले आहे. खरं म्हणजे मी स्वत:ला लावण्यवती कधीच समजत नव्हते. पण तरीही मी सुंदर खचितच होते. मी बुटकी आहे, काळे, कुरळे केस खांद्यापर्यंत रुळलेले. माझा नवरा मला म्हणायचा माझे 'चावता येतील अशा आकाराचे स्तन' आहेत. नितंब माझ्या मानाने आणि मला हवेत त्यापेक्षा जरा मोठेच आहेत. पण तरी त्यांच्यातही आकर्षकता आहे. या कातडीच्या आत मी आनंदी आहे. जे घाव माझ्या वाट्याला आले, त्यांच्याशी मी जमवून घेतलंय. सॅण्डसने जे केलं, त्यामुळे आरशात बघताना मी दचकून जायचे. माझ्यावर हल्ला झाल्यानंतर चेहरा झाकला जावा म्हणून मी माझे केस चेहऱ्यावर पुढे घ्यायला लागले. आता मात्र मी ते सरळ मागे घेऊन पोनीटेल बांधते, डोक्याशी घट्ट आणि जगाला माझ्याकडे बघण्याचं आव्हान देते. कोणाला आवडो अथवा न आवडो! – माझे वडील म्हणायचे तसं – 'मरो ते भगवंता.'

अशी माझी ही सगळी – संचालक म्हणाले त्याप्रमाणे... 'कथा' वेगवेगळ्या वर्तमानपत्रांत छापून आली होती. त्यामुळे चांगल्या आणि वाईट, दोन्ही प्रकारच्या लोकांमध्ये माझ्याभोवती भयावह अशा लोकप्रियतेचं एक वलय तयार झालेलं होतं.

या प्रकारामुळे एफ.बी.आय.मध्येदेखील माझ्यासाठी पदोन्नतीच्या मर्यादा आखल्या गेल्या. एक वेळ अशी होती, की सहायक संचालक पदासाठी माझा विचार होत होता. आता मात्र नाही. चेहऱ्यावरच्या या ओरखड्यांनी 'शिकारी' म्हणून मला एक चांगला चेहरा दिला किंवा शिकाऱ्यांची शिक्षिका म्हणा हवं तर! (क्वान्ट्रिकोमध्ये मला शिक्षकाची नोकरी चालून आली होती. ती मी नाकारली.) पण एफ.बी.आय.चा व्यवस्थापकीय चेहरा? अध्यक्षांबरोबर फोटो? अं-हं! आता ते कधीच होणार नाही.

या सर्व गोष्टींशी मी काही वर्षांपूर्वीच जमवून घेतलं होतं. मी असं नाही म्हणू शकत, की हे काम करताना मला आनंद मिळतोय – आनंद हा योग्य शब्द नव्हे

– पण मी जे काही करते ते व्यवस्थित करते, याचा मला अभिमान वाटतो.

"अच्छा," मी उत्तरते. "तुम्ही त्याला मान्यता कशी दिली?"

"काँग्रेस प्रतिनिधी रिड राष्ट्राध्यक्षांचे मित्र आहेत. राष्ट्राध्यक्षांचा दुसरा कार्यकाल आता संपत आलाय. डेमोक्रॅटिक पक्षातर्फे उमेदवारी मिळण्यासाठी रिड यांचं नाव सर्वांत पुढे आहे. तुला माहितीच असेल हे सारं."

"राष्ट्राध्यक्ष ॲलन यांचा पक्ष." एडी जोन्सने हे राजकारण सोपं करून सांगण्यासाठी मला माहिती दिली.

कोड्याचे तुकडे आपापल्या जागी जाऊन बसतात. ज्यांचं वजनदार नाव संचालकांनी सांगितलं, जे नाव एडी जोन्स टाळू शकले नाहीत, ते नाव प्रत्यक्ष राष्ट्राध्यक्षांचंच होतं तर. आणि डिल्लन रिड काही केवळ राष्ट्राध्यक्षांचे मित्र नव्हते, तर स्वत: संभाव्य राष्ट्राध्यक्षदेखील होते.

"मला हे माहीत नव्हतं." मी विचारमग्न होत म्हणाले.

संचालक भुवया उंचावतात. "तुला हे माहीत नव्हतं, की डिल्लन रिड डेमोक्रॅटिक पक्षाच्या उमेदवारीसाठी जवळजवळ निश्चित झाले आहेत? तू बातम्या बघत नाहीस का?"

"नाही. सगळं वाईटच असतं त्यात. मग कशाला शीण करून घ्यायचा?"

चेहऱ्यावरचा अविश्वास न लपवता संचालक माझ्याकडे पाहत आहेत.

"म्हणजे, असं नाही की मी मतदान करत नाही." मी पुस्ती जोडली. "जेव्हा वेळ येते तेव्हा मी कोणकोण उमेदवार आहेत, ते कसे आहेत, कशासाठी आहेत ते शोधून काढते. पण त्या अगोदर जे काही होतं ना, त्याच्यात मला मुळीच रस नसतो."

एडी जोन्स थोडंसं हसतात. संचालक डोकं हलवतात.

"ठीक आहे. पण आता तर तुला हे माहीत झालंय ना? मग आता ऐक." ते म्हणतात.

परस्पर परिचयाचा उपचार पूर्ण झाल्यावर आता वेळ आली आहे, आदेश देण्याघेण्याची; प्रत्यक्ष कामाला सुरुवात करण्याची.

"या तपासकामात केव्हाही, कोणत्याही राजकारणाला किंवा आपल्या राजकीय मतांना थारा देता कामा नये. आपलं काम प्रामाणिकपणे करायचं आहे. तू सगळ्या गोष्टी समजून-उमजून करशील आणि गुप्तता पाळशील, अशी अपेक्षा आहे. तुला मी आता काही महत्त्वाच्या गोष्टी सांगणार आहे. त्या तू तुझ्याजवळच ठेवायच्या आहेत. कोणालाही सांगायच्या नाहीत. त्याविषयी कुठेही लिहून ठेवायचं नाही, की त्याच्या नोटस् काढायच्या नाहीत वा कोणाला ई-मेल करून कळवायचं नाही. तुझ्या टीममधल्या ज्या लोकांना ते माहीत व्हावं असं तुला वाटतं, त्यांनाच तू हे

सांगणार आहेस आणि ते त्यांची तोंडं गप्प ठेवतील याची तू खात्री करून घेशील. समजलं?''

''हो सर.'' मी म्हणते.

एडी जोन्स मान हालवतात.

''एक तृतीयपंथी मूल म्हणजे कोणाहीसाठी राजकीय बॉम्बच आणि विशेषत: डेमोक्रॅटिक काँग्रेस प्रतिनिधीसाठी आणि त्यातूनही अशा प्रांतात, जो इतिहास-काळापासून रिपब्लिकनांचा गड आहे. म्हणून या प्रश्नाला सामोरं जाताना रिड कुटुंबाने प्रथम काय केलं असेल, तर त्यांच्या मुलाशी संबंध तोडले. त्यांनी त्याला अगदी बेदखल केलं नाही, पण तरीही जेव्हा कधी वेळ यायची, त्या वेळी ते हे स्पष्ट करायचे की, जोपर्यंत डेक्स्टर आपलं लिंगबदल करून घेण्याचा हट्ट सोडत नाही, तोपर्यंत त्याचं या घरात स्वागत होणार नाही. लिंगबदलाचं काम अवघ्या पंधरा मिनिटांत आवरलं गेलं. जरा जास्तच वेळ लागला.''

''पण हा सारा मूर्खपणा आहे. नाही का?'' एडी जोन्स म्हणतात.

आश्चर्य वाटून मी त्यांच्याकडे कटाक्ष टाकते. संचालक रॅथबन मान हलवतात.

''खरं हे आहे, की रिड कुटुंबीयांनी त्यांच्या मुलावर प्रेम केलं. तो समलिंगी आहे की तृतीयपंथी आहे की मंगळावरून आलाय, याच्याशी त्यांना काही देणंघेणं नव्हतं.''

हंऽ आता मला समजतंय.

''लिंगबदलासाठी त्यांनीच डेक्स्टरला पैसे दिलेत. हो ना?''

''बरोबर आहे. अर्थात प्रत्यक्षपणे नाही. पण जेव्हा जेव्हा त्याला पैशाची गरज भासे तेव्हा त्यांनी त्याला पैसे पुरविले. हे माहीत असूनही, की या पैशाचा विनियोग लिंगबदलाच्या कामासाठी होणार आहे. डेक्स्टरदेखील रिड कुटुंबाच्या ख्रिसमस पार्ट्यांना गुपचूप हजेरी लावायचा.

अविश्वासाने मी मान हलवते. ''खरोखर हा खोटेपणा इतका महत्त्वाचा आहे?''

संचालक माझ्याकडे पाहून स्मितहास्य करतात. एखाद्या लहान मुलाने बाललीला करून आपल्याला रिझवल्यावर आपण जसं त्याच्याकडे बघून हसतो तसं स्मितहास्य – ओऽ लेऽ ओऽ ले, किती गोड!

''आपल्या देशात चालू असलेल्या सांस्कृतिक संघर्षाची तुला कल्पना नाही का? जेव्हा तुम्ही दक्षिणेत असता, तेव्हा या सांस्कृतिक युद्धाची तीव्रता दहा पटीने मोठी करायची. म्हणजे तुम्ही राष्ट्राध्यक्ष व्हाल तरी, नाहीतर नाहीच. इतक्या अटीतटीची मतं तिथे समाजात आहेत. त्यामुळे हा खोटेपणा महत्त्वाचा आहेच, हो.''

मी त्यावर विचार करते. ''मी समजू शकते,'' मी म्हणते, ''पण मी त्या

कशाचीच फिकीर करीत नाही.''

संचालक रॅथबनच्या कपाळावर आठ्या पडतात.

''एजंट बॅरेट –''

''थांबा, थांबा सर. मी असं नाही म्हणत, की मी गुप्तता पाळणार नाही. माझं म्हणणं असं आहे, की काँग्रेस प्रतिनिधीला राष्ट्राध्यक्ष व्हायचं आहे. या कारणासाठी मी गुप्तता पाळणार नाही. मी त्याला उंदराएवढीही किंमत देत नाही. मी गुप्तता पाळीन, कारण ज्या कुटुंबाने एक मुलगा गमावला आहे, त्या कुटुंबाची तशी इच्छा आहे.'' मी लिसाच्या शवाकडे बघून मान हलवते. ''आणि सर्वांत महत्त्वाचं म्हणजे, खुद्द लिसा हे गुपित तसंच ठेवून संतुष्ट होती.''

संचालक माझ्याकडे एक क्षणभर रोखून पाहतात. ''तुझं म्हणणं न्याय्य आहे,'' ते उत्तरतात आणि पुढे बोलू लागतात. ''रिड कुटुंबाच्यावतीने श्रीमती रिड संपर्कात राहतील. तुला काँग्रेस प्रतिनिधींशी, श्री. रिड यांच्याशी बोलायचं असेल तर त्या व्यवस्था करतील. लिसाच्या घराची तपासणी करण्यासाठी काही परवानगी वगैरेची आवश्यकता असेल – काहीही – तर ते श्रीमती रिड यांच्याशीच बोलायचं. जेवढं जमेल तेवढं काँग्रेस प्रतिनिधी श्री. रिड यांच्यापासून दूर राहा. अगदीच आवश्यकता असेल तरच त्यांना भेट.''

''आणि या प्रकरणात संशयाची सुई त्यांच्याकडेच फिरली तर?'' मी विचारले.

ते हसतात, पण त्या स्मितहास्यात आनंद नाहीये. ''तर मग राजकीय आवश्यकतेकडे तू खात्रीने दुर्लक्ष करशील, यावर माझा विश्वास आहे.''

''या प्रकरणात प्रसिद्धी माध्यमांकडे कोण पाहणार आहे?'' एडी जोन्स विचारतात.

''मी बघणार आहे तो विषय. महत्त्वाचं म्हणजे तुमच्यापैकी कोणीही प्रेसशी बोललेलं मला नकोय. यावर तुमचं कोणतंही भाष्य मला नकोय. विषय संपला.'' माझ्याकडे बघत ते म्हणतात, ''स्मोकी, खास करून ही सूचना एजंट थॉर्नसाठी आहे.''

ते कॅली थॉर्नविषयी बोलत होते. माझ्या टीममधली एक सदस्य. तिला जेव्हा जे वाटतं, तेव्हा ते बोलते. यासाठी ती प्रसिद्ध आहे.

मी हसत हसत म्हणाले, ''काही काळजी करू नका सर. फ्राय करण्यासाठी तिच्याकडे दुसराच एक मासा आहे. तिचं लक्ष सध्या दुसरीकडेच आहे.''

''म्हणजे?''

''एखाद्या महिन्यातच ती लग्न करतेय.''

''खरं की काय?'' ते चकितच होतात.

कॅली कोणाशीही एकनिष्ठ न राहण्यासाठी कुप्रसिद्ध आहे. त्यामुळे तिच्या

लग्नाची बातमी ऐकून लोकांनी अविश्वास व्यक्त करणं, याची मला आता सवय झाली आहे.

"हो सर."

"आश्चर्य घडायचं कधी थांबतच नाही. माझ्या शुभेच्छा सांग तिला. पण तिच्या बडबड्या तोंडाकडे मात्र लक्ष ठेवा." ते आपल्या रोलेक्स घड्याळाकडे पाहतात. "मी आता तुम्हाला श्रीमती रिड यांना भेटण्यासाठी घेऊन जातो. एम.ई. आता येतच असतील. शवविच्छेदनाचा अहवाल माझ्याकडे आणि तुमच्या टीमकडे जाईल. एवढंच! काही प्रश्न?"

एडी जोन्स नकारार्थी मान हलवतात.

"काही नाही, सर." मी म्हणते. "पण मी स्वत: श्रीमती रिड यांना भेटावं म्हणते. एक आई दुसऱ्या आईला भेटते तसं."

त्यांच्या कपाळावर आठ्या. "समजावून सांग."

"आकडेवारी असं सांगते, की तृतीयपंथीयांबरोबर स्त्रियांपेक्षा पुरुष खूप अवघडल्यासारखे असतात. मी असं नाही म्हणत, की श्री. रिड आपल्या मुलावर प्रेम करीत नव्हते. पण जर लिसाच्या मागे कोण उभं राहात असेल, लिसाला खरोखर कोणी जवळचं वाटत असेल, तर मी पैज लावते, ती तिची आईच असणार." मी काही क्षण बोलायचं थांबले. "शिवाय मला असं वाटतं, त्यांनी या प्रकरणाच्या तपासासाठी माझी नियुक्ती करण्यामागे आणखी एक कारण असावं."

"कोणतं कारण?"

मी टेबलावर ठेवलेल्या लिसाच्या शवाकडे बघते. ती एका नव्या गुपिताचं प्रतिनिधित्व करते आहे, जे मरण पावलेले उघड करतात, जे वृद्धांना माहीत असतं आणि ज्याकडे तरुण नेहमीच दुर्लक्ष करीत राहतील. ते गुपित म्हणजे – जीवन खूप छोटं असतं, कितीही मोठं असलं तरी.

मी त्यांच्याकडे कसंनुसं हसून बघते. "कारण मीसुद्धा माझी मुलगी गमावली आहे. आम्ही दोघी या अर्थाने समदु:खीच आहोत."

२

एक कार शवागाराच्या मागच्या बाजूला येऊन थांबल्याचं मी बघते. अर्थातच काळ्या रंगाची कार – सरकारचा आणि सरकारी नोकरांचा आवडता रंग असलेली कार! बाहेरच्यांना आतलं बघता येऊ नये म्हणून मागच्या खिडक्यांना गडद रंगाची फिल्म लावलेली.

दुपारचे साडेचार वाजलेले; आणि इथे तर संध्याकाळ व्हायला आलेली. व्हर्जिनियाचा हा भाग वॉशिंग्टन डी.सी.च्या जवळ असला, तरी या प्रांताने आपली स्वत:ची ओळख कायम ठेवली आहे. राजधानीपेक्षा हा भाग शांत आहे आणि खरंखोटं माहीत नाही, पण इथं सुरक्षित वाटतं. इथं उपनगरी आणि त्याचबरोबर शहरी वातावरणाचं मिश्रण आहे, म्हणून कदाचित सुरक्षितपणाचा भास होत असावा. पूर्वेकडच्या अनेक ठिकाणांप्रमाणे या भागालाही एक वजन आहे. या प्रांताला एक विशिष्ट व्यक्तिमत्त्व आणि इतिहास यांचं मिश्रण लाभल्यानं, हे वजन प्राप्त झालेलं आहे.

सप्टेंबर आता संपत चाललाय. असं ऋतुमान मी पश्चिम किनाऱ्यावर कधीच पाहू शकणार नाही. या हवेत एक बोचरेपणा आहे; ती अंगाला झोंबते. त्यावरून लक्षात येतं, की येणाऱ्या हिवाळ्यात भरपूर बर्फ पडणार आहे. म्हणजे अगदी बफेलो किंवा न्यूयॉर्कइतका वाईट हिवाळा नाही, पण अगदी कॅलिफोर्नियासारखा फुसकाही नाही.

इथे सर्वदूर झाडी आहेत, नवी आणि जुनी. या हिरवाईचा दाटपणा इतका आहे, की या शहराचं झाडांवर किती प्रेम आहे ते लक्षात येतं. आणि त्याचं कारणही मी बघू शकते. खरं म्हणजे हिवाळा हाच अलेक्झांड्रिया (व्हर्जिनिया) प्रांताचा ऋतू आहे. पानांची गळती सुरू झालेली आहे आणि हो, खरंच खूप नयनरम्य दृश्य आहे हे.

कार थांबते, बाजूचा दरवाजा उघडतो आणि मी आत चढते. मी इथे का आले आहे, यावर लक्ष एकाग्र करण्याची ही वेळ आहे.

रोझॅरिओ रिड यांच्याविषयी संचालकांनी मला जुजबी माहिती दिलेली होती.

''श्रीमती रिड अठ्ठेचाळीस वर्षांच्या आहेत. त्या सव्वीस वर्षांच्या असताना, म्हणजे श्री. रिड यांच्याशी विवाह झाल्यानंतर एक वर्षांनी त्यांना डेक्स्टर झाला. ते परस्परांना शालेय जीवनापासून ओळखत होते, पण लग्नासाठी ते दोघेही कॉलेजचं शिक्षण होईपर्यंत थांबले.

''श्रीमती रिड यांचे पणजोबा मेक्सिकोहून अमेरिकेत आले आणि त्यांनी पशुधनाचं एक छोटंसं साम्राज्य उभं केलं. एखाद्या मेक्सिकन माणसाला अमेरिकेतील टेक्सासससारख्या प्रांतात असा व्यवसाय उभा करणे त्या काळी फारच अवघड होते. ही लढाऊ वृत्ती त्यांनी आपल्या वंशजांपर्यंत पोहोचविलेली दिसतेय. कारण श्रीमती रिड देखील एक कठीण प्रकार आहे. त्या हॉर्वर्डमधून शिक्षण झालेल्या एक वकील आहे. वक्तृत्व कलेत त्या निष्णात आहेत. जेव्हा श्री.रिड राजकारणात उमेदवारी करीत होते, तेव्हा श्रीमती रिड समाजातील शोषितांसाठी लढत होत्या. त्यांनी अनेक प्रसिद्ध कोर्ट केसेस जिंकल्या आहेत. त्याविषयी सविस्तर माहिती माझ्याकडे नाही; पण बहुतांशी केसेसमध्ये त्यांनी उद्योगक्षेत्रातल्या भल्याभल्यांना पाणी पाजलं आहे. जेव्हा श्री. रिड यांनी काँग्रेससाठी निवडणूक लढवायचं ठरवलं. तेव्हा त्यांनी आपल्या वकिलीचे चंबूगबाळं आवरलं आणि नवऱ्याची प्रचारयंत्रणा सांभाळली.'' प्रशंसा करत संचालकांनी आपले डोके हलवले. ''वॉशिंग्टनमधल्या ज्या लोकांना बऱ्यापैकी काही माहिती आहे, ते त्यांच्या मार्गात पाय आडवा घालायला घाबरतात स्मोकी. मला भेटलेल्यांपैकी त्या एक अतिशय गोड आणि छान महिला आहेत. पण त्यांच्या नवऱ्याबाबत कोणी काही गडबड केली, तर त्या तितक्याच निर्दयी होऊ शकतात.''

हे सर्व कोड्यात टाकणारं, गोंधळ माजवणारं, त्याचबरोबर प्रशंसनीयदेखील असल्याचं मला दिसतंय. प्रसिद्ध व्यक्तींना फार लवकर देवत्व प्राप्त होत असतं, जर आपण त्यांना तसं होऊ दिलं तर. रोझॅरिओ रिड कोण आहेत, हे स्वत: मला प्रत्यक्ष जाणून घ्यायचंय. कारण एका आईला समजून घेतल्यावर एका मुलालाही समजून घेणं सोपं होऊ शकेल. मला हे जाणून घ्यायचंय, की त्या माझ्याशी खोटं बोलतात का आणि बोलल्या तर किती खोटं, तेही! आणि कोणत्या कारणासाठी? आपल्या अपत्याच्या प्रेमापोटी? राजकीय अपरिहार्यता म्हणून? की असंच काही कारण असावं म्हणून?

मी गाडीचा दरवाजा बंद करत असताना श्रीमती रिड मान हलवून मला अभिवादन करतात. ड्रायव्हरला गाडी सुरू करण्याची सूचना देण्यासाठी ड्रायव्हर

आणि मागचं सीट यामध्ये असणाऱ्या पार्टिशन खिडकीवर त्या टकटक करतात आणि एक बटन दाबतात. ते बहुधा इंटरकॉम बंद करण्यासाठीचं असावं. गाडी सुरू होते. काही क्षण असेच एकमेकांचा अंदाज घेण्यात जातात.

रोझॅरिओ रिड निश्चितच आकर्षक आहेत, हे कोणीच नाकारू शकत नाही. एक बुद्धिमान लॅटिन सौंदर्यवती असल्याच्या अभिजात खुणा त्यांच्या व्यक्तिमत्वातून प्रतीत होतात – सुसंस्कृत तरीही वैषयिक भावना जागवणारं सौंदर्य! एक स्त्री म्हणून मी निश्चितपणे सांगू शकते, की त्यांनी आपले सौंदर्य थोडं कमी करण्यासाठी, काही प्रयत्न जरूर केले आहेत. त्यांचे केस तोकडे आणि काम करणाऱ्या महिलांसारखे आटोपशीर आहेत आणि त्यातल्या पांढऱ्या बटांना त्यांनी मुद्दाम हात लावलेला नाही. पापण्या भरीव दिसण्यासाठी त्यांनी मस्कारासारखे प्रसाधन वापरलेलं नाही. त्यांच्याकडूनच त्यांच्या मुलाने भरलेले ओठ घेतले. पण त्यांनी लायनर वापरून कामदेवाचं ते धनुष्य मापात आणलं आहे. त्यांनी साधं, पांढरंशुभ्र ब्लाऊज, नेव्ही कोट आणि त्याला साजेल अशी नेव्ही विजार परिधान केली आहे. सर्व कपडे अगदी अंगाबरोबर शिवलेले असलेले, तरी त्यातून कुठेही अंगप्रदर्शनाला वाव नव्हता.

या वरवरच्या गोष्टी त्यांच्यातलं राजकीय चातुर्य ठळकपणे दाखवतात आणि आपल्या पतीशी त्या किती प्रामाणिक आहेत, याविषयी बरंच काही सांगून जातात. इतर बहुतेक महिला करतात त्याच्या नेमकं उलटं रोझॅरिओ करत आहेत. अस्पष्टशा व्यावसायिकतेच्या आवरणाखाली आपलं सौंदर्य झाकून त्या आपल्यातल्या उपजत मादकतेला लगाम घालत असतात. ट्वीड वापरतात – सिल्क नाही.

असं का? कारण त्यामुळे श्री. रिड यांच्या महिला पाठीराख्या त्यांना सहजपणे स्वीकारतात. सामर्थ्यशाली महिला आकर्षक असू शकते, पण मादक किंवा सेक्सी कधीच नाही. असं का असतं ते मला माहीत नाही. पण असतं हे खरं आहे. माझ्यासाठीदेखील ते खरंय. अधिकारपदावरच्या अशा महिलेवर मी विश्वास टाकीन, जी रोझॅरिओसारखी दिसत असेल; व्हिक्टोरियाच्या मॉडेलसारखी उन्मादक फिगर असलेली नव्हे.

त्या कणखरदेखील आहेत. त्यांनी स्वत:ला सावरलेलं आहे. पण जेव्हा मी त्यांच्या डोळ्यांत बघितले, तेव्हा त्यांच्या दु:खाची तीव्रता लगेचच जाणवली. उघडपणे त्या कधीच रडणार नाहीत. आम्हा दोघींचीही मुलं कालवश झालेली आहेत; याव्यतिरिक्त आमच्यात साम्य असणारी ही आणखी एक गोष्ट.

सर्वप्रथम त्या मौनव्रत सोडतात. ''एजंट बॅरेट, तुम्ही आल्याबद्दल धन्यवाद.'' त्यांचा आवाज तोलून-मापून शांत, फार मोठा नाही फार बारीक नाही. ''मला जाणीव आहे; हे सारं विपरीत आहे. गेल्या कित्येक वर्षांपासून मी एक निश्चय केला

होता, की माझ्या कुटुंबाच्या राजकीय सामर्थ्याचा उपयोग व्यक्तिगत कारणासाठी करायचा नाही.'' त्यांनी खेद व्यक्त केला. त्यांच्या दुःखामुळे त्यांच्या शालीनतेलाही भयावहतेची एक किनार लाभली आहे. ''माझं मूल मेलंय. त्यामुळे माझ्या निश्चयात मी बदल करायचं ठरवलंय.''

''श्रीमती रिड तुमच्या जागी मी असते, तरी मीही तेच केलं असतं. तुमची जी हानी झालीये त्याबद्दल मला खूप खेद होतोय. मला माहीत आहे, असं गुळगुळीत झालेले शब्द वापरून काही म्हणणं म्हणजे केवळ उपचार पार पाडण्यासारखं आहे. आणि मला हेदेखील माहीत आहे, की या परिस्थितीत असं काही म्हणणं पुरेसं नाहीये. पण तरी, मला खेद होतोय. डेक्स्टर –'' मी क्षणभर थांबते. ''मॅडम, इथला रिवाज काय आहे, मला कल्पना नाही. मी 'त्याला' म्हणू की 'तिला'? डेक्स्टर म्हणू की लिसा?''

''लिसाने स्त्री बनण्यासाठी आयुष्य घालवलं. आता ती गेलीच आहे, तर आपण किमान हे तरी करू शकतो की, तिला जे व्हायचं होतं तसं आपण तिला वागवू या.''

''बरोबर आहे मॅडम.''

''खाजगीत आपण एकमेकींची पदं विसरू या. स्मोकी. ठीक आहे? आपण इथे फक्त दोन मृत मुलांच्या आई आहोत. इथे अवतीभोवती मोरपंखी चिंता असलेले आणि गर्वाने छाती फुगवणारे कोणी पुरुषही नाहीयेत.'' त्या थबकतात आणि माझ्यावर एक करडी नजर स्थिर करतात. ''आपल्याला आता डोक्याला डोकं लावून एकत्रपणे काही घाणेरडी कामं उरकायची आहेत. त्यासाठी आवश्यकता आहे, एकेरी नावानं एकमेकांना हाक मारण्याची. पुरे झाला हा औपचारिकपणा. तुला नाही वाटत असं?''

'आपण स्त्रिया! आपणच असतो आपल्या मुलांना मूठमाती देणारे! आपणच असतो स्मशानातल्या धुळीत कपडे मलीन करणारे.' असंच काहीसं त्या म्हणत होत्या.

''ठीकाय रोझॅरिओ.''

''आता कसं.'' मी बघते की त्या माझ्या चेहऱ्यावरच्या ओरखड्यांकडे निरखून पाहताहेत. ''तुला ज्या दिव्यातून जावं लागलं, त्याविषयी मी वाचलंय; पेपरांमध्ये वगैरे. अनेक वर्षांपासून मी तुझी चाहती आहे.''

त्या हे शब्द बोलत असताना त्यांची नजर एका ठिकाणी स्थिर असते. माझ्या चेहऱ्यावरचे व्रण बघताना त्यांच्या डोळ्यांच्या पापण्या थोड्यादेखील लवत नाहीत. जर त्यांना अवघडल्यासारखं वाटत असेल, तर त्या छानपणे ते लपवू शकतात. संचालकांना ते जमत नाही.

त्यांनी केलेल्या प्रशंसेला दाद देण्यासाठी मी रोझॅरिओसमोर मान तुकवते.

"धन्यवाद! परंतू जी स्त्री मारली गेली नाही, तिच्यात स्तुती करण्यासारखं एवढं काही नाही."

यावर त्या नापसंती व्यक्त करतात. "नाही, हे बरोबर नाही. इतकं होऊनही तू पुढे जात राहिलीस. तू त्याच नोकरीत काम सुरू ठेवलं, ज्या नोकरीमुळे तुझी हानी झाली. तू आपलं काम चोखपणे सुरू ठेवलंय. जिथे ते सारं काही घडलं, त्याच घरात तू अजूनही राहते आहेस. ओघात विषय निघाला म्हणून सांगते, मी ते समजू शकते. अनेक लोकांना हे पटत नसेल. पण मला पटतंय." एक कष्टी स्मितहास्य त्यांच्या चेहऱ्यावर झळकतं. "तुझं घर म्हणजे तुझा वृक्ष आहे. ती अशी जागा आहे, जिथे तुझी मुळं रुजलेली आहेत, खोलवर गेली आहेत, त्याच जागेत तू तुझ्या मुलीला जन्म दिलास आणि या आठवणी त्या दुःखद स्मृतींपेक्षा अधिक बळकट आहेत, खरंय ना हे?"

"खरंय तुम्ही म्हणता ते!" मी शांतपणे म्हणाले.

माझ्यावर या बाईने चांगलीच जादू केलीय, असं मला दिसतंय. मला त्या आवडत आहेत. त्या प्रामाणिक आहेत. त्या ज्या पद्धतीने खोलवरपणे विचार करतात, त्यावरून त्यांचं व्यक्तिमत्त्व कसं असेल ते लक्षात येतं. कुटुंब हेच घर असतं; सारं जग विरोधात गेल्यावर आपलं घरच आपल्या डोक्यावर छप्पर धरतं; प्रेम तुम्हाला जरूर बांधून ठेवतं. पण आपल्या माणसांबरोबर आपण अनेक क्षण घालविलेले असतात. ते क्षण हाच परस्पर स्नेहसंबंधांचा आत्मा असतो.

आमची गाडी अगदी आरामात चालली आहे. शवागाराभोवती प्रदक्षिणा चालू आहे. पुन्हा एकदा पानगळीकडे माझं लक्ष गेलंय. झाडांना जणू आग लागलीय.

खिडकीच्या बाहेर बघणं चालू ठेवत रोझॅरिओ संभाषण सुरू ठेवतात. "तुझ्याप्रमाणेच, मी त्याच माणसाशी लग्न केलं, ज्याचं मी शाळेत चुंबन घेतलं. माझ्या डिल्लनचे फोटो बघितलेस तू?"

"हो! देखणे आहेत ते."

"तेव्हाही तो खूप देखणा होता. आणि किती तरुण! तो म्हणजे माझं पहिलं प्रेम!" डोळ्यांच्या कोपऱ्यांमधून त्या माझ्याकडे बघतात. चेहऱ्यावर एक चमकदार हसू; एका क्षणासाठी त्या अठरा वर्षांच्या वाटतात.

मी देखील हसते. "मॅटसुद्धा माझ्यासाठी तसाच होता."

"आपली जमात नष्ट होत चाललीय स्मोकी. अशा स्त्रियांची जमात, ज्या आपल्या शाळकरी प्रियकराशीच नंतर लग्न करतात; ज्यांच्या प्रियकरांची संख्या बोटावर मोजण्यासारखी असते. तुला काय वाटतं? आपलं बरंय की वाईट आहे?"

मी खांदे उडविते. "मला वाटतं, सुख ही फारच व्यक्तिगत बाब आहे.

शालीनता, विनय वगैरेबाबत काही जाहीर करण्यासाठी मी मॅटशी लग्न नाही केलं. मी त्याच्याशी लग्न केलं कारण मी त्याच्यावर प्रेम केलं.''

मी जे काही म्हणाले, त्यामुळे त्यांच्या मनाची स्थिरता थोडी विचलित होते. त्यांचे डोळे पाणावतात. पण अश्रू मात्र ओघळत नाहीत.

''किती उत्कृष्ट पद्धतीने तू हे मांडलंस. खरंय, सुख ही व्यक्तिगत गोष्ट आहे. माझ्या मुलीच्या बाबतीत तर निश्चितच ते खरं होतं.'' माझ्याकडे बघण्यासाठी त्या आपल्या सीटवर वळून बसतात. ''तुला ठाऊक आहे का, की सर्वसाधारण समाजापासून वेगळ्या असणाऱ्या अल्पसंख्यांकांपेक्षाही एखाद्या तृतीयपंथीय किंवा लिंगबदल केलेल्या व्यक्तीचं जिणं खूप धोकादायक असतं? तुम्ही जर तसे असाल, तर तुम्ही तिरस्कारातून जन्मलेल्या गुन्ह्यांचे आणि हिंसाचाराचे बळी ठरण्याची शक्यता समलिंगी अथवा ज्यू, मुस्लिम, निग्रो वगैरे इतर अल्पसंख्याकांपेक्षा खूप जास्त असते.''

''हं! मला कल्पना आहे.''

''आणि त्यांना याची जाणीव असते स्मोकी. मुलं वा पुरुष जे स्त्री होतात किंवा मुली वा स्त्रिया ज्या पुरुष होतात – त्यांना माहीत असतं की त्यांना टाळलं जाणार आहे, त्यांच्यापासून लोक दूर पळणार आहेत, त्यांचा तिरस्कार केला जाणार आहे, त्यांना कदाचित ठारही केलं जाणार आहे. तरीही ते लिंगबदल करून घेतात. का? तुला माहीत आहे?'' त्यांचे हात थरथरतात, ते त्या मांडीवर धरून ठेवतात. ''ते लिंगबदल करून घेतात, कारण सुखी होण्यासाठी त्यांच्याकडे दुसरा मार्गच नसतो.''

''मला लिसाविषयी सांगा.'' मी त्यांना आग्रह करते.

कारण त्यांनाही खरं तर तेच सांगायचंय. म्हणून तर मी इथे आले आहे. मी लिसाविषयी जाणून घेऊन तिला जणू प्रत्यक्ष बघावं, तिच्याविषयी माझ्या मनात आत्मीयता निर्माण व्हावी, अशी त्यांची इच्छा आहे. त्यांनी काय गमावलं आहे, हे मी समजून घ्यावं, मनाने जाणून घ्यावं, अशी त्यांची इच्छा आहे.

एका क्षणासाठी त्या डोळे मिटून घेतात. जेव्हा त्या डोळे उघडतात तेव्हा त्यातली ममता मी बघू शकते. त्या अतिशय कणखर आहेत आणि आपल्या अपत्यावर त्या सर्व सामर्थ्यानिशी प्रेम करतात.

''मी प्रथम 'डेक्स्टर' हेच नाव वापरेन. कारण डेक्स्टर म्हणूनच त्याने आयुष्याची सुरुवात केली. अत्यंत मायाळू आणि सुंदर मुलगा होता – डेक्स्टर. मला माहीत आहे, प्रत्येक पालकाला वाटत असतं, की आपलं मूल पाण्यावरून चालतं, पण डेक्स्टरच्या पेशींमध्ये खरोखरच दुष्टपणा नावालाही नव्हता. आकाराने तो छोटा, सडपातळ होता, पण अशक्त नव्हता. त्याच्यात हळुवारपणा जरूर होता, पण तो भाबडा निश्चितच नव्हता. तुला समजतंय ना?''

"हो! हो!"

"मला असं वाटतं, की कोणीही त्याला, आईकडे अधिक ओढा असलेला, असंच म्हटलं असतं. काही अंशी खरंही आहे ते. पण कधी माझ्यामागे तो लपला नाही. इतर मुलांप्रमाणेच तो वेळ घालवायचा. बाहेर, मोकळ्या वातावरणात, या ना त्या खोड्या, भानगडी करत! लिट्ल लीगमधून तो खेळायचा. दहा वर्षांचा होता तेव्हा त्याने गिटार शिकायला सुरुवात केली. गुंड मुलांबरोबर त्याने मारामाऱ्याही केल्या. त्याची व्यवस्थित वाढ होऊन तो एक सुंदर माणूस होईल, या व्यतिरिक्त विचार करण्याचं काही कारणच नव्हतं. त्याचं पहिलं, मधलं आणि शेवटचं नाव एकदम घेण्याची, म्हणजे त्याला रागावण्याची माझ्यावर क्वचितच वेळ आली असावी."

त्या काय म्हणताहेत ते मला समजतंय असं त्या गृहीतच धरताहेत. खरंही आहे त्यांचं. कारण जगातली कोणतीही आई असंच बोलत असते. प्रत्येक मुलाला माहीत असतं, जेव्हा आई तुमचं पहिलं नाव आणि आडनाव एकाच वेळी घेते, त्या वेळी तुम्ही काहीतरी घोळ करून ठेवलेला असतो. पहिलं, मधलं आणि शेवटचं नाव? संपलं! काहीतरी घोर अपराध केलेला असतो, तेव्हासाठी ही नामावली राखून ठेवलेली असते. आई तेव्हा खूप रागावलेली असते, अशा वेळी लपून बसा, छपून बसा आणि गुपचूप रहा.

त्या माझ्याकडे बघतात. "तुझी मुलगी गेली, तेव्हा किती वर्षांची होती?"

"दहा."

"फार चांगलं वय असतं ते. तुमच्यापासून गुपित दडवणं सुरू करण्यापूर्वीचं वय!"

त्या एक सुस्कारा सोडतात. पण त्या सुस्काऱ्यात दुःखापेक्षा आशाळभूतपणा, विचारमग्नता जास्त असते. "मला वाटलं होतं, मी डेक्स्टरला आतून-बाहेरून ओळखते. पण अर्थातच एकदा मुलाने पौगंडावस्था गाठली, की आईला आपल्या मुलाविषयी खरोखर काही माहीत नसतं. ते एकमेकांपासून दूरदूर जायला लागतात. मुलं स्त्रियांना डोळ्यांसमोर ठेवून हस्तमैथुन करतात, हे कदाचित आईला कळलं तर, या कल्पनेनेच मुलं घाबरतात. शेवटी आई देखील एक स्त्रीच असते ना! माझी ही सर्व वस्तुस्थिती स्वीकारण्याची तयारी होती, हे असंच होत असतं असं समजून. पण माझ्या समजुतीपेक्षा डेक्स्टरने दडवलेली गुपितं वेगळी होती.

"हे उघड कसं झालं? म्हणजे त्याला अशी एखादी 'समस्या' आहे हे?" मी स्वतःलाच थांबवते. "माफ करा – या गोष्टीला 'समस्या' म्हणणं चुकीचं ठरेल का?"

"ते ज्याच्या-त्याच्यावर अवलंबून असते. ज्यांचा लिंगबदल केलेली व्यक्ती या कल्पनेलाच विरोध असतो, त्यांच्यासाठी हा बदल हीच समस्या असते. ज्यांनी लिंगबदल केलेला असतो त्यांची समस्या असते, की त्यांचा देह त्यांच्या आतल्या लैंगिकतेशी साजेसा नसतो. कसाही विचार केला तरी 'समस्या' हाच शब्द योग्य

दिसतोय. आता तुमच्या प्रश्नाचं उत्तर. एक मुलगा म्हणून डेक्स्टर बरेच दिवस अशांत होता. त्याने प्रथम जेव्हा सुरुवात केली... काही प्रयोग करायला, तेव्हा तो चौदा वर्षांचा होता.''

''प्रयोग? कसे ते?''

ते हात, पुन्हा थरथरणारे ते हात, मांडीवर एकमेकांना चाचपडणारे! काही क्षण त्या गप्प राहतात. त्यांच्या आत चालू असलेला संघर्ष मला स्पष्टपणे जाणवतो. ''मला माफ कर,'' त्या म्हणतात. ''म्हणजे काय की, डेक्स्टरच्या व्यक्तिमत्त्वावर, त्याच्या अनेक गोष्टींवर मी किती प्रेम करायचे ते... ज्या पद्धतीने त्याने आपली लैंगिक ओळख जाणून घेण्याच्या प्रयत्नांना सुरुवात केली, तेही मी समजावून घेतलं. ब्रेसियर आणि पँटीज – स्त्रियांची अंतर्वस्त्रं! समजतंय ना?''

''ती अंतर्वस्त्र तो घालायचा?''

''हो! एकदा दुपारी त्याच्या अंडरवेअरच्या कप्प्यात तळाशी दडवून ठेवलेलं अंतर्वस्त्रं मला सापडलं. मला प्रथम वाटलं माझीच आहेत. पण ती वस्त्रं माझी नव्हती. त्याच्या व्यक्तिमत्त्वाविषयी मला हेच तर सांगायचंय. असं बघ, आम्ही डेक्स्टरला काही पैसे द्यायचो आणि तोही जवळपास काही छोटीमोठी कामं करायचा. लॉनची कापणी करणं अशी तत्सम कामं. त्याने स्वत:चे पैसे खर्च केले आणि ती अंतर्वस्त्रं खरेदी केली. तुला समजतंय ना? तो चौदा वर्षांचा होता. जे काही घडतंय त्या विषयी त्याच्या मनात द्वंद्व होतं. नंतर आमचं संभाषण झालं. त्यावरून मला कळलं की, त्याला खूप अपराधी वाटत होतं; घाणेरडं वाटत होतं. पण माझ्या वस्तू चोरणं अतिशय गैर असल्याची त्याची भावना होती. त्याचा स्वाभिमान असा होता. त्याच्या दृष्टीने योग्य हे होतं की, पैसे घ्यायचे, के मार्ट किंवा तत्सम दुकानात जायचं आणि स्वत:च ती अंतर्वस्त्रं विकत घेऊन यायचं. त्याला याची फार लाज वाटली होती. नंतर त्याने मला हे सारं सांगितलं. पण जेव्हा हे चूक की बरोबर हे ठरवण्याची वेळ आली, तेव्हा मात्र तो त्याने स्वीकारलेल्या भूमिकेशी ठाम राहिला.''

मी ते सर्व चित्र माझ्या मनापुढे आणलं. एक तरुण, सडपातळ मुलगा ब्रेसियर आणि पँटीजचे जोड घेतोय. लाज वाटल्याने त्याचे गाल लालीलाल झाले आहेत. पण तो ते करतोय, कारण त्याला वाटत आहे की, आईच्या या वस्तू चोरणं अजिबात योग्य नाही.

मी स्वत: चौदा वर्षांची असल्याची कल्पना करते. मी जर त्याच्या जागी असते तर इतकं सरळ वागले असते? लाज वाटणं महत्त्वाचं की योग्यायोग्यतेचा विवेक जपणारा स्वाभिमान?

अं-हं!! छे, कधीच नाही. असला कसला विवेक? आईनेच तिची अंतर्वस्त्रं

हरवली असतील.

"मला समजलं." मी रोझॅरिओंना सांगते. "बरं, मग पुढे काय झालं?"

त्यांच्या चेहऱ्यावर क्लेश उमटले. "हे भगवंता. तीन भयानक वर्षं. पुढे हेच झालं. तीन वेदनादायी वर्षं. तुला हे समजून घेतलं पाहिजे, की मी मेक्सिकन-अमेरिकन कुटुंबातून आलेली आहे, कॅथॉलिक, अतिशय पुराणमतवादी, जुन्या पारंपरिक विचारांचं कुटुंब. याच्या दुसऱ्या बाजूला मी एक वकील होते, नियम आणि व्यवस्थेची सवय असलेली, तसंच गुपितं दडवण्याची सवय असलेली. मी पहिली गोष्ट कोणती केली असेल, तर ती म्हणजे ही बाब डेक्स्टर आणि माझ्यातच ठेवली."

"समजण्यासारखं आहे ते."

"हो. त्याच्या मनात काय चाललंय ते उघडून पाहण्यातच माझे बरेच दिवस गेले. आणि खरं म्हणजे डेक्स्टरलाही कळत नव्हतं की, निश्चितपणे त्याच्या मनात काय चालू आहे. जे काही होतं ते खूप धूसर होतं, त्याला काही आकार नव्हता. तो गोंधळून गेला होता. तो मला म्हणाला, बऱ्याच वेळा त्याला विचित्र असं काहीतरी वाटतं, जसं की, जेव्हा जेव्हा तो आरशात बघायचा, त्या वेळी त्याला आरशात स्त्री दिसायला हवी असायची; पुरुष नव्हे. मला तर खूपच लज्जास्पद वाटायला लागलं. मी त्याच्याकडची ब्रा, पँटीज वगैरे अंतर्वस्त्रं जप्त केली आणि सरळ त्याला मानसोपचार तज्ज्ञाकडे रवाना केलं.

"पण तरीही बदल होतच राहिले.

"मानसोपचार तज्ज्ञाने सांगितले, की डेक्स्टरला 'जेंडर डिस्फोरिया' आहे; म्हणजेच 'जेंडर आयडेंटिटी डिसऑर्डर'. विचित्र शब्द! दुसरं काय! सरळ अर्थ असा, की या विकारात त्या व्यक्तीला निश्चित ओळखता येत नाही, ती स्त्री आहे की पुरुष. डेक्स्टर स्वतःला ठामपणे स्त्री म्हणूनच ओळखत होता."

"या विषयाची मला चांगली माहिती आहे. आपण विरुद्ध लिंगाचे आहोत आणि चुकीच्या शरीरात अडकलो आहोत, असं वाटत राहणं. काहींना अशी अस्पष्ट जाणीव होत असते. तर काहींना त्याबाबत ठाम विश्वास असतो."

"बरोबर आहे. त्याने डेक्स्टरवर 'उपचार' केले. उपचारांचा एक भाग म्हणून त्या डॉक्टरला सायकोट्रॉपिक्स वापरायचे होते. म्हणजे अमली पदार्थांचा वापर करायचा होता. पण मी त्याला परवानगी दिली नाही. डेक्स्टर हा हुशार, समजूतदार, चाणाक्ष आणि मायाळू मुलगा होता. शाळेत सतत वरच्या वर्गात पास होणारा आणि कायद्याचं उल्लंघन न करणारा. मग कशाला त्याला ड्रग्ज द्यायची?" त्या हात हलवतात. "ते सगळंच निरुपयोगी होतं. शेवटी मग उपचार काय करायचे, तर त्याच्याबरोबर राहून त्याला सांगत राहायचं की, 'तुला सतत जे तीव्रतेने वाटत

राहतंय, जे खूप करावसं वाटतंय, त्याच्या विरुद्ध वागत राहा. मन ज्याची सक्ती करतंय, त्याच्या विरोधात उभा रहा.' पण त्यामुळे काहीच फरक पडला नाही.''

''लिंगबदलाच्या मार्गावर जायचं त्यानं केव्हा ठरवलं?''

''ओह! तो एकोणीस वर्षांचा होता, तेव्हा त्यानं मला हे सांगितलं. पण माझा अंदाज आहे, की बहुधा त्याने ते अगोदरच ठरवलं होतं. मला आणि त्याच्या वडिलांना यामुळे कमीतकमी त्रास होईल, अशा रितीने हे कसं करता येईल, या प्रयत्नात तो होता. तरीही आम्ही त्याला सुखासुखी ते करू दिलं नाहीच म्हणा.'' त्या डोकं हलवतात. ''डिल्लनचा तर स्फोटच झाला. बरीच वर्षं आम्ही त्याच्यापासून हे लपवून ठेवलं होतं. आणि तोही राजकारण खेळण्यात बराच मश्गुल झाला होता. त्याला जेव्हा हे समजलं, तेव्हा अतिशय क्रूर पद्धतीने त्याच्यावर त्या बातमीचा अचानक वार झाला होता.''

''मग डेक्स्टरने ते कसं हाताळलं?''

त्या हसतात. ''तो शांत होता. शांत आणि अविचल. मनात काहीतरी निश्चित झाल्यावर जशी शांतता येते, तशी शांत अवस्था.'' त्या खांदे उडवतात. ''त्याने ते करायचं निश्चित केलं होतं. संपलं. तो खंबीरपणा त्याने वडिलांकडूनच घेतला होता.''

तुमच्याकडूनदेखील, मी माझ्याशीच बोलते.

''बोलत राहा.''

''त्याने आम्हाला स्पष्टपणे सांगितलं, की त्याच्या त्या कृतीमुळे आम्हाला त्रास होणार आहे. विशेष करून त्याच्या वडिलांना आणि त्यावरचा उपाय म्हणजे आम्ही त्याला जाहीरपणे बेदखल करणे, त्याच्याशी संबंध तोडून टाकणं. लिंगबदल करण्याच्या आपल्या निर्णयामुळे आमच्यावर कमीतकमी परिणाम व्हावा, हे त्याच्या दृष्टीनं खूप महत्त्वाचं आहे, असंही तो म्हणाला. कल्पना करू शकतेस तू या साऱ्याची?'' त्यांच्या आवाजात वेदना आणि आश्चर्य पुरेपूर भरलेलं. मला आठवतंय, तो म्हणाला होता – ''डॅड, तुम्ही जे काही करीत आहात, ते फार किमती, मौल्यवान आहे. तुम्ही लोकांना खूप मदत करत असता. माझ्यासाठी तुम्ही हे सारं सोडावं अशी माझी इच्छा नाही. पण मीदेखील तुमच्यासाठी माझा निश्चय सोडून देणार नाही. आपल्याला समझोता करावा लागेल आणि मी सुचवतोय तो उत्कृष्ट समझोता आहे. मला वाटतं डिल्लनच्या ते पचनी पडलं. जाहीरपणे बेदखल होण्याची, टीका ओढवून घेण्याची आपल्या मुलाची तयारी आहे; जेणेकरून त्याचे वडील त्यांना जे आवडतं ते करत राहू शकतील. मी असं नाही म्हणत, की सगळं काही सुखाने, सहज झालं. पण....''

''डेक्स्टरच्या मनासारखं झालं तर.''

''हो.'' त्या माझ्याकडे बघतात. त्यांच्या नजरेत मला दिसतात खोलवरून

आलेल्या वेदना, पश्चातापाची झालर असलेल्या वेदना, कदाचित स्वत:लाच दूषणं देणाऱ्या वेदना. "बारीकसारीक माहिती महत्त्वाची नाहीये. महत्त्वाचं हे आहे, की एक चांगलं राजकीय कुटुंब म्हणून आम्ही आज आहोत. आम्ही डेक्स्टरचा प्रस्ताव, अगदी तसाच्या तसा स्वीकारला. आम्ही एक ट्रस्ट स्थापन केला आणि डेक्स्टर घराबाहेर पडला. जेव्हा तो खरंच स्त्रीसारखा राहू लागला – तुला माहितीये प्रक्रियेच्या त्या भागाविषयी?"

"त्या प्रक्रियेचा एक भाग म्हणजे लिंगबदलाची प्रत्यक्ष शस्त्रक्रिया मंजूर होण्यापूर्वी त्या व्यक्तीला एक वर्षभर असं राहावं लागतं, जे त्या व्यक्तीला व्हावंसं वाटतंय. म्हणजे लिंगबदल करून स्त्री व्हावंसं वाटत असेल, तर एक वर्षभर स्त्रीसारखं राहायचं. पुरुष व्हावंसं वाटत असेल, तर पुरुषासारखं – असंच काहीतरी ना?"

"अगदी असंच. तुम्ही पुरुषासारखं किंवा स्त्रीसारखं एक पूर्ण वर्षभर राहिल्याशिवाय प्रत्यक्ष शस्त्रक्रिया करून लिंगबदल करता येत नाही. म्हणजे डेक्स्टरसाठी स्त्रीचा वेष परिधान करून कामावर जाणं, लोकांमध्ये मिसळणं वगैरे. तुम्ही तुमच्या निर्णयाशी पक्के आहात, याची खात्री करून घेण्यासाठी हे सर्व करावं लागतं."

"हं, योग्यच आहे ते."

"मलाही तसंच वाटतं. तसं म्हणाल तर डेक्स्टरलाही तसंच वाटलं. असो. जेव्हा ते सारं सुरू झालं, तेव्हा आम्ही आमचं गोड गोड आणि सुयोग्य शब्दातलं निवेदन प्रसिद्ध केलं. जसं की, आम्ही आमच्या मुलावर अजूनही किती प्रेम करतो, पण त्यानं जो पर्याय स्वीकारला आहे, त्याच्याशी आम्ही सहमत नाही – असं. फसवाफसवीचा तो एक उत्कृष्ट नमुना होता." त्या थबकतात, योग्य ते शब्द शोधण्यासाठी. "तू दक्षिणेकडची नाहीस स्मोकी. म्हणून हे मतभेद किती खोलवर रुजलेले आहेत, याची तुला कल्पना येणार नाही. गैरसमज करून घेऊ नकोस, टेक्सासमध्ये उदारमतवादी बुद्धिवंत खूप संख्येने आहेत, मान्य आहे, पण ते बहुसंख्येने आहेत, असं मी म्हणणार नाही."

"निश्चितच!"

त्या डोकं हलवतात. "नाही. तुला त्याची कल्पना आहे, कदाचित साचेबंद अशी. पण या भागात वाढल्याशिवाय खरं काय आहे, पण याची कल्पना येऊ शकत नाही. तू कदाचित कल्पना करतेस, की तिथे तंबाखू चघळणारे, आपल्या ट्रकमध्ये बंदुका भरलेले पुराणमतवादी असतील. आमच्यात जरुर आहेत असे लोक. खरंय ते. पण दुसऱ्या अनेक छटा असणारंही चित्र तिथं दिसतं. तिथे सुशिक्षित, कुशाग्र बुद्धिमत्तेचे, हवेहवेसे वाटणारे लोकंही आहेत, जे डोळे बंद न करता उपदेश देतात, की समलिंगी संबंध तिरस्करणीय आहेत. अशा माणसाला एखादा मित्रही असू शकतो, खूप जवळचा मित्र, ज्याच्याबरोबर तो लहानाचा मोठा

झाला, ज्याच्या मते समलिंगी संबंध असणाऱ्यांना अधिक हक्क मिळायला हवेत. दोघांना वेगळं करणाऱ्या सीमारेषेच्या दोन भिन्न बाजूला ते उभे असतात – आणि तरीही ते चांगले मित्र असतात.'' त्या भुवई उंचावतात. ''पण जर हा उदारमतवादी मित्र स्वत:च समलिंगी संबंध ठेवणारा असला तर? नको रे बाबा. आणि तृतीयपंथी किंवा लिंगबदल केलेला? अरे बापरे. निसर्गाची विकृतीच ती. मी उदाहरणादाखल ज्या दोन मित्रांविषयी बोलते, त्या दोघांनाही कदाचित असंच वाटेल. आम्ही दक्षिण भागात खूप प्रगती केली आहे. मी फार प्रेम करते त्या प्रदेशावर. माझं घरच आहे ते. पण तो भाग म्हणजे सवयीचा गुलाम आहे, एखाद्या किड्याप्रमाणे. मोठ्या बदलाला विरोध करणारा, प्रतिकार करणारा.''

''हं! माझ्या लक्षात येतंय ते चित्र.''

''दरम्यान,'' रोझॅरिओ पुढे म्हणतात, ''तुला माहीतच आहे, डेक्स्टर तरीही ख्रिसमस साजरा करण्यासाठी येत असे, पण गुपचूप.'' त्या थबकतात. ''भयानकच सारं. तुला नाही वाटत? आपल्या व्यावसायिक महत्त्वाकांक्षेसाठी आपल्या अपत्याला सोडून देणं!''

मी त्यावर विचार करते. या बाईला अगदी खरंखुरं उत्तर हवंय. नकली, सपक, चातुर्यात घोळलेलं, लपवलेलं – असं नकोय.

''मला असं वाटतं,'' मी म्हणते. चित्त सावध ठेवून, ''की दुसरं काहीही केलं असतं, तरी डेक्स्टरला त्रास झाला असता. तो जे करू पाहत होता ते करणं त्याला भागच होतं. पण त्याला चिंता होती ती तुमच्या नवऱ्याच्या व्यावसायिक कारकिर्दीची; आपण जे करू बघतोय त्याचा आपल्या वडिलांच्या राजकीय भविष्यावर काय परिणाम होईल याची. मला असं म्हणायचंय, की तो म्हणाला 'जाहीरपणे बेदखल.' त्याने अशी अपेक्षा केल्याचं दिसलं का, की तुम्ही खरंच त्याला बेदखल कराल, त्याच्याशी संबंध तोडाल?''

ही कल्पना ऐकून त्या चमकतातच. ''नाही, नाही. मला नाही वाटत तसं.''

''म्हणजे तुम्ही त्याच्यावर प्रेम करत राहणार, या जाणिवेने तो भावनिकदृष्ट्या सुरक्षित होता. यामुळे सर्वच गोष्टींवर पांघरूण पडतंय असं मी म्हणत नाहीये. पण हे काहीच नाही, असं निश्चितच नाही रोझॅरिओ.''

दु:ख काही वेळा सरळ साधं असतं. पण बऱ्याच वेळा खूप गुंतागुंतीचं असतं. स्वत:विषयीच्या शंका, जर असं झालं तर, जर तसं झालं तर, या सगळ्यांना ते कवटाळतं. दु:ख एका क्षणात नाहीसं होऊ शकतं, किंवा मरेपर्यंत डेरेदाखल होऊन बसतं. रोझॅरिओच्या देहबोलीतून दु:खाच्या या सर्व बाजू मला स्पष्ट दिसतात. त्यामुळे मला आनंद होतो. कारण याचा अर्थ मी त्यांना सत्य सांगितलेलं आहे. खोटेपणामुळे त्रास होऊ शकतो, पण सत्याशिवाय दुसरं काहीही आपल्याला हलवू शकत नाही.

स्वत:वर नियंत्रण आणण्यासाठी त्या काही क्षण खर्च करतात. मात्र अजूनही अश्रू ओघळलेले नाहीत.

''तर अशा रीतीने, डेक्स्टरने त्या वर्षी लिंगबदल करून घेतला. आणि ते वर्ष म्हणजे डेक्स्टरचं शेवटचं वर्ष होतं. एक मुलगा काळाआड गेला आणि एका मुलीचा जन्म झाला. मुलगीसुद्धा किती सुंदर! लिसा बहरली, आतून, बाहेरून बहरली. ती तशी सतत आनंदीच असायची, पण आता तर ती तेजस्वी दिसायला लागली. ती... ती समाधानी होती. समाधान सहजासहजी मिळत नाही स्मोकी.''

माझ्या लक्षात येतंय, की किती सहजपणे त्या आपल्या संभाषणात बदल करून गेल्या. किती सहजतेनं त्या 'लिसा', 'ती', 'तिला' असं म्हणू लागल्या. डेक्स्टरचं रूपांतर लिसात झालं, केवळ त्याच्यापुरतं नव्हे, तर त्याच्या आईसाठीदेखील.

''श्री. रिड यांनी हे कसं जुळवून घेतलं?''

''या सर्व प्रकरणात ते कधीच खूश नव्हते. कायम अवघडल्यासारखे असत. पण तो एक साचेबंद, असहिष्णु, असहनशील असल्याचं त्याचं चित्र मी रंगवू इच्छित नाही. डिल्लनने डेक्स्टरवर प्रेम केलं आणि त्याने लिसावर प्रेम करण्याचादेखील खूप... खूप... खरंच खूप प्रयत्न केले. ते करताना त्याला फार अवघड वाटायचं. पण त्याच्या मते, ती चूक वा कमतरता त्याची होती, लिसाची नव्हे.''

''मला खात्री आहे, लिसाने हेदेखील समजून घेतलं असेल.''

रोझॅरिओ होकारार्थी मान हलवतात व हसतात. ''तिने तसंच केलं. ती आनंदी होती. हार्मोन्सचा खूपच चांगला परिणाम झाला. स्तन वाढवण्यात तिने हुशारी दाखवली. तिच्या देहयष्टीला साजेसे, ना खूप मोठे ना खूप छोटे असे. मेकअप तर इतक्या सराईतपणे करायला लागली, की जसा पाण्यात पोहायला लागलेला मासा. कोणताही प्रयास न करता, कष्ट न घेता सहजपणे ती स्त्रीसारखी चालायची. स्टाईलची चांगली जाण होती तिला. तिचे आवाजाचे धडेही ती सहजपणे शिकली. काही जणांना ते फारच अवघड जात असतं.''

पुरुषांचे आवाज खर्जातले असतात. कारण पौगंडावस्थेत येताना त्यांचे स्वरतंतू लांबतात. ते पुन्हा पूर्ववत होऊ शकत नाहीत. त्यामुळे जे पुरुष स्त्रीमध्ये रूपांतरित होतात, त्यांना आपल्या आवाजाची पट्टी वर कशी न्यायची हे शिकावे लागते.

''तिचा विचार होता का, की... म्हणजे ते तसंच ठेवणार होती का ती?''

लिंगबदल करणारे सर्वच जण प्रत्यक्ष लैंगिक इंद्रिय बदलून घेतात असं नाही.

''नाही. तिने त्याबाबत काही ठरवलेलं नव्हतं.''

''लिसा टेक्सासमध्ये काय करीत होती?'' मी विचारते. ''माझ्या माहितीप्रमाणे ती इथे, व्हर्जिनियात राहायची. तुम्हाला भेटायला आली होती का ती?''

''ती तिच्या आजीच्या अंत्यसंस्कारासाठी आली होती. डिल्लनची आई.''

“तुम्ही आणि श्री. रिड अंत्यसंस्काराला उपस्थित होतात?”

“हो. छोटा आणि खाजगी स्वरूपाचा कार्यक्रम होता तो. आता काही आम्ही कोणत्याही प्रचारमोहिमेत नव्हतो. त्यामुळे मग प्रसारमाध्यमंही नव्हती. आम्ही तो विधी उरकला आणि लिसा दुसऱ्याच दिवशी घरी जाण्यासाठी निघाली. उद्या ती कामावर हजर राहणं अपेक्षित होतं.”

“काय काम करीत होती ती?”

“तिची स्वत:ची ट्रॅव्हल एजन्सी होती. एकटीच सारं करायची – ‘वन वुमन शो.’ पण तिचं बरं चालू होतं. धंद्यातला एक अतिशय फायदेशीर कप्पा तिने पकडला होता. ती समलिंगी स्वभावाचे स्त्री-पुरुष, लिंगबदल केलेले, अशांसाठी सुट्ट्यांच्या योजना तयार करायची.”

“तिला कोणी शत्रू वगैरे असल्याचं तुम्हाला माहीत आहे? कोणीही, तिला त्रास देणारी व्यक्ती. कदाचित सांगितलं असेल तिने तुम्हाला.”

“नाही.” अतिशय ठामपणे दिलेलं उत्तर. “मी हा प्रश्न दूर सारत नाहीये किंवा फुकटच नकार देत नाहीये स्मोकी. सर्वांत अगोदर मी त्याच गोष्टीचा विचार केला. पण असं कोणी डोळ्यांसमोर येत नाही.”

पण काय सांगावं? तुम्ही कदाचित चकितही व्हाल. मी मनाशीच बोलते.

ती सर्व रात्री उशिरा उगवणारी गुपितं, मोठी गुपितं आणि छोटी गुपितं, चंद्र ढगाआड गेल्यावर मनाच्या दरवाजावर टकटक करणारी! मुलांनी देखील अशी गुपितं दडवलेली असतात. आणि साधारणपणे ती माहीत असणाऱ्यांत पालक सर्वांत शेवटी असतात.

“तुम्ही आणि श्री. रिड यांच्या बाबतीत काय? मला खात्री आहे, तुम्हाला दोघांनाही शत्रू असावेत. सर्व उच्चपदस्थांना शत्रू असतातच. पण तरीही निश्चितपणे काही सांगू शकाल? नुकतंच काही घडलेलं किंवा नजीकच्या भूतकाळातलं काही, जे मनात घर करून राहिलंय?”

“मलाही वाटतं, मला असं काही सांगता यावं. पण तसं काही नाहीये. कधीमधी डिल्लनला एखादं माथेफिरू पत्र येत असतं. मी ते सर्व वाचते आणि गुप्तचर यंत्रणेकडे सोपवून देते. अशा प्रकारचं शेवटचं पत्र आलं होतं त्याला झाले सहा ते आठ महिने. एका वेड्याने डिल्लनला धमकी दिली होती की, त्याच्या मनाच्या साहाय्याने तो डिल्लनला ठार मारणार आहे. मूर्खपणा होता तो. सध्या नैतिकतेच्या मुद्द्यांवरून आम्ही कोणत्याही वादविवादात पडलेलो नाही. कोणत्याही वादात, इकडे आणि तिकडे, असे दोन्हीही बाजूला पाय टेकून बसलेलो नाही. सत्य क्वचितच सांगायचं असतं ना! कोणत्याही प्रश्नाला थेट सामोरं जायचं डिल्लनने टाळलेलं आहे. म्हणून तर डेमोक्रॅटिक पक्षाची टेक्सासची जागा त्याने आत्तापर्यंत

राखून ठेवलेली आहे.''

त्यांना अजून काय विचारावं या शोधात माझं मन आहे. पण या क्षणी तरी असं काही सापडत नाहीये.

मी माझे पुढचे शब्द अतिशय काळजीपूर्वक निवडते. ''रोझॅरिओ, तुम्हाला मला हे माहीत करून द्यायचं आहे, की या प्रकरणाला जो कोणी जबाबदार असेल, त्याला शोधण्यासाठी मला शक्य आहे ते सर्व काही मी करणार आहे. मी असं काही आश्वासन नाही देत की मी त्याला पकडेनच – असं कोणतंही आश्वासन द्यायचं नसतं, हे मी फार पूर्वीच शिकले आहे – पण माझी टीम आणि मी, आम्ही अशा कामात अगदी निष्णात आहोत. आम्हाला आमचं काम करण्यासाठी काही गोष्टी हाताशी लागणार आहेत. एका ठरावीक मर्यादेपर्यंत राजकीय औचित्यापुढे मी मान तुकवेन. पण सरतेशेवटी मी काही तुमच्यासाठी वा तुमच्या पतीसाठी काम करीत नसून, लिसासाठी काम करते आहे.''

''लिसाच सर्व काही आहे.''

''मी असंवेदनशील होण्याचा प्रयत्न करीत नाहीये. पण मी कशाला प्राधान्य देते, हे मी स्पष्ट करते आहे, याची खात्री करून घेतेय.''

''तू ज्याला प्राधान्य देते आहेस, ते आश्वस्त करणारं आहे.'' त्या कोटाच्या खिशातून एक कागद काढून मला देतात. ''यात माझे सर्व नंबर्स आहेत. अगदी कधीही, दिवसाच्या वा रात्रीच्या कोणत्याही वेळेला, कोणत्याही गोष्टीसाठी माझ्याशी संपर्क साध.''

मी तो कागद त्यांच्याकडून घेते. त्या पुन्हा गाडीच्या मधल्या पार्टिशनवर टकटक करतात. तो इशारा शवागरापर्यंत परत पोहोचण्यासाठी असतो. सूर्य अस्ताला चाललाय आणि आकाशातली रक्ताळलेली लाली पानगळीने आग लागल्यासारख्या लाल झालेल्या वृक्षांमध्ये मिसळून गेली आहे.

आता हिवाळा येतोय. इथला हिवाळा थंड असतो, मृत्यूसारखा.

''मी तुला एक प्रश्न विचारू शकते स्मोकी?'' रोझॅरिओ म्हणतात.

''तुम्हाला जे हवं ते तुम्ही विचारू शकता.''

त्या माझ्याकडे बघतात आणि अखेर मी बघते ते त्यांच्या डोळ्यांतले अश्रू. हुंदके देणाऱ्या वेदना नाहीत, आक्रस्ताळेपणा नाही, केवळ अश्रूंच्या धारा. दोन्ही डोळ्यांच्या कोपऱ्यांमधून बाहेर पडणाऱ्या; खोलवर होत असलेल्या वेदनांची साक्ष देणाऱ्या.

''तू कधी अशा दु:खातून बाहेर पडली आहेस?''

या बाईला द्यायला हवं ते सत्य, सत्य आणि केवळ सत्य. अशीच तिची पात्रता आहे.

''कधीच नाही.''

३

"कॅली, ॲलन आणि जेम्स इकडे यायला निघालेत." एडी जोन्स मला सांगतात. "काही तासांतच ते इथे पोहोचतील."

आम्ही शवविच्छेदन खोलीच्याबाहेर होतो. लिसा रिडच्या खुन्याला पकडण्यास आम्हाला मदत व्हावी, म्हणून वैद्यकीय परीक्षक तिच्या देहाचे तुकडे करत आहेत. ते आम्ही काचेमधून बघतो आहोत. तिची होत जाणारी ही अखेरची विटंबना. शवविच्छेदनात आत्मा नसतो. असतो तो फक्त एका जिवंत व्यक्तीचा भागाकार करून उरलेला लघुत्तम साधारण विभाजक; म्हणजे मास.

सात वाजून गेलेले आहेत आणि आता मला आपण घरापासून दूर गेलो आहोत, हे जाणवायला लागलंय.

"विचित्रच असतं इथे असणं," माझं भाष्य.

"हं." एडी जोन्सचं उत्तर. क्षणभर ते गप्प राहतात. "एकदा माझी दुसरी पत्नी आणि मी, दोघांनीही इथे राहायला येण्याचा विचार केला होता."

"खरं की काय?"

"ती झाडी बघतेस तू? इथे ते चार खरेखुरे ऋतू दिसतात. पांढऱ्या, बर्फाळ ख्रिसमसपासून वसंत ऋतूपर्यंत, जेव्हा पुन्हा सारं फुलतं. मग आमचं लग्न फिसकटलं आणि मी ही गोष्ट विसरून गेलो."

ते पुन्हा गप्प बसतात. आमच्यातल्या स्नेहसंबंधाची कथा ही अशी आहे. ते व्यक्तिगत माहिती अशा पद्धतीने तुकड्यातुकड्यांत आणि एकदम अनपेक्षित वेळी देत असतात. ती माहिती कधी कटू असते, तर कधी गोड, जशी आत्ता त्यांनी दिली तशी. त्यांनी एका महिलेवर प्रेम केलं होतं आणि दोघांनी ठरवलं की, अशा एखाद्या ठिकाणी जायचं, जिथे झाडांची गळलेली पानं गोळा करता येतील आणि बर्फाचा

माणूसही बनवता येईल. आता ते इथं आहेत ते एका शवामुळे. स्वप्न प्रत्यक्षात येतात. खरंय. पण नेहमीच चांगल्यासाठी नव्हे.

"डॉ. जॉन्स्टन चमत्कारिकच आहेत," मी पुटपुटते आणि विषय बदलते.

"हो."

डॉ. जॉन्स्टन एम.ई. आहेत. चाळिशीच्या मध्यावर असलेले. प्रचंड आकारमान असलेले. जाडे, फोफसे नव्हे – पीळदार स्नायू असलेले. त्यांचे पाय इतके मोठे आहेत, की बहुधा त्यांना पँट्स शिवूनच घ्याव्या लागत असतील. त्यांचे केस ब्लीच केलेले, तांबूस आणि अगदी डोळ्यांलगत कापलेले. चौकोनी जबड्याचा चेहरा, निष्ठूर दिसणारा. मागे केव्हातरी तुटल्यामुळे वाकलेले नाक आणि कपाळावर धडधडणारी एक नस, संगीतात मात्रा मोजण्यासाठी वापरतात त्या घड्याळ्याच्या टिकटिकसारखी थडथडणारी. व्यावसायिक बॉडीबिल्डर किंवा गुडघे तोडणाऱ्या गँगमध्ये सहज खपून जातील.

अगदी निपुणतेने ते लिसाच्या देहाचे तुकडे करताहेत. आपले पीळदार स्नायू तिच्या छातीचा पिंजरा तोडण्यासाठी योग्यपणे वापरताहेत. काचेच्या खिडकीतून ऐकताना, बघतानाही कसंसंच होतंय. छातीचा पिंजरा कापताना होणारा आवाज हलवून टाकणारा आहे. कोणीतरी स्टायरोफोमच्या कपांच्या उतरंडीवरून चालल्यासारखं वाटतंय. ते काय म्हणताहेत, मला ऐकू येत नाहीये. पण त्यांचे ओठ हलतायंत. टेबलवर टांगलेल्या मायक्रोफोनमधून ते त्यांचे निष्कर्ष सांगताहेत.

"श्रीमती रिडबरोबरची भेट कशी झाली?" एडी जोन्स मला विचारतात.

"चांगली झाली. भयानक, मस्त."

मी त्यांना माहिती पुरवते.

"तू बरोबर आहेस. तुझा अंदाज खरा निघाला. म्हणजे या तपासासाठी तुझी मागणी का केली, याविषयी म्हणतोय मी."

"हो, आलं लक्षात."

जॉन्स्टन लिसामध्ये डोकावण्यासाठी पुढे वाकत आहेत. ते तिच्या आत डोकावून पाहताहेत. मी याहीपेक्षा अत्यंत वाईट दृश्यं बघितली आहेत. आणि काय कारण आहे माहीत नाही, पण समोरच्या दृश्यामुळे मात्र मला मळमळल्यासारखं होतंय.

"आत्तापर्यंत जे झालंय, त्यावर तुझं काय म्हणणं आहे स्मोकी?"

मला माहितेय ते काय विचारताहेत आणि त्यांना काय हवंय ते. मी ज्यात निपुण आहे, ते मी करावं, अशी त्यांची इच्छा आहे. मला जी नैसर्गिक देणगी मिळाली आहे, तिचा मी वापर करावा, अशी त्यांची इच्छा आहे.

मी जे काही करायचे ते करतेच, कारण मी ज्यांची शिकार करायला निघते, त्या माणसांना पुरतं जाणण्याची माझ्यात क्षमता आहे. मला दिव्यदृष्टी, अंतर्ज्ञान

आहे असंही नाही. पण मला पुरेशी माहिती पुरवा आणि बघा, डोळ्यांसमोर चित्र उभं राहतंच. त्या चित्राला तीन आयाम असतील. त्याला भावनांची एक बाजू असेल, विचार प्रक्रियेची दुसरी बाजू असेल आणि सर्वांत महत्वाचं म्हणजे, त्या माणसाच्या भुकांची आणखी एक बाजू असेल. भुका तर मी फार जवळून बघू शकते. मी स्वत: माझ्या तोंडात त्यांची जवळजवळ चव घेऊ शकते; तीक्ष्ण, तीव्र स्वादाची भूक इतकी स्पष्टपणे माझ्या रसनेंद्रियांना जाणवते, की अगदी गिळूदेखील शकते.

मी अतिशय निष्णात लोकांबरोबर काम केलंय. एडी जोन्स त्यापैकीच एक. मला ही जी निसर्गदत्त देणगी मिळाली आहे, तिला धार लावून तीक्ष्ण करण्यासाठी या लोकांनी मला खूप सहाय्य केलंय. मला हे आढळून आलंय, की या देणगीच्या मुळाशी आहे अतिशय अस्वाभाविक गोष्टी करण्याची माझी क्षमता आणि सवय. साधारणपणे, स्वाभाविकपणे लोक एखाद्या गोष्टीकडे जेव्हा पाहिलं न पाहिल्यासारखं करतात, त्या वेळी मी मात्र त्याच गोष्टीकडे जवळून, निरखून बघते.

ते म्हणजे तेलात डुबकी मारण्यासारखं आहे. तुम्ही डुबकी मारलेली असते तेव्हा त्या काळोखात तुम्हाला काहीच दिसत नाही. पण तुम्हाला आच्छादून टाकणारा तेलकटपणा तुम्हाला जाणवू शकतो. काही वेळा मी खूप खोल डुबकी मारते. त्यामुळे जखमा होतात, आतमध्ये ओरखडे उमटतात, माझीच गुपितं मला दिली जातात.

पाच वर्षांपूर्वी मी एका माणसाच्या शोधात होते. तो तरुण, सुंदर आणि ज्यांचे केस गडद तपकिरी रंगाचे आहेत, अशाच स्त्रियांचा खून करायचा. त्याने खून केलेल्यांपैकी कोणतीच स्त्री पंचवीस वर्षांपेक्षा मोठी नव्हती आणि सगळ्या अतिशय सुंदर होत्या. मेल्यानंतरही त्या भरलेल्या आणि सुंदर दिसत होत्या. मी एक स्त्री असूनही मला त्या लावण्यवती वाटल्या. इतक्या सुंदर, की पुरुषांची नीतिमत्ता सहजपणे हलवतील.

ज्याने त्यांना मारलं, त्याच्याही मनात अशाच भावना आल्या. त्याने त्या स्त्रियांवर बलात्कार केले आणि नंतर ठोसे मारून त्यांचे प्राण घेतले. मारून मारून तो प्राण घेत असे; शांतपणे, पद्धतशीरपणे, एका शिस्तीत आणि खूप एकाग्र चित्ताने. दुसऱ्या व्यक्तीला ठार करण्याची त्याची ती एक अतिशय व्यक्तिगत, केवळ त्यालाच जमणारी अशी लैंगिक शैली होती.

त्याने ठार केलेल्या एका बळीजवळ मी उभी होते आणि तेव्हाच मी पाहिलं – माझ्या पद्धतीने पाहिलं आणि मला दिसला. खुनी. मी बघत राहिले, अगदी त्याला जाणून घेईपर्यंत. तो एक वेडापिसा झालेला भ्रमिष्ट माणूस होता. लैंगिक भूक आणि क्रोध यांचं उतू जाणारं मिश्रण असलेला. शेवटी माझ्या असं लक्षात आलं की, आकाशातून चंद्र निखळून पडण्यासाठी, म्हणजे लैंगिक भुकेचं आणि

रागाचं ओझं मनातून कमी करण्यासाठी त्याला त्या मुलींशी संभोग करायचा होता.

मी उभी राहिले, चक्रावून गेल्यासारखी आणि भयचकितच झाले, कारण माझ्या दोन पायांमध्ये मी ओली झाले होते. मी खूपच खोलवर डुबकी मारली होती आणि मलाही तेच वाटायला लागलं होतं, जे त्याला तीव्रतेने वाटत होतं.

मी जवळच्याच बाथरूममध्ये गेले आणि माझ्या आतले विचार वांती करून काढून टाकले.

माझ्या मनातलं भयानकच आंदोलन होतं ते. पण त्यामुळे मदतच झाली. मला ठाऊक झालं, की आम्ही अशा माणसाच्या शोधात आहोत, ज्याने स्वत:ला व्यवस्थित, सुसंघटित केलेलं आहे; जो अतिशय चतुर आहे, पण त्याला भुलवणाऱ्या गोष्टी समोर आल्या, योग्य बटन दाबलं गेलं की, मग मात्र तो स्वत:वर नियंत्रण ठेवू शकत नाही.

ज्याची शिकार करायची होती त्याला अखेर आम्ही पकडलं, त्याचे डी.एन.ए. पण मिळाले आणि माझ्या खोलवर डुबकी मारण्याच्या सवयीमुळे आम्हाला त्याचा कबुलीजबाबदेखील मिळाला. आमच्या लॉस एंजेलिस ऑफिसमध्ये स्टेसी हॉब्ज नावाची एक नवी एजंट होती. मला जशी हवी होती अगदी तशीच. वय चोवीस, केस गडद तपकिरी आणि तिच्यापासून एक हजार फूट त्रिज्येत जे पुरुष असतील, त्यांचं चित्त विचलित करणारी.

त्याने मारलेल्या स्त्रिया जसा वेष परिधान करीत, तसा वेष मी स्टेसीला परिधान करायला लावला. तसाच मेकअप करायला लावला. मी तिला सगळं समजावून सांगितलं – कसं कोपऱ्यात उभं राहायचं, कसं त्याच्याकडे टक लावून बघायचं, कसे नितंब उडवायचे आणि मादक स्मित द्यायचं. एकही शब्द उच्चारायचा नाही, हेदेखील बजावून सांगितलं.

त्याचं नाव होतं जेस्पर सेंट जेम्स. आरोपींची चौकशी करण्याच्या त्या खोलीत आम्ही बसलेलो होतो. स्टेसीवरून त्याची नजर हटत नव्हती. त्याच्या मुठी वळत असताना मी बघितल्या. बघितलं की त्याचं तोंड उघडं पडलंय, थोडंसंच. माझ्या डोळ्यांसमोर त्याचे ओठ थरारले, एखाद्या चेटकिणीच्या ओठांसारखे. त्याच्या सर्वांगाला घाम यायला लागला आणि तोंडातल्या तोंडात तो पुटपुटला.

''कुत्री, कुत्री.'' वारंवार तो असं पुटपुटत होता.

अगोदरच्या, चौकशी दरम्यानच्या आमच्या भेटीत तो अगदी काकडीसारखा नरम होता.

मी पायावर पाय घेतला. ती खूण होती स्टेसीसाठी. मी जे तिला सांगितलं होतं तसं तिने केलं. तिने थेट जेस्परच्या डोळ्यांतच नजर भिडवली आणि स्वत:चेच

ओठ चाखले. हळुवारपणे चाखत राहिली, खूप वेळपर्यंत. मिटक्या मारणारं, अश्लील, ओलं ओलं चाखणं. मग ती अचानकपणे वळली आणि एक शब्दही न बोलता निघून गेली.

जेव्हा ती निघून गेली, तेव्हा जेस्पर विफल होऊन अक्षरश: किंचाळला. ती एकच किंचाळी होती, जोरात ठोकलेली, जणू काही कोणी पकडीने त्याचे वृषण दाबावे तशी किंचाळी. माझ्यासमोरच्या टेबलवर मी वाकले, त्याच्याजवळ जाण्यासाठी.

"किती किती मस्त वाटलं असेल नाही?" मी खालच्या आवाजात, श्वासोच्छ्वासाच्या आवाजात मिसळून म्हणाले. अशा लोकांना जेव्हा समजतं की आता ते मरणार आहेत आणि त्यांना ते समजतंय हे जेव्हा आपण बघत असतो... मला चांगला आठवतोय त्या वेळचा त्याचा तो कटाक्ष. त्यात होतं भय, खिळून जाणं आणि आशा. त्याच्या मनातले विचार मी जवळपास वाचू शकत होते.

ही खरोखरच मला समजून घेईल का? शक्य असेल का हे?

त्याला वाटलं तसंच होतं ते. परमेश्वर मला मदत करो. अर्थात त्याला वाटलं तसं नव्हतं. समजून घेणं? हो, मी त्याला समजून घेत होते. मला ते जाणवत होतं. पण माझं त्याला समजून घेणं नकली होतं. त्याला फसवण्यासाठी होतं. मी विश्वासू नव्हते; केवळ जेस्परचं प्रेम शुद्ध होतं.

तो बडबडला, मूर्खासारखा काहीतरी बडबड करीत राहिला, घाम काढीत राहिला, जोरजोरात डोकं हलवित राहिला आणि मग बोलू लागला. त्याने माझ्यापुढे त्याची गुपितं उघडी केली. मनातल्या गोष्टी माझ्याशी वाटून घेताना त्याला आनंद होत होता. ते सारं सांगण्यासाठी आपल्याला कोणीतरी श्रोता मिळाला, म्हणून त्याच्या बोलण्यातून कृतज्ञता टपकत होती. मी सारं शांतपणे ऐकून घेतलं; तो सांगत असताना डोकं हलवत राहिले आणि त्याच्याविषयी मला खूप सहानुभूती वाटतेय, असं ढोंगही केलं.

मला एकदम समजलं की, स्त्रियांना मोहपाशात अडकवण्यासाठी जेस्पर कदाचित खोटी सहानुभूती दाखवण्याचा प्रयत्न करत असावा. त्यामुळेच तर तो माझ्या नाटकाला बळी नाही ना पडला? आमची लक्ष्यंच इतकी वेगवेगळी होती! त्याला त्या स्त्रियांचा नाश करायचा होता, तर मला त्याचा नाश करायचा होता. आमच्यात फरक इतकाच होता, की त्याची तशीच लायकी होती.

यापैकी कोणताच विचार माझ्या चेहऱ्यावर प्रकट झाला नाही. तो सांगत होता त्याकडे मी पूर्ण लक्ष दिलेलं होतं. एका क्षणी तर, तो जेव्हा रडला तेव्हा मी धीर देण्यासाठी त्याचा हातही धरला. "बिचारा जेस्पर." मी पुटपुटले. बिचारा, बिचारा जेस्पर.

त्या रात्री मी घरी गेले. बराच वेळ बाथरूममधल्या टबमध्ये, पाणी थंडगार होईपर्यंत अंगात पाणी मुरवत राहिले.

एडी जोन्स आता मला तसंच तेलात डुबकी मारायला सांगताहेत. शिकार शोधण्याची, ज्या माणसाने हे केलंय त्याला जाणून घेण्याची प्रक्रिया सुरू कर, असं सांगताहेत.

"माझ्याकडे अजून पुरेशी माहिती नाहीये," मी म्हणते. "यात त्या माणसाचा भावनिक पैलू दिसत नाहीये. त्याची ही कृतीच इतकी विचित्र आहे ना – अगदी धीट आणि उद्धटपणाची. या खुनाच्या कृतीत खूप अर्थ भरलेला आहे त्याने. ती कृती म्हणजे एक तर एखादा संदेश तरी असावा किंवा त्या खुन्याच्या उत्तेजितपणाचा कळस तरी. नाहीतर दोन्ही शक्यता असू शकतात.

"कसला संदेश?"

कुठूनतरी माझ्या डोक्यात अचानक या प्रश्नाचं उत्तर डोकं वर काढतं. उथळ भागात मारलेली डुबकी समजा. "मी परिपूर्ण आहे, योग्य आहे किंवा मी ज्या कारणासाठी हे करतोय, ते परिपूर्ण आणि योग्य आहे, असा संदेश त्या खुन्याला द्यायचा असावा."

एडी जोन्सच्या कपाळावर आठ्या. "कसं काय?"

"ते कसंय... की एका बंद खोलीत केलेला खून असतो ना, तसं त्याने तिला हवेत ठार केलं. अनेक साक्षीदारांच्या गराड्यात तो सापडलेला असताना त्याने हे कृत्य केलंय. मला वाटतं, विमानात खूप अगोदरच त्याने तिला ठार मारलं असावं. ते म्हणजे उरलेल्या प्रवासात त्या मृत शरीराच्या शेजारी बसून ती उत्तेजना अनुभवता यावी, या उद्देशाने! फारच चाळवणारी भावना असू शकत होती ती. कोणाच्या लक्षात तर येणार नाही ना? कोणाच्याही लक्षात आलंच तर मग सुटकेचा काही मार्गच नाही. अशा परिस्थितीत जो खून करण्याचं धाडस दाखवतो, त्या भीतीवर विजय मिळवतो, तो परिपूर्णच असला पाहिजे ना? त्या खुन्याचा एकतर आपल्या क्षमतेवर पूर्ण विश्वास असला पाहिजे किंवा आपण जे काही करतो आहोत, ते अतिशय योग्य आहे, हे त्याला मनोमन पक्कं पटलेलं असावं. त्यामुळेच आपण खूप संरक्षित आहोत, असा आत्मविश्वास त्याच्या मनात तयार झाला असावा."

"आणखी काही?"

"तो फारच चतुर आहे; फारच व्यवस्थित आणि सुसंघटित आहे. लांब पल्ल्याची आणि सर्व बारीक तपशील गृहीत धरून योजना आखण्याचं कसब त्याच्यात आहे. वयस्करच असेल तो. फार नाही, पण चाळिशी पार केलेला."

"का?"

"तरुण माणसाजवळ इतका आत्मविश्वास, इतका सराईतपणा नसतो." मी सुस्कारा सोडते. "आपण इतर प्रवाशांच्या मुलाखती घेऊच. पण मला खात्री आहे,

आपल्याला जी काही प्रतिमा मिळेल, ती चुकीची असेल.''

''म्हणजे त्याने वेष बदलला असेल, असं तुला वाटतंय?''

''हो! पण ते वेषांतरही अगदी सूक्ष्म असेल. केसाचा रंग, रंगीत कॉंटॅक्ट लेन्स, असंच काहीतरी. पण त्याने मोठा बदल केला असेल तो आपल्या व्यक्तिमत्त्वात. अशी एखादी लकब त्याने आपल्या व्यक्तिमत्त्वात आणली असेल, की साक्षीदारांच्या मनात ती कोरली जावी. त्यांच्या इतकी डोळ्यात भरावी, की बाकीच्या गोष्टींकडे त्यांचं लक्षच जाऊ नये.

''इतकी खात्री तुला का वाटते?''

''यापेक्षा काहीही कमी असलं, तर त्याला परिपूर्ण कसं म्हणता येईल? जे परिपूर्ण असेल, परफेक्ट असेल, तेच इथे चालेल.''

जॉन्स्टन यांनी लिसाचा चेहरा कवटीपासून सोलायला सुरुवात केली. म्हणजे मग डोकं उघडं करून त्यांना मेंदूपर्यंत जाता येणार होतं. काहीतरी दुसरं करण्यासाठी ही चांगली संधी आहे, असा विचार करून मी बॉनीला कॉल लावते. इथे आता साडेआठ वाजले आहेत, म्हणजे कॅलिफोर्नियात आता जेवणाची वेळ असणार. तिच्यासाठी मी एक सेलफोन घेऊन दिलाय. एकदा रिंग वाजल्यावर लगेचच ती उत्तर देते.

''हाय स्मोकी.''

''हाय स्वीट हार्ट! कशी आहेस तू बेटा?''

''मी मस्तंय! एलायनाने मॅकरोनी आणि चीझ बनवलंय.''

एलायना वॉशिंग्टन ही ॲलनची बायको आहे. ॲलन माझ्या टीममधला. माझ्या आवडत्या लोकांपैकी ती एक. ती लॅटिन आहे. तिच्या आयुष्यात येणाऱ्यांना प्रेम आणि पाठिंबा देण्यासाठीच तिचा जन्म झालेला आहे. म्हणजे गोड गोड वागून, भावनांचं प्रदर्शन करून नव्हे. जेव्हा गरज असेल तेव्हा तुमची खरडपट्टी काढूनही ती तुमच्यावर प्रेम करू शकते किंवा तुम्हाला मिठी मारूनदेखील. सॅण्डसने माझ्यावर हल्ला केल्यावर मला हॉस्पिटलमध्ये भेटायला येणाऱ्यांत ती पहिली होती. तिने मला आपल्या बाहुपाशात घेतलं आणि रडण्यासाठी मदत केली. त्याबद्दल मी तिच्यावर सतत प्रेम करीत राहीन.

आता जशी परिस्थिती उद्भवलीय, तसं काही काम उपटलं, तर एलायना बॉनीकडे लक्ष ठेवते. माझ्या या दत्तक मुलीची शाळाही ती घरच्या घरी घेते.

''मजाच आहे बेबी तुझी.''

''ॲलनही इथून गेलाय. म्हणजे तूदेखील बरेच दिवस दूर राहणार आहेस का?''

“असं दिसतंय बेटा. माफ कर मला.”

“माफ कर? तू आता हे थांबवायला हवं हं – ममा-स्मोकी.”

बॉनी वेळेच्या आधीच पोक्त झालीय, परिस्थितीमुळेदेखील आणि तिच्यातल्या उपजत गुणांमुळेही. तिच्या आईचा खून झाला आणि नंतरही अपरिमित भयावहतेचा तिला सामना करावा लागला. त्यामुळे तिला गहिऱ्या जखमा झाल्या. त्यामुळेच तिच्यात एक प्रकारची भावनिक परिपक्वता आली आहे. तसंच तिला परिपक्वतेची उपजत देणगीदेखील मिळाली आहे. ती देणगी दिसून येते तिच्या कलेत – ती चांगली चित्रकार आहे. ही देणगी अजून दिसून येते ती तिच्या अंतरंगातल्या गहराईत. कधी मला शांत करण्यासाठी, तर कधी काही कारण नसताना ती मला ‘ममा-स्मोकी’ म्हणत असते. ममा-स्मोकी ही जी पदवी तिने मला बहाल केली आहे, ती कानावर पडताच मी आतल्या आत खूश झाले नाही, हसले नाही, असं कधीच झालं नाहीये. लहान मुलाच्या आवाजानं आपलं हृदय तरुण असल्याचं सिद्ध होत असतं ना?

“काय थांबवायला हवं बेबी?”

“हेच ते. ज्यासाठी आपण काहीच करू शकत नाही त्यासाठी माफी मागणं. लोक काही वेळ पाळून मरत नाहीत किंवा मारले जात नाहीत. जे लोक खून करतात, त्यांना तू पकडत असतेस. म्हणजे तुझंही आयुष्य वेळापत्रकाप्रमाणे कसं चालणार? मला समजतंय ते. मला ठीक वाटतंय, काही तक्रार नाही.”

“धन्यवाद. पण काही आया अशा असतात ना, त्यांना तर्कशास्त्र मान्य नसतं. मी दूर असल्याबद्दल मला अजूनही वाईटच वाटतंय.”

फरशीवरून चालताना एडी जोन्सच्या बुटांचा होणारा आवाज मी ऐकते आणि वळते. ते माझ्याकडेच पाहताहेत. जिथून आतलं निरीक्षण केलं जातं त्या खिडकीकडे मान हलवून ते खूण करतात.

“मला आता जायला हवं स्वीट हार्ट. मी तुला उद्या फोन करीन, ठीकाय?”

“स्मोकी?”

“हं?”

“कॅली आण्टी खरंच लग्न करणार आहे?”

मी हसते.

“हो तर. चल, गुडनाईट गोडंबे.”

“गुडनाईट, आय लव्ह यू.”

“आय लव्ह यू टू.”

डॉ. जॉन्स्टन एका थाळीकडे बोट दाखवतात. त्यात लिसा रिडचं हृदय ठेवलेलं असतं.

"तिच्या हृदयाला भोक पडलेलं आहे. ते छिद्र छोटं होतं, तिच्या अस्थिपंजराच्या उजव्या बाजूला." ते आम्हाला छिद्र दाखवतात. त्यांनी सांगितल्याप्रमाणे ते छिद्र फार मोठं नसतं, पण त्यामुळे जो व्रण उमटलाय, तो माझे दोन्ही हात एकत्र केल्यावर होईल तेवढ्या आकाराचा आहे. त्या छिद्राच्या खाली आणि वर दोन उभे छेदही आहेत. अगोदर माझ्या नजरेतून ही जखम सुटली होती. कारण लिसाचं शव तपासताना तिला लिंग असल्याचं लक्षात आल्याने एक अनपेक्षित धक्का बसला होता.

"बरोबर आहे." एडी जोन्स उद्गारतात. "लिसा खिडकीजवळच्या सीटवर बसली होती आणि तिचा खुनी तिच्या उजव्या बाजूला बसला होता."

"कशाच्या साहाय्याने तो हे छिद्र पाडू शकला असावा?" मी विचारले.

"काहीही लांब, नळीसारखं आणि धारदार. हे करण्यासाठी खुन्याजवळ ताकद, निश्चय आणि शरीर रचनेबद्दलची प्राथमिक माहिती असणं गरजेचं आहे." ते मूठ आवळतात आणि प्रात्यक्षिक दाखवण्यासाठी पंपांत हवा भरल्यासारखी मूठ आडवी पुढे नेतात. "एक मोठा हिसका फुप्फुसं फाडून वर थेट हृदयात आणि काम तमाम."

"विमानात हे सारं करण्यासाठी तिला नशेच्या अमलाखाली आणावंच लागलं असेल," मी पुटपुटते.

जॉन्स्टन त्यांचं मोठ्ठं डोकं हलवून माझ्याशी सहमती दर्शवतात. "खरंय, मृत्यू काही क्षणांतच आला असणार. पण तो खूप वेदनादायीदेखील असणार. कोणत्याही प्रकारे तिला भूल देणं त्याच्यासाठी फायद्याचं असणार."

यावर मी विचार करते. "तिला भूल देण्यासाठी त्याच्याकडे तिला तोंडावाटे देण्यात येणारं काहीतरी असलं पाहिजे." मी म्हणते. "असं काही नको की हायपोडर्मिकची गरज भासावी किंवा ज्यामुळे झटके येऊ शकतील. काही माहिती आहे?"

"जी.एच.बी. केटामाईन किंवा रोहिप्नॉल हे सर्व काम करू शकतात. पण या सर्वांमुळे गडबड होऊ शकते. ही सर्व औषधं अशी आहेत, ज्यामुळे वांती होत असते. केटामाईनमुळे फेफरं येऊ शकतं, झटके येऊ शकतात." त्यांच्या प्रचंड बाहूंची ते घडी घालतात. "छे, छे. जर मी त्याच्या जागी असतो, तर मी जुनी पद्धत वापरली असती. क्लोरल हायड्रेट."

"मिकी फिन्स," एडी जोन्स मत व्यक्त करतात.

"अल्कोहोलबरोबर घेतलं तर फार प्रभावीपणे ते काम करतं आणि तिच्या

पोटात त्याचा थोडा वास आलादेखील! ते फार लवकर काम करतं आणि तिला लवकर बेशुद्ध करण्यासाठी औषधाची जरा जास्तच मात्रा दिली असण्याची शक्यता आहे.

"बरोबर आहे." मी म्हणाले. "जास्त औषध घेतल्याने ती मेली असती तरी त्याला चिंता करण्याचं काहीच कारण नव्हतं. तुम्ही या सगळ्याची तपासणी करणारच असाल ना?"

"हो, हो. मी तातडीने तपासणी करवतो. त्याचा अहवाल आणि माझे निष्कर्ष उद्या दुपारपर्यंत तयार असतील."

दुसरा एक प्रश्न माझ्या मनात येतो. "मला आश्चर्य वाटतं, त्याने तिला बेशुद्ध करण्यासाठी जे काही दिलं असेल, ते तो विमानात कसं नेऊ शकला असेल?"

डॉ. जॉन्स्टन खांदे उडवतात. "माफ करा. ते माझं डिपार्टमेंट नाही."

मी त्यांना माझा सेलफोन नंबर देते. "जेव्हा तुमचे निष्कर्ष तयार होतील तेव्हा मला फोन करा. कोणाला तरी पाठवून मी ते ताब्यात घेईन. तुमच्यासाठी त्याची एकच प्रत काढा आणि ती सुरक्षित ठिकाणी ठेवा." मी त्यांच्या डोळ्यांत बघते. "डॉ. जॉन्स्टन, ही एक फार महत्त्वाची, राष्ट्रीय पातळीवरची केस आहे. तीन कारणांसाठी. एक म्हणजे आकाशात उडत असताना हवेत ही दुर्घटना घडली आहे. दुसरं म्हणजे, या प्रकरणाचा काँग्रेस प्रतिनिधींशी संबंध आहे आणि कदाचित ही घटना म्हणजे प्रत्यक्ष डिल्लन रिड यांच्यावरच्या हल्ल्याची पूर्वसूचनादेखील असू शकते. आणि तिसरं म्हणजे, हा तिरस्कार-प्रणित गुन्हा असू शकतो. पण या सर्व प्रकरणांविषयी गुप्तता पाळण्याचं कारण प्रकरणाची दाबादाबी करणं हे नसून, हे 'रिड कुटुंबीय' आहे. तुम्हाला हे माहीत असावं, अशी माझी इच्छा आहे. ज्याने कोणी हे केलं असेल, त्याला पकडण्यास माझं प्राधान्य आहे."

त्यांच्या चेहऱ्यावर थकल्यासारखं हास्य उमटलं. "एजंट बॅरेट, तुमचा स्पष्टवक्तेपणा मला आवडतो. पण काळजी करू नका. कट-कारस्थानं करण्यातला मी नाहीये. राजकारणाशी संबंध असलेले तीन इतर मृत्यूही मी हाताळलेले आहेत. त्यातल्या एकात, एक मोठी उच्चपदस्थ राजकीय व्यक्ती आणि एक पुरुष वेश्या यांचा संबंध होता. अशा घटनांमध्ये कसं काम करायचं ते मला चांगलं ठाऊक आहे. हा प्रांत मला चांगला परिचित आहे."

माझ्या असं लक्षात येतंय की, डॉ. जॉन्स्टन आपल्या कामात अतिशय निपुण आहेत. मला आश्चर्य वाटण्याची आवश्यकता नाही, पण मृत्यूशी संबंध येणाऱ्या ज्यांना ज्यांना मी भेटले, ते सगळेच आपलं काम अतिशय गांभीर्याने घेतात; आपल्या कामात ते खूप तरबेज असतात.

"मी प्रशंसा करते तुमच्या कामाची." मी खाली ठेवलेल्या लिसा रिडच्या

देहाकडे बघते. ज्यावर तो पहुडलेला आहे, त्याला अजूनही आपण 'स्लॅब' असंच म्हणतो. वास्तविक अनेक दिवसांपासून तो कट्टा लोखंडी पत्र्याचा बनवणं सुरू झालंय. "या मृत्यूशी संबंधित अजून काही?"

"हो! हो! काहीतरी फारच विचित्र. मी त्याकडे वळणारच होतो." ते आणखी एक थाळी हातात पकडून समोर धरतात. "मला हे तिच्या शरीरात खुपसलेलं आढळलं. तिच्या उजव्या बाजूची जखम त्याने मोठी केली आणि त्यात हे घुसवलं. इथे कापल्याच्या खुणा बघितल्या तुम्ही?"

"हं."

"तो फार हुशार होता. रक्त वाहण्याचं थांबल्यावर त्याने ती जखम कापली होती. मग त्याने ते तिच्या शरीरात घुसवलं होतं."

मी त्या थाळीत डोकावते. मध्यम आकाराचा, चांदीचा क्रॉस मला दिसतो.

"तुमचे हातमोजे कुठे आहेत?" मी विचारते. जवळच्याच कट्ट्यावर असलेल्या रबरी हातमोजांच्या खोक्याकडे ते बोट दाखवतात. त्यातली एक जोडी काढून मी त्यात हात सरकवते. त्या थाळीकडे जाऊन मी तो क्रॉस उचलते.

"चांगलाच जड आहे की." मी म्हणते. "ओतीव, भरलेला आहे. बहुतेक चांदीच्या मिश्र धातूंपासून बनवला असावा."

तो क्रॉस अतिशय साधा, हलक्या प्रतीचा आहे. अंदाजे दोन इंच उंच आणि एक इंच रुंद. माझ्या हातात मी तो फिरवते आणि त्याकडे तिरप्या नजरेने पाहते. त्याच्या पाठीमागे काहीतरी कोरलेलं दिसतंय. पण साध्या डोळ्यांनी ते दिसणं शक्य नाही, इतकं बारीक.

"तुमच्याकडे भिंग आहे?"

जॉन्स्टन एक भिंग शोधून काढतात आणि माझ्या हातात देतात. मी ते भिंग त्या क्रॉसवर ठेवते. मी एक चिन्ह बघते, खूप छोटं, खूप साधं. एक कवटी आणि हाडांची फुली; संपूर्ण जगात जिला विषाची खूण म्हणतात ना त्याप्रमाणे! त्या फुलीबरोबर काही आकडे आहेत.

मी ते मोठ्याने वाचते. "नंबर एकशे त्रेचाळीस."

"च्यायला, याचा अर्थ तरी काय?" एडी जोन्स विचारतात.

"मला नाही माहीत." मी तो क्रॉस पुन्हा थाळीत ठेवते. "डॉक्टर, प्रसारमाध्यमांना या सर्व प्रकरणाचा शेवटी सुगावा लागलाच, तरी विशेषत: ही बाब आपण दडवून ठेवायलाच हवी, खात्रीपूर्वक."

"अर्थातच!"

"आणखी काही?"

ते आपलं डोकं हलवतात. "या क्षणी तरी काही नाही."

एडी जोन्स घड्याळात बघतात आणि माझ्याकडे बोट दाखवतात. ''तर मग आपण विमानतळ गाठू या. तुझी टीम लवकरच येत असेल आणि मलाही कॅलिफोर्नियाशी संपर्क साधायला हवा.''

डॉ. जॉन्स्टनचा आम्ही निरोप घेतो आणि त्या मोठ्या हॉलच्या समोरच्या बाजूला असलेल्या दरवाजातून बाहेर पडून इमारतीच्या प्रवेशद्वारापाशी आम्ही येतो. खाली अंथरलेल्या लिनोलियमच्या गालिच्यावर आमच्या बुटांचा क्लिक्ऽ क्लॅक्ऽ आवाज होतोय – या असल्या वातावरणात अतिशय गूढ, भेदक, भयावह वाटणारा.

''मग? आता तुझी काय योजना आहे?'' एडी जोन्स विचारतात.

''अतिशय प्राथमिक गोष्टी! ज्या विमानात लिसाचा मृत्यू झाला त्याची गुन्हा अन्वेषणाच्या शास्त्रोक्त पद्धतीने तपासणी, प्रवाशांच्या मुलाखती, खुन्याची माहिती जमवण्यास सुरुवात. मग तिथून...'' मी थबकते. ''मग त्यानंतर यापुढे खुन्याकडून असेच ज्यांचे खून होऊ शकतात. अशा प्रकारच्या व्यक्ती लवकरात लवकर ओळखण्याची गरज आहे.''

लगेचच लक्षात येऊ शकेल अशी आणि खूप चिंता वाटावी अशी गोष्ट मात्र मी सांगत नाही. *मृत्यूची खूण आणि '#१४३' – खुनी एकाच गोष्टीची मोजदाद ठेवत असतो.*

काळजीचा आणखी एक विषय त्यातून उत्पन्न होतोच. ही मोजदाद अजून किती वाढणार?

४

रात्रीचे ११ वाजून गेले आहेत आणि थंडीने उच्छाद मांडलेला आहे. थंडीचा मला फार तिरस्कार.

वारा वादळी नाहीये, पण एकसारखा वाहतोय. धावपट्टीवर थोड्या थोड्या वेळाने वाऱ्याचा मारा होतोय, ज्यामुळे माझे गाल बधीर झाले आहेत.

चंद्राने प्रचंड आकार धारण केलेला आहे आणि ढग नसलेल्या आकाशात तर तो अधिकच मोठा वाटतोय. आणि असा दिसतोय की, जणू काही तरी सांगतोय – सांगतोय की हाच तो चंद्र आहे, जो कधी काळी गुहेत राहणाऱ्या माणसांवर चमकला – आत्ता तो माझ्यासमोर आहे आणि मी गेल्यावरही बराच काळ तो राहणार आहे.

वॉशिंग्टन डी.सी.मधल्या या खाजगी विमानतळावर येतायेता आमचा एक तास गेला. छोटं आणि एकाकी आहे हे विमानतळ, केवळ एक हँगर आणि विमान उतरण्यासाठी धावपट्टी. माझी टीम आणि मी इथून ड्युल्स आंतरराष्ट्रीय विमानतळाकडे निघणार आहोत. लिसाचा मृत्यू ज्या विमानात झाला, ते आमची वाट बघतंय.

आम्ही एक खाजगी जेटची विमान-टॅक्सी धावपट्टीवर येताना पाहतो. मी स्वत:लाच आलिंगन देते. एक पांढरं लिअरजेट विमान आहे. बऱ्याच वेळा मी त्यातून प्रवास केलाय.

बाहेर थंडी आहे. पण एडी जोन्सवर तापमानाचा काहीही परिणाम होत असलेला दिसत नाहीये. ते छानपैकी सिगारेट ओढताहेत. ही सवय मी आता सोडली आहे, पण अजूनही तलफ येते. विशेषत: जेव्हा माझ्या ब्रॅण्डची सिगारेट कोणी ओढत असेल तर. जसं आता एडी जोन्स करताहेत. मी नेहमीच मार्लबोरो ब्रँडच्या सिगारेटशी निष्ठा ठेवून असे आणि त्या बदल्यात सिगारेटींनी मला नेहमीच

साथ दिली आहे. त्यांनी मला आराम दिला; मी त्यांना माझ्या आयुष्याची काही वर्षं दिली. समसमान व्यवस्था होती ती. जोपर्यंत होती तोपर्यंतच.

"स्मोकी, ऐक. मला तुझ्याशी काही बोलायचंय." ते एक झुरका घेतात. काही क्षण धरून ठेवतात आणि एक ढग हवेत सोडतात. मी बघते, थांबते. मला त्यांचा हेवा वाटतो. "या प्रकरणाविषयी तू दररोज माझ्या संपर्कात राहावंस, अशी माझी इच्छा आहे. हे एक वेगळंच क्षेत्र आहे. तुला याची सवय नाहीये. एक संचालक म्हणून रॅथबन हा भला माणूस आहे. पण शेवटी, जर गरज भासलीच, तर तुला सिंहाच्या तोंडी देऊन तो स्वत:ची कातडी वाचवायला कमी करणार नाही." आरपार जाणारा एक कटाक्ष ते टाकतात. "मूर्खात निघू नकोस. त्याच्यासाठी तो तुझा बळी देऊ शकतो. तू नसलीस तरी त्याला काही फरक पडत नाही."

"मी माझी काळजी घेऊ शकते, सर."

"मला माहीत आहे. तरीही डोळे उघडे ठेवत जा."

"हो. हो." मी माझ्या टाचा आवाज करून जुळवते आणि त्यांना एक भपकेबाज सॅल्यूट ठोकते.

त्यांची चांगलीच करमणूक होते. "मी विनोद करीत नाहीये स्मोकी. डीसीच्या पातळीवर लोक एकमेकांना वाळत घालून आपलं करिअर घडवत असतात. तू उपजत देणगी असलेली एजंट आहेस आणि परमेश्वरालाही माहितेय, तू कणखर आहेस. पण या आखाड्यात खेळण्याचा तुला अनुभव नाहीये."

"ओके, ओके. मला समजतंय."

"ज्या प्रांतात तो तुला खरंच मदत करू शकतो, तो म्हणजे प्रसारमाध्यमांचा. तो जे सांगेल नेमकं तेच कर – मीडियाच्या कोणत्याही प्रश्नाला उत्तर देऊ नकोस. सगळे त्याच्याकडे फिरव. मला ठाऊक आहे, या अगोदर तू प्रसारमाध्यमांना हाताळलेलं आहेस. पण जर का या प्रकरणाला पाय फुटले, तर भलमोठं लफडं तयार होऊन बसेल. म्हणून मीडियापासून दूरचं राहिलेलं बरं. एफ.बी.आय.मध्ये असे अनेक लोक आहेत, जे या घाणीवरच जगतात, या घाणीसाठीच जगतात. त्यांनाच ते हाताळू दे."

"स्काऊटचा सन्मान."

"कॅलीचं तोंड गप्प ठेव."

"मी तिला दाबून ठेवू शकते."

माझ्याकडे ते अशा नजरेनं पाहतात, ज्यावरून त्यांचा माझ्यावर विश्वास नाही, हे स्पष्टपणे जाणवतं. रात्रीच्या काळोखात ते सिगारेट भिरकावून देतात.

"विमान धावपट्टीवर आणलंय. चला निघू या."

"हे परमेश्वरा, हनी-लव्ह, फारच थंडी आहे रे." कॅलीने उंच टाचांचा पाय धावपट्टीवर ठेवताक्षणीच तिची तक्रार सुरू झाली. "आपण इथे का आहोत? जिथे आल्हाददायक हवामान असेल, अशा ठिकाणी बसून आपण माझ्या लग्नाची तयारी का करू शकत नाही?"

मी हसते, नेहमीप्रमाणे. कॅलीचा मला कधीच कंटाळा येत नाही. माझ्या मते माझ्यासारखे असे अनेक लोक आहेत.

कॅली एक उंच, सडपातळ, सुंदर पाय असलेली, लाल केसांची सुंदरी आहे. एखाद्या मॉडेलसारखी दिसते आणि वय वाढत चाललंय तसं तिचं सौंदर्य अधिकच खुलत चाललंय. तिने आताच चाळिशी पार केलीय आणि पाच वर्षांपूर्वीपेक्षा ती आता अधिक सुंदर दिसतेय.

कॅलीला आपल्या सौंदर्याची कल्पना आहे आणि आपल्या सौंदर्याचा वापर करून घेण्यात ती इतरांपेक्षा वेगळी नाही. स्वत:च्या फायद्यासाठी आपल्या सौंदर्याचा वापर करण्यापलीकडे ती अद्याप पोहोचलेली नव्हती. पण संपूर्ण आयुष्याचा विचार करता, एखाद्याचं दिसणं तिच्या दृष्टीनं फार महत्त्वाचं नव्हतं. तिने तिच्या मनाची जास्त काळजी घेतली आहे. मनाला तिने चांगलीच धार लावली आहे. तिने फोरेन्सिकमध्ये पदव्युत्तर शिक्षण घेतलंय आणि क्रिमिनॉलॉजीचाही अभ्यास केलाय. खुनी लोकांची शिकार करण्याकामी ती माझ्याबरोबर दहा वर्षांहूनही अधिक काळ काम करते आहे.

कॅलीला चांगली विनोदबुद्धी आहे. अर्थात प्रत्येकाला ते आवडतं किंवा समजतं असं नाहीये. उदाहरणार्थ ती वापरत असलेला 'हनी-लव्ह' हा शब्दप्रयोग, तिच्या अतिशय आवडीचा. 'हनी-लव्ह' म्हणजे पूर्ण ढोंग आणि बतावणी. हे शब्द दक्षिणेतून आले आहेत आणि कॅली आहे कनेक्टिकटची. स्वत:चीच टिंगल करण्यासाठी आणि इतरांना छळण्यासाठी ती हे शब्द वापरत असावी, असा माझा कयास आहे. दुसऱ्यांना त्रास देण्यासाठीच जास्त. स्थानिक अधिकारी सांगतात, की एफ.बी.आय.चे संचालक श्री. रॅथबन यांनाच तिने 'हनी-लव्ह' म्हटल्यामुळे तिला लेखी समज मिळाली होती. मला त्यात थोडंही आश्चर्य वाटत नाही.

कॅलीचा विनोद दुष्ट नसतो. त्या विनोदाचं म्हणणं असतं की – 'जर तुम्ही स्वत:ला खूप गांभीर्याने घेत असाल, तर मी अवतीभोवती असताना तुमचं काही खरं नाही. तेव्हा मुकाट्याने हसायला, खिदळायला लागा कसे – हनी-लव्ह.'

कॅलीला दुसरीही एक बाजू आहे – काळी बाजू; ज्या बाजूमुळे गुन्हेगार पकडले जातात. सत्य शोधण्यासाठी ती फार कठोर बनते, कारण तिच्यासाठी सत्य हेच सर्वस्व असतं. जर मी एखादं गुन्हेगारी कृत्य केलं तर कॅली, जी माझ्यावर प्रेम करते, मला शोधून काढेल. तसं केल्याने तिला खूप वाईट वाटेल, पण तरीही ती

मला धरेलच. यापेक्षा वेगळं काही तिने करणं म्हणजे तिच्या स्वत:वरच अन्याय केल्यासारखं तिला वाटतं आणि कॅली असं करणाऱ्यातली निश्चितच नाही.

सॅम्युअल, 'सॅम' ब्रॅडीशी लग्न करण्याची तिची तयारी चालू आहे. सॅम लॉस एंजेलिस एफ.बी.आय.च्या SWAT चा प्रमुख आहे. कॅलीच्या या निर्णयाने सर्वांनाच आश्चर्य वाटलंय. अनेक वर्षांपासून कॅली पुरुषांच्या मागे फिरत असायची. त्यांच्यापासून ती पुरेपुर आनंद मिळवायची. त्यांना उपभोगायची ती. पण या चित्रात भावनिक संबंधांना कुठेच स्थान नसायचं.

आपल्या आत खोलवर गंभीरपणे काय चालू आहे, हे कॅली बाहेर कधी दाखवत नाही. ते पूर्णपणे तिचं खाजगी विश्व असतं. जसं तिला सध्या विकोडीनचं लागलेलं व्यसन. दोन वर्षांपूर्वी तिचा पाठीचा कणा दुखावला होता. त्यामुळे ती जवळजवळ लुळीपांगळी झाली होती. त्याचाच परिणाम म्हणजे हे व्यसन. तिची आणखी एक खाजगी गोष्ट म्हणजे, खूप काळापर्यंत तिने स्वत:ला पुरुषांपासून दूर ठेवलेलं होतं. कारण ती पंधरा वर्षांची असताना गर्भवती राहिली होती आणि तिला गर्भपात करण्यास भाग पाडण्यात आलं होतं. मुलगी गमावल्याचं सत्य यथावकाश तिने पचवलं. कदाचित तिच्यात खोलवर झालेल्या मोठ्या बदलाचाच तो भाग असावा. मला माहीत नाही. मला तिच्या गुपितांची केवळ झलक बघण्यास मिळते. छोटे छोटे खजिने, जे ती मला अनेक वर्षांपासून सांभाळण्यासाठी देत असते.

कॅलीनं दिलेल्या सर्वोत्तम भेटी म्हणजे वर्तमानातला क्षण उपभोगण्याची, आयुष्यात 'आत्ता' जगण्याची न चुकता केलेली मागणी. आणि कशाचाही परिणाम होऊ न शकणारी सततची मैत्री. मी तिच्यावर अवलंबून राहू शकते. जोसेफ सॅण्डस प्रकरणानंतर कॅलीनेच मला शोधलं, कॅलीनेच माझी बंदूक दूर सारली आणि कोणताही विचार न करता जवळ ओढून घेतलं. मी किंचाळत, ओरडत असताना अश्रू, रक्त आणि वांतीने तिचा सुंदर सूट खराब करत असताना कॅलीनेच मला मिठीत घेतलं होतं.

आपण इथे काय करतोय? या तिच्या प्रश्नाला मी उत्तर दिलं. ''राजकीय हाऽ हाऽ हीऽ ही. आणि मलाही थंडी आवडत नाही.

''इतकं काही वाईट नाहीये हे.'' एक खर्जातला आवाज घुमतो. ''किमान बर्फ तर पडत नाहीये ना? मला बर्फाचा अतिशय तिटकारा वाटतो.''

माझ्या टीममधला वयानं सर्वांत मोठा तो हा – ॲलन वॉशिंग्टन. खूप अनुभवी आणि तरबेज. तो सरळ एफ.बी.आय.मध्ये दाखल नाही झाला. लॉस एंजेलिस पोलीस डिपार्टमेंटमध्ये त्याने दहा वर्षं घालवली. मनुष्यवध हा त्याच्या कामाचा त्या वेळचा विषय.

ॲलन आफ्रिकन-अमेरिकन आहे. प्रचंड देहयष्टी असलेला. खऱ्या अर्थाने

प्रचंड – ओकच्या झाडासारखा. असा माणूस की, जो रात्री-बेरात्री रस्त्यात समोरून येताना दिसला, तर तुम्ही रस्ता ओलांडून दुसऱ्या बाजूनं चालायला लागाल. पण त्याचा आकार आहे ना, तो खरं काय ते दडवणारा आहे. सत्य हे आहे, की ॲलन खूप खोलवर विचार करणारा, दर्यादिल आणि शिस्तबद्ध स्वभावाचा आहे. तो अनेक दिवस एखाद्या प्रकरणाचे सारे तपशील चाळत बसू शकतो. खूप संयम, धीर आणि वाट पाहण्याची क्षमता आहे त्याच्यात. तो कधीच अधीर होत नाही. कधीच सोपे रस्ते शॉर्टकट शोधत नाही. प्रकरणातली सारी गुंतागुंत सोडवून त्याचे सर्व तुकडे समोर आणत नाही, तोपर्यंत तो त्या प्रकरणाला चिकटून राहतो. गुन्हेगारांची चौकशी करणारा तो, माझ्या माहितीतला, सर्वांत कसबी प्रश्नकर्ता आहे. अत्यंत कठिणातल्या कठीण गुन्हेगारांचं थरथरणाऱ्या, बरळणाऱ्यात चोळामोळ्यात रूपांतर करताना मी त्याला बघितलंय.

ॲलनचा आत्मा, जीव, सत्व कसं आहे, त्याचे उत्कृष्ट पुरावे देणाऱ्या गोष्टी म्हणजे त्याने एलायनाशी लग्न केलंय. आणि तो तिच्यावर उघडपणे, न लाजता प्रेम करतो, त्याबद्दल तो अचंबितही होतो आणि त्यात त्याला अभिमानही वाटतो. मॅट माझ्यावर असाच प्रेमाचा वर्षाव करीत होता. फार चांगलं वाटतं आणि त्यातूनच प्रेम करणाऱ्या त्या माणसाचं चारित्र्य प्रतीत होत असतं.

ॲलन माझ्याकडे बघून हसतो आणि आदर दाखवण्यासाठी डोक्यावर नसलेली हॅट काढतो.

"इतका आदर दाखवल्याबद्दल परमेश्वराचे आभार." मी उत्तरते आणि त्याला स्मितहास्याने त्याला प्रत्युत्तर देते.

नंतर मी आवाज ऐकते तो कडवटपणाने आणि नापसंतीने भरलेला.

"आपण इथं का आहोत?"

माझ्या टीममधल्या शेवटच्या माणसाकडून हा प्रश्न आलेला होता. त्याचा स्वर – भावनाशून्य, मैत्रीचा अभाव असलेला, अधीर – मला चिडायला लावणारा, नेहमीसारखाच.

जेम्स गीरॉन हुशार आहे, पण कोणताही मानव याच्याइतका नावडता असू शकत नाही. आम्ही काही वेळा त्याला 'डॅमियन' म्हणतो, 'द आमेन' या चित्रपटातला सैतानाचा मुलगा. त्याच्या आयुष्याला काही सामाजिक स्तरच नाही. कोणालाही धक्का देताना त्यातली दाहकता कमी करण्यात त्याला काही रुची नसते. दुसऱ्याच्या भावनांशी त्याला काही देणंघेणं नसतं. अविचार या कल्पनेला त्याने वेगळ्याच उंचीवर नेऊन ठेवलंय.

जेम्स म्हणजे कोऱ्या पानांचं पुस्तक आहे. त्याला किमान स्वत:चं तरी काही खाजगी आयुष्य आहे की नाही, याची मला कल्पना नाही. एखादं गाणं किंवा

चित्रपट आपल्याला खूप आवडतो; असं त्याविषयी बोलताना मी त्याला कधी ऐकलं नाहीये. तो टीव्हीवरचे कोणते कार्यक्रम बघतो, हे मला माहीत नाही. मुळात कार्यक्रम बघतो की नाही, हेच माहीत नाही. त्याचे कोणाशी वैयक्तिक संबंध आहेत की नाही, याबद्दलही मला काही कल्पना नाही. जेम्स कधीच जीव ओतून काम करत नाही.

तो कामावर आणतो ते असतं त्याचं मन. अलौकिक बुद्धिमत्ता म्हणजे काय हे पूर्णपणे जाणून घ्यायचं असेल, तर जेम्सकडे बघायचं. त्याने शालेय शिक्षण पूर्ण केलं ते वयाच्या पंधराव्या वर्षी. सॅट्समध्ये उत्कृष्ट मार्क मिळवले आणि क्रिमिनॉलॉजीत पीएच.डी. करून त्याने कॉलेजचं शिक्षण पूर्ण केलं. तेव्हा तो वीस वर्षांचा होता. एकविसाव्या वर्षी तो एफ.बी.आय.मध्ये दाखल झाला. जे त्याच्या आयुष्याचं सुरुवातीपासूनचं लक्ष्य होतं.

जेम्सला एक मोठी बहीण होती, रोझा. तो बारा वर्षांचा होता तेव्हा खुनाची मालिका रचणाऱ्या एका गुन्हेगाराने तिचा खून केला. ज्या दिवशी तिला पुरलं, त्याच दिवशी आपल्याला यापुढे कोणत्या मार्गावरून चालायचं आहे, हे त्याने ठरवलं होतं. जेम्सजवळ माणुसकी आहे, याचा हा एकमेव, खराखुरा पुरावा माझ्याजवळ आहे.

बऱ्याच गोष्टींत जेम्स आणि मी एकमेकांना चीड येईल असे वागत असतो. आमच्यात सतत घर्षण होत असतं. दोन धन ध्रुव एकमेकांना दूर सारत असतात तसे. आम्हाला एकमेकांविषयी शून्य जिव्हाळा आहे. त्याला एकच अपवाद आहे – माझ्यात जी क्षमता आहे, ती त्याच्यातही आहे – जे लोक केवळ विकृत आनंदासाठी खून करतात त्यांच्या मनात डोकावण्याची क्षमता.

आपण इथे का आहोत? त्याच्या प्रश्नाला मी उत्तर देते, "कारण कोणीतरी मेलंय आणि आपण हे प्रकरण हाताळावं, हे सांगण्याचा ज्या व्यक्तीचा अधिकार आहे, तिने तसा आदेश दिलाय म्हणून."

त्याच्या कपाळावर आठ्यांचं जाळं. "हे आपल्या कार्यक्षेत्राबाहेर आहे. इथे आपण असण्याचं काही कारणच नाहीये."

मी एडी जोन्सकडे बघते. ते जेम्सकडेच मोठे डोळे करून बघताहेत. निमूटपणे आपल्या वाटेला आलंय ते सोसण्याचा एक भाव आणि थोडं आश्चर्यमिश्रित अविश्वास, यांचं मिश्रण त्यांच्या नजरेत दिसतंय. जेम्सने काहीही केलं तरी सोसावंच लागणार, असं ती नजर सांगतेय.

"कुरकुर बंद कर," कॅली जेम्सला सांगते, "नाहीतर माझ्या लग्नाचं तुला निमंत्रण नाही असं समज."

तो नाक मुरडतो. "ही धमकी समजावी काय?"

"तू कदाचित ही धमकी समजणार नाहीस हे दिसतंय मला, पण –" आणि यावर कॅली हसते. "तुझ्या आईची खूप निराशा होईल. आम्ही फोनवर मस्तपैकी बोललो, डॅमियन. आणि तू ज्यांच्याबरोबर काम करतोस त्यांना भेटण्यासाठी ती उत्सुक आहे."

जेम्स तिच्यावर चिडतो. "मला डॅमियन म्हणू नकोस, सांगून ठेवतो."

मी माझं हसू लपवते. कॅलीने त्याला चिडवल्यामुळे मला आतल्या आत एक आनंद झालेला असतो. मी त्याच्या आईला कधीच भेटलेली नाहीये. पण मला ठाऊक आहे, की रोझाच्या वाढदिवशी तो आईला घेऊन रोझाच्या थडग्याजवळ जात असतो. म्हणजे वरवर तरी ते एकमेकांच्या जवळ आहेत.

"आम्हाला तू इथेच या प्रकरणाची माहिती देणार आहेस?" चेष्टामस्करीला छेद देऊन ॲलन विचारतो.

"थांबा, थांबा. इतक्यात नाही." एडी जोन्स म्हणतात. ते माझ्याकडे वळतात. "तुला आठवतंय ना, मी काय सांगितलं ते? मला संपर्कात ठेव."

"हो, सर."

ते एकदाच डोकं हलवतात आणि एक शब्दही न बोलता निघून जातात.

"आपल्यासाठी तिथं कार थांबली आहे," मी त्यांना सांगते. "कारमध्ये बसू, हिटर तापवू आणि मग मी तुम्हाला सगळं सांगते."

मोठी ब्राऊन व्हिफ कार आहे ही, जरा घिसीपिटी आहे, पण अजून काम देतेय. ॲलन ड्रायव्हरची जागा घेतो, मी त्याच्या शेजारी. पाठलाग करताना जिथून गोळ्या झाडल्या जातात तिथं आणि जेम्स आणि कॅली, मागच्या सीटवर.

"हिटर लावा लवकर," कॅली हात चोळत आणि थंडीनं कुडकुडल्याचं अतिशयोक्तीपूर्ण नाटक करत उद्गारते.

ॲलन गाडी सुरू करतो आणि हिटर 'हाय' पॉईंटवर ठेवतो. मोठं इंजीन गुरगुरतं आणि गरम हवेचे झोत जाळीतून बाहेर यायला लागतात, एखाद्या गुहेच्या तोंडातून हवा बाहेर पडावी तसे.

"ठीक आहे?" ॲलन विचारतो.

"हंऽऽऽ" कॅली फुरफुरते. "बरंय, बरंय."

ॲलन माझ्याकडे पाहून म्हणतो, "तुमच्यासाठी व्यासपीठ तयार आहे. सुरू करा."

मी जेव्हा माझं बोलणं संपवते, तेव्हा सर्व जण शांत, विचारात गढून गेलेले. जेम्स खिडकीतून बाहेर बघतोय. कॅली नखाने स्वत:च्याच हातांवर टकटक करते आहे.

"बरंच नाट्यपूर्ण आहे तर," थोड्या वेळाने ती उद्गारते. "त्या बिचारीला

चालू विमानात मारणं म्हणजे –''

''हं, जरा नाटकीपणाचं आहे.'' ॲलनचं भाष्य.

''हो तर,'' मी विचार करते, ''पण ते अवघड काम त्यानं करून दाखवलं. त्यानं तिला विमानातच मारलं –''

''तिला?'' ॲलन चिडून म्हणतो.

मी कपाळावर आठ्या चढवते. ''कायदेशीरपणे म्हणाल तर हो, 'तिला' असंच म्हणावं लागेल. तिच्या ड्रायव्हिंग लायसन्सवर 'स्त्री' असाच उल्लेख आहे. काही प्रॉब्लेम आहे का?''

तो दोन्ही हात वर घेऊन स्टिअरिंग व्हील दोन्ही बाजूनं पकडतो आणि जोरात दाबतो, एकदाच. मोठ्यानं आवाज काढत एक सुस्कारा तोंडानं सोडतो.

''हे बघ,'' तो म्हणतो ''लिंगबदल केलेले लोक मला आवडत नाहीत. माझ्या मते, ते अनैसर्गिक असतं.'' तो मधेच खांदे उडवतो. ''माझा नाइलाज आहे. मी जेव्हा लॉस एंजेलिसमध्ये पोलीस दलात होतो, तेव्हा अशा लोकांच्या खुनाची प्रकरणं मी हाताळली आहेत आणि मी माझं काम केलं इतकंच. त्यांच्या कुटुंबाविषयी मला प्रत्येक वेळी कणव वाटली. शेवटी खून झालेला कोणीही असला तरी माणूसच असतो. हे सगळं ठीकाय, पण त्यामुळे माझ्या मनात त्यांच्याविषयी खरं काय आहे, ते बदलता येत नाही. एका पातळीवर मला अशा लोकांची किळस वाटते. आणि मग कधीतरी या भावना तोंडातून बाहेर पडतात.''

मला धक्काच बसला. आ वासलेल्या अवस्थेत मी माझ्या मित्राकडे बघतच राहते. त्या धक्क्यामुळे तर मी पूर्णपणे कोसळतेच, शंभर टक्के. ॲलनच बोलतोय ना हे? गुन्हेगारांना प्रश्न विचारताना ॲलन वेगळा असतो. पण इतर वेळी शांत, सर्वांशी न्यायाने वागणारा, खूप सहिष्णू, सहनशील – असा तो मला माहीत आहे. निदान तो असा असल्याचं मला तरी नेहमीच वाटलं.

''अरे बापरे. इतके दिवस हे मातीचे पाय कुठे लपलेले होते बरं?'' माझेच विचार कॅली बोलून दाखवते.

''हा होमोफोब आहे. समलिंगी संबंधांची खूप चीड असणारा,'' जेम्सच्या आवाजातला विखार मला आश्चर्यचकित करतो. ''बरोबर आहे ना? ॲलन?''

जेम्सकडे बघता यावं म्हणून ॲलन आपल्या सीटवर वळून बसतो. ''दोन पुरुष एकमेकांचं चुंबन घेताना पाहण्याचा मी शौकिन नाहीये; आणि निश्चितच मी होमोफोबही नाही. तुम्ही कोणाशी संभोग करता आहात, याबद्दल मला काही घेणंदेणं नाहीये. पण त्याच्यात आणि स्तन कापून टाकणं किंवा तुमचं लिंग कातरून टाकणं यात फार अंतर आहे.'' तो गुरगुरतो. ''हे माझं 'मत' आहे. ठीक आहे? मी असं नाही म्हणत, की ते योग्य आहे किंवा त्यात काही अर्थ आहे. आणि

प्रांजळपणे सांगतो, मला त्यावर काही भंकस प्रवचन ऐकायचं नाहीये. एलायनाने अगोदरच माझी या विषयावरून तासलेली आहे. तरीही माझ्या मतात काहीही बदल झालेला दिसत नाहीये. मी मला नेमून दिलेलं काम कसं करतोय, यावर त्याचा काहीच परिणाम होणार नाही.

"खरं सांग आम्हाला." कॅली म्हणते. तिच्या आवाजात कळकळ, चिंता दाटलेली आहे. "कधीतरी तू कोणत्या तरी स्त्रीला घेऊन गेलाय, म्हणून असं मत झालंय का तुझं? की जिभेला जीभ लावून बराच वेळ चुंबन घेतल्यावर तू खाली पोहोचलास आणि तुझ्या हाताला लागली काठी आणि बोरं?"

ॲलन गुरगुरतो. "च्यायला. मी काही बोलायलाच नको होतं."

"बरोबर आहे तुझं," मी म्हणते. "तू काही बोलायला नको होतं. तुझ्या तोंडातून असं काही निघून गेलं तर ते कुटुंब...."

तो डोकं हलवतो. त्याला आपली चूक उमगलेली आहे. "हो, मला माफ कर."

"होमोफोबिक नाहीयेस म्हणतोस, अं?" जेम्स उद्‌गारतो.

मी आश्चर्याने त्याच्याकडे बघते. त्याच्या चेहऱ्यावर राग आहे. हे प्रकरण, हे घर्षण त्याला संपवायचं नाही, असं दिसतंय.

"मी अगोदरच सांगितलंय, मी नाहीये तसा."

"भंकस."

आता रागावण्याची पाळी ॲलनची असं वाटतं. पण त्याऐवजी तो सुस्कारा सोडतो.

"ठीक आहे. नका ठेवू माझ्या शब्दावर विश्वास. पण त्यामुळे मी सांगितलेलं काही खरं आहे, असं तर होत नाही ना."

जेम्स ॲलनकडे टक लावून पाहतो. संतापलेला दिसतोय. गुरगुरतोय, थरथरतोय. इथे काय चाललंय मला कळतच नाहीये.

"असं? खरंच? मग सांग मला..." तो थांबतो. बोलावं की नाही, हे त्याचं ठरत नाहीये. अडखळतोय. आत, बाहेर खोलवर श्वास घेतोय. "मग मला सांग, याबद्दल तुला काय वाटतंय? मी समलिंगी संभोग करणारा आहे. मी 'गे' आहे. बोल."

संपूर्ण गाडीत शांतता पसरते. मला हिटरचा आणि प्रत्येकाच्या श्वासोच्छ्वासाचा आवाज स्पष्टपणे ऐकू येतोय.

"वा! वा!!" कॅली उद्‌गारते. समोर काहीतरी दिलखेचक करमणूक चालू आहे अशा थाटात. पॉपकॉर्न खात असल्याचा अभिनय करीत म्हणते, "चालू ठेवा, चालू ठेवा. थांबू नका, हनी-लव्ह."

माझ्यापुरतं बोलायचं तर माझी वाचाच बंद झालीय.

जेम्स आणि समलिंगी? गे?

त्याने जे काही गुपित उघडं केलंय त्यामुळे मला धक्का बसत नाहीये. धक्का बसतोय तो यामुळे, की त्याने शेवटी काहीतरी उघड केलंय. ते फारच व्यक्तिगत असं गुपित आहे. त्याला कोणत्या चवीचं आईस्क्रीम आवडतं हे मला सांगितलं असतं, तरी मी इतकीच अस्वस्थ झाले असते.

एका पातळीवर मला आश्चर्यदेखील वाटतं, की त्याने किती खुबीनं ही बाब दडवून ठेवली होती. समलिंगी स्वभाव असणाऱ्या अनेक बळींची प्रकरणं आम्ही या अगोदर हाताळली आहेत. पण ते काम करताना आम्हाला तसूभरही शंका येऊ दिली नाही. ना त्याने त्याचं कोणतंही मत त्याच्या तोंडातून बाहेर येऊ दिलं.

अर्थात ॲलननेही असंच केलं होतं.

"तू आम्हाला हे आत्ता सांगतो आहेस?" ॲलन विचारतो.

"मला नाही माहीत," जेम्स फुत्कारतो. "मला थोपवण्याचा प्रयत्न करू नकोस. मुकाट्याने माझ्या प्रश्नाचं उत्तर दे."

ॲलन पुन्हा एकदा जेम्सकडे बराच वेळ निरखून पाहतो. एक स्मितहास्य, पुसटसं, त्याच्या ओठांवर उमलतं. "मग मी म्हणेन की... तरीही मला तू आवडत नाहीस."

कॅली फुरफुरल्यासारखा आवाज काढत खिदळायला सुरुवात करते. विचित्रच वाटतेय ती.

जेम्सच्या चेहऱ्यावरचा राग काहीसा वाहून गेलेला आहे. तो ॲलनचं बारकाईने निरीक्षण करतो. त्याच्या चेहऱ्यावर कुठे फसवाफसवीची, चलाखीची झलक दिसतेय का, ते शोधतोय.

"आणि तुला एवढंच सांगायचंय?"

"हो, एवढंच."

नंतर जे काही घडते त्यामुळे मी उडूनच जाते. ॲलन आपल्या सीटवरून आपला हात मागे लांबवतो आणि जेम्सच्या खांद्यावर ठेवतो. एक हळुवार कृती, आश्वासनाने पुरती भरलेली कृती. मला खरा धक्का बसतो तो ज्या पद्धतीने जेम्स यावर प्रतिक्रिया व्यक्त करतो, त्यामुळे. चमकणं नाही, आखडणं नाही, माघार घेणं नाही, दूर पळणं नाही. मला दुसऱ्याच कशाची तरी पुसटशी कल्पना येतेय.... कशाची?

मोकळेपणा. मला जाणवतोय. मला आश्चर्यदेखील वाटतं. मला पुसटशी कल्पना आली की वातावरणात मोकळेपणा आलाय. ॲलन ज्याचा विचार करतो तो त्याच्या दृष्टीने महत्त्वाचा असतो.

"खरोखर, मुला!" ॲलन पुन्हा म्हणतो. जितका त्याचा अविर्भाव हळुवार, तितकाच त्याचा आवाजही.

हा क्षण असाच तरंगत राहतो. जेम्स तो हात झटकून टाकतो. "ठीकाय." तो उत्तरतो. तो माझ्याकडे आणि कॅलीकडे बघतो. "याविषयी मला आणखी काही ऐकून घ्यायची इच्छा नाहीये. ठीकाय?"

मी माझ्या हाताची बोटं वर नेते आणि 'स्काऊट्स ऑनर'च्या स्टाईलमध्ये सलाम ठोकते. कॅली मान हलवते. पण सीटवर जरा सरकून बसते. तिच्यात आणि जेम्समध्ये शक्य तेवढं जास्तीत जास्त अंतर ठेवून.

"काय भंपकपणा चालवलाय? काय करतेस तू हे?" तो विचारतो. प्रश्नात दाट संशय भरलेला.

"काळजीचं काही कारण नाही, हनी-लव्ह," ती उद्गारते, "तू समलिंगी स्वभावाचा असला तरी मला काही प्रॉब्लेम नाहीये. खरंच सांगतेय. पण माझं लवकरच लग्न होतंय आणि, त्याचं काय आहे – असं म्हणतात की 'अशा' माणसांमुळे दुसऱ्यांनाही त्याची लागण होऊ शकते. नंतर वाईट वाटण्यापेक्षा अगोदरच काळजी घेतलेली बरी. नाही का?"

माझ्या चेहऱ्यावर स्मितहास्य झळकू न देण्यात मी कशीबशी यशस्वी होते. कॅली त्याला पूर्वीसारखंच वागवते आहे. पूर्वीसारखाच तिटकारा आहे, हेटाळणी आहे त्याच्याबद्दल. त्यामुळे जेम्सला खरं तर बरं वाटतंय. म्हणजे त्याने स्वत:विषयी जे गुपित फोडलं, त्यानंतरही कॅलीच्या वागण्यात काही फरक पडला नव्हता म्हणून जेम्सला हायसं वाटतंय.

माझ्याबद्दल काय? मी जरा विचार करते. माझ्यापासून त्याने काय अपेक्षा ठेवल्या?

मी त्याच्याकडे बघते, पण जेम्स पुन्हा खिडकीबाहेर पाहू लागलाय. चिंताविरहित झाल्यासारखा दिसतोय.

मी कशी प्रतिक्रिया व्यक्त करेन, याविषयी तो चिंतेत नव्हताच मुळी, हे माझ्या लक्षात येतंय. जेम्सला माहीत होतं, त्यानं त्याच्याविषयीचं गुपित फोडल्यावरही मी त्याचा स्वीकार करेन.

यामुळे मलाही बरं वाटतंय.

"तर आता आपल्या मार्गातला ताणतणाव अजून दूर झालेला नाही," कॅली म्हणते. "मग आता आपल्या कामाकडे पुन्हा वळू या का? आपला मुख्य विषय विसरू नका – माझ्या लग्नाची तयारी."

"आपल्या पुढच्या कामाचा आणि याचा काय संबंध आहे?" मी सहजच विचारते.

कॅली माझ्याकडे बघत डोळे फिरवते. ''बरं तर, आपल्याला प्रथम खुन्याला पकडायचंय. तेव्हा आता बाकी गोष्टी बंद. एकदम बंद.''

मी तिच्याकडे पाहून हसते. वास्तविक ती तिच्या लग्नाबद्दल चिंता करत नाहीये. हीच तर कॅलीची शैली आहे; ती जगते तेच मुळी काळोख दूर करण्यासाठी, काळोखाला प्रकाशमान करण्यासाठी.

''चला, आपण ड्युलसकडे जाऊ या.'' मी सुचवते. ''त्यांनी आपल्यासाठी विमान राखून ठेवलंय. प्रवासात आपण बोलू शकतो.''

ॲलन गाडी सुरू करतो आणि माझ्या मनात एक विचार प्रतिबिंबित होतो, की आयुष्यात हीच तर अशी गोष्ट आहे, जी मृत्यूपेक्षा भिन्न आहे. आयुष्यात नेहमी काहीतरी घडत असतं, आयुष्य नेहमी कुठेतरी जात असतं, चिरांमधून, भेगांमधून मार्ग काढत असतं, मग परिस्थिती अनुकूल असो वा नसो. लिंगबदल करणाऱ्याबाबत ॲलनच्या मनाचा अनपेक्षितपणे समोर आलेला विद्रूप चेहरा, जेम्सचं अचानकपणे वैयक्तिक गुपित फोडणं, चांगलं असो वा वाईट, दोन्हींतही जिवंतपणा आहे आणि जगण्यातली वारंवार येणारी ही अस्वस्थता, विस्कळीतपणा मृत्यूतल्या आटोपशीर शांततेपेक्षा केव्हाही चांगलाच, नाही का?

९

मार्गक्रमण करून विमानतळापर्यंत पोहचायला पंचेचाळीस मिनिटं गेली होती. एक स्थानिक पोलीस आमच्यासाठी थांबलेलाच होता. सुरक्षा तपासणीच्या केंद्रातून त्याने आमची गाडी काढून दिली आणि उजवीकडे वळायला सांगितलं. आता मध्यरात्र उलटून गेलीय. पण सर्वच आंतरराष्ट्रीय विमानतळांप्रमाणे ड्युलस विमानतळदेखील घड्याळाशी काहीही संबंध न ठेवता जगत असतं. एकीकडे ॲलन गाडी चालवित असताना, मला दुसरीकडे दिव्यांच्या महासागरातून रात्रीच्या आकाशात विमानं वर उडताना दिसतायेत.

ज्या विमानात लिसाची हत्या झाली होती, ते देखभालीसाठी असलेल्या हँगरमध्ये हलवलेलं होतं. हँगर प्रशस्त आहे, धातू आणि काँक्रीटचं बनवलेलं. याचा अर्थ हँगरमध्ये भरपूर थंडी असणार. तापमान घसरतच चाललंय आणि माझ्या लक्षात येतंय, की अशा हवामानासाठी योग्य असणारे कपडे मी खरंच घातलेले नाहीत.

हँगरमध्ये डोळे दिपवणारे मोठे दिवे लावलेले आहेत. बरीच रात्र झालीये आणि ज्यासाठी या जागेचा उपयोग करणं चालू आहे, ते कारण आणि त्याच्या जोडीला थंडी यामुळे एकाकीपणाची भावना तयार होते.

''मला वाटतं आपण थेट आतमध्ये जायचं आहे.'' ॲलन पुटपुटतो आणि तसंच करतो.

''कोण आहे ती?'' आमची गाडी थांबत असताना कॅली विचारते.

आम्हाला एक तांबड्या रंगाचे केस असलेली महिला भेटते. मी अगोदर तिला कधीच बघितलेलं नाहीये. साधारण माझ्याच वयाची असावी. पांढरा शर्ट, काळा कोट, काळी पँट असा साधा वेष. पण तिच्या अंगावर एकदम व्यवस्थित बसणारा.

खूप उंच नाही, खूप बुटकी नाही, असेल पाच फूट पाच इंच. आकर्षक आहे, मोहक आहे, पण सुंदर अशी नाही. कोणताही अविर्भाव नसलेला निर्विकार चेहरा कसा असतो याचा अभ्यास करायचा असेल, तर तिचा चेहरा बघावा. त्या चेहऱ्याच्या कोंदणात आहेत बुद्धीची चमक दाखवणारे निळेशार डोळे.

"कोणीतरी अधिकारी असल्याचा वास येतोय मला." ॲलन पुटपुटतो.

मी गाडीतून उतरल्यावर ती थेट माझ्याकडे येते. "एजंट बॅरेट?"

"हो आणि आपण?"

"रॅशेल हिन्सन. मी संचालकांसाठी काम करते."

"ओके."

"तुम्हाला तपासण्यासाठी हे विमान जास्तीत जास्त चोवीस तास उपलब्ध आहे." कोणतीही प्रस्तावना करण्याच्या फंदात न पडता ती सांगते. "तोपर्यंत कोणालाच या हँगरमध्ये सोडलं जाणार नाही. तुम्हाला काहीही त्रास होणार नाही." सामानाने भरलेली एक गाडी आमच्या जवळच तयार असते. त्याकडे ती बोट दाखवते. "या गाडीत तपासकामासाठी लागणारं फोरेन्सिकचं साहित्य म्हणजे कॅमेरा, गोळा केलेले पुरावे ठेवण्यासाठी पिशव्या, आपण तपासाची सूत्रं ताब्यात घेण्यापूर्वी पोलिसांनी केलेल्या तपासाची फाइल वगैरे, त्या गाडीत ठेवलंय. मी लक्ष ठेवून असेन."

मला वाटलंच होतं. असं काहीतरी होणारच होतं.

"नाही." मी म्हणते. माझ्या आवाजात मी खूपच संयम ठेवला होता.

हिन्सन कपाळावर आठ्या पाघरूण माझ्याकडे वळते. "काय म्हणालात?"

"मी 'नाही' म्हणाले एजंट हिन्सन. हे माझं तपासकाम आहे. मी आणि माझी टीम, एवढेच लोक तपासणीसाठी विमानात जातील."

ती माझ्या दिशेने एक पाऊल पुढे टाकते; माझ्या अगदी जवळ, माझ्यावर दबाव टाकण्यासाठी आपल्या उंचीचा ती उपयोग करते. हुशार चाल आहे, पण फार जुनी पद्धत आहे ही. माझ्यावर त्याचा काहीच परिणाम होत नाही.

"नाही. तुमच्याबरोबर राहण्याचा आग्रह मला करावाच लागेल." माझ्याकडे तिच्या निळ्या डोळ्यांतून जळजळीत कटाक्ष टाकून ती म्हणते.

ती बऱ्यापैकी भयावह दिसणारी आहे. मी मान्य करते.

"संचालकांशी बोला," मी सांगते.

"का?"

"कारण, केवळ तेच हा प्रश्न सोडवू शकतात. हा काही अधिकार गाजवण्याचा खेळ नाहीये हिन्सन. ठीक आहे, थोडाफार असूही शकेल. पण खरं हे आहे की तुम्ही केवळ आमच्या कामातला अडथळा ठरणार आहात. आणि आम्ही तिथं काम

करत असताना तुम्ही कोणत्या हेतूनं तिथं थांबणार आहात, याचा विचार आम्हाला आमच्या कामापासून दूर नेऊ शकतो. या क्षणी आम्हाला आम्ही काय करतो आहोत, ते आमच्या खांद्यावरून पाहणाऱ्या कोणाची आवश्यकता नाहीये.''

ती मागे हटत नाही, पण स्वत:चा भार तिच्या उजव्या पायावर देऊन मी काय म्हणते त्याचा विचार करताना मला दिसते. मला दिसतंय ती तोलून बघतेय, आमच्यावर लक्ष ठेवण्यासाठी तिला जे काही आदेश मिळाले आहेत, तसं वागावं का? नाहीतर संचालकांना चिडवण्यात कोणतं आलंय चातुर्य! सगळे पर्याय ती तोलून बघतेय. तिला चिंता नाहीये. स्वत:ची बुद्धी चालवण्याची हिन्सनला सवय दिसतेय.

''हे बघा,'' तिला निर्णय घेण्यासाठी मदत व्हावी, म्हणून मी बोलते. ''तुम्हाला माहीत आहे, केवळ संचालकांनी आदेश दिलाय म्हणून मी इथे आलेले नाहीये.''

''कामकाजाच्या दृष्टीने तसंच आहे.''

''कामकाजाच्या दृष्टीने ठीक आहे. पण प्रत्यक्षात नाही. मी इथे आले आहे, कारण काँग्रेस प्रतिनिधींच्या पत्नीला मी इथे हवी आहे.''

एक अतिशय सूक्ष्म स्मितहास्य तिच्या ओठांवर येतं; तिचा निर्विकारपणा काहीसं मऊ करणारं ते स्मित. त्या स्मितहास्यात आदर आहे. मी जरा जोरातच जे मोठं नाव वापरलं, त्याचा आदर करणारं स्मित.

''ठीक आहे एजंट बॅरेट.'' ती म्हणते. आता मात्र मी मागे सरकते. तिच्या कोटाच्या आतल्या खिशात ती हात घालते. तिथे काय आहे, याचं मला ओझरतं दर्शन होतं. काखेत बांधलेल्या चामडी पिशवीत पिस्तूल ठेवलेलं होतं. ती एक साधं व्यावसायिक व्हिजिटिंग कार्ड आतल्या खिशातून काढते आणि मला देते. त्या कार्डावर काळ्या अक्षरात लिहिलेलं असतं – 'हिन्सन'. त्यानंतर फोन नंबर आणि ई-मेल आयडी; बाकी काहीच नाही.

''सगळं कसं थोडक्यात दिसतंय.''

ती खांदे उडवते. ''मी आत्तापर्यंत ज्यांना हे कार्डवाटप केलंय, त्यांची संख्या मी दोन हातांच्या बोटांवर मोजू शकते. तुम्हाला कशाची गरज भासली, तर कृपया फोन करा. दिवसाच्या चोवीस तासांत कोणत्याही वेळात, तुम्ही मला भेटू शकता.''

ती वळते आणि एक शब्दही न बोलता चालू लागते. हँगरमधल्या थंडगार, करड्या काँक्रीटवर होणारा तिच्या पादत्राणांचा आवाज काही वेळ घुमत राहतो.

पहिली फेरी तर मी जिंकलीच आहे. पण मला एडी जोन्सने दिलेली सूचना आठवते आहे. आता मला खात्री पटते की, ती सूचना किती योग्य होती.

''हं,'' ॲलन गडगडण्यासारखा आवाज काढतो. ''या अशा पात्राचं वर्णन कसं करशील तू? भयावह? कणखर? की दोन्ही?''

"ती जसं जगतेय तसंच तिचं वर्णन योग्य होईल." मी पुटपुटते.

"म्हणजे कसं?"

"उपयोगी. ती वरच्या अधिकारावर आहे, हे उपयोगी आहे. आता आपण गुन्हा जिथे घडला त्या ठिकाणाची तपासणी करू या."

"मी या अगोदर पूर्णपणे रिकामं असलेल्या विमानात कधीच आलेली नाहीये." कॅली म्हणते. "विचित्रच वाटतंय."

"फारच शांत आहे." ॲलनचं निरीक्षण.

"हे सात सदोतीस आठशे विमान आहे." जेम्स माहिती पुरवतो. "मध्यम आकार, निमुळती रचना, एकशे बासष्ट प्रवाशांची क्षमता, दोन वर्गात बसण्याची सोय असलेली अंतर्गत रचना – असं हे विमान आहे. हे एकशे एकोणतीस फूट लांब आहे आणि पंख एकशे बारा फूट पसरलेले आहेत. रिकामं असताना त्याचं वजन एक्क्याण्णव हजार पौंड आहे. पूर्ण भरलेलं असताना ते तीन हजार मैल धावू शकतं आणि त्याची गती साधारणपणे मॅच पॉईंट सात आहे; म्हणजे ध्वनीच्या वेगापेक्षा पॉईंट सात पटीने अधिक."

"आभारी आहोत, श्रीमान विश्वकोष ब्राऊन." ॲलन डोळे गरागरा फिरवत म्हणतो.

"कुठे बसली होती ती?" मी विचारते.

ॲलन फाइल बघतो. "वीस एफ. खिडकीजवळची सीट."

माझ्या कपाळावर आठ्या पडतात. "एक प्रश्न आहे. त्या खुन्याने तिच्या शेजारची सीट कशी मिळवली असेल? त्यासाठी त्याला अगोदर ती कोणत्या सीटवर बसणार आहे, ही माहिती मिळणं आवश्यक होतं. म्हणून आता आपल्याला हे शोधायला हवं की, तिनं आपली सीट कशी आरक्षित केली होती."

"याबाबतीत खूप शक्यता आहेत." जेम्स म्हणतो.

मी त्याच्याकडे कटाक्ष टाकते. "म्हणजे?"

"हे बघ. ज्या पद्धतीने त्याने तिला मारलं, त्यासाठी तिने खिडकीजवळ बसणंच गरजेचं आहे." तो ॲलनच्या हातातली फाइल घेतो आणि त्यातून एक फोटो काढतो. "तिला त्याने खिडकीवर रेललेल्या अवस्थेत सोडलं. तिच्या अंगावर त्याने ब्लँकेट पांघरलेलं होतं, जणू काही ती झोपलेली आहे, असं वाटावं म्हणून. जर ती मधल्या सीटवर बसलेली असती, तर त्याला हे करणं शक्य नव्हतं. आणि ती जर मधल्या रांगेतल्या एखाद्या सीटवर असती, तर हे केवळ अशक्य होतं."

"तर मग?"

"मला असं म्हणायचंय, की ती कोणत्या सीटवर बसणार आहे हे शोधून काढू शकण्यासाठी त्याच्याकडे अनेक मार्ग होते. तो कोणाला तरी लाच देऊ शकत होता किंवा कॉम्प्युटर सिस्टिम हॅक करू शकत होता. एकदा तिची सीट कोणती आहे, हे कळल्यावर मग तिच्या शेजारचं सीट मिळण्यासाठी तो काऊंटरवर विनंती करू शकत होता. किंवा जर ती सीट अगोदरच कोणी आरक्षित केलेलं असेल, तर त्या व्यक्तीला ती सीट त्याच्यासाठी सोडण्याची विनंती करू शकत होता. पण ९/११च्या हल्ल्यानंतर, तिला खिडकीजवळचीच जागा मिळेल, ही खात्रीशीर व्यवस्था करणं त्याला जवळजवळ अशक्य होतं. अगोदरच अशी योजना आखणं किंवा व्यवस्था करणं केवळ अशक्य!"

जेम्स काय म्हणतोय ते मला आत्ता समजतंय. "म्हणजे तिला विमानातच मारणं हे पूर्वनियोजित नव्हतं तर!"

"बरोबर." तो मान हलवतो.

ही एक अतिशय किरकोळ गोष्ट आहे. पण, नेहमी असतं तसंच, की मोठ्या कोड्याचाच हा एक छोटा भाग आहे. ज्याने ही हत्या केली, त्याचं दर्शन होण्याचा एक छोटा भाग.

लिसा रिडला ठार करायचंय, हा त्याने अगोदर निश्चय केला. तिला विमानातच मारायचं हे नव्हतं ठरवलं. त्याने तिचा पिच्छा पुरवला. तिचं निरीक्षण केलं, तिच्याविषयी माहिती जमवली. त्याला कळलं, की ती बाहेरगावी चाललीय, कशीतरी हीदेखील माहिती मिळवली, की तिला खिडकीजवळची जागा मिळालेली होती. त्यानंतर त्याने तिला इथे मारण्याची योजना बनवली आणि त्याप्रमाणे व्यवस्था केली. जर त्याला हवं तसं इथे घडलं नसतं, तर त्याने तिला दुसरीकडे कुठेतरी ठार केलं असतं.

"खून करण्याची जागा त्याला आवडली." मी पुटपुटते. "पण तो भाग वेगळा, एक नावीन्य! एवढंच!! 'बघा मी काय करू शकतो' हे दाखवण्यापुरता. महत्त्वाचा भाग होता तो म्हणजे लिसा. कुठे मारायचं ते स्थान महत्त्वाचं नव्हतं. लिसा महत्त्वाची होती."

"थांब." कॅली मध्येच म्हणते. "आणखी एक शक्यता आहे काय?"

"आणि ती कोणती?"

"ती शक्यता ही, की कोणताही अगोदरचा उद्देश नसताना लिसाला मारण्यात आलेलं आहे. सहजगत्या घडून आलेला खून. यात लिसा महत्त्वाची नाही. तर ती जागा त्याच्यासाठी महत्त्वाची आहे. त्याने मधली सीट मिळाली आणि त्याच्या शेजारी बसणारी जी कोणी दुर्दैवी व्यक्ती असेल, तिला मारायचं त्याने ठरवले.

आणि ती व्यक्ती योगायोगाने लिसा होती. कदाचित या विमान कंपनीवर त्याचा राग असावा किंवा एकंदरीत विमान प्रवासावरच. एकदा-दोनदा मलाही माझ्या शेजारच्या घाणेरड्या प्रवाशाचा खून करण्याची इच्छा झाली होती.''

''शक्यता नाकारता येत नाही. आणि फारच अस्वस्थ करणारी शक्यता आहे,'' मी मान्य करते. ''पण तरीही असं होणं शक्य नाही. ती लिसा रिड होती ही बाब महत्त्वाची आहे – लिंगबदल केलेली एक व्यक्ती आणि कॉंग्रेस सदस्य असलेल्या कुटुंबातली मुलगी.'' मी डोकं हलवते. ''हा योगायोग नाहीये. या खुन्याला योजनाबद्ध रितीने काम करणं आवडतंय. त्याला सर्व काही आपल्या नियंत्रणात हवं असतं. या पद्धतीत बळी निश्चितपणे अगोदरच निवडणं महत्त्वाचं असतं. मी कदाचित चुकतही असेन, पण... हा खून असा सहजगत्या, अगोदरच नियोजन नसताना झालेला असावा, असं मला तरी वाटत नाहीये.

मी काय म्हणतेय त्यावर कॅली विचार करते आणि माझ्याशी सहमती दाखवण्यासाठी मान हलवते. ''तुझा मुद्दा बरोबर आहे.''

मधल्या रांगेत आम्ही खाली सरकतो. ७३७-८०० विमानात बसण्याची व्यवस्था फार सुरेख असते. दोन्ही बाजूला तीन-तीन सीट्सच्या रांगा. हवा गार आहे पण थंडगार नाहीये. विमानात उबदारपणा बराच वेळ टिकून राहतो. सध्या आम्ही २० डिग्री फॅरनहाइटपर्यंत खाली आलो आहोत.

''क्राईम सीन युनिट तपासकामी कुठपर्यंत पोहोचलंय कॅली?'' मी विचारते.

ती फाइल चाळते. ''पूर्ण छायाचित्रं घेतलेली आहेत. प्रेत हलवण्यापूर्वी आणि त्यानंतरची अनेक दृश्यं विस्तृतपणे टिपलेली आहेत. त्यांनी तिचं सामान गोळा करून खाली हॅंगरमध्ये ठेवलंय. बस इतकंच!''

''कोणीतरी पटकन संधी साधून खून करून पळालाय.'' ॲलनचं निरीक्षण.

एक क्षणभर मी थांबते आणि बघते. यात काही फार अकल्पनीय, मानसिक विकृती असल्यासारखं असं काही नाहीये. हे आहे असं आहे. इथेच ते सारं घडलंय. एका व्यक्तीनं दुसरीचा खून केलाय. त्या खिडकीजवळ एक आयुष्य संपलंय. जर तुमचा आत्म्यावर विश्वास असेल, माझा आहे, तर याच स्थानावर लिसाचं स्वत्व, लिसाचा आत्मा अनंत काळासाठी अदृश्य झाला.

मृत्यू हे एक वास्तविक सत्य असतं. त्याच्या वास्तविकतेच्या तुलनेत मृत्यूची जागा किती अपूर्ण, पुरेशी नसलेली असते, नाही? या प्रश्नाचं उत्तर, नेहमीप्रमाणे, मला सापडत नाहीच. एकदा मी एका सुंदर महिलेला बघितलं. घाणीत ठेवलेला तिचा देह. ती नग्नावस्थेत होती. तिचा गळा दाबून तिची हत्या करण्यात आलेली होती. मार खाल्लेल्या, सुजलेल्या तिच्या तोंडातून तिची जीभ लोंबकळत होती. अजूनही तिच्यात सौंदर्याचे काही अवशेष शिल्लक होते. पण ते वेगाने धूसर होत

चालले होते. पंचमहाभूतं त्या निष्प्राण देहाच्या कडा गिळत चाली होती. तिच्यात प्राण नव्हते, तरी तिच्या अवतीभोवती असणाऱ्या घाणीला तिच्या सौंदर्यामुळे स्वत:चीच लाज वाटली असावी. तिथे जंगल नव्हतं, जमीन नव्हती, आकाश नव्हतं. तिथे होती फक्त तीच. असं कोणतंच कॅनव्हास अस्तित्वात नाहीये, जे सरलेल्या आयुष्यात खरंच कशाची भर घालू शकेल. मृत्यू स्वत:च स्वत:च्या चित्राची चौकट असतं.

"तिच्या सीटवर मला रक्त दिसतंय," कॅलीचं निरीक्षण, ज्यामुळे माझे विचार थांबतात. "हे सर्वच्या सर्व कुशन उचलून घेऊन जाणंच सर्वांत सोयीचं ठरेल. तिचं सीट घ्यावं, त्याचंही सीट घ्यावं आणि मग ठसे शोधत बसावं. तो चांगला मार्ग आहे. त्याने जर हातमोजे घातलेले असतील, तर ते उठून दिसले असते. मग सगळ्यावर व्हॅक्युम फिरवावा – काही पुरावा शिल्लक राहिलाच, तर तो टिपण्यासाठी. बरंच काम करावं लागणार आहे तर."

"मला वाटतं, तो काहीतरी घेऊन गेलेला असणार." जेम्स म्हणतो.

मी त्याच्याकडे वळते. "काय?"

"सन्मानचिन्ह! ट्रॉफी!! या घटनेची आठवण म्हणून. त्याने तिच्यात काहीतरी ठेवलं, क्रॉस! चिन्हाचं वेड असलेला माणूस आहे तो. काहीतरी नेणं त्याला गरजेचं असणार."

खुनांची मालिका घडवून आणणारे सगळेच मारेकरी काही सन्मानचिन्ह नेत नसतात, पण जेम्स म्हणतोय ते मला पटतंय. बरोबर आहे.

"ते काहीही असू शकेल," ॲलन म्हणतो. "दागिना, तिच्या पर्समधली एखादी वस्तू, तिचा केस." तो खांदे उडवतो. "काहीही असू शकेल."

"आपण तिच्याजवळच्या वस्तू बघू या, बघू एखादी नेहमीची, महत्त्वाची वस्तू गायब आहे का ते." मी म्हणते.

"हे फारच थंडगार होत चाललंय. तर मग काय योजना आहे आपली हनी-लव्ह?"

कॅलीचं म्हणणं बरोबर आहे. मला आता त्याचा वास यायला सुरुवात झालीय. पण इथे असं काहीच नाहीये, ज्यामुळे पुढे जाता येईल, किंवा ज्यामुळे मला काही मदत होऊ शकेल.

"तू आणि जेम्स इथेच थांबून खुनाच्या स्थानाची तपासणी पूर्ण करणार आहात. तुमचं संपल्यावर मला फोन करा. ॲलन, लिसाच्या घरी तू मला सोडावंस असं मला वाटतंय. आणि नंतर तू साक्षीदारांच्या मुलाखती घ्याव्यास अशी माझी इच्छा आहे. विमानातले कर्मचारी, प्रवासी, प्रत्येक जण. कोणालाही सोडू नकोस. त्याने तिकीट कसं काढलं, त्याचाही पाठपुरावा कर. त्याने रोख पैसे वापरले की

क्रेडिट कार्ड? जर त्याने क्रेडिट कार्ड वापरलं असेल, तर ते नकली नावाचं असणार. कसं केलं असेल त्यानं हे सगळं?''

''कळलं मला.''

कॅली होकारार्थी मान हलवते.

मी शेवटचं एकदा त्या खिडकीकडे बघते, जिथे लिसाने शेवटचा श्वास घेतला. मी वळते आणि चालू लागते; त्या ठिकाणापासून दूर, कायमची. कधीतरी मी विमानात खिडकीजवळच्या सीटवर बसलेली असेन आणि लिसा रिडचा विचार देखील माझ्या मनात येणार नाही.

कधीतरी!

६

ॲलन आणि मी हमरस्त्यावर आहोत. अलेक्झांड्रियाच्या दिशेने परत फिरतोय. रस्त्यावर आम्हाला सोबत करण्यासाठी फारशी वाहतूक नाहीये. रात्री वाहनं हाकणारे तुरळक चालक, आमच्यासारखीच इच्छा असलेले की आत्ता, या क्षणी आपण बिछान्यात शांतपणे झोपलेलो असतो, तर किती मजा आली असती!

ॲलन ड्रायव्हिंग करतोय. शांत, गप्प आहे. थंडीला शह देण्यासाठी गाडीतले हिटर्स आम्ही पूर्णपणे, त्यांच्या जास्तीत जास्त मर्यादेपर्यंत चालू ठेवले आहेत. अंधार पूर्णपणे दाटलाय. काळोख, शांतता आणि स्तब्धता.

"थंडीचं असं काय असतं की, ज्यामुळे वातावरण अधिकच शांत वाटतं?" मी मोठ्याने विचारते.

ॲलन माझ्याकडे कटाक्ष टाकतो आणि हसतो. "वातावरण खरोखर तसंही शांतच आहे. तुला लॉस एंजेलिसची सवय झालीय. लोक आणि पशुपक्षी आत पळून जातील, इतकी थंडी सहसा तिथे नसते. पण इथे तशी आहे.

बरोबर होतं त्याचं. मला याचा पूर्वीही अनुभव आलेला आहे. मी सहा किंवा दहा वर्षांच्या असेन माझी आई कॅन्सरने वारली. त्यापूर्वी आमचं सर्व कुटुंब सहलीला जायचं. आई आणि वडील, त्यांच्या सुट्या जमवून घ्यायचे. मग आम्ही भटकंती करून अर्धी अमेरिका पालथी घालायचो आणि परत यायचो.

अशा सहलींमधला कठीण प्रसंग मला आठवतोय... चाकांचा न थांबणारा आवाज, सारं जग अवतीभोवती धावतंय. तीव्र आणि वेदना देणारा कंटाळा, आईबरोबर कार गेम्स खेळल्याचंही आठवतंय. आय-स्पाय, 'पिडीडल्स' म्हणजे एकच दिवा चालू असलेल्या गाड्या मोजण्याचा खेळ, कारची गाणी वगैरे, वगैरे. सर्वांत जास्त काय आठवत असेल ते म्हणजे, आम्ही जिथं जिथं गेलो ती ठिकाणं.

त्या चार वर्षांच्या काळात मी रॉकी माऊंटन नॅशनल पार्क, यलोस्टोन, माऊंट रशमोअर यांचा बराचसा भाग बघितला. काही ठिकाणी आम्ही मिसीसिपी ओलांडली, न्यू ऑर्लियन्सला गम्बो खाल्लं. आम्ही क्वचितच हॉटेलमध्ये राहिलो. त्याऐवजी बाहेर तंबू ठोकून राहणं आम्हाला पसंत असायचं.

एका वर्षी, डॅडी भलतेच उत्साही झाले होते आणि थंडी असतानाही आम्हाला ते थेट वरती न्यूयॉर्कला घेऊन गेले होते. त्यांना आम्हाला कॅटस्किल पर्वत दाखवायचा होता. जिथं रिप व्हॅन विंकलने डुलकी काढली होती, असं म्हणतात. थकवा येईल, इतकी ती लांबची सहल होती. तिथे पोहोचेपर्यंत आम्ही पुरते थकून गेलो होतो, चिडचिडे झालो होतो. तंबू ठोकण्यासाठी जे मैदान होतं, तिथे आम्ही गाडी थांबवल्याक्षणीच मी लगबगीने खाली उतरले.

विश्वास बसणार नाही, अशी झाडी तिथं होती. काही झाडांना हिरवीगार पानं होती, तर काहींची पानं गळण्याच्या बेतातली, छोटी, लांब, कोवळी आणि म्हातारी होती. फार थंडी होती, आता इथे आहे तशी. आणि मला आठवतंय, त्या थंडीने माझ्या गालांना कसा डंख मारला ते. हवेत सोडलेला माझा उच्छ्वास मला दिसायचा, तेही मला आठवतंय.

"लघवी करण्यासाठी जंगलात जावं लागतंय." माझ्या आईने तक्रार केली होती. "एवढंच नाही तर लघवी करताना ढुंगणावर काटेही येतायत."

"पण तरी हे सुंदर नाहीये का?" माझे वडील म्हणाले होते. त्यांच्या आवाजात समोर दिसणाऱ्या निसर्गसौंदर्याचा प्रभाव. आईच्या रागाकडे त्यांचं लक्षच नाही.

माझ्या वडिलांच्या अनेक गोष्टींपैकी ती एक मला फार आवडायची. जेव्हा निसर्गात भटकायचं असायचं, तेव्हा ते कायम तरुण असायचे. आई जरा काळजीपूर्वक वागणारी. तिच्या स्वभावात दोष काढण्याची एक बाजू होती. माझ्यासारखीच ती कायम कशातही दोष काढत राहायची. आई आमचे पाय जमिनीवर ठेवायची, जे महत्त्वाचं होतं. पण डॅडी आमचं डोकं आकाशात न्यायचे. तेही मौल्यवान होतं.

डॅडींचं उत्तर ऐकून आई अधिकच चिडली. काहीतरी चपखल प्रत्युत्तर देण्यासाठी ती त्यांच्याकडे वळली, पण त्यांच्या चेहऱ्यावरचा आनंद बघून तिच्या तोंडातले शब्द ओठांवर येईपर्यंत विरून गेले. तिची तक्रार तिनं बाजूला ठेवली आणि डॅडी जे बघत होते, ते ती देखील बघू लागली. त्यांच्या आनंदाची अन् आश्चर्याची तिलाही लागण झाली. त्यांच्या स्वप्नील दुनियेत तीही जाऊन धडकली.

"खरंय." तिनेही आश्चर्य व्यक्त केलं. "खरंच किती सुंदर दृश्य आहे."

"मी जरा फिरून येऊ का?"

"का नाही? प्रिये," डॅडींनी मला परवानगी दिली. "पण जास्त दूर नाही हं

जायचं. जवळच रहा.''

"ओके डॅडी,'' मी त्यांचा आदेश मान्य केला आणि गर्द झाडींकडे उड्या मारत पळाले.

मी माझा शब्द पाळला आणि जवळच राहिले. मला जास्त दूर जावंच लागलं नाही. पन्नास पावलांत माझ्या लक्षात आलं मी एकदम एकटी आहे. इतकी एकटी यापूर्वी मी कधीच नव्हते. हा नवीन अनुभव माझ्या पेशीपेशींमध्ये रिचवण्यासाठी मी थबकले. भीतीमुळे जरा कमी आणि आवडत होतं म्हणून अधिक. छोटीशी साफ केलेली एक जागा होती. उंच वृक्षांनी वेढलेली. ज्यांची पानं मरत होती, ज्यांनी इतक्यातच भुतांसारख्या दिसणाऱ्या त्या झाडांना सोडलेलं नव्हतं. मी माझे बाहू पसरले, मान जितकी शक्य तेवढी मागे टाकली, डोळे बंद केले आणि ती स्तब्धता, ती शांतता ऐकू लागले.

अनेक वर्षांनंतर मला एंजेलिस क्रेस्टच्या जंगलात एका तरुण स्त्रीचा देह सापडला. त्या वेळी मला लहानपणी अनुभवलेल्या त्या शांततेची आणि स्तब्धतेची आठवण झाली. विचार करते की कसं असेल हे मरण – जिथे कोणीच नाही, एकाकीपणाच्या मध्यभागी! जिथे तुमच्या किंकाळ्या ऐकण्यासाठी चर्च नव्हे तर एकाकीपणा असतो!

आम्ही न्यूयॉर्कच्या सहलीला गेलो होतो, तेव्हा मी दहा वर्षांची होते. आई आजारी पडण्यापूर्वीची आमची ती शेवटची सहल होती. जेव्हा मी माझ्या पालकांचा विचार करते, तेव्हा माझ्या डोळ्यांसमोर त्या वेळचे ते येतात. त्या वयाचे, केवळ तीस आणि एकतीस वयाचे. मी आता ज्या वयाची आहे त्यापेक्षा तरुण. जेव्हा माझ्या लहानपणाचा मी विचार करते, तेव्हा मला आठवतात त्या आमच्या सहली, आईबरोबर मी खेळलेले खेळ, आय-स्पाय आणि पिडीड्ल आणि माझ्या आईच्या तक्रारी. मला आठवतंय माझ्या वडिलांचं आश्चर्यचकित होणं, माझ्या आईला त्यांच्याविषयी वाटणारं प्रेम आणि मला आठवतंय झाडी आणि पानं आणि ते क्षण, जेव्हा स्तब्धतेत मृत्यूच्या आठवणी असण्याऐवजी सौंदर्य दडलेलं असायचं.

लिसाचं घर ज्या इमारतीत आहे ती नव्यानेच बांधलेली आहे, अलेक्झांड्रियाच्या मध्यवर्ती भागाजवळ. इमारती छान आहेत, पण अवतीभोवतीच्या परिसराला साजेशा नसणाऱ्या.

"जसं व्हर्जिनियात कॅलिफोर्निया वसलंय, तसं दिसतंय.'' ॲलनचं निरीक्षण, माझ्या विचारांना शब्द देणारं.

ती इमारत बाहेरून तपकिरी लाकूड आणि स्टूक्कोनं सजवलेली आहे.

वाहनांना येण्याजाण्यासाठी आत स्वतंत्र रस्ता आहे. अजून पोलिसांपैकी कोणी इथं आलेलं दिसत नाहीये. दारावर पिवळी पट्टी बांधलेली नाहीये. आम्ही गाडी आत घेऊन थांबतो, बाहेर पडतो आणि प्रवेशद्वारापर्यंत चालत जातो. माझ्याबरोबर ॲलनही लिसाच्या घराची तपासणी करणार होता, नंतर तो एकेका साक्षीदाराला गाठणार होता.

आम्ही इकडे येतानाच शवागाराकडून आलो होतो. तिथनं मला लिसाच्या घराच्या चाव्या घ्यायच्या होत्या. रस्त्यावरच्या दिव्यांच्या अंधूक प्रकाशात मी योग्य ती चावी शोधण्यासाठी चाव्यांचा जुडगा चाचपडतेय.

"बहुतेक तीच असावी." ॲलन एका सोनेरी किल्लीकडे बोट दाखवत म्हणतो.

मी ती किल्ली कुलपात घालून फिरवते आणि क्लिक् करून कुलूप उघडलं जातं. मी किल्ल्या माझ्या कोटाच्या खिशात ठेवते आणि आम्ही दोघंही आमची शस्त्रं बाहेर काढतो.

"लेडिज फर्स्ट!" ॲलन म्हणतो.

घरात दोन बेडरूम्स आहेत. त्यातल्या एकातच ऑफिस आहे. आम्ही त्या दोन्ही बेडरूम तपासल्या. तसंच पाहुण्यांसाठी असणारं बाथरूम, मुख्य बाथरूम. सर्व घर बघितल्यावरच आमची पिस्तुलं आम्ही कातडी पिशवीत बंद केली.

"छान आहे की घर." ॲलनचं निरीक्षण.

"हं."

घर जमिनीच्या रंगात सजवलंय. भडकपणा दाबून टाकलाय, पण मिळमिळीतपणाही नाहीये. वेगवेगळ्या रंगांची पखरण घरात सर्वदूर आहे. कोचावरच्या छोट्या, फेकता येण्याजोग्या उशा दाट तपकिरी रंगाच्या आहेत, तर पडदे शुभ्र आहेत. त्यांच्या कडा निळ्या फुलांनी सजवल्या आहेत. घर स्वच्छ आहे, कोणताही वास येत नाहीये. पाळीव प्राणी, मळके, खराब कपडे, उरलेलं अन्न, कशाचाच नाही. ती धूम्रपानही करायची नाही. कोचाच्या समोर असलेल्या लाकडी कॉफी टेबलवर मासिकं आणि पुस्तकं आनंदाने पहुडली आहेत. लिसा आटोपशीर होती, पण अति टापटीपही नसावी.

"मी गेलं तर चालेल?" तो विचारतो.

मी घड्याळाकडे बघते. सकाळचे पाच वाजलेत.

"हो. जाऊ शकतोस तू. आणि तू साक्षीदारांना गाठण्यापूर्वी किंवा खुन्याच्या आर्थिक देवाणघेवाणीचा पाठपुरावा करण्यापूर्वी, याच पद्धतीने आणखी कुठे खून झाले आहेत का, याचाही जरा शोध घे."

"म्हणजे खून झाल्यावर बळींच्या शरीरात क्रॉस खुपसण्यासारखे... असंच ना?"

"हं. क्रॉस किंवा नुसतंच क्रॉसवरची चिन्हं – कवटी आणि हाडांचे चिन्ह. मला नाही वाटत, की आपल्याला खूप जुने पुरावे तपासायचे आहेत. पण ताजे घडलेले याप्रकारचे गुन्हे कदाचित आपल्याला सापडतील."

त्याच्या कपाळावर आठ्या होत्या. "तुला असं म्हणायचंय का, की बऱ्याच दिवसांपासून तो हे काम करतोय आणि आता त्यानं स्वत:ला जाहीर करायचं ठरवलंय?"

"बरोबर आहे."

"त्याच्यासाठी वाईट गोष्ट आहे ही."

"आपण अशी आशा करू या."

आता घरात मी एकटी आहे. मी दिवे तसेच बंद राहू दिले. पहाट होत होती आणि लिसाने जशी बघितली असती तशी तिची बैठकीची खोली मला बघायची आहे. मी तपकिरी मायक्रो फायबरच्या कोचावर बसते. हजारो इतर कोचांसारखाच हा कोच. फरक इतकाच की हा कोच 'तिचा' होता. ती या कोचावर वारंवार बसली होती. तिची या कोचावरची आवडती जागा कोणती असावी, हे मी शोधू शकते. मला ती उशी दिसतेय, जी इतर उशांपेक्षा जरा जास्त वापरात आलेली आहे.

कोचाच्या समोर मध्यम आकाराचा फ्लॅट स्क्रीन टीव्ही आहे. योग्य अंतरावर ठेवलेला. मी कल्पना करतेय ती इथं बसल्याची, लाईट बंद करून, तिच्या चेहऱ्यावर सावल्या नाचत असल्याची. कॉफी टेबलावर मी नेलपॉलिशची एक बाटली बघते आणि हसते. टीव्ही बघत बघत नखं रंगवत असावी. बाजूच्या टेबलावर मला एक पुस्तक दिसतं; एक अघळपघळ रोमँटिक कादंबरी. अपराधी वाटेल असं सुख देणाऱ्या कादंबऱ्या. नखं वाळल्यावर कदाचित वाचत असावी.

ही जागा अतिशय खाजगी आणि एकांतवासातली आहे, कशाचीही तमा न बाळगता मी ती मुळापासून उखडून काढणार आहे. मी याकडे वेगळ्या दृष्टीने बघतेय. मी अगदी मारेकऱ्यांसारखी आहे, ज्यांची मी शिकार करीत आहे. मी या घरात सगळीकडे फिरणार आहे. तिचे ड्रॉवर्स उघडणार आहे, तिच्या ई-मेल्स वाचणार आहे, तिच्या औषधांच्या कपाटात डोकावणार आहे. वैयक्तिक असणाऱ्या सर्व मर्यादा मी ओलांडणार आहे – तोपर्यंत, जोपर्यंत काहीच शोधायचं बाकी राहणार नाही.

कधीकाळी एकदा लिसा एक साधं कुलूप फिरवू शकायची आणि बाहेरच्या जगाला तिची गुपितं जाणून घेण्यापासून दूर ठेवू शकायची. पण आता नाही. आता मी तिच्या खाजगीपणाची चिरफाड करणार आहे. मी ज्यांची शिकार करते, ते

मारेकरीही असेच असतात. याच कल्पनेने सक्षम झालेले असतात.

पण माझे हेतू शुद्ध आहेत. साहजिकच आहे ते. फार पूर्वी मी एक गोष्ट शिकले, की जर मी स्वत:शी अप्रामाणिक राहिले, तर मी जे काही करते आहे ते करत करत जगू शकत नाही. आणि सत्य हे आहे की, जेव्हा मी खुनाच्या एखाद्या बळीचं घर तपासत असते, तेव्हा मला त्या अधिकाराची, सामर्थ्याची झलक, एक पुसटशी झलक, अनुभवायला मिळते. कोणाच्या तरी खाजगी आयुष्यात बिनदिक्कतपणे डोकवायला मिळतंय यातला विकृत आनंद. तो उपभोगण्याचा अधिकार मला मिळालेला असतो, तसाच मारेकऱ्यानीही मिळवलेला असतो. नशा आणणारा हा अधिकार आणि आनंद. मला जिथं हवं तिथं मी बघू शकते, जिथं हवं तिथं हात लावू शकते. जो हवा तो दरवाजा उघडू शकते. विकृत माणसांना हे का आवडतं, ते मी थोडं बहुत तरी समजू शकते.

मी उठते आणि किचनमध्ये जाते. छोटं आहे पण उपयोगी आहे. खूप स्वच्छ. काऊंटरवर तपकिरी ग्रॅनाईट बसवलेला. स्टेनलेस स्टीलचा रेफ्रिजरेटर आणि त्याला साजेसा काऊंटरवरचा मायक्रोवेव्ह, स्टोव्ह आणि डिशवॉशर. काही कॅबिनेट्स मी उघडते आणि आत डोकावते. चिनी मातीची भांडी नीट रचून ठेवलेली दिसतात.

रेफ्रिजरेटर जवळजवळ रिकामाच आहे. त्याच्यावर आठवणीसाठी सामानाची यादी लिहिलेली चिठ्ठी चिकटवलेली दिसतेय. त्यावर लिहिलंय – *'पाण्याची बाटली, नॅपकिन, मॅक आणि चीज.'*

आता काय आणणार ती हे सारं? मी विचार करते.

किचनच्या ड्रॉवरमध्ये उघड करण्यासारखं काहीच नाहीये. चांदीची भांडी, फोन बुक, काही पेनं आणि कुठेही चिकटवता येतील अशा कागदांचं पॅड. काहीही लपवून ठेवलेलं मला दिसत नाही. पण त्याचं मला फार आश्चर्य वाटत नाही. लिसा अशी होती, की लोकांपासून लपण्याची तिला सवय झाली होती. तिची गुपितं ती अशी कोणालाही अचानक दिसतील अशी कशी ठेवेल?

मी बेडरूमकडे वळते. मध्यम आकाराचं आहे. बेईजचा गुबगुबीत गालिचा खाली अंथरलेला. ठळकपणे काय दिसतंय तर बिछाना, कॅलिफोर्निया किंग. सर्व घराच्या सजावटीला जमिनीचा, पृथ्वीचा बाज आहे. तसाच तो इथंही. सजावटीत लिसाने स्वत:ची एक आवड निश्चित केली होती, एखाद्या स्त्रीला साजेशी, पण लहान मुलीसारखी बालिश न वाटणारी.

स्त्रिया सर्वसाधारणपणे जिथं काही लपवून ठेवतात तिकडे – म्हणजे बेडजवळचा दिव्याचा नाईटस्टँड. मी वरचा ड्रॉवर उघडते. माझा अंदाज खरा ठरतो. एका पिशवीत मारिजुआना – गांजाची पावडर – ठेवलेली आहे. ती गुंडाळून सिगारेटसारखी ओढण्यासाठी जवळच कागद ठेवलेले. लहान मुलांना लावतात त्या तेलाची

बाटली आणि एक मासिक. त्यात पीळदार स्नायू असलेल्या नग्न पुरुषांचे फोटो आहेत. मी अवतीभवती बघते. एक सीडी प्लेअर दिसतोय.

मी कल्पना करू लागते – लिसाने सीडी लावल्याची, नशीली सिगारेट पेटवल्याची, मासिकातली पानं चाळत असल्याची आणि उत्तेजित होण्यासाठी योग्य त्या दृश्याची ठिणगी मनात पडल्याची. मासिकातला योग्य तो फोटो सापडल्यावर पाठीवर पडून राहिल्याची, तेल घेण्याची आणि....

आणि इथे लिसा, आपले रस्ते वेगळे होताहेत.

माझी बोटं, जेव्हा ती खाली जातात तेव्हा वेगळाच स्पर्शजन्य अनुभव येतो. मला पुरुषांचं लिंग कधीच नव्हतं; ते असावं अशी इच्छाही नव्हती. पण पुरुषांची लिंगं मी हातात धरलेली आहेत. त्यांचा स्पर्श कसा असतो, वास कसा असतो, चव कशी असते हे मला माहीत आहे. पण मला हे माहीत नाही, की आपलं लिंग हातात धरणं कसं वाटत असेल? एकाच वेळी लिंगाला स्पर्श करणं आणि लिंगाला स्पर्श होणं, कसं वाटत असेल?

याचा तुला त्रास होत असेल का लिसा? तू पुरुषांकडे आकृष्ट होत होतीस. तुला स्त्री व्हावंसं वाटत होतं. अशा वेळी तुला तुझंच पुरुषी लिंग हाताला लागल्यावर ते परकं वाटत होतं का? तुझ्या कल्पनेत तू त्या लिंगात काहीतरी दुसरा बदल करायचीस का?

या प्रश्नांची उत्तरं शोधण्यासाठी मी धडपडतेय, अशा वेळी तिला काय जाणवत असेल, ते जाणून घेण्याचा कठीण प्रयत्न करतेय. पण तिला येत असणारा अनुभव मी जाणून घेऊ शकत नाहीये.

मी तो ड्रॉवर बंद करून खालचा ड्रॉवर उघडते. त्यात केवळ काही छोट्या कादंबऱ्या असतात.

तिच्या कपडे ठेवण्याच्या कपाटाकडे मी वळते आणि त्यातले ड्रॉवर्स उघडून बघते. माझ्याच घरातले ड्रॉवर्स मी बघतेय, असं मला वाटतं. कारण त्यात पुरुषांना लागणाऱ्या कोणत्याच वस्तू दिसत नाहीत. दिसतात फक्त ब्रेसियर्स, पॅण्टीज, काही टी-शर्ट्स आणि जीन्स. कपाटांतही अशाच गोष्टी – कपडे, पँट्स आणि टनभर जोडे. तिची अभिरुची चांगली आहे. अभिजात अभिरुचीच्या थोडी डावीकडे झुकलेली, अस्पष्टशी, भडकपणा दाबून टाकलेली. थोडी खोडसाळपणाची झलक असलेली, पण तरीही अभिजाततेला धक्का न लावणारी.

मी त्या रूममधून बाहेर पडते आणि शेजारच्या बाथरूममध्ये येते. पुन्हा एकदा मला स्पष्टपणे जाणवतं की, ही जागा एका स्त्रीच्या वापरातली आहे. मेकअपचं साहित्य, लूफाह, लव्हेंडरचा वास येणारा साबण असंच काहीतरी लगेच दिसतंय. तसेच अंघोळ करताना वापरायचे बाथ बीड, गुलाबी रेझर, अंगाला लावण्याचं क्रीम

वगैरे. कमोडचं सीटही झाकून ठेवलेलं. लघवी करण्यासाठी ती बसायची की उभ्यानेच....?

बाथरूममधलं औषधाचं कपाट बघितल्यावर लक्षात येतं, की ते वापरणारी व्यक्ती आरोग्यसंपन्न आहे. त्यात आहे ॲस्पिरीन, बॅण्डेज असंच काहीतरी. अगदी सामान्यपणे लागणाऱ्या वस्तू आणि औषधे. तिथे डिप्रेशन घालवणारी औषधं नाहीत ना पेनकिलर्स. औषधं म्हणाल तर नाहीतच जवळजवळ. मी जरा कोड्यातच पडते. पण मग जरा विचार केल्यावर लक्षात येतं, की ती टेक्सासला जाताना आपल्याबरोबरच तिला नेहमी लागणारी औषधं घेऊन गेली असणार.

बेसिनच्या खालचा भाग म्हणजे आणखी एक विरोधाभास. स्त्रियांना मासिक पाळीच्या वेळी लागणारे टॅम्पन्स दिसत नाहीयेत. 'कमोडवर बसलेले असताना सहजपणे मिळू शकणारे' असे टॅम्पन्स – कुठे दिसत नाहीयेत. केवळ एक पुसायचं फडकं आणि फरशी धुण्याचं रसायन.

जमिनीवर एक वजनकाटा आहे; सवयीप्रमाणे मी त्यावर पाय ठेवते. लिसा इथे काय करीत असेल याची त्याच वेळी मी कल्पना करीत असते. त्या वजनकाट्याच्या खोटेपणाकडे मी दुर्लक्ष करते. नेहमी चुकीचं वजन दाखवत असतो. ती देखील अशीच तक्रार करत असणार. मी थोडं थांबते. एकदाच शेवटचं पुन्हा सगळीकडे नजर फिरवते आणि बाथरूममधून बाहेर पडते; तिचं घरातलं ऑफिस तपासण्यासाठी.

ऑफिस तसंच जमिनीच्या रंगानं सजवलेलं आहे; बाकीच्या घरासारखं. खिडकीखाली एक डेस्क ठेवलेला आहे. तिला वाटेल तेव्हा ती खिडकीतून बाहेर बघू शकत असावी. त्याचबरोबर कॉम्प्युटर स्क्रीनचं सूर्यप्रकाशापासून रक्षणही होत असावं. डेस्क काळ्याशार लाकडाचा बनवलेला आहे, खूप जडही नाही पण अगदीच तकलादूही नाही, मधला. लिसाला लाकूड आवडत असावं. माझा अंदाज! इथल्या फर्निचरमध्ये क्वचितच धातू वापरल्याचं माझ्या लक्षात येतं.

डेस्कच्या बाजूला फाइली ठेवण्यासाठी कपाट आहे. समोरच्या भिंतीवर सहा फूट उंच पुस्तकांचं कपाट रेलून उभं आहे. तेही लाकडाचंच. पुस्तकांच्या पाठीच्या कण्यावर छापलेली पुस्तकांची नावं मी वाचते. बहुतेक सर्व पुस्तकं प्रवासविषयक मार्गदर्शन करणारी आहेत. त्यातही भर आहे तो समलिंगी स्वभावाच्या स्त्री-पुरुषांवर!

'गे ट्रॅव्हल इन इटली, माद्रिद' अशी.

फाइलींच्या कपाटांतही विशेष काही सापडत नाही. लगेचच लक्ष घालावं असं तर नाहीच नाही. नंतर ते सगळं बघावं लागणारच आहे, पण या क्षणी मी इथं त्या कारणासाठी आलेली नाहीये. मी असं काहीतरी शोधतेय, जे पटकन बाहेर येऊन आम्हाला तपासाच्या योग्य मार्गावर आणून सोडेल.

मी कॉम्प्युटर तपासते. एकदम साधा, सुटसुटीत आहे; एक साधी पाटी आणि पेन. मी माझे डोळे बंद करते आणि ती दररोज सकाळी काय करत असेल, याची कल्पना करते. मी माझे बूट काढते. कारण इथे अवतीभोवती ती अनवाणीच वावरत असणार. म्हणून तर घरात सगळीकडे गुबगुबीत गालिचे आहेत.

मी कल्पना करते, ती सकाळी झोपेतून जागं झाल्याची, कॉफीच्या भांड्याजवळ चालत गेल्याची, कपात गरम गरम कॉफी ओतत असल्याची आणि पेंगुळलेल्या डोळ्यांनी कॉम्प्युटरसमोर बसल्याची.

चूक. असं नाही.

माझ्यात आणि लिसात खूप महत्त्वाचा फरक आहे. मी जेव्हा सकाळी जागी होते तेव्हा माझे केस कदाचित विस्कटलेले असतील, कदाचित माझ्या डोळ्यांखाली पिशव्या तयार झालेल्या असतील, माझ्या वरच्या ओठाचं मी वॅक्सिंग करावं, असंही कदाचित मला वाटत असावं. पण कोणीतरी अचानक घरी येईल, अगोदर न कळवता आणि त्याच्या लक्षात येईल की मी स्त्री नाहीये, ही चिंता मला कधीच करावी लागत नाही.

लिसाला ही चिंता करावी लागत असणार. सततची चिंता. मी डोळे मिटते आणि मनातल्या मनात कल्पनेने थकलेली पावलं मागे घेते.

मी कल्पना करते, ती झोपेतून जागी झालीय. पहिला स्टॉप बाथरूम असला पाहिजे. शॉवरखाली अंघोळ, गरज असेल तर पायावरचे केस भादरणं, दात घासणं या कामांसाठी. नंतर ती आपले केस विंचरत असेल, मेकअप करीत असेल – फार काही नाही, पण आरशातून तिच्याकडे एक स्त्री बघते आहे, ही केवळ खात्री करण्यासाठी. तसे आपण सर्वच कोणत्या ना कोणत्या प्रकारे आरशाचे गुलाम असतोच. पण लिसाच्या बाबतीत ही गुलामी फार वेगळ्या स्तरावरची असणार. तिच्या बाबतीत आरशाच्या गुलामीचे आयामच वेगळे असणार.

कपडे नेहमीचेच साधे, अनौपचारिक राहिलेले चालू शकतात, टी-शर्ट आणि स्वेट-पँट्स ठीक असावेत. पण कॉफी पिण्याअगोदर ती निश्चितच आपल्या चेहऱ्याची मशागत करत असणार. जाग आल्याबरोबर, सारं जग आपल्याला बघण्याची शक्यता आहे, हा विचार तिच्या मनात येत असणार आणि ती शक्यता गृहीत धरून ती आपलं रूप तयार ठेवत असणार.

आता यापुढे मी जी अगोदर कल्पना केली होती त्याप्रमाणे खरं असणार; कॉफीचा कप, तिचं अनवाणी या ऑफिसमध्ये चालत येणं.

मी खुर्चीत बसते आणि कॉम्प्युटर सुरू करते. कॉम्प्युटरवर वॉलपेपर अवतरतो. डोळ्यात भरणारं इजिप्तच्या पिरॅमिडचं चित्र आहे ते. पार्श्वभागी ढग नसलेलं निळं आकाश.

मी तिचा ब्राऊझर उघडते आणि तिने कोणकोणत्या संकेतस्थळांना भेट दिली ते बघते. व्यवसाय किंवा शॉपिंग, यासंबंधीची ती सारी संकेतस्थळं दिसताहेत. मला तिचं स्वत:चं संकेतस्थळ सापडतं, रेनबो ट्रॅव्हल्स. त्या संकेतस्थळाच्या पहिल्या पानावरच तिचा फोटो आहे. लिसा, चेहऱ्यावर मंद स्मितहास्य असलेली, सुंदर लिसा. स्त्री म्हणून तिने आपल्या आयुष्याची सुरुवात केलेली नाहीये, ती अगोदर पुरुष होती, हे फोटो पाहिल्यावर कोणालाही कळणार नाही. मलाही समजलं नसतं.

फोटो....

फोटोचा विचार मनात आल्याबरोबर मी उठते आणि ऑफिसच्या बाहेर येऊन परत एकदा दिवाणखान्यात आणि बेडरूममध्ये चक्कर टाकते. माझा अंदाज बरोबर होता. कोणत्याही रूममध्ये भिंतीवर फोटो लावलेले नाहीत. तिच्या कुटुंबाचे फोटो नाहीत, रोझॅरिओ किंवा डिल्लनचे नाहीत, किंवा तिचे स्वत:चे देखील नाहीत. भिंतीवर त्याऐवजी आहेत एक पिकासोच्या चित्राची प्रिंट आणि ॲन्से ॲडम्सनं काढलेलं एक कृष्णधवल चित्र. बस इतकंच!

याबद्दल मला जरा आश्चर्यच वाटतं. फोटो का नाहीयेत? दररोज तिच्या आईवडिलांचे फोटो पाहणं तिला क्लेशदायक वाटत असेल का? की तिच्यापासून तिच्या पालकांना कोणतीही हानी पोहोचू नये, त्यांना तिच्यामुळे त्रास होऊ नये, असा ती विचार करत असावी? घरात येणाऱ्यांनी ते फोटो बघून लगेच तिचा आणि तिच्या पालकांमध्ये असणाऱ्या नात्याचा संबंध जोडू नये, म्हणून ती काळजी घेत असावी का?

मी परत तिच्या ऑफिसात चालत येते आणि तिच्या कॉम्प्युटरची तपासणी करते. मी तिच्या ई-मेल्स तपासते. व्यावसायिक ई-मेल्स खूप आहेत, तसंच ऑनलाईन खरेदीच्या ई-मेल. पण पुन्हा तेच. तीच विचित्रता – एकही ई-मेल खाजगी स्वरूपाची नाही. जसं घरात कोणतेही फोटो नाहीत, तसंच कॉम्प्युटरमध्येही.

आता हळूहळू एक गोष्ट माझ्या लक्षात यायला लागलीय. लिसा खूप समाधानी असल्याची रोझॅरिओची जी कल्पना आहे, तिला छेद देणारी, खोटं ठरवणारी ही गोष्ट आहे. लिसाचं घर छान आहे, ती स्वत:चा व्यवसाय चालवते आहे, तिच्याकडे फ्लॅट स्क्रीनचा टीव्ही आहे आणि गांजा व बेबी ऑईलही आहे. छान. सगळं ठीकाय. पण मला असं वाटतं ही जागा एकाकीपणाची आहे, दैनंदिन कामकाजाची आणि एकटेपणाची आहे.

मित्रमैत्रिणींची एकही ई-मेल मला दिसत नाही, पाठवलेलीही नाही आणि मिळालेलीही. प्रणय करण्यासाठी कोणत्याही डेटिंगच्या संकेतस्थळाला भेट देणे नाही. स्वत:हून तिने कधी बहिर्मुख होण्याचा प्रयत्न केलेला दिसत नाहीये. तसा

कोणताच पुरावा कॉम्प्युटरमध्ये आढळत नाहीये.

मी सुस्कारा सोडते आणि खुर्चीत मागे रेलून बसते. मी निराश होते. असमाधानी होते. या जागेत लिसा कुठाय? तिचा आत्मा कुठाय? लिसाच्या व्यक्तिमत्वाचा स्पर्श न झालेलं हे घर आहे.

डेस्कच्या खाली माझ्या पायाला काहीतरी लागतं. काय असावं? कपाळावर आठ्या चढवून मी खुर्ची मागे सरकवते, पुढे वाकते आणि ते उचलते. ते काय आहे हे जेव्हा मी बघते, तेव्हा माझ्या हृदयाची धडधड थोडी वाढते.

ते एक तपकिरी रंगाचं कातडी मुखपृष्ठ असलेलं पुस्तक आहे. त्यावर 'जर्नल' असं सोनेरी अक्षरात लिहिलेलं आहे.

''हे! आता आपण बोलायला सुरुवात केली तर.'' मी पुटपुटते.

त्यातली पहिली नोंद जवळपास एक आठवड्यापूर्वीची आहे. लिसाचं हस्ताक्षर छान आहे. गोलाकार, सुस्पष्ट! मी वाचू लागते.

मला हे निश्चितपणे सांगता येत नाहीये, की मी हे जर्नल का ठेवते आहे. कदाचित माझ्या एकाकीपणाची नोंद ठेवण्यासाठी असू शकेल. मला नाही माहीत.

मला वाटतं, त्यामुळे मदत होत असावी, मोकळेपणा वाटतो. केवळ इथे येता-जाता बसायचं आणि शब्द लिहायचे – मी एकटी आहे, मी एकटी आहे, मी खूप खूप एकटी आहे. अशानं मदत होतेय.

काल मी बायबलमधलं 'कॉरिंथिअन्स' वाचत होते. मी ते वाचलं आणि रडायला लागले. मी मुसमुसून रडले, खूप रडले आणि रडत राहिले. स्वतःला आवरताच आलं नाही. बघा त्यात काय म्हटलंय –

प्रेम धीर धरणारं असतं. प्रेम दयाळू असतं. ते कधी असूयापूर्ण नसतं. ते बढाई मारत नाही. ते अभिमान बाळगत नाही. ते उद्धट नसतं. ते स्वार्थी नसतं. प्रेमाला सहजगत्या राग येत नाही. ते चुकांच्या नोंदी ठेवत नाही. दुष्टपणात प्रेमाला आनंद वाटत नाही, पण सत्याच्या जगात ते हर्षाने नाचत असतं. ते कायम संरक्षण करतं, नेहमीच विश्वास ठेवतं, नेहमीच आशापूर्ण असतं, प्रेमात नेहमीच चिकाटी असते.

प्रेम कधीच असफल होत नाही.

मी ते वाचलं आणि एक क्षणभर मला असं वाटलं की,
मी श्वास घेऊ शकत नाहीये. जणू काही मला असा तडाखा
बसलाय की माझे तुकडे तुकडे हवेत उडतील.

त्याचं असं आहे, ते वाचल्यानं माझ्या मनात एक प्रश्न आलाय – माझ्याशी असं बोलेल अशी व्यक्ती माझ्या आयुष्यात कधी येणार आहे की नाही? येईल? माझ्याविषयी कोणाच्या मनात अशा भावना येतील का?

या जगात असा कोणी पुरुष आहे का, जो माझं चुंबन घेईल आणि मी कोण आहे, हे त्याला कळेल आणि तरीही माझं चुंबन घेत राहील निरंतर, सतत, कायम. असा कोणी असेलच तर, जेव्हा केव्हा तो समोर येईल, तेव्हा मी त्याला ओळखीन का?

मला माहितेय, माहितेय की माझा प्रवास चालू आहे. आणि तो दूरचा प्रवास आहे, छोटा नाही. पण काही वेळा मला शंका येत असते. संशय येत असतो. मी शंका घेते स्वत:वरच, माझ्या निर्णयावर. मला माझी लाज वाटते, पण काही वेळा मी परमेश्वराविषयी देखील संशय घेते.

माझ्या मनात परमेश्वराविषयी शंका येऊच कशी शकते? एक परमेश्वर तर आहे, केवळ तोच, जो सतत माझ्यासाठी माझ्याजवळ उपस्थित राहत आलेला आहे,

मला माफ कर, परमेश्वरा.

पण काय करू, कधीकधी मला फार एकटं वाटतं रे.

मी हा परिच्छेद वाचते आणि माझा घसा साफ करते. पुढच्या मजकुराकडे मी वळते, पहिल्यानंतर दोन दिवसांनी लिहिलेल्या!

नाना आता गेलीय. संपलीय. यात काही आश्चर्य नाही. पण तरीही दु:ख होतंच ना? नाना भेदाभेद मानणारी होती. माणसामाणसांतले भेद. वर्णविद्वेषी होती ती. आता मी जशी आहे तशी तिनं मला स्वीकारलं नसतं. पण तरीही मी तिच्यावर प्रेम केलं. काय करू शकते मी. शेवटी नानानेच माझं गुपित दडवून ठेवलं ना? ते गुपित. मी ती भयंकर कृती

केल्यानंतरही ती माझ्यावर प्रेम करीत राहिली. आयुष्यात इतकी लज्जास्पद गोष्ट मी केली नव्हती; जेव्हा मी

माझ्या कपाळावर आठ्या पडतात. असंच मधेच थांबलं ते. मी त्या डायरीत आतल्या बाजूनं बोट फिरवल्यावर माझ्या लक्षात येतं, की त्या जर्नलमधली पानं काढून टाकलेली आहेत, फाडून टाकलेली आहेत. मी पुढची पानं उलटसुलट करते.

आणि मला ते दिसतं.

दिसल्याबरोबर मी थिजून जाते.

मी जेव्हा ते जर्नल बघण्यासाठी पूर्णपणे उघडते, खात्री करून घेण्यासाठी की मी खरोखरंच ते बघतेय ना, तेव्हा माझे हात थोडे थरथरतात.

एका पानाच्या वरच्या बाजूला हातानं काढलेलं एक चिन्ह असतं.

एक कवटी आणि हाडांचा क्रॉस.

त्याच्याखाली एकच ओळ लिहिलेली असते.

मी काय गोळा करतो? तोच तर प्रश्न आहे आणि तोच महत्त्वाचा प्रश्न आहे. या प्रश्नाचं लवकर उत्तर दे, नाहीतर अजून लोक मरतील.

माझ्या हातातून ते जर्नल डेस्कटॉपवर पडतं. माझ्या हृदयातली धडधड वेगात चालू आहे.

तोच तो. तो इथे आला होता. तोच, जो विमानात होता.

तोच, ज्याने लिसाला ठार केलं.

७

"म्हणजे तो खुणा मागे ठेवतोय."

एखादं विधान करावं, अशा थाटात ॲलन म्हणतो. जे विधान आनंद देणारं नाहीये.

"आणि त्यानं धमकी देखील दिलेली आहे. मला पकडा, नाहीतर मी अजून हत्या करीन."

ज्या क्षणी मला खात्रीपूर्वक समजतं की, हा मारेकरी एका मागोमाग एक खुनांची मालिका रचणारा आहे, त्या वेळी सगळंच थांबून जातं. पूर्ण शांततेचा हा क्षण आहे. श्वास आत घेतल्यासारखा. पृथ्वी फिरायची थांबली आहे आणि एक अस्पष्टसा हुंकार डोक्यात घुमतोय आणि नसानसात थडथडतोय.

सारं काही थबकलंय, भयावह! एक आवश्यक क्षण, जेव्हा मी माझ्यावर पडलेल्या व्यावसायिक ओझ्याचा स्वीकार करते – जोपर्यंत मी त्याला (किंवा तिला किंवा त्यांना) पकडत नाही तोपर्यंत हत्या होतच राहणार. आता यापुढे जी हत्या होईल त्याची जबाबदारी माझ्यावर असेल.

आपण त्यांना पकडत नाही तोपर्यंत ते थांबत नाहीत, ही एक गोष्ट आहे. पण ते त्यांच्या पुढच्या बळीच्या भोवती जाळं टाकू लागले आहेत, असं त्यांनी धडधडीतपणे सांगणं ही एक वेगळी गोष्ट आहे.

"मार गोळी." तो म्हणतो आणि सुस्कारा सोडतो. "मला आता या लोकांचा कंटाळा आलाय खरा. त्यांना कळत नाही का, की ते नवीन काही करत नाहीयेत म्हणून?"

"ते जे काही करताहेत ते त्यांच्यासाठी नवीनच आहे ना!"

"हे ठीकाय. आता तू काय करणार आहेस?"

डायरी वाचल्यावर मी प्रथम ॲलनला ते कळवलं होतं. त्या गोष्टीवर फार

विचार न करता. त्या वेळी मला आवश्यकता होती मी काय बघितलंय ते कोणाशी तरी बोलण्याची, त्यांना सांगण्याची. आता मी त्या धक्क्यातून सावरतेय. धक्क्याचा जोर आता कमी होतोय.

"कशावर इतका विचार करतो आहेस?" मी विचारते.

"विमानाचं तिकीट काढण्यासाठी त्यानं क्रेडिट कार्ड वापरलं. ते चालू स्थितीतलं कार्ड आहे आणि चौकशी केल्यावर कळलं, की काही वर्षांपूर्वीपासून तो ते वापरतोय. मला त्याचा पत्ता देखील मिळालाय आणि आता मी तिकडे निघालोय.

माझं हृदय थांबतं.

"कार्डवर नाव काय आहे?"

"रिचर्ड ॲम्ब्रोस."

"खरा ॲम्ब्रोस, जो कोणी असेल, तो मेला आहे ॲलन."

"हो."

जर या मारेकऱ्याने एवढं सगळं करण्यापूर्वी स्वत:ची एक नवी ओळख तयार केलेली होती, तर मग त्याला क्रेडिट कार्डदेखील नुकतंच मिळालेलं असतं, इथे तसं नाहीये. क्रेडिट कार्ड जुनंच आहे.

"स्वत:सारखाच दिसणारा माणूस बहुधा त्याने शोधून काढला असावा." मी विचार करते. "त्याला शोधण्यासाठी किमान याचा तरी फायदा होईल."

"मग मी सध्या जे करतोय ते चालू ठेवू, की तुझ्याकडे येऊ?"

"नको नको. तू जा, ॲम्ब्रोसचं घर बघून ये. मी ठीक आहे इथे. मला जरा धक्का बसला म्हणून मी तुला फोन केला."

"नेड आणि मी सगळं बघतो आणि मग तुला फोन करतो."

जेव्हा ॲलन खुनाच्या तपासाचं प्रशिक्षण घेत होता, तेव्हा त्याच्या गुरूनं त्याला सांगितलं होतं, की एखादं छोटसं नोटपॅड, नोंदवही हा कोणत्याही तपास अधिकाऱ्याचा उत्कृष्ट मित्र असतो. आणि त्या मित्राला एखादं नावंही असायला हवं. ॲलनने आपल्या नोंदवहीला 'नेड' हे नाव दिलं. आजपर्यंत त्यानं ती प्रथा चालू ठेवलीय. त्याच्या त्या नेडचे मी आत्तापर्यंत अनेक अवतार बघितले आहेत. ॲलन कोटाच्या आतल्या खिशातून आवश्यक असेल तेव्हा नेडला बाहेर काढत असतो. नेड नेहमीच त्याचा विश्वासू मित्र बनून राहिला आहे.

"ठीक आहे."

"तू खरंच ठीक आहेस ना?"

"हो. हो. तुझं काम चालू ठेव."

''वाऽ वाऽऽ वाऽऽऽ! म्हणजे आपला हा वेडापिसा जाताजाता खुणाही मागे ठेवत चालला आहे तर.'' जेव्हा मी कॅलीला लिसाच्या घरातला माझा अनुभव आणि ॲलनने जमवलेल्या माहितीविषयी सांगते, तेव्हा ती विचारात पडते.

मला वाटतं, जेम्सचं बरोबर होतं. तो मारेकरी आपल्या बळींची काहीतरी वस्तू आठवण म्हणून घेऊन जातोय. त्याने तसं दाखवूनच दिलंय ना.

''बरं हे सांग, तुमच्याकडे कसं चालू आहे?'' मी विचारते.

''विमानात त्याचे काही ठसे सापडताहेत का ते शोधतोय. त्यासाठी व्हॅक्युमिंगचं काम पूर्ण झालंय. पण त्यात काही सापडेल की नाही, हे आत्ताच सांगता येणार नाही. लॅबमध्ये पाठवून त्यांचे रिपोर्ट येईपर्यंत आपल्याला थांबावं लागेल. इथे मला लगेच दिसतील असे ठसे काही मिळालेले नाहीत. पण विमानाच्या सीटपाशी हात ठेवायची जागा आहे, तिथं जरा विस्कटलेलं दिसतंय. तिथे काही ठसे असायला हवेत.''

''त्याने कदाचित ते पुसून टाकले असावेत.''

''हं. म्हणजे तो इतका वेडा नाहीये तर. पण तो असंच करेल, हे अपेक्षितच होतं ना.''

''मला खात्री आहे, त्याला आपल्या तपासकामाच्या सगळ्या पद्धती माहीत आहेत.''

''असं का वाटतं तुला?''

''कॅली, अगं तो आपल्यासाठी खुणा मागे ठेवत चाललाय. तो आसपास आहे, हे आपल्याला ठाऊक व्हावं आणि आपण त्याचा पाठलाग करावा, अशी त्याची इच्छा आहे. तो कशाला त्याचे ठसे पुसण्याच्या फंदात पडेल? उलटं मला तर असं वाटतं की, तो त्याचे ठसे तसेच ठेवेल. कारण, त्यामुळे आपण त्याच्यापर्यंत पोहोचू शकतो, हे त्याला कळतं.''

''हं. असं आहे तर. म्हणजे मग या ठशांचं लगेचच काही काम नाहीये. पण नंतर त्याचा उपयोग होईल. त्याला आपल्या पद्धती माहीत आहेत. याचा अर्थ तो गुन्हेगारीची पार्श्वभूमी असलेला इसम तरी असला पाहिजे किंवा एखादा सरकारी नोकर किंवा कधीकाळी सैन्य दलात वा पोलीसदलात त्याने नोकरी केलेली असली पाहिजे.

''असंच काहीतरी. बाकी काय?''

''बाकी काही नाही. अजून तरी. आम्ही आता सीटवरच्या गाद्या काढण्याच्या बेतात आहोत. वर सामान ठेवण्याचे कप्पे असतात तिथले प्रिंट घ्यायला हवेत. मग इथलं काम आटोपेल.''

''ते झाल्यावर मला तुम्ही इथे हवे आहात. आपल्याला लिसाच्या घरात काम

करणं आवश्यक आहे.''

''नवरीला विश्रांती नाही तर. ठीक आहे, काय करणार?'' जणू काही खूप यातना होताहेत असा सुस्कारा सोडून कॅली अती नाटकीपणाने म्हणते.

मी गालातल्या गालात हसते. ''शांत हो. मेरीलिन लग्नाच्या कामांची जुळवाजुळव अजूनही करतेय. बरोबर आहे ना?''

मेरीलिन म्हणजे कॅलीची मुलगी.

''मला मेरीलिनची चिंता नाहीये. तिला मदत करायला जी ठेवलीय ना, तिच्याविषयी चिंता वाटते.''

''कोण?'' मी आठ्या घालत विचारते.

''किरबी.''

''किरबी! आपण म्हणतो ती समुद्रकिनारी सशासारखी पळत असते, तीच ना?'' मी भुवया उंचावत म्हणते.

''दुसरं कोणी आहे का?''

किरबी मित्शेल ही एक विचित्र अंगरक्षक आहे. एका व्यक्तीला एका खुन्यापासून धोका होता. त्या व्यक्तीचं संरक्षण करण्यासाठी काही वर्षांपूर्वी मी तिला ठेवलं होतं. तिशीतली आहे. पाच फूट सात इंच इतकी उंच. लाल केसांची. कॅलिफोर्नियात साधारणपणे जसे लोक असतात तशी, म्हणजे धीट, शूर आणि सतत बडबड करणारी. अर्थात किरबीचं खरं रूप जरा वेगळं आहे. किरबी पूर्वी सी.आय.ए. या अमेरिकेच्या गुप्तहेर संघटनेत काम करायची. 'असंच काहीतरी'; स्वत:विषयी माहिती सांगताना तिला असं म्हणणं आवडतं. अमेरिकन सरकारसाठी मध्य आणि दक्षिण अमेरिकेत मारेकऱ्याचं काम करण्यासाठी तिने बरीच वर्षं घालवली, अशा अफवा आहेत. पण मला त्याविषयी तिळमात्रही शंका नाही. तिच्या तोंडावर हजार किलोवॅटचं स्मितहास्य असलं आणि संभाषणात ती पोरकट शब्द वापरत असली, तरी ती फारच खतरनाक आहे.

ती आपल्या कामावर निष्ठा ठेवणारी आणि खूप विनोदीही आहे. आणि माझ्या टीममधल्या प्रत्येकाच्या आयुष्यात ती युक्तिप्रयुक्ती करून घर करून बसली होती.

''तू किरबीला का बरं ठेवलंस?''

''ती एक अभिरुचीसंपन्न मारेकरी आहे, स्मोकी. अगदी उत्तम अभिरुची.''

''अच्छा!''

''पण तिच्यावर नजर ठेवावी लागते, माहितीय?''

''हं, माहितीय.''

किरबीच्या मनात ज्या वेळी जे आवेग येतील, त्याप्रमाणे ती वागून मोकळी होते आणि नंतर पश्चाताप, माफी वगैरे तिच्या हिशोबातच नसतं आणि तिचं नैतिक

होकायंत्र आहे ना, त्याला मधूनमधून थोडा धक्का मारावा लागतो.

कॅली सुस्कारा सोडते. "ठीक आहे. मला खात्री आहे, सर्व काही व्यवस्थित पार पडेल. मी तिला सांगितलंय, कोणी जर माझ्यावर हल्ला करण्याचा प्रयत्न केलाच, तर त्याला जास्त इजा करू नकोस."

"जास्त?" मी विचारते.

कॅली स्मितहास्य करतेय हे मला जवळजवळ ऐकू येतंय. आपल्या लग्नाची व्यवस्था करायला एखाद्या मारेकऱ्याला ठेवून, जर तिचा उपयोग आपण वेगवेगळ्या विक्रेत्यांना थोडं घाबरवण्यासाठी नाही केला, तर काय कायदा?"

मी रोझॅरिओ रिडला फोन करते. क्षणभर त्या गप्पच राहतात. मला जे काही सापडलंय त्याची माहिती देते.

"तो – तो तिथं आला होता? ज्याने माझ्या लिसाला मारलं तो?"

"हो."

अजून काही काळ शांतता. त्यांना काय वाटत असेल, याची मला कल्पना आहे. दुःख, राग, आपलं काहीतरी लुटलं गेलंय ही भावना. एक वांझोटी इच्छा – त्या माणसाला नष्ट करण्याची. ज्यानं हे केलं, ज्यानं त्यांचं मूल त्यांच्यापासून केवळ हिरावून घेतलं नाही, तर जो लिसाच्या घरात, लिसाच्या आयुष्यात बिनदिक्कतपणे, कशाचीही तमा न बाळगता फिरला.

"रोझॅरिओ, एक प्रश्न मला विचारलाच पाहिजे. लिसा त्या जर्नलमध्ये कशाबद्दल बोलत होती, याची तुम्हाला काही कल्पना आहे का? कोणत्या गुपिताविषयी तिनं लिहिलंय?"

"यत्किंचितही कल्पना नाहीये. खरंच मला काहीच माहीत नाही त्याविषयी."

खरंय हे? की माझ्याशी खोटं बोलत आहात तुम्ही? माझ्या मनातला संशय.

पण हा संशय मी सध्यासाठी बाजूला ठेवते.

ती सुस्कारा सोडते. "आता काय करणारेस तू?"

"जेव्हा माझ्या टीमचं विमान तपासणीचं काम संपेल, तेव्हा ते इथे येतील. मग सगळ्या घराची, खालपासून वरपर्यंत आमच्या पद्धतीने तपासणी होईल. कुठे कोणाचे ठसे मिळतात का ते बघितलं जाईल."

"अच्छा." अजून एकदा शांतता. त्या गप्पच. "घडतंय ते मला सांगितल्याबद्दल धन्यवाद स्मोकी. प्लीज तुला काही लागलं तर मला फोन कर."

त्या फोन ठेवून देतात आणि मग मला उमगतं, की लिसाने त्या जर्नलमध्ये अजून काय काय लिहिलंय, हे त्यांनी मला विचारलंच नाही.

असं आहे तर. रोझॅरिओ मॅडम! म्हणजे तुमच्यातही कदाचित अप्रामाणिक असण्याची क्षमता आहे तर. तुम्ही मला सांगितलं होतं, की लिसा आनंदी होती. पण कदाचित तुम्हाला वाटलं असेल की लिसा आनंदी नव्हती, असं तिने डायरीत लिहिलेलं असेल तर?

त्याबद्दल मी त्यांना दोष देऊ शकत नाही. आपल्या मुलीविषयी चांगलंच काहीतरी ऐकण्याची प्रत्येक आईची इच्छा असते. माझी अलेक्सादेखील एकदम परिपूर्ण, आनंदी होती. तिच्यात कोणतंही न्यून नव्हतं. अशाच माझ्या तिच्याविषयीच्या स्मृती असाव्यात, असं मलाही वाटतंच ना?

माझा फोन वाजतो. ॲलन.

कोणतीही प्रस्तावना न करता तो धाडधाड बोलायला लागतो. "रिचर्ड ॲम्ब्रोस केवळ मेलेलाच आहे असं नाही, तर त्याचं प्रेत अजूनही इथेच आहे."

मी स्वत:लाच शिव्या देते. हे आता हाताबाहेर चाललंय.

"मला पत्ता दे." मी म्हणते. "मी टॅक्सी शोधते आणि तुला तिथं भेटते."

८

आता सकाळचे दहा वाजत आले आहेत आणि रात्रीची झोप हुकल्याचं आता मला जाणवायला लागलंय. डोळे चुरचुरतायत. तोंडात वाईट चव तयार झालीय आणि माझं अंग-प्रत्यंग दुखू लागलंय, ज्याची मला इतर वेळी जाणीवही होत नसते.

स्वत:ला हलवून जागं ठेवण्यासाठी मी हवामान आणि आकाश यांच्यावर लक्ष एकाग्र करते. टॅक्सीच्या बाहेर पाऊल ठेवल्याबरोबर वारा माझा चावा घेतो. पण फार त्रास होत नाही. सूर्य म्हणण्यापुरता जळतोय – थंडपणे. सूर्य – आता उरलाय तो केवळ प्रकाशाचा एक स्त्रोत म्हणून.

रिचर्ड ॲम्ब्रोस मध्यम आकाराच्या एक जुनाट घरात राहत होता. उतरत्या छपराचं घर आहे. जिथे खूप बर्फ पडतो त्या भागात अशीच घरं असतात. घराचा बाहेरचा भाग करड्या रंगाच्या दगडांनी बनवलेला आहे. मध्ये मध्ये निळ्या आणि पांढऱ्या पट्ट्या आहेत. एका मोठ्या भूखंडावर हे घर उभारलेलं आहे. जमिनीवर सर्वत्र गळून पडलेल्या पानांचा सडा पडलेला आहे.

शांत परिसर आहे हा, आल्हाददायक. हॅलोविनवर सफरचंदाचा गरम रस घेते आहे; छोटी मुलं ती पानं रचून त्याचा ढीग करताहेत, म्हणजे त्यावर ती उड्या मारू शकतील. मी कॅलिफोर्नियाची रहिवासी असली तरी कॅलिफोर्नियाच सर्वश्रेष्ठ आहे, असं जे कॅलिफोर्नियातले बरेच लोक समजतात, त्यांच्यापैकी मी नाही. आपण कुठे असावं तर फक्त कॅलिफोर्नियातच, असा त्यांचा समज असतो. या जागेचं आकर्षण मी समजू शकते, या जागेचं एक वेगळं व्यक्तिमत्त्व मी जाणू शकते. जर इथे बर्फ पडत नसता, तर मी इथे राहण्याचाही विचार करू शकले असते.

बर्फाचं आणि माझं काही जमत नाही.

मी टॅक्सीवाल्याला पैसे देते आणि त्याला पिटाळून लावते. वाळलेल्या पानांवरून करकर आवाज करीत मी कॉंक्रीटवर पोहोचेपर्यंत चालत जाते. शेजारी खिडक्यांचे पडदे दूर करून बघताहेत, हे माझ्या लक्षात येतंय. प्रवेशद्वाराला भेगा पडल्या आहेत. मी ते उघडताक्षणीच मृत्यूचा कडवट, गोड वास माझ्यावर हल्ला करतो.

"परमेश्वरा," मी पुटपुटते. घशात ओलं-ओलं, गुळगुळीत असं काहीतरी वर सरकताना मला जाणवतं. मी ते जबरदस्तीने गिळून टाकते.

कशीबशी मी आत शिरते आणि दार लावून घेते.

घराच्या आत उबदार वातावरण आहे. जरा जास्तच ऊब वाटते आहे. पूर्ण वेगात हिटर चालू असल्यासारखं वाटतंय.

मारेकऱ्याने आम्हाला द्यायची ठरवलेली हीच ती छोटी भेट असावी का? लॉजमधल्या घामट खोल्या असतात तसं हे घर करून टाकायचं, म्हणजे या प्रेताचा मस्तपैकी वास येत राहील, असा तर त्याने विचार केला नसेल ना?

माझ्या नाकपुड्यांनी मी खोलवर श्वास घेते आणि गुदमरतेच. चेहऱ्यावर घालण्यासाठी माझ्याजवळ कोणताही मास्क, बुरखा नाहीये किंवा नाकाखाली लावण्यासाठी मेंथॉलही नाहीये. म्हणून खोलवर श्वास घेणं ही एक युक्ती आहे. हा वास खोलवर आत घ्यायचा आणि आपल्या घ्राणेंद्रियांना त्यात बुडवून टाकायचं. पण खरं तर यासाठी गॅस मास्क सर्वोत्तम. बाकी कोणत्याही युक्त्या शंभर टक्के काम करत नाहीत. मृत्यूचा वासच इतका उग्र असतो.

ॲम्ब्रोसच्या घराचा आतला भाग दर्शनी भागाला साजेसा असाच आहे. पुरातन असण्यातही एक श्रीमंती असते. खाली सगळीकडे काळं लाकूड बसवलेलं मला दिसतंय. जरी लाकूड चमकतंय, तरी ते ठिकठिकाणी झिजलेलं दिसतंय. म्हणजेच ते असली आहे, असा विचार माझ्या मनात येतो. प्लॅस्टरच्या भिंती आणि दिवेही जुन्या पद्धतीचे आहेत.

"ॲलन?" मी हाक मारते.

"वरती आहे मी," तो उत्तरतो.

वरच्या मजल्यावर जाणाऱ्या पायऱ्या प्रवेशद्वाराला सामोऱ्या जाणाऱ्या आहेत. अरुंद आहेत. दोन्ही बाजूला भिंती आहेत. जुनं लाकूड असल्याने मी जिना चढत असताना वेगवेगळ्या प्रकारचे आवाज येताहेत. कुजलेल्या मांसाचा दर्प आता अधिकच उग्र होतोय.

मी वरपर्यंत पोहोचते, तर एका भिंतीसमोर मी उभी. हॉलमध्ये जाण्याचा रस्ता पुढे डाव्या आणि उजव्या बाजूला लांबलेला.

"कुठे आहेस तू?" मी विचारते.

"मास्टर बेडरूममध्ये आहे मी." तो ओरडतो. त्याचा आवाज डाव्या बाजूने येतोय.

मी डावीकडे वळते आणि चालू लागते. पायाखालचं लाकूड कुरकुर करतंय. कायम तक्रारी करत राहणाऱ्या म्हाताऱ्या माणसासारखं किंवा अपराधीपणाच्या भावनेनं एखादी आई व्याकूळ होते तसं. भिंतीवरच्या एका चित्राला ओलांडून मी पुढे जाते. पिकासोचं चित्र. त्यात डॉन क्विक्झोट घोड्यावर बसलेला आहे.

मी मास्टर बेडरूमपर्यंत पोहोचते आणि आत शिरते.

"ईऽऽऽ" मी तोंड वेडंवाकडं करते.

ॲलन बेडच्या पायथ्याशी उभा आहे. तो खाली कशाकडे तरी बघतोय, जी कधी काळी एक जिवंत व्यक्ती होती.

ॲम्ब्रोसला पाठीवर झोपवलेलं आहे. दोन्ही हात बाजूला. त्याचं शरीर फुगलंय – याहून जास्त फुगू शकत नाही इतकं. शरीरावरची कातडी काही ठिकाणी पिवळसर क्रीमसारखी, काही ठिकाणी काळी. शरीरातले द्रव पदार्थ नाकपुड्यांतून दोन्ही बाजूला गादीवर ओघळलेले आणि नंतर खाली सांडलेले आहेत. इथला दर्प असह्य आहे. माझ्या तोंडात लाळ जमा होणार नाही, यासाठी मी धडपडतेय. ॲलनवर मात्र याचा काहीच परिणाम झालेला दिसत नाहीये.

"कुजण्याच्या अवस्थेत आहे हे प्रेत. दहा ते बारा दिवसांपूर्वी याचा मृत्यू झालाय." ॲलन आपलं निरीक्षण नोंदवतो.

मी मान हलवते. "शिवाय एकटाच आहे. किडे-मकोडेही दिसत नाहीयेत. म्हणजे घर पक्कं लावून घेतलेलं होतं. मृत्यूचं काही ढोबळ कारण दिसतंय?"

ॲलन नकारार्थी मान हलवतो. "मला शरीरावर कुठेही गोळी झाडल्याची खूण दिसत नाहीये. आणि खरं म्हणजे प्रेत इतकं सडलंय, त्यातून इतकं काही वाहून गेलंय, की सांगताच येणार नाही, त्याचा गळा दाबला गेला की कापला गेलाय."

"हा खून केवळ गरजेपोटी केलेला आहे," मी पुटपुटते. "यात खुन्याला काही आनंद मिळणार नव्हता. त्याला केवळ एक नवी, वेगळी ओळख हवी होती. बस."

"बरं झालं आठवलं. हे बघ जरा." ॲलन माझ्या हातात आठ बाय दहाच्या फ्रेममधला एक फोटो देतो – ॲम्ब्रोसचा. चाळिशीतला एक आकर्षक माणूस मी त्या फोटोत बघते. काळे केस आणि चेहऱ्यावर सहज उमललेलं स्मितहास्य. ॲम्ब्रोस चित्रपट-ताऱ्यांप्रमाणे सुंदर नव्हता, पण स्त्रियांना आकर्षित करण्यासाठी त्याला काही अडचण येत असावी, याबद्दल मला शंका आहे. तथापि सर्वांत गमतीशीर बाब म्हणजे त्याने पूर्ण दाढी आणि मिशा ठेवल्या आहेत. मी तो फोटो ॲलनला परत देते.

''त्याने ॲम्ब्रोसची निवड केली, कारण ते दोघेही साधारणपणे एकाच वयाचे, उंचीचे आणि सारखेच दिसणारे आहेत.'' मी म्हणते. ''त्याला हे माहीत होतं की तो विमानात असणार आहे, म्हणजेच बंद वातावरणात. त्यामुळे फार हुशारी दाखवून त्याला चालणार नव्हतं. तसंच खूप गुंतागुंतीचं वेषांतर करूनही तो अडचणीत येण्याचीच शक्यता जास्त होती. मी पैज लावते, तो विमानतळावर दाढी-मिशा साफ करून गेला आणि तिथं त्यानं ॲम्ब्रोसचं ड्रायव्हिंग लायसन्स दाखविलं. सुरक्षा कर्मचाऱ्यांना त्याने सांगितलं असणार की नुकत्याच त्याने दाढी आणि मिशा काढल्या आहेत.'' मी खांदे उडविते. ''जर त्याच्यात पुरेसा आत्मविश्वास असेल, दुसऱ्यांवर प्रभाव टाकण्याची क्षमता असेल आणि त्याच्यात व ॲम्ब्रोसमध्ये ढोबळमानाने सारखेपणा असेल, तर विमानतळावरच्या अडचणींवर मात करणं त्याला सहज शक्य होतं.

''मला कळत नाहीये. पण तू म्हणतेस तसं त्यानं केलं असेल, तर त्याने फार मोठी जोखीम उचलली होती, असंच म्हणावं लागेल. समजा सुरक्षा कर्मचाऱ्यांत कोणी चतुर कर्मचारी असता आणि त्यानं या मारेकऱ्याची दुसऱ्यांदा तपासणी केली असती, बारकाईने तपासणी केली असती, तर?''

''त्याने विमानात, ते हवेत असताना खून केलाय. मला नाही वाटत जोखीम उचलणं ही त्याच्यासाठी फार मोठी गोष्ट आहे.''

''चांगला मुद्दा आहे.''

''शिवाय सत्य हे आहे, की भरपूर सामाजिक अभिसरण झाल्यामुळे, हे काही फार अवघड नाहीये.''

सज्जन माणसांची समस्या ही असते, की ते सज्जन असतात. बाकीचे लोकंही आपोआपच सज्जन असणार, हे ते गृहीत धरतात. जर समोरचा माणूस म्हणाला की तो प्लंबर आहे आणि त्याच्या अंगावर प्लंबरचे कपडे असतील, तर त्यांच्या दृष्टीने तो प्लंबर आहे. मग वेषांतर करून आलेला तो खुनांची मालिका रचणारा मारेकरी नसणारच. टेड बंडीने आपला हात प्लॅस्टरमध्ये टाकला आणि त्याच्या व्हॅनमध्ये कोच चढवण्यास मदत करावी म्हणून एका मुलीला विनंती केली. तो खूप सुंदर आणि मोहक होता आणि ती मुलगी सज्जन. क्षणभरही विचार न करता तिने त्याला मदत केली आणि तो दुष्ट असल्याने त्या मदतीनंतरही त्याने तिला ठार मारलं. मला खात्री आहे, ते घडत असतानाही, म्हणजे तिचा खून होत असतानाही जे घडतंय त्यावर तिने विश्वास ठेवला नसावा.

लोक अशी समजूत करून घेतात की आता ते फार काळजीपूर्वक वागताहेत. ही विचित्र गोष्ट आहे. बंडीची तुटलेल्या हाताची युक्ती आता काम करणार नाही! चूक. ती युक्ती आज तर काम करेलच आणि अजून शंभर वर्षांनीही काम करेल.

आपण असेच आहोत.

"आता काय योजना आहे?" ॲलन विचारतो.

मी सुस्कारा सोडते. "काम वाढतंय. आपल्याकडचं मनुष्यबळ खूप कमी पडतंय. आपल्याकडे गुन्हा घडल्याचं ठिकाण म्हणून विमान आहे. ते तपासण्याचं काम होतं ना होतं तोच आता लिसाचं घरही पिंजून काढायचंय. आणि आता हे घर. हे सगळं कॅली आणि जेम्स हाताळू शकत नाहीत." मी डोकं हलवते. "मी एडी जोन्सशी बोलते."

"आपल्याला आता पद्धतशीरपणे हा खेळ खेळावा लागणार आहे सर." मी त्यांना सांगते. "गुन्हे घडल्याची तीन स्थळं आता आपल्याकडे आहेत. तसं कायदा, नियम बघितला तर ॲम्ब्रोसचा खून ही स्थानिक पोलिसांची जबाबदारी आहे. जर मी हे प्रकरण माझ्या ताब्यात घेण्याचा प्रयत्न केला, तर अनेक कायदेशीर प्रश्न उपस्थित होऊ शकतात. आणि शिवाय माझी गरज गुप्तता पाळण्याची आहे, तर ॲम्ब्रोसच्या खुनाच्या घटनेची गरज तातडीने तपास होण्याची आहे. त्यामुळे मी या खुनाचं प्रकरण माझ्या हातात घेऊ शकत नाही."

खुनाचा तपास म्हणजे एक प्रकारचा तडाखा असतो. हळुवारपणाला तिथं काही जागा नसते. सर्व निर्बंध तोडून पळायचं असतं. जवळ जी कोणती साधनं असतील ती वापरायची असतात. कारण पहिल्या अठ्ठेचाळीस ते बहात्तर तासांच्या आत तुमच्या हाती काही लागलं नाही, तर तुमच्या हाती कधी काही लागण्याची शक्यता धूसर होऊन जाते. रिचर्ड ॲम्ब्रोसच्या कुजणाऱ्या प्रेताकडे बघत असताना मला हे आठवलं आणि हे देखील जाणवलं की, मी दुसऱ्या कोणाचा तरी प्रश्न सोडवते आहे. जसं मी रोझॅरिओला सांगितलं होतं – मी खुनाच्या बळींसाठी काम करते, त्यांच्यासाठी नाही, त्यांच्या नवऱ्यासाठीही नाही आणि राजकीय गरज म्हणून तर नाहीच नाही.

एडी जोन्सने सुस्कारा सोडल्याचं मला ऐकू येतं. "दुसरा काही मार्ग आहे यातून निघण्यासाठी?"

"नीतिमत्तेच्या दृष्टीने म्हणाल तर नाही. कोणताच दुसरा मार्ग नाहीये सर. खुनाचं एक प्रकरण इथे समोर उभं ठाकलंय. मोठं प्रकरण. या साऱ्या घराची तपासणी करणं, बारकाईने तपासणी करणं गरजेचं होऊन बसलंय. आणि आपल्याकडे तर कामांचा ढीग तयार झालाय. खुन्यानं दुसऱ्याच माणसाची ओळख चोरलीय. विमानातल्या बाकीच्या प्रवाशांच्या मुलाखती घ्यायच्या आहेत. तिकीट काऊंटरवरचे कर्मचारी, विमानातले कर्मचारी यांच्याशी देखील बोलायचं आहे. शिवाय त्याने

अगोदर ज्यांचे खून केले असावेत, ती प्रकरणंही या निमित्ताने वर येण्याची दाट शक्यता आहेच. यात भर म्हणजे खुन्यानं आपल्याला आश्वासन दिलंय, आश्वासन कसलं? धमकीच, जोपर्यंत आपण त्याला पकडत नाही, तोपर्यंत तो आणखी खून करतच राहणार. जर आपल्याला ही सगळी कामं व्यवस्थितपणे करायची असतील, तर आपल्याला स्थानिक पोलिसांना मध्ये घ्यावंच लागणार आहे.''

बराच वेळ विराम. नंतर, ''मान्य आहे. पण लिसाच्या खुनाचं प्रकरण मात्र आपण थेट आपल्याच हातात ठेवू. त्यात स्थानिक पोलिसांची ढवळाढवळ नकोय. तिच्या घरात दुसरं कोणी जायला नकोय मला आणि एम.ई.कडून आलेला शवविच्छेदनाचा अहवालही गुलदस्त्यातच ठेवण्याची माझी इच्छा आहे. जर त्या क्रॉसच्या बाबतीतली माहिती बाहेर फुटली, तर तुझ्या तपासकामात अडचणी येतील.''

''बरोबर आहे.''

''आणि स्मोकी, एकीकडे तू घोडदळाला जरी पाचारण करणार असलीस, तरी दुसऱ्या बाजूने तू हवाई दलालाही सज्ज राहायला सांगितलं पाहिजेस.''

''म्हणजे काय?''

''स्थानिक पोलिसांना जर तू यात पाचारण करू बघत असशील, तर रोझॅरिओ रिड यांनाही फोन कर. त्यांना समजावून सांग की, आता हे प्रकरण पूर्णपणे आपल्या-आपल्यात ठेवणं व्यवहार्य नाहीये. त्यांना पटवून दे, की तसं केलं तर लिसाच्या खुन्याला शोधण्याचं काम रखडून पडेल. त्यात अडचणी येतील. त्या एक आई आहेत आणि एका राजकारणी व्यक्तीच्या पत्नी आहेत. या नात्याने त्यांना विनंती कर. संचालकांना कसं समजवायचं, ते माझ्यावर सोड.''

''हो सर.''

''तू मला फोन करून योग्य केलंस स्मोकी.''

मी पुढच्या अंगणात आहे. वाळून खाली पडलेली पानं वाऱ्यामुळे माझ्या पायाशी खेळताहेत. करकरीत, थंड वाऱ्यामुळे माझे गाल आणि हात बधीर झाले आहेत. या क्षणी मला ते आवडतंय. बरं वाटतंय. कारण त्यामुळे माझ्या नाकपुड्यांमधला मृत्यूचा दर्प स्वच्छ केला जातोय.

''तुझ्या विचारांवर मी विश्वास ठेवते स्मोकी.'' रोझॅरिओ मला सांगतात. ''माझ्या मनात जे होतं तेच मी तुला, आपण कारमध्ये असताना सांगितलं होतं, की लिसा हेच तुझं प्राधान्य आहे.''

''मी तुमच्या विचारांची प्रशंसा करते. मी देखील काही वेगळा विचार केला

नव्हता. पण तुम्हालाही याचं श्रेय मिळायला हवंच ना? शिवाय...'' मी चाचरते.

''बोल.''

''अगदी प्रामाणिकपणे सांगायचं तर, तुम्ही माझ्या निर्णयांवर जो विश्वास दाखवला आहे, ते जर आमच्या संचालकांना कळवलं, तर आम्हाला त्याची फार मदत होईल.''

''मी स्वत:च त्यांच्याशी बोलेन.''

''धन्यवाद. माझी आणि त्यांच्या साहाय्यकाची भेट झाली होती आणि तिनं मला जरा घाबरवलं होतं. मला या क्षेत्राची सवय नाहीये ना.''

''रॅचेल हिन्सन?'' त्यांना जरा गंमतच वाटते. ''ती जरा भीतिदायकच आहे, खरंय. पण मीही तशीच आहे की. आणि मी दहा वर्षांनी मोठी आहे तिच्यापेक्षा. तुला जे गरजेचं वाटतं ते तू बिनदिक्कतपणे कर.''

''निश्चितच.''

त्या फोन बंद करतात आणि मी अॅलनकडे वळते. पुढच्या पोर्चमध्ये कोटात हात घालून तो माझी वाट बघत थांबलाय. मी मान हलवून त्याला खूण करते. ''स्थानिक पोलिसांना बोलव.''

९

जेम्स आणि कॅलीला घेऊन मी पुन्हा लिसाच्या घरात आले आहे. ॲलन ॲम्ब्रोसच्या घरी आहे. स्थानिक पोलिसांबरोबर समन्वय साधतो आहे. ॲम्ब्रोसचा उपयोग करून घेण्यात आला आणि नंतर त्याला फेकून देण्यात आलं. खुन्याच्या दृष्टीने तो महत्त्वाचा नव्हता. आता हे ऐकताना जरा निर्घृण वाटेल, पण ॲम्ब्रोस खुन्यासाठी जसा महत्त्वाचा नव्हता, तसाच माझ्यासाठीही नाही. निदान लगेच तरी नाही.

जेम्स घरातून चक्कर मारतोय. मी जे केलं तेच तो करतोय. लिसाचं व्यक्तिमत्त्व जाणून घेतोय, असं मला वाटतंय. आमच्या वेड्या मारेकऱ्यासाठी ती महत्त्वाची होती. म्हणून त्याने घेतलेल्या बळीला अगोदर जाणून घ्या. मग त्या बळीच्या खुन्यालाही जाणून घेता येईल.

कॅली थकलेली वाटतेय. तिच्या कोटाच्या खिशातून विकोडीनची बाटली काढून एक गोळी अशीच तोंडात टाकताना मी बघते.

"मस्त." खोट्या आनंदात ती डोळे गरागरा हलवते आणि पोट जोरजोरात चोळते.

"कसं चालू आहे तुझं? या गोळ्या...?"

"अजूनही त्याचं व्यसन आहेच." ती उत्तरते. "पण मग त्याच्यासाठीच मला तुझी मदत हवीय. माझ्या लग्नाआधी. एका रूममध्ये आतून कुलूप लावून एकत्र आपल्याला कोंडून घेऊ. मग घामटं काढू, वांती करू. सोडण्याच्या उपचारांचा एक भागच असतो तो."

"मजेशीर वाटतंय ऐकून."

"उच्छाद मांडायचा, दुसरं काय? बरं ते जाऊ दे. आता मी काय करायचंय?"

मी तिला डायरीविषयी सांगते, मला जे सापडलं त्याविषयी बोलते.

''कॅली, तो इथं आला होता. इथं वेळ घालवलाय त्यानं. मला वाटतं, त्याने त्या डायरीतली काही पानं चोरली आहेत. तू आणि जेम्सने या घराची नखशिखान्त तपासणी करावी, बारीक कंगव्यानं विंचरल्यासारखं घर पिंजून काढा.

''तुला असं वाटतंय, की आम्हाला काही सापडेल!''

काही क्षण मी मनातच घुटमळते, चाचरते, मग खांदे उडवून म्हणते, ''मला ते नाही सांगता यायचं. कदाचित काहीतरी सापडेल देखील. तो इथे आला होता हे आपल्याला कळावं, अशी त्याची इच्छा आहे. आणि खूण म्हणून त्याने लिसाच्या शरीरात क्रॉस ठेवला. त्याचा आपण पाठलाग करावा, यासाठी तो धडपडतोय. पण त्याच्या बोटांचे ठसे मात्र तो लपवतोय...'' मी डोकं हलवते. ''पण अजूनही चित्र धूसर आहे. त्याची आकृती स्पष्ट होत नाहीये. माझ्या ताब्यात अजूनही असं काहीही नाही, काहीही पुरेसं नाहीये, ज्याच्या आधारे मी काम सुरू करू शकेन.''

जेम्स घर फिरून परत आलेला आहे आणि माझं बोलणं ऐकतोय.

''आपलं एकमत आहे यावर.'' तो म्हणतो. ''आत्तापर्यंत जे काही हाती लागलंय त्यावरून मी त्याच्याविषयी फार तर हे सांगू शकतो की, तो जरा वय झालेला आहे, व्यवस्थित आहे. त्याच्या कामात विस्कळीतपणा नसतो. आपल्या कामात निपुण आहे. कोणतीही जोखीम उचलताना तो वेडेपणा करीत नाही, तो घाबरतही नाही, तो निर्भीड आहे. आणि आता मैदानात उतरला आहे, हे आपल्याला कळावं अशी त्याची इच्छा आहे.''

आणि हे देखील, की लवकरच तो आणखी खून करणार आहे... मी असं म्हणून जेम्सला पुस्ती जोडत नाही. पण मनात मात्र हा विचार आल्याशिवाय राहत नाही.

''विमानात अजून काही सापडलं?'' मी विचारते.

''नाही. काही नाही.'' कॅली उत्तरते. ''आम्ही व्हॅक्युमिंग केलंय ते प्रयोगशाळेत तपासायचं आहे. आणि विमानातल्या सीटवरची रक्ताळलेली गादी आमच्याजवळ आहे. पण बाकी काही नाही.''

''पोलिसांकडे माहिती असते अनेकांची. त्यात कदाचित त्याचीही माहिती असणार. किंवा कोणत्याही दुसऱ्या व्यावसायिक अथवा अन्य संस्थेकडे असणाऱ्या डाटाबेसमध्ये तो असणार. या गोष्टीचा बोलका पुरावा म्हणजे त्याने ठिकठिकाणचे आपल्या बोटांचे ठसे पुसत जाणं.'' जेम्स सांगतो.

''खरंय! ते आणि त्याचं वर्तन या ज्या गोष्टी आपल्याला मिळाल्या आहेत. त्यामुळे काहीतरी सुगावा लागू शकतो.'' मी सुस्कारा सोडते. ''थोडक्यात काय,

तर आपल्याकडे अजून सांगण्यासारखं विशेष काहीही नाही.''

''पीऽऽश'' कॅलीचे उद्गार. ''असं काय म्हणताय? आत्ता कुठे जेमतेम चोवीस तास झालेत आपल्याला सुरुवात करून आणि आत्तापर्यंतची सर्वांत मोठी चूक तो करून बसलाय – त्याने आपलं लक्ष वेधून घेतलंय.''

जेम्स डोकं हलवतो. ''हो, पण तो अजून कोणाचा तरी खून करण्यापूर्वी आपण त्याला पकडू शकू, असं काही दिसत नाहीये.''

कॅली खांदे उडवते. ''आता ते आपल्या हातात नाहीये. हे आपल्या हातात आहे. तेव्हा चला कामाला लागू या.'' आजूबाजूला पडलेल्या कामांकडे बोट दाखवत ती म्हणते.

मी तिच्याशी सहमती दाखवण्यासाठी काही बोलणार, तेवढ्यात फोन वाजतो. ॲलन.

''वाईट बातमी आहे.'' तो म्हणतो.

''काय?''

''तुला आठवतंय? तू म्हणाली होतीस की याच प्रकारचे गुन्हे घडले असतील तर त्यांचा शोध घे.''

''हं! हं!!'' माझ्या हृदयाची धडधड थांबते.

''ॲम्ब्रोसच्या घरी जाण्यापूर्वी मी तसा शोध घेतला. आपल्याला अगोदरच दणका बसलाय. बघ हे – हा ताजा गुन्हा आहे. दहा दिवसांपूर्वी घडलेला.''

''माझी चेष्टा तर करत नाहीयेस ना तू?''

''तसं असतं तर किती बरं होतं? याचा अर्थ त्याचं काम चालू आहे. हा जवळ ठोस योजना असलेला माणूस दिसतोय.''

मी माझे डोळे बंद करून घेते, कपाळ चोळते. या वाईट बातमीमुळे आत्तापर्यंतचा सारा थकवा माझ्यावर कोसळल्यासारखा वाटतोय.

''मला सगळी माहिती दे.'' मी म्हणते.

मध्यंतर
रोझमेरी सोनफिल्डचा मृत्यू

१०

घड्याळाचा कर्कश अलार्म वाजताच रोझमेरी झोपेतून जागी होते. साडे-सहा वाजलेले. अलार्मला गप्प करून परत झोपी जावं का, असा विचार तिच्या मनात चालू होता. शनिवार तर आहे आज. विचार मोहक आहे. पण थोबाडीत बसल्यासारखा दुसरा विचार पटकन रौद्ररूप धारण करून येतो.

नाही. या पद्धतीनं हे काम होत नाही. तू या पद्धतीनं कधीच काम करायचं नाहीये. शिस्त! दिवसभर शिस्त! आतापासून तर मृत्यूपर्यंत. आता केवळ हाच मार्ग आहे.

मग ती उठून बसण्यासाठी स्वत:वर जबरदस्ती करते. नाखुशीने उठून बसते. पाय बिछान्याच्या बाजूने खाली लोंबताहेत. तिचे पाय खालच्या लाकडी भुईला स्पर्श करतात, अंदाजे, हळूच आणि थंडपणा जाणवल्याने लगेच मागे येतात, प्रतिक्षिप्त क्रियेप्रमाणे.

कॉफी. मला कॉफी हवीय.

ती हातपाय ताणून आळस देते. आणि तिला नवल वाटतं की अजूनही तिला अंग दुखल्यासारखं आणि ढेपाळल्यासारखं वाटू शकतं. ती केवळ चौतीस वर्षांची आहे आणि तिने आपलं आयुष्य साधं, सरळ, स्वच्छ करायला सुरुवात करून आता चार वर्षं झाली आहेत.

तुमच्या पापाची भरपाई करण्यासाठी ही किंमत मोजावी लागते.

तिच्या घराच्या खिडकीतून ती बाहेर बघते. ती कॅलिफोर्नियातल्या सिमी व्हॅलीत राहते आहे. चार वर्षांपूर्वी ती आयुष्य नव्याने सुरू करण्यासाठी इथे पळून आली. छान आहे हे घर. दोन बेडरूम्स. आल्हाददायक सजावट आहे. सुखद. अंगावर न येणारी. बेईजचा गालिचा आणि पांढरा रंग दिलेल्या भिंती, बेडरूममध्ये

आणि स्वयंपाकघरात जमिनीवर लाकडी फरशांचं आच्छादन. अजून काय हवंय? यावर ती जन्मभर खूश राहू शकते.

सकाळच्या हवेत झोंबणारा गारवा आहे. खरं म्हणजे सप्टेंबरमध्ये इतका गारवा साधारणपणे नसतो. ती पूर्ण नग्न आहे आणि थंडीमुळे तिच्या अंगावर काटे आले आहेत. तिची स्तनाग्रं कठीण झाली आहेत.

ती उभी राहते आणि शांतपणे बाथरूममध्ये जाते. कमोडच्या सीटवर बसताक्षणी तिच्या तोंडातून अस्पष्ट किंचाळी बाहेर पडते. कमोडही गार पडलेला. ढुंगणाला बर्फ लावल्यासारखं वाटतंय. ती लघवी करते. गुडघे एकमेकांना लावलेले. पुसते, उभी राहते आणि फ्लश दाबते. बाथरूममधून बाहेर पडण्यापूर्वी ती आरशात बघून आपल्या शरीराची चाचपणी करते.

छान दिसतेय, नेहमीप्रमाणे. वाईट हे की त्याचा कधीच उपयोग नाही.

रोझमेरी बघते की, तिचे स्तन अजूनही छान आहेत. जान आहे त्यांच्यात अजून. एकदम ३८ सी पोट अजूनही सपाट आहे. त्यावर घट्ट कपड्यांचे वळ नाहीत, कोणतेही व्रण नाहीत. पाच फूट पाच इंचाची तिची आकृती फार सडपातळही नाही आणि फार जाडही नाही. तिच्या मांड्या पीळदार आहेत आणि नितंब घट्ट. तिच्या गुप्तांगावरचे केस दाट तपकिरी आहेत, जसे तिचे डोक्यावरचे कमरेपर्यंत रुळणारे केस. आता तिला खालचे केस कापावे लागत नाहीत म्हणून तिला बरं वाटतं.

परिपूर्ण देह. पण का नसावा? जेव्हा जेव्हा मी गरोदर राहिले, त्या त्या वेळी मी गर्भपात केला. हो की नाही? आठ वेळा, हो, सर! माझ्या गर्भाशयाला इतके छेद बसले आहेत, की मला यापुढे कधी मुलं होतील की नाही, शंकाच आहे. जी अर्थातच चांगली गोष्ट आहे. आई होण्याची माझी लायकी नाही. कोणत्याही मुलाच्या नशिबात आई म्हणून मी येऊ नये.

आरशासमोरून दूर होऊन ती या विचारांना पळवून लावते. पुन्हा बेडरूममध्ये येते. ती नेकलेस उचलते आणि गळ्यात घालते. चांदीच्या चेनमध्ये घातलेला छोटा चांदीचा क्रॉस. बिछान्याशेजारीच, थंडगार लाकडी जमिनीवर, गुडघ्यात मुडपून ती खाली बसते, डोकं पुढे वाकवते, डोळे मिटते आणि प्रार्थना म्हणते. दररोज सकाळी म्हणते तशी.

''परमेश्वरा! इतके दिवस मी पापाने भरलेलं आयुष्य जगत होते. त्या पापी जीवनातून मी मुक्त झाल्यावर अजून एक दिवस तू मला दिला आहेस, त्याबद्दल धन्यवाद. मोह आणि वेगवेगळ्या भुका मला अजून पिडताहेत. त्यांच्यापासून दूर राहण्याची शक्ती दिल्याबद्दल धन्यवाद. भगवंता, या भुका आणि हे मोह अजूनही मला सतावतात. काही वेळा मी नशेचा विचार करते, तर काही वेळा पुरुषांच्या

सहवासाचा, संभोगाचा. काही वेळा असं वाटतं असंच उठावं, बाहेर पडावं, गांजा प्यावा, दारू प्यावी, कोकेन घ्यावं आणि एखादं मोठं लिंग चोखत बसावं. मी हे केवळ म्हणतेय, तरी माझी योनी ओलसर झालीय. पण प्रत्येक दिवशी, तुझ्या मदतीने मी या विकारांना शरण जाण्यापासून स्वत:ला थांबवते आहे. त्या मोहांना मी दूर सारतेय, त्यांच्यापासून दूर होतेय आणि परमेश्वरा, त्यासाठीची शक्ती मिळण्यासाठी तू मला मदत करतोस, म्हणून मी तुझी आभारी आहे.''

काही वर्षांपूर्वी जेव्हा तिने प्रार्थना म्हणण्यास सुरुवात केली, त्या वेळी ती अशी भाषा वापरत नसे. ती स्वच्छ, सुंदर शब्द वापरायची, शुद्ध राहण्याचा प्रयत्न करायची. पण त्यातून समाधान मिळत नाहीये, असं तिच्या लक्षात आलं. तिच्या पुढच्या या प्रश्नाविषयी ती या भागात असलेल्या फादर येट्स यांच्याशी बोलली.

फादर येट्स पन्नाशीतले. पण ते एकदम शांत, प्रत्येकाला संधी देणारे – पूर्वी वेड्या बनून राहिलेल्या स्त्रिया, नशेच्या व्यसनातून मुक्त होऊ पाहणारे लोक. त्यांची एकच अट होती – तुमचे हेतू चांगले हवेत. जोपर्यंत तुमचे हेतू शुद्ध आहेत. तोपर्यंत ते तुमच्याबरोबर राहणार. मग बाकी कोणतीही गोष्ट त्यांना विचलित करत नव्हती.

''रोझमेरी, परमेश्वराला ज्या गोष्टी तू सांगाव्यास असं तुला वाटतं – म्हणजे घाणेरड्या गोष्टी – मला सांग, जेव्हा त्या तुझ्या मनात येतात, त्या वेळी तुला कसं वाटतं?''

''आतून वाटतं काहीतरी करावं. जेव्हा मला नशा कराविशी वाटते, संभोग करावासा वाटतो – माफ करा, फादर – म्हणजे हे विकार जेव्हा मनात येतात ना त्या वेळी असं वाटतं, काळ्याकुट्ट लाटा माझ्यावरून वाहताहेत, एकीच्या मागोमाग दुसरी. जर मी ते विकार आत दाबून ठेवले, तर ते जास्त प्रबळ होतात. पण मी जर त्यांच्याविषयी बोलले, त्या विकारांना शब्दरूप दिलं, की मग मला जरा हायसं वाटतं.''

''मला एखादं उदाहरण दे.''

ती त्यांच्याकडे रोखून बघत राहिली. ''तुमची काय इच्छा आहे? मनात जसे विचार येतात तसे तुम्हाला सांगावेत?''

''बरोबर.''

''मला कळत नाहीये फादर, मी अतिशय घाणेरडे विचार करते.''

फादर गालातल्या गालात हसले. ''रोझमेरी, जितके म्हणून अपवित्र शब्द अस्तित्वात असतील ना, ते सर्व मी ऐकलेले आहेत. कन्फेशन रूममध्ये मी असे काही कबुलीजबाब ऐकले आहेत, की तुझ्या हातापायाची बोटं पिळली जातील. कबुलीजबाब वेगवेगळ्या पापांचे, क्रूरपणाचे, लहान मुलांना आपल्या वासनेचे बळी

बनवणाऱ्यांचं मी तुला आश्वासन देतो, की तुला जे काही बोलावसं वाटतंय ते मी हाताळू शकतो.''

ते जे काही म्हणत होते त्यावर तिचा विश्वास बसला होता, तरी घाणेरडे विचार असं सांगणं तिला जडच जात होतं. ती त्यांच्याकडे बघत राहिली. ज्या गोष्टी तिला जाणवायच्या, ज्या शब्दात ती त्या गोष्टीचं वर्णन करायची, ती सारी गुपितं होती. एक काळ होता, जेव्हा ती ते शब्द प्रत्यक्षात जगत होती, जेव्हा कोणताही विचार न करता ती ते शब्द वापरत होती. पण आता काळ बदललाय.

दुसऱ्या बाजूला....

जर या काळ्याकुट्ट विचारांना शब्द दिले, मनात सतत बुडबुड्यांसारखे फुटणारे हे घाणेरडे विचार जर, फादर म्हणतात त्याप्रमाणे, व्यक्त झाले तर कदाचित खूप बरं वाटेल, हायसं वाटेल, याची तिला जाणीव व्हायला लागली.

पण जर....

ती एक मोठी चिंता होती, सर्वांत मोठी. याच चिंतेमुळे आपण केलेली पापं आपल्या शिरावर घ्यायला कचरतो.

''फादर जर – जर मी तसं...'' तिने आपले थरथरणारे ओठ चावले. ''मी असं काही बोलल्यानंतरही तुम्हाला मी आवडत राहीन ना?''

ती फादरकडे बघू शकली नाही. त्यांनी तिची हनुवटी पकडली आणि तिला तिचे डोळे वर करायला लावले. फादरच्या चेहऱ्यावर जी ममता, जो दयाळू भाव तिने बघितला. त्यामुळे मनावरचं सगळं ओझं गळून पडलं आणि तिला हमसून हमसून रडावंसं वाटलं.

''मी तुला आश्वासन देतो रोझमेरी. मी देवावर करतो त्या प्रेमाची शपथ.''

ती थोडं रडली होती आणि तिचं रडणं होईपर्यंत फादर थांबून राहिले होते. मग तिने डोळे पुसले आणि ती बोलायला लागली, गुपितं सांगायला लागली. ते शब्द महापुरासारखे होते, काळे, दाट आणि विचित्र, पण सांगणंही खूप गरजेचं होतं.

''काही वेळेस, फादर, मला केवळ संभोग करावासा वाटतो. माहितीय तुम्हाला? प्रणय, प्रेम वगैरे नाही. केवळ संभोग. मला पुरुषाचं लिंग माझ्या तोंडात हवं असतं; माझ्या योनीत हवं असतं आणि त्याअगोदर मला नशा करायची असते. जेवढं हातात सापडेल तेवढं कोकेन घ्यायचं असतं. जेव्हा मला ते हवंय, या इच्छेशी मी झगडते, तेव्हाही मी उत्तेजित होते आणि माहिती आहे? त्यामुळे तर या इच्छा अधिकच प्रबळ होतात.

''हे असंच सतत होत राहिलं आहे. लोक असा विचार करतात की माझ्यासारख्या मुली या बळी पडलेल्या असतात. काही मुली असतीलही बळी पडलेल्या. पण माझं तसं नाहीये. माझी भूकच जास्त आहे, दाहक आहे. माझी भूक जेवढी आहे

तेवढं मला कधी मिळालंच नाही. कधीच नाही. जितकं घाणेरडं तितकं अधिक चांगलं. माझ्यावर थुंका, माझ्या तोंडावर लघवी करा, माझ्यावर स्वार होऊन मला रांड बनवा. म्हणजे मग मी समाधानाच्या शिखरावर पोहोचेन. जितकं जोरात माझ्यावर चढाल तितकी जोरात मी गळेन, तितक्या जोरात माझ्या योनीत कारंजी फुटतील. हे सुख उपभोगताना दिवसामागून दिवस जावेत, आठवड्यांमागून आठवडे जावेत असं वाटतं. माझ्याशी सतत कोणीतरी संभोग करीत राहावं असं मला वाटतं, माझा श्वास थांबेपर्यंत.''

शब्द धो-धो बाहेर पडत राहिले, कोणत्याही नियंत्रणाशिवाय, कोणत्याही निर्बंधाशिवाय. आणि मग तिचे विचार थांबले होते. तिचं बोलणं संपलं होतं. फादर येट्सकडे तिने एक चोरटा कटाक्ष टाकला. जेव्हा तिने बघितलं की त्यांच्या चेहऱ्यावर कोणतेही धक्का बसल्यासारखे भाव नव्हते, तेव्हा तिला हायसं वाटलं. इतकं वाईट, अपवित्र बोलूनही फादरने तिच्याविषयी काही मत बनवल्याचं दिसत नव्हतं, म्हणून तिला फार बरं वाटलं. कदाचित याहीपेक्षा मौल्यवान, याहीपेक्षा महत्त्वाचं काही असेल, तर ते म्हणजे फादरच्या चेहऱ्यावर थोडीदेखील लैंगिक भूक दिसत नव्हती. चोरून काहीतरी बघितल्याची विकृत उत्तेजना नव्हती.

''धन्यवाद रोझमेरी. सगळं बोलून मोकळं केल्यामुळे कसं वाटतंय तुला?''

''बरंच बरं.'' न अडखळता तिने लगेच सांगितलं. ''या सगळ्या अपवित्र इच्छा निघून जाताहेत. जसं...'' ती चपखल उपमा शोधू लागली. ''जसं की त्वचेवरची एखादी मोठी, जुनी पुळी दाबावी. जरा त्रास होतो ते करताना. दुखतं. पण जेव्हा ती बाहेर येते तेव्हा... धन्यवाद परमेश्वरा. कळतंय ना मला काय म्हणायचयं ते?''

''हं! कळतंय मला.'' स्मितहास्य करीत फादर म्हणाले. नंतर त्यांचा चेहरा एकदम गंभीर झाला. त्यांनी तिच्या खांद्यावर हात ठेवला. ''रोझमेरी, तू आता जे म्हणालीस, ते करण्यापेक्षा म्हणणं केव्हाही चांगलं आहे. नाही?''

ही एक वेगळीच संकल्पना होती. ती ऐकून आश्चर्याने तिनं डोळे मिचकावले.

फादर म्हणतात तसं खरंच असेल का? या समाजात वावरताना असं होताना कधीही दिसत नाही. म्हणजे बघा की, 'लिंग चोखा' हे शब्द जाहीरपणे म्हणून पाहा. आणि वेळ अशी येईल की तुम्ही खरंच जिन्याच्या पायरीवर बसून कोणाचं तरी लिंग तोंडात घेतलेलं असेल. कळतंय ना?

तरीही... फादर म्हणतात त्यातही तथ्य आहे. पिणं, संभोग करणं याविषयी केवळ बोलणं वेगळं आणि प्रत्यक्षात एखाद्याचं वीर्य आपल्या योनीत असताना सकाळी डोळे चोळत उठणं वेगळं.

''मलाही तसंच वाटतं फादर. खरंय!''

"मग माझा तुला सल्ला आहे, की जेव्हा तू प्रार्थना म्हणतेस, त्या वेळी तुला जे काही म्हणावंसं वाटतं, ते म्हणत जा. काळजी करू नकोस. परमेश्वर काहीही हाताळू शकतो."

फारच विचित्र सल्ला वाटत होता तो आणि प्रामाणिकपणे सांगायचं तर हा सल्ला प्रत्यक्षात आणणं तर फारच कठीण होतं. पण ते करायला हळूहळू ती शिकली. काहींना हे ईश्वराची निंदा करण्यासारखं वाटू शकेल. पण मारा गोळी त्यांना. सत्य हे आहे, की फादरचा सल्ला कामी आला. पवित्र-अपवित्र असा कोणताही विचार न करता ती परमेश्वराशी बोलत राहिली आणि परिणामी जवळजवळ पाच वर्षं सरळमार्गाने, स्वच्छपणे काढली.

तिला कळलं, तिच्या आयुष्यात काय चालू आहे, हे परमेश्वराला माहीत आहे. परमेश्वराला ठाऊक झालंय, की ती कोणत्याही अनोळखी माणसाशी संभोग न करता, किंवा बिअर न पिता किंवा कोकेनची नशा न करता राहिल्याने प्रत्येक दिवशी तिचं परमेश्वरावरचं प्रेम वाढत चाललंय.

तिला कळलं, जेव्हा वयाच्या सतराव्या वर्षी तिला साऱ्या गमतीजमती समजायला लागल्या आणि अठराव्या वर्षी जेव्हा ती अश्लील चित्रपटात काम करायला लागली, तेव्हा परमेश्वर ते सारं बघत होता. कॅमेऱ्यासमोर, प्रखर प्रकाशझोतात सर्व काळ्या माणसांनी तिच्याशी रानटी संभोग केला होता, तेव्हाही परमेश्वर बघत होता. *(मोठ्ठं काळं लिंग घट्ट पांढऱ्या भोकात – त्या व्हिडिओ चित्रफितीच्या कव्हरवर असं छापलेलं होतं.)* काळ्या लोकांचा वाढता पाशवीपणा शमवण्यासाठी तिने कॅमेऱ्यासमोर कुत्र्यांशीही संभोग केला होता. जनावरांशी संभोग करण्याच्या प्रांतातही तिनं शिरकाव केला, त्याही वेळी परमेश्वर साक्षीदार होता. तिची परिस्थिती अतिशय दारुण झाली होती, तिने एकदम खालची पातळी गाठली होती, त्याही क्षणांचा तो साक्षी होता. जेव्हा ती विचित्र अशा हॉटेल रूममध्ये गुडघ्यांवर उभी होती, जेव्हा तो जाडा, फोपसा माणूस तिच्या तोंडावर थुंकला आणि तिला 'मांसल रांड' म्हणाला आणि तरीही ती हसत होती. तिला नशा करण्यासाठी पैसे हवे होते, हेही कारण होतं. त्या अत्याचारामुळे ती उत्तेजित होत होती. हे सगळं देव बघत होता.

ज्या दिवशी हे सगळं बदललं, त्याही दिवशी परमेश्वर तिथं होता. तिला खात्री होती. अशाच एका घाणेरड्या रूममध्ये ती पडलेली होती. फ्ल्यूमुळे ती आजारी होती. घाम येत होता; थंडी वाजत होती. पण तिच्यावर चढलेल्या माणसाला काही फिकीर नव्हती. कंडोम न वापरता करण्यासाठी त्याने तिला जास्त पैसे मोजले होते. त्याच्या लिंगावर पुरळ उठलेलं होतं. पण तिला खरंच काही भीती वाटत नव्हती. आपण आता जाण्याच्या मार्गावर आहोत, हे तिनं स्वीकारलं होतं.

तो तिच्यावर होता. त्याची जीभ अक्षरशः लोंबत होती. कुत्र्यासारखा धापा टाकत होता तो आणि मग त्याचा चेहरा बदलला. निव्वळ तिरस्कार त्याच्या चेहऱ्यावर प्रकट झाला. त्याने मूठ हवेत उचलली आणि तो तिला निर्घृणपणे मारू लागला.

तो मारायचा थांबेचना. तीन ठिकाणी तिचं नाक तुटलं, जबडा तुटला, एक-दोन दात पडले, डोळे काळे-निळे झाले आणि सूज आल्याने मिटून गेले, तिचा डावा हात तुटला आणि फासळ्याही. तेव्हा कुठे तो थांबला. नंतर अजून एकदा तो चढला आणि तिची शुद्ध हरपली.

ती शुद्धीत आली तेव्हा ती हॉस्पिटलमध्ये होती आणि फादर येट्स तिथं होते, तिच्या बिछान्याशेजारीच बसून होते. ते काहीच बोलले नाहीत. ते फक्त जवळ सरकले, तिचा एक हात त्यांनी आपल्या हातात घेतला आणि आपल्या हळुवार, कोमल नजरेनं त्यांनी तिच्याकडे खाली बघितलं.

त्या वेळी तिने रडायला सुरुवात केली. पुढचे अनेक दिवस ती मधूनमधून रडत असायची. तिची हॉस्पिटलमधून मुक्तता होईपर्यंत फादर येट्स आणि चर्चमधले इतर लोक सतत तिच्याजवळ असायचे. त्यांनी तिला कोणताच उपदेश दिला नाही, चांगल्या-वाइटाचे डोस पाजले नाहीत किंवा न्यायाधीशाप्रमाणे तिच्या वर्तणुकीवरून तिला कोणताही निकाल दिला नाही. ते फक्त तिच्याजवळ थांबले, थांबून राहिले, तिच्यासाठीच.

तिला हे कळून चुकलं होतं, की भलं करा वा बुरं, देव तिथं असतो. असं नाही, की तो क्रूर असतो. पण त्याला हे कळतं – चांगूलपणा हा निवडण्याचा पर्याय आहे; योग्य वर्तणूक हा पर्याय आहे. तुम्ही चांगलं वागण्याचा पर्याय निवडू शकता. तुमच्या इच्छेप्रमाणे जगणं हा मुक्तीकडे जाण्याचा मार्ग आहे. आणि परमेश्वर तुम्हाला योग्य गोष्ट करण्याची सक्ती करीत नाही. त्याचं काम आहे, जर तुम्ही त्याची निवड केली तर तिथे, तुमच्या बरोबर असणं. तुम्ही त्याचा स्वीकार केला नाही तरी.

तिच्या पायावर तिला उभं राहण्यासाठी फादर येट्सने आणि चर्चने तिला खूप मदत केली. तिला स्वस्थ आणि स्वच्छ होण्यासाठी, घर शोधण्यासाठी, नोकरी शोधण्यासाठी सारी मदत त्यांनी केली. सुरुवातीला, ती दोनदा आपल्या मार्गापासून ढळली, पूर्वीसारखंच वागली, त्याही वेळी ते तिच्याजवळ थांबले.

तिला आता हे सर्व काही आठवतंय. नेहमीच तिला या सगळ्या गोष्टी आठवतात. आता ती आपल्या प्रार्थनेला शेवटच्या काही शब्दांची जोड देते.

''मला मदत केल्याबद्दल परमेश्वरा तुझे आभार. माझ्या विटाळलेल्या तोंडातून बाहेर पडणारे माझे अपवित्र विचार ऐकल्याबद्दल आणि मला वाटतं ते बोलू

दिल्याबद्दल तुझे आभार मानते, ज्यामुळे मी या सन्मार्गावर टिकून राहते. आमेन.''

घाणेरडे शब्द आणि पापी विचार, ही तिची गुपितं होती. आणि गुपितं असणारी व्यक्ती स्वच्छ राहू शकत नाही म्हणून परमेश्वर तिला हे गरळ ओकू देत होता. ती ही घाण बाहेर टाकत असताना त्याने एकदाही डोळे मिचकावले नाहीत. तिच्या बोलण्यात कितीही लैंगिकता, अश्लीलता ठासून भरलेली असली तरी.

ती उभी राहते आणि बाथरूममध्ये शॉवरखाली अंघोळ करण्यासाठी जाते. आज काहीच काम नाहीये. पण शिस्त ही आता तिच्या आयुष्याची महत्त्वाची बाब बनली आहे. दररोज सकाळी ठरावीक वेळी न चुकता उठणं, झोपून न राहणं किंवा आळशीपणा न करणे, हा आता आयुष्याचा भाग होऊन बसलाय. रविवार ते शुक्रवार ती एक मैलभर पळते. शनिवारी मात्र पळण्याला सुट्टी. पण तरीही ती वेळेवर उठते, अंघोळ करते, कॉफी घेते आणि स्वयंसेवकाचं काम करण्यासाठी चर्चमध्ये जाते.

ती विचार करते की हे असं सारं केल्याने तिचं खरं गुपितं, तिच्यातलं ओंगळवाणेपणा, घाणेरडेपणा तिला दूर ठेवता येतोय. ती एक भयंकर गोष्ट जेव्हा ती....

या विचारांतून ती चमकून जागी होते ते दारावर थाप पडते म्हणून. तिच्या कपाळावर आठ्या.

कोण कडमडलंय आत्ता?

ती गाऊन अंगावर चढवते, आरशात बघून चेहरा नीट आहे की नाही हे तपासून घेते. लगेचच या निरर्थक गोष्टीबद्दल स्वत:ला चपराक मारते. ही एक सवय अशी आहे जी ती सोडणार नाहीये, हे तिला कळतंय.

दरवाजावरच्या भोकातून बाहेर न पाहता ती दरवाजा उघडते. शनिवारची सकाळ आहे आज आणि शेवटी ही सिमी व्हॅली आहे. देशातल्या सर्वांत सुरक्षित शहरांपैकी एक!

त्या माणसाजवळ पिस्तूल आहे आणि चेहऱ्यावर स्मित. तिच्या चेहऱ्यासमोर तो पिस्तूल धरतो आणि पुढे येतो. तिला मागे जाण्याशिवाय पर्यायच नसतो.

''तू किंचाळलीस तर मी तुला गोळी घालून ठार करीन,'' तो सांगतो. शांत, थंड, स्वत:ला पूर्णपणे सावरून उभा असलेला. घराचा दरवाजा तोच बंद करतो.

''कोण आहेस तू हरामखोर?'' ती विचारते. तिच्या आवाजात थरथर.

तो ओठांवर बोट ठेवतो.

''शूऽऽऽ. तुझ्यासाठी माझ्याकडे काहीतरी आहे रोझमेरी.''

तो कोटाच्या खिशात हात घालतो आणि एक पिशवी बाहेर काढतो. पिशवी बघितल्यावर ती ओळखते, आत काय आहे ते. अर्थातच.

कोकेन – गोड, सुंदर, स्वादिष्ट कोकेन.

"ठीक आहे रोझमेरी. देव तुला यासाठी क्षमा करेल. जोपर्यंत तू स्वत:ला त्याच्या चरणी अर्पण केलेलं आहे, तोपर्यंत तो तुला क्षमा करेल. मी तुला मारण्यापूर्वी जोपर्यंत तू त्याच्या जवळ आहेस, तोपर्यंत तो तुला क्षमा करेल. लक्षात ठेव, देव म्हणजे प्रेम."

तिच्या आत दडून बसलेला तो जुना, ओळखीचा राक्षस जागा होतो आहे, हे तिला जाणवतं. आत्ताच्या याही परिस्थितीत, इतकी वर्षं स्वच्छपणे घालवल्यावरही, चेहऱ्यावर पिस्तूल रोखलेलं असतानाही तो राक्षस जागा होतो आहे. ते सत्यही तिला जाणवतंय, ज्याचा विचार तिच्या मनात वारंवार येतो. सत्य हे आहे, की ती जेझेबेल रांड आहे. तिला रांड बनविलेलं नाहीय. ती रांड म्हणूनच जन्माला आलीय.

प्रिय परमेश्वरा, मी घाबरले आहे, जाम घाबरलेय. पण तरीदेखील मला ते कोकेन हवंय. खूप इच्छा होतेय आणि (ती परमेश्वराशी अप्रामाणिक राहू शकत नाही, आताही नाही, कधीच नाही.) हा खरं तर माझा दोष नाहीये, कारण तो मला हे करायला लावतो आहे. म्हणजे ते एक बरंय, कारण त्यामुळे मी दोषमुक्त होतेय. कळतंय ना तुला? क्षमा कर मला यासाठी.

त्यानंतर मनात कोडी उत्पन्न होतात.

याला कसं माहीत की मला कोकेनचं व्यसन आहे?

ती आठवण्याचा कसोशीने प्रयत्न करते, याला कुठे बघितलं असावं? नारकोटिक्स ॲनॉनिमस या संस्थेत तर नाही? जिथं लोकांना व्यसनमुक्त व्हायला मदत केली जाते. की चर्चमध्ये बघितलंय याला?

नाही. ती विचारात पडते. मला ते डोळे आठवले असते, ते भयानक डोळे.

"घे आता रोझमेरी," तो म्हणतो. त्याचा आवाज हळुवार. "आपल्याला काम सुरू करायचंय."

भगवंता, हे महत्त्वाचं आहे का? मी कधीच स्वत:हून कोकेन घेतलं नसतं, हे महत्त्वाचं आहे का? तो मला देतोय ते मला हवंय या वस्तुस्थितीत, मी ते घेण्यासाठी बाहेर शोधाशोध करीत नव्हते, या म्हणण्याने काही फरक पडणार आहे का?

प्रार्थना करताना रोझमेरीला कायम परमेश्वराच्या सहवासाची जाणीव होत असे. पण त्याचा आवाज तिने कधीच ऐकला नाही. आताची वेळही काही वेगळी नव्हती. देव तिच्याशी बोलला नाही, पण नेहमीप्रमाणे देव तिथे होता.

देव तिथेच होता, जेव्हा पिस्तुलाच्या धाकाने तिने कोकेनचे कश घेतले. तो तेव्हाही तिथं होता, जेव्हा शेवट जवळ आला – सर्वव्यापी काळोखासह.

देव कधीच बोलला नाही. पण तो तिथं होता. आणि तेवढं पुरेसं होतं. तिच्या

मनात आलेला शेवटचा विचार, तिनं अखेरचं उघड केलेलं गुपित त्यानं ऐकलंय, हे तिला कळलं.

हो. त्याने फरक पडतोय. खरं म्हणजे त्यामुळेच तर फरक पडतोय. आपला पिता, जो स्वर्गात राहतो, परमेश्वरा, माझ्या परमेश्वरा मी तुझ्यावर खूप प्रेम करते रे.

तिला जर इतक्या वेदना होत नसत्या, तर ती चेहऱ्यावर स्मितहास्य ठेवून मृत्यूला शरण गेली असती!

११

दुपार थोडी सरलेली आहे आणि मी एडी जोन्सशी फोनवर बोलते आहे.

"यासारखाच गुन्हा?" ते विचारतात. "इथे?"

नापसंतीने ते कण्हत नाहीत, पण तशी त्यांची इच्छा जरूर असणार, हे मला कळतंय. कारण मलाही तसंच वाटतंय.

एक मारेकरी, जो या शहरातून त्या शहरात धुडगूस घालतोय, तो राक्षस आहे. तो आपल्या कलेत वाकबगार आहे, आपल्या कामावर निष्ठा ठेवून आहे, प्रवास करणारा आहे, आपल्या कामाचे अवशेष तो वेगवेगळ्या कार्यक्षेत्रात विखरत चालला आहे. त्यामुळे त्रास होतोय. स्थानिक पोलिसांच्या कार्यक्षेत्रात आम्ही काम करावं, हे त्यांना रुचत नाहीये. आणि स्थानिक पोलिसांचा आमच्या कामात जितका सहभाग वाढत जातो, तशी अकार्यक्षमताही वाढत जाते; विशेषत: फोरेन्सिक आणि पॅथॉलॉजी विभागातली अकार्यक्षमता तर खूपच वाढते. स्थानिक पोलीस दलाच्या कार्यपद्धतीत खूप छिद्रं असतात, चिरा, भेगा असतात. यातून अनेक बळी गळून पडण्याची शक्यता असते. त्यामुळे त्यांची नोंदच कुठे मिळत नाही. 'व्हायकॅप' हा एक राष्ट्रीय कार्यक्रम आहे. यात राष्ट्रीय स्तरावर गुन्हेगारांची माहिती जमा करून एक डाटाबेस तयार केलेला असतो. पण जर स्थानिक पोलिसांनी आपल्या कार्यक्षेत्रातल्या गुन्हेगारांची, खुन्यांची माहिती, गुन्ह्यांची माहिती जर व्हायकॅपमध्ये टाकलीच नाही, तर आमच्यासारख्यांना ती कळणार कशी?

"ही एक डोकेदुखीच आहे." मी त्यांनी व्यक्त न केलेल्या नापसंतीशी सहमती व्यक्त करते.

"तुला आता काय करायचंय?"

मी विचार करते. खरं हे आहे, की मी अतिशय थकलेली आहे. माझी सगळी टीम थकली आहे. सध्या आमच्या कामाची जी गती आहे, ती आम्ही कोणत्याही परिस्थितीत कायम राखू शकणार नाही.

पण....

तो प्रत्यक्ष गुन्हा करतो त्याच वेळी तो चुकण्याची शक्यता जास्त असते. तो जितका वेळ शांत बसेल. तितकी त्याला पुरावे नष्ट करण्याची अधिक संधी मिळते. आणि त्याहीपेक्षा वाईट म्हणजे, त्याला आपल्या तंत्रात सुधारणा करण्याची संधी मिळते. बऱ्याच प्रकरणात पहिला खून अतिशय गचाळ पद्धतीने केलेला असतो.

पण हा काही त्याने केलेला पहिला खून नव्हे. हो की नाही? कदाचित हा त्याने केलेला दहावा किंवा शंभरावा खूनदेखील नसेल.

मी सुस्कारा सोडते. ''आपण सर्व बाजूंनी धडाक्यात हल्ला करतच राहू सर. मी आता विमानाने परत माघारी जाते आणि सोनफिल्डच्या खुनाच्या तपासात लक्ष घालते. माझी बाकीची टीम इथेच राहील.''

''कामाची विभागणी कशी केलीय?''

''कॅली आणि जेम्स स्वत: लिसाचं घर तपासताहेत. ॲलन ॲम्ब्रोसच्या खुनासाठी स्थानिक पोलिसांशी समन्वय ठेवून आहे.''

''त्याची खरंच तिथं गरज आहे का?''

मी त्यावर विचार करते. ''बहुधा नसावी. त्याला मी बाकीच्या विमान प्रवाशांना भेटून त्यांच्याशी बोलायला सांगणार होते. पण स्थानिक पोलीस ते काम करू शकतील. मला खात्री आहे, व्हर्जिनिया पोलिसांचं फोरेन्सिक पथक ठीक काम करेल. शिवाय ॲम्ब्रोसचा खून हा काही खुनी माणसाच्या मुख्य योजनेचा भाग नाहीये. लिसाची हत्या ही मुख्य योजना होती. त्यासाठी आवश्यक म्हणून ॲम्ब्रोसचीही हत्या झाली.''

''तू हे मोठं गृहीत धरते आहेस.''

''बघा ना – जर लिसाचा खून असाच, काहीही कारण नसताना झालेला नसेल – आणि मला तसं ठामपणे वाटतंय की लिसाचा खून अकारण झालेला नाहीये – तर तो खून करण्यासाठी ॲम्ब्रोस हे एक माध्यम होतं. ॲम्ब्रोसचा खून हे लिसाच्या खुनाचं कारण होतं, असं नाहीये.'' मी सुस्कारा सोडते. ''ॲम्ब्रोस केवळ निमित्त होतं. त्याच्या खुनाचा तपास करून मला या सगळ्या प्रकरणाचं अंतरंग समजणार नाहीये.''

''मग ॲलनला तुझ्याबरोबर घेऊन जा की. त्याला म्हणावं, ॲम्ब्रोसच्या घराची तपासणी आणि विमान प्रवाशांच्या मुलाखतींची कामं स्थानिक पोलिसांवर सोपव.''

मधेच ते बोलायचं थांबतात. "स्मोकी, जेव्हा शक्य असेल तेव्हा तुझ्याबरोबर कोणीतरी जोडीदार असायला हवा. स्थानिक पोलिसांनी या तपासात सहभागी व्हावं, हा मारेकऱ्याचा विशेष हेतू दिसतोय. याचा अर्थ तो आपल्या सगळ्या हालचालींवर बारीक लक्ष ठेवून असेल."

मी याचा अगोदरच विचार केलेला होता. पण एडी जोन्सने माझेच विचार मोठ्याने सांगितल्याने भीतीची एक छोटी वीज माझ्या पाठीच्या कण्यात चमकून गेली. यापूर्वी किमान तीन वेळा तरी मी ज्यांची शिकार करायला निघाले होते, त्यांनी व्यक्तिश: माझ्याशी आणि माझ्या टीमशी खुन्नस घेतली होती. आणि जरी आम्ही सारे अजूनही जिवंत असलो, तरी त्यांच्याशी आमचा सामना झाल्यानंतर आम्ही सहीसलामत बाहेर पडलो, असं कधीच झालेलं नाहीये.

"तुम्ही म्हणाल तसं सर."

"काय चालू आहे, ते मला कळवत जा."

गुडबाय न म्हणताच ते फोन ठेवून देतात. मी लगेच ॲलनला फोन करते.

"थांब, थांब! मला ओळखू दे." कोणतीही प्रस्तावना न करता तो म्हणतो. "आपण लॉस एंजेलिसला परत चाललोय. बरोबर?"

"तुला कसं रे समजतं, मी काय म्हणणार आहे ते?"

"नाही. तसं नाहीये. तू जरी मला तुझ्याबरोबर यायला सांगितलं नसतंस, तरी मीच येण्याचा आग्रह धरला असता."

"तुला घेऊन जाण्यासाठी मी येतेय." मी म्हणते. "बाय."

हे फोन चालू असताना मी लिसाच्या घराच्या बाहेर उभी असते. मी आत डोकावते.

"कॅली!"

लिसाच्या बेडरूममधून कॅली बाहेर पडते. हातमोजे घातलेल्या तिच्या हातात डिजिटल कॅमेरा असतो.

"काय म्हणतेस हनी-लव्ह?"

मी तिला रोझमेरी सोनफिल्डच्या खुनाबाबत सांगते. तिच्या भुवया उंचावतात.

"कामात फारच बिझी झालेला दिसतोय हा मारेकरी."

"हं. ॲलन आणि मी दोघंही विमानाने तिथं जातो आणि तपास करतो. तू आणि जेम्स इथलं काम चालू ठेवायला हवं. जेव्हा तुमचं काम संपेल, तेव्हा विमान बोलवा आणि सगळं तुमच्याबरोबर घेऊन या."

"त्यानंतर तरी आम्हाला झोपायला मिळणार आहे की नाही?"

"जर नाही मिळाली झोप, तर मी तुझ्यासाठी डोनट्स आणीन."

कॅलीला छोट्या चॉकलेट डोनट्सचं जणू व्यसनच आहे. फार म्हणजे फारच

आवडतात तिला. तिचं डोनट्सवर उत्कट प्रेम आहे.

"चांगला समझोता आहे. न्यायपूर्ण." ती म्हणते. "मला मान्य आहे."

"भेटू लवकरच."

"ओह! आणि स्मोकी, माझा जवान भेटला तर हाय म्हण. सांग त्याला, की मी परतल्यावर मला संभोग करायचाय म्हणून. खूप! खूप!!"

"हे ऐकून त्याला निश्चितच आनंद वाटेल."

ती आपले केस उडवते आणि हसते. "येणाऱ्या वादळाशी सामना करण्यासाठी मला केवळ त्याला पुरेसा वेळ द्यायचाय."

ॲलन आणि मी विमानाची वाट बघत कारमध्ये बसलो आहोत. तो त्याच्या घड्याळाकडे बघतो.

"आपण तिथं सहा वाजेपर्यंत पोहचायला हवं. मी अगोदरच सिमी व्हॅली पोलिसांशी बोलून ठेवलंय. आपण येतो आहोत, हे सांगितलंय त्यांना. कोणी ॲटकिन्स नावाचा अधिकारी आहे. त्याच्याकडे रोझमेरीच्या खुनाचा प्राथमिक तपास आहे."

"कुठपर्यंत आलाय त्यांचा तपास?"

"फोरेन्सिकचं सर्व काम आटोपलंय त्यांचं, ऑटोप्सीदेखील झालीय. त्यांना पुढचा सुगावा काही हाती आलेला नाहीये."

"त्यांनी रोझमेरीचं घर मोकळं केलंय?"

"हो."

"हात्तीच्या."

लिसा रिडचं घर मला जसं तपासायला मिळालं, तशी संधी मला इथे मात्र मिळणार नाहीये तर.

"काय करायचंय तुला आता?"

"ॲटकिन्सला भेटू या. रोझमेरी सोनफिल्डविषयी सगळी माहिती जाणून घेऊ या. कोण होती ती? कशी मेली? बघू या, तिथून पुढे जाता येतं का ते."

"तुला असं वाटतं? आपल्या हाती काही सुगावा लागेल? पुढे जाता येईल?"

मी माझ्या मित्राकडे बघते आणि खांदे उडवते.

"तो तपास आपल्याला कुठेतरी तर घेऊन जाईल ना. पुढे आपल्याला त्याचा उपयोग होईल, अशी आशा करू या."

दुसरीकडे बघत तो डोळे फिरवतो. मी विचार करते, की यालाही माझ्यासारखंच

तसं ऐकू येत असेल का? नीरव शांततेतले ते हुंकार – जसे मला ऐकू येतात. नव्यानेच खून झालेले तीन जण. आणि भट्टीत आणखी बरेच आहेत, ते वेगळेच. चिंता आणि निराशा यामुळे माझ्या पोटात गडबड सुरू झालीय. असं वाटतंय की सिकाडा किडे माझ्या नसानसांतून कर्कश आवाज करत धावताहेत.

''तू घरी येणारेस का?''

आम्ही विमानात बसलेलो आहोत आणि विमानातल्या फोनवरून मी बॉनीशी बोलतेय.

''घरी येईन, अशी आशा वाटतेय. तुझी खूप आठवण येतेय छकुले.''

''मला पण तुझी खूप आठवण येतेय. पण तू खरोखरच खूप बिझी असशील तर राहू दे हं. मला नाही वाईट वाटणार, तू नाही आलीस तर. मी ठीकाय.''

''थँक्स, बेबी. पण मी घरी येण्याचा खरंच प्रयत्न करणार आहे.''

मग थोडा विराम.

''बोल?''

''मला माहितीय, तू खूप बिझी आहेस. पण लवकरच माझ्याशी बोलण्यासाठी तू वेळ काढावास. मला एका गोष्टीविषयी तुझ्याशी बोलायचंय.''

बॉनीनं असं म्हटल्यावर माझी अँटेना एकदम वर जाते. बॉनीनं माझ्याकडे अशा प्रकारची विनंती कधी केल्याचं मला आठवत नाही. सर्व प्रकारचे विचार एकदम माझ्या डोक्यात तरळून जातात. चांगले, वाईट, एकदम साधे, साधारण सर्व विचार! बहुतेक विचार वाईटच असतात. मी माझा आवाज शांत ठेवण्याचा प्रयत्न करते.

''काय बोलायचंय बेबी?''

पुन्हा एक दीर्घ विराम. हे देखील नेहमीसारखं नाहीये.

''असं बघ की, मी विचार करतेय. तुला माहितीय मी एलायनावर खूप प्रेम करते आणि मी बरी होईपर्यंत मला खरोखरच घरातल्या घरात शाळेचं शिक्षण घेणं गरजेचं होतं. मान्य आहे. पण....''

''पण काय?'' मी तिला पुढे बोलायला लावते.

ती सुस्कारा सोडते. त्यामुळे माझ्या हृदयातले ठोके चुकतात. तिचा आवाजच तसा येतोय – छोट्याशा जिवावर मोठं ओझं पडल्यासारखा. ''असं आहे, आता मी नियमित शाळेत जाण्याची वेळ आलीय. तुला कळतंय ना? म्हणजे आता मी इतर मुलांबरोबर नेहमीसारखं शाळेत जायला हवं.''

आता गप्प राहण्याची माझी पाळी!

"हं!" मी कसंबसं इतकंच म्हणू शकते.

"ममा-स्मोकी, तू आताच यावरती काही निर्णय घे, असं मी म्हणत नाहीये. पण या विषयावर मला तुझ्याशी बोलायचंय, हे तुला ठाऊक असायला हवं."

मी घसा साफ करते आणि तिला धीर देतेय, समजून घेतेय, अशा थाटात आवाज काढण्याचा प्रयत्न करते.

"निश्चितच हनी. अर्थात!"

"ओके! थँक्स!!" मनावरचं दडपण दूर झाल्यासारखा तिचा आवाज.

मलादेखील मोकळं वाटतंय. कशाची चिंता करतेय मी? माझी? तसं असेल तर ते काही ठीक नाही. मी असंच तिच्याशी समजावणीच्या स्वरात बोलणं चालू ठेवते. जरी माझ्या मनात वावटळ उठलेली असते. पालक म्हणून कसं वागायचं असतं, हे आपण कधीच विसरत नाही. आत वादळ उठलेलं असताना तोंडावर हसू आणणं, वरकरणी शांत राहणं, असं दाखवणं की जणू काही झालेलंच नाही. नो प्रॉब्लेम! आरामात सायकल चालवत आहोत जणू.

"मी तुझ्याशी नंतर बोलेन बेबी. टू मच. खूप! खूप!"

"म्हणजे खरंच, खूप! खूप!"

आम्ही दोघी बराच वेळ बरोबर घालवतो. पण माझ्या कामामुळे त्याहीपेक्षा जास्त वेळ आम्ही परस्परांपासून दूर असतो. आम्ही दोघींनी एक भावनिक शॉर्टहॅण्ड तयार केलंय. आम्हाला ते फारच भावतं. 'टू मच-खूप खूप' हे त्या शॉर्ट हॅण्डचे असेच काही शब्द आहेत. 'मी तुझ्यावर किती प्रेम करते?' या न उच्चारलेल्या प्रश्नाचं ते उत्तर असतं. हे आमचं शॉर्टहॅण्ड खूपच स्मार्ट आणि चपखल आहे.

परमेश्वरा, खूप प्रेम करते मी या मुलीवर.

"बाय, स्वीट हार्ट." मी पुटपुटते.

"बाय."

मी फोन ठेवते आणि छोट्या खिडकीतून एकटक बाहेर बघू लागते. ढगांना मागे सारत आम्ही चाललो आहोत. माझ्या आतमध्ये एखादी शांत, स्थिर जागा शोधण्याचा मी प्रयास करते. पण जमत नाहीये. असफल प्रयास! भय हा माझा फार जुना मित्र आहे आणि आता मी अस्वस्थ असल्याचा गैरफायदा घेऊन तो मला बिलगलाय.

"काही बिघडलंय?" ॲलन विचारतो. मी चमकून माझ्या दिवास्वप्नातून जागी होते.

मी खांदे उडवते. "बॉनी होती फोनवर. पब्लिक स्कूलमध्ये जाण्याविषयी तिला बोलायचंय माझ्याशी."

आश्चर्याने तो दोन्ही भुवया उंचावतो.

"ओहो!!"

"हं! ओ हो!"

"तुला भीती वाटतेय ना?"

हळुवार, धीर देणाऱ्या आणि दयाळू नजरेनं तो माझ्याकडे बघतो. ॲलनला मी पूर्णपणे ठाऊक आहे. याचं मुख्य कारण म्हणजे, माझा त्याच्यावर खूप विश्वास आहे.

मी सुस्कारा सोडते. "हा विचारही मला फार घाबरवून सोडतो. म्हणजे मला समजतंय रे, की ती आता बारा वर्षांची आहे. मला माहितीय, की तिला मी कायमस्वरूपी अशा कोषात जपून ठेवू शकत नाही. पण ती बाहेरच्या जगात वावरते आहे, हा विचार खूप घाबरवतो."

तो होकारार्थी मान हलवतो. "समजण्यासारखं आहे. तिने फार सोसलंय. तू देखील."

"तोच तर प्रश्न आहे ना. आपल्या मुलाला बाहेरच्या जगात पाठवण्याचा विचार प्रत्येक पालकाला चिंता करायला लावतो. पण मी जे बघितलंय, ते प्रत्येक पालकाने पाहिलेलं नसतं. ते केवळ चिंता करतात. आपल्या मुलाला अशी इजा होणं शक्य आहे, तशी इजा होणं शक्य आहे. फक्त चिंता. माझं तसं नाहीये. या शक्यता माझ्यासाठी केवळ डोळ्यांतले विचार नसतात. मी या शक्यतांचा अनुभव घेतलेला आहे."

"खरंय!" काही क्षण तो गप्प राहतो. "स्मोकी, बॉनी मला खूप आवडते. तिच्यावर मी खूप प्रेम करतो, तुला माहिती आहे. खरं सांगायचं तर, तिने पब्लिक स्कूलमध्ये जायचा हा विचार मलाही घाबरवून सोडतोय. म्हणजे केवळ तिच्यासाठी मी घाबरतोय असं नाहीये. माझ्या घाबरण्यामागचं ते एक मुख्य कारण तर आहेच. तिची सुरक्षितता. पण मी घाबरतोय ते एलायनासाठी देखील आणि तुझ्यासाठी देखील. बॉनीमुळे तुला दुसऱ्यांदा आईपण अनुभवायला मिळालं आणि मातृत्व काय असतं याची थोडी कल्पना येण्याची कदाचित एकुलती एक संधी एलायनालाही मिळाली ती बॉनीमुळेच. तू आणि एलायना या माझ्या आयुष्यातल्या महत्त्वाच्या स्त्रिया आहात. आणि जर बॉनीला काही झालं तर... मला ठाऊक नाही. पण मला नाही वाटत तुम्ही दोघी त्यातून कधी बाहेर येऊ शकाल."

एक विषादयुक्त स्मितहास्य त्याच्या चेहऱ्यावर. "पण दुसऱ्या बाजूला मला आनंदही होतो आहे. कारण त्याचा अर्थ असा आहे, की ती छोटी छकुली खरोखरच ठीक झालीय." तो माझ्याकडे बघतो. त्याच्या नजरेत एक धार आहे. "कळतंय का तुला? जगात पुन्हा एकदा बाहेर पडायला ती आता घाबरत नाहीये. स्मोकी, अगं ही तिच्यात झालेली प्रगती नाही का? याचा अर्थ आपण तिला योग्य पद्धतीने

सांभाळलं. आणि ही आनंदाची गोष्ट आहे ना!''

माझ्या मित्राकडे मी हसून बघते. त्याने माझ्या मनातली भीती काढून टाकलेली नसली, तरी ती निश्चितच कमी केली होती. त्या मारेकऱ्याच्या हल्ल्यानंतर बोनाचं जग जवळजवळ नष्ट करून टाकलं होतं, संपवलं होतं. वादळी पावसात एखादी मेणबत्ती फडफडत राहावी, तसा तिचा जीव होता-नव्हताच्या कडेवर फडफडत होता. तिच्यातला जीव परिस्थितीने शोषून घेतला होता.

आणि आता ती मला सांगतेय, की ती आता कणखर झालीय. इतकी की आता ती तिचं आयुष्य घडवण्याची इच्छा धरू शकते. ज्या आयुष्यात माझ्याशिवाय अजूनही माणसं असतील. हे भीतीदायक वाटतंय. त्यामुळे कदाचित माझ्या मनात थोडी असूयादेखील उत्पन्न होऊ शकते. पण खरंय. यात आनंददेखील आहे.

''थँक्स ॲलन. तुझ्या या सांगण्याने जरा मदत झालीय.''

''नो प्रॉब्लेम! पण जेव्हा ती पोरांबरोबर फिरायला लागेल, तेव्हाही मी असाच शहाण्यासारखा वागेन आणि असाच समजूतदारपणा दाखवेन, असं मात्र समजू नकोस हं.''

मी त्याच्याकडे बघून हसते. ''फिरणं, पोरांबरोबर? मुलांबरोबर अजिबात फिरणार नाहीये ती.''

तोही माझ्याकडे बघून हसतो.

''आमेन, तू म्हणतेस तसंच होवो!''

१२

बहुतांश व्हेंच्युरा प्रदेशाप्रमाणेच सिमी व्हॅलीदेखील खुद्द लॉस एंजेलिसपेक्षा खूप सुंदर आहे. या प्रदेशात तारुण्य सळसळत असतं. आकारानं छोटा भाग आहे, पण सुरक्षित आहे. ११८ क्रमांकाचा महामार्ग सिमी व्हॅली आणि सॅन फर्नान्डो व्हॅली यांना जोडतो. पण तो रस्ता तुम्हाला अविकसित प्रदेशांतून घेऊन जातो – डोंगराचे चढउतार आणि छोटेछोटे पर्वत मध्ये लागतात.

सिमी व्हॅलीचा अति पूर्वेकडचा भाग तसा जुना आहे. तिथली घरं साठच्या दशकातली आहेत. सगळ्या अमेरिकेत जसं आढळतं तसंच इथेही – जितकं तुम्ही पश्चिमेकडे सरकाल, तितकं तुम्हाला नवंनवं बघायला मिळतं.

मला वाटतं, कधी काळी कॅलिफोर्नियादेखील असंच होतं. स्वच्छ हवा, वसंतात आणि उन्हाळ्यात कधीही न संपणारा सूर्य आणि क्षितिज तुम्ही आजही बघू शकाल असं. सिमी तसं मध्यम आकाराचं शहर आहे. पण इथे गर्दी नाही, अडखळत जाणारी रहदारी नाही. गर्दी आणि रहदारी ही अनंत काळापासून लॉस एंजेलिसची लक्षणं आहेत.

इथली रहदारीदेखील त्रासदायक आहे, पण तुम्हाला एकदम लुळंपांगळं करून टाकणारीही नाहीये. अशा रितीने आम्ही सायंकाळी सातला पोलीस स्टेशनला पोहोचतो.

डोक्यावरचे दाट तपकिरी रंगाचे केस जात चाललेला एक मध्यमवयीन माणूस मी पोलीस स्टेशनच्या वाहनतळावर बघते. आपल्या कारजवळ वाकून तो काहीतरी बघतोय. करड्या रंगाचा एक सूट त्याने अंगावर चढवलाय. सूट अगदीच रस्त्यावरचा नाहीये, पण अगदी अरमानी ब्रॅण्डचादेखील नाहीये. तो आम्हाला बघतो आणि अभिवादन करण्यासाठी पुढे येतो. आम्ही आमची गाडी लावतो.

"तुम्ही एजंट वॉशिंग्टन असला पाहिजेत;" ॲटकिन्स तोंडावर स्मितहास्य ठेवून हात पुढे करीत ॲलनला म्हणतो. "राग मानू नका, पण कोणाच्याही नजरेतून तुम्ही सुटणं फार अवघड आहे."

"मला असंच खूप ऐकायला मिळतं."

"माझी खात्री आहे." ॲटकिन्स माझ्याकडे वळतो. "आणि तुम्ही एजंट बॅरेट आहात."

माझ्या चेहऱ्यावरच्या घावांवरून त्याची नजर फिरते. मला आता याची खूप सवय झालीय. त्यामुळे लोकसंख्येच्या काही उपजमातीतील लोकांनी माझ्या चेहऱ्याकडे निरखून पाहिलं तर माझी काही हरकत नसते – जसं की ॲटकिन्ससारखे मनुष्यवधाचा तपास करणारे पोलीस. माझ्या चेहऱ्याबाबतची त्यांची उत्सुकता अस्सल आहे. मनातल्या मनात त्याला काही कोडीही पडली आहेत. तो बघत राहतो, आतल्या आत बेफिकीरी दाखवत; जे बघितलं त्याचा विचार सोडून देतो. त्याच्या चेहऱ्यावर ना घृणा ना भीती. अनेक डॉक्टर असंच करतात. लहान मुलं मात्र माझा चेहरा बघून सर्व प्रकारच्या भावना व्यक्त करतात. "हा तुझा खरा चेहरा आहे का?" इथपासून तर नऊ वर्षांची मुलं म्हणतात तसं – "ओह, मस्त!" इथपर्यंत. मला खूप दिवसांपासून या सगळ्याची खूप सवय झालीय.

"इतक्या उशिरा आम्हाला भेटल्याबद्दल धन्यवाद." त्याचा हात हातात घेऊन हलवत मी म्हणते.

"छे! छे!! मी तर भेटणारच तुम्हाला. ही केस सोडवण्यासाठी मदत होणार असेल ते सारं काही करण्याची माझी तयारी आहे." त्याची नजर अचानक एकदम भावनाशून्य, रिकामी होऊन जाते. "खुनाची ही केस मला फार त्रास देतेय."

फार विस्तारानं तो काही सांगत नाही. तसं काही सांगण्याची आवश्यकताही नाही म्हणा. आपण मेलेल्या अनेक लोकांना बघत असतो. आपलं जे काम असतं – त्यांच्यासाठी – ते आपण करत असतो. त्यातलं कोणतंच काम चांगलं नसतं. पण काही प्रेतांची नंतर भुतं होत असतात.

"आम्हाला या खुनाविषयी सांगा." ॲलन म्हणतो.

ॲटकिन्स मान झुकवतो. "मी तुम्हाला तिच्या खुनाविषयी सांगू शकतो; सांगणारच आहे. पण, माझ्या मते प्रथम मी तुमची अशा व्यक्तीशी भेट घडवून आणतो, जी तुम्हाला तिच्या आयुष्याविषयी सांगू शकते."

"कोण ते?" मी विचारते.

"फादर येट्स. व्हॅलीमधले कॅथॉलिक प्रीस्ट आहेत. त्यांनी रोझमेरीला अक्षरशः गटारातून बाहेर काढलं."

ॲलन माझ्याकडे बघतो आणि एक चौकस भुवई उंचवतो.

"पेनी असो नाहीतर पाऊंड! भेटायला काय हरकत आहे?" मी जरा विनोद करून मला आलेला थकवा घालवण्याचा प्रयत्न करते. ॲटकिन्सच्या गाडीकडे मी निर्देश करते. "तुम्ही गाडी चालवा. तिथं जाईपर्यंत गाडीतच आम्हाला सगळी माहिती द्या."

एक गोष्ट माझ्या लक्षात येते. जोपर्यंत अमेरिकेत पोलीस दल आहे ना, तोपर्यंत अमेरिकेतले गाड्या बनवणारे कारखाने कधीच बंद पडणार नाहीत. आम्ही प्रवास करत आहोत ती क्राऊन व्हिक गाडी आहे. ती आता काळी-पांढरी राहिलेली नाही. आता फक्त काळी.

बाहेर आता अंधार पडलाय. चंद्र वर आलाय. आणि आता आम्ही पुन्हा ११८ क्रमांकाच्या महामार्गावरून मागे जात आहोत. आता गर्दीची वेळ आहे. आजूबाजूला अनेक गाड्या आहेत, पण त्यांचा वेग आणि एकमेकींमधलं अंतर 'सुरक्षित' आहे. आकाश निरभ्र आहे आणि चंद्र पूर्ण रुपेरी आहे. त्यामुळे दूरवरच्या टेकड्या अशा दिसताहेत, जणू त्यांच्यावर बर्फ पडलाय.

मी ॲटकिन्सच्या शेजारी पुढच्या सीटवर बसले आहे, तर ॲलन मागे.

"रोझमेरी सोनफिल्ड. गोरी महिला. एकटी. अविवाहित. वय चौतीस. पाच फूट पाच इंच उंची, अंदाजे एकशे पंचवीस पौंड वजन, कमनीय बांधा असलेली. तिच्या घरात ती मृतावस्थेत आढळली. तिच्या जवळच असलेल्या नाईट स्टँडपाशी कोकेन असलेली बॅग सापडली. सुरुवातीला असं वाटलं, की रोझमेरी पुन्हा नशेच्या मार्गाला लागली होती. पूर्वी ती वेश्या म्हणून जगायची. अश्लील चित्रपटांत काम करायची. कोकेनच्या नशेचं आणि संभोगाचं तिला व्यसन होतं. मी अगोदर वेगळा विचार केला होता. तिने कदाचित ठरवलं असावं, की नशा करावी, पण बरेच दिवस तिने कोकेन घेतलेलं नव्हतं. म्हणून ते वापरण्याचा तिचा सराव सुटला असल्यामुळं या वेळी तिचा अंदाज चुकला असावा आणि प्रमाणापेक्षा जास्त कोकेन घेतल्याने त्यातच तिचा अंत झाला असावा."

"अंदाज बरोबर वाटतोय," ॲलन म्हणतो. "मग तुझा विचार बदलला कसा?"

"मी जरा जवळून बघितलं. टॉक्स स्क्रीनवर असं दिसलं होतं, की एखादा घोडाही मरून पडेल, इतकं कोकेन तिनं घेतलं होतं. पण जवळून बघितल्यावर लक्षात आलं, की तिला कोणीतरी भोसकलेलं होतं. तिच्या बाजूच्या भागात जखम सापडली."

"कथानक रोचक दिसतंय." मी त्याला बोलू देते. लिसा रिडचा खून ज्या

पद्धतीने झाला होता, ती माहिती इतक्यातच जाहीर करण्याची माझी इच्छा नाहीये.

"हो, रोचकच आहे. मग सापडला क्रॉस. चांदीचा क्रॉस. साधारणपणे दोन इंच उंच आणि एक इंच रुंद. त्यावर कवटी आणि एकमेकांशी फुली मारल्यासारखी ठेवलेली दोन लांब हाडं. त्या क्रॉसच्या मागे एक नंबर होता – एकशे बेचाळीस. तो क्रॉस तिच्या शरीरात घुसवण्यात आला होता."

लिसा रिडसारखंच; मी विचार करते.

आणि एकशे बेचाळीस? लिसाच्या क्रॉसवर एकशे त्रेचाळीस क्रमांक होता.

"जर याला मनुष्यवध म्हणण्यासाठी ही परिस्थिती पुरेशी नसती, तर..." ॲटकिन्स सांगत राहतो, "...तर भरीस भर म्हणून हे देखील लक्षात आलं, की तो क्रॉस तिच्या मृत्यूनंतर तिच्या शरीरात खुपसण्यात आला होता."

"हो. त्यामुळे खूपच स्पष्ट होतंय, की हा खूनच आहे." ॲलन म्हणतो.

"मग, शिवाय फादर येट्स आहेत की."

"तुम्हाला काय म्हणायचंय?" मी विचारते.

"येट्स एक पाद्री आहेत. खूप चांगलं काम चालू असतं त्यांचं. पण ते मूर्ख नाहीयेत. ते रोझमेरीला दर महिन्याला दवाखान्यातून लघवी तपासून घ्यायला सांगायचे."

"खरं की काय?" आश्चर्यचकित झाल्याने मी विचारते. "लोकांवर अगदीच विश्वास नसलेला पाद्री दिसतोय हा."

ॲटकिन्स हसतो. "फादर येट्स वास्तववादी आहेत. ते खरोखर खूप श्रद्धाळू आहेत आणि खूप चांगलं काम करतात. पण त्यांचा 'तीन संधी' नियम आहे. जर त्यांनी तुम्हाला स्वीकारलं आणि व्यसनमुक्त होण्यासाठी मदत केली तर, तुम्हाला तीन चुका क्षम्य असतात. तुम्ही जर तीनपेक्षा जास्त वेळा पुन्हा व्यसनांकडे वळलात तर तुम्ही आऊट. मग फादर तुम्हाला मदत करणार नाहीत."

"मग मी असं गृहीत धरते, की रोझमेरी शेवटपर्यंत स्वच्छ राहिली."

"थोडीथोडकी नाही, चार वर्षं. चार वर्षांत ती एकदाही तिच्या पूर्वीच्या व्यसनांकडे वळली नाही. एक स्थिर नोकरी तिने केली. आठवड्याच्या शेवटी ती चर्चमध्ये स्वयंसेवकाचं काम करायची. मी तिचं रेकॉर्ड तपासलं. प्रत्येक नोंद हेच सांगतेय, की ती पुन्हा वाममार्गाला लागली नाही.

"तुला या प्रकरणानं इतकं का पछाडलंय, ते मी बघतेय." मी म्हणते.

अनेक लोकांना असं वाटतं की पोलिसांना कायम दोषच दिसतात. त्यांना सर्व लोक गुन्हेगारच वाटतात. आणि काही अंशी ते खरंही असतं. लोक वाइटात वाईट जे काय करू शकतात किंवा जसे असतात, ते आम्ही बघत असतो. त्यामुळे आम्ही... चाणाक्ष झालेलो असतो. पण शेवटी आम्हीही माणसंच असतो. पोलिस

दलात काम करणाऱ्या ज्या लोकांना मी ओळखत आलेली आहे, ते कितीही कठोर असले तरी, ते आजही यावर विश्वास ठेवायला तयार असतात, की एखादा माणूस बदलू शकतो. वाईट मार्ग सोडू शकतो आणि आपल्या आयुष्याला कलाटणी देऊ शकतो. एखादा वाईट मुलगा किंवा वाईट मुलगी अचानक एका दिवशी झोपेतून जागे झाल्यावर ठरवू शकतात की बस! आता चांगलं वागायचं. यावर आम्हा पोलिसांचा विश्वास असतो. त्यात केवळ एक अडचण असते. ती म्हणजे 'कदाचित' ही. लोक कदाचित बदलू शकतात, असं पोलिसांना वाटतं. पण या 'कदाचित'मुळे त्यांचा विश्वास मात्र उडून जात नाही. प्रत्येक माणूस हा मुळात वाईटच असतो, असा समज करून कोणीच जगू शकत नाही. आणि असा समज कोणालाच आनंदात ठेवू शकत नाही.

"खरंय! मला पुरतं पछाडलंय या केसने. ही पोरगी चांगल्या मार्गावर आली होती, हे निश्चित. म्हणूनच अस्वस्थ व्हायला होतं." ॲटकिन्स म्हणतो. "असो. तो खूनच होता. पण आत्तापर्यंतच्या तपासातून काही मार्ग निघत नाहीये. फॉरेन्सिकच्या लोकांनाही काहीच सापडलं नाहीये. या मुलीचे पूर्वीचे कोणी सहकारी, जे आजही जिवंत आहेत – असे कोणीही आम्हाला सापडले नाहीत. दहा दिवस उलटून गेले, पण आजही कोणीच संशयित ताब्यात आलेला नाहीये." ॲटकिन्स डोकं हलवत बोलतो. त्याला आलेलं वैफल्य त्याच्या बोलण्यातून स्पष्ट दिसतं. "एजंट बॅरेट, खुनाच्या तपासाची कामं मी बऱ्याच दिवसांपासून करतोय. एखादी केस केव्हा थंड होऊन पडते, ते मला आपोआप समजतं. एकदा एखादी केस थंड झाली की मग ती सुटता सुटत नाही आणि हळूहळू काळाच्या पोटात गायब होऊन जाते. सगळेच विसरून जातात. या केसच्या बाबतीतही मला असंच करायला लागलं होतं – पण मग एजंट वॉशिंग्टन माझ्याशी फोनवर बोलले."

"लैंगिक अत्याचार झाल्याचा काही पुरावा मिळाला का? तिच्या शरीराजवळ वीर्याचे काही डाग वगैरे?"

"नाही."

"तिचा मृतदेह कसा पडलेला होता? तिचे पाय जुळलेले होते की फाकलेले?"

"जुळलेले. हात दुमडून छातीवर ठेवलेले."

"मजेशीरच आहे की." मी पुटपुटते.

"काय ते?" ॲटकिन्स विचारतो.

"आमचा दुसरा एक बळी आहे ना, ती देखील मुलगीच होती. पण लिंगबदल केलेली. रोझमेरी पूर्वीची अश्लील चित्रपटातली अभिनेत्री आणि संभोगाचं व्यसन लागलेली. त्यांची अशी जीवनशैली बघता, या गुन्ह्यांना सेक्सचा एखादा आयाम असण्याची मी अपेक्षा केली होती. पण दोन्ही गुन्ह्यांत असं काही दिसत नाहीये.

दोन्ही गुन्ह्यांत एकच समान गोष्ट आहे. क्रॉस. विचित्रच आहे.''

''काय अर्थ होतो याचा?'' ॲलन असं विचारून मी अजून काही बोलावं म्हणून मला प्रोत्साहित करतो.

मी मात्र नकारार्थी डोकं हलवते. ''अजून तरी मी काही सांगू शकत नाही. बघू या, पाद्री काय म्हणतायत ते.''

''माझ्या अनेक यशोगाथांपैकी माझी आवडती यशोगाथा होती ती रोझमेरीची. रोझमेरीची एक यशोगाथा माझ्या दहा अपयशांना धुवून काढणारी! तुम्हाला कळतंय ना?''

फादर येट्स पन्नाशीतले असावेत. एकदम फिट! पीळदार आणि कणखर देहयष्टीचे, दिसायला खूप देखणे, बारीक कापलेले काळे-पांढरे केस आणि बुद्धिमत्तेची चमक दाखवणारे, काळेभोर डोळे. माझ्या मित्रमैत्रिणींशी बोलताना नेमक्या अशाच डोळ्यांचं वर्णन मी 'प्रीस्ट आईज' असं करीत असे. इतके ममतेने भरलेले, की त्यात बघताना कोणी ढोंगीपणा करूच शकत नाही. समजूतदारपणाने इतके भरलेले, की त्यात बघताना कोणी काही लपवूच शकत नाही. पाप करण्याच्या अनेक प्रकारांविषयीचा विलक्षण समजूतदारपणा. कॅथॉलिक म्हणूनच मी वाढले. अर्थात फार पूर्वीच मी धार्मिक रितीरिवाजांपासून दूर झालेय, धर्मापासून तुटून पडलेय. तरी येट्स हे कोणत्या प्रकारचे पाद्री आहेत हे मी ओळखते – मदतीसाठी तत्परतेनं पुढे येणारे, सहज भेटता येण्याजोगे, अतिशय श्रद्धाळू आणि धार्मिक; पण आयुष्यातल्या वास्तवाचं भान न सुटलेले.

कदाचित अशा पाद्र्यांची संख्या जर जास्त असती, तर मी धर्मापासून अशी दूर गेले नसते.

फादर येट्स उंच आहेत. जवळजवळ साडेसहा फूट. सडपातळ आहेत, पण ते त्या समुहातले वाटत नाहीत. त्यांनी आखूड बाह्यांचा शर्ट घातला आहे. आणि गळ्याभोवती पाद्री लावतात तशी पांढरी कॉलर आहे. त्यांचे हात अस्वस्थ आहेत. हा एक चैतन्याने भरलेला, उत्साही पाद्री आहे. कार्यमग्न असणारा, सळसळता पाद्री. परमेश्वरासाठी काम करणं म्हणजे त्यांच्या दृष्टीने परमेश्वरासाठी खरोखर 'काम करणे' होय.

मला फादर येट्स आवडू लागतात.

''एखाद्या यशोगाथेची काय किंमत असते ते मी समजू शकते फादर. तुमच्या आणि आमच्या कामात आपल्याला कधीकधी सारख्याच यशाचा आनंद लुटता येतो. कधीकधी कोणी सुधारलं तर जसा तुम्हाला आनंद होतो, तसाच आम्हालाही.

आणि हे यश आपल्या अपयशाला धुवून काढतं. बऱ्याच वेळा.''

ते पावित्र्याने भरलेले डोळे माझ्या डोळ्यावर स्थिर होतात आणि अपराधीपणाची एक लहर सर्व अंगावरून फिरते. त्यांना माहितीय, माहितीये त्यांना सारं. त्यांना माहिती आहे, की कधीकधी व्हायब्रेटरच्या सहाय्याने मी हस्तमैथुन करते. त्यांना माहितीये, की माझ्या तोंडाने पुरुषाचं वीर्यस्खलन करताना मला एक प्रकारचा सुप्त आनंद मिळत असतो.

जीझस... अजून एक असाच विचार, पापी विचार, परमेश्वराची माझ्या मनात जणू निंदाच चालू झालीय की – बापरे, मला वाटलं होतं या गोष्टींपासून मी निवृत्त झालेय, या पापी विचारांच्या खूप पुढे गेलेय मी, असं वाटलं होतं.

मला माहितीये, की हे केवळ माझ्या मनातले विचार आहेत. फादर येट्स काही दुसऱ्याचं मन वाचणारे नाहीयेत. फादर येट्ससमोर माझी जी अभूतपूर्व मानसिक अवस्था झालीय, तीदेखील माझ्या परिचयाची आहे. अशीच अवस्था कोणत्याही गुन्हेगाराची माझ्यासमोर होत असते. आमच्या खास चौकशीच्या दालनात मी त्याची झाडाझडती घेत असते तेव्हा. मला सध्या जसं वाटतंय अगदी नेमकं तसंच त्या संशयिताला तेव्हा वाटत असतं.

''हो,'' ते होकारार्थी मान हलवतात. ''आपण दोघंही जे काम करतो, त्यात बरंच साम्य आहे.''

''एकदम खरंय,'' मी त्यांच्याशी सहमत होते. ''आपल्या दोघांनाही लोकांची काळी बाजू माहिती आहे. आम्ही जे गुन्हे प्रत्यक्ष बघितले आहेत, त्याविषयी तुम्ही कदाचित ऐकून असाल.''

ते हात हवेत फिरवतात. ''लोक कबुली देतात. कन्फेशन देताना मी सगळं काही ऐकलंय. लहान, कोवळ्या मुलांशी संभोग करणारे, रक्ताचं नातं असणाऱ्यांशी शरीरसंबंध ठेवणारे. बलात्कार, खून... सगळं काही. आपल्या कामात अंतर आहे ते, माझ्या मते, आपल्या पद्धतीत आहे.

''मी त्यांना जेलमध्ये टाकते. तुम्ही त्यांना मुक्त करता.''

किंचित उपरोधिक वाटेल असं हे वाक्य माझ्या तोंडातून निघून गेलं. अर्थात माझा तसा उद्देश मुळीच नव्हता.

ते मला एक अस्पष्टसं, करमणूक झाल्यासारखं स्मितहास्य देतात. ''आणि त्यापैकी कोणती पद्धत जास्त परिणामकारक आहे असं तुला वाटतं?''

मी माझे हात पसरते. ''गुन्हेगारांना देव कारागृहातही भेटू शकतो फादर. पण जेलमध्ये असल्याने ते निदान दुसऱ्यांना छळू तर शकत नाही ना.''

फादर गालातल्या गालात हसतात. ''तुमच्या म्हणण्यात पुरेसं तथ्य आहे एजंट बॅरेट. मी यावर वाद घालत नाही. माझा मुद्दा पुढे रेटण्याची ही वेळ नव्हे.

माझा असा ठाम विश्वास आहे, की एखाद्या व्यक्तीचं खरं व्यक्तिमत्त्व त्याच्या कृतींमध्ये सामावलेलं असतं. तुम्ही किती वेळा प्रवचनं ऐकली किंवा धार्मिक विधी केले यापेक्षा, तुम्ही तुमचं आयुष्य कसं जगत आहात, हे माझ्या दृष्टीने जास्त महत्त्वाचं आहे. अर्थात चर्चची ही अधिकृत भूमिका नाहीये.'' त्यांचे अविर्भाव अधिक गंभीर होत जातात. ''मला कल्पना आहे, तुम्ही कोणत्या प्रसंगांमधून गेलेला आहात ते. तुमची कथा मी जाणून आहे. तुम्ही काही लोकांना अद्दल घडवली, त्यापैकी काही जणांची मला माहिती आहे. मला वाटतं, तुम्ही चांगल्याच्या बाजूने आहात. 'सद्रक्षणाय, खलनिग्रहणाय'च्या बाजूने आहात.''

इशारा दिल्यासारखं त्यांचं बोलणं मला खटकत नाही. मला ठाऊक आहे, ते माझी चेष्टा करताहेत.

''मी आभारी आहे फादर.''

चर्चमध्ये लाकडी बाकांच्या रांगा आहेत. काही रांगा सोडून मागच्या एका रांगेत ॲलन आणि ॲटकिन्स बसलेले आहेत. मी आणि फादर यांच्यात चालू असलेली ही मुलाखत आहे. मी काही त्यांची तपासणी किंवा चौकशी करत नाहीये. म्हणून मग एकांत हवाच. एकांतातच माणसं खुलतात.

''रोझमेरीविषयी सांगा मला.'' मी त्यांना पुढे रेटण्याचा प्रयत्न करते.

''एजंट बॅरेट, इथं या रिडीमरमध्ये गेल्या वीस वर्षांपासून पास्टरचं काम करतोय. तुम्हाला कल्पना असेलच, की लॉस एंजेलिस हे एक अतिशय चंचल, जिथं कशाचाही भरवसा देता येणार नाही, असं शहर आहे. विरोधाभासांनी पुरेपूर भरलेलं. आजूबाजूच्या पाच ब्लॉक्समध्ये उच्चभ्रू, मध्यमवर्गीय कुटुंबं, तरुण वेश्या, हुशार विद्यार्थी, गुंड... सगळे एकाच फुटपाथवरून चालताना तुम्हाला दिसतील.''

''खरंय!''

''जेव्हा परमेश्वराने मला सेवेसाठी बोलावलं, मला निश्चित माहीत होतं की मी सर्वसामान्यांच्या हाकेला लगेच 'ओ' देणारा पाद्री व्हावं, ही परमेश्वराची इच्छा असणार आहे. प्रवचनं देण्यात मला फारशी गती नाहीये. मी ते काम करतो; नाही असं नाही. पण मी काही श्रोत्यांना वश करेन, असा वक्ता नाहीये. मला कोणतं काम करावसं वाटतंय ते परमेश्वराला ठाऊक होतं. माझ्यात एक क्षमता आहे. दुसऱ्यांमध्ये जे पाप दडलंय, ते पाप नाहीसं करून ती व्यक्ती शुद्ध होऊ शकते या शक्यतेवर विश्वास ठेवून त्या व्यक्तीच्या अंतर्मनात दडलेलं पाप ओळखण्याची क्षमता.'' एक विचित्र, उपरोधानं भारलेलं स्मित त्यांच्या चेहऱ्यावर उमलतं. ''परमेश्वराला अर्थातच हेदेखील ठाऊक होतं, की बडबडणारं तोंड आणि सतत प्रश्न विचारीत राहणारं मन यांचीदेखील देणगी मला मिळाली आहे. गैरसमज करून घेऊ नका. मी अगदी मनापासून माझ्या चर्चच्या मागे उभा आहे. चर्चच्या विरोधात,

धर्माच्या विरोधात मी काहीही करू शकत नाही. पण माझ्याकडे राजकीय चलाखी नाहीये. जर माझ्या मनात विचार आला, की चर्चचे कायदे बदलायला हवेत, तर मी तसं सांगेन.''

''मी समजू शकते.'' मी उत्तरते. मला गंमत वाटते आहे.

चर्चच्या चार भिंतींच्या आतदेखील भेद आहेत, विभाजन आहे, हे कळल्यानं मला फारच रोचक वाटायला लागतं. मोठी माणसं आणि जमिनीवरची छोटी माणसं असे भेद. जसे ऑफिसर आणि सार्जंट यांच्यात असतात तसे भेद.

''मला या छोट्याशा चर्चमध्ये फेकण्यात आलं. कारण कुठे ना कुठे माझी नेमणूक करणं भागच होतं. जगापासून दूर कुठेतरी मला फेकणंही चूक होईल, हे त्यांना ठाऊक होतं – काही लोक जसं समजतात तसं चर्च नेहमीच आंधळं नसतं – पण मी एकदम प्रकाशझोतात राहावं, हेही त्यांना ठीक वाटेना.'' ते कुत्सितपणे हसतात. मला ते वीस वर्षांपूर्वीचे दिसतात, उत्साह उतू जाणारे, बंडखोर. ''जेव्हा माझी इथे नेमणूक झाली तेव्हा मला खूप आनंद झाला. हीच ती जागा होती, जिथे मला यावंसं वाटत होतं.''

माझ्या मनात एक प्रश्न येतो. ''फादर, एक प्रश्न विचारू शकते का? तुम्ही पाद्री होण्यापूर्वी काय करत होतात?''

ते संमतीदर्शक मान हलवतात. ''विषयाशी सुसंगत असंच तुम्ही बोलत आहात एजंट बॅरेट. मी पाद्री होण्यापूर्वी एक अस्वस्थ तरुण होतो. छोट्या चोऱ्या केल्याने मी काही दिवस सुधारगृहात काढली आहेत. स्त्रियांशी मी निष्काळजीपणाने लफडी करीत असे. दारू प्यायलो, किरकोळ दंगेधोपेही केले.''

कोणताही संकोच वा शरम वाटल्याची पुसटशी खूणही चेहऱ्यावर न येता ते अतिशय सहजतेने हे सगळं सांगताहेत. आपल्या गतायुष्याबद्दल त्यांना अभिमान निश्चितच वाटत नाहीये. पण त्याविषयी त्यांना काही खेदही नाही.

''मग एकदम बदल कसा झाला?'' मी विचारते.

''फादर मॉंटगॉमेरी नावाचे एक कडक, म्हातारे पाद्री होते. माझी त्यांची भेट झाली. त्यांनी माझी मानगूट पकडली आणि मला सरळ मार्गावर आणलं. असा तो माझ्या आयुष्यात आलेला देवाचा माणूस होता. पाद्री होणं मूर्ख लोकांचं काम आहे, असा माझा तोपर्यंत समज होता. पण फादर मॉंटगॉमेरींनी माझा हा समज खोटा ठरवला. रक्ताचं दृश्य दिसल्यावर त्यांनी कधी डोळे बंद केले नाहीत. एखादी तरुण मुलगी प्रार्थनेला येताना चामड्याचा मिनी स्कर्ट आणि पायात प्लॅटफॉर्म शूज घालून आली, तर त्यांनी कधी नाक वर केलं नाही. प्रार्थना संपल्यावर ती दारातून बाहेर पडल्याबरोबर लगेचच आपला देह विकणार आहे, हे माहीत असतानाही ते तिला प्रेमपूर्वक उपदेश करत असत. ते नेहमी म्हणायचे, तुमच्याजवळचे सुरे चर्चच्या

दाराबाहेर ठेवा आणि मगच तुमचं इथं स्वागत असो.''

''हे कुठे घडायचं?''

''डेट्रॉईट.'' ते खांदे उडवतात. ''त्यांनी माझ्या आयुष्याला कलाटणी दिली. मला बोलावणं आलं. आणि मी म्हटल्याप्रमाणे, मला ठाऊक होतं, की मी फादर मॉंटगोमेरींप्रमाणेच काम करावं, ही देवाचीच इच्छा होती. ते करण्याचा मी प्रयत्न केला.''

''रोझमेरी.'' मी पुन्हा एकदा त्यांना पुढे जाण्यासाठी रेटते.

''रोझमेरी ही एक अस्वस्थ, गांजलेली तरुण स्त्री होती. तिची कथा काही फार वेगळी नव्हती. तारुण्यात ती सर्वांसाठी खूप अवघड ठरली होती. कोणाशी जमेचना तिचं. शेवटी ती नशेच्या नादी लागली, आपला देह विकू लागली. रोझमेरी इतर वाया गेलेल्या व्यक्तींपेक्षा वेगळी आणि गुंतागुंतीची कशी होती? तर तिच्या विचित्र व्यसनांमुळे. कोकेनची नशा आणि वाईट पद्धतीचा सेक्स यांचं मिश्रण. त्याचं व्यसन होतं तिला. ही व्यसनं करताना ती मनसोक्त आनंद लुटायची. आपण जे करतो आहोत ते योग्य आहे किंवा बरोबर आहे, असं तिला वाटायचं, असं मात्र मी म्हणणार नाही. तिला या व्यसनांमुळे खूप आनंद मिळायचा हे मात्र नक्की. आपली व्यसनांना शमवण्यासाठी ती बाहेरच्या जगात जाऊन काहीही करायला तयार असायची. ती गोड गोड बोलणाऱ्या दलालाच्या नादी लागून कुमार्गाला लागलेली निष्पाप बळी मुळीच नव्हती. तिच्या कुटुंबाचा इतिहास कुमार्गाला लागलेल्यांचा नव्हता.'' ते आपलं डोकं हलवतात. काहीतरी आठवल्यासारखं परत बोलायला लागतात. ''तिने एकदा मला सांगितलं की, ती वाईट म्हणूनच जन्माला आलीय. तिला हॉस्पिटलच्या इमर्जन्सी रूममध्ये आणल्याचं मला एका नर्सने कळवलं. माझ्या सत्संगासाठी ती नर्स येत असे. नर्सने मला सांगितलं ते थोडक्यात असं – ''या मुलीने एकदम तळ गाठलाय. यापेक्षा खाली ती जाऊच शकत नाही. फादर, ती एकतर आपल्या जीवनाला एकदम चांगली कलाटणी तरी देईल किंवा मरून तरी जाईल.''

''नर्स म्हणाली तसा खरोखरच तिनं तळ गाठला होता का?''

''हो तर! तिच्या गिऱ्हाइकाने तिला इतकं मारलं होतं की ती जवळजवळ मेलीच होती आणि हे सगळं होत असताना ती मात्र कोकेनच्या नशेत तर्र होती. शिवाय तिला क्लायमायडिया, सिफिलीस आणि गनोरिया या रोगांची भरपूर लागण झालेली होती. भरीस भर म्हणून तिला फ्ल्यूदेखील होता.''

''अरे बापरे!''

''हो. परमेश्वर कृपेने तिला एच.आय.व्ही.ची लागण मात्र झालेली नव्हती. आणि सिफिलीसची लागण देखील ताजी होती. रोझमेरीवर पवित्र आत्म्याची नजर असणारच.''

यावर चर्चा होऊ शकते, असा मी विचार करते. पण मी तो बोलून दाखवत नाही.''

''बोलत राहा फादर, प्लीज!''

''ती जेव्हा शुद्धीवर आली तेव्हा मी तिथं होतो. ती रडायची थांबूच शकत नव्हती. मी नेहमी विचारतो, तो प्रश्न तिलाही विचारला – माझी मदत घेण्यासाठी तू तयार आहेस का? रोझमेरीने होकारार्थी उत्तर दिलं. मी तिच्या राहण्याची व्यवस्था केली. चर्चच्या सदस्यांनी तिला स्वच्छ होण्यासाठी मदत केली. ती यथावकाश रोगमुक्त झाली, व्यसनमुक्त झाली. आम्ही एकत्रच प्रार्थना म्हणत असू.'' त्यांच्या डोळ्यात खिन्नता झळकते. ''आम्ही खूप वेळा एकत्र प्रार्थना केली.'' ते माझ्याकडे बघतात. ''रोझमेरीची ही गोष्ट तुम्ही समजून घ्यायला हवी एजंट बॅरेट. तरच तुम्ही तिची खरोखर काळजी घेऊ शकाल. ती कशी सुधारली याचं विस्तृत वर्णन जाणून रोझमेरी समजणार नाही. तिने कोणती पापं कशी केली, यांचे विस्तृत तपशील जाणून घेतल्यानं रोझमेरी कोण होती हे समजणार नाही. पण कसं तरी, कुठून तरी सुरुवात करून या वाया गेलेल्या मुलीनं आपल्या आत दडलेलं प्रचंड सामर्थ्य शोधून काढलं होतं; हे महत्वाचं आहे. हे काम तिच्यासाठी फारसं सोपं नव्हतं. तिने मला सांगितलं, की ती अजूनही दररोज नशा आणि सेक्सचा विचार करते. व्यसनांसाठीची तिची तहान दूरदूर चालली होती खरी, पण ती पूर्णपणे नाहीशी मात्र झालेली नव्हती. पण तिने हार मानली नाही.'' वैफल्यातून ते आपल्या दोन्ही हातांच्या मुठी वळतात. ''परमेश्वराच्या दयेच्या सावलीत ती जवळजवळ पाच वर्षं राहिली. ना नशा ना त्या व्यसनांच्या परत आहारी जाणं. हे शब्द वापरणं मला तितकंसं रुचत नाहीये, पण ते इथं चपखल बसताहेत – रोझमेरी वाचलेली होती.''

''अच्छा.'' ते काय म्हणताहेत ते मला पूर्ण पटलेलं नाहीये, पण रोझमेरीत बदल झाला होता ही शक्यता स्वीकारण्याची माझी तयारी आहे.

''शिवाय आणखी एक गोष्ट आहे...'' ते जरा चाचरतात.

''काय?''

''मी कन्फेशन घेत असतो, तुला माहीतच आहे. लोक माझ्याकडे येऊन आपल्या पापांची कबुली देत असतात. तिने माझ्याकडे काय आणि कशाची कबुली दिली ते मी तुम्हाला कधीच सांगू शकणार नाही. पण मी हे मात्र सांगू शकतो, की तिचा माझ्यावर दृढ विश्वास होता. तिचं जे जे काही वाईट, अपवित्र होतं ते ते ती सर्व मला सांगायची. तिने काहीच दडवून ठेवलं नाही.''

मी जरा कोड्यात पडते. खूपच उत्सुक झाले आहे मी. उत्कंठेच्या पलीकडे. मला माहीत व्हायलाच हवं, की रोझमेरीने फादर येट्सना काय काय सांगितलं आहे. पण मला ठाऊक आहे, फादर रोझमेरीच्या विश्वासाला कधीच तडा जाऊ

देणार नाहीत.

कॅथॉलिक वृक्षाची मुळं खूप खोलवर गेलेली असतात, हेच खरं.

"यापेक्षा अधिक काही तुम्हाला सांगायचं आहे फादर? काहीही, ज्यामुळे खुनाचा तपास करण्यात मदत होऊ शकेल?"

"मला माफ करा एजंट बॅरेट. मी रोझमेरीच्या आठवणींशिवाय दुसरी काहीही माहिती पुरवू शकत नाही. अत्यंत वाईट असणारी रोझमेरी आणि खूप चांगली झालेली रोझमेरी."

मी माझ्या पर्समधून माझं कार्ड काढते आणि त्यांना देते.

"तुम्हाला काही सांगावंसं वाटलं तर फोन करा फादर."

"निश्चित." त्यांची नजर माझ्यावर क्षणभर घुटमळते. "आणि प्रार्थनेविषयी, *तुम्हाला* काय वाटतं एजंट बॅरेट?"

मी त्यांच्याकडे चमकून बघते. "व्यक्तिश:, माझ्या मते प्रार्थनेचं जरा जास्तच स्तोम माजलेलं आहे आणि प्रार्थनेचे परिणाम मात्र फारच किरकोळ आहेत."

माझे शब्द कात्रीसारखे बाहेर पडतात, कोणतेही निर्बंध नसल्यासारखे. इतक्या जोरात ते बाहेर पडल्याबद्दल मला खेद वाटतो. मी क्षमा मागण्यासाठी खांदे उडवते.

"सॉरी फादर."

"अजिबात वाईट वाटून घेऊ नका. तुमचा देवावर राग असेल तर त्याचा अर्थ असा आहे, की तुमचा अजूनही देवावर विश्वास आहे; देवाच्या अस्तित्वावर विश्वास आहे. सध्या तरी मी तोच अर्थ घेतो."

मला कळत नाही, की आता या म्हणण्यावर काय प्रतिक्रिया द्यावी. मी केवळ पुटपुटते. "धन्यवाद फादर." सहा वर्षांच्या मुलीसारखं मी त्यांचे आभार मानते आणि चर्चच्या प्रवेशद्वाराकडे चालू लागते. ॲलन आणि ॲटकिन्स माझ्या मागोमाग चालू लागतात.

जळो मेले, त्या पाद्र्याचे ते भेदक डोळे! काही वेळा हे फादर मला खूपच त्रास देतात.

१३

रात्रीचे साडेआठ वाजून गेले आहेत. ॲलन, ॲटकिन्स आणि मी डेनीज उपाहारगृहात मागे एका बूथमध्ये बसलो आहोत. रात्र हळूहळू पुढे सरकते आहे. आमची वेटर थकलेली दिसतेय. कसंबसं ओढून-ताणून आणलेलं एक स्मित तिच्या तोंडावर आहे. आमच्या कपात पुन्हा एकदा कॉफी भरताना ती आमच्याकडे बघत मघासारखंच स्मित करते. पण आमच्याशी गप्पा मारण्याचा तिचा मूड दिसत नाहीये. मला वाटतं, पोलीस लोकांना कॉफी पाजण्याची तिला सवय असावी म्हणून ती आमच्याशी गप्पा मारण्याच्या फंदात पडली नसावी.

उपाहारगृहात जिथं नजर जाईल तिथं व्हिनायल आणि फोरमायकाच दिसतोय. गंमतच आहे! याहीपेक्षा आणखी काही अमेरिकन नाहीये का?

ॲटकिन्सने आम्हाला केसच्या फाइलची एक प्रत दिलेली आहे. त्यात गुन्हा घडला त्या ठिकाणाचे भरपूर फोटो आहेत.

"विद्रूप दृश्यं आहेत." माझं निरीक्षण.

"पण सगळं कसं व्यवस्थित रचलंय त्या खुन्याने!" ॲटकिन्स प्रत्युत्तर देतो.

ॲटकिन्स म्हणतो त्यात अर्थ दडलेला आहे. बरोबर बोलतोय तो. रोझमेरीच्या एका फोटोकडे मी बघते. एक सुंदर स्त्री होती ती. फोटोत ती नग्नावस्थेत दिसतेय. बिछान्यात पाठीवर पडलीय. तिचे पाय एकमेकांशी जुळलेले आहेत आणि हात छातीवर विसावलेले आहेत. तिचं डोकं मागे झुकलेलं आहे आणि डोळे सताड उघडे आहेत. तिच्या उजव्या नाकपुडीतून वाळलेल्या रक्ताची एक धार खाली आलेली दिसतेय. नाकातून एक कोन करून रक्त बाहेर आल्याचं दिसतंय. ती धार गालावरून ओघळत जबड्याच्या हाडापर्यंत गेलीय. एकंदरीतच ही एक भयावह प्रतिमा आहे. पण याहीपेक्षा भयानक ती असू शकत होती. लैंगिक अत्याचार

झाल्याचं कोणतंही चिन्ह तिथं दिसत नाही. तिच्या नाकातून गळालेलं रक्त, तिच्या उजव्या बाजूला असलेली भोसकल्याची खूण आणि त्या ठिकाणचे ओरखडे हे सोडलं, तर रोझमेरीचा देह स्वच्छ, सुंदर जसा होता तसा दिसतोय.

"खून करताना तो फार संतापला होता, असं काही दिसत नाहीये इथं." ॲटकिन्स म्हणतो.

"हं." माझी प्रतिक्रिया.

लैंगिक विकृतीतून उत्पन्न झालेलं कृत्य म्हणजे काही केवळ साधा राग नसतो. तो हिंसाचाराने पुरेपूर भरलेला, मन मोडून टाकणारा राग असतो. केवळ लिंग आत घुसवून त्यांचं भागत नाही. त्या बळी जाणाऱ्या स्त्रीचा पूर्ण नाश करणं त्यांच्यासाठी महत्त्वाचं असतं. तसं काही इथं झाल्याचं मला फोटोत दिसत नाही. खुनाच्या हेतूत मला असा कोणताही लैंगिक दृष्टिकोन दिसत नाही. मी फाइल बंद करते आणि कॉफीचा घोट घेते.

"गुन्ह्याच्या ठिकाणाची तपासणी करणाऱ्या युनिटला काहीच सापडलं नाही." ॲटकिन्स म्हणतो.

"त्याचं मला काही आश्चर्य वाटत नाही." मी त्याला सांगते. "हा वेडपट खुनी फार व्यवस्थितपणे काम करणारा आणि खूप अनुभवी आहे. त्याला एक काम करायचं होतं; ते त्यानं केलं. बस. कुठलीही गडबड नाही. कोणताही गोंधळ नाही. तो घरात आला तसा घरातून बाहेर पडला. अशा वेगवेगळ्या घटनांमध्ये फारसा फरक दिसून येत नाही.

"मग त्याला पकडणार कसा?"

काही वेळा तुम्ही नाही पकडू शकत अशा लोकांना. सिकाडा किडे माझ्या धमन्यांमध्ये कर्कशपणे ओरडायला लागले आहेत.

"जे तो करतो आहे ते का करतो आहे, याचा शोध घेऊन त्याला पकडता येऊ शकतं. जसा वेळ जाईल तसं तो कुठेतरी चुकेल आणि आपल्या हाती काहीतरी सुगावा लागेल, अशी आशा करीत आपण त्याला पकडू शकतो."

"हे काही खरं नाही. अशा म्हणण्यानं दिलासा मिळत नाही."

मी त्याला अतिशय घाणेरडं स्मित देते. "हे बघ ॲटकिन्स, आपल्या धंद्यात आपण दिलासा देण्याचे काम करत नसतो. तुला ठाऊक आहे ते."

तितकच निराशापूर्ण, कटू स्मित प्रत्युत्तरादाखल देऊन तो माझ्याशी सहमती दाखवत कॉफीचा कप उचलतो.

ॲलन आणि मी पुन्हा महामार्गावर आहोत. घराकडे चाललो आहोत. गाडी चालवण्याचं काम ॲटकिन्स करतोय.

"बॉनीला घेऊन जाण्यासाठी माझ्या घरी येणारेस का?" ॲलन विचारतो.

मी घड्याळात बघते. साडेदहा वाजत आले आहेत.

"नको. माझ्या घरीच सोड मला. मी उद्या घेऊन जाईन तिला."

कॅली आणि जेम्सला फोन करावा काय, या विचारात मी आहे. पण लक्षात येतं की ते जिथं आहेत, तिथं आता रात्रीचा एक वाजलाय. जर ते झोपलेले असतील – आणि आशा आहे की ते झोपलेलेच असतील – तर त्यांना जागं करण्याची माझी इच्छा नाही.

"गेल्या काही दिवसांपासून फारच विचित्र धावपळ चालू आहे आपली." ॲलन म्हणतो.

"खरंय तुझं म्हणणं."

गाडी चालवताना तो माझ्याकडे बघतो. "या प्रकरणाचं अंतरंग अजून उलगडलंय की नाही तुझ्या मनात?"

मी नकारार्थी मान हलवते. "अजून तरी नाही. मला थोडी झोप मिळणं आवश्यक आहे. मग आपण जमवलेले धागेदोरे, पाहिलेलं सगळं काही, माझ्या पेशींमध्ये मुरणं आवश्यक आहे. पण या केसमध्ये मला कोड्यात टाकणाऱ्या अनेक गोष्टी अजूनही आहेत."

"कोणत्या?"

"जसं की हा खुनी, मला वाटतं, अनेक दिवसांपासून खून करतोय आणि आता तो त्यात चांगलाच सरावलाय. तो अतिशय पद्धतशीरपणे आणि शिस्तबद्ध रितीने काम करणारा आहे, हेही माझ्या लक्षात आलंय. आणि मुख्य म्हणजे, मला आता खात्री वाटायला लागली आहे, की पुढचे खून करताना लगेच तरी तो कोणतीही चूक करणार नाही."

"तो अगोदरच चूक करून बसलाय. तो तिथं आहे, हे त्यानं आपल्याला माहीत करून दिलंय."

"खरंय, पण त्यानं तसं मुद्दामहून केलंय. आपण अजूनही पकडापकडीचाच खेळ खेळतोय."

ॲलनच्या तोंडावर अस्पष्टसं स्मित. "कोणत्याही केसला हात घालताना अगोदर नेहमी तू अशीच शंकेखोर असतेस. आणि तरीही शेवटी आपण ज्याच्या मागावर असतो, त्याला आपण पकडतोच ना."

"असंच तर्कशास्त्र वापरायचं असेल, तर मग मी असंच निराशावादी राहायला हवं आता."

तो जोरात हसतो. माझा सेलफोन वाजतो. कोण फोन करतंय हे बघितल्यावर मनावर आलेला मलूलपणा दूर होऊन ते उमलतं.

टॉमी ॲग्वीलेरा गेल्या दोन वर्षांपासूनचा माझा मित्र आहे. प्रियकर आहे. टॉमी गुप्तचर यंत्रणेत काम करीत असे. आता तो खाजगी सुरक्षा आणि तपासकाम करण्याचा स्वत:चा व्यवसाय करतो. तो नोकरीत असतानाच आमची भेट झाली होती. एका माणसाची सुरक्षा व्यवस्था सांभाळण्याची जबाबदारी त्याच्यावर होती. पण तो माणूसच खुनामागून खून पाडणारा निघाला. एक क्षण असा आला, की त्या तरुण माणसाला ठार करणं अत्यावश्यक असल्याचं टॉमीला जाणवलं. त्यानंतर टॉमीच्या विभागात अपेक्षेप्रमाणे जोरदार वादळ निर्माण झालं होतं. त्यामुळे त्याच्यावर जवळजवळ फासावर लटकण्याचीच वेळ आली होती. पण मी दिलेल्या साक्षीमुळे तो बचावला. या उपकारांची त्याने सतत कृतज्ञतेनं जाणीव ठेवली. केव्हाही गरज भासली की कळव, असं त्याने सांगितलं होतं.

काही वर्षांनंतर त्याने नोकरी सोडून दिली. का? ते मला अजूनही माहीत नाही. मी विचारलं असतं तर कदाचित त्याने मला सांगितलंही असतं. पण मीही कधीच विचारलं नाही आणि त्यानंही कधी सांगितलं नाही. टॉमी थंड वगैरे अजिबात नाहीय. पण तो पराकोटीचा मितभाषी आहे. खूप कमी बोलतो.

त्यानं मला मदत करायचं आश्वासन दिलेलं असल्यानं, एका तपासकामात मी त्याची मदत घेतली होती. त्यानिमित्ताने तो एकदा माझ्या घरी झाडाझडती घेण्यासाठी आला होता. माझ्यावर नजर ठेवण्यासाठी माझ्या घरात कोणी काही लपवून ठेवलंय का, हे मला शोधून काढायचं होतं. त्याने ते बग्ज बरोबर शोधून काढले. एवढंच नाही, तर माझ्या कारमध्ये ठेवलेला जी.पी.एस. ट्रॅकरही त्याने खुबीने हुडकून काढला. मी कुठेकुठे गेलेय, जातेय हे त्या ट्रॅकरवरून कोणालाही सहज समजण्यासारखं होतं. असं काही कोणी ठरवलं नव्हतं, पण शेवटी मी त्याचं चुंबन घेतलंच आणि आश्चर्य म्हणजे माझ्या चुंबनाला त्यानेही चुंबनानेच प्रत्युत्तर दिलं.

माझा नवरा केवळ सहा महिन्यांपूर्वी गेलेला होता. माझा चेहरा – देह विद्रूप झालेला होता. आतून-बाहेरून मी विद्रूप, घाणेरडी असल्याचं मला जाणवत होतं. त्यामुळे मला खूप क्लेश होत होते. अशा वेळी टॉमीनं मला त्याच्या बाहुपाशात घेतलं आणि मी हवीहवीशी आहे, हे पुन्हा एकदा मला जाणवून दिलं. आत्म्याच्या आणि शरीराच्या पातळीवर हे खूप संतोष देणारं होतं. टॉमी खूपच प्रेमळ आणि मोहक माणूस आहे. स्त्री सहवासासाठी तो आसुसलेला असतो आणि स्त्रियाही त्याच्या सहवासासाठी.

तो लॅटिन आहे. म्हणजे अर्थातच काळेभोर केस, उन्हाने रापलेली तांबूस त्वचा आणि विचारमग्न डोळे. तो सुंदर नाहीये. त्याच्या चेहऱ्याच्या डाव्या बाजूला जखमेचा व्रण आहे. चांगला, भरदार जबडा आहे. बांधकामाच्या कामगारांसारखे त्याचे हात राठ आहेत. पण देहयष्टी एखाद्या नर्तकासारखी आहे. जेव्हा त्याच्या

अंगावर कपडे नसतात तेव्हा त्याला बघत राहावंसं, चघळत-चघळत खाऊन टाकावंसं वाटतं. त्याच्याबरोबरचा संभोग कधी दंगामस्तीचा, तर कधी हळुवार, तर कधी सुस्त! पांघरुणाखाली टॉमी म्हणजे एक घामट आनंद असतो.

"हॅलो." मी उत्तरते.

"हॅलो." तो म्हणतो. "अजूनही गावाबाहेरच आहेस का?"

"ना. खरं म्हणजे मी आता घराकडेच चाललेय."

"मग? सोबत हवीय?"

"हो तर. प्लीज. माझ्या पायांना मालीश करण्याची तयारी आहे? मला जरा रिकामं व्हायचंय. मनाला बसलेला पीळ जरा मोकळा करायचा आहे."

"का नाही? लगेच भेटतो."

मी फोन बंद करते आणि माझ्या लक्षात येतं की मी गाणं गुणगुणते आहे. मी लगेच थांबते. घाबरून थांबते. मी चोरून ॲलनकडे एक कटाक्ष टाकते. पण सुदैवाने त्याचं सगळं लक्ष रस्त्यावर खिळल्याचं दिसतंय. मी सुटकेचा निःश्वास सोडणार तोच....

"हा माणूस तुला सुखावतोय, असं दिसतंय."

"ठीक आहे तो." मी म्हणते.

"हं."

मी माझ्या मित्राकडे बघते. "काय 'हं'?"

"मला तुमच्या या भानगडीशी काही कर्तव्य नाही स्मोकी. पण आता, कोण ठीक आहे, ठीक नाहीये, हे विचार दूर करावेसे तुला कदाचित वाटत असावं. तुला आनंदी राहण्याचा हक्क आहे आणि तो तुला आनंदी ठेवतोय हे जाणून घेण्याचा त्यालाही हक्क आहे."

तिटकाऱ्याची एक लहर अचानकपणे माझ्या शरीरातून धावत असल्याचं माझ्या लक्षात येतं आणि मला आश्चर्यच वाटतं. ॲलनला देण्यासाठी एक सणसणीत उत्तर माझ्या तोंडातून बाहेर घरंगळण्यासाठी सज्ज आहे. पण मी त्याला आवरते.

"हा तुझा सल्ला म्हणून मी स्वीकारते." मी पुटपुटते.

"अरे!" एखाद्या मित्राने आपली हनुवटी त्याच्या हातात घेऊन आपली इच्छा नसताना त्याच्याकडे वळवावी आणि आपली समजूत घालण्याचा प्रयत्न करावा, अशा थाटात ॲलन बोलतोय. "मी फक्त बोलतोय. तू कोणाबरोबर तरी पुन्हा हसायला लागलीस, ते पाहून मला बरं वाटतंय. बस इतकंच."

माझ्या मनात आलेला त्रागा, तिटकारा क्षणार्धात नाहीसा झालाय. मी सुस्कारा सोडतोय.

"मलादेखील असंच वाटतंय."

१४

मी कडी फिरवून दरवाजा उघडते. जे अपेक्षित असतं तेच आत दिसतं. रिकाम्या घरातली स्तब्धता आणि शांतता.

हेच ते घर, मॅट आणि मी, आम्ही दोघांनी एकत्रपणे घेतलं होतं. हेच ते घर ज्यात मी पत्नी कसं व्हायचं ते शिकले; आई कसं व्हायचं ते शिकले आणि याच घरात मी ते सगळं हरवून बसले. हेच ते घर, जिथे मी पूर्णपणे नामशेष झाले आणि इथेच मी स्वत:ला सावरून पुन्हा उभी राहिले.

माझा मॅट आणि माझी ॲलेक्सा जाऊन आज तीन वर्षं झालीत. आता मी झोपेतून किंचाळत जागी होत नाही. आता मी मध्यरात्री माझ्या पिस्तुलावर नजर ठेवून असा विचार करत बसलेले नसते, की 'गोळी जेव्हा माझ्या डोक्याच्या ठिकऱ्या उडवेल तेव्हा मला त्रास होईल का?' माझा आत्मा रेफ्रिजरेटरच्या डीप फ्रिजमध्ये ठेवून आता मी आयुष्य जगत नाही. आता माझ्याजवळ बॉनी आहे आणि टॉमी आहे आणि अर्थातच माझी टीम आहे. आयुष्याचा पुन्हा एकदा मनमुराद आनंद घ्यायला मी शिकले आहे. आयुष्य *चांगलं* आहे असं म्हणायला माझ्यातली शंकेखोर चाचरते आहे, पण आयुष्य *खूपच चांगलं* आहे, हे मात्र म्हणायला मला परवानगी आहे.

तरीदेखील... आपण जे गमावलेलं असतं त्याच्या वेदना आपल्यावर अचानक तिरपेपणाने वार करतातच. गतायुष्यातले विरोधाभास खूप शक्तिशाली असतात. सहजासहजी ते विसरले जात नाहीत.

मॅट एक चपखल जोडीदार होता, माझ्यासाठी, आमच्यासाठी आणि आमचं जे आयुष्य होतं त्यासाठी. संध्याकाळी नऊ वाजता घरी परतणं माझ्यासाठी त्या वेळी नवीन नव्हतं. आत्मा-मेंदू पुरते शिणलेले आणि मेलेल्यांचा वास लागलेले.

त्याही वेळी दार उघडताना मी चाचरायची, अडखळायची. मी स्तब्ध राहून हळूच कुलुपात किल्ली सरकवायचे आणि माझ्या मनातले कामाचे काळेकुट्ट विचार झटकून टाकण्याचा प्रयास करायचे. मनातल्या त्या काळोखाचा माझ्या प्रिय घरातल्या प्रकाशावर आणि घरात नांदत असलेल्या प्रेमावर परिणाम होणार नाही, याची खात्री करून घ्यायचे. नेहमीच मला ते जमायचं नाही, पण मी प्रयत्न जरूर करायचे.

मी दार उघडायचे तर काय! घरातले सर्व दिवे चालू असायचे. कारण मॅटला भरपूर प्रकाश आवडायचा. एक तर टीव्ही तरी चालू असायचा नाहीतर स्टिरिओ तरी. कारण मागे कोणता ना कोणता आवाज चालू असला, की मॅटला बरं वाटायचं. कोणत्या तरी चविष्ट पदार्थाचा सुवास घरभर दरवळत असायचा. मॅट स्वयंपाक उत्तम करत असे. पाककलेच्या पुस्तकांमधले सर्व पदार्थ तो प्रत्यक्षात उतरवायचा आणि आम्हा सर्वांना खाऊ घालायचा.

जेव्हा मी घरी यायचे तेव्हा तो नेहमीच माझं स्वागत करायचा. त्याची ही सवय कधीच बदलली नाही. इतकी वर्षं, इतकी वर्षं लग्नाला झाली तरी. आम्ही भांडतो आहोत की प्रेम करत आहोत, याचा त्याच्याशी खरंच काही संबंध नसायचा.

"श्रीमती प्रवासी, तुमचं घरात पुन्हा स्वागत असो."

मी बाहेरून आल्यावर तो नेहमी म्हणायचा. सूर्य आणि पाऊस यांच्याइतकीच आवश्यक आणि नैसर्गिक अशी आमची ही बोलण्याची रीत असे.

अलेक्सा होण्याअगोदरच्या दिवसांत तो मला रुचकर, स्वादिष्ट पदार्थ करून खाऊ घालायचा. कधीतरी वाईनही पाजायचा. मग मी दिवसभर जे काम केलं त्याविषयी कण्हत बसायची, तक्रारी करायची. ते तो ऐकत राहायचा. मग कण्हण्याची आणि तक्रारी करण्याची त्याची पाळी. मी ते ऐकायची. मग थोडा वेळ आम्ही एकत्र टीव्ही बघायचो. साधारणपणे झोपण्यापूर्वी समागमाने आमचा दिवस संपायचा. अगोदरच्या काळात आम्ही सेक्सची खूप म्हणजे खूप मजा लुटली. चांगला सेक्स, ठीक ठीक सेक्स आणि कधीतरी तर वाईट सेक्सही. (तथापी, मॅटचं म्हणणं असायचं, की वाईट वीर्यस्खलन असूच शकत नाही. पुरुष किंवा स्त्री आनंदाच्या अत्युच्च शिखरावर पोहोचल्यावर आनंदच वाटणार ना?)

लग्न झाल्यावर जसे दिवस सरत गेले, तसं संभोगाचं प्रमाण, नियमितता कमी कमी होत गेली. पण मॅटशी लग्न करण्यातला एक सर्वोत्कृष्ट भाग असा होता, की आमच्या लग्नाची प्रगती होत गेली. ते जुनं नाही झालं. झिजून, झिजून त्याची झळाळी कमी होत गेली नाही. परस्परांमधलं नावीन्य जरी संपलं होतं, तरी एकमेकांविषयीचं आनंदमिश्रित आश्चर्य कधीच लयाला गेलं नव्हतं.

ॲलेक्साचा जन्म झाला आणि माझ्या घरी परतण्याला एक नवा आयाम

मिळाला. जेव्हा ती खूप छोटी होती तेव्हा मी तिच्याकडे जायचे. थोडी मोठी झाल्यावर ती माझ्याकडे यायची. तिने वडिलांचे शब्द उचलले होते. बऱ्याच वेळा बापलेक स्टिरिओसारखे एकाच वेळी हे शब्द उच्चारायचे.

"श्रीमती प्रवासी, तुमचं घरात पुन्हा स्वागत असो. तुमचे बूट पायातून फेकून द्या. बाहेरचं हवामान ठीक असलं, वाईट असलं, तरी इथे घरात मात्र सतत सूर्य तळपतो आहे."

शब्द गुळगुळीत होतात. पण काही शब्दांचा कितीही वारंवार उपयोग केला तरी त्यातलं खरेपण लोपलेलं नसतं. इमारत आणि घर यात हाच तर फरक असतो.

आता सगळं चित्र बदललंय. जेव्हा मी घरात येते तेव्हा दिवे बंद असतात. घरात जरा थंडीच आहे. कोणत्याच पदार्थाचा वास घरात दरवळत नसतो. टीव्हीचा आवाज नाही की स्टिरिओचा.

आणखी एक गोष्ट हरवलीय. ती म्हणजे घरातली झाडं. मॅटने घरात एक छोटं जंगल तयार केलं होतं. मी? मी म्हणजे झाडांचा मृत्यूच. मी त्यांना ठार मारते असं नव्हे, तर केवळ माझ्या उपस्थितीमुळेही ती आत्महत्या करतात. मी त्यांची काळजी घेतेय, असं त्यांच्या लक्षात आलं रे आलं, लगेच बिचारे आपली मनगटं कापून घेतात.

'श्रीमती प्रवासी! तुमचं घरात स्वागत असो.'

पण पूर्वीसारखं आता काहीच राहिलेलं नाहीये.

रोझॅरिओनं मला कारमध्ये जे सांगितलं ते मला आठवतंय. ज्या जागेत माझी मुळं रुजलेली आहेत त्याविषयी. किती खरं बोलल्या होत्या त्या! मी आयुष्यात पुढे सरकलेय खरी, पण मी खरंच भूतकाळ विसरू शकते का? या घरात राहून?

माझ्या मागे मी घराचा दरवाजा बंद करते आणि दिवाणखान्यातून किचनमध्ये येते. येता येता टीव्ही आणि दिवे लावत लावत येते. बातम्या देणारी बडबड करत असते. त्यामुळे घरातलं रितेपण जरा कमी होतंय. थोडं मॅकरोनी आणि चीझ मी मायक्रोवेव्हमध्ये ढकलते. हा माझ्यासाठी आणखी एक अवघड प्रांत आहे. मी स्वयंपाक बनवू शकत नाही. मी पाणीदेखील जाळू शकते.

मी माझ्यासाठी एका ग्लासमध्ये वाईन ओतते आणि ओव्हनमध्ये मॅक आणि चीझ झाल्यावर ते उचलते. आणि सगळं घेऊन कोचाकडे येते. मॅटचा नेहमी आग्रह असे, की आपण सभ्य कुटुंबासारखं डायनिंग टेबलपाशी बसून खायला हवं.

मग, बदलव ना स्वत:ला बावळट. आता तुझ्याजवळ बॉनी आहे. टॉमी आहे. जा, डायनिंग टेबलपाशी बसून खायला सुरुवात कर. आणि हो! तू घरात आल्यावर तुला आवाज ऐकू यायला हवा ना? मग टीव्ही टायमर लावून ठेव ना. तू येण्यापूर्वी

आपोआप सुरू झालेला असेल.

माझं मन उदासी सोडून जरा उड्या मारायला लागतं. वास्तविकतेचं भान हे माझं मोठं बलस्थान आहे. जेव्हा वस्तू तुटतात, मोडतात तेव्हा त्या ठीक करायला मला आवडतं. बिअर (किंवा वाईनमध्ये म्हणा हवं तर – जे लागू असेल ते.) घेऊन रडणाऱ्यांपैकी मी नाहीये. गेल्या काही वर्षांत मी रडण्यात आवश्यकतेपेक्षा जास्त वेळ खर्च केलाय. आता अश्रू कमी आणि घाम जास्त. चला. कामाला लागा.

चांगली कल्पना आहे, एजंट बॅरेट. मी स्वत:लाच सांगते. *ऐक! ऐक!!*

माझ्या आत, मन:स्थितीत जो बदल होतोय तो जाणवल्याने मी खिदळते. माझ्या आयुष्याची नव्याने व्यवस्था करण्याचं मी ठरवल्यानं मी वेडीपिशी झालेय. आणि मी वेडीपिशी झालेय म्हणून चिंता करण्याचं मी थांबवलंय. होऊ दे वेडीपिशी. मला वाटतंय, याचा अर्थ असा आहे, की एकतर मी खरोखरच चांगल्या कारणासाठी, माझ्या भल्यासाठी बदललेय किंवा मी खरंच वेडी झालेय.

अन्नासारखं दिसणारं माझ्या पुढ्यात जे काही आहे, ते पोटात ढकलत असताना मी बातम्या बघतेय. नवीन काहीच नाही. नामशेष करणाऱ्या कड्यावर मानवी संस्कृती हेलकावे खातेय. जेव्हापासून बातमीदारीचं काम सुरू झालंय. तेव्हापासून मानवाची संस्कृती अशीच हेलकावे खातेय. अजूनही लिसा रिडचा उल्लेख नाहीये.

जेव्हा दरवाजावर टकटक होते तेव्हा एक खोडकर आनंद माझ्यातून धावायला लागतो. मी मॅकरोनी आणि चीझचं रिकामं भांडं कचऱ्याच्या बादलीत फेकते आणि घाईघाईने दरवाजा उघडायला जाते.

मी दरवाजा उघडते आणि माझ्या आयुष्यातल्या माणसाकडे बघते. काळा कोट आणि पँट घालून आलाय आणि टाय नसलेला पांढरा शर्ट आहे. केस जरा विस्कटलेले आहेत. पण तो नेहमीसारखाच दिसतोय – खाऊन टाकावा असा.

"हाय," तो म्हणतो. एक शब्द. किती ऊब आहे त्याच्यात. शिवाय त्याच्या जोडीला ते स्मितहास्य. मला बघून त्याला आनंद झालाय, जितका त्याला बघून मला झालाय.

मी एका कोनात माझं डोकं वर करते. चुंबन घेणं त्याला सोयीचं व्हावं, अशा रितीने. तो मला एक दीर्घ चुंबन देतो.

"श्रीमान प्रवासी, तुमचं परत स्वागत असो." मी पुटपुटते.

तो भुवई उंचावतो. "मला वाटतं, हे *मी* तुला सांगायला हवंय ना." तो हसतो. तो आत येतो आणि कोचावर कोसळतो. "तू कायमच बिझी असणारी स्त्री राहिली आहेस."

त्याच्या शेजारी मी खाली बसते, आणि माझा पाय त्याच्या मांडीवर ठेवते.

उच्चार न करता केलेली ती मागणी असते – मालीश करण्याची. टॉमी ही मागणी पूर्ण करू लागतो. त्याच्या कणखर हातांनी तो मालीश करायला लागतो, तसं माझ्या पायातला ताण विरघळायला लागतो. इतका की मी पोट वर उचलून माझ्या शरीराची कमान करते.

"हो तर. मी आहे बाबा बिझी बाई. खूप प्रवास करणाऱ्यांना खाजगी जेटमध्ये मिळतात त्या सवलती मात्र मिळत नाहीत. दुर्दैव आहे. नाही? हं! जीझस. बरं वाटतंय रे."

"तुला केसविषयी काही बोलायचंय का?"

माझ्या लक्षात येतं, की मी आणि टॉमी व मी आणि मॅट यांच्यातल्या नातेसंबंधातल्या अनेक फरकांपैकी एक मोठा फरक म्हणजे, मी मॅटशी माझ्या केसेसबाबत फार बोलत नसे. अगदीच क्वचित. मी त्या भानगडी घराबाहेरच ठेवल्या होत्या. त्याच्यापासून आणि अलेक्सापासून दूर. टॉमी वेगळा आहे. त्याला मृत्यू, खून हे ठाऊक आहे आणि माझ्याप्रमाणेच त्यानेही माणसं मारलेली आहेत. मी त्याच्याशी माझ्या कामाविषयी बोलू शकते. त्यामुळे तो कोलमडून पडणार नाहीये, त्याच्यावर काहीच परिणाम होणार नाहीये. कारण जो काही परिणाम व्हायचाय, तो अगोदरच होऊन गेलाय.

"बोलायचंय ना. जोपर्यंत पायाला मालीश करून तू मला सुखाची अनुभूती देतो आहेस तोपर्यंत मी बोलेन. तू थांबलास की मीही थांबले."

गेल्या दीड दिवसात काय झालं त्याचा प्रदीर्घ अहवाल मी त्याला देते. तो ऐकतो. काही ठिकाणी मानही डोलावतो आणि दरम्यान एकदाही मालीश करण्याचा ताल चुकवत नाही.

"ओह!" माझं सांगून संपल्यावर तो उद्गारतो. "बरंच गुंतागुंतीचं दिसतंय."

"हो तर! साधी गोष्ट नाहीये." मी माझ्या बोटांवर मोजायला लागते. "बघू या, माझ्यावर किती ओझं आहे ते. माझ्याकडे आहे एका काँग्रेस प्रतिनिधीच्या लिंगबदल केलेल्या मुलीच्या खुनाची केस. शिवाय तो प्रतिनिधी आपल्या देशाचा अध्यक्ष होण्याच्या शर्यतीत एकदम आघाडीवर आहे म्हणतात. त्याच्या मुलीचा खून विमानात झालेला. त्यामुळे मला आणि माझ्या टीमला आमच्या नेहमीच्या कार्यक्षेत्राबाहेर पळावं लागतंय. ते सुद्धा अशा क्षेत्रात, जिथं राजकीय बॉम्ब ठिकठिकाणी पेरून ठेवलेले आहेत. मग माझ्याकडे आहे एका तरुणीच्या खुनाची केस. पूर्वी ती नशा आणि सेक्स यांच्या व्यसनात अडकलेली होती. वेश्याव्यवसाय करणारी आणि अश्लील चित्रपटांत काम करणारी. पण नंतर सुधारली. सरळ मार्गावर आली. खून करणाऱ्या माणसाने दोघींच्याही शरीरात क्रॉस खुपसले होते. आणि क्रॉसवरचे क्रमांक एकशेच्या मालिकेतले आहेत. हे क्रमांक प्रतिकात्मक निश्चितच

नाहीत, असा माझा कयास आहे. एवढं सगळं होऊनही माझ्या हातात अद्याप कोणताही ठोस सुगावा आलेला नाहीये आणि या सगळ्याच्या मध्ये कॅली लग्न करतेय आणि जेम्सने बॉम्ब टाकलाय, की तो गे आहे, समलिंगी जीवनशैली जगणारा आहे.'' माझ्या केसांमधून मी हात फिरवते. ''वेडपटपणा आहे झालं!!'' मी सक्तीचं हसू तोंडावर आणते. ''पण किमान कंटाळवाणं तरी नाहीये.''

तोही माझ्याकडे बघून हसतो. पण त्याच्या स्मितहास्याला एक वेगळीच झालर आहे. कशी ते मला सांगता येणार नाही. माझ्या पायांना त्याच्याकडून आपोआप मालीश केलं जातंय; यंत्रवत, मन दुसरीकडेच आहे त्याचं.

चिंतेत दिसतोय. मला जाणवतं ते. श्री. धीरगंभीर कसल्यातरी चिंतेत आहेत. मी माझे पाय मागे घेते. ''तुला काही सांगायचंय का?''

शांतता. मौन. तो मागे रेलून बसतो. वर छपराकडे बघत सुस्कारा सोडतो. ''हो.''

''मग? तू मला घाबरवायला लागला आहेस.''

तो माझ्याकडे बघतो. त्या कटाक्षात खूप अर्थ दडलेला आहे. पण त्यामुळे माझी चिंता, भय काही कमी होत नाही.

''तुला ठाऊक आहे, मला प्रामाणिकपणाची समस्या आहे ते?''

''विनोद करतोहेस का तू? तू तर अगदी सरळमार्गी, स्काऊटमधल्या मुलांसारखा. तू कधी वाईटही बोलत नाहीस.''

''हो. तेच ते. त्याविषयीच मी बोलतोय. तडजोड मी समजू शकतो. ठीकाय? आयुष्याचा तो एक भागच असतो. आणि जर कोणाबरोबर आयुष्य काढायचं असलं तर तडजोड हा भाग असतोच असतो. माझी समस्या ही आहे, की जेव्हा प्रामाणिकपणाचा संबंध येतो, तेव्हा मी तडजोड करू शकत नाही. थोडीदेखील नाही. कधीच नाही. त्यामुळे पूर्वी मला खूप अडचणींना तोंड द्यावं लागलं. नोकरीत असताना बऱ्याच वेळा लोक मला सांगायचे की, प्रत्येक गोष्टीतला करडा रंग जरा जास्त बघत जा. काळा किंवा पांढरा रंग कमी बघत जा.''

''खरंय तू म्हणतोस ते. पण हा चांगला गुण आहे की.''

तो हसतो आणि डोकं हलवतो. ''ते आपण नंतर बघणारच आहोत. काही दिवसांपूर्वी मला हे जाणवलं, की माझ्या मनात काहीतरी आहे, जे तुला सांगणं आवश्यक आहे. तुला सांगितलंच पाहिजे ते. ते सांगण्यासाठी कदाचित ही वेळ योग्य नसेल. पण माझ्यासाठी प्रामाणिकपणा जास्त महत्त्वाचा आहे. तडजोड करणं हा शौर्याचा एक अधिक चांगला भाग असू शकतो... वगैरे, वगैरे. ते सारं ठीकाय. पण याबाबतीत मी तडजोड करू शकत नाही. हा माझ्या प्रामाणिकपणाचा मुद्दा आहे.'' तो खांदे उडवतो.

सुवर्णपदक मिळवणाऱ्या जिमनॅस्ट क्रीडापटूंप्रमाणे माझं पोट उडतंय.

"मी काय म्हणाले होते अगोदर? मला अस्वस्थ करतो आहेस?" मी त्याच्या हातावर चापट मारते. "मला आता भीती वाटायला लागली आहे."

"ठीक आहे. तर मग आता सांगूनच टाकतो." तो खोलवर एक श्वास घेतो आणि थेट माझ्या डोळ्यांत बघतो. "स्मोकी, मी तुझ्या प्रेमात पडलोय. असं काहीतरी घडून येईल, हे मला काही वर्षांपूर्वीच समजत होतं. नंतर मी तुला सांगितलंही होतं, की असं जेव्हा कधी घडेल तेव्हा ते मी तुला सांगेन. तर जे वाटलं होतं ते घडलंय. मी तुझ्या प्रेमात पडलोय. ज्या क्षणी मला खात्री झाली तेव्हा मला जाणवलं, की तुला आता हे सांगायलाच हवं." आणखी एकदा खांदे झटकणं, या वेळी जरा कमी जोरात. "माझ्या प्रामाणिकपणाच्या गोष्टींपैकी हीदेखील एक!"

मी गप्प. माझी वाचाच गेलेली.

तो माझ्यावर प्रेम करतोय.

व्वा!

माझ्यावर प्रेम करतो तो?

काहीतरी बोल, बावळट. पण बावळटासारखं काहीतरी बोलू नकोस.

मी माझा घसा साफ करते. चाचरत चाचरत माझ्या तोंडातून शब्द बाहेर पडतात. "मी-मी-अरे वा! मला कळत नाहीये, काय बोलावं ते."

हे शब्द उच्चारल्याबरोबर मला त्यांचा पश्चाताप होतो. या माणसानं, या छानशा माणसानं आत्ताच सांगितलंय, की तो तुझ्यावर प्रेम करतोय आणि त्याला तू काय उत्तर देते आहेस? काय दिवे लावते आहेस? अशा वेळी जे सर्वांत चांगलंय ते बोलायला हवं की नको? आणि हे तुला बोलण्यासारखं सर्वांत चांगलं होतं का?

"ओह, टॉमी! मला माफ कर. मी फारच काहीतरी शामळू बोलले."

त्याचं स्मितहास्य मला चकित करतं.

"सावकाश! सावकाश! शांततेनं घे. तुला यावर विचार करायला अवधी हवाय, हे समजण्याइतका हुशार मी निश्चित आहे. मला आत्ताच उत्तर हवंय, असा माझा आग्रह नाहीये. इतका काही मी असुरक्षित नाहीये. मला ते तुला सांगणं आवश्यकच होतं. मला एकदाचा तो पूल पार करून मागच्या मागे जाळून टाकायचा होता. ती वेळ आता आली होती."

मी त्याच्याकडे बघते आणि आता मी जे म्हणणार आहे त्यासाठीचे शब्द मनातल्या मनात काळजीपूर्वक निवडते. कारण मला कल्पना आहे, मी आता जे काही म्हणणार आहे, ते खूप महत्त्वाचं असणार आहे. शेवटी मी आपली जुनीच पद्धत स्वीकारते. साधा-सरळ, उघडा-नागडा प्रामाणिकपणा हाच या गोंधळावरचा

उपाय दिसतो. मी त्याचे हात हातात घेते. मला या क्षणी स्पर्श हवाय.

"खरंय तुझं. मला अवधी हवाय. मला अशी गरज भासली नसती, तर किती बरं झालं असतं? याचा अर्थ असा नाहीये की मला तसं वाटत नाहीये, जसं तुला माझ्याविषयी वाटतं तसं. याचा केवळ अर्थ असा आहे की..." माझ्या भावना योग्यपणे व्यक्त करू शकतील असे चपखल शब्द मी शोधतेय. "मी जरा घाबरलेय."

तो माझे हात तोंडाजवळ नेतो. दोन्ही हातांचं हळुवारपणे चुंबन घेतो. चर्चमध्ये पाद्री आशीर्वाद देतात त्याप्रमाणे! दोन आशीर्वाद. त्याचे डोळे हळुवार ममतेने पूर्ण भरलेले आहेत, जे मी अगोदर खरोखरंच कधी बघितले नव्हते. मी दयाळू टॉमी बघितलाय, रागावलेला टॉमी बघितलाय, विचारमग्न टॉमीदेखील पाहिलाय, भेसूर टॉमी बघितलाय. पण हा वेगळाच टॉमी आहे. त्याच्या व्यक्तिमत्त्वातून ओसंडून वाहतोय समजूतदारपणा, कणव. आणि त्यात कधीकधी साखरेत घोळलेली जी सहानुभूती असते ना, ती नाहीये.

आऽऽह. आता मला उमगलं. हा प्रेमळ टॉमी आहे.

"तू एका माणसावर प्रेम केलंस स्मोकी. तू मॅटला भेटलीस तेव्हा तुम्ही दोघं विशीत होता आणि तुला जाणवलं की तुझ्या मनातला जो कोणी होता, तो हाच आहे. तुला कधीच शंका आली नाही. तुला कधी त्याचं आश्चर्य वाटलं नाही. तू कधी दुसरा कोणी तुझ्या आयुष्यात येण्याची वाट बघितली नाहीस. तू त्याला गमावलंस ते अपघातामुळे; कोणी ठरवलं म्हणून नव्हे. आता परिस्थिती वेगळी आहे. तुझी द्विधा अवस्था होणं स्वाभाविक आहे. तुझ्याजवळ आत्ता, या क्षणी उत्तर तयार नसणं मी समजू शकतो. तू फक्त मी म्हणालो त्यावर विचार करावास आणि त्यावर काय उत्तर द्यावं, हे ठरवावंस, अशी माझी इच्छा आहे."

हे शब्द असे आहेत ना त्याचे! त्यातली कणव, काहीही न ठरवता व्यक्त झालेली. मी तर आतून पूर्ण हलून गेली आहे. माझा तर श्वासच काढून घेतलाय त्याच्या या शब्दांनी. माझ्या चेहऱ्यावर ज्या बाजूला व्रण नाहीये, त्यावरून एक अश्रू खाली घरंगळतो. टॉमी आपल्या अंगठ्याने हळुवारपणे तो अश्रू पुसतो.

"रडू नकोस बेबी."

बेबी! त्याने या अगोदर मला कधीच अशी हाक मारलेली नाही. अत्यंत जवळीक दाखवणारा आणि प्रेमपूर्ण शब्द आहे हा. यापूर्वी त्याने कधीच तो वापरला नव्हता. आणि काय कारण असावं समजत नाही, पण या शब्दामुळे मी हेलावून जाते. असं का होतंय, मला कळत नाही. मी त्याच्या बाहुपाशात सरकते आणि त्याच्या छातीवर हमसून-हमसून मनसोक्त रडते. हे कशाचं तरी वाईट वाटणं नाहीये, दुःख नाहीये. यात क्लेश नाहीयेत. यात आहे गडगडाट करणारं वादळ.

जे आत साचून राहिलं होतं. गच्च भरलेले मेघ, जे अश्रूंवाटे मला मोकळे करायचे होते. काही क्षण मी त्याच्या दगडी छातीवर अश्रूंचा वर्षाव करते. तोही ते सहन करतो. हळूहळू अश्रूपात थांबतो आणि मी फक्त मुसमुसत राहते. तो शांत आहे. माझ्या डोक्यावर हळुवारपणे थोपटतोय. माझ्या अचानक लक्षात येतं, की मी अशीच, इथेच आयुष्यभर राहू शकते, जर त्याला माझ्यापासून हेच काय ते हवं असेल तर.

पण तसं नाहीये. त्याला केवळ हे नकोय. त्याला सर्व काही हवंय.

मी त्याच्यापासून स्वत:ला दूर करते आणि तळहातांनी माझे गाल पुसते.

"मी काही उत्तर देत नाही तोपर्यंत दरम्यानच्या काळात आपण दोघांनी काय करायचंय?" रडल्याने माझा आवाज घोगरा झालाय.

त्याच्या डोळ्यांत थोडी दु:खाची छटा आहे. "आपण काही काळ वेगळं राहायला हवं. तू यावर विचार करायला हवा आणि तू तसं करत नाहीयेस तोपर्यंत मी तुझ्याबरोबर झोपायला नको."

"काय? का?"

लहान मुलासारखे हे प्रश्न आहेत. कळतंय मला. पण तो असं का बोलतोय याचं खरं कारण मला माहिती आहे.

"मी एखाद्या स्त्रीजवळ प्रेम व्यक्त केल्यानंतर तिच्याही मनात अशाच भावना आहेत, हे जोपर्यंत मला जाणवत नाही, तोपर्यंत मी तिच्याशी शय्यासोबत करू शकत नाही. स्मोकी, ही काही शिक्षा नाहीये किंवा तुला घालून दिलेली मुदतही नाहीये. पण मला एखाद्या स्त्रीविषयी जे आणि जितकं वाटतंय, ते आणि तितकं त्या स्त्रीला माझ्याविषयी वाटत नसेल, तर मी त्या स्त्रीबरोबर राहूच शकत नाही."

मी बराच वेळ त्याच्याकडे बघत राहते आणि एक सुस्कारा सोडते. "खरंय. वेगळ्या पायात भलताच बूट घातला तर अवघडल्यासारखं होणारच. मी सुद्धा अशा परिस्थितीत तुझ्याबरोबर राहू शकणार नाही."

तो पुढे झुकून माझा चेहरा आपल्या ओंजळीत घेतो. ते बळकट हात आहेत, राकट हात, काही ठिकाणी मऊ, काही ठिकाणी गाठी झालेले, राठ झालेले. तो त्याचे ओठ माझ्या ओठांजवळ आणतो आणि मग एक पूर्ण चुंबन, कोणताही दोष शोधून सापडणार नाही असं. खोलवर, उत्कट, सुरुवातीपासून शेवटपर्यंत कॅसाब्लँका. त्यामुळे माझा श्वास अडकतो आणि डोळे पुन्हा अश्रूंनी डबडबतात.

तो उभा राहतो.

"मला कुठे शोधायचं, तुला माहिती आहे."

"हे! टॉमी!!" जसा तो दरवाजाकडे चालू लागतो मी त्याला हाका मारते. "तुझा प्रामाणिकपणा दुखतोय ना तुला? खरंय तू म्हणतोस ते. फार त्रास होत

असतो अशा गोष्टींचा.''

काहीच उत्तर नाही.

''टॉमी?''

तो थांबतो, वळतो आणि माझ्याकडे बघतो.

''काय ते?''

एक स्मित चेहऱ्यावर आणण्याचा मी कसाबसा प्रयत्न करते.

''अजूनही मला वाटतं, तो चांगला गुण आहे.''

तोही प्रत्युत्तरादाखल हसतो, डोक्यावर नसलेली काल्पनिक हॅट काढून बोटांनी ती आदरपूर्वक हलवल्याचा अभिनय करतो – निरोप घेताना करतात तसं – आणि तो गेलेला असतो.

माझ्या आयुष्यातल्या विरोधाभासांच्या संगतीत मी पुन्हा एकटी. वटवाघुळांसारखे आहेत हे विरोधाभास, माझ्या केसांमध्ये गुंता करताना आवाज करणारे. मी माझे गुडघे माझ्या हनुवटीजवळ आणते आणि पोटऱ्यांभोवती माझे हात आवळते. आणि मग झोक्यासारखी मागेपुढे होत राहते.

''छे, छे, छे, छे!'' अश्रू परत यायला लागलेत. घौडदौड केल्यासारखे माझ्या डोळ्यातून ओघळताहेत आणि मी बिचारी....

ए, तो आतला आवाज बोलतोय. थोडा पाताळयंत्री वाटतोय. अजूनही तुझ्या कपाटात बरंच काही लपवलेलं आहेस तू. जोस क्युऐव्हॉंची बाटली....

मी त्याच्याकडे दुर्लक्ष करते आणि माझ्या अत्यंत निष्ठावान मित्राला धरून ठेवते. मनसोक्त रडणं. मनसोक्त रडण्यासारखा, दुःखासारखा मला दुसरा मित्र नाहीये. मॅट आणि ॲलेक्सा गेल्यावर मी माझ्या या मित्राबरोबर बराच काळ घालवला आहे. आम्ही दोघं थोडा वेळ एकत्र येतो, कवटाळून घेतो एकमेकांना आणि मग मी त्याला घालवून देते.

मी कोचावर मागे रेलून बसते आणि मुसमुसत छताकडे बघते. माझ्यातलं सत्व वाहून गेलंय असं वाटतंय. दुःखी, कष्टी.

तुझा खरा प्रॉब्लेम आहे तरी काय? टॉमी हा चांगला माणूस आहे. – अहं – टॉमी हा एक सर्वश्रेष्ठ माणूस आहे. तो प्रामाणिक आहे, तुझ्यावर त्याची निष्ठा आहे, जबरदस्त सेक्सी आहे. तो प्रेम करतो तुझ्यावर. आणि जणू काही तुझ्यापुढे खूप दुसरे पर्याय पडलेलेच आहेत नाही का? आहे का दुसरं कोणी?

पण टॉमीचा यात काही संबंध नाहीये. मला ठाऊक आहे. याचा वर्तमानाशी काही संबंध नाहीये. अडचण भूतकाळाची आहे.

खरंय ते. एक काळ होता, जेव्हा दुसऱ्या कोणत्या माणसाबरोबर असण्याची कल्पना म्हणजे मॅटचा विश्वासघात करण्यासारखं होतं. त्या वेळी मॅटचं अस्तित्व

सर्वत्र जाणवायचं. इथे या दिवाणखान्यात, किचनमध्ये उभं असलेलं, बेडमध्ये माझ्या शेजारी झोपलेलं. पण आता? आता मॅट ही केवळ प्रेमाची एक आठवण आहे.

शिवाय, मला ठाऊक आहे, या परिस्थितीत मी आनंदी असावं असं मॅटलाही वाटलं असतंच.

मग? मग काय?

असंय, की, आता बॉनीदेखील....

मी माझं डोकं हलवते.

नको. तिला मध्ये आणू.

बॉनीनं लहानपणाची एक सवय अजून कायम धरून ठेवलीय. शनिवारी सकाळी कार्टून बघण्याची तिला भारी हौस. जेव्हा टॉमी इथे असतो तेव्हा तोही बिछान्यातून लवकर बाहेर पडतो आणि मग दोघंही कार्टून बघत बसतात. भल्या सकाळवर त्यांचं जडलेलं प्रेम माझ्या पचनी पडणारं नाहीये. पण अनेक वेळा, जेव्हा कार्टूनमधल्या एखाद्या पात्रावर भयानक संकट कोसळतं आणि ही दोघंही पोट धरून खिदळत असताना मी बघते, तेव्हा ठेच लागून मी पायऱ्यांवरून गडगडतेच. बाप आणि मुलगी यांच्यातल्या नात्यासारखं हे आहे का, हे मला ठाऊक नाही. अजून तरी तसं नातं त्यांच्यात तयार झालं नसावं. पण एक गोष्ट निश्चित. बॉनी टॉमीची काळजी घेत असते; काळजी करत असते. तिला हे ठाऊक आहे, की टॉमीदेखील तिची काळजी करत असतो.

सत्य हे आहे, की टॉमीने व्यक्त केलेल्या प्रेमामुळे माझ्या मनात अनिश्चिततेचं जे वादळ तयार झालंय, त्यासाठी मी कोणालाच जबाबदार धरू शकत नाही. या अनिश्चिततेला केवळ मीच जबाबदार आहे.

मग का?

माझ्या काळ्याकुट्ट अंतरंगातून एक शब्द बुडबुड्यासारखा तरंगत वर येतो. जमिनीला पडलेल्या भेगेतून चुना बाहेर यावा तसा.

शिक्षा.

मी तो शब्द माझ्या मनाच्या तोंडात घोळते. त्याची कडवट चव घेते. हा शब्द त्याच्यामागोमाग जे भय आणणार आहे, त्याचा अंदाज घेते. त्या भयाची पुसटशी कल्पना आल्याने विस्मयचकित होते.

शिक्षा? कशासाठी?

तुला माहिती आहे? मॅट आणि ॲलेक्सा मृत्यू पावल्यावर तू जे अक्षम्य कृत्य केलंस त्याबद्दल. या कृत्याविषयी कोणालाच माहिती नाहीये, अगदी कॅलीलादेखील.

मी दोन्ही हातांनी टाळी वाजवते. या अशा शांत घरात रात्रीचा हा आवाज

कोणालाही चपापायला लावणारा आहे. रायफलमधून गोळी सुटावा असा. मी पुन्हा टाळी वाजवते. क्रॅक – परत तोच आवाज – क्रॅक!

आपण त्या कृत्याचा विचार करत नाही आहोत सध्या. आताही नाही आणि कदाचित नंतर कधीही नाही. कधीच नाही.

माझं अंतर्मन गप्प. मला आता दुःख जाणवतंय. अंतर्मनाला झालेलं. अंतर्मनाचा कावेबाजपणा आता जाणवत नाहीये.

ठीक आहे. मान्य आहे. पण त्यामुळे तू त्याच्यावर प्रेम करायला घाबरते आहेस का? तुला कोणावरही प्रेम करण्याचा अधिकार आता उरलेला नाही, असं तुला वाटतंय का? केवळ त्या एका कृत्यामुळे?

माझ्याकडे या प्रश्नाला काही उत्तर नाहीये. उत्तर असण्याची आवश्यकतादेखील नाहीये. अखेर शेवटचा शब्द सत्याचाच असतो.

मी उठून उभी राहते आणि किचनच्या दिशेने चालू लागते. मला आता काहीतरी विषयांतर हवंय. आता, आता आत्ता. जोस क्युएर्व्होने काम भागेल, ठीक आहे.

मी जोस क्युएर्व्होची बाटली जिथे लपवली होती तिथून बाहेर काढते – वरच्या कॅबिनेटमधून – आणि माझ्यासाठी एक पेग बनवते. ग्लास वर उचलून मी रागाने हवेतच चिअर्स करते.

''सत्य तुम्हाला कधीच मोकळं सोडत नाही, या सत्यासाठी! थ्री चिअर्स!''

ती टकिला दारू घसा जाळत जाळत खाली उतरते. माझ्या पोटात आगीचा लोळ. त्यानंतर येतं ते समाधान, तृप्तीची लहर. मी बाटली परत जागेवर ठेवते, ग्लास धुवून ठेवते. माझ्या या छोट्याशा गुपिताचं बिंग फुटू नये, कुठलीही खूण मागे राहू नये, याची पूर्ण काळजी घेते. मी तशी शिस्तीत वागणारी आहे. दारू पिऊन झिंगणं माझ्या हिशेबात कधीच नसतं. पण जेव्हा माझी दुखती नस पकडली जाते, मला निर्बल बनवणारे क्षण येतात, तेव्हा मी फक्त टकिला घेते आणि नंतर शरमेची टोचणी लागल्याशिवाय राहत नाही. लपवाछपवी करण्याची गरज भासल्याशिवाय राहात नाही.

भीती आणि दुःखाची ती थरथरणारी चव आणि कडवटपणा पूर्णपणे निघून गेलेला नाही. पण त्यांची धार मात्र कमी झालीय. फोम रबरमध्ये त्यांना ठेवल्याने आता त्या जखमा करत नाहीयेत. ठीक झालंय आता.

''विषयांतर करण्यासाठी, माझं चित्त दुसरीकडे वळवण्यासाठी आता माझी पुढची युक्ती!'' मी पुटपुटते आणि दिवाणखान्यात येते. ''आता मी वळणार आहे गेल्या अनेक वर्षांपासूनच्या माझ्या आवडत्या व्यसनाकडे.''

काम!

काम, काम, गोड, गोड, महान काम. एखादं अर्थपूर्ण, तथ्य असलेलं, ठोस लक्ष्य असलेलं काम आपल्या हाताशी असण्याचा एक फायदा असतो. हे काम तुम्हाला जेव्हा गरज असेल तेव्हा, तुम्हाला स्वत:लाच बाजूला सारून तुमची जागा घेऊ शकतं. त्यामुळे तुम्हाला स्वत:ला विसरायचं असेल, तर अशा कामाची मदत होऊ शकते. त्या सिकाडा किड्याची गुणगुण जशी मादक असते, तशी ती ताण देणारीही असते.

मी कॉफी टेबलावरून पिवळं लीगल पॅड आणि पेन उचलते. माझ्या स्वत:च्या अनेक गोष्टींसाठी मी हे पॅड तिथं ठेवलेलं असतं. रात्री उशिरा (आतासारखं) जेव्हा मी एकटी असते, तेव्हा मी माझे पाय खाली दुमडून घेते आणि ज्या केसवर मी त्या वेळी काम करत असते, त्या केसशी संबंधित सैरभैर असलेली माहिती सुसूत्रपणे मांडून ठेवते.

त्यामुळे मला लक्ष केंद्रित करणं सोपं जातं. शिवाय या सवयीमुळे अचानकपणे एखादी उकल डोक्यात चमकून जाते. असं मागे अनेक वेळा झालंय आणि त्यामुळे माझा खूप फायदा झालाय. अनेक केसेसची उकल मी त्यामुळे करू शकले. शिवाय माझ्यासाठी ते पॅड खूप लकी सिद्ध झालंय. त्या पिवळ्या पॅडवर मी काही लिहीत असते तेव्हा जे विचार मला आजूबाजूला नको असतात, त्यांना मी पळवून लावू शकते.

गेल्या काही वर्षांत मनुष्यवधाच्या केसेससाठी मी काही प्रमाणभूत तत्त्वं निश्चित केली आहेत. पुराव्यांची उपयुक्तता, खुन्यांचं अंतरंग अशा अनेक बाबींवर मी लक्ष केंद्रित करते आणि त्यांचं टिपण तयार करू लागते. विचारांची चाकं बरोबर फिरायला लागतात. टॉमी आणि तो आणत असलेल्या भुतांना मी दूर सारते.

> *खुनाच्या केसमध्ये बळी हेच सर्व काही असतं. अगदी जेव्हा*
> *खून न ठरवता केलेला असला तरी. एक लक्षात ठेवायचं –*
> *आपण अचानकपणे एखादी गोष्ट करतो, विचार न करता करतो,*
> *ती सुद्धा बरंच काही उघड करू शकते, दडलेल्या बऱ्याच गोष्टींवर*
> *प्रकाश टाकू शकते आणि शेवटी केसची उकल होते.*

एकदा एका खुन्याने मला सांगितलं होतं ते आठवतं. तो गळा आवळून खून करण्यासाठी त्याच्या बळींची निवड कशी करायचा? जी स्त्री सर्वप्रथम त्याच्या डोळ्यांत बघायची तिला तो निवडायचा आणि फास देऊन तिचा खून करायचा. मग मी त्याच्या एक गोष्ट लक्षात आणून दिली, की अशी प्रत्येक पहिली महिला सोनेरी, तांबूस केसांची होती. तो विचारात पडला आणि जोरात हसला. आणि त्याने कबूल केलं की त्याची आई सोनेरी, तांबूस केसांची होती. ("आई म्हणजे एक

अस्सल वेश्या होती.'' त्याला काहीही न विचारता, हे त्याने पुढे सांगितलं होतं.)

पद्धत आपल्याला सांगते, की गुन्हा करण्यासाठी तो कशामुळे उद्युक्त होतो. किंवा तो कशामुळे उद्युक्त होतो याबाबत आपण काय विचार करावा, अशी त्याची इच्छा असते, हे त्याची खून करण्याची पद्धत आपल्याला सांगते.

मी पकडलेला दुसरा एक खुनी; तो ज्यांचा खून करायचा त्यांना इतकं मारायचा, की त्या बळींचा चेहराच शिल्लक राहिलेला नसायचा. तिरस्कार, तीव्र तिरस्कार ही त्याच्या खून करण्यामागची प्रेरणा असायची. इतकी तीव्र की, खून करताना तो शुद्ध हरपायचा. ''अनेक वेळा एखाद्या वेश्येला मारायला मी सुरुवात केल्याचं मला आठवतं.'' त्याने मला सांगितले. ''पण सगळा खेळ खलास झाल्यावरच मला जाग यायची. मधलं काहीच आठवत नसायचं. ही फारच लाजिरवाणी गोष्ट आहे. कारण अगदीच प्रामाणिकपणे सांगायचं तर, मला आठवत नसलेल्या भागात तर खरी मजा असायची ना?'' प्रत्यक्ष खून करतानाचं आपल्याला काही आठवत नाही, याचा त्याला खरोखर खूप खेद होताना दिसत होता.

विकृती म्हणजे बावळटपणा नव्हे.
दोन्ही गोष्टी वेगळ्या आहेत.

हे खरं आहे, की त्यांच्या त्यांच्या रितीने या दोन्ही गोष्टी विचित्र आणि वेडपट असतात. पण त्यातल्या काही आपली मती गुंग करून टाकतील इतक्या अक्कलहुशारीने केलेल्या असतात.

खून करण्यामागचा मारेकऱ्याचा हेतू काय असावा, याचा जेव्हा विचार केला जातो, तेव्हा त्या गुन्ह्याचा आणि सेक्सचा काय संबंध आहे, हे महत्त्वाचं ठरतं. सेक्सचा संबंध असणं तसंच तो नसणंदेखील.

हे शेवटचं प्रमाण मला विचारात पाडतं.

जे दोन्ही बळी आम्हाला ठाऊक आहेत – लिसा रिड आणि रोझमेरी सोनफिल्ड – त्यांचा खून झालाय, पण त्यांच्यावर लैंगिक अत्याचार मात्र झालेले नाहीत. लिसाने लिंगबदलाची निवड केलेली होती. म्हणजे यात सेक्सचा भाग आला. आणि रोझमेरीचं गतायुष्य तर सेक्सनं पुरेपूर भरलेलं

होतं. आणि तरीही त्याने तिचा लैंगिक छळ केलेला नव्हता.

मी पेन चावत बसते. यावर विचार करत करत पुन्हा मागच्याच निष्कर्षापर्यंत पोहोचते.

मारेकऱ्याला सेक्स नकोय.

असं खरं तर फार विरळ असतं. खून जवळजवळ नेहमी सेक्ससाठीच होत असतो. पण या वेळी तसं काही दिसत नाहीये.

ठीक आहे. सेक्स नाही तर मग दुसरं काय आहे? का बरं त्यांचे खून झाले?

'बळी हेच सर्व काही असतं.'

मग या दोन बळींमध्ये सारखेपण काय आहे?

दोन्हीही बळी स्त्रिया आहेत.

मी जरा शोध घेते. लिसा रिड स्त्री नव्हती. हे वेगळेपण तिला न्याय देणारं जरी नसलं, तरी मारेकऱ्याच्या दृष्टीने ही बाब महत्त्वाची असू शकत होती. त्यामुळे दोन्ही बळींमधलं हे सारखेपण म्हणता येणार नाही.

दोन्ही स्त्रियांना सारख्याच पद्धतीने ठार करण्यात आलं होतं. त्यांच्या शरीराच्या उजव्या भागात एक धारदार वस्तू खुपसण्यात आली आणि त्यानंतर वर तिरपी करून ती हृदयाला भिडवली गेली होती. दोन्ही बळींच्या जखमांमध्ये क्रॉस खुपसण्यात आले होते.

मी क्रॉसवर विचार करू लागते. सेक्स आणि सर्वसाधारण विकृती यांच्यामुळे साधारणपणे खून होत असतात. पण खुनामागचं आणखी एक कारण असतं. ते म्हणजे धार्मिक वेड. त्यामुळेदेखील खुनांच्या मालिका घडून येतात. दोष मात्र परमेश्वराऐवजी पालकांना दिला जातो. आसुरी प्रवृत्ती तर अनेक खुनांमधून दिसून येतातच. पण अनेक वेळा असंही आढळून आलंय, की आपण एखाद्या व्यक्तीचा खून करून त्या व्यक्तीचं कल्याण करतोय असं मारेकऱ्याला मनापासून वाटतं. आपण वर बसलेल्या परमेश्वरासाठी काम करतोय, जो मनातल्या काळ्याकुट्ट अंधारात तळाशी बसलेला आहे त्याच्यासाठी नव्हे, असंही अनेक मारेकऱ्यांना वाटल्याचं आढळून आलंय.

लिसा आणि रोझमेरीच्या प्रकरणाचाही कोणाच्या तरी धार्मिक वेडेपणाशी संबंध असेल का?

मी नकळत पॅडवर काहीतरी खरडते.

> *मारेकरी कोणाला तरी नेमकं कशापासून वाचवत आहे?*
>
> *त्यांनी केलेल्या कृतींच्या परिणामांपासून त्यांनी केलेल्या पापांच्या परिणामांपासून. धार्मिक दृष्टीने विचार केला, तर त्यांना नरकात जाण्यापासून मारेकरी त्यांना वाचवत असावा.*
>
> *असं?*
>
> *कोणी नरकात जातं तरी कसं?*

मी माझा मेंदू हलवते. कॅटेकिझमचे म्हणजे प्रश्नोत्तराद्वारे धार्मिक शिक्षण देतात त्याचे धडे आठवण्याचा प्रयत्न करते. पापांचे वेगवेगळे प्रकार त्या वेळी मी शिकले होते, ते आठवण्याचा प्रयत्न करते....

मी पायऱ्या चढून वर, माझ्या घरातल्या ऑफिसात येते. येताना माझ्याबरोबर पॅडही आणते. कॉम्प्युटरसमोर बसते आणि सर्च इंजीनसाठी ब्राऊझर उघडते.

सर्चसाठी मी टाकते : मॉर्टल सीनची व्याख्या, म्हणजे नरकात पाठवणाऱ्या पापाची व्याख्या.

कॉम्प्युटरवर लगेच तपशील सादर होतो.

''तुम्ही विचाराल ते तुम्हाला इथं मिळतं.'' मी पुटपुटते आणि त्या लिंकवर क्लिक् करते.

अमेरिकन हेरिटेज डिक्शनरीतली या 'पापा'ची व्याख्या दिसू लागते.

> *पाप, जसं खून, परमेश्वराची निंदा, जे इतकं भयंकर असतं, की एखाद्या आत्म्याला पवित्र होण्यापासून ते वंचित करतं आणि जर मृत्युसमयी क्षमा केली गेली नाही, तर ते त्या आत्म्याला नरकात पाठवतं.*

त्याखाली ट्रेटाईजमधले शास्त्रविचारही उद्‌धृत केलेले आहेत.

> *'नरकात पाठवणारं पाप परमेश्वराची कृपा नष्ट करतं. पाप करणाऱ्यांच्या हृदयातलं पावित्र्य नष्ट करतं. कोणतंही पाप नरकात पाठविणारं तेव्हाच होऊ शकतं, जेव्हा ते पुढील तीन अटींची पूर्तता करतं.*
>
> *अ : पाप अतिशय गंभीर असायला हवं.*
>
> *ब : पाप करणाऱ्याला पाप करतो आहोत याची पूर्ण कल्पना आहे.*

क : पाप करणाऱ्याच्या पूर्ण व जाणीवपूर्वक संमतीने पाप केले गेलं आहे.

अशा रितीने 'मॉर्टल सीन' म्हणजे नरकात रवानगी करणारं पाप अपघाताने घडून येत नाही. कारण पापाची पूर्ण कल्पना आणि पाप करणाऱ्याची संमती या दोन गोष्टी गरजेच्या असतात. वेगळ्या शब्दांत सांगायचं तर, पापकर्म करणाऱ्याला माहीत असतं, की तो किंवा ती परमेश्वराचा काय अपराध करीत आहेत. पण तरीही ते पापकर्म करतात. तेदेखील पूर्ण विचारांती. पापकर्म करणाऱ्याला हे माहीत असतं, की परमेश्वराचे नीतिनियम आणि प्रेम तो धुडकावून लावतो आहे.

"गॅलेशियनच्या ५:१९-२१, या श्लोकांमध्ये सेंट पॉलने गंभीर पापांची यादी दिली आहे – आता शरीराची कामे अभिव्यक्त होतात; ती अशी. लैंगिक, उच्छृंखलपणा, विवाहबाह्य संबंध, संभोग, अस्वच्छता, कामातूरता, मूर्तिपूजा, जादूटोणा, तिरस्कार, भांडखोरपणा, नक्कल, राग, दुही माजवणे, राजद्रोह, अफवा पसरविणे, असूया, खून, नशा, मौजमस्ती वगैरे. मी पूर्वीच सांगितल्याप्रमाणे जे लोक ही पापकर्मे करतात, त्यांना परमेश्वराचे राज्य मिळत नाही."

आणि कॉरिंथिअनच्या सहाव्या अध्यायात सेंट पॉल कॉरिंथिअनला याच प्रकारे पापांचे प्रकार समजावून सांगतात. आणि १ कॉरिंथिअनस ६:९-१० मध्ये म्हटलंय – "पॉल कॉरिंथिअनसला हेदेखील सांगतो, की "तुम्हाला हे ठाऊक नाही, की अन्याय करणाऱ्याला परमेश्वराचं राज्य कधीच मिळणार नाही. म्हणून चुका करू नका. तसंच ज्या व्यक्तीशी विवाह झालेला नाही, त्या व्यक्तीबरोबर संभोग करणारे, मूर्तिपूजा करणारे, विवाहबाह्य संबंध ठेवणारे, स्त्रीप्रमाणे दिसणारे व वागणारे पुरुष, खोटं बोलणारे, मानव जमातीशी विद्रोह करणारे, चोर, दारुडे, नशाबाज, तक्रारखोर, टिंगलखोर, दुसऱ्याच्या मालकीची वस्तू आपली व्हावी, अशी इच्छा बाळगणारे, लूटमार करणारे यांनादेखील परमेश्वराचे राज्य प्राप्त होत नाही.

याचप्रकारे हे स्पष्टीकरण पुढे चालू राहतं. मी मागचं पान उघडते आणि कॉम्प्युटरवर ज्या इतर लिंक मिळाल्या त्या धुंडाळते. नरकात रवानगी करणाऱ्या पापांचं जे विश्लेषण ठिकठिकाणी करण्यात आलेलं आहे, त्याविषयी बरेच वादविवाद असल्याचं मला दिसतंय. मला त्याचं काही आश्चर्य वाटत नाही. या विषयावर कॅथॉलिक आणि प्रोटेस्टंट पंथियांच्या मतांमध्ये अंतर आहे. पूर्व युरोपमध्ये जी कर्मठ, पुराणमतवादी चर्च आहेत, त्यांची आणि पश्चिमेतील चर्चची याबाबतची मतं वेगळी आहेत. जे कठोर पुराणमतवादी आहेत ते पारंपरिक सात गंभीर पापांना नरकात पाठवणारी पापं समजतात. पण बाकीचे मात्र तसं मानत नाहीत.

काही बाबतीत सर्वांचं निश्चितपणे एकमत आहे. प्रत्येकाचं म्हणणं आहे, की खून ही खूपच वाईट गोष्ट आहे. समलिंगी जीवनशैली म्हणजे नरकात जाण्याचं तातडीचं तिकीट, असंच सर्वत्र समजलं जातं.

"माफ कर जेम्स," मी पुटपुटते. "कोणालाच अनैसर्गिक संभोग करणारे आवडत नाहीत."

सर्वसाधारणपणे एका बाबतीत सर्वांचं निश्चितपणे एकमत आहे, ते म्हणजे – तुम्हाला माहिती आहे, हे महापाप आहे. तुम्हाला हेदेखील ठाऊक आहे, की हे पाप करण्याने तुम्ही परमेश्वराच्या प्रेमापासून वंचित राहणार आहात आणि त्याचबरोबर तुम्ही देवाचा नियमदेखील मोडणार आहात. आणि तरीदेखील तुम्ही ते पापकर्म करीत आहात. मग जर तुम्ही त्या भयानक पापाची जबाबदारी मृत्यूपूर्वी आपल्या शिरावर घेणार नसाल, तर मग तुमचं काही खरं नाही. मग तयार रहा नरकातल्या सतत पेटलेल्या आगीत कायम जळत राहण्यासाठी.

मी खुर्चीत मागे रेलून बसते आणि माझं नोटपॅड वाचत बसते.

अच्छा! याचा विचार करून बघू या. तर... तो खुनी या लोकांना नरकात जाण्यापासून वाचवत असेल तर... तर काय? तर अगोदर त्याला माहीत हवं ना की या लोकांनी काय पापं केली आहेत ती. लिसा आणि रोझमेरीनं काही पापं केलेलीच असली, देवाचे नियम तोडलेलेच असतील तर खुन्याला त्याची माहिती असायला हवी. ती त्याला कशी मिळाली असणार? म्हणजे मृत्यूपूर्वी तो आपल्या बळींना त्यांच्या पापांची कबुली द्यायला भाग पाडत असावा.

दुसरी एक उघडउघड शक्यता माझ्या डोक्यात येते.

कदाचित तो त्यांना वाचवत नसेलच. तो त्यांना

नरकवासाची शिक्षाच देत असावा. जर त्याला ठाऊक असेल, की त्यांनी काय पाप केलंय, जे त्याच्या मते त्यांना नरकात पाठवण्यासाठी पुरेसं आहे आणि त्यांनी पश्चात्ताप करण्यापूर्वीच तो त्यांना ठार करत असेल, तर तो त्यांना सरळ नरकातच पाठवत असणार ना? अशीच त्याची पद्धत असेल का?

पण तो असं का करत असेल? त्याचे त्या बळींशी व्यक्तिश: काही संबंध असतील, असं मला वाटत नाही. म्हणजे थेट बदला घेणं, असा हेतू असण्याची शक्यता नाहीच. त्यासाठी आणखी व्यापक असं काही कारण असलं पाहिजे. कशाचा तरी सूड घेतोय का तो? की खून करून काही संदेश देतोय? की केवळ परमेश्वराची इच्छा असं समजून तो या पापी लोकांना मारत असावा?

"खुनी माणसा, त्यांचे खून करून तू त्यांना वाचवतो आहेस की नरकात पाठवतो आहेस? तू त्यांच्या आत्म्याची काळजी करतो आहेस का?" उत्तरं सापडत नसल्यानं मी निराश होते. वैफल्यातून मी हातातलं पॅड डेस्कवर भिरकावून देते. "मी योग्य मार्गावर प्रवास करते आहे का? माझा तपास योग्य दिशेने चालू आहे, की नाही? काही कळत नाही."

मी याबाबत विचार करते. हो. विचार करते आहे. आणि मला आतून कळतंय की मी योग्य मार्गावर आहे. मी ते सिद्ध करू शकत नाही. पण मला ते जाणवतंय. याच पद्धतीनं मी शेवटपर्यंत जात असते.

लैंगिक शोषण करण्यासाठी, आपली लैंगिक भूक भागवण्यासाठी तो निश्चितच हे खून करत नाहीये. तो त्यांचे खून करतो, कारण धार्मिक दृष्टीने त्यांचा मृत्यू फार महत्त्वाचा आहे म्हणून. आणि पाप हे असं चाक असतं, ज्यावर सर्व धर्म फिरत असतात.

मी पुन्हा नोटपॅड हातात घेते आणि दिवाणखान्यात परत येते. मी विचार करत त्या पॅडकडे बघत राहते आणि पुन्हा लिहायला सुरुवात करते.

त्याने आम्हाला एक प्रश्न विचारला आहे – 'मी काय जमा करतोय? हाच प्रश्न आहे आणि यातच प्रश्नाच्या उत्तराची चावी.'

मला खूप खात्री आहे, की मला उत्तर माहीत आहे. माझ्याजवळ जी माहिती जमा झालीय त्या आधारे आणि माझं अंतर्मन मला जे म्हणतंय त्याच्यावरून मी

सांगू शकते, की मला उत्तर माहीत आहे. निदान आत्तापुरतं तरी.

> *पापं. तो पापं जमा करतोय. त्याने घेतलेल्या बळींमागचं हे शास्त्र आहे. त्याने घेतलेल्या बळींमध्ये हा एक सारखेपणा आहे. बळींच्या केसांचा रंग कोणताय? त्यांच्या स्तनांचा आकार कसाय? तो पुरुष होता की स्त्री? या तपशिलांना काहीही अर्थ नाहीये. त्याचे बळी पापं करणारी, पापं केलेली होती – किंवा असं तो समजत होता.*

आता हे जमतंय. आता या विचारातून आवाज यायला लागलाय. अगोदर नुसतं खोट्या नाण्यासारखं वाजायचं. वाद्य बरोबर पिळलं गेलंय. योग्य तो स्वर लागतोय.

> *तो असा विचार करतोय का, की तो या पापी लोकांना त्यांच्या पापांची फळं चाखायला लावतोय? असा विचार करतोय, की त्यांना शिक्षा करून त्यांना पुन्हा देवाच्या शेजारी बसण्याची संधी देतोय?*

पुढचा प्रश्न येऊन धडकतो, माझी अजिबात इच्छा नसताना. मी त्याला गप्प करण्याचा प्रयत्न करते, पण तो थोडी ऐकतोय. प्रश्न!

खुनी माणसा, अरे मग तू करत असलेल्या पापांचं काय? तुला नरकात पाठवायला ही पापं पुरेशी आहेत की नाही?

खरंय. खात्रीपूर्वक सांगते. त्याची पापंही त्याला गाठणारच आहेत एक दिवस. बरंय, की मी स्वर्ग-नरक या गोष्टींवर विश्वास ठेवत नाही.

बरोबर?

माझं मन गप्प. पवित्र मौन.

"परमेश्वराची स्तुती करा." जेवढा कडवटपणा आणि उपरोध शक्य आहे तेवढा माझ्या आवाजात आणून मी पुटपुटते.

परमेश्वर काही उत्तर देत नाही. सवयच आहे त्याची तशी.

थकव्याची एक मोठी लाट मला धडक देते – रस्ता ओलांडताना एखाद्या ट्रकने द्यावी तशी – इतकी जोरात आणि इतकी मोठी, की माझ्या डोळ्यांच्या पापण्या आपोआप मिटू लागतात. माझ्या हातातून नोटपॅड खाली पडते. ते पकडण्याचेही कष्ट मी घेत नाही आणि खाली पडल्यावर उचलण्याचेही! कोचावरच शरीर दुमडून घेते. झोप मला अंधारात ओढून घेऊन जाते.

१५

फोन वाजून मला जागं करतो. दचकूनच मी जागी होते. मला झिंगल्यासारखं वाटतंय. पण काल रात्री दारू प्यायली त्याचा हा परिणाम निश्चित नव्हे. हा माझ्या वयाचा परिणाम आहे. विशीत होते तेव्हा मी सहज दोन-दोन रात्री जागून काढायचे. नंतर एखादी रात्र झोपून काढली की पुन्हा ताजीतवानी! आता मात्र जागरण झाल्यावर पुन्हा टणाटण उड्या मारण्याअगोदर मला बरेच दिवस विश्रांती घ्यावी लागते. मान अवघडलीय. कोचावर झोपल्याचा परिणाम.

मी स्वत:ला ओढत ओढत नीट बसवते आणि गुरगुरते. गेल्या रात्री मी एकटी होते म्हणून वाईट वाटत होतं. हे सारं पाहण्यासाठी आता इथं कोणी नाहीये, म्हणून मला बरं वाटतंय. मनाची जोरदार ताकद लावून मी त्याच्याभोवती जमा झालेलं धुकं दूर सारते आणि फोनला उत्तर देते.

"बॅरेट," मी बरळते.

"चांगला उड्या मारतोय तुझा आवाज, हनी-लव्ह."

"किती वाजलेत आत्ता?"

"सकाळचे साडेआठ!"

"काय? अरे बापरे!!"

मी उभी राहते आणि किचनमध्ये पळते. फोन तसाच कानाशी ठेवून. काल रात्री कॉफीसाठी टाईमर लावायचे मी विसरले. आता ते बटन दाबते आणि शांतपणे ते तपकिरी अमृत उकळण्याची वाट बघते. वाट बघणं माझ्यासाठी खूप अवघड आहे. मला सकाळी उठल्यावर लगेच कॉफीचा पहिला कप हवा असतो. अजिबात धीर निघत नाही. नशा करणाऱ्या माणसाला नशा मिळेपर्यंत जसा धीर नसतो तसा. बॉनी नेहमी माझ्याअगोदर जागी होत असते. तिला माहिती आहे हे सारं. माझ्या पावलांचा

पायऱ्यांवर आवाज यायला लागल्याबरोबर ती कपात कॉफी ओतू लागते.

"आळशी, आळशी." कॅली चिडवते. "रात्री वेगवेगळी आसनं करून प्रणय केलाय का? म्हणून उशीर झाला होता का झोपायला?"

तिचा हेतू काही वाईट नाहीय. पण तिच्या या प्रश्नामुळे काल रात्रीच्या आठवणी जाग्या होतात.

"नाही."

माझ्या उत्तरातला तुटकपणा जाणवून ती काही क्षण गप्प बसते.

"हं.... हा जो 'नाही' तू माझ्यावर भुंकलीस, ते कॉफी न मिळाल्यामुळे की घरी काही प्रॉब्लेम आहे म्हणून?"

"दोन्ही! पण आत्ता मला त्याविषयी बोलायचं नाहीये. काय चालू आहे? कुठे आहेस तू?"

"तू विचार करतेस, त्यापेक्षा खूप जवळ."

पुढच्या दारावर थाप वाजते.

"चिऊताई, चिऊताई दार उघड. मला आत घे, आत घे, आत घे."

मी पुन्हा कुरकुरते. इतक्या सकाळी मला इथे कॅलीला बघायचं नाहीये – कोणालाच बघायचं नाहीये.

"थांब जरा, आलेच." मी सुस्कारा सोडते.

आम्ही आमच्या डायनिंग टेबलजवळ बसलो आहोत. माझी अर्धी कॉफी मी संपवलीय आणि आयुष्य आता बरंच आशावादी वाटायला लागलं आहे.

माझ्यासमोर कॅली बसलीय. तीदेखील तिच्या कॉफीचा आस्वाद घेतेय. मी तिच्याकडे अभ्यासू वृत्तीने पाहतेय आणि मला नवल वाटतंय – नेहमीच तसं वाटतं – ती कोणत्याही परिस्थितीत कायम सुंदर कशी दिसू शकते? नाहीतर! माझ्याकडे बघा गेल्या रात्री मला झोप मिळालेली आहे. पण मी मात्र बसलेय इथे चुरगळलेल्या कपड्यात. केस तर असे आहेत, जशी मी वादळातून येऊन इथे बसलेय. आणि कॅली बघा – रात्रभर प्रवास करून आलीय, पण असं वाटतं आता पार्लर किंवा स्पामधून आलीय.

ती कोटाच्या खिशात हात घालते आणि वेदनाशामक गोळी काढते. त्यामुळे मी वास्तव जगात परतते. मी कॉफी पीत असताना तिच्या डोळ्यांकडे बघते. थकवा तिने बऱ्यापैकी लपवलेला आहे. पण तरी तो दिसून येतोच. पोहण्याच्या तलावात उथळ भागात पोहत असल्यासारखा. योग्य प्रकाशातच दिसू शकतो असा.

"कुरकुरणाऱ्या स्मोकीला आता बरं वाटतंय का?"

"हं! थोडं बरं वाटतंय. तू केव्हा आलीस?"

"डॅमियन आणि मी दोन तासांपूर्वी आलो. आम्ही पुराव्यांचा जो छोटा खजिना आणलाय, तो तपासण्यासाठी ब्युरोच्या प्रयोगशाळेत जाणार आहोत." ती कप वर उचलून 'चिअर्स' केल्याचं नाटक करते. "आणि मग माझ्या लग्नाच्या तयारीचं काम पुन्हा रुळावर येईल."

मी भुवई उंचावते. "का? काही बिघडलंय का?"

"फार काही नाही. पण शक्य आहे, की किरबीला नीट करण्याची गरज असावी."

"झालंय तरी काय?" माझ्या डोळ्यांसमोर दृश्य तरळतं. कॅलीचा फुलवाला झोपेतून उठतोय आणि बघतो तर काय – त्याच्या बिछान्याच्या शेजारी खुर्चीत धारदार सुरा कुरवाळत किरबी बसलीय.

"केकवरून जरा भानगड झालीय. किरबी माझ्यावतीने जरा जास्तच उत्साहात भाव करू लागली होती. तिने प्रत्यक्ष काहीच केलं नाही, पण तिचा खरा चेहरा तिने बऱ्यापैकी दाखवला."

"असं!"

किरबीचा असली चेहरा म्हणजे तिचं रौद्र रूप. जोपर्यंत तिच्या डोळ्यांत माणुसकी दिसते तोपर्यंत सगळं ठीक असतं. तोपर्यंत खूप मोहक आणि लाघवी असते ती. पण एकदा का तिची खटकी पडली, की मग भुकेलेल्या वाघासारखी तिची नजर बनते. मग तुमचं काही खरं नसतं.

"माझं डिपॉझिट ते परत करायला निघाले होते. पण सॅमने त्यांची समजूत घातली. मुद्दा हा आहे, की जेव्हा मी नसते तेव्हा ती धुमाकूळ घालणारच." कॅली कप खाली ठेवते आणि पुढे झुकते. "आता मला सांग. काय झालं टॉमीशी?"

'तू तुझं सांभाळ, या भानगडीत लक्ष घालू नकोस', असं कॅलीला सांगावं की काय या विचारात मी आहे. पण नंतर लक्षात येतं, की त्याचा काही उपयोग होणार नाहीये. तिला असं काही सांगणं म्हणजे हास्यास्पदच होईल.

"त्याने मला सांगितलं, त्याचं प्रेम आहे माझ्यावर."

"खरंच?"

"हो."

कॅली खुर्चीत मागे रेलून बसते. ती आत्मपरीक्षण करण्याच्या मूडमध्ये जाते.

"हं." काही क्षणानंतर ती उद्गारते. "हे तुझ्यासाठी किती अवघड आहे, मी समजू शकते."

कॅलीचा हा दुसरा चेहरा आहे. आणि तेच एक कारणही आहे, ती माझी मैत्रीण असल्याचं. ती बोलण्यात चतुर आहे, प्रत्युत्तर तर अशी देते, की समोरचा भांबावून जातो आणि बाकीचे खो-खो हसतात. कोणीही नसेल इतकी उद्धट. पण गंभीर

व्हायची वेळ कोणती आहे, हेदेखील तिला बरोबर समजतं.

''गोष्ट अशी आहे; मला माहीत नाही, की हे अवघड का आहे ते. पण हे अवघड मात्र जरूर आहे.''

हे केवळ अर्धसत्य आहे.

''मॅटमुळे असं वाटतंय का? कारण स्मोकी, तुला ठाऊक आहे का, की तुझ्या आणि टॉमीच्या प्रेमामुळे मॅटला काहीच अडचण झाली नसती.''

कॅली मॅटला जाणत होती आणि त्याच्यावर मायाही करत होती. आमच्या घरचं रात्रीच्या जेवणाचं आमंत्रण ती स्वत:लाच अनेक वेळा देत असे. मॅटनं बनवलेलं मेक्सिकन टॅको तिला कधीच पुरेसा मिळालं नाही, असं तिला वाटायचं.

''मला कल्पना आहे. तीच तर गोष्ट आहे. मला खरंच माहितीय. मॅट आणि ॲलेक्साच्या आठवणींच्या सहवासात मी ठीक असते आणि यापुढेही राहीन. मी त्यांची आजही आठवण काढते आणि तेही आनंदाने. त्यांच्या आठवणी आज मला त्रास देत नाहीत.''

तिचा आवाज आता हळुवार झालाय. ''स्मोकी, पण आता पुढे सरकायला हवं ना.''

मी माझ्या मैत्रिणीचा अभ्यास करते. माझ्या सर्व सुखदु:खांच्या प्रसंगात कॅली माझ्याबरोबर राहिलेली आहे. तिला माझं फक्त एकच गुपित माहीत नाहीये. ते मी फक्त माझ्याजवळच ठेवलेलं आहे. पण माझं बाकी सगळं तिला ठाऊक आहे.

''कॅली. तुला एक विचारू का?''

''अर्थात!''

''तू लग्न का बरं करते आहेस? मला असं म्हणायचंय, मला माहीत आहे, लोक लग्न का करतात ते. पण तुझ्या विचारात एकदम बदल कसा झाला? तू तर कायम एकांड्या कोल्ह्यासारखी होतीस.''

तिच्या कॉफीच्या कपाच्या कडेवर ती नख फिरविते.

''एक एकाकी कोल्हा. एकांडा कोल्हा नव्हे. फरक आहे दोघांत. आणि मला खात्री करून घ्यायची होती, पक्की, पक्की खात्री करून घ्यायची होती, की कोल्हे खरोखरच आजन्म संभोग करू शकतात का. तुला ठाऊक आहे.''

''मग झाली का तुझी खात्री?''

अतिशय सावधपणे ती माझ्याकडे कटाक्ष टाकते. मला माहिती असणाऱ्यांपैकी कॅली ही अतिशय खाजगीरितीने जीवन जगणारी आहे. सॅमव्यतिरिक्त ती जर आपल्या आत्म्यासह दुसऱ्या कोणावर विश्वास ठेवत असेल, तर ती मी आहे. पण ती तशी नेहमीच स्वत:ला सांभाळून असते. उठसूट स्वत:ला मोकळं सोडून देत नाही.

“हं. केलीय मी खात्री.”

मग ती हसायला लागते. मला जरा आश्चर्यच वाटतं. माझ्या लक्षात येतं की हे तिचे ‘खात्रीचं वाटणं’ तिला आनंदी ठेवतंय. कॅलीला तसं निराशेच्या गर्तेत पडल्याचं मी कधी पाहिलेलं नाही. पण तरी... समाधान आणि आनंद यात फरक असतोच ना. सध्या कॅलीच्या चेहऱ्यावर दिसतोय तो आनंद आहे.

“बरं वाटतंय? अं?”

“हो. फार बरं वाटतंय.”

ती आपलं हास्य बाजूला ठेवते आणि नेहमीप्रमाणे खोडकर उपरोधिकपणा तिच्या चेहऱ्यावर उगवतो.

“आता,” ती म्हणते. “तू आणि मी ‘सेक्स अँण्ड द सिटी गर्ल्स’सारखं वागणं थांबवू या. तेव्हा चला विषय बदलू आणि कामाला लागू या.”

मी माझा कप तिच्या कपाला लावते. “तुझ्याशी सहमत आहे मी.”

१६

"आपले गालिचे ते कधीच का बदलत नाहीत, कोण जाणे?" आमच्या ऑफिसमध्ये जाण्यासाठी हॉलमधून आम्ही चालू लागलो तेव्हा ॲलन तक्रारीच्या सुरात म्हणतो.

"ब्युरोला ज्यांना खूश करायचंय, अशा कोणालाही इथे येऊच दिलं जात नाही. ते कशाला गालिचे बदलतील?"

कॅली आणि मी लिफ्टमधून येत असताना ॲलन आम्हाला भेटला.

"जर असं असेल तर राहू द्या गालिचे तसेच. प्रसारमाध्यमांपेक्षा गालिचे बरे."

खरं असंय, की हे गालिचे इतके काही खराब झालेले नाहीत. अगदी पक्की वीण असलेले असे आहेत. खूप वापर होणार आहे, हे गृहीत धरून बनवलेले आहेत. थोडे झिजलेत, पण सेवा करताहेत. किंबहुना त्याहीपेक्षा उत्तम अवस्थेत आहेत. पण आम्हाला लिफ्टपर्यंत जाण्यासाठी स्वागतकक्षातून जावं लागतं आणि गेल्या पाच वर्षांत स्वागत कक्षातल्या काऊंटरमागचं मार्बल त्यांनी दोनदा बदलल्याचं ॲलनच्या लक्षात आलंय.

"विचार कर ॲलन," मी म्हणते. "गेल्या वेळी त्यांना लॉबी दुरुस्त करावी लागली होती, तीही आपल्यामुळे."

दोन वर्षांपूर्वी एक माणूस स्वागतकक्षात घुसला आणि त्याने बॉम्ब फेकले. त्यानंतर त्याने ऑटोमॅटिक बंदुकीतून गोळ्यांच्या फैरी झाडल्या आणि तो पळून गेला. आम्ही ज्या माणसाच्या शोधात होतो त्याच्याशी संबंधित तो इसम होता. म्हणजे पर्यायाने झाल्या प्रकाराला आम्ही जबाबदार होतो.

"हो! हो!! पण हे बघ." एक छोटा डाग जमिनीवर पडलाय. जणू काही फार मोठी मानहानी झालीय अशा थाटात त्या डागाकडे ॲलन निर्देश करतो. "खाली

नवीन मार्बल बसवलेलं आहे. पण गेल्या चार वर्षांपासून मला ऑफिसमध्ये येताना प्रत्येक वेळी हा डाग बघावा लागतो. हे बरोबर नाहीये.''

''तू इतका चोखंदळ आहेस? मला माहीत नव्हतं.'' कॅली त्याला चिडवते.

आमच्या ऑफिसात जाण्यापूर्वीचं शेवटचं डावं वळण आम्ही घेतो. आमच्या इमारतीत आमच्या ऑफिसला 'डेथ सेन्ट्रल' म्हणतात.

सध्या मी ज्या पदावर काम करते आहे, ते आहे एन.सी.ए.व्ही.सी. समन्वयक. एन.सी.ए.व्ही.सी. म्हणजे 'नॅशनल सेंटर फॉर द ॲनालिसीस ऑफ व्हायोलंट क्राईम.' या विभागाचं मुख्यालय वॉशिंग्टन डी.सी.मध्ये आहे. प्रत्येक ब्युरो ऑफिसमध्ये त्या त्या भौगोलिक क्षेत्रानुसार एन.सी.ए.व्ही.सी.चं काम बघण्यासाठी एक स्वतंत्र अधिकारी असतो. पोडकसारख्या ठिकाणी या कामासाठी कदाचित एकच माणूस असू शकतो. आणि तोच माणूस इतरही अनेक जबाबदाऱ्या पार पाडतो. इथं लॉस एंजेलिसमध्ये मात्र एका पूर्ण वेळ समन्वयकाची गरज असते. जशी मी आहे. आणि त्या अधिकाऱ्याच्या हाताखाली काम करण्यासाठी अनेक एजंट असलेली टीम. माझ्या मते खुनांची माळ गळ्यात घालणारे मारेकरी आमच्यासारखेच असतात. त्यांनादेखील कॅलिफोर्नियाचं स्वच्छ सूर्यप्रकाशानं भरलेलं वातावरण आवडतं.

''इथे कधी शांतता नसतेच मुळी.'' ॲलन उद्गारतो. कारण...

किरबी ऑफिसच्या दाराबाहेर उभी असते. लाल केसांची बट बोटात फिरवत. आम्हाला बघितल्याबरोबर तिचे डोळे लुकलुकतात.

''हाय मित्रांनो!! कसं चालू आहे? बाहेर पूर्वेकडे हवामान कसंय? माझी खात्री आहे, आमची ही बिचारी मुलगी कुडकुडली असणार थंडीत. मला जेव्हा वाटेल तेव्हा बीचवर जाऊन मी तिथं बिअर पिऊ शकते का? असो. मला कॅली बेबीशी बोलायचंय – लग्नाच्या तयारीविषयी.''

तर किरबी अशी बोलत असते – सुसाट, ब्रेक नसलेल्या मालगाडीसारखी, जगाची थोडीही पर्वा न करता.

''ठीकाय, पण मुळात तू इथे कशी पोहोचलीस?'' ॲलन विचारतो.

''हो! मला माझे रस्ते माहीत असतात. आठवतंय?'' ती त्याला डोळा मारते आणि त्याला बॉक्सिंगमधला ठोसा मारण्याचं नाटक करते. पण तोही तक्रार केल्यासारखा लगेच हात वर करतो. ''मला तिथं अजून एक जखमेचा व्रण नकोय किरबी.''

ती केवळ पाच फूट सात इंच आहे. पण खेळता खेळता तिने मारलेल्या ठोशात चांगलाच जोर असतो. त्याच्याकडे बघून ती हसते.

''इतका दुबळा होऊ नकोस लगेच. पण ठीकाय. तुझी बायको काय झकास कपकेक बनवते रे. काल मी थोडे खाल्ले आणि...''

"काय?" कॅली किंचाळते.

"शांत हो कॅली बेबी. केवळ नमुना म्हणून तिने केले होते. आपण ऑर्डर दिल्यापैकी एकही केक मी नाही खाल्ला."

"हं," कॅली उद्गारते. "आणि मला कॅली बेबी म्हणत जाऊ नकोस."

कॅली आपले श्वास वाया घालवतेय. किरबी तिला अशीच हाका मारत राहणार आहे आणि 'रेड सोन्जा' असंदेखील म्हणणार आहे आणि तिला वाटेल ते ते म्हणत राहणार आहे. ती कॅलीला अजिबात घाबरत नाही. कॅली कशाला? कोणालाच घाबरत नाही.

"ओह्! आणि त्या केकवाल्याची जी भानगड झाली ना, त्याबद्दल मला माफ कर." ती नाटकीपणाने डोळे फिरवते. "कोणाला ठाऊक, की अचानकपणे माझं हत्यार त्याला दिसल्याबरोबर तो लगेच इतका घाबरून जाईल? अगदी अचानकपणे, अपघाताने!"

"अपघाताने, अं?" ॲलन विचारतो. त्याच्या आवाजात किरबी जे सांगतेय त्याबद्दल पूर्ण अविश्वास स्पष्ट दिसतोय. माझादेखील तिच्या म्हणण्यावर अजिबात विश्वास नाहीये.

"अरेऽऽ!" ती म्हणते. तिच्या आवाजात नाराजी. "मी काय एवढी रानटी आहे का?" मग ती हसते, गालाला खळी पडेपर्यंत. "मला केवळ इतकं समजतं, की देवाणघेवाणीच्या वाटाघाटी चालू असताना आपली बाजू वरची कशी ठेवायची."

तो उपरोधपूर्ण हसतो. "सध्याच्या काळात त्याला असं म्हणतात का? पूर्वी त्याला रानटीपणाच म्हणायचे."

त्याबरोबर किरबी संतापण्याचं नाटक करते आणि एक ठोसा ॲलनच्या बरगडीत मारते. तो कळवळतो आणि तिच्याकडे रागाने बघतो.

"पुरुष असे लहान मुलासारखे वागतात ना कधी कधी!" नंतर ती कॅलीकडे बघते. "तर! मी इथे आलेय ते यासाठी, की तो टेलर आहे ना, तर त्याला आणखी पाचशे डॉलर हवे होते. का? तर आपण करवलीच्या कपड्यांचे रंग बदलले म्हणून. मी त्याला म्हटलं, हे काही बरोबर नाही. पण तो काही ऐकेचना. मग मी त्याला सांगितलं की 'तू जरा नीट बोलायला तर शीक. मला आवडेल तसं ऐकायला.' आणि मग काय झालंय माहितीये? त्याने मान्य केलं गं. सगळं." एखादं लहान मूल शाळेत पहिला नंबर मिळवल्यावर वडिलांसमोर रिपोर्ट कार्ड पुढे करताना जसं हसतं, तसं हसू तिच्या चेहऱ्यावर.

"त्याने सगळं मान्य केलं? असंच?" कॅली विचारते.

"अंऽऽ नाही!! त्याचं असंय की मी तुला जे झालं ते थोडक्यात सांगितलं. मी जो कावेबाजपणा वापरला त्याचा तपशील तुला खूप कंटाळवाणा वाटेल ना

म्हणून. तुला नाही वाटत तसं? जोपर्यंत कोणी कोणाला ठार मारत नाहीये किंवा कोणी जेलमध्ये जात नाहीये, तोपर्यंत तू कशाला काळजी करतेस? आपलं काम फत्ते होण्याशी कारण, असं मी नेहमी म्हणते.''

कॅली टेलर प्रकरणाचा नाद सोडते. ''दुसरं काय?''

''तो फुलवाला फार छान आहे. म्हणजे मला म्हणायचंय की खूपच छान आहे. गेल्या अनेक रात्रींपासून मी त्याच्या पायांची बोटं कुरवाळतेय – आणि तो देखील माझी. असो. तर मुद्दा असाय, की तो आपल्याला आता 'भरपूर' सूट देतोय. मला काही फुशारकी मारायची नाहीये, पण-'' ती तिच्या कमरेने मला हलका धक्का मारते. ''मला खात्री आहे, की तो एवढा उदार झालाय, कारण मीदेखील त्याला खूप 'भरपूर' सूट देतेय ना.'' ती खिदळते, लहान मुलीसारखी. ''भरपूर डिस्काऊंट! समजलं ना?''

ॲलन गुरगुरतो. मीही डोकं हलवत हसू लागते. कॅली ते सहन करते. वधूचा समजूतदारपणा म्हणा हवं तर किंवा सोयीस्करपणा.

''तुझी रंडीबाजी अशीच चालू ठेव. माझे जर काही डॉलर्स त्याच्यामुळे वाचत असतील तर मला काय? चांगलंच आहे ना? अजून काही?''

''काही नाही.''

''मला सगळी ताजी माहिती दिल्याबद्दल धन्यवाद. कायम मला सगळं सांगत रहा.''

''हो.'' ती वळते आणि चालू लागते.

''ओह् आणि किरबी?'' कॅली तिला हाक मारते. ''हजार डॉलरच्या खाली कोणताही खर्च होणार असेल, तर तुझी बंदूक कोणाला दिसू देऊ नकोस.''

''जसं तू म्हणतेस, तसंच होईल कॅली बेबी.''

ॲलन डोकं हलवतो. ''डिस्काऊंट मिळवण्यासाठी ती त्या फुलवाल्याबरोबर झोपतेय. तुला याचा त्रास होत नाही?''

कॅली ॲलनजवळ जाते आणि त्याचे गाल थोपटते. ''ॲलन, आजकाल फुलं किती महाग झाली आहेत, कल्पना आहे का तुला?''

''तुम्ही सर्वजण आलात? छान!!''

आमच्याकडे नाराजीने बघत जेम्स उद्गारतो.

''लगेच तुझ्या गुलाबी अंडरपँटमध्ये वळवळ करू नकोस.'' कॅली त्याला प्रत्युत्तर देते आणि त्याच्याजवळून निघून जाते. ''तू जितका वेळ झोपलास, तितकीच झोप मला मिळाली आहे. शिवाय, चूक स्मोकीची आहे.''

''आणि?'' तो ॲलनकडे आव्हान देत बघतो. ''तुझं काय कारण आहे?''

''नेहमीप्रमाणेच माझं उत्तर आहे : तुला काय घेणं आहे?''

''मला वाटतंय की एडी लवकरच बोलणार आहेत माझ्याशी.'' ही मैत्रीपूर्ण बडबड मधेच थांबवत मी म्हणते. ''तेव्हा पाच मिनिटांत आपण आपली बैठक घेऊ या.''

जेम्स नाराजी व्यक्त करतो, पण गप्प बसतो. मी माझ्या ऑफिसकडे चालू लागते.

'डेथ सेंट्रल' म्हणजे आमचं ऑफिस! खरं म्हणजे दोन मोठ्या खोल्या आहेत त्या. मोठी खोली आहे ती जरा रुंद आहे. मोकळी. तिथं जेम्स, कॅली आणि ॲलन यांची टेबलं आहेत. मला दरवाजा असलेलं एक छोटं ऑफिस आहे. इथली व्यवस्था साधीसुधी आहे, पण काम चालू शकेल अशी आहे.

मी खुर्चीत बसते आणि बॉनीच्या सेलफोनचा नंबर लावते.

''हाय स्मोकी!''

बॉनीचा आवाज ऐकल्याबरोबर मी आनंदाने हवेत तरंगत असल्यासारखं वाटतं. काल रात्री कामात आणि टकिलाच्या बाटलीत हेच तर मी शोधत होते. माझा आवाज ऐकल्याबरोबर तिला किती आनंद झालाय. मला अगदी ऐकू येतोय. तिचा आनंद कसा अगदी निखळ, अस्सल आणि कोणत्याही अटींविना असतो. पुरुष आपल्या आयुष्यात येतात-जातात. पण आपली मुलं मात्र कायम राहतात.

''हाय बच्चा! कशी आहेस तू?''

''खूप छान. एलायना आणि मी आता गणिताचे धडे सुरू करणारच होतो. किती बोअरिंग!''

''आऽऽ? तुला सांगितलंय ना की तीन 'आर'कडे दुर्लक्ष करायचं नाही?''

तीन 'आर' म्हणजे रीडिंग, रायटिंग आणि ॲरिथमॅटिक – वाचन, लिखाण आणि गणित. ती डोळे फिरवते आहे, हे जणू मला ऐकू येतंय.

''तू येऊन घेऊन जाणारेस का मला आज? मला तुला भेटायचंय. शिवाय, आपल्याला स्टीकचा तो पदार्थदेखील करायचाय ना?''

काही महिन्यांपूर्वी बॉनीने आणि मी ठरवलं होतं. आम्हाला मान्य आहे, की मायक्रोवेव्ह ओव्हन खूप चांगला असतो. पण त्या साधनालाही मर्यादा आहेत – जेव्हा अन्न तयार करण्याचा संबंध येतो तेव्हा. आम्ही ठरवलं की आठवड्यातून एक रात्र – मग ती कोणत्याही दिवशीची असो – प्रत्यक्ष स्वयंपाक करायचा. मायक्रोवेव्ह न वापरता. विविध पदार्थ बनवण्याची काही पुस्तकं मी बाजारातून विकत आणली. आरि मग मजा यायला लागली. घरभर धूर करायचो. साऱ्या घरात मांस भाजल्याचा वास, आणि आश्चर्य म्हणजे काही वेळा तर आम्हाला खाता येतील असे पदार्थही

आम्ही बनवू शकलो.

"तुझ्याकडे येण्याआधी मी स्टीक घेते आणि मग तुला उचलते बच्चा."

"मस्तच!"

"चला, गणितं करायला लागा आता. संध्याकाळी भेटू."

मी मोठ्याने आवाज करीत सुस्कारा सोडते. मी खूश होऊन जाते. बॉनी नेहमीसारखं वागायला लागल्याची लक्षणं मला दिसली की मी खूश होऊन जाते. जेव्हा ती तारुण्यात अधिकृतपणे प्रवेश करेल आणि मला उलट उत्तरं देईल, त्या वेळी तर मी कदाचित नाचेनच.

"ओके. बाय!"

टॉमीला फोन करावा का याचा विचार मी करते, पण 'नको' म्हणते. कारण थोड्या वेळात बोलणं संपणार नाहीये. मला त्याच्याशी बरंच काही बोलायचंय.

मी माझ्या ऑफिसमधून बाहेर मुख्य हॉलमध्ये येते. तिथं एक फळा आहे. जेव्हा एखाद्या गोष्टीवर खल करत असतो, तेव्हा आम्ही तो फळा वापरतो. मी मार्कर पेन उघडते. बाकीचे माझ्याकडे बघू लागतात.

"प्रथम आपल्याला काय काय माहीत आहे त्याची आपण उजळणी करू." मी म्हणते. "आपल्याला ठाऊक आहे, की तपास करण्यासाठी आपल्याकडे दोन खुनांची प्रकरणं आहेत. लिसा रिड आणि रोझमेरी सोनफिल्ड." मी त्यांची नावं फळ्यावर लिहिते. "आपल्याला ठाऊक आहे की, या दोघी वेगवेगळ्या ठिकाणी राहणाऱ्या होत्या."

"याचा अर्थ, मारेकरी प्रवास करतो," ॲलन म्हणतो. "प्रश्न हा आहे, की का?"

जेम्स मान हलवतो. "बरोबर आहे. आपण करीत असलेला विध्वंस जास्तीत जास्त क्षेत्रात पसरलेला असावा, म्हणून तो प्रवास करतो की बळींचा पाठलाग करण्यासाठी इकडून तिकडे जातोय?"

"मला वाटतं, दुसरं कारण बरोबर आहे." मी म्हणते. त्यांना मी अभ्यास केलेली थिअरी सांगते – पापं जमा करण्याची.

"भीतिदायकच आहे." कॅली मत व्यक्त करते. "पण रोचक दिसतंय सारं प्रकरण."

"या दोन खुनांत जे साम्य नाहीये, ते काढून पाहू." मी म्हणते. "एक स्त्री होती आणि एक पुरुष होता, जो स्त्री बनण्याच्या प्रयत्नात होता. लिसा श्रीमंत आणि प्रतिष्ठित कुटुंबातली मुलगी होती, तर रोझमेरी पूर्वी वेश्या होती आणि नशेच्या आहारी गेली होती. रोझमेरी लाल, तांबूस केसांची होती, तर लिसा दाट तपकिरी केसांची. त्यांच्यात एकच साम्य होतं. ते म्हणजे त्यांच्या खुनाची पद्धत आणि

कदाचित त्यांच्या भूतकाळातल्या काही गोष्टी.''

''अजून जरा स्पष्टीकरण देणार?'' जेम्स म्हणतो.

''लिसाची डायरी. डायरीत तिने एका मोठ्या गुपिताची नोंद केलीय. ती डायरीत ते जवळजवळ व्यक्त करू लागली होती, पण तिथूनच पुढची पानं फाडून टाकलेली आहेत. असं करून मारेकऱ्यानं आपल्यासाठी एक छोटा संदेश मागे ठेवलाय. आणि रोझमेरीचं तर आपल्याला ठाऊकच आहे. ती सुधारण्यापूर्वी कोणत्या प्रकारचं आयुष्य जगत होती ते.''

''तुला असं म्हणायचंय का, की त्यांच्यात एकच साम्य होतं आणि ते म्हणजे त्यांनी केलेली पापं?'' ॲलन विचारतो.

''हं.'' त्यामुळे खुनी माणसाने निश्चित किती आणि कोणाकोणाचे बळी घेतलेत, ते ठरवता येईल ना.'' कॅली पुटपुटते.

''फोरेन्सिकचं काय?''

''आम्ही विमानातून बॅगभर पुरावे व्हॅक्युम करून जमा केलेत. खुर्च्यांवरच्या रक्ताळलेल्या गाद्याही आहेत. पण मला वाटतं, ते सर्व रक्त लिसाचंच असणार. खुर्चीवर हात ठेवतो त्या ठिकाणी घासल्याच्या खुणा आहेत, पण हाताचे ठसे नाहीयेत. कदाचित बाकीचे जे पुरावे आपल्याजवळ आहेत, त्यावरून ठसे मिळतील. पण....''

''बहुधा ठसे मिळणार नाहीत.'' मी म्हणते. ''खुनी वयस्कर आहे आणि तो सराईत आहे. तो असल्या बावळट चुका करेल, असं मला वाटत नाही.''

''मी त्या क्रॉसचंही परीक्षण करवून घेणार आहे.'' ती पुढे बोलत राहते. ''क्रॉसच्या धातूंचं पृथक्करण करून काही फायदा होईल, असं वाटत नाही. पण या क्रॉसमुळे आपण थेट त्या मारेकऱ्याजवळ पोहोचू शकतो.''

ती बरोबर बोलतेय. तो क्रॉस म्हणजे त्याची निशाणी आहे. त्याच्यासाठी ती खूप महत्त्वाची आहे. आपण क्रॉसला स्पर्श करतो, तेव्हा असं वाटतं जणू आपण त्यालाच स्पर्श करत आहोत.

''उत्तम. अजून काही?''

''तुला ठाऊक आहे?'' जेम्स विचारात पडतो. ''हे खून धार्मिक विचारांनी प्रेरित होऊन केलेले असतील, असं जर आपण गृहीत धरलं – आणि सध्या आपण असं गृहीत धरावं, या मताचा मी देखील आहे – तर या प्रकरणात आणखी एक गोष्ट ठळकपणे जाणवते आणि ती खूप महत्त्वाची आहे. मृत्यूची पद्धत!''

''क्रॉस दोन्ही बळींच्या शरीरात बाजूने खुपसलेला आहे.'' ॲलनचं निरीक्षण.

''उजव्या बाजूत खुपसलेला आहे,'' जेम्स ॲलनच्या चुकीची दुरुस्ती करतो. ''धार्मिक दृष्टीनं बघितलं तर ही गोष्ट खूप महत्त्वाची आहे.''

माझ्या डोक्यात एकदम काहीतरी प्रकाश पडल्यासारखं होऊन मी त्याच्याकडे टक लावून बघते. मला आश्चर्य वाटतं, ही गोष्ट मला कशी उमगली नाही?

"लान्स लाँगिनस," मी म्हणते.

"बरोब्बर! खूप. छान!!" जेम्स प्रत्युत्तर देतो.

"माफ करा," कॅली म्हणते. "पण तुमच्या या बोलण्यानं मी गोंधळून गेलीय. कृपा करून जरा हे सगळं स्पष्ट कराल का?"

"लाँगिनस हा एक रोमन सैनिक होता. त्याने लान्सच्या साहाय्याने येशूची एक बाजू चिरली. येशू मेलाय की नाही, याची खात्री करून घेण्यासाठी." जेम्स स्पष्ट करून सांगतो.

"पण एका सैनिकाने त्याची बाजू चिरली आणि लगेचच तिथून रक्त आणि पाणी बाहेर आलं." चर्चमध्ये प्रवचन दिलं जातं त्या सुरात ॲलन म्हणतो.

मी त्याच्याकडे बघते आणि भुवई उंचावते.

तो हसतो. "रविवारची शाळा. बॅप्टिस्ट स्टाईलमधली. त्याचा आमच्यावर झालेला हा परिणाम. रिव्हेलेशन आणि येशूला क्रॉसवर चढवतात ती गोष्ट आम्हाला फार आवडायची. खूपच छान. नाट्यपूर्ण आणि हिंसाचार असलेली."

"जेम्स म्हणतोय त्यातल्या खोलवरच्या अर्थाकडे तू दुर्लक्ष करतोयस." मी म्हणते.

"ओह. मी त्या वेळी फक्त दहा वर्षांचा होतो. मला तो काय म्हणतो ते नाही कळालं. वाटल्यास शिक्षा कर."

"ठीक आहे. ठीक आहे." जेम्स पुढचं सांगण्यासाठी अधीर झालाय. "मुद्दा हा आहे, की सर्वसाधारणपणे असं मानलं जातंय, की लाँगिनसने लान्सच्या सहाय्याने ख्रिस्ताची उजवी बाजू चिरली."

"जसं आपल्या खुन्यानं बळींचं केलं तसं." कॅलीचं निरीक्षण.

"सर्वांत मोठा प्रश्न अजून अनुत्तरितच आहे," त्याचं बोलणं पुढे चालू. "तो यांना का बरं ठार मारतो आहे?"

"सोपंय," ॲलन उत्तर देतो. "कारण त्याचे बळी पापी आहेत."

जेम्सला ते पटत नाही. तो डोकं हलवतो. "पण त्यांनी आपल्या पापांची कबुली दिली असेल, तर ते पापी नाहीयेत. तू फादर येट्सबरोबर तुझी भेट झाल्याचं आम्हाला जे सांगितलं त्यावरून कळतं, की रोझमेरीनं कन्फेशन करून आपल्या पापांची कबुली दिलेली होती."

"हं!" मी म्हणते. "बऱ्याच शक्यता आहेत तर. कदाचित तो असा विचार करीत असेल, की रोझमेरी पूर्वी वेश्या होती, म्हणजे ती पापी होती. तसंच लिसा रिडही लिंगबदल करणारी होती. आणि त्याची तर साऱ्या विश्वात निंदा होत असते

हे मी खात्रीपूर्वक सांगू शकतेय.''

''खरंय,'' जेम्स म्हणतो. ''पण त्याच्या खून करण्याच्या पद्धतीत ते बसत नाही ना. जर रोझमेरी आणि लिसाने त्याच्या मते पापं केली होती आणि त्यामुळे तो संतापला होता, तर मग खुनाच्या वेळी हिंसाचार कसा झालेला नाही? फारच नगण्य हिंसाचार झालाय. त्याने केलेले खून पद्धतशीर, परिणामकारक आणि प्रतिकात्मक आहेत. त्यात संताप नाहीये, उत्कटता नाहीये.''

''त्याने आपल्या बळींचा छळही केलेला दिसत नाहीये.'' कॅली विचारात मग्न. ''असं वाटतंय, जणू त्यांचे बळी घेणं केवळ आवश्यक होतं म्हणून घेतले गेले. दुसरं काही नाही. मुख्य नाटक उभं करायला बाकीच्या पात्रांची आवश्यकता असते, तसं. आपल्या खुन्याचं मुख्य नाटक आणखी काही वेगळं तर नाही ना?''

खून करताना मारेकऱ्याने कोणताही राग व्यक्त केलेला नाही, ही बाब डोक्यात घोळत राहते. सेक्सशी संबंधित गुन्ह्यात बळींवर लैंगिक अत्याचार केले जातात. आपल्या बळींवर असे कोणतेही अत्याचार झालेले नाहीयेत. रोझमेरीला नग्नावस्थेत झोपवलेलं होतं, पण तिची निर्भर्त्सना केलेली नव्हती. केवळ त्यांचा मृत्यू हीच गोष्ट त्याच्या दृष्टीने महत्त्वाची होती. बाकी काही नाही.

''तर,'' जेम्स म्हणतो. ''बळींची व्यक्तिमत्त्वं वेगवेगळी आहेत, खुनामागे सेक्स हा हेतू नाही, खुनाचं सूत्र धार्मिक स्वरूपाचं आहे, यावरून आपण काय समजायचं?''

''जर सेक्सचा या प्रकरणांशी काही संबंध नसेल,'' मी विचार करते. ''तर मग यामागे सूडभावना तरी असावी किंवा खुन्याला एखादा संदेश तरी द्यायचाय. तो कोणाचा तरी हिशेब तरी चुकता करतोय. नाहीतर त्यांना मारून तो आपल्याला काहीतरी सांगतोय.''

''हा प्रकार सूडभावनेतून घडलेला नाहीये,'' जेम्स म्हणतो. तो अशा रितीने बोलतोय की जणू सत्य परिस्थितीविषयी एखादं विधान करतोय.

''मला पटतंय,'' मी म्हणते. ''कारण तसं असतं तर खून करताना त्याचा संताप व्यक्त झाला असता.''

''मग? त्याला सांगायचंय तरी काय आपल्याला?'' ॲलन विचारतो.

''मला कळत नाहीये. अर्थात त्याला जे सांगायचं आहे ते त्याच्यासाठी खूप महत्त्वाचं आहे. ॲलन, व्हायकॅपमध्ये शोध घेतल्यावर अशाच प्रकारच्या गुन्ह्यांची काही माहिती मिळाली का?''

''नाही ना!''

कॅली शिट्टी वाजवते. ''अच्छा. म्हणजे आपण अंधारातच आहोत तर अजून.''

मी तिच्यावर गुरकावते. ''वा! छान मदत करते आहेस तू.''

''जे दिसतंय ते मी फक्त बोलून दाखवलं.''

मला एकदम वैफल्य आलंय. कॅलीमुळे नाही, पण ती जे म्हणतेय त्यामुळे आणि त्यानंतरच्या परिणामांमुळे!

"तुम्हाला ठाऊकाय? त्याने त्याचा पुढचा बळी अगोदरच निश्चित करून ठेवलाय." माझ्या मनातले विचार वाचून जेम्स उद्गारतो. "आणि कदाचित त्याच्याही पुढे जाऊन कोणाला ठार मारायचं तेही त्यानं आत्ताच ठरवलंय."

त्याच्याकडे मी अतिशय कडवट नजरेनं बघते.

"तू आणि कॅली फोरेन्सिकचं काय आहे ते बघा."

"आणि आपण? किंवा मी? मी काय करायचंय?" ॲलन विचारतो.

"मला एडी जोन्सला आत्तापर्यंत आपण काय काय केलं ते सांगायला हवं आणि रोझॅरिओ रिडशीही बोलायला हवं. त्यानंतर तू आणि मी फादर येट्सना भेटायला जाणार आहोत. ज्या कोणाला रोझमेरीची माहिती होती, जो कोणी रोझमेरीला ओळखत होता आणि गेल्या काही वर्षांत ज्यांचा कोणाचा रोझमेरीशी संबंध आला, त्या प्रत्येकाशी मला बोलायचंय."

तो संमतीदर्शक मान हलवतो. "चांगला डिटेक्टिव्ह गुन्ह्याचा सुगावा स्वतःच शोधून काढतो."

"बघ तो म्हातारा." कॅली नाटकी रागाने म्हणते. "मजा आहे तुमच्या दोघांची. मी आणि डॅमियन मात्र चाललो फोरेन्सिक प्रयोगशाळेत."

"मला 'डॅमियन' म्हणू नकोस, सांगून ठेवतो. नशाबाज कुठली!" जेम्स म्हणतो.

जेम्सचं काही कळत नसतं. तो कॅलीची चेष्टा करतोय की खरोखरच तिला टोचून बोलतोय?

कॅली त्याचा टोमणा पचवते.

"ठीक आहे बाबा. आता तुझी लाल अंडरपँट चढव आणि आपण कामाला लागू या."

एकमेकांचा अपमान करत ते दाराच्या बाहेर पडतात.

"कॅली जेम्सला तो समलिंगी असल्याबद्दल सतत चिडवत असते. पण तो ते खपवून घेत असतो." ॲलनचं निरीक्षण.

"मला वाटतं, कॅलीनं तसं केलं नाही तर तो फारच अस्वस्थ होईल. आता कसं, त्याला ठाऊक असतं, की ती बिनधास्त आहे. म्हणजे नेहमीप्रमाणे आहे. शिवाय, त्याला हेदेखील ठाऊक आहे, की ती असं काही आपल्या व्यतिरिक्त दुसरं कोणी आजूबाजूला असेल तर बोलणार नाही."

"हं. तू आता जोन्स आणि रोझॅरिओशी बोलणार आहेस ना?"

"मला फक्त पंधरा मिनिट दे. मी तुला लॉबीत भेटते."

१७

"लिसा रिडच्या खुनाची बातमी अजून कुठेच फुटली नाहीये." एडी जोन्स मला सांगतात.

"वाखाणण्यासारखं आहे. ती एका काँग्रेस प्रतिनिधीची मुलगी होती हा भाग जरी बाजूला ठेवला, तरी विमान हवेत असताना एक खून होतोय, ही बाब कोणाच्या तरी लक्षात यायला हवी होती आत्तापर्यंत."

"प्रेसवाल्यांना कसं हाताळायचं ते संचालक रॅथबन यांना चांगलं ठाऊक आहे. अर्थात, ही बातमी काही कायम दाबून टाकता येणार नाही. असो. आपण तपासात कुठे आहोत आता?"

गेल्या वेळी आम्ही बोललो होतो त्यानंतर जे जे झालं, ते सगळं मी त्यांना सांगते. आम्ही या प्रकरणात काय काय तर्कवितर्क लढवत आहोत, तेही सांगितलं.

माझं सगळं सांगून झाल्यावर ते मला विचारतात. "तुला एकंदरीत काय वाटतंय या सगळ्या प्रकरणाविषयी?"

एडी जोन्स आज ज्या पदावर आहेत, तिथपर्यंत ते कठोरपणे काम करतकरत चढलेले आहेत. त्यांनी आपलं काम केलंय. वेळ खर्च केलाय. ते काही केवळ पोशाखी अधिकारी नाहीयेत. ते माझ्या मतांचा, दृष्टिकोनांचा आदर करतात आणि त्यांना कशाचंही आवरण नसलेलं निखळ सत्य माहीत करून घ्यायचं असतं म्हणून ते असा प्रश्न विचारतात.

"आपल्याला जर लवकरच काही सुगावा लागला नाही, तर आपण 'डेड एण्ड' जवळ जाऊन पोहोचू, जिथून पुढे कुठे जाताच येणार नाही. लवकर काहीतरी हाती आलं नाही तर किंवा...."

"त्याने अजून कोणाला ठार केलं नाही तर!" एडी जोन्स माझं वाक्य

पूर्ण करतात.

पुन्हा एकदा विराम. ते बोलायचं थांबतात. असं वाटतंय की जणू पृथ्वीच फिरायची थांबलीय. खुनी बाहेर मोकाट फिरतोय, शिकार करतोय. कदाचित काल रात्री मी झोपेत असताना आणखी एखाद्या स्त्रीचा बळी गेलेलाही असेल? कदाचित मी कॉफी पीत असताना आणि कॅलीबरोबर हसत-खिदळत असताना, आज सकाळी त्याने दुसऱ्या एखाद्या स्त्रीचा प्राण घेतला असेल. काय सांगावं?

हे सारे विचार मी माझ्या डोक्यातून काढून टाकते.

"खरंय सर. हा खुनी म्हणजे पद्धतशीरपणे काम करणारा एक माणूस आहे. त्याचा आत्मविश्वास दांडगा आहे आणि जोखीम उचलण्याची तयारी असणारा आहे. पण तो वेडापिसा नाहीये. मनोरुग्णही दिसत नाहीये. आपली लैंगिक भूक भागवण्यासाठी तो तडफडत नाहीये आणि पछाडलेल्या लोकांना ऐकू येतात तसे आवाजही त्याला ऐकू येत नसावेत. आपल्याला निश्चितपणे काय करायचं आहे, हे त्याला व्यवस्थित माहीत आहे. आपल्या उद्दिष्टाकडे तो निर्धारपूर्वक जातो आहे. त्याचं नेमकं उद्दिष्ट काय आहे, हे मात्र आपल्याला अद्यापपावेतो समजलेलं नाहीये."

एडी जोन्स त्यांच्या तपकिरी चामड्याच्या खुर्चीत मागे रेलून बसतात. मी त्यांना ओळखते तेव्हापासून ते हीच खुर्ची वापरताहेत. त्यावरचं कापड वापरून वापरून ठिकठिकाणी झिजलंय, फाटलंय. अनेक वेळा त्यांना ते बदलायला सांगितलं गेलंय. पण ते आदेश त्यांनी धुडकावले आहेत. तेच असा अडेलतट्टूपणा करू शकतात. एवढं करूनही त्यांच्याविरुद्ध काहीही कारवाई केली जात नाही, कारण ते जे काम करतात त्यात ते निपुण आणि कार्यक्षम आहेत.

"ठीकाय," ते म्हणतात. "मग बाकी काय राहिलंय? यापुढे काय करणार आहात?"

"कॅली आणि जेम्स गुन्ह्यांचे अवशेष प्रयोगशाळेतून तपासून घेताहेत. कदाचित त्यात आपल्याला काहीतरी सापडेल."

"कदाचित... पण तुला खात्री नाही वाटत."

"नाही... सर, पण...." मी खांदे उडवते. "तुम्ही आणि मी अजून मूर्खात निघू, असंच आता तरी गृहीत धरू या."

"आणि? आणखी काही?"

"ॲलन आणि मी परत फादर येट्सना भेटणार आहोत. रोझमेरीच्या संपर्कात आलेल्या सर्वांच्या आम्ही मुलाखती घेणार आहोत. मग बघू या ते आपल्याला कुठे घेऊन जातात ते."

ते टेबलवर बोटं वाजवतात. डोकं हलवतात. "मी संचालक साहेबांना सगळी माहिती देतो. माझ्या संपर्कात राहा."

"हो सर!"

"आणि रोझॅरिओ रिड यांना फोन कर स्मोकी. त्यांना सर्व काही सांगत राहणं आणि आपल्या बाजूने ठेवणं, ही चांगली कल्पना आहे, नाही?"

"मी आत्ता त्यांना फोन करणारच होते सर."

"काहीच नवीन नाही? अजिबात काही नाही?"

रोझॅरिओंचा आवाज क्षीण वाटतोय. त्या रात्री कारमध्ये मी त्यांच्यामध्ये जे सामर्थ्य बघितलं होतं, ते या आवाजात नाहीये.

"नाही. मला वाईट वाटतंय. पण रोझॅरिओ, आत्ता तर तपासाला कुठे सुरुवात झालीय. काही वेळा असं होतं."

"आणि ती दुसरी बिचारी मुलगी? त्यानं मारलं ती? त्या मुलीचं पण कुटुंब आहे का?"

"आम्हाला तर काही सापडलं नाही. पण ती चर्चशी जवळीक ठेवून होती. चर्च हेच तिचं कुटुंब."

स्तब्धता.

"लिसावर उद्या अंत्यसंस्कार होणार आहेत."

त्यांच्या आवाजात एक अस्पष्टशी विषादाची एक धार आहे, असं वाटतंय. त्यांचा बांध फुटून आवाज फाटू नये म्हणून त्या कसोशीने प्रयत्न करताहेत.

"मला खूप वाईट वाटतंय."

"स्मोकी, तुला एक विचारू?"

"काहीही विचारा."

"कसं वाटलं होतं तुला, जेव्हा तू ॲलेक्झाला पुरलंस?"

या प्रश्नाला सुरीसारखी धार आहे. एका क्षणात माझ्या भोवतीच्या सर्व संरक्षक भिंतीं कापून ही सुरी आत घुसलीय.

कसं वाटलं होतं मला? त्या प्रसंगाची स्मृती आजही ताजी आहे. जणू तो आताच घडला आहे. मी त्यांना एकाच वेळी पुरलं, मॅटला आणि ॲलेक्झाला, माझ्या सगळ्या विश्वाला. मला आठवतंय, तो दिवस खूप सुंदर होता. कॅलिफोर्नियातला सूर्य शवपेट्यांना उजळून काढत होता. त्यावरच्या धातूच्या पट्ट्या चमकत होत्या. आकाश स्वच्छ आणि निरभ्र होतं. मला काही ऐकू येत नव्हतं; जाणवत नव्हतं; मी काही बोलतही नव्हते. सूर्याकडे बघून मी अचंबित होत होते आणि माझं आयुष्य मात्र कायमस्वरूपी धुळीस मिळालं होतं.

"तो एक असा भयपट होता, ज्याला कोणताच शेवट नसतो." मी त्यांना सांगते.

“पण शेवटी तो भयपट संपलाच ना? नाही का?”

“हो.”

“आणि तो भयपट संपल्यावर अधिकच वाईट वाटलं का? तो संपला म्हणून?”

“भयपट जितका वाईट त्याहीपेक्षा वाईट.”

मी त्यांना आश्वासन दिलं होतं, की मी त्यांना सत्य सांगेन, कायम! आणि ते सांगताना मी अजिबात बेचैन होत नाही. आत्म्याच्या पातळीवर रोझॅरिओ आणि मी बहिणी आहोत. आमचं आयुष्य निराशेच्या गर्तेत घेऊन जाणं किंवा स्वत:ला दारूच्या आहारी घालणं असं काहीही न करणाऱ्या आहोत. दु:ख कोसळलंच तर रडणं, किंचाळणं आणि मग त्याचा आवेग ओसरल्यानंतर पुन्हा पूर्ववत चालू लागणं, असा आमचा स्वभाव आहे. आम्ही बदललेलो आहोत; दु:खाच्या ओझ्यामुळे जरा जड झालेलो आहोत. पण जिवंत आहोत. त्यांना जाणून घ्यायचंय, की आता पुढे काय होणार आहे ते. मी त्यांना तेच सांगते आहे. त्यांच्यापासून मी ते लपवून ठेवू शकत नाही. मी फार तर जे होणार आहे त्यासाठी त्यांना तयार करू शकते.

“मला साद्यंत वृत्तांत सांगितल्याबद्दल धन्यवाद, स्मोकी.” थोडी स्तब्धता. “मला ठाऊक आहे, तुलाही ठाऊक आहे, की त्याला शोधून आता काय चांगलं होणार आहे आमचं? त्याला पकडून लिसा थोडी परत येणार आहे?”

“पण मुद्दा तो नाहीये रोझॅरिओ. मी समजू शकते. माझ्यावर विश्वास ठेवा. त्या खुन्याला सजा मिळणारच.”

त्याने जे केलंय त्याची शिक्षा त्याला मिळणारच. त्यामुळे लिसा परत येईल म्हणून नाही. तिच्या मृत्यूमुळे अनेक जण वेदनांच्या ज्वाळांत भाजून निघताहेत. त्या ज्वाळांची दाहकता कमी व्हावी म्हणूनदेखील नाही. तो शिक्षा भोगणार आहे कारण त्याने रोझॅरिओच्या मुलीला मारलं आहे. दुसरं काही कारण असण्याची आवश्यकता नाहीये. तेवढं एकमेव कारण पुरेसं आहे. विश्वाच्या कायद्याची अंमलबजावणी केलीच पाहिजे.

“ठीक आहे. गुड बाय.”

“गुड बाय, रोझॅरिओ.”

फोन ठेवल्यावर मला जाणवतं, की एका दृष्टीनं मी सुदैवी आहे. ज्यानं माझ्या मुलीचा जीव घेतला, त्याला ठार मारण्याची मला संधी तरी मिळाली. त्यामुळे फरक काहीच पडला नाही. माझी ॲलेक्झा तेव्हाही मृतच होती. पण... जेव्हा मी त्याचा विचार करते, लिसाच्या खुन्याचा विचार करते, तो माझ्या हाताने मारला जातोय, अशी कल्पना करते, तेव्हा माझ्या आत एक सिंहीण गुरगुरत असते. समाधानाचे सुस्कारे सोडणारी आणि भयानक. त्या सिंहीणीच्या मिशांना लागलेल्या रक्ताला नेहमीच दैवी चव असते.

१८

इथला उन्हाळा लवकर संपत नाही. अगदी शेवटपर्यंत सूर्य प्रकाशाला पकडून ठेवतो. इथे सकाळची हवा कुरकुरीत आणि थंड असते, पण गार नसते आणि आता तपमान साठ अंशाच्या दिशेनं चाललंय.

रहदारी इतकी वाईट नाहीये. स्पीडोमीटरचा काटा पंचाहत्तरच्या वर ठेवण्यात ॲलन यशस्वी ठरतोय. चारशे पाच नंबरच्या महामार्गावर, दिवसाच्या कोणत्याही वेळी पंच्याहत्तरच्या वेगाने गाडी चालणं, हा खरं तर एक छोटा चमत्कारच समजला जातो. या महामार्गावर तुम्ही कधीच एकटे नसता. मग वेळ कोणती का असेना.

लॉस एंजेलिसचं सॅन फरनॅण्डो व्हॅलीमध्ये रूपांतर होताना मी बघतेय. अस्पष्टसा बदल आहे, पण बदल मात्र नक्की आहे. लॉस एंजेलिस जर सफरचंद असेल, तर आतून-बाहेरून ते कुजलंय आणि डाऊनटाऊन त्या कुजलेल्या सफरचंदाच्या मध्यभागी आहे. व्हॅलीलादेखील कीड लागलीय, पण इथे अजूनही फुलं उगवतात. जिथे कुठे भेग असेल तिथून बाहेर येतात. व्हॅलीत थोडी जास्त जागा आहे, थोडी कमी घाण आहे.

होली रिडीमर चर्चच्या पार्किंगमध्ये आम्ही आमची गाडी लावतो.

"काही फार बघण्यासारखं नाहीये ना इथं? की आहे?" ॲलन निरीक्षण करतो.

गेल्या रात्री मला चर्च नीट बघायला मिळालं नाही. अंधार तर होताच आणि मी पण थकलेले होते. चर्च छोटं आहे. बहुधा पैसे पुरेसे पुरवले जात नसावेत. इथे फादर येट्सला तेला-तुपात ठेवतील असे श्रीमंत आश्रयदाते दिसत नाहीत. वनस्पती तुपावरच भागवलं जात असणार. पाणी नळातनं येतंय. बाटलीतून नाही.

"हे असंच जास्त बरंय."

ॲलन स्मितहास्य करतो. "मला कळतंय तुला काय म्हणायचंय ते."

आमच्या व्यवसायात आम्ही हे शिकलो आहोत, की कपडे माणसाला बनवत नाहीत. तुम्ही टी-शर्टमध्येही एखाद्याला मारू शकता किंवा थ्री पीस सूटमध्येदेखील. तुम्ही श्रीमंत असूनही खून करू शकता आणि गरीब राहूनही. अखेर सुरा हा सुराच असतो. तसंही माझा चर्चवर कमीच विश्वास आहे आणि सोनेरी आवरणाखालच्या चर्चवर तर माझा फारच कमी विश्वास आहे. माझ्या मते देवधर्म हे वैराग्यपूर्ण काम असतं.

"मी अगोदरच फोन केला होता." ॲलन म्हणतो. "ते आपली वाट बघताहेत."

चर्चचा अंतर्भाग आता मला नव्या नजरेनं बघायला मिळतो आहे आणि नव्या घ्राणेंद्रियांनी देखील; कारण आता मला ब्लीचचा वास येतोय. भाविकांना बसण्यासाठी लाकडी बाक आहेत आणि ते बरेच जीर्ण आहेत. समोरची पवित्र वेदी छोटी आहे. येशू ख्रिस्त नेहमीच्या स्थितीत क्रूसावर आहे आणि आम्हा सर्वांकडे खाली बघतो आहे. आमच्या तारणहाराला रंगवण्याची आवश्यकता आहे. ठिकठिकाणी पोपडे आलेत.

त्याची प्रतिमा मला आतून हलवून सोडते. माझा त्याच्यावर सध्या विश्वास आहे की नाही, मला कल्पना नाहीये. पण पूर्वी मी त्याच्यावर विश्वास ठेवत असे. त्याच्यावर आणि व्हर्जिन मेरीवर. त्यांच्याकडे मी प्रार्थना केली, भीक मागितली की कॅन्सरनं आजारी असलेल्या माझ्या आईला बरं करा म्हणून. आई तशीही गेलीच. परमेश्वराने माझी फसवणूक केली. तिथेच मी आणि देव यांच्यातले संबंध संपले. मी केलेल्या पापांबद्दल तो मला क्षमा करणार तरी कसा? कारण मी कुठे त्याला त्याने केलेल्या पापांसाठी क्षमा केलीय?

फादर येट्स आम्हाला बघून हसतहसत पुढे येतात.

"एजंट बॅरेट, एजंट वॉशिंग्टन,"

"हॅलो फादर." मी म्हणते. "आज फारच रिकामं रिकामं दिसतंय इथे? भाकड दिवस आहे का आजचा?"

मी आतल्या आत जीभ चावते. या ठिकाणी मला माझ्या कडवटपणाला कात्री लावता येत नाही म्हणून. ॲलन माझ्याकडे चमत्कारिक नजरेनं बघतो. फादर येट्स माझं बोलणं खपवून घेतात.

"एजंट बॅरेट, रिडीमरमध्ये प्रत्येक दिवस भाकडच असतो. आम्ही काही इथे बादलीभर आत्म्यांना वाचवत नाही. एका वेळी एकच."

“क्षमा करा फादर. मी असं बोलायला नको होतं.”

ते हात उडवतात. “तुझा परमेश्वरावर राग आहे, मी समजू शकतो. जर तो ते सहन करू शकतो – आणि मला वाटतं तो ते करू शकतो – तर मग मीदेखील सहन करू शकतो. आता तुम्ही जिला भेटावं असं मला वाटतं, अशी एक व्यक्ती इथे आहे. तुमच्या इथे येण्याचं प्रयोजन एजंट वॉशिंग्टन यांनी मला अगोदरच कळवलं होतं आणि मग माझ्या डोळ्यासमोर केवळ ही महिलाच आली. म्हणून विचार केला, की तुमची आणि तिची गाठ घालून द्यावी. माझ्या माहितीप्रमाणे, ही स्त्री रोझमेरीची एकमेव मैत्रीण होती. रोझमेरीला कोणतंही कुटुंब नाहीये. पण कदाचित तिची ही मैत्रीण तुम्हाला मदत करू शकेल.”

“का?”

“कारण ती कधीकाळी पोलीस अधिकारी होती. म्हणजे एक डिटेक्टिव्ह होती ती. ओहियोमध्ये.”

“खरं की काय?”

“माझ्या हृदयावर क्रॉस असो.” ते हसतात. फादर मंडळींचे विनोद. “तुमच्यासाठी सॅर्किस्ट्रीमध्ये थांबलीय.”

या चर्चमधल्या बाकीच्या गोष्टींप्रमाणेच सॅर्किस्ट्रीसुद्धा छोटी आणि स्वच्छ आहे. साध्यासुध्या शेल्फमध्ये प्याले ठेवलेले आहेत. बाजूला वाईन आणि पाहुण्यांसाठी वेफर्सचा पुडा ठेवलेला आहे.

“हे सर्व चर्चमधल्या नन्सनी बनवलेलं असतं.” माझ्या आईनं एकदा मला हे सांगितलं होतं.

मला त्या वेळी नन्स फारशा आवडत नसत. पण मला हे कबूल करायला हवं, की त्या वेळी ते वेफर्स मला त्यांच्यापेक्षाही कमी आवडले होते. प्रवचनं ऐकणं म्हणजे सहनशीलतेची परीक्षाच असते. ही परीक्षा उत्तीर्ण होणाऱ्यांसाठी बक्षीस म्हणून ते वेफर्स द्यायला हवे होते. पण ते चवीला स्टायरोफोमसारखे होते.

तिथं एक कपाट मला दिसतंय. त्याला दरवाजे नाहीत. ते लाकूड फक्त पांढऱ्या रंगानं रंगवलेलं. आत फादर येट्सचे कपडे टांगलेले.

या छोट्या रूममध्ये एकही टेबल नाहीये. फक्त एक खिडकी आणि तीन मोडक्या खुर्च्या. एक स्त्री त्यातल्या एका खुर्चीवर बसलेली; आमची वाट बघत.

“ही ॲण्ड्रिया आहे,” फादर येट्स आम्हाला सांगतात. “ॲण्ड्रिया, या एजंट स्मोकी बॅरेट आणि एजंट ॲलन वॉशिंग्टन आहेत.”

ती मान हलवते पण बोलत काही नाही.

"आता मी तुम्हाला एकटे सोडतो." फादर म्हणतात आणि निघून जातात.

मी ॲण्ड्रियाचे निरिक्षण करते. ती ठेंगणीठुसकी नसली तरी धिप्पाडही नाही. साधारण पाच फूट चार इंच आणि एकशे तीस पौंड असेल. तिचे केस लांब, चमकदार आणि इतके काळे आहेत, की ते निळसर वाटतात. तिचे डोळे मोठे, पारदर्शक आहेत आणि केसांपेक्षाही जास्त काळे आहेत. तिचे डोळे आणि केस सोडल्यास तिचा चेहरा साधारण आहे.

त्या डोळ्यांतून बुद्धिमत्ता पाझरते आहे. त्यात पोलिसी चुणूक मला दिसतेय. तिच्या नजरेत सारं काही दिसतंय – मोकळेपणा, थेटपणा, संकोच, सावधपणा. असे सर्व विरोधाभास एकतर पोलिसांत नाहीतर अट्टल गुन्हेगारांतच दिसून येतात. माझ्या चेहऱ्यावरचे व्रण बघून लगेच जाणवेल अशी कोणतीही प्रतिक्रिया तिच्या चेहऱ्यावर दिसत नाही.

तिने अंगात पिवळा टी-शर्ट घातलाय, जो तिच्या मानानं जरा मोठाच आहे. निळी फेडेड जीन्स आहे आणि पायात टेनिसचे बूट.

मी हात पुढे करते.

"तुला भेटून आनंद झालाय ॲण्ड्रिया." मी म्हणते.

तिची पकड पक्की आहे आणि कणखर, माझ्या अपेक्षेपेक्षा जरा जास्तच. तिच्या हाताचे तळवे कोरडे आहेत. तिच्या मनगटावर आणि हातावरही जखमांचे व्रण आहेत. ते बघून मला वाटणारं आश्चर्य मी कसंबसं लपवून ठेवते. दोन व्रण आहेत. एक उभा कापलेला, एक आडवा! आत्महत्या करण्याचा प्रयत्न केल्याची ती खूण लगेच लक्षात येते.

"मलाही आनंद झालाय." तिचा आवाज खालच्या पट्टीतला आणि घशातल्या घशात फिरणारा. फोन-सेक्स करणाऱ्या मुली बोलतात तसा. "मी स्वतःला ठार मारण्याचा प्रयत्न केला होता एकदा." ती तिचं दुसरं मनगट हात वळवून दाखवते. मी दुसऱ्या हातावर आणखी व्रण बघते. दोन्ही हातांवरचे ते जखमांचे व्रण एकमेकांना साजेसे आहेत; एकदम मॅचिंग!

"मलासुद्धा असं एकदा वाटलं होतं." मी म्हणते. पण मी असं का म्हणते ते मलाही कळत नाही.

माझ्याकडे एक पुसटसा कटाक्ष टाकून ती मान हलवून आम्हाला बसायला सांगते.

"रोझमेरीच्या खुनानं एफ.बी.आय.चं लक्ष का बरं वेधून घेतलंय?" ती म्हणते.

लगेच मुद्यावर आलीय. मी नेहमीचं, ठरावीक साच्यातलं उत्तर देते.

"ते सांगण्याचा मला अधिकार नाहीये."

अतिशय खिन्न असं स्मितहास्य तिच्या तोंडावर उगवतं. इतकं खिन्न की मी कधीच न बघितलेलं. त्यानंतर ती तोंडातल्या तोंडात आवाज काढते. तो आवाज आम्हाला असं सांगतो, की ती एकदम साधीसरळ आहे असं जर आम्ही समजत असू, तर मग आम्ही मोठा विनोदच करत आहोत. ''मग तुम्हाला मदत करण्याचं मलादेखील स्वातंत्र्य नाहीये. बोला नाहीतर गप्प बसा.''

मी ॲलनकडे बघते. तो खांदे उडवतो.

''ठीकाय,'' मी म्हणते. ''या मारेकऱ्याची रोझमेरी ही एकमेव बळी नाहीये. यापेक्षा तुला अधिक माहिती हवी असेल, तर मग आपण इथेच थांबू.''

''नाही. ठीकाय. तुम्ही सांगितलं तेवढं पुरेसं आणि योग्य आहे. आणि ते ऐकून मला आनंद झालाय.''

''खुन्याने आणखी काही जणांना मारलंय, हे ऐकून आनंद झालाय?''

''अर्थातच! एकाच माणसाने अनेक खून केलेले असतील, तर त्या केसेस सोडवणं एकाच खुनाचा तपास करण्यापेक्षा सोपं असतं ना.''

तिला या प्रकरणाचं मोठं चित्र काय आहे, ते जाणून घेण्यात काही रुची नाहीये. जर इतर लोक मरण्यानं तिच्या मैत्रिणीचा खुनी सापडणार असेल तर तसं. तिची काही हरकत नाहीये.

''तुला काही सांगायचंय त्याविषयी?'' ॲलन विचारतो.

मी त्याच्याकडे कटाक्ष टाकते. त्याचं पूर्ण लक्ष ॲण्ड्रियाकडे आहे. माझ्या माहितीतल्या प्रश्नकर्त्यांपैकी ॲलन हा सर्वोत्तम आणि दैवी देणगी लाभलेला आहे. गुन्हेगारांना किंवा साक्षीदारांना प्रश्न विचारून हवी ती माहिती काढण्यात त्याचा हातखंडा आहे. म्हणून मग मी माझं तोंड गप्प ठेवते आणि तिचा अभ्यास करू लागते.

तिच्यात काहीतरी आहे. ते पाहण्यासाठी मला त्याच्यापेक्षा जास्त वेळ लागतोय. पण शेवटी मला ते दिसतंच. ते तिच्या डोळ्यांत दिसतंय, चेहऱ्यावर दिसतंय आणि तिच्या साऱ्या व्यक्तिमत्त्वात दिसतंय. ती फार दुःखी आहे. ते दुःख ठायी ठायी दिसतंय. ते काही असं तात्कालिक, थोड्या वेळापुरतं टिकणारं, असं दुःख नाहीये. आजचा दिवस फार वाईट गेला, अशासारखं. ती निराशदेखील नाहीये. त्यामधलं असं काहीतरी. कशाचा तरी खूप कंटाळा आलाय आणि त्या कंटाळ्याचं ओझं नाइलाजाने ती पेलतेय, यासारखं. ॲण्ड्रियाकडे बघितल्याबरोबर लक्षात येतं, की तुम्हाला सांगण्यासाठी तिच्याकडे तिची एक गोष्ट आहे, एक वाईट गोष्ट आणि तुम्हाला तिच्याकडून काय हवंय, ते विचारण्यापूर्वी तुम्ही तिला ती गोष्ट सांगू द्यायला हवी असते.

ॲण्ड्रिया लगेचच प्रतिसाद देत नाही. माझा अंदाज घेण्याचं मला जोखण्याचं

तिचं काम चालूच आहे. तिच्या मोठ्या, काळ्या कुळकुळीत डोळ्यांनी काही क्षण ती माझ्याकडे बघते आणि मग ॲलनकडे.

"मी पोलीस म्हणून काम करत असे." ती सुरुवात करते. "ओहियोमध्ये."

ॲलन डोकं हलवतो. "फादर येट्सनी आम्हाला सांगितलं ते."

"मी एक चांगली पोलीस होते. मला दैवी देणगी लाभलेली होती. एक मैलावरून मी खोटेपणा ओळखत असे आणि कोणत्या गोष्टीचा कशाशी संबंध आहे, ते बरोबर जाणत असे. इतरांना ते जमायचं नाही. पाच वर्षं झाल्यावर मी खुनाचे तपास करू लागले."

"वेगात प्रगती केलीस की तू!" ॲलन नोंद घेतो. "केवळ तुझ्या क्षमतेच्या आधारे की कोणी शिक्षक पाठीमागे होता?" म्हणजे तिच्या करियरला दिशा देण्यासाठी कोणी पाठीराखा होता का, असं त्याला विचारायचंय.

"दोन्ही भाग होते. मी उत्तम काम तर करतच होते. अतिशय उत्तम. पण माझे वडीलही पोलिसात होते. तेव्हा लोक मला शोधत असत. तिकडे याच पद्धतीनं काम चालतं."

"इथे देखील," तो म्हणतो. "मी लॉस एंजेलिस पोलीस डिपार्टमेंटमध्ये दहा वर्षं खुनांच्या तपासाचंच कामं करायचो. केवळ तुमच्यात क्षमता असून चालत नाही."

"हो. बरोबर आहे. तर मी काय सांगत होते, मी सगळं व्यवस्थित सांभाळत होते. मला पदोन्नतीही पटापट मिळत गेली. मी लग्न केलं एका छान माणसाशी – पोलीस नव्हे – आणि आम्हाला मूल झालं. एक सुंदर मुलगा. जारेद त्याचं नाव. आयुष्य उत्तम चालू होतं. मग सगळं बदललं."

ती बोलायचं थांबते. दूर अंतरावर कुठेतरी टक लावून बघते.

"काय सगळं?"

"एक माणूस होता. तो कुटुंबांना मारायचा. तो उपनगरीय वसाहतीत यायचा आणि त्याला हवं तसं कुटुंब शोधत राहायचा, मारण्यासाठी. त्याला कसं कुटुंब लागायचं? तर ज्यात बरीच मुलं असतील, दहा वर्षांच्या पुढची, तेरा ते एकोणीस वयाची मुलं-मुली असतील तर अधिक चांगलं. आणि किमान एक तरी पालक हवा – आई किंवा वडील. एकटी आई असेल तर खूप चांगलं. पण तिच्या जोडीला त्याला कायम एकतरी पुरुष हवा असायचा. मुलगा, पती, भाऊ कोणीही! असं कुटुंब सापडलं की मग तो पुढचं काम करायचा – त्या सगळ्यांना छळण्याचं!

"तो अशा कुटुंबावर मग हल्ला करायचा. जेव्हा रात्र व्हायची तेव्हा, तो त्या सगळ्यांना नागवं व्हायला भाग पाडायचा. मग परस्परांशी संभोग करण्यासाठी तो त्यांच्यावर बळजबरी करायचा. बहिणी-बहिणी, आई-मुलगा, पिता-मुली. आलं ना

लक्षात? मग त्यापैकी त्याला जी कोणी आवडली असेल किंवा जे जे कोणी आवडलं असेल, त्यांच्याशी तो स्वत: संभोग करायचा. त्याचं झालं, की मग त्यांच्यापैकी एका व्यक्तीला तो गळफास देऊन मारून टाकायचा आणि तो खून बाकीच्यांना बघायला लावायचा.''

हे सांगताना ते आठवून ती आवंढा गिळते.

''मारेकऱ्याला पकडण्यासाठी आणि हे अत्याचार थांबवण्यासाठी एक कृतिदल स्थापण्यात आलं. मी त्या कृतिदलात क्रमांक दोनच्या हुद्यावर होते. माझेही हात शिवशिवत होतेच. विशेषत: या मारेकऱ्याविषयी माझ्या डोक्यात तिडीक गेली होती. का ते मला नाही सांगता येणार. तो करत होता ते वाईट तर होतंच, पण याहीपेक्षा भयंकर क्रौर्य मी बघितलेलं होतं.''

''काही वेळा मृत बळींपेक्षा जिवंत बळींना हाताळणं अवघड होऊन जातं.'' मी म्हणते.

माझ्यात नव्यानंच रुची निर्माण झाल्यासारखी ती माझ्याकडे बघते. ''खरंच की. तू हे सांगायला हवंस. तर... त्याने अत्याचार केलेली कुटुंबं कायमस्वरूपी उद्ध्वस्त झाली. बऱ्याच घरांत घटस्फोट झाले. त्यातल्या काही वडिलांनी आणि मुलांनी एकमेकांना ठार मारलं. काहींनी आत्महत्या केली. कुठल्याच आईनं मात्र आत्महत्या केली नाही. अजूनही कळत नाही, असं का?''

''मुलांसाठी.'' ॲलन पुटपुटतो.

''काय?'' ती विचारते.

''कोणत्याही आईने आत्महत्या केली नाही, कारण मुलांसाठी त्यांनी जिवंत असणं गरजेचं होतं.''

ती ॲलनकडे काही क्षण टक लावून बघत राहते आणि मग पुढचं सांगू लागते.

''त्याने जी कुटुंबं उद्ध्वस्त केलेली होती, त्या लोकांचे क्लेश हीच त्याची नशा होती. त्यांच्या वेदना पाहण्यातच त्याला आनंद मिळायचा. एकदा मला हे समजल्यावर तो कुटुंबातला एक सोडून बाकीच्यांना जिवंत का सोडायचा, हेदेखील लक्षात आलं. ज्या कुटुंबाला त्याने छळलेलं असायचं, त्यांच्या वेदना त्याला बघाव्याशा वाटणारच; ते लोक कसे दु:ख सोसत आहेत, हे त्याला पहावंसं वाटणारंच, हे मी हेरलं. आणि मग त्याच बळी ठरलेल्या कुटुंबांच्या घराभोवती पहारे लावले. खात्री होती तसंच झालं. हरामखोर सापडलाच जाळ्यात. अशा गुन्ह्यांसाठी ओहियोत मृत्युदंडाची शिक्षा आहे म्हणून काही वर्षांपूर्वी सायनाईड गॅसने त्याला मृत्यू देण्यात आला.''

''चांगलं काम केलंस तू.'' मी म्हणते.

"आम्ही त्याला पकडलं खरं," ती सांगू लागते. "पण त्यामुळे माझ्या व्यक्तिगत आयुष्यात गुंतागुंत तयार झाली. त्या बळींच्या दुःखाने भरलेल्या कथा माझ्या डोळ्यातून जाता जाईनात. ज्या गोष्टी त्याने त्यांना करायला लावल्या होत्या, त्यामुळे त्यांच्यावर झालेले परिणाम इ. हळूहळू मला झोप येईनाशी झाली. आणि जसं बाकीचे पोलीस करतात तसंच मीही केलं. मी ही सारी अस्वस्थता माझ्याजवळच ठेवली. कोणाला कळू दिलं नाही. असा काही त्रास झाला, की माझे वडील ज्यांच्याकडे उपचारासाठी जायचे, त्याच डॉक्टरकडे मीही गेले. डॉ. जॉनी वॉकर." आणखी एक आनंद नसलेलं हसू तिच्या तोंडावर. "डॉ. वॉकर स्वस्तात काम करायचे. आपली गुपितंही कोणाला सांगायचे नाहीत."

"मी स्वत: त्यांना भेटलोय." ॲलन म्हणतो.

"खरं की काय?"

"खरंच! बरेच पोलीस त्यांचे उपचार घेतात."

तिच्या चेहऱ्यावर झटका आल्यासारखा एक प्रकारचा कडवटपणा दिसू लागतो. "खरं असं आहे, की ते म्हणतात तसं स्वस्तात काम करत नाहीत. सुरुवातीला तसं वाटतं. पण नंतर, शेवटी शेवटी आपले हाल होतात."

"माझं तर लग्न मोडायच्या बेतात होतं." ॲलन उत्तरतो. "तुला काय किंमत मोजावी लागली?"

ते डोळे एकदा बंद होतात आणि पुन्हा उघडतात. मग माझ्याकडे बघतात. नंतर ॲलनकडे आणि मग छताकडे. त्या डोळ्यात मी वादळ बघतेय. वादळ, वारा, पाऊस आणि विजांचा लखलखाट आणि ढगांचा गडगडाट, वेदना आणि संताप – सारं काही त्या डोळ्यांमध्ये दिसतंय. त्याहीपेक्षा भयानक असं काहीतरी त्यात दिसतंय, ज्याचं वर्णन करता येत नाहीये.

"मी काय किंमत मोजली? सगळं काही." तिच्या आवाजात चढउतार नाहीये. "कदाचित मी माझी अस्वस्थता कोणाजवळ बोलून दाखवली असती, दुसरीकडे कुठे मदत मागितली असती, तर हे सारं मी बदलू शकले असते. पण पोलीस अशा गोष्टी करत नाहीत ना? शिवाय मी स्त्री असल्याने माझ्यावर बाकीचेही दबाव होतेच की. आपला दुबळेपणा दाखवण्यासाठी कोणी ना कोणी माझी कायम वाट बघत बसलेलंच असायचं. म्हणून मग माझी अस्वस्थता मी माझ्याजवळच ठेवली. मी चांगलंच लपवून ठेवलं होतं तिला. भल्या माणसा, तुला तर ठाऊकच आहे, पोलीस अत्यंत सहजतेनं एक गोष्ट करू शकतात – खोटं बोलणं." ती ॲलनकडे बघते. "मी दारू पिऊन गाडी चालवत असताना माझ्याबरोबर जारेदही होता. आमची गाडी आदळली, जारेद ठार झाला."

शांतता. ती आता आमच्याकडे बघत नाहीये.

माझ्या तोंडात कडवट चव निर्माण झालीय. रक्तासारखी. माझ्या कॅटलॉगमध्ये अशा अनेक उपयोगशून्य आणि भयानक गोष्टी आहेत. त्यात आणखी एका कथेची भर पडलीय. तिच्या बाबतीत जे घडलं. ते यामुळे नाही घडलं, की ती कोणी वाईट व्यक्ती होती वा वाईट पोलीस होती अथवा वाईट आई होती; ती केस तिच्या डोक्यात गेली होती आणि त्यामुळे तिनं बाटलीला कवटाळलं. एकदा तिच्या मुलाबरोबर ती कारमध्ये होती आणि बाटलीमुळे तो अपघात झाला. आणि तिच्यासाठी सारं संपलं – काही काळासाठी. तिने त्या भयानक मारेकऱ्याला पकडलं, याला काही किंमत नाही. खरं तर त्या मारेकऱ्याने तिचाही बळी घेतला होता – त्याचा अखेरचा बळी तीच ठरली होती.

"मी दोनदा स्वत:ला ठार मारण्याचा प्रयत्न केला. एकदा गोळ्या घेऊन आणि दुसऱ्यांदा रेझर मनगटावर फिरवून. मला पोलीस दलातूनही बाजूला करण्यात आलं – मी काम करण्यास सक्षम नाही म्हणून. नवऱ्यानं मला सोडलं. मी तिसऱ्यांदा आत्महत्येचा प्रयत्न करणार होते. पण मला तेव्हा सत्य उमगलं – माझ्यासाठी मृत्यू म्हणजे बक्षीस होतं. शिक्षा नव्हती. मला तर शिक्षा हवी होती. स्वत:ला त्रास द्यायचा होता." ती अशीच एका सुरात, तुटकतुटकपणे बोलत राहिली. "तेव्हा मी लॉस एंजेलिसला आले आणि वेश्या बनले."

अचानकपणे ही माहिती अंगावर आल्याने मी दचकते.

"का?" मी विचारते.

ते मोठे डोळे मला शोधतात आणि माझ्यावरच नेम धरून स्थिर राहतात. "पश्चात्ताप. मी माझ्या मुलाला मारलं. मला यातना भोगायलाच हव्यात. म्हणून मला वाटलं, की यातनापर्वाची सुरुवात अशी करू या. पैशांसाठी अनोळखी माणसांना स्वत:वर चढवून घेण्यासारख्या यातना कशात नाहीयेत. चार-पाच वर्षं मी त्या यातना भोगल्या." अचानकपणे, भुंकल्यासारखं ती हसते. "कळस काय झाला, माहितीय? मी ओहियोत एकाला पकडून जेलमध्ये पाठवलं होतं. तो सुटला आणि लॉस एंजेलिसला आला. नशिबाने त्याला बरोबर माझ्याकडे पाठवलं. त्याला मजाच वाटली. ज्या स्त्रीने त्याला पकडलं ती खाली गुडघ्यावर त्याच्यासमोर बसलीय. फार समाधान वाटलं त्याला."

आश्चर्याने मी तोंड आ वासून बघतेय. मला शब्द सापडत नाहीयेत.

"आता तू तसं करत नाहीयेस ना?" ॲलन म्हणतो. "इथं कशी आलीस तू?"

"काळ एक गोष्ट निश्चितपणे करत असतो एजंट वॉशिंग्टन. तो सतत पुढं सरकत असतो. जग पुढे जात असतं. त्याबरोबर तुम्हीही बदलत असता. तुमची इच्छा असो वा नसो. तुम्हाला किती वेदना होताहेत, तुम्ही स्वत:चा किती तिरस्कार

करत आहात, हे महत्त्वाचं नसतं. काळ तुम्हाला घेऊन पुढे जात असतो. हे सगळं होत असताना, आता नाही तर नंतर, तुमचा आत्मा केव्हा ना केव्हा विचलित होतोच. जारेदला मी जे काय केलं त्याबद्दल मी यातना भोगत होते आणि आनंदाने भोगत होते. मला जो त्रास होत होता तो बरोबरच होता. पण एके दिवशी मी झोपेतून उठले आणि डोक्यात विचार आला की, पुरे आता.'' ती खांदे उडवते. ''मला स्वत:मध्ये बदल घडवून आणण्यासाठी एक ठिकाण हवं होतं. कॅथॉलिक म्हणून मी वाढलेले असल्याने मी इथे चर्चमध्ये आले. फादर येट्स जे करतात ते त्यांनी केलं आणि वेश्या म्हणून माझं जे आयुष्य होतं ते संपलं.''

तिने हे फारच थोडक्यात सांगितलंय, हे माझ्या लक्षात येतंय. तिच्या मृत मुलासाठी पश्चाताप म्हणून तिनं वेश्या बनणं आणि आज ती जशी आहे यामध्ये खूप अंतर आहे. मध्ये बरीच पोकळ जागा आहे. पण ही बाई तिला जे आणि जेवढं सांगावंसं वाटतंय तेवढंच सांगतेय. आणि तितकंच ती सांगेल, असं दिसतंय. ती रडणार, भेकणार नाहीये, भावनांचं प्रदर्शन करणार नाहीये, कोणतंही नाटक करणार नाहीये किंवा डोळ्यांत दिव्य ज्योती चमकवून आकाशाकडे बघणार नाहीये. कधी काळी ती देखील एखाद्या गुलाबाच्या नाजूक फुलासारखी असावी – कोणास ठाऊक? त्या गुलाब फुलाचं केव्हाच दगडात रूपांतर झालंय.

''रोझमेरीला तू किती जवळून ओळखत होतीस?'' ॲलन विचारतो.

''जवळून ओळखत होते मी तिला. खूप जवळून. आम्ही अगदी घट्ट मैत्रिणी होतो.''

''ती गेल्याबद्दल तुला वाईट वाटतंय?''

''काही वेळेस आयुष्य असंच भटक्यासारखं, भिकाऱ्यासारखं वाटायला लागतं.''

''तुमची इथेच, चर्चमध्येच भेट झाली का?''

''हो. आम्ही इथे रविवारी स्वयंसेवकाचं काम करायचो. इतर रंजलेल्या गांजलेल्यांना मदत करायचो. जे काही काम असेल ते करायचो. तिचं व्यक्तिमत्त्व वेगळं होतं. तिच्यातून एक आनंद पाझरत असायचा. त्या आनंदाला असहायतेची झालर होती. तो आनंद व्यक्त होण्यापासून ती थांबवू शकत नसे. जसं की तिला ठाऊक होतं, की आयुष्याचं मातेरं झालंय, पण तरीदेखील हसत राहिल्यावाचून ती राहूच शकत नसे. तिच्या याच गुणामुळे मी तिच्याकडे आकर्षित झाले. आनंदी व्हायला काहीतरी कारण निश्चित सापडेल, अशी तिला कायम आशा असायची.''

ज्या पद्धतीनं ती बोलतेय ते बघून मला एक प्रश्न विचारावासा वाटतो.

''तुम्ही एकमेकांच्या प्रेमी होता का?''

तिचे डोळे बारीक होतात आणि ती सुस्कारा सोडते.

''थोडा काळ. खरं तर माझ्यासाठी आमच्या प्रेमप्रकरणात सेक्स हा भाग

नसायचा. मला केवळ कोणीतरी जोडीदार हवा होता आणि मला रोझमेरी आवडायची. आम्ही आमच्यातलं हे प्रकरण चांगल्या रितीनं संपवलं. मी समलिंगी जीवनशैलीची नाही आणि रोझमेरीदेखील नव्हती. म्हणून मग आम्ही आमच्या प्रेमप्रकरणातल्या सेक्सला गाळून टाकलं आणि प्रेम कायम ठेवलं. ही व्यवस्था दोघींसाठीही योग्य ठरली.''

"मी समजू शकतो.'' ॲलन म्हणतो. तो आता हळुवारपणे तिला प्रश्न विचारतोय. असा प्रश्न, ज्याचं उत्तर आम्हाला तिच्याकडून खरोखरं हवंच आहे. "ॲण्ड्रिया, असं काही आहे का, जे सांगून तू आम्हाला कदाचित मदत करशील, असं तुला वाटतंय? कोणी असं होतं का, जो रोझमेरीत अकारण रस दाखवत होता? चर्चमध्ये नव्यानेच कामाला कोणी आलं होतं का? काहीही.''

ॲण्ड्रिया मान हलवते – वैफल्यग्रस्त होऊन.

"मी माझा मेंदू खूप घुसळला, विश्वास ठेवा माझ्यावर. जेव्हा मला कळलं, की रोझमेरीला कोणीतरी ठार केलंय, तेव्हा मी जरा वेडीपिशी झाले होते. मी सध्या रडणं बंद केलेलं असलं, तरी थोड्या फर्निचरची नासधूस मात्र मी केलीच. त्यानंतर मात्र मी याबाबत फारसा विचार कधी केला नाही. गोष्ट अशी आहे, की रोझमेरीने स्वत:ला कडक लगाम लावून घेतला होता. एकदम कडक. तिला पुरुषांना चढवून घ्यायचं व्यसन होतं. मी असं नाही म्हणत की तिला सेक्सचं, संभोगाचं व्यसन होतं. ती चुकीची शब्दरचना ठरेल. तिला पुरुषांना चढवून घ्यायला फार आवडायचं. ते जितकं लांच्छनास्पद असेल, स्वत:ला खाली बघायला लावणारं असेल, तितकं चांगलं. पण तिने स्वत:ला ताब्यात ठेवलं होतं. एक साचेबद्ध जीवनपद्धती स्वीकारून तिने स्वत:ला काबूत ठेवलं होतं. त्या साचेबद्ध दिनक्रमात ती कधी बदल करत नसे. ती सकाळी वेळेवर झोपेतून उठायची, व्यायाम, काम आणि इथे चर्चमध्ये यायची. माझ्याबरोबर वेळ खर्च करण्याव्यतिरिक्त ती इतकंच करायची. बस इतकंच!''

"आणि मृत्यूपूर्वी या दिनक्रमात तिनं कधी बदल केला नाही? किंवा कधी खंड पडला होता तिच्या या दिनक्रमात?'' ॲलन विचारतो.

ॲण्ड्रिया तिचे हात पसरते, असहायपणे. "नाही. काहीच बदल नाही.''

"इथलं काय?'' तो टुमणं लावतोच आहे. "इथे नव्याने कोणी पुरुष आलाय?''

"त्यावर मी विचार केला. विश्वास ठेवा. पण नाही. असं काहीच नाही. माफ करा, मी यापेक्षा अधिक मदत नाही करू शकत तुम्हाला. पण मी खात्रीनं एवढंच सांगू शकते, की तिच्या गतायुष्यातलं कोणीही या प्रकरणात नाहीये.''

"असं कशाच्या आधारे म्हणू शकतेस तू?'' मी विचारते.

"रोझमेरीनं मला सांगितलं होतं की, ज्या कोणाला ती ओळखत होती, ते सर्व

लोक फार पूर्वीच मेले. कोणी म्हातारपणाने गेलं, कोणी आजारपणात तर कोणी नशा करून.''

ॲलन आणि मी ब्युरोकडे परत निघालोय. मी अस्वस्थ, गोंधळलेली आणि बेचैन आहे.

''ॲलन, गोंधळ आहे सारा.'' मी म्हणते.

''कसं काय?''

''आपण कुठेच नाही आहोत. कुठेच पोहोचलेलो नाही आपण अजून. आपल्याकडे तीन बळी आहेत. आणि आपल्याला ते मिळालेत, कारण त्याने ते आपल्याला दिलेत. त्याचं कोणतंही वर्णन आपल्याकडे नाही, हातांचे, बोटांचे ठसे नाहीत. नाही, नाही, काहीच नाही. कशामुळे तो हे खून करत असावा याची एक कल्पना माझ्याकडे आहे. पण तीही पुरेशी नाही. त्यात काही ठोसपणा नाहीये. स्पष्ट काहीच नाहीये. उठून दिसेल असं काहीच आपल्याकडे नाहीये.

तो माझ्याकडे नुसताच बघतो.

''काय?'' मी कातावल्यासारखी विचारते.

''काही वेळा असंच होत असतं. आपण काम करतच राहतो आणि अचानक केसचं कोडं सुटतं. तुलाही ठाऊक आहे ते. फुकट कशाला कातावतेस? दोनच तर दिवस झालेत आपल्याला यात लक्ष घालून.''

''कारण ही केस व्यक्तिगत स्वरूपाची झालीय.''

''ती कशी?''

''आपल्या मते हा खुनी गेल्या अनेक वर्षांपासून माणसं मारत फिरतोय. बरोबर? आपण असाही कयास करत आहोत, की त्या क्रॉसवर जे क्रमांक आहेत ते त्याने घेतलेल्या बळींची संख्या सांगताहेत. जर हे खरं असेल, तर आत्तापर्यंतच्या इतिहासातला तो सर्वांत जास्त खून करणारा इसम म्हणून ओळखला जाईल. आणि तो हे सगळं अगदी आपल्या नाकाखाली करतोय. लिसा आणि रोझमेरीसारखे अनेक जण माशांसारखे पटापट मरून पडताहेत आणि त्याबद्दल तो खदाखदा हसतोय.''

''त्या बळींनी तुला पछाडलंय.''

कापत जाणारं हे निरीक्षण आहे. शाब्दिक सुरा.

''मला कोणत्याही बळींविषयी नेहमीच आपुलकी असते.''

''अर्थातच! निश्चित!! पण काही वेळा तुला त्यांच्याविषयी इतरांपेक्षा जरा जास्तच आपुलकी वाटते. आणि सध्या वेळ तशी आहे. खरं की नाही?''

मी प्रतिकार करणं बंद करते.

"हो."

"का बरं?"

"ॲटकिन्स ज्या कारणाने रोझमेरीच्या खुनामुळे अस्वस्थ झाला होता, त्याच कारणाने मलाही तसं होतंय. अनेक लोक आयुष्य त्यांना घेऊन जाईल तसं जातात. त्यांना जे मिळतं ते ते स्वीकारतात. लिसा रिड आणि रोझमेरी सोनफिल्ड प्रवाहाच्या विरुद्ध पोहल्या. जरी त्यांना ठाऊक होतं, की असं करणं कदाचित खूप अवघड असू शकतं, कदाचित असं करून काहीही साध्य होणार नाही, तरी देखील त्या पोहत राहिल्या. मग, जेव्हा त्यांना यश आलं आणि त्या किनाऱ्याला लागल्या, तेव्हा हा हरामखोर त्यांच्या मागून आला आणि त्यानं त्यांचे गळे चिरले आणि मुडदे पुन्हा नदीत फेकून दिले."

थोड्या वेळासाठी तो शांत राहतो. फक्त गाडी चालवतो. मग थोड्या वेळाने तो घसा साफ करतो.

"हं! खरंय ते. या बळींनी मलादेखील पछाडलंय. म्हणून मी तुझा विचार करत होतो."

मी त्याच्याकडे आश्चर्याने बघते.

"खरं की काय?" तो स्मितहास्य करतो. माझ्याकडे तिरप्या नजरेनं कटाक्ष टाकतो.

"जेव्हा प्रवाहाविरुद्ध पोहायची गोष्ट असते ना स्मोकी, तर तू त्यातली सुवर्णपदक विजेती आहेस!"

११

''आपल्या कामाच्या काहीच प्रिंट्स मिळाल्या नाहीत.'' कॅली अहवाल द्यायला सुरुवात करते. ''खुर्च्यांच्या गाद्यांवरचं सगळं रक्त लिसाचंच आहे. गोळा करून आणलेल्या त्या अवशेषांत एक काळा केस सापडलाय. पण त्याचं मूळ नाहीये. केवळ वरचा भाग आहे. म्हणून मग त्याच्यावरून आपल्याला डी.एन.ए. मिळू शकणार नाहीये.

''उत्तम,'' मी म्हणते. ''क्रॉसचं काय?''

''शुद्ध चांदी नाहीये त्याची.'' जेम्स सांगतो. ''ती स्टर्लिंग चांदी आहे. म्हणजे जवळजवळ त्र्याण्णव टक्के शुद्ध चांदीत तांबं मिसळलेलं. नेहमी असंच वापरतात. जर ते क्रॉस त्यानं स्वत:च बनवलेले असतील, तर त्याने चांगले धातू निवडले आहेत. स्टर्लिंग चांदी अदमासे सोळाशे चाळीस अंश फॅरनहाइटला विरघळते, सोन्यापेक्षा कठीण असते आणि इतर धातूंबरोबर सहज मिसळली जाऊ शकते.''

''तुला असं म्हणायचंय की, क्रॉस बनवण्यासाठी त्याने चांदीचे काही चमचे आणून ते वितळविले असावेत?''

''सहज शक्य आहे.''

''पण ते बनवण्यासाठी बाकीचीही काही साधनं लागत असतील ना? त्याचं काय? शिवाय नेहमीपेक्षा वेगळं असं काही सापडलं का, की त्यामुळे आपण पुढे जाऊ शकू?''

''तसं काही दिसत नाहीये,'' कॅली म्हणते. ''जर तुम्ही मोठ्या प्रमाणावर चांदी वितळवत नसाल, तर मग गॅस टॉर्च पुरेसा असतो.''

''लिसाच्या अपार्टमेंटचीही आपण झडती घेतलीय. तिथलेही अवशेष आणलेत. त्यांचं काही? त्याने लिसाच्या डायरीला हात लावला आणि मला खात्री आहे, बाकी

सगळ्या खोल्यांमधेही तो फिरला असणार.''

कॅली डोकं हलवते. ''पुन्हा एकदा प्रिंट्स नाहीत. दातांचे ठसे नाहीत. मी तर की-बोर्डवरची तिची चावीदेखील ब्रश करून पाहिली होती. तो फारच काळजीपूर्वक काम करणारा आहे.''

''अपेक्षा होतीच मला.'' मी म्हणते.

''स्थानिक पोलिसांकडून फोन आला होता.'' ॲलन म्हणतो. ''विमानातल्या प्रवाशांनी खुन्याचं वर्णन पोलिसांना सांगितलंय. तो एक गोरा माणूस आहे. दाढी असलेला. खूप बोलका. साधारणपणे ॲम्ब्रोससारखाच दिसणारा. थोडक्यात म्हणजे आपल्याला मदत होईल, अशी कोणतीही माहिती हाती आलेली नाही.''

निराश आणि वैफल्यग्रस्त मन:स्थितीत मी पुन्हा फळ्याकडे जाते आणि जी काही थोडीफार माहिती हाती लागलीय, ती उगाचच खरडायला सुरुवात करते. शोध घेतेय की काहीतरी सुसंबद्ध, आम्हाला पुढे नेणारं हाती लागेल.

''या प्रकरणाचा सेक्सशी काही संबंध नाही. तो त्याच्या बळींना पापी म्हणून बघतोय – पश्चात्ताप करणारे असोत वा नसोत.''

''पश्चात्ताप करणारेच.'' जेम्स म्हणतो. ''जे आपल्या पापाचं प्रायश्चित्त घेणारे आहेत, पश्चात्ताप करणारे आहेत, तेच त्याचे बळी ठरताहेत.''

मी त्याच्याकडे वळून बघते. ''स्पष्टीकरण कर.''

''ज्या पोलीस स्त्रीने तुला तिची कहाणी सांगितली, तिने रोझमेरीविषयीदेखील थोडंफार सांगितलंय. त्या एकमेकांच्या मैत्रिणी झाल्या, कारण त्यांनी पूर्वीच्या चुका विसरून सरळ मार्गाने चालण्याचा निश्चय केला होता. त्यांनी स्वत:ला कडक नियंत्रणात ठेवलं होतं. आपल्या आजूबाजूच्या वातावरणात जे काही आणि जो कोणी असा असेल, ज्यामुळे त्या पुन्हा चांगल्या मार्गावरून घसरून जुन्या व्यसनांच्या मार्गावर जाऊ शकतील, अशा सर्व गोष्टींना त्यांनी कटाक्षाने दूर ठेवल्या होत्या. तर मुद्दा असा आहे, की या दोघींचं वागणं हेच सांगतं की त्या पश्चात्ताप करीत होत्या.''

''आणि लिसाचं काय?'' ॲलन विचारतो.

''लिसाची स्वत:ची डायरीच तिला पश्चात्ताप वाटत असल्याचं सांगतेय.'' जेम्स सर्वांच्या लक्षात आणून देतो.

मी संमतीदर्शक मान हलवते. ''छान जेम्स. ठीक आहे. तर मग खुनी अशा लोकांचा बळी घ्यायचा, जे त्याच्या दृष्टीनं पापी होते आणि पश्चात्ताप करीत होते. पुन्हा आपण त्याच्या पद्धतीचा अभ्यास करू – अत्यंत महत्त्वाचा, निर्णायक भाग हा आहे, आपल्यासाठी शेवटचा दणका म्हणा हवं तर, की तो बळींच्या शरीराची बाजू चिरतो; जशी येशू ख्रिस्ताच्या शरीराची बाजू चिरली होती तशी. त्याला टांगून

ठेवलेलं असताना. तो त्या जखमांमध्ये क्रॉस ठेवतो आणि त्यावर क्रमांक कोरलेले असतात. ते क्रमांक म्हणजे त्याने घेतलेल्या बळींची संख्या असू शकते किंवा नसूही शकते. जर तशी ती बळींची संख्या असेल तर त्याने आत्तापर्यंत खूप खून केलेले आहेत आणि म्हणूनच खूपच अनुभवी आणि यशस्वी आहे, असं आपल्याला म्हणावं लागेल. व्हायकॅपनुसार याच प्रकारच्या दुसऱ्या गुन्ह्यांची कुठेही नोंद नाहीये. याचा अर्थ प्रकाशझोतात येण्याचा निर्णय त्याने नुकताच घेतलाय."

"आणखी एक विरोधाभास." जेम्स पुटपुटतो.

"काय म्हणायचंय तुला?" मी विचारते.

"तो क्रॉस. त्यावर त्याची निशाणी आहे. तो ज्या पद्धतीने आणि शरीरात जिथे तो खुपसतो, ते एखादा धार्मिक विधी केल्यासारखं आहे. आणि विधी म्हटलं की या बारीकसारीक गोष्टींना खूप महत्त्व असतं. जर त्याने शेकडो लोकांची हत्या केली असेल, तर मग यापूर्वी त्याने त्याच्या बळींच्या शरीरात अशा प्रकारे क्रॉस का खुपसलेले नाहीत? प्रेतांच्या शरीरात कोणीतरी क्रॉस खुपसून ठेवल्याचं आपल्या कानावर आलं असतं ना. आपण तसं तर काही ऐकलेलं नाही."

हा एक चांगला मुद्दा आहे. अतिशय पद्धतशीरपणे खुनांची मालिका रचणाऱ्या मारेकऱ्यासाठी एखादा खून ही अतिशय महत्त्वाची गोष्ट असते. त्याची खून करण्याची पद्धत ठरावीक असते, महत्त्वाची असते आणि मुख्य म्हणजे त्याच्यासाठी पवित्र असते. म्हणजे मग आपला बळी असणारी स्त्री सोनेरी केसांचीच हवी, तिचे स्तन अमुकच आकाराचे हवेत, ती जेव्हा मरणार असते त्या वेळी तिच्या पायाची नखं लाल नेलपेंटनेच रंगवलेली असावीत वगैरे, वगैरे. असा एखादा साचा खुन्याने आपल्या पद्धतीचा बनवलेला असतो. एकदा असा विशिष्ट साचा तयार झाला, की मग तो मोडला जात नाही. मग ते सगळे नियम पाळूनच काम केलं जातं. या प्रकरणातला खुनी आपल्या बळींना बाजूने भोसकतो आणि त्या जखमांमध्ये क्रॉस ठेवतो. जर तो खरंच अनेक वर्षांपासून खून पाडत असेल, तर तसं त्यानं सुरुवातीपासून केलं असतं. त्याने आपल्या कार्यशैलीत नव्यानेच या पद्धतीचा अंतर्भाव केला नसता.

"असं असेल तर मग याबाबत फार कमी शक्यता आहेत." ॲलन आपलं मत नोंदवतो. "एक शक्यता म्हणजे त्याने आपल्या कार्यपद्धतीत बदल केला असावा. नाहीतर क्रॉसवरचे क्रमांक म्हणजे निव्वळ बंडलबाजी असावी किंवा जर खरंच गेल्या अनेक वर्षांपासून त्याचं खूनसत्र चालू असेल, तर आपल्या बळींच्या मृत शरीरांची त्याने वासलात लावलेली असावी, जेणेकरून ते खून उघडच होणार नाहीत."

"माझ्या मते शेवटची शक्यता इथे लागू आहे," जेम्स म्हणतो.

"चमत्कारिक विचार आहे." कॅली उद्गारते.

मी फळ्यावर जे लिहिलंय त्याकडे टक लावून बघत राहते. त्यातून उडी मारून काहीतरी बाहेर माझ्या ओंजळीत पडेल, अशी इच्छा करते. काहीच होत नाही.

"हे सगळं ठीक आहे. बरोबर आहे. आपल्या प्रकरणाला लागू आहे. पण शेवटी आपण रस्त्याच्या शेवटच्या टोकावरच आहोत ना. इथून पुढे रस्ता कुठे सापडतोय आपल्याला?" मी हे मान्य करते.

"संपली आपली चर्चा?" ॲलन विचारतो.

"आतापुरती तरी! आता मी जाऊन एडी जोन्सना अहवाल देते. त्या वेळपर्यंत तुम्ही कारकुनाचं काम पूर्ण करा. देवाकडे प्रार्थना करा, की आपल्या हाती एखादा सुगावा लागेल, पण त्यात आणखी एका खुनाची भर पडलेली नसेल."

"ठीक आहे. काही वेळ जरा या प्रकरणापासून दूर राहा." एडी जोन्स मला सांगतात. "काही वेळा असंही करावं लागतं. थोडं अंतर ठेव – तुझ्यात आणि या केसमध्ये."

"मला ठाऊक आहे सर, पण...."

"ठीक आहे. ठीक आहे. खुनी माणूस विश्रांती घेत नाहीये. अवघड आहे तुझं काम. पण होतं असं कधीकधी." ते माझ्याकडे बारकाईने बघतात. काही अंदाज बांधतात. "गेल्या काही वर्षांपासून तू स्वत:ला बिघडवून ठेवलंय."

त्यांच्या या निरीक्षणामुळे मी वैतागते. माझ्या आवाजाला धार येणार असते, पण मी कशीबशी स्वत:ला काबूत ठेवते.

"असं का म्हणता सर?"

"तू कधी हार पत्करलीच नाहीस. मला हे म्हणायचंय की, आतापर्यंत तू पटापट केसेस सोडवत गेलीस. आश्चर्यकारक यश तुला मिळत गेलं. पण असं कायम होत नसतं. प्रत्येकाचं नशीब असतं स्मोकी. एखादा गुन्हेगार असा असतो, की त्याला कोणी पकडूच शकत नाही. मी असं नाही म्हणत की ज्या खुन्याचा तू पाठलाग करते आहेस तो तसा आहे. मला एवढंच म्हणायचंय, की तू कायमच जिंकत राहणार नाहीस."

मी त्यांच्याकडे टक लावून बघत राहते. माझ्या नजरेतून क्रोध बाहेर पडू नये म्हणून मी प्रयत्न करतेय.

"सर, मला कोणाचा अपमान करायचा नाहीये, पण आत्ता हे ऐकण्याची माझी अजिबात इच्छा नाहीये."

ते खांदे उडवतात. त्यात अजिबात सहानुभूती नाही. "कोणालाच कधीच असं ऐकावंसं वाटत नाही. या खेळात मोठा डाव लागलेला असतो. पण तू अयशस्वी ठरशील त्या दिवसासाठी तू तयार रहा. कारण, खात्रीपूर्वक सांगतो, तो दिवस येणार आहे."

"व्वा! किती छान प्रोत्साहित करता तुम्ही सर."

ते भुंकल्यासारखं जोरात हसतात. "ठीक आहे. ठीक आहे. संचालक रॅथबनबरोबर मी असे अडथळे आणतच जाणार आहे तुझ्या कामात. तू तुला हवं तसं कर."

"धन्यवाद सर!"

मी ऑफिसचं निरीक्षण करते. कॅली तिच्या मुलीबरोबर, मेरीलिनबरोबर लग्नाबद्दल गप्पा मारतेय. कॅलीला मुलगी आहे – नशीब की तिला नातू नाहीये – आणि ती लग्न करायला निघाली आहे, हे जरा विचित्र वाटतं. तिची एक वेगळीच प्रतिमा डोळ्यांसमोर तयार झालेली आहे – एक स्त्री, अविवाहित स्त्री, एखादा खादाड माणूस जेवण जसं उपभोगतो तशी पुरुषांना मनसोक्त उपभोगणारी. ती कायमस्वरूपी बांधली गेलीय ती फक्त इथे, इथल्या कामाशी, आम्हा सर्वांशी.

तिने भूतकाळातला 'तो' एक क्षण पुरून टाकलाय. त्या क्षणाने तिला खूप वेदना दिल्या, त्या वेदनांसह तो क्षण तिनं गाडून टाकलाय. मागे खुनाचं एक प्रकरण उद्भवलं. त्या केसने आणि त्या खुन्याने तिला आणि तिच्या मुलीला पुन्हा एकत्र आणलं.

सामूहिक कत्तल करणाऱ्या एका माणसाने कॅलीला आणि तिच्या मुलीला एकत्र आणावं, त्याने कॅलीला ही भेट द्यावी, ही गोष्टच मला विचित्र वाटते. ज्या ज्या वेळी मी याचा विचार करते, त्या त्या वेळी, वारंवार मला ते खटकतं.

ॲलन ऑफिसच्या बाहेर गेलाय आणि जेम्स कुठल्याशा फाइलमध्ये नाक खुपसून बसलाय.

मी फळ्याकडे टक लावून बघते – माझे डोळे दुखेपर्यंत.

"खूप काही आणि काहीच नाही! सगळं पोकळ." मी माझ्याशीच पुटपुटते. "ठीक आहे. आत्तासाठी पुरेसं आहे. बघू या अजून काही मिळतं का ते?"

एखादी केस बाजूला ठेवणं म्हणजे एखादी फाइल बाजूला ठेवण्याइतकं सोपं नसतं. तुम्ही तुमचे बाहू पसरता, डोळे बंद करता आणि तुमच्यापासून दूर ते सगळं फेकून देता. ती केस, ते प्रकरण. जितकं दूर शक्य असेल तितकं दूर. हवेत गिरक्या घेत घेत ती दूर कुठेतरी जाऊन पडते आणि तुम्ही 'नॉर्मल' आयुष्य जगू लागता. जिथे रस्ता संपतो तिथं तुम्ही उभे असता आणि मग तुम्ही जसं ढोंग करता,

की जणू ती केस अस्तित्वातच नाहीये. तुमच्या जवळपास तर नाहीच नाही. तुमच्याभोवती वटवाघुळासारखी घिरट्या घालणारी.

पण वस्तुस्थिती अशी असते, की ती केस, त्या केसचे विचार प्रत्यक्षात होते तिथेच असतात. चिकटपट्टीने तुमच्या मनगटाला बांधलेले असतात. काही वेळा मी रात्री खडबडून जागी होईन आणि मला दिसेल, की ती केस माझ्या छाताडावर बसलेली आहे; माझ्याकडे मोठ्ठ्या, काळ्याशार डोळ्याने बघते आहे, थोबाड वासून माझ्याकडे बघून हसते आहे. ती माझ्यावर प्रेम करतेय. ती केस माझ्या प्रेमात पडली आहे, ही फारच भयंकर गोष्ट आहे.

मला बॉनीला घ्यायला जायचं आहे. म्हणून मग मी माझे हात पसरते आणि हे विचार भिरकावून देते. इच्छेचा जोर शेवटी काम करतोच. पुन्हा एकदा! आत्ता देखील.

२०

कारमध्ये ठेवलेली किराणा मालाची यादी मी वाचते. सर्व काही घेतलंय याची खात्री करून घेते. आठवड्यातून एकदा कोणते पदार्थ घरी बनवायचे, हे मी आणि बॉनी एकत्र बसून ठरवतो. या वेळी आम्ही जरा जास्तच महत्त्वाकांक्षी झालोय. आम्हाला या वेळी स्टीक बनवायचंय, मदेरा-बॅल्सामिक व्हिनेगर सॉस घालून. खरं म्हणजे हा पदार्थ करणं जरा अवघडच आहे. कारण त्यात वाईन, व्हिनेगर आणि मोहरी यांचं मिश्रण वापरायचं असतं. त्यामुळे थोडं घाबरायला होतंय. पण आम्ही ठरवलंय, किती काळ काठाकाठाने पोहत राहायचं? जाऊ की जरा खोल पाण्यात.

मी ती यादी माझ्याशीच पुटपुटत पुन्हा वाचते. ''डेल्मोनिको स्टिक्स, ठेचलेले मिरे, ऑलिव्हचं तेल. ठीकाय. सगळं काही आहे.''

माझं समाधान झाल्यावर मी निघते – माझं सर्वांत आवडतं काम करण्यासाठी. कोणत्याही दिवशी, कोणत्याही आठवड्यात, कोणत्याही महिन्यात, कोणत्याही वर्षी माझं सर्वांत महत्त्वाचं आणि आवडतं काम एकच असतं – माझ्या दत्तक मुलीला घेणं आणि तिला माझ्याबरोबर घरी आणणं.

''स्मोकी!''

निखळ आनंदाने मारलेली ही किंकाळी असते. किंकाळी मारल्यावर ते बारा वर्षांचं मूल माझ्यावर कोसळतं. मी देखील तिला मिठी मारते आणि अचंबित होते. आश्चर्य आणि खेद यांचं मिश्रण असतं त्या अचंब्यात. बॉनी किती उंच झालीय याबद्दल तो अचंबा असतो. ती केवळ बारा वर्षांची आहे, पण आत्ताच ती पाच फूट

एक इंच आहे. बाकीच्या लोकांना त्यात काही विशेष वाटणार नाही. पण त्याचा अर्थ असा आहे, की ती माझ्याहीपेक्षा उंच झालीय. दोनच वर्षांपूर्वी मी खाली बघून तिच्या डोक्याच्यावर बघू शकत होते. त्यावरून लक्षात येतंय, की किती झपाट्यानं तिच्यात बदल होताहेत.

ॲलेक्साबाबत या गोष्टी कधीच अनुभवायला मिळाल्या नाहीत. मुलीचं तरुण स्त्रीत रूपांतर कसं होतंय ते ॲलेक्साबाबत मला बघायलाच मिळालं नाही. बॉनी आता तरुण स्त्री होण्याच्या बेतात आली आहे आणि अगदी आपल्या आईवर गेलीय. ॲनी खूप सुंदर, सोनेरी केसांची, लवकर उमललेली मुलगी होती. बॉनीचेही केस तसेच सोनेरी, तांबूस आहेत, तसेच नजरेत भरणारे निळे डोळे आणि तशीच सडपातळ देहयष्टी. शैशवात मुलं अवघडल्यासारखी असतात. मग हळूहळू त्यांच्या चालण्या-बोलण्यात त्यांना आत्मविश्वास वाटू लागला, की ते खिदळायला लागतात. बॉनीतली ही परिवर्तनं माझ्या डोळ्यांसमोर घडली आहेत. तिची छाती आता मुलांच्या छातीसारखी सपाट राहिलेली नाहीये आणि तिची चालही आता बदलली आहे. लहान असताना वेडंवाकडं, कसंही चालायची. आता उडत चालायला लागल्यासारखी. जेव्हा मी तिच्यातले हे बदल बघते, तेव्हा विषाद, अस्वस्थता आणि असहायता असं भावनांचं मिश्रण माझ्या मनात काहूर माजवतं.

एक वाईट विचार माझ्या मनात डोकावतो, मुलांचा विचार. ते लवकरच तुझी दखल घेतील. तू त्यांना खूप आवडायला लागशील; का, ते त्यांनाही कळणार नाही. जी साधारण मुलं आहेत त्यांचं तर लक्ष तू वेधून घेशीलच, पण जे भुकेलेले आहेत त्यांचंही. कारण त्यांना तुझा वास येईलच, जसा कुत्र्यांना मांसाचा वास येतो तसा.

मी हा विचार खोलवर, तळाशी ढकलून दाबून टाकते. चिंता नंतर करा. आत्ता प्रेम करा.

''हाय बेबी,'' हसत हसत मी म्हणते. ''कशी झाली शाळा?''

ती दूर होते आणि डोळे गरागर फिरवते. ''फार बोअर. पण ठीक.''

''तिनं चांगला अभ्यास केलाय.'' एलायना म्हणते. ''थोडं लक्ष विचलित होत असतं तिचं, पण ती ग्रेड लेव्हलच्या पुढे आहे.''

बॉनी एलायनाकडे बघून हसते. तिची स्तुती चालू असल्याने ती खूश आहे. तिला मी दोष देत नाही. एलायनाकडून कोणाची स्तुती होणं म्हणजे उबदार सूर्यप्रकाश मिळण्यासारखं किंवा गोड कुकीज मिळण्यासारखं असतं. खूप दुर्लभ. सहजासहजी न मिळणारी गोष्ट. एलायना सच्च्या लोकांपैकी एक आहे. जे तिच्या पोटात असतं तेच तिच्या ओठांवर. आणि ती फार कनवाळू, मायाळू आहे. बॉनीसाठी ती दुसरी आई आहे आणि माझ्यासाठीदेखील. तिच्याबद्दलचं आमच्या

मनातलं प्रेम अतिशय तीव्र आणि उत्कट आहे.

"च्यायला." ॲलन पुटपुटतो.

तो कोचावर बसलेला आहे, टीव्हीसमोर आणि रिमोटमध्ये काहीतरी बिघाड झालाय.

"भाषा! भाषा!!" बॉनी रागावते.

"माफ कर!" तो म्हणतो. "नुकताच आम्ही हा टीव्ही घेतलाय आणि मला अजून तो नीट ऑपरेट करता येत नाहीये."

माझ्याकडे आणि एलायनाकडे बघून बॉनी पुन्हा एकदा डोळे फिरवते आणि ॲलनकडे जाऊन त्याच्या हातातून रिमोट हिसकावून घेते.

"ॲलन, तू इतका 'ढ' आहेस ना." ती म्हणते. "असं करायचं असतं ते."

मग ती त्याला प्रोग्रॅम रेकॉर्ड करायला, बघायला शिकवते. त्याच्या प्रश्नांना शांतपणे उत्तरे देते आणि एलायना मजेने ते बघत राहते.

"बस! असं हे सगळं ऑपरेट करायचं असतं. सोपंय." ती तिची शिकवणी पूर्ण करते.

"धन्यवाद पोरी." ॲलन म्हणतो. "आता बाजूला हो. म्हणजे मी मला हवा तो कार्यक्रम बघू शकेन."

"मिठी मारणार नाहीस मला?" बॉनी त्याला दमात घेते.

तो हसतो तिच्याकडे बघून. "तुझी फक्त परीक्षा घेत होतो," तो म्हणतो आणि त्याचे महाकाय बाहू पसरून तिला मिठीत घेतो.

दोघांमधला जिव्हाळा कायम आहे. जर एलायना तिची दुसरी आई असेल, तर ॲलन तिचा दुसरा पिता आहे.

"ठीकाय. चला आता. संपवा हे." तो म्हणतो.

"चल निघ आता," मी तिला सांगते. "आपल्याला घरी जाऊन स्टीक बिघडवायचंय ना!"

ती तिची बॅकपॅक घेते; एलायनाला शेवटची मिठी मारते आणि आम्ही दरवाजाच्या बाहेर पडतो.

" 'ढ' म्हणालीस तू ॲलनला. अं?" मी तिला कारमध्ये बसताना विचारले.

"याला शब्दसामर्थ्य म्हणतात. बघ, मी शिकतेय की नाही?" ती म्हणते आणि मला जीभ काढून दाखवते.

"स्टीक बनवण्यासाठी पुरुषांचा मार्गदर्शक," मी तक्रार करते. "आपण हे पुस्तक का निवडलं कळत नाहीये. इथे दोन स्त्रिया आहेत. पुरुष कोणीच नाहीये."

"कारण ते स्वयंपाकाच्या बाबतीत मतिमंद असणाऱ्यांसाठी बनवलंय –

आपल्यासारख्यांसाठी.'' बॉनी प्रत्युत्तर देते. ''आता चल. घाबरू नकोस. आपण ते बनवू शकतो. काय म्हणतोय तो?''

मी सुस्कारा सोडून पुस्तकातली पाकक्रिया मोठ्याने वाचू लागते.

''स्टीकचा पृष्ठभाग मीठ आणि मिऱ्यांनी घासा.''

''झालंय.''

''आपण अर्धा चमचा ऑलिव्ह तेल टाकायला हवं कढईत.''

''टाकलं.''

''अं... आता तेल चांगलं तापवू या. हाय हिटवर ठेवायचं म्हणतात. म्हणजे काय कोणास ठाऊक. तापव झालं.''

बॉनी खांदे झटकते आणि गॅसचं बटन फिरवते. मोठी ज्वाला दिसू लागते. ''मला वाटतं आपण तेल तापेपर्यंत जरा थांबायला हवं.''

''मी मधून कापणार आहे हे स्टीक.'' ही आम्ही फसवाफसवी करतो आहोत. जेव्हा आम्ही सुरुवातीला स्टीक बनवण्याचा प्रयत्न केला, तेव्हा आम्ही पुस्तकात दिलेल्या सूचना तंतोतंत पाळल्या होत्या. 'प्रत्येक बाजूने तीन ते चार मिनिटं भाजा.' वगैरे वगैरे आणि शेवटी हाती लागायचं ते एकतर खूप भाजलेलं नाहीतर कच्चं स्टीक. मग बॉनीनं हे सुचवलं की, मांस मधोमध कापायचं. म्हणजे मग अगदी आतपर्यंत ते भाजलं गेलं की नाही, हे त्याच्या रंगावरून कळायचं. फार काही चविष्ट लागायचं नाही, पण आतापर्यंत तरी तसं बनवलेलं आम्हाला आवडलं होतं.

''मला वाटतं, झालंय आता.'' बॉनी म्हणते.

मी दोन स्टीक पकडते आणि तिच्याकडे बघते. ''आता मी हे तव्यावर टाकतेय.'' मी हातातले स्टीक तव्यावर दुरून टाकते आणि चर्रर्र आवाजाची साद आम्हाला ऐकू येते.

डावाने बॉनी ते हलवत राहते आणि मी बघत राहते. ते मांस ती तव्यावर दाबून धरते. ''वास तर चांगला येतोय. आतापर्यंत तरी ठीक चाललेलं दिसतंय.'' तिची प्रतिक्रिया.

''आपल्याकडे फ्रिझरमध्ये ठेवलेलं मॅक आणि चीझ आहे. हे स्टीक बिघडले, तर ते खाऊ.'' मी म्हणते.

आम्ही दोघी एकमेकींकडे बघून हसतो. आम्ही काय करतो आहोत ते आमचं आम्हाला कळत नाहीये. पण तरीही एकत्रपणे आम्ही ते करतोय.

''तुला कसं दिसतंय ते?'' ती विचारते.

मी पुढे झुकून बघते. स्टीकचा मध्यभाग तांबूस, तपकिरी झालाय. पण नाही. आणि ते सुद्धा स्टीकच्या बाहेरच्या भागाचा कोळसा होऊ न देता आम्ही साधलंय.

चमत्कारच झाला की.

"झालंय ते." मी ठामपणे म्हणते.

डावाने ती ते स्टिक्स तव्यावरून प्लेट्समध्ये वाढते.

"ठीकाय." मी म्हणते. "आता सर्वांत भयानक भाग पुढेच आहे. सॉस."

"आपण करू शकतो ते."

"प्रयत्न करायला काय हरकत आहे."

"किती घ्यायचं?" ती लोणी हातात घेते.

मी पुस्तक वाचते. "एक टेबलस्पून. पण ते म्हणताहेत अगोदर गॅस मध्यम करा. एखादा सेकंद थांबू या म्हणजे ते जरा गार होईल. माझ्या मते बटर जळून जाऊ शकतं."

काही क्षण आम्ही थांबतो. पुढे काय होईल, काहीच माहीत नाही.

"आता?" ती विचारते.

"तुझा अंदाज माझ्याइतकाच बरोबर आहे."

ती चमचा लोण्यामध्ये खुपसते आणि ते पॅनवर सोडते. बुडबुडे सोडत लोणी वितळतं.

"मला कळत नाहीये," बॉनी म्हणते. "जरा कमी वाटतंय ना लोणी?"

"मग अजून टाकायचं का? तुला काय वाटतंय?"

ती विचारमग्न, कपाळाला आठ्या. "अंऽऽ हे काय लोणी तर आहे. थोडं जास्त झालं तरी काय बिघडतंय?"

"टाक एक चमचा अजून."

ती टाकते. दुसऱ्या चमच्यातलं लोणी पहिल्या चमच्यातल्या आपल्या भावाबरोबर वितळायला लागतं.

"आता काय?" ती विचारते.

"ते म्हणतात, आता ते शॅलटबरोबर परतून घ्या. ओह!" मी तिच्याकडे बघते. "शॅलटची मला आठवणच राहिली नाही."

"हे शॅलट काय असतं?"

"अगदी मनातलं बोललीस." मी म्हणते. "मीदेखील शॅलट विसरून गेले कारण ओळखताच येत नाहीत ना. कांद्यासारखे असतात, असं ऐकलंय."

आम्ही दोघीही पॅनमध्ये बघतो. लोणी तापून उकळत असतं. पुन्हा आम्ही एकमेकींकडे बघतो.

"आता काय करायचं?" माझा प्रश्न.

"मला कळत नाहीये." बॉनीचं उत्तर. "कदाचित एक्स्ट्रा बटर टाकल्यानं सगळं काही ठीक होईल."

“मलाही तसंच वाटतं.” मी म्हणते आणि खिदळते.

बॉनी माझ्यासमोर डाव रोखून दरडावते. “खिदळणं कमी कर, स्मोकी.” आणि नंतर स्वत:च खिदळायला लागते.

त्यामुळे मी पुन्हा खिदळायला लागते. मग ती, मग पुन्हा मी. आमची गाडी रूळ सोडून खाली धावायला लागते की काय, अशी वेळ आलीय.

“परमेश्वरा,” मी कशीबशी म्हणू शकते. “आपण हे लवकर उरकायला हवं हं, नाहीतर लोणी जळून खाक होईल.”

बॉनी पुन्हा खिदळते. “कारण लोणी जळतं.”

“तर हे म्हणताहेत,” मी पुस्तक वाचते. “गॅस मोठा करा.”

ती बटन फिरवते.

“आता आपण टाकणार आहोत एक कप मदैरा वाईन आणि एक तृतीयांश कप व्हिनेगर.”

आम्ही तसं केल्याबरोबर उग्र वास असलेल्या व्हिनेगरच्या ज्वाळांचा ढग वर उसळतो.

“ओह...” बॉनी बडबडते. “घाण वास येतोय. तुझी खात्री आहे ना? असंच सांगितलंय ना पुस्तकात?”

डोळ्यांची उघडझाप करून मी ते साफ करते आणि सध्याचं आमचं बायबल वाचायला लागते. “हो. असंच लिहिलंय.”

“किती वेळ आपण हे शिजवत राहायचंय?”

“हलवत राहा ते जोपर्यंत... बघू दे मला पुस्तकात... हां जोपर्यंत ते अर्धं होत नाही तोपर्यंत.”

तीन मिनिटांनंतर, आश्चर्यंच वाटतं आम्हाला, त्या पुस्तकात जसं वर्णन केलंय तसंच ते मिश्रण तयार होतं.

“आता आपल्याला त्यात तीन चमचे मोहरी घालायची आहे.” मी म्हणते.

मोहरी घातल्यावर बॉनी तिथून पळ काढते. वास पहिल्याइतका वाईट नाहीये, पण हा वास चांगला निश्चित नाहीये.

“प्रॅक्टिकल जोकचं पुस्तक नाहीये ना हे? खात्री आहे ना तुझी?” ती विचारते.

“ओह. हे बघ.” मी म्हणते. “शेवटी असंय की आपल्याला तीन चमचे लोणी घालायचंय. दोन आपण अगोदरच घातले आहेत. अजून एक चमचा लोणी घाल आणि वितळू दे.”

चेटकिणी तयार करतात असं काहीतरी मिश्रण तयार झालंय. लोणी घातल्यावरही त्याच्या रंगारूपात काही आकर्षक बदल होत नाहीत. काही क्षण असेच जातात.

बॉनी आठ्या उंचावून माझ्याकडे बघते.

"काय वाटतंय तुला? झालं असेल?"

ते जे काही मिश्रण तयार झालंय त्याकडे मी बघते. पिवळ्या, करड्या रंगाचं ते दिसतंय. त्याला लोणी, मोहरी आणि व्हिनेगरचा वास येतोय. "आता प्रार्थना करण्याची वेळ टळून गेलीय. खूप उशीर झालाय."

आम्ही पॅन गॅसवरनं खाली घेतो आणि पुस्तकात सांगितल्याप्रमाणे स्टीकवर सॉस पसरतो. बॉनी प्लेट्स टेबलवर ठेवते आणि मी ग्लासेसमध्ये पाणी भरते.

आता आम्ही स्टीकचा समाचार घेण्यासाठी सज्ज झालेलो आहोत. हातात काटे, चमचे आहेत.

"तयार?" ती मला विचारते.

"हो तर."

आम्ही दोघीही आमच्या प्लेट्समधल्या स्टीकचा एकएक तुकडा तोडून तोंडात टाकतो. मग स्तब्धता. फक्त चावण्याचा आवाज.

"वा!" बॉनी म्हणते. तिच्या आवाजात आश्चर्य. "हे अगदी...."

"...उत्तम झालंय," मी तिचं वाक्य पूर्ण करते.

"अंहं! फारच छान झालंय."

"रुचकर किंवा स्वादिष्ट म्हणतात ना तसं!"

ती माझ्याकडे बघून हसते, तिच्या डोळ्यांत खोडकरपणाची एक चमक मला दिसते.

"शॅलट्स?" ती म्हणते. "आम्हाला काही गरज नाहीये त्या वासमारू शॅलट्सची."

मी पाण्याचा घोट घेतलाय आणि आता जोरात हसूही येतंय. त्यामुळं माझी त्रेधातिरपीट होतेय.

"मला वाटतं, पुढच्या वेळी आपण जोडीला एखादी भाजीदेखील करू शकतो." मी म्हणते.

आत्ता आम्ही केवळ स्टीक्स आणि डिनर रोल्स खातो आहोत.

"होऽऽ. शॅलट्स करायला काय हरकत आहे?" बॉनी विनोद करण्याच्या मूडमध्ये आहे अजून.

मी स्मितहास्य करते. आम्ही कोचावर बसलेलो आहोत आणि टीव्हीवर चालू असलेला कोणता तरी रिॲलिटी टॅलेंट शो जेमतेम बघतो आहोत. जेवण उत्तम झालंय आणि संध्याकाळ मजेत गेलीय. साधारण, नॉर्मल. सगळं काही नॉर्मल

असावं, नेहमीसारखं असावं, अशी माझी फार इच्छा असते. पण माझ्या नशिबात तसं अभावानंच घडतं. नेहमी काहीतरी विचित्रच घडत असतं.

"तर... मला शाळेविषयी बोलायचंय तुझ्याशी." बॉनी म्हणते.

म्हटलं होतं ना, नॉर्मल काही घडत नाही म्हणून.

मी स्वत:लाच फटकारते असा विचार डोक्यात आला म्हणून. एक मूल इतर मुलांबरोबर शाळेत जाण्याची इच्छा व्यक्त करतंय; यात जगावेगळं काय आहे? यापेक्षा नॉर्मल दुसरं काय असू शकतं? तिच्या चेहऱ्यावरची अस्वस्थता, उत्कंठा मला स्पष्टपणे दिसतेय. तिला जे हवंय ते ऐकल्यावर मला काय वाटेल, याची कल्पना तिला चिंतेत टाकतेय आणि ती चिंता तिच्या चेहऱ्यावर स्पष्टपणे दिसतेय.

छे! मी काय विचार करत बसलेय!!

मी तिच्यावर लक्ष केंद्रित करते. माझं सगळं लक्ष आता तिच्याकडेच.

"हं! बोल बाळ, मी ऐकतेय. सांग मला."

एक पाय दुमडून त्याच्यावर बसत ती कपाळावर आलेली केसांची बट मागे सारून कानाच्या मागे अडकवते. योग्य शब्द शोधण्याचे तिचे प्रयत्न दिसून येताहेत. तिच्या या हालचाली बघून मला तिच्या आईची आठवण होते. तीदेखील अशाच हालचाली करायची. मला पुन:प्रत्ययाचा अनुभव येतोय.

"अलीकडे मी बराच विचार करतेय." ती माझ्याकडे एक लाजरा कटाक्ष टाकते. "म्हणजे मी कायम खूप विचार करत असते."

"बॉनी, तुझ्या अनेक चांगल्या गुणांपैकी हाही एक गुण आहे बेटा. पण या जगात केवळ विचार करून भागत नाही ना. काय चालू आहे तुझ्या मनात, सांगशील तर खरं?"

"मोठी झाल्यावर मला काय व्हायचंय, मला काय करायचंय, याचा विचार चालू असतो माझ्या मनात. म्हणजे... जेव्हा मी प्रौढ होईन तेव्हाचं म्हणतेय मी."

मोठी आणि प्रौढ! कसा फरक करते बघितलं ना?

"आणि?"

"तू जे करतेस ना, तेच करण्याची माझी इच्छा आहे."

मी बघतच राहते तिच्याकडे. तोंडातून शब्द बाहेर पडत नाहीयेत. तिनं काहीही म्हटलं असतं तरी चाललं असतं. तिने दुसरा कोणताही व्यवसाय निवडला असता तरी चाललं असतं. कारण हा व्यवसाय मला अजिबात आवडत नाही.

"का?" मी कशीबशी उद्गारते. "पेंटिंगची कल्पना कशी आहे?"

कशी हसतेय ती माझ्याकडे बघून! जणू माझं डोकं फिरलंय, पण ठीक आहे, तरी चांगली दिसतेय. असं काहीतरी तिचं हसू बोलतंय.

"मी काही इतकं चांगलं पेंटिंग करत नाही ममा-स्मोकी. शिवाय पेंटिंगची

मजा मी अशीही घेऊ शकेनच की. मला त्यामुळे शांतता मिळते. खरंय. पण ते करण्यासाठी मी नाहीये.''

''बेबी, तू केवळ बारा वर्षांची आहेस. इतक्या लवकर तू कसं काय ठरवतेस? यासाठी तू आहेस; यासाठी तू नाहीस. अं?''

तिचे डोळे मला दटावतात. त्यातला थंडपणा मला लगेच गप्प करतो. सध्या ती कोणत्याही कोनातून फक्त बारा वर्षांची दिसत नाहीये.

''मी केव्हाही डोळे मिटले, की मी सर्वप्रथम काय बघत असते, तुला ठाऊक आहे?'' तिचा आवाज शांत, प्रेमळ आणि एखादं गाणं गुणगुणल्यासारखा. ''मी बघते माझ्या आईचा चेहरा, मेलेल्या आईचा निष्प्राण चेहरा. जसा मी तो सतत तीन दिवस बघत होते तसा. तीन दिवस मला तिच्याबरोबर बांधून ठेवलं होतं. त्या वेळचा तो चेहरा कोरला गेलाय माझ्या मनावर.'' ती शून्यात बघतेय. सर्व ठिकाणी बघतेय पण तिला काहीच दिसत नाहीये. आठवणींच्या सागरात बुडालीय. ''तोंडातून किंकाळी बाहेर पडत असतानाच तिचा प्राण गेला होता. पहिल्या दिवशी मी खूप रडले. माझे काही अश्रू तिच्या डोळ्यात जात होते. मला त्यामुळे खूप वाईट वाटलं. मी विचार केला, की हे ठीक नाहीये. ती बिचारी अश्रू पुसू शकत नाहीये. मग मी रडायचं थांबले आणि झोपण्याचा प्रयत्न करू लागले. माझी मीच अशी खोटी समजूत करून घेतली, की ती मेलेलीच नाहीये; तिने मला कुशीत घेतलंय. काही वेळासाठी ते जमलं. नंतर मग तिचा वास यायला लागला. मग मलाही भोवळ आली. डोळ्यांसमोर फक्त रंग दिसू लागले – करडा, निळा, काळा. काही वेळा त्या रंगांनी मी चित्र काढते आणि तो शेवटचा दिवस आठवते. कारण तो शेवटचा दिवस खरा नव्हता. पण असं वाटतं की तोच तर खरा दिवस होता. जेव्हा मी त्या शेवटच्या दिवसाचं स्वप्न बघते, तेव्हा मला दिसतात केवळ किंकाळ्या आणि पाऊस.''

तिचे शब्द मला खिळवून ठेवतात. जेव्हा मी परत बोलण्याच्या स्थितीत येते तेव्हा दु:खाच्या आवेगाने माझा आवाज घोगरा झालाय. ''मी... मला खूप वाईट वाटतंय बॉनी... खूप खूप वाईट वाटतंय.''

ती पुन्हा वर्तमानकाळात येते. दूरवर शून्यात बघताना तिच्या डोळ्यांत दिसणारा थंडपणा, ती मृतवत भावना आता सुप्त झालीय. त्याऐवजी त्या डोळ्यांमध्ये दिसतेय माझ्याविषयीची काळजी. ''ओह! ममा-स्मोकी, ठीकाय ठीकाय. म्हणजे मला म्हणायचंय की ठीक नाहीये, पण मी ठीक आहे. मी कायमसाठी मला संपवून टाकलं असतं, तुला ठाऊक आहे? मला खात्री नव्हती, की मी परत बोलू शकेन म्हणून. किंवा भयंकर स्वप्न पडायची थांबतील असंही वाटलं नव्हतं. मी तर आत्महत्याही करण्याचा विचार केला होता. पण आता, आता मला आयुष्य

आवडतंय. मला एलायना आवडते, ॲलन आवडतो आणि सर्वांत महत्त्वाचं म्हणजे मी तुझ्यावर फार प्रेम करते.'' ती हसते. ''जशी आजची रात्र. आज आपण स्टीक्स बनवले.''

''हो.'' मी कशीबशी बोलते. ''चांगले झाले होते.''

''हं. आणि ही तर फार छोटी गोष्ट आहे. पण ती सर्व काही आहे, माहिती आहे?''

''ठाऊक आहे बेबी.''

''पण काहीही असलं तरी माझ्या आईच्या बाबतीत ती गोष्ट घडलीय, हे कसं विसरता येईल? छळ, अत्याचार, हल्ला, मृत्यू. त्याची कायम आठवण होत असते. आणि होत राहील. मला काय म्हणायचंय समजतंय ना? कारण तुझ्याही बाबतीत ते घडलंय. आणि तुला माहितीय? मला ते विसरायचंदेखील नाहीये. मला वाटतं, माझी आई त्या वेळी त्या खोलीत कशी दिसत होती, हे ज्या दिवशी मी आठवू शकणार नाही, त्या दिवशी मला खूप त्रास होईल.''

एक धारदार करवत, लाकूड कापण्याची करवत सतत माझ्या हृदयावर चालत असायची. पण बॉनीच्या साध्या, सरळ पण प्रगल्भ शहाणपणाने त्या करवतीची धारच काढून घेतलीय. बरोबर आहे ती. मी कायम असा विचार करायचे, की जर मी मॅट आणि ॲलेक्झा यांचा शोक करण्याचं थांबवलं, तर त्यांना दुसऱ्यांदा मारल्यासारखं होईल. माझ्या लक्षात आलं की त्यांच्या वियोगाच्या यातना आवश्यक नाहीयेत. अपराधीपणाची भावनादेखील नाही. त्यांना आठवत राहणं पुरेसं आहे. पण आठवण आवश्यक आहे. बॉनीच्या बोलण्यातून मला हा बोध झाला.

''मी समजू शकते.'' मी तिला सांगते.

माझ्याकडे बघून ती हसते. ''मला कळतंय तू समजून घेतेय ते. मग तू जे करते आहेस, तेच मला का करावंसं वाटतं, हेदेखील तू समजून घ्यायला हवं.''

''तुझ्या आईवर जो प्रसंग गुदरला त्यामुळे.''

तिच्यातलं शैशव पुन्हा सुप्त. तिचं बारा वर्षांचं कोवळं वय पुन्हा सुप्त. त्याऐवजी ते थंड डोळे पुन्हा तिच्या चेहऱ्याचा ताबा घेतात.

''केवळ माझी आई नाही. माझ्यावर जो प्रसंग गुदरला त्यामुळे. तुला ज्या प्रसंगातून जावं लागलं त्यामुळे. जे साराला भोगावं लागलं त्यामुळे.''

काही वर्षांपूर्वी मी एक केस हाताळत होते. त्या प्रकरणात सारा ही जिवंत बळी ठरली होती. जरी ती बॉनीपेक्षा सहा वर्षांनी मोठी आहे, तरी त्यांच्यावर जो दुर्धर प्रसंग ओढवला त्यामुळे त्या एकमेकींच्या जवळ आल्या आणि मैत्रिणी झाल्या.

''ममा-स्मोकी, मी ज्यांच्यावर खूप प्रेम करते त्या सगळ्यांना ठाऊक असतं, की राक्षस खरे असतात. जेव्हा तुम्हाला ठाऊक असतं, की ते खरे आहेत, तेव्हा

मग तुम्ही ढोंग करू शकत नाहीत आणि मग तुम्हालाच काहीतरी करावं लागतं. त्यांना शह देण्यासाठी, आपल्या बचावासाठी.''

मी तिच्याकडे डोळे विस्फारून बघते. त्या इवल्याशा तोंडातून निघालेले हे शब्द ऐकण्याची माझी इच्छा नसते.

परमेश्वरा! नको असलं संभाषण. आणि ठाऊक आहे का? या वादात मी हरणार आहे. कारण तिच्या असल्या विचारांच्या चाकांना तेव्हाच गती मिळाली होती, ज्या क्षणी बॉनीला तिच्या जळालेल्या आईसोबत बांधून ठेवण्यात आलं होतं तिच्या व्यक्तिमत्त्वात आज जो बदल दिसून येतो आहे, तो बदल घडवून आणण्यासाठी तिला तसंच तिथं एकटं सोडून देण्यात आलं होतं.

या साऱ्या प्रकारामुळे मी दु:खी होते. इतके दिवस मी कल्पनेच्या जगात वावरत होते. मला आशा होती की एक दिवस बॉनी सर्वसामान्यांसारखं आयुष्य जगायला सुरुवात करेल, सर्वसामान्यांसारखी नोकरी करेल, सर्वसामान्यांप्रमाणे पांढऱ्या लाकडी कुंपणाच्या घरात राहील आणि सर्वसामान्यांसारखा एक कुत्राही पाळेल. पण मी कोणाला वेड्यात काढत होते?

तिला तर निश्चितच नाही.

मी सुस्कारा सोडते. ''मी समजू शकते बेबी.''

हे समजून घेणं मला आवडत नाहीये. पण मी समजून घेतेय झालं.

''तर त्याचाच एक भाग म्हणून इतर मुलं जातात तशा नेहमीच्या शाळेत जाणं गरजेचं आहे. मला राक्षस कोण आहे, हे ओळखू येत नाही, समजत नाही. साधारण व्यक्ती कोण आहे, हेच मला समजलं नाही, तर मी राक्षस कसा ओळखणार? म्हणून.''

आणि अशा नॉर्मल लोकांपैकी तू एक नाहीयेस का बेबी?

मी असा केवळ विचार करते. पण तो बोलून दाखवत नाही. त्या प्रश्नावर तिचं उत्तर ऐकण्याची माझी इच्छा नाहीये.

''मला वाटलं तुला तुझ्या वयाच्या मुलामुलींशी मैत्री करायचीय म्हणून शाळेत जायचंय?''

''मी कुठे माझ्या वयाची राहिलीय ममा-स्मोकी?''

शेवटी ते घडतंच. माझ्या इच्छेविरुद्ध. पोरीचं असलं बोलणं ऐकून माझ्या डोळ्यात अश्रू तरळतो. फक्त एकच अश्रू. एका सरळ रेषेत तो माझ्या गालावरून खाली घरंगळतो. बॉनीचा चेहरा माझ्या काळजीने वेडावाकडा होतो. ती हात पुढे करून तो अश्रू पुसते.

''माफ कर! तुला दुखवायचा माझा हेतू नव्हता.''

मी घसा साफ करते. ''तू नेहमीच मला फक्त खरं काय तेच सांगावंस असं

वाटतं. पण तरीही ते ऐकलं की मन हेलावतंच ना.''

''पण तू वाईट वाटून घेऊ नकोस. मी मेलेलीही असू शकत होते. किंवा कोणत्यातरी वेड्यांच्या इस्पितळात असणंही शक्य होतं. नाहीतर आजही मध्यरात्री मी किंचाळत उठणं शक्य होतं. पण तसं काहीही झालेलं नाही. आठवतंय ना?''

''हो.''

आम्ही दोघीही तसं करायचो. किंचाळत उठायचो मध्यरात्री. कधीकधी दोघीही एकदम. भयंकर स्वप्न पडली की असं व्हायचं.

''म्हणजे आता तेव्हापेक्षा बरंय, नाही? मी आनंदी नाहीये असं तुला वाटता कामा नये.''

कोणत्याही आईच्या मनात अतिशय प्राथमिक स्वरूपाची भीती असते. त्या माझ्या भीतीला तिच्या या बोलण्यानं शब्दरूप मिळतं.

''आहेस का तू बेबी? आहेस का तू आनंदी?''

माझा आवाज ऐकून मलाच धक्का बसतो. किती दु:ख भरलंय त्यात! किती निराशा, अधीरता, आशा!!

ती आता मला एक नवंच स्मितहास्य देते. स्मितहास्य, जे बेलगाम, मुक्त आहे; त्यात कशाचीही भेसळ नाहीये, अगदी खरंच; धुकं नाही, किंचाळी नाही, पाऊस नाही, थंडी नाही, थंड डोळे नाहीत. केवळ बारा वर्षीय निरभ्र, निळ्याशार आकाशातला सूर्यप्रकाश. तिथे अतिशय सुंदर सूर्य दिसतोय.

''दहापैकी आठ दिवस ममा-स्मोकी.''

ॲलन अगोदर काय म्हणाला होता ते मला आठवतंय. आणि तो योग्य तेच म्हणाला होता. त्याच्या तोंडात साखर पडो असं म्हणणं खूपच गुळगुळीत होईल, पण या वेळी एकदम चपखल बसतंय. तो म्हणाला होता, बॉनी सुंदर आहे, बुद्धिमान आहे, हुशार आहे. ती किती छान बोलते. आयुष्याची तिला भीती वाटत नाही. रात्री किंचाळत ती झोपेतून उठत नाही. मान्य आहे, तिच्यावर जे संकट कोसळलं त्यामुळे तिच्यात खूप बदल झाला. पण ती कोलमडून पडली नाही आणि शेवटी काय, हाच तर उत्तम आशीर्वाद आहे देवाचा. चमत्कारच आहे जवळजवळ, खरं तर!

मी तिला माझ्याजवळ ओढून घेते आणि माझ्या मिठीत पकडून ठेवते.

''ठीकाय! ठीकाय!! पण पुढच्या उन्हाळ्यापर्यंत थांबशील की नाही? मग जा शाळेत. तोपर्यंत हे वर्ष काढ एलायनाबरोबर.''

''हो! हो!! हो!!! धन्यवाद! धन्यवाद!!''

मला कळतंय की माझा निर्णय योग्य आहे. कारण त्या निर्णयाचा परिणाम म्हणजे तिच्या चेहऱ्यावर पूर्णपणे उमललेला आनंद. तिचं फिरून परत आलेलं

बारा वर्षीय शैशव.

आम्ही उर्वरीत रात्र अशीच काढली, एकमेकांच्या संगतीत, विशेष काही न करता. काही क्षण मी विसरून गेले, की कुठेतरी, कोणीतरी मरतंय. मी चिंता करत नाहीये.

काहीही असो – माझ्याव्यतिरिक्त जग पुढे चालू आहे.

माझ्या सेलफोनच्या न थांबणाऱ्या आवाजामुळे मला जाग येते. कोण फोन करतंय ते बघते. ॲलन.

"सकाळचे पाच वाजलेत." मी म्हणते. "म्हणजे काही चांगली बातमी नसणार."

"चांगली बातमी नाहीच आहे." तो म्हणतो. "धुमाकूळ घालणं चालूच आहे त्याचं."

भाग २
वादळ

२१

"**ॲटकिन्सनं मला फोन केला होता. तो त्या व्हायरल व्हिडिओ** साईट्स खूप बघत असतो...."

"म्हणजे काय?" मी विचारते.

"ही अशी संकेतस्थळं असतात, ज्यावर व्हिडिओ क्लिप्स पाठवता येतात," जेम्स मला समजावून सांगतो. "या क्लिप्स लोकांनी स्वत: बनवलेल्या असतात किंवा न्यूज नाहीतर डी.व्ही.डी.वरून घेतलेल्या असतात."

मी कपाळाला आठ्या घालते. "कशासाठी करतात हे सारं?"

"करमणूक," कॅली माहिती पुरवते. "दुसऱ्याच्या आयुष्यात डोकावता येतं. सोशलायझिंग करता येतं. सगळं काही असतं त्यात. कुठे कोणी स्केटबोर्डवरून पळताना फुटपाथवर कोसळतंय आणि मनगट तोडून घेतंय. तर कुठे चिकण्या पोरी बिकिनी घालून जागतिक प्रश्नावर चर्चा करताहेत. सगळं काही बघायला मिळतं."

मी सुस्कारा सोडते. "बॉनीला कदाचित हे सगळं माहीत असेल."

कॅली माझं डोकं थोपटते. "तू सोडून प्रत्येकाला माहितीय हनी-लव्ह."

ॲलन एक ब्राऊजर उघडतो. एक यु.आर.एल. टाइप करतो : युजर ट्युब.कॉम. एका क्षणानंतर स्क्रीनवर अंगठ्याएवढ्या फोटोंची रांग दिसू लागते. प्रत्येक फोटोसाठी काही मजकूर फोटोच्या जवळच वाचायला मिळतो.

"वाईप आऊट." एका फोटोखाली लिहिलेलं असतं, ते मी मोठ्याने वाचते.

कोणीतरी मोटरसायकलवरून उडतंय आणि ती जमिनीवर कोसळतेय, असा तो फोटो आहे.

ॲलन त्या फोटोवर क्लिक् करतो आणि एक नवं पान समोर येतं. व्हिडिओ क्लिप दिसायला लागते. खरंच की, एक मोटरसायकल एका रॅम्पवर आदळते,

हवेत झेपावते आणि तिचा नेम चुकतो. मोटरसायकलवरचा स्वार सुपरमॅनसारखा झेपावतो आणि मोटरसायकल जमिनीवर कोसळते. तोही खाली पडतो, दोनचारदा इकडेतिकडे आदळतो आणि कचऱ्यात जाऊन पडतो.

"ओह!" मी दचकून म्हणते.

"इतकंच नाही. अजूनही बरंच काही आहे यात." ॲलनचं निरीक्षण.

ज्यानं कोणी ही व्हिडिओ क्लिप बनवली, त्यानं प्रेक्षकांच्या सोयीसाठी क्लिप परत मागे नेऊन स्लो मोशनमध्ये पाहण्याचीही व्यवस्था केलीय. त्यामुळे मोटरसायकल आदळते तिथपासून पुढचं सगळं काही आपण स्लो मोशनमध्ये, धिम्या गतीने बघू शकतो.

"बापरे!" मी उद्‌गारते.

"आधुनिक काळातलं रोमन नाट्य." कॅली म्हणते.

"त्या क्लिपच्या खाली काय लिहिलंय?" मी विचारते.

"प्रेक्षकांच्या प्रतिक्रिया आहेत त्या." ॲलन मला सांगतो. "तुम्ही तुमचं अकाउंट उघडून या संकेतस्थळावर स्वत:च्या क्लिप्स टाकू शकता आणि इतर क्लिप्सवर प्रतिक्रियादेखील नोंदवू शकता."

मला इतरांच्या प्रतिक्रिया वाचता याव्यात, यासाठी तो खाली स्क्रोल करतो.

आईघाल्या, वाईपआऊट
कोण म्हणतं माणूस उडू शकत नाही?
आई शपथ! तो उडतो ते बघितलं? आई शपथ.
आम्ही सगळ्यांनी तू पाहिलंस तेच पाहिलंय येड्या.

"प्रतिभासंपन्न प्रतिक्रिया!" मी उपरोधाने म्हणते.

"इथे या प्रकारचं सर्व अराजकच असतं असं नाही." ॲलन म्हणतो. तो पुन्हा मागे होम पेजवर येतो. "इथे वेगवेगळे विभाग आहेत. बघितलंस?"

मी वाचते – कौटुंबिक, विनोदी, प्राणी, प्रणय. यातलं आकर्षण आता मला समजायला लागलंय.

"तर इथे कोणीही येऊ शकतो. आपली व्हिडिओ क्लिप टाकू शकतो आणि इतरांना बडबड करायला लावू शकतो."

"बरोबर. यात भंकसही बरीच असते, पण काही सर्जनशील कलाकृतीही बघायला मिळतात. लघुपट, विनोदी अभिनेत्याचं गुणदर्शन, संगीतकाराचं संगीत सर्व काही."

"आणि सेक्स?"

“खरं म्हणजे त्यावर त्यांची करडी नजर असते. नग्नता इथे अजिबात चालत नाही.”

“पण हिंसाचाराच्या दृश्यांना काही कात्री लावली जात नाही.” जेम्स सांगतो.

“नाही. नाही लावली जात कात्री.”

मी ॲलनकडे कटाक्ष टाकते. “तू नेहमी बघतोस वाटतं ही संकेतस्थळं?”

तो खांदे उडवतो. “आता मी काय सांगू? याचं व्यसन लागतं. प्रत्येक क्लिप म्हणजे उपाहार असतो, मधलं खाणं, ते जेवण नसतं. त्यानं पोट नाही भरत.”

“एकदा खाऊन समाधान होत नाही. तुम्ही फक्त एकदा खाऊन थांबूच शकत नाही.” कॅलीचा चिवचिवाट.

“ठीकाय.” मी म्हणते. “मला समजलीय ही रचना. आता मला आपल्या कामाचं काय ते दाखवा.”

ॲलन स्क्रीनवर वेगवेगळ्या विभागांकडे बोट दाखवतो.

“इथे एक धार्मिक विभागदेखील आहे. साधारणपणे हा विभाग वापरणारे फार कमी असतात. प्रवचनकार किंवा ज्यांना प्रवचनकार होण्याची इच्छा असते, असे लोक या संकेतस्थळावर तीन-साडेतीन मिनिटांच्या आपल्या प्रवचनांची क्लिप टाकतात. उजव्या विचारसरणीचे लोक गर्भपात करणं कसं पाप आहे याविषयी बोलतात, तर डाव्या विचारसरणीचे लोक ‘संघटित धर्मांची पापं’ या विषयावर बोलतात.”

तो या धार्मिक विभागावर क्लिक् करतो आणि स्क्रीनवर फोटोंची रांग दिसायला लागते.

“वरचे दहा आहेत, ते तू बघायला हवेस.”

तो एका फोटोवर क्लिक् करतो. एक काळा पडदा दिसू लागतो. पांढरी, मोठी अक्षरं दिसू लागतात. *‘महान कलाकृतीचा प्रारंभ – सत्य आणि आत्मा यांचा एक अभ्यास.’*

ही अक्षरं अस्पष्ट होत जातात आणि पुन्हा एकदा काळा पडदा दिसू लागतो. मग एक माणूस दिसू लागतो. त्याच्या शरीराचा केवळ मधला भाग. तो एका साध्या तपकिरी रंगाच्या टेबलजवळ बसलाय. त्याचा केवळ खांद्याखालचा भाग दिसतोय. तिथून टेबलच्या वरच्या भागापर्यंतचं दृश्य दिसतंय. त्याच्या मागची भिंत म्हणजे केवळ करड्या रंगाचं कॉंक्रीट आहे. लाईट त्याच्यावरून येतोय. केवळ तो आणि थोडा आजूबाजूचा भाग दिसू शकेल इतकाच उजेड आहे. ते बघितल्यावर मनात शब्द येतात ते म्हणजे, उग्र तपस्या, साधेपणा. झाडं नसलेल्या विशाल मैदानावर पडलेलं बर्फ. त्याचे हात समोर एकमेकांत गुंफलेले आणि टेबलवर ठेवलेले आहेत. हातांभोवती जपाची माळ आहे. त्याने काळा शर्ट आणि काळा

कोट घातलेला आहे.

"सत्याच्या स्वरूपाचा अभ्यास," तो सुरुवात करतो. "म्हणजे परमेश्वराच्या स्वरूपाचा अभ्यास होय." त्याचा आवाज हळू आहे, पण खर्जातला नव्हे. वरच्या पट्टीकडे जाऊ पाहणारा. प्रसन्न आवाज आहे, हे नक्की. शांत, तोलूनमापून बाहेर पडणारा आणि विश्रांत, कोणताही तणाव नसलेला.

"हे का आहे? कारण सर्व गोष्टींच्या मुळाशी असलेलं सत्य म्हणजे, परमेश्वराने त्या निर्माण केल्या म्हणून त्या गोष्टींचं अस्तित्व आहे. एखाद्या गोष्टीचं सत्य बघायचं म्हणजे ती गोष्ट जशी आहे तसं बघायचं, तुमच्या मतांचं आवरण तीवर न चढवता तिच्याकडे बघायचं; तुमच्या पूर्वकल्पनांचं आवरण न चढवता किंवा त्या गोष्टीच्या रचनेत तुमची कोणतीही भर न घालता त्या गोष्टीकडे बघणं. एखादी गोष्ट तुम्हाला हवी तशी न पाहता ती जशी आहे तशी बघणं म्हणजे सत्य बघणं. वेगळ्या शब्दात सांगायचं तर ती गोष्ट देवाने जशी बनवली, नेमकी तशी बघणं. अशा प्रकारे जेव्हा तुम्ही एखाद्या गोष्टीतलं सत्य बघता, तेव्हा वस्तुतः परमेश्वराच्या चेहऱ्याचा एक भाग पाहण्यासाठी तुम्ही स्वतःला अनुमती देत असता."

"रोचक आहे. पटणारं आहे." जेम्स पुटपुटतो.

"तर मग सत्य समजून घेण्यापासून आपल्याला काय थांबवतं? कशामुळे आपल्याला सत्य समजावून घेता येत नाही? आपण सर्व बघण्यासाठी डोळे आणि ऐकण्यासाठी कान घेऊन जन्माला आलो आहोत. आपली ज्ञानेंद्रियं आपल्याला जी माहिती पुरवतात, त्यावर प्रक्रिया करण्यासाठी आपल्याजवळ मेंदू आहे. मग एकच अपघात पाहणाऱ्या दोन माणसांची त्याविषयीची मतं एकदम वेगवेगळी का असतात? सत्य एकच, मतं दोन. आणि त्याहीपुढे जाऊन, त्या अपघाताचं व्हिडिओ चित्रीकरण या दोन्ही माणसांची मतं चुकीची का ठरवतं?

"उत्तर सोपंय. केवळ व्हिडिओ कॅमेरा समोरचं दृश्य त्यात बदल न करता टिपतो. मग माणूस आणि कॅमेरा यात काय अंतर आहे?" काही क्षण तो स्तब्ध होतो. "दोहोंतला फरक हा आहे, की व्हिडिओ कॅमेऱ्याला 'स्वतःचं' फिल्टर नाहीये. समोर दिसणारं दृश्य तो कोणत्याही चाळणीतून, गाळणीतून बघून टिपत नाही. कॅमेऱ्याला कोणताही आत्मा नसतो, मन नसतं. त्यामुळे आपण म्हणू शकतो की जिथे अंदाज चुकतात, निरीक्षणं चुकतात, निष्कर्ष चुकतात तिथे चुकांच्या उगमस्थानी असतो आत्मा, मन.

"पण जर परमेश्वराने सर्व गोष्टी निर्माण केलेल्या असतील तर, त्यानेच निर्माण केलेल्या आहेत यात शंका नाही, आपल्याला हेदेखील मान्य करावं लागेल, की त्यानेच 'आत्मा आणि 'मन'ही निर्माण केलंय. परमेश्वर चुका करत

नाही. म्हणून जन्माच्या वेळी आत्मा आणि मन पूर्णपणे शुद्ध असतात, त्यांच्यावर कोणतंच आवरण चढलेलं नसतं आणि मूलभूत सत्य आहे तसं नेमकं बघण्याची त्यांच्यात क्षमता असते. कोणी असंही म्हणू शकतं, की जन्माच्या वेळी जगाचं सत्य आणि आत्मा यांच्यामध्ये कोणताच पडदा नसतो. मग हा पडदा, हे गाळणं, हे फिल्टर असतं तरी काय? ज्यामुळे माणूस कालपरत्वे बदलतो; ज्यामुळे त्याची स्मरणशक्ती व्हिडिओ कॅमेऱ्यापेक्षा क्षीण होते? काय असतं काय हे फिल्टर?''

पुन्हा एकदा कॉम्प्युटरचा स्क्रीन काळा होतो. नंतर पांढरी मोठी अक्षरं झळकतात. *भाग एक समाप्त.*

मी ॲलनकडे वळते. ''हे फारच खिळवून ठेवणारं आहे – पण त्याचा आपल्याशी काय संबंध?''

''बघत राहा.''

तो दुसऱ्या फोटोवर क्लिक् करतो. आम्ही काळा स्क्रीन, पांढरी अक्षरं आणि तो सांगणारा, या क्रमाने पुढे जातो.

''तर तो पडदा असतो पापाचा. पाप करण्यास लोकांना प्रवृत्त करतो, तो असतो त्यांना मिळालेला निवडीचा अधिकार. परमेश्वराने माणसाला निवड करण्याचा अधिकार दिलेला आहे. स्वर्ग आणि नरक यातून निवड करण्याचा अधिकार. कायम टिकणारं वैभव, कीर्ती, संपदा किंवा अनादिकालापर्यंतंचं शापित जीवन, यातून काहीही निवडण्याचा अधिकार. आपल्याला आईच्या गर्भातून बाहेर काढल्यापासून आपण निवड करायला सुरुवात करतो. काळाच्या ओघात आपण कशाची निवड करतो यावर आपल्या नशिबात काय आहे ते अवलंबून असतं. जेव्हा मृत्यू दार ठोठावतो, त्या वेळी आपला प्रवास त्यानंतर कोणत्या दिशेने होणार आहे, हे ठरवलं जातं. तेव्हा आपल्या आयुष्यभरच्या निवडींचा हिशेब केला जातो.

''ज्या क्षणी आपण पापाची निवड करतो, त्याच क्षणी आपण पडदा निर्माण करतो. आपण आपल्या डोळ्यावर तो पडदा ओढून घेतो. आपल्यात आणि देवाने निर्माण केलेल्या गोष्टींबाबतची सत्यता, यात एक अडसर निर्माण करतो. कळतंय तुम्हाला? जसं आपण आपल्याविषयीचं मूलभूत सत्य बदलवून टाकतो, परमेश्वरानं निर्माण केलेलं सत्य असतं ते जसं आपण बदलवतो, तसं मग इतर गोष्टींविषयीची आपली जाणही बदलते. इतर सर्व गोष्टी, त्यांची सत्यता आणि ईश्वराने जे जे निर्माण केलेलं असतं त्याविषयीची आपली जाण आपण बदलतो. बायबलमध्ये ठिकठिकाणी याचं वर्णन करण्यात आलंय. जसं की सॉलची कथा.

''एकदा असं झालं की तो दमास्कसकडे चालला होता आणि अचानक स्वर्गातून प्रकाशाचा एक झोत त्याच्या अवतीभोवती पडला. तो खाली जमिनीवर पडला आणि त्याने एक आवाज ऐकला. तो आवाज त्याला म्हणत होता, ''सॉल,

सॉल, तू का बरं मला छळतो आहेस?'' सॉल म्हणाला, ''मालक, कोण आहात तुम्ही?'' आणि तो म्हणाला, ''मी येशू आहे, ज्याला तू छळतो आहेस. पण आता ऊठ आणि शहरात जा. तू आता काय करायला हवंय ते तुला सांगण्यात येईल.'' त्याच्याबरोबर जे सहप्रवासी होते ते उभे राहून हा सारा प्रकार बघत होते. त्यांची तर जणू वाचाच गेली होती. ते आवाज ऐकत होते, पण त्यांना कोणीही दिसत नव्हतं. सॉल जमिनीवरून उठला आणि जरी त्याचे डोळे उघडे होते, तरी तो काही पाहू शकत नव्हता. त्याच्या सहप्रवाशांनी त्याचा हात धरून त्याला दमास्कसमध्ये आणलं. तीन दिवस त्याची दृष्टी गेलेली होती. तीन दिवस त्याने काहीही खाल्लं नाही, ना तो काही पीत होता.

''बघितलंत? जरी येशू त्याच्यासमोर होता तरी सॉल त्याला पाहू शकत नव्हता. नंतर असं झालं –

ॲनानियास निघाला आणि घरात शिरला. सॉलच्या खांद्यावर हात ठेवून तो म्हणाला, ''बंधू सॉल, तू इथे येताना रस्त्यात जो येशू तुला भेटला, त्यांनीच मला इथे पाठवलं आहे. तुला परत दृष्टी देण्यासाठी आणि पवित्र आत्माने भरून टाकण्यासाठी.'' लगेचच त्याच्या डोळ्यांतून खपल्यासारखं काहीतरी पडलं आणि त्याला दृष्टी परत मिळाली. तो उभा राहिला आणि त्याला दीक्षा देण्यात आली. त्याने मग अन्न ग्रहण केलं आणि त्याला पुन्हा शक्ती आली.

''सॉलला पश्चात्ताप झाला आणि तो ख्रिस्ताकडे आला. त्यानंतर त्याची दृष्टी कधीच गेली नाही. मला ठाऊक आहे, की काही लोक या कथेतील उपमांचा अर्थ लक्षात न घेता केवळ शाब्दिक अर्थ शोधत राहतील. मला तर यात एक थेट संदेश दिसतोय. मी ज्या सूत्राची चर्चा करतोय, त्याचंच उदाहरण दिलंय या कथेत. सॉल पापी होता आणि त्याला देव दिसत नव्हता. जरी परमेश्वर त्याच्यासमोर उभा होता, तरी त्याला तो दिसत नव्हता. सॉलमध्ये परमेश्वर जागृत झाला आणि त्याला दृष्टी परत मिळाली. यापेक्षा मूलभूत आणि मोठं सत्य दुसरं ते काय असणार? इतकं साधं, सरळ, सत्य दुसरं ते काय असणार?

''म्हणून मी तुम्हाला सांगतो, एक असा माणूस, ज्याने आपलं आयुष्य परमेश्वरी सत्याचं निरीक्षण करण्यात घालवलं, तो तुम्हाला सांगतो की, तुमची पापं, तुमची गुपितं, तुमचा खोटेपणा यामुळे तुम्हाला तुमच्या अवतीभोवती असलेल्या जगातील प्रेमाचा साधेपणा, सत्याचा साधेपणा दिसत नाही.

''कदाचित हे ऐकल्यावर तुम्हाला मी काय म्हणतो ते पटेल आणि तुम्ही निश्चय कराल की यापुढे मी सत्याचा अवलंब करीन, मी प्रामाणिक राहीन, मी यापुढे पाप करणार नाही. मी तुमच्या या निश्चयाची प्रशंसा करतो आणि तसं वागण्यासाठी तुम्हाला प्रोत्साहितही करतो. पण एक गोष्ट मी तुम्हाला स्पष्टपणे आणि प्रामाणिकपणे

सांगायलाच हवी – एक गोष्ट जर तुम्ही समजून घेतली नाही, तर तुम्ही चुकाल. ती गोष्ट म्हणजे – सत्य काही प्रयत्नांनी साध्य होत नाही. त्याचं एकदम, अचानक आगमन होत असतं. सत्य अचानक अवतरत असतं.

''मी म्हणतोय त्याचा काय अर्थ आहे?

''आपल्या पुढच्या चर्चेत त्याचं स्पष्टीकरण करण्यात आलंय. खोटं लपवणाऱ्या सत्याचं स्वरूप आणि लिसा म्हणजेच डेक्स्टर रिडचं उदाहरण.''

स्क्रीन पुन्हा काळा.

''अरे बापरे,'' मी म्हणते.

''पुढे तर याहीपेक्षा भयानक आहे.'' ॲलन गंभीरपणे सांगतो.

तो पुढच्या फोटोवर क्लिक करतो. माझ्या पोटातून अस्वस्थतेचा एक बुडबुडा वर येतोय आणि मी त्याला खाली दाबतेय.

स्क्रीनवर पुन्हा त्याचे हात दिसतात. आम्ही बघतोय तेव्हापासून त्याचे हात हललेले नाहीयेत.

''लिसा रिड खरं म्हणजे डेक्स्टर रिड म्हणून जन्माला आला होता. डिल्लन आणि रोझॅरिओ रिड यांचा मुलगा. परमेश्वरानं त्याला जे शरीर दिलं होतं ते डेक्स्टरला आवडत नव्हतं. म्हणून त्याऐवजी आपलं शरीर बदलून स्त्री होण्याचा त्याने निर्णय घेतला.

''सर्व जण हे मान्य करतील, की असं वागणं म्हणजे परमेश्वराचा तिरस्कार करण्यासारखं आहे. पण दिशाभूल झालेल्या या आत्म्याद्वारे आता आपण बघू या की असत्याला लपवून ठेवणारं सत्य कसं असतं. तर असत्य लपवणारं सत्य कसं असतं? – एक व्यक्ती उघड करते आपलं गुपित, आपलं पाप, आपला खोटेपणा. ती उघड करतेय ती काही छोटी गोष्ट नाहीये. ते करायला धैर्य लागतं. त्यामुळे त्यांना शांतता मिळते आणि स्मृतीही. ते शुद्ध झाल्यामुळे त्यांची प्रशंसा होते. हे सगळं ठीक आहे. फक्त एकच गोष्ट खटकणारी असते. ती म्हणजे त्यांच्यात खोलवर अजून एखादं काळंकुट्ट गुपित दडलेलं असतं.

''कळतंय ना? एक पाप उघड करून ते सर्व साशंकता, संशय दूर करतात की दुसरंही पाप असू शकेल. आपण त्यांना सत्य सांगताना बघतो, ते सुटकेचे अश्रू ढाळतात, त्यांच्याबरोबर आपणही अश्रू ढाळतो आणि त्यांच्यासारखीच शक्ती, साहस आणि गुण आपल्यातही असावेत, अशी इच्छा व्यक्त करतो. आपल्याला हे ठाऊक नसतं, की त्यांच्यात याहीपेक्षा भयानक असं अजून काहीतरी आहे, जे अद्याप उजेडात आलेलं नाही.

''हेच मला म्हणायचंय, की सत्य प्रयत्नांनी साध्य होत नाही, पण ते अचानक अवतरतं. आपण एकतर सत्याजवळ एकदम येतो किंवा अजिबात नाही. परमेश्वराच्या

मार्गावर मैलाचे दगड नसतात. या मार्गाची सुरुवात हाच त्या मार्गाचा शेवट असतो. तुम्ही एकतर त्याच्या जवळ असता नाहीतर अजिबात नसता.

"डेक्स्टर रिड हा लिसा रिड बनला. तो उघड्यावर आला. आपल्याला स्त्री व्हायचंय, हे गुपित त्याने उघड केले – साऱ्या जगाला सांगितलं. त्यामुळे होणाऱ्या सर्व परिणामांना त्याने तोंड दिलं – त्याच्याविषयीचा तिटकारा, टीका आणि दोषारोप – सारं त्याने स्वीकारलं. अजिबात न डगमगता तो या मार्गावरून चालला; समाजाच्या धिक्काराचा काहीही परिणाम होऊ न देता. काहींनी - बऱ्याच जणांनी – हे बघितलं आणि त्याची प्रशंसा केली. डेक्स्टरचं आयुष्य कठीण होतं, किंबहुना फार धोकादायक होतं. पण तरीही त्याला जे वाटलं ते त्याने केलं, कारण त्याला वाटलं की, त्याने हे करायलाच हवं, कितीही अडथळे आले तरी ते करायलाच हवं. डेक्स्टर म्हणजे जणू धैर्याची व्याख्याच बनला होता."

पुन्हा एकदा स्तब्धता. या वेळी त्याचे हात हलतात. एक अंगठा मोकळा होतो आणि जपमाळेतील मणी फिरवू लागतो.

"पण डेक्स्टरचं आणखी एक गुपित होतं. त्याने आपल्या डायरीत ते विस्ताराने सांगितलंय. माझ्याकडे इथे त्या डायरीतली पानं आहेत. मी जेव्हा त्याला ठार केलं, तेव्हा मी ती पानं चोरली."

कॉम्प्युटरवर पुन्हा एकदा काळा स्क्रीन. मग पांढरी अक्षरं येतात : पुढच्या क्लिपमध्ये पुढचा भाग.

"च्यायला!" मी म्हणते.

"या माध्यमाची सवय होणं जरा अवघड असतं." ॲलन माझी समजूत घालतो.

ॲलन पुढच्या फोटोवर क्लिक् करतो. जेव्हा व्हिडिओ सुरू होतो तेव्हा पडद्यावर कागदाचं एक पान दिसतं. मला लिसाचं हस्ताक्षर लगेचच ओळखू येतं. क्लिपमध्ये बोलणारा ते पान कॅमेऱ्यापासून दूर नेतो आणि ते वाचण्यासाठी आपल्या उजव्या हातात घेतो. जपमाळ डाव्या हाताभोवती गुंडाळलेली. तो अंगठा आणि तर्जनी या बोटांच्या साहाय्याने एकेक मणी अतिशय भक्तिभावाने ओढतोय. जितक्या सहजतेने कोणी चालत असेल, तितक्या सहजतेने तो ही हालचाल करतोय. तो वाचायला सुरुवात करतो.

डेक्स्टर रिडचं पाप

२२

उन्हाळ्यातला तो एक फारच छान दिवस होता. उबदार, पण खूप उकाडा नसणारा. एक शाळा सोडल्यास सर्व काही चांगलं देण्याची या दिवसाची तयारी होती.

डेक्स्टर आपल्या घराच्या पोर्चमध्ये उभा राहून आजूबाजूचा परिसर न्याहाळत होता. फार छान परिसर होता तो. काही शंकाच नाही. तो छानपणा नव्या घरांचा असतो तसा नव्हे, जुनी घरं असतात ना तसा. धूर्तपणाने एकमेकांपासून अंतर ठेवून पसरलेली.

आकाश निळंशार होतं. आईच्या भाषेत सांगायचं तर 'टेक्सासचं आकाश' होतं ते. टेक्सासची भूमी सपाट होती आणि ऑस्टिनमध्ये उंच इमारतींची फारशी आवड नव्हती. त्यामुळे बऱ्याच ठिकाणी या क्षितिजापासून त्या क्षितिजापर्यंत आकाशाची निळाई बघायला मिळू शकत होती. ठीक होतं सगळं काही.

या शनिवारी आपली नेहमीची कामं करण्यासाठी डेक्स्टर झोपेतून उठला होता. त्याचं नेहमीचं वेळापत्रक त्याच्यासाठी फारच मौल्यवान होतं आणि तो जसा वयाने मोठा होत चालला होता, तसं या वेळापत्रकाचं महत्त्वही वाढतच चाललं होतं. काळ बदलत चाललाय, याची पुसटशी कल्पना त्याला येऊ लागली होती. तो आता अकरा वर्षांचा होता आणि आत्ताच त्याला पुरुष आणि स्त्रीमधले भेद दिसू लागले होते. एके काळी खूप पुसट असणारे हे भेद आता स्पष्ट होऊ लागले होते आणि जबरदस्तीने त्याचं लक्ष वेधून घेत होते. त्याच्यापेक्षा वयाने केवळ एखाद्या वर्षाने मोठी असणारी मुलं स्त्रियांच्या लिंगाविषयी आणि गुणांविषयी बोलू लागली होती. त्यांच्या या अशा बोलण्यात वखवखणारी भूक असायची. खूप चवीनं ते बोलायचे. त्यांचं असं बोलणं ऐकणं डेक्स्टरला खूप त्रासदायक वाटायचं.

डेक्स्टर या शनिवारी त्याच्या नेहमीच्या वेळापत्रकाप्रमाणे उठला होता. वयाच्या सहाव्या वर्षापासून घड्याळाचा गजर न लावता पहाटे साडेपाचला तो झोपेतून जागा होऊ शकायचा. त्याला असा शोध लागला होता, की त्या वेळी टीव्हीवर अतिशय उत्तम कार्टुन्स पहायला मिळतात. जुनी, कृष्णधवल रंगातली कार्टुन्स. कुठेही अशी कार्टुन्स सध्या बघायला मिळत नव्हती.

तो उठल्यावर किचनमध्ये जायचा आणि स्वत:चे लाड करण्यासाठी घरच्या दालचिनीचा टोस्ट बनवायचा. दालचिनी टोस्टचं त्याचं वर्णन जरा वेगळं होतं. म्हणजे असं की, त्यावर भरपूर लोण्याचे गोळे पडलेले असावेत, आरोग्यासाठी घातक ठरेल इतकी साखर असावी आणि त्याला थोडा तिखटपणा येईल इतपत दालचिनी त्यावर असावी. हे सगळं ओव्हनमध्ये घातल्यावर मग टोस्ट जेव्हा बाहेर यायचा, तेव्हा त्यावरचं लोणी उकळत असायचं. टोस्ट बनताना तो त्याकडे आवडीनं बघायचा. उष्णता जशी जशी वाढत जायची तशी आतली नळी लालीलाल व्हायची. त्याकडे तो टक लावून बघत बसायचा.

असे सकाळचे क्षण त्याला खूप आवडायचे. घरातलं कोणीच जागं झालेलं नसायचं, हे तर त्याला फारच आवडत होतं. सर्व घर आपल्या ताब्यात असल्याची भावना, भासमय भावना त्याला सुखावत असायची. स्वातंत्र्य आणि सुरक्षिततेची ती भावना होती. म्हणजे वाईट कधी काही घडणारच नाही असं नाही. पण आला, या क्षणी तरी काहीच वाईट घडू शकत नाही, हे निश्चित. डेक्स्टरच्या हृदयात सकाळी साडेपाच ते आठ ही वेळ युद्धबंदीची असते.

टोस्ट जरा थंड झाल्यावर – जास्तही थंड होता कामा नये – तो ते घेऊन पेपर टॉवेलवर ठेवायचा आणि ते घेऊन सरळ दिवाणखान्यात जायचा, जिथे टीव्ही ठेवलेला असायचा. मग तो टीव्ही सुरू करून हवं ते चॅनल लावून बीनबॅगमध्ये स्वत:ला झोकून द्यायचा. मॉमला बीनबॅग अजिबात आवडत नव्हती आणि डॅडींना त्यात फार काही गंमत वाटायची नाही. पण खुर्चीसारखी ती बॅग घरात हवीच म्हणून डेक्स्टर आग्रही होता. ती बीनबॅग म्हणजे त्याच्यासाठी ताईत होता – त्याच्या विधीतला एक महत्त्वाचा भाग!

काही वेळेस ते 'इंकी ॲण्ड मायना बर्ड'चे कार्टुन्स लावायचे. पण बऱ्याच वेळा 'हकलबेरी हाऊंड' लागलेलं असायचं. त्याचाच नवा अवतार म्हणजे 'टॉम ॲण्ड जेरी' आणि मग 'बग्ज बनी आणि रोड रनर शो.' ते सर्व शो तो बघायचा. मध्येच जाहिराती लागायच्या. तो काय काय आणायचंय आणि कशाकशासाठी मॉम आणि डॅडींच्या मागे लागायचंय याची मनातल्या मनात यादी करायचा.

अशा या जादूई सकाळचं पहिलं सत्र आठ वाजता संपलं, जेव्हा मॉम आणि डॅडी जागे झाले. त्या दोघांवर तो खूप प्रेम करायचा, पण त्याच्या या सकाळच्या

कर्मकांडात एकटेपणा आवश्यक होता. त्यांच्या उपस्थितीमुळे हे सत्र खंडीत झालं. ते दोघंही पहिली कॉफी घेत असतानाच त्याने आपली अंघोळ उरकून घेतली आणि कपडे बदलून तो बाहेर आला. मॉमच्या गालावर एक चुंबन दिलं. डॅडींनी त्याला 'गुड मॉर्निंग' म्हटलं. साडेआठला तर तो घराच्या बाहेर पडलादेखील.

तर आता इथे तो होता. कार्टुन्स आणि दालचिनी टोस्ट त्याने मागे सोडले होते. आता काय करायचं? खिशात काही पैसे होते. तो लोकांच्या घरासमोरचं लॉन कापण्याचं काम करायचा. के सर्कलमध्ये जाऊन कॉमिक्स विकत घेणं, सायकल घेऊन तळ्याशेजारी जाणं, असं काहीही तो करू शकत होता. त्याला हवं ते करू शकत होता.

पण शेवटी त्याने चालायचं ठरवलं. विचित्रच निवड होती ती. पण दिवस इतका छान होता, की त्याच्या टेनिस बुटांखालच्या जमिनीचा स्पर्श जाणवून घ्यायचा होता. तो पुढच्या जंक्शनच्या दिशेने चालायला लागला. इंग्रजी 'T'आकाराची ती जागा होती. तिथे त्याचा रस्ता दुसऱ्या रस्त्याला मिळत होता. उजवीकडे वळलात तर उद्यानाकडे आणि तळ्याकडे जाता यायचं आणि डावीकडचा रस्ता घेतला तर रॅम्बलिंग ओक्सकडे तुम्ही जाणार. मुलं त्याला जंगल म्हणायची.

ते अगदी जंगल असं नव्हतं, पण तिथं बेशिस्तीत वाढलेली खूप झाडं होती. गावाचा विकास तिथपर्यंत येऊन थांबला होता. नवीन घरं बांधण्यासाठी अजून तरी तिथली माती ट्रॅक्टरने उपसण्यात आलेली नव्हती.

बऱ्याच वेळा त्या जंगलात एकट्याने जाणं त्याला आवडत नसे, पण आजचा दिवसच वेगळा होता. डेक्स्टर तसा इतरांशी मिळून-मिसळून वागणारा मुलगा होता. पण आत्ता त्याला कोणाची सोबत नकोशी होती. म्हणून मग तो उजवीकडे नाही, तर डावीकडे वळला. तो एक अतिशय साधा निर्णय होता, पण त्यामुळे त्याचं सारं आयुष्यच कायमचं बदलून गेलं. असंच साधारणपणे होत असतं एकेकाच्या आयुष्यात.

तो रस्ता संपून मातीचा रस्ता सुरू झाला. तोही रस्ता झाडांपाशी संपला. झाडांमधून वाट काढून तुम्ही थोडं पुढे गेलात, की उंच वाढलेलं गवत लागायचं. त्याच्याही पुढे पायवाट आणि काही नवी घरं. ते जंगल म्हणजे शहराचा शेवटचा भाग होता आणि तिथं बऱ्याच काही घडामोडी सतत घडत असतं.

मोजता येणार नाही इतक्या मुलांनी आयुष्यातली पहिली सिगारेट या जंगलात ओढलेली होती. याच जंगलात आयुष्यातली पहिली चुंबनं घेतली गेली होती. आणि अर्थातच अशा अफवा होत्या, की मुलींनी मुलांचं लिंग चोखण्याचे प्रकार आयुष्यात प्रथम या इथेच जंगलात केले. अफवा होत्या त्या. डेक्स्टरला त्याविषयी खात्री नव्हती. डेक्स्टर हा काही फार हुशार वगैरे नव्हता. पण त्याच्या मित्रांपेक्षा

त्याला जरा जास्त अक्कल होती. त्याला कायम वाटायचं की आपल्या 'महाराजांना' एखाद्या पोरीच्या तोंडात देण्यासाठी जंगल ही जागा निश्चितच योग्य नव्हे. किमान कार तरी हवी.

अश्लील मासिकांचं वाचन इथे होत होतं. डेक्स्टरने तशी काही मासिकं गेल्या वर्षी बघितली होती. पण त्यावरच्या त्याच्या प्रतिक्रिया मोघम होत्या. म्हणजे त्याच्या मित्रांसारख्या नव्हत्या. आपण इतरांपेक्षा वेगळे नाही हे दाखवण्यासाठी मग तो उगाचच चावट काहीतरी बोलायचा, पण ते बोलल्यानंतर त्याला बरं वाटायचं नाही.

अनेक लोक या जंगलात रडलेलेदेखील होते. डेक्स्टरला माहीत होतं ते. आजूबाजूचा परिसर छान असो वा नसो, लहान मुलांना वारंवार मार खावाच लागायचा. त्यांचं लैंगिक शोषण व्हायचंच. त्याची जास्त चर्चा होत नसे इतकंच. थोडक्यात काय, तर साधं काही असो, नाहीतर अनैतिक वा चाचपडणारं वा दु:खदायक; सर्वांना या जंगलात आश्रय मिळत असे. डेक्स्टरला हे समजलं होतं, की आयुष्यातल्या अनेक जागांपैकी जंगल ही एक अशी जागा होती, जी तो कधीही विसरू शकणार नव्हता. या जागेत ती एक अनामिक शक्ती होती, जी तुमचं आठवणींचं जग व्यापून उरणारी होती.

तो आरामात रस्त्यावरून चालत गेला. जाता जाता त्याने सूर्यप्रकाशाचा आणि वेगवेगळ्या आवाजांचा आनंद लुटला. इतक्या लवकर घराबाहेर पडण्याचा वेडेपणा करणारं बाकी कुणी आजूबाजूला दिसत नव्हतं. दोन माणसं आपल्या गाड्या धुवत असताना काय ती दिसत होती. डेक्स्टरच्या मते दिवसाच्या या वेळी असं काहीतरी करणं, ही चांगली कल्पना होती. त्याने आपले दोन्ही हात खिशात घातले आणि लाथ मारण्यासाठी त्याला एक पांढरा दगड दिसला. दिवस फारच मजेशीर जाणार होता.

रस्ता संपला आणि मातीचा रस्ता सुरू झाला. टेक्सासच्या मातीचे दोन प्रकार होते. एका प्रकारची माती काळीभोर, कोरडी आणि ढेकळं असलेली होती, ज्यात गवत भरपूर उगवायचं. आणि दुसरा प्रकार म्हणजे, तपकिरी रंगाची जाडसर अशी माती! त्यात दगड वगैरे भरपूर असायचे. ही माती ऊन खाणारी माती म्हणून ओळखली जायची. हीच माती सध्या डेक्स्टरच्या पायाखालून मागे पडत चालली होती.

झाडी काही फार दूर नव्हती आणि डेक्स्टरनं ठरवलं की, आता चालून चालूनच आपण आजची सकाळ उपभोगायची. जंगल पार करून दुसऱ्या बाजूनं बाहेर पडू आणि तिथल्या वस्तीला वळसा घालून घरी जाऊ, असं त्यानं ठरवलं. घरी गेल्यावर बोलोना किंवा पीनर बटर आणि जेली आणि बहुतेक कुल-एड असा

खाण्यापिण्याचा कार्यक्रमही त्याने मनाशी निश्चित केला. मग कदाचित कॉमिक स्टोअरमध्ये आणि तळ्यापाशी जाण्याचं त्याने निश्चित केलं.

का नाही? आजचा दिवस त्याचा होता.

त्याने झाडांकडे लगबगीनं चालण्यास सुरुवात केली. आजच्या दिवसभरातल्या त्याने योजलेल्या सर्व कार्यक्रमांमुळे तो खूप उत्तेजित झाला होता.

नेमक्या त्याच वेळी त्यानं त्यांना ऐकलं.

"चोख ते. मूर्खा, चोख." तो आवाज म्हणाला.

डेक्स्टरने तो आवाज ओळखला. या परिसरातल्या कोणत्याही मुलानं तो आवाज सहज ओळखला असता. तो मार्क फिलिप्सचा आवाज होता. मार्क फिलिप्स, एक टग्या आणि कोणत्याही बाजूनं बघितलं तरी दुष्ट अन् पापी दिसणारा. कुठेही घडू शकणारी, असामान्य नसणारी अशीच मार्कची कथा. तो भराभर वाढला, उंच झाला, आडवातिडवा फुगला आणि त्यामुळे त्याला जो इतरांवर गाजवण्याचा रुबाब आणि अधिकार मिळाला, तो त्याला फार आवडत असे. मुलांना संरक्षण पुरवण्याचे विविध धंदे तो करत होता. जसे इतर दादा लोक करतात तसे. मुलांकडून तो या ना त्या मार्गाने पैसे उकळत होता. मुलांचे जेवणासाठीचे, नाहीतर इतर खर्चासाठीचे पैसे, नाहीतर कॉमिक बुक खरेदी करण्यासाठी त्यांच्या पालकांनी त्यांना दिलेले पैसे; मार्क त्या पैशातून आपला हिस्सा वसूल करायचा. कोणी ऐकलं नाही तर मग शिक्षा. आणि शिक्षा देण्यात मार्कचा हात कोणी धरू शकत नसे. याबाबतीत तो इतर टग्यांपेक्षा वरचढ. शिक्षा देण्यासाठी काहीही करण्याची त्याची तयारी असे.

सामान्य दादा फार तर तुमच्या थोबाडीत मारेल; हात, पाय नाहीतर आणखी काहीतरी पिरगळेल किंवा फार तर तुम्हाला खाली पाडून तुमच्या तोंडावर थुंकेल. मार्क या साऱ्या गोष्टी तर करायचाच, पण तो याच्याही फार पुढे जायचा. शिक्षा देताना कोणी रडायला लागलं तर त्याने अखेर हार मानलीय असं बाकीचे टगे समजायचे. पण मार्कचं तसं नव्हतं. मार्क तिथेच थांबायचा नाही.

एकदा डेक्स्टरलाही त्याचा प्रसाद चाखायला मिळाला होता. काही तरी कारण झालं – अजून त्याला समजलं नाही का ते – पण त्याने मार्कला नकार दिला होता. मार्कने त्याच्याजवळ एक कॉमिक पुस्तक मागितलं होतं आणि डेक्स्टरने त्याला धुडकावून लावलं होतं. मार्कचा प्रतिसाद लगेच आणि जंगली होता. त्याने डेक्स्टरच्या इतक्या जोरात थोबाडीत मारली की डेक्स्टरला वाटलं, आपले डोळे त्यांच्या खोबणीभोवती फिरताहेत. नंतर मार्कने डेक्स्टरच्या पोटात असाच एक ठोसा मारला. इतका जोरात की डेक्स्टर खाली गुडघ्यांवरच बसला. त्याला श्वासही घेता येईना.

मार्कने लगेच त्याच्यावर उडी घेतली, त्याला उताणं पाडलं आणि त्याला जमिनीवर दाबून ठेवलं. मार्कच्या गुडघ्यांमध्ये त्याचे दोन्ही हात अडकले होते.

"भडव्या, गोट्यांत फार जोर शिरलाय का रे? अं? फार माजलाय? आता मोज किंमत."

डेक्स्टरला वाटलं तो आताच किंमत मोजतोय. अजून काय बाकी आहे? तो श्वास घेऊ शकत नव्हता म्हणून एकदम घाबरून गेला. भीती त्याच्या छातीत महापुरासारखी वरवर चढत जात होती. आपण आता मरणार, ही त्याला खात्रीच झाली. तो मरत नव्हता, पण त्याला तसं वाटलं.

"भडव्या, आता तुला मी दाखवतो, मी मार्शल आर्टच्या कार्यक्रमात काय बघितलं ते." मार्क म्हणाला. त्याचा स्वर जवळजवळ आनंदी होता. डेक्स्टरने त्याचा चेहरा पाहिल्यावर त्यातला 'जवळजवळ' हा शब्द काढून टाकला.

मार्कने आपले अंगठे डेक्स्टरच्या चेहऱ्यावर गालांच्या हाडांवर रुतवले आणि ते दाबले. खूप जोरात नाही. पण त्यामुळेच ते जास्त त्रासदायक आणि भीतिदायक होत होतं. कारण थोडं दाबलं तरी डेक्स्टरला ते खूप दुखायचं.

"प्रेशर पॉईंट आहे हा. गोट्यांना लाथ मारली तरी इतकं दुखणार नाही."

मग त्याने मनापासून आपले अंगठे डेक्स्टरच्या चेहऱ्यात रुतवले. अंगठे कसले? लोखंडी सळ्याच त्या. त्याच्या राक्षसी शक्तीनिशी त्याने अंगठे दाबायला सुरुवात केली.

डेक्स्टर काहीच करू शकत नव्हता. त्याचे डोळे बाहेर आले. तो केवळ ओरडत नव्हता, तर किंचाळत होता. वेदना तत्क्षणी जाणवणाऱ्या, भयानक आणि शरीराच्या प्रत्येक भागात पोहोचणाऱ्या होत्या. मार्क जणू डेक्स्टरच्या जबड्यात खिळे खुपसत होता.

इतक्या वेदना होत असतानाही डेक्स्टर मार्कचा चेहरा बघू शकत होता. खिदळत होता मार्क. त्याच्या डोळ्यांत एक विकृत चमक दिसत होती. डेक्स्टरला आणखी एक गोष्ट जाणवली. मार्कचं लिंग ताठ झालं होतं. मार्क डेक्स्टरला किंचाळण्यास भाग पाडत होता आणि तो किंचाळला, की ते अधिकच ताठ व्हायचं.

हे सत्र तिथंच थांबायला हवं होतं. दुसरा कोणी दादा असता तर तो थांबलाही असता. पण त्या दिवशी डेक्स्टरला कळलं की, मार्क त्याहीपुढे जाणारा आहे. तसंच म्हणायचं झालं तर, छळ करताना त्यात जीव ओतणारा होता तो.

कारण तो थांबला नाही. त्याने आपली बोटं आणखी खोल रुतवली. तो दाबत गेला, हसत गेला आणि डेक्स्टर किंचाळत गेला. शेवटी डेक्स्टरने पँटमध्ये लघवी केली. डेक्स्टर मार्कने थांबावं म्हणून त्याच्याकडे भीक मागू लागला.

"बोल, तुझी आई रांड आहे की नाही?"

"हो. हो. हो." डेक्स्टर किंचाळला.

"थोबाडानं बोल मग. सांग मला, की तुझी आई घाणेरडी, म्हातारी, लोकांना मागून चढवून घेणारी, त्यांचं लिंग गिळणारी रांड आहे. सांग. सांग."

पुन्हा एकदा डेक्स्टरला अस्पष्टसं जाणवलं, की मार्कचं लिंग ताठ झालंय.

एवढं होऊनही, मार्कने ही नवी मागणी केल्यावर डेक्स्टर काही क्षण थांबला. पण मग मार्कने लगेच त्याची बोटं डेक्स्टरच्या चेहऱ्यात अजून खोल रुतवली.

"ठीकाय! ठीकाय!! ती एक घाणेरडी, म्हातारडी लिंग गिळणारी रांड आहे." तो किंचाळला.

"लोकांना मागून चढवून घेणारी, लिंग गिळणारी रांड!"

"लोकांना मागून चढवून घेणारी, लिंग गिळणारी रांड! थांब आता, कृपा करून थांब, प्लीज थांब, प्लीज."

आणि मग मार्कने त्याला सोडलं. त्यानं त्याच्या चेहऱ्यात रुतवलेले अंगठे दूर केले. पण लगेच तो काही डेक्स्टरवरून उठला नाही. तसाच त्याच्या अंगावर बसून राहिला, त्या लहान मुलाकडे टक लावून बघत, शिकाऱ्यासारखे डोळे अर्धवट मिटलेले. त्याचं ताठलेलं लिंग डेक्स्टरच्या पोटाशी घासत होतं. त्याला त्याच्या ताकदीची नशा चढलेली होती. 'बळी तो कान पिळी'ची ती ताकद होती. लोकांचा आपण छळ करू शकतो, या जाणिवेची ती ताकद होती.

"भडव्या, आता ऐक. मी तुला असं केलंय हे जर का तू कोणाला सांगितलंस, तर तुझं लिंग मी छाटून टाकीन. तुला काय वाटतं, मी चेष्टा करतोय?"

डेक्स्टर काही बोलू शकला नाही. तो भीतीने थरथरत होता. त्याच्या गालातली थडथड अजून थांबली नव्हती. असं वाटत होतं, मार्कने अजून आपले अंगठे बाजूला घेतलेलेच नाहीत. त्याने नाही म्हटल्यासारखं आपलं डोकं हलवलं आणि तो रडायला लागला. हमसून हमसून रडायला लागला. मार्कने त्याच्याकडे तिरस्काराने बघितलं.

"रांडेची अवलाद!"

एका क्षणानंतर मार्क निघून गेलेला होता. डेक्स्टर एका कुशीवर वळला आणि टेक्सासच्या त्या मातीत त्यानं वांती केली. त्याच्या गालांना जणू आग लागली होती. गालातली ती थडथड पूर्णपणे जाण्यासाठी दोन दिवस जावे लागले. त्या काळात तो ठीकपणे काही खाऊ शकत नव्हता.

डेक्स्टरचा धडधडणाऱ्या भीतीशी आणि क्रौर्याशी तो पहिलाच सामना होता. आणि या सामन्याने त्याच्या मनात खोलवर आपल्या खुणा कोरून ठेवल्या. हा टग्या आपली कोणतीही धमकी खरी करून दाखवू शकतो, याविषयी त्याच्या

मनात कोणतीही शंका उरली नव्हती. लोकांना वेदना देणं मार्कला आवडत होतं. लोकांना वेदना दिल्यामुळे आपल्या टायरमध्ये हवा भरल्यासारखं त्याला वाटत होतं. जुनाट हॉटडॉगमध्ये हाडूक मिळाल्याचा आनंद त्याला होत होता.

मार्क पापी, अधम होता. डेक्स्टरला ते समजत होतं. मुलांना काळा रंग किंवा पांढरा रंग समजतो. त्यामधल्या करड्या रंगाचा आणि त्यांचा परिचय झालेला नसतो. जेव्हा ते वयाने वाढतात आणि आपल्या वाईट कामांचं समर्थन करायला सुरुवात करतात, तेव्हा मग करडा रंग त्यांना कळायला लागतो. मार्क एक राक्षस होता. काळा आणि पांढरा. आणि जसं दिसतं तसंच डेक्स्टर समजत होता.

म्हणून त्याने जेव्हा ऐकलं, 'चोख ते. मूर्खा, चोख.' तेव्हा त्याच्या लक्षात आलं, की ते काही ठीक लक्षण नाहीये, अजिबात ठीक लक्षण नाहीये.

नंतर काही वर्षांनी डेक्स्टरला आश्चर्य वाटायचं, की हे माहीत असूनही तो त्या टेक्सासच्या मातीवरून मागे फिरला नाही, जिथं रस्ता सुरू होतो तिथे आला नाही, जंक्शनपर्यंत आला नाही. पार्क आणि तळ्याकडे जाणाऱ्या रस्त्यापर्यंत आला नाही आणि अकरा वर्षांचाच राहिला नाही. कारण त्या प्रसंगानंतर डेक्स्टर अचानकपणे खूप मोठा झाला. त्याचं शैशवच चोरलं गेलं.

उलट, त्या दिवशी तो पुढे गेला, जिथून आवाज येत होता त्या दिशेने गेला. भीती नसानसांत भरलेली होती, पण तो मागेही जाऊ शकत नव्हता.

त्याने झाडांची पहिली रांग ओलांडल्यावर समोर एक मोकळी जागा त्याला दिसली. डेक्स्टरने तिथं मार्कला बघितलं. मार्क जेकब लिट्‌लफिल्डच्या अंगावर उभा होता.

जेकब मार्क आणि डेक्स्टरपेक्षा मोठा होता. जवळजवळ सतरा वर्षांचा, पण तो आकाराने मार्कपेक्षा खूप लहान होता आणि मेंदूनेही दोघांपेक्षा अधू होता. डेक्स्टरला आता कळालं की मार्कचा 'मूर्खा' हा शब्दप्रयोग लाक्षणिक अर्थाने नव्हता, तर शब्दश: होता. नेहमीच्या त्याच्या पद्धतीप्रमाणे तो अतिशय क्रूरपणे वागत होता. असे अपमान जेकबने पूर्वीही ऐकलेले असणारच आणि त्यांचे अर्थही त्याला समजले असणार.

जेकब खाली त्याच्या हातांवर आणि गुडघ्यांवर बसला होता आणि एखाद्या हरवलेल्या मुलासारखा रडत होता. त्याचा चेहरा गोलाकार होता आणि केस बारीक कापलेले, सोनेरी होते. दुधासारखी पांढरी त्वचा होती. डेक्स्टर खाजगीत नेहमी असा विचार करायचा, की दुसऱ्या कोणाचीही बघितली नसेल अशी त्वचा जेकबची होती. जेकब हा एक छान मुलगा होता. कायम हसत असायचा. खूप विश्वासू. साधारणपणे त्याच्या आईची त्याच्यावर कायम नजर असायची. पण आता काय झालंय? डेक्स्टरला आश्चर्यच वाटलं.

मार्कने त्याच्या उजव्या पायाकडे निर्देश केला. डेक्स्टरनं पाहिलं, तो पाय उघडा होता. कसा दिसत होता तो पाय? घाणेरडा, बोटं चिकटलेली आणि एकंदरीतच खूपच किळसवाणा!

"मी म्हणालो, चोख ते मूर्खा, मतिमंद, भाडखाऊ. तू तर अगोदरच इतकी लाळ गाळतोस. तुला माझ्या पायाची बोटं आपल्या थुंकीनं साफ करायला काही अडचण यायला नको. कर, साफ कर, तुझ्या तोंडानं माझ्या बोटांतली घाण साफ कर."

"पण मला नाही ना तसं करायचं." जेकब बरळला. "प्लीज मला असं काही करायला लावू नकोस."

मार्कने त्याच्या थोबाडीत मारली. जोरात. डेक्स्टरने ती थप्पड ऐकली आणि तो थरथरला.

"मी सांगतो तसं कर, नाहीतर लेंडूक बाहेर पडेपर्यंत तुला झोडपून काढीन, मतिमंद, भडव्या! ऐकतोस का मी काय म्हणतो ते?"

मार्क अजून एकदा त्याच्या थोबाडीत मारतो. आता जेकब खरंच मोठ्याने रडायला लागला; एखाद्या लहान मुलासारखा. तो जेव्हा पुढे वाकून मार्कचा किळसवाणा पाय चोखायला लागला, तेव्हा डेक्स्टर भीती आणि आश्चर्यानं बघतच राहिला.

मादरचोद हा शब्द त्याच्या मनात आला. डेक्स्टर फारसा कधी कोणाला शिव्या द्यायचा नाही, पण आता त्याच्या मनात हा शब्द अचानक आला. अनेक प्रसंगांसाठी मादरचोद हा शब्द अगदी चपखलपणे वापरता येतो. आताचा प्रसंग हा त्यातलाच एक.

"आता कसं? मूर्खा, नीट साफ कर."

मार्कच्या चेहऱ्यावरचे ते भाव डेक्स्टरने ओळखले. पाशवी आनंद! डेक्स्टरचा घसा कोरडा पडला होता आणि त्याचं तोंड मातीच्या वासानं भरून गेलं होतं. या क्षणी तो त्याच्या आयुष्यात त्याने कधी बघितलं नसेल असं अत्यत वाईट दृश्य बघत होता. खात्री होती त्याला की इतकं घाणेरडं दृश्य त्याने या अगोदर कधी बघितलं नव्हतं.

हेदेखील तितकंच खरं होतं की त्याला इथून लवकरात लवकर पळून जायला हवं होतं. नाहीतर... नाहीतर त्याच्या डोळ्यासमोर ते भयानक दृश्यं तरळलं... तोदेखील जेकबसारखा त्याच्या हातावर आणि गुडघ्यांवर ओणवा झालेला आणि मार्कचे पाय चाटून चाटून चकचकीत करतोय.

पण मग जेकबचं काय?

अर्थातच हा विचार त्याच्या मनात आला. शेवटी डेक्स्टर एक चांगला मुलगा होता. या प्रश्नाचं उत्तरही त्याच्या मनात तत्क्षणी आलं आणि त्याला स्वत:ची लाजही वाटली.

माफ कर जेकब. चाटण्याचं काम तूच कर बाबा.

फार उदात्त विचार नव्हता हा. पण काय करणार? मार्कने या अगोदर ज्या पद्धतीने छळलं होतं ते आठवताक्षणीच आपला मूत्राशयावरचा ताबा जातोय की काय, अशी भीती वाटायला लागली. जेकब एकटा होता आणि त्याला काही इलाज नव्हता.

डेक्स्टर तिथून पळून जाण्यासाठी वळला आणि तेव्हाच ते घडलं. एखाद्या वाईट चित्रपटात घडतं तसं. चित्रपटात बघून बघून गुळगुळीत झालेल्या प्रसंगासारखं. त्याचा पाय एका काडीवर पडला. कोरड्या उन्हाळ्याचे ते दिवस. त्यामुळे ती काडी तुटली. अशी तुटली की जणू कोणी फटाका फोडला.

मार्कसारख्या मुलांजवळ नैतिकता नावाची काही गोष्टच नसते. त्यामुळे ते काहीही करताना कधीच चाचपडत नाहीत, अडखळत नाहीत. ते चपळाईने आपला डाव साधतात. डेक्स्टरच्या मनात हे विचार नंतर आले. ती काडी तुटली आणि दुसऱ्याच क्षणी डेक्स्टर मार्कच्या ताब्यात होता. तिथून पळून जाण्याची कल्पना प्रत्यक्षात उतरण्यापूर्वीच डेक्स्टर मार्कच्या ताब्यात गेलेला होता. तो पळून जाणारच होता, तेवढ्यात त्याने प्रथम मार्कची हालचाल ऐकली होती आणि नंतर दुसऱ्याच क्षणी त्याच्या मनगटाच्या राक्षसी पकडीत डेक्स्टरची मान होती.

''वा! वा! बघा बघा इकडे,'' मार्क भेसूरपणे हसत म्हणाला. ''बावळट लोकांचं संमेलनच भरलंय की इथे.''

''मला जाऊ दे मार्क,'' डेक्स्टर म्हणाला. केवळ तशी सवय झाली होती म्हणून! असं म्हणण्यानं मार्क त्याला खरंच सोडून देईल, ही आशा त्या आवाजात अजिबात नव्हती. ''मी फक्त चालायला आलो होतो. इथं बाकी काय चालू आहे, माझं काही देणंघेणं नाहीये त्याच्याशी. खरंच सांगतो.''

मार्कने डेक्स्टरची मान जरा जोरात दाबली. डेक्स्टर कळवळला. त्याला खरं म्हणजे फारशी वेदना नाही झाली. पण वेदनेचं आश्वासन मात्र त्या दाबण्यात निश्चित होतं.

''जाऊ देऊ तुला? मला नाही तसं वाटत भडव्या.'' मार्क म्हणाला. ''माझी इथे पार्टी चालू आहे आणि मला वाटतं तू या पार्टीत सामील व्हायला हवंस.''

एक शब्दही न बोलता तो वळला. डेक्स्टरची मान त्यानं पकडलेलीच होती. अगोदर तो जिथे जेकबला छळत होता, त्या मोकळ्या जागेवर ती दोघं आली. जेकब अजूनही त्याच्या हातांवर आणि गुडघ्यांवर ओणवा पडलेला होता. तो थरथरत होता आणि काहीतरी बरळत होता. तो पळून का नाही गेला, याबाबत आश्चर्य व्यक्त करण्याची देखील डेक्स्टरची मन:स्थिती नव्हती. मार्कने बहुधा त्याला दम भरलेला असावा, की जर पळून गेलास तर ठार मारीन म्हणून. त्यानेही

विचार केला असावा, मार्कने जर आपली धमकी खरी केली तर? मागून आपल्याकडे पाहणाऱ्या या धमकीच्या भुतापेक्षा समोर असलेला त्याचा पाय चोखणं केव्हाही चांगलं, असा जेकबनं विचार केला असावा. ज्या लहान मुलांना अशा दादागिरीचा त्रास होतो ते असाच विचार करतात.

मार्कने त्याची मान सोडली आणि त्याला आपल्या पुढ्यात ढकललं. डेक्स्टर अडखळला आणि खाली कोसळला. मनगटावर तो अशा कोनात पडला की त्याचं पडणं तो थांबवू शकला नाही, पण पडण्याचा वेग मात्र तो काहीसा कमी करू शकला. तरी जमिनीवर पडल्याने त्याच्या हनुवटीला लागलंच. त्यामुळे दात एकमेकांवर असे घासले गेले की तो ठणका त्याच्या साऱ्या कवटीत जाणवला – मोठ्या लाकडी चमच्याने एखाद्याच्या मुस्कटात मारली जावी तसा.

"चाटण्याचं काम सुरू कर, बावळटा." मार्कने जेकबला आज्ञा केली.

जेकब मुसमुसून रडतच होता. पण त्याचा प्रतिकार मोडून पडला होता. मार्कची घाणेरडी बोटं आपल्या तोंडानं साफ करण्याच्या कामाला तो पुन्हा लागला. डेक्स्टर उठून बसला आणि त्यानं आपलं तोंड पुसलं. त्याचे दात दुखत होते.

सूर्य तापला होता. पण आता ते चांगलं वाटत नव्हतं. आता ते जरा स्वप्नवत वाटायला लागलं होतं. आपण जिवंतपणी भाजले जात आहोत, असं डेक्स्टरला वाटलं. हवेतले किड्यांचे आणि पक्ष्यांचे आवाज त्या प्रसंगाला अधिकच भेसूर बनवत होते.

ते दुःस्वप्नांचं सरबत, सर्वदूर पसरलेलं...

नानाचं गाणं त्याला आठवलं. दुःस्वप्नं कशी असतात ते तिनं सांगितलं होतं. ही स्वप्नं बघताना तुम्हाला पळून जावंसं वाटतं, पण जाता येत नाही; कोणत्यातरी दलदलीतून तुम्ही जात आहात असं वाटत राहतं. ती त्यांना दुःस्वप्नांचं सरबत म्हणायची. तिने डेक्स्टरला सांगितलं होतं, की कधीतरी या वाईट स्वप्नांना आपण लख्ख जागे असतानाही दिसण्याची सवय असते.

मार्कने झोपाळू डोळ्यांचं, पालीसारखं एक स्मितहास्य डेक्स्टरला दिलं. त्याला खूप आनंद झालेला दिसत होता. त्याला हवं ते सर्व काही त्याच्या पुढ्यात होतं. पूर्ण शरणागती, अवहेलना, पाशवी शक्ती सारं काही. मार्कला ठाऊक होतं त्याला निश्चित काय हवं होतं ते. त्याबाबत त्याच्या मनात काही संदेह नव्हता.

"ऐक आता भडव्या, तू ठरव आता काय करायचं ते. एकतर मी सांगतो ते तू करू शकतोस. नाहीतर काही महिन्यांपूर्वी तुला मी जो प्रसाद दिला होता त्यापेक्षा जरा जास्त प्रसाद मी तुला देईन."

ते शब्द ऐकून डेक्स्टरला हुडहुडी भरली. त्याच्या कपाळावर घाम आला. तोंड कोरडं पडलं.

आता त्याला जे हवंय ते गेल्या वेळेपेक्षा निश्चितच वाईट नसेल. तितकं वाईट काहीच असू शकत नाही.

"तर ऐक आता, मी काय म्हणतो ते. तुझं छोटुसं लिंग तू बाहेर काढायचं आणि या दुसऱ्या बावळटाकडून चोखून घ्यायचं. ते चोखताचोखता तो गुदमरायला हवा." मार्क हसला. आणखी एक आळसटलेलं, आनंदी आणि कोणतीही द्विधा मन:स्थिती नसलेलं हसू! "तो चोखेल आणि तू गळशील. भडव्या, जर तुझं लिंग गळलं नाही तर मग तुझ्या थोबाडात पुन्हा अंगठे रूतवीन." हे सांगून तर आता तो जास्तच हसायला लागला होता.

काही वर्षांनंतर जेव्हा जेव्हा या प्रसंगांची आठवण व्हायची, तेव्हा डेक्स्टर अचंबित होऊन विचार करायचा, की काय केलं की दुसऱ्याला जास्तीत जास्त त्रास होईल, हे मार्कला नेमकं कसं कळायचं? कुठे सुरी टेकवली की जास्त दुखेल, हे त्याला बरोबर माहीत होतं. त्याच्यात ती विलक्षण क्षमता होती. शार्क माशाला कसं पाण्यात पडलेल्या रक्ताचा बरोबर वास येतो, अगदी तसंच!

डेक्स्टर काही आदर्श मुलगा नव्हता. पण तो एक चांगला मुलगा होता. त्याच्याही आयुष्यात रागाचे आणि स्वार्थीपणाचे क्षण आलेच होते. पण त्या क्षणापर्यंत त्यानं कधीच कोणताही किळसवाणा प्रकार केलेला नव्हता. त्याने कधीच आपला राग आपल्यापेक्षा दुबळ्या असलेल्या कोणावरही कधी काढला नव्हता. स्वत:चं संरक्षण करू न शकणाऱ्या प्राण्याला त्याने कधी इजा पोहोचवली नव्हती. तो खोटं बोललाही असेल, पण ते कधी मोठं असत्य नसायचं; निरूपद्रवी असत्य असायचं. कसं कोणास ठाऊक, पण मार्कला हे माहीत होतं. त्याला हे बदलायचं होतं, कारण त्यामुळे डेक्स्टरला जास्त त्रास होणार होता. मार्कचे पाय चोखण्यापेक्षा किंवा त्याच्या लोखंडी अंगठ्याखाली कळवळण्यापेक्षा जास्त त्रास होईल, असं काहीतरी त्याला डेक्स्टरकडून करवून घ्यायचं होतं. जेकबकडून लिंग चोखून घेताना डेक्स्टरला प्रचंड मानसिक त्रास होणार होता, हे मार्कला कळलं होतं.

"आणि जर मी असं नाही केलं तर?"

"तू चाटत राहा रे मतिमंद पोऱ्या." मार्क जेकबला रागवला. मग त्याने आपली झोपाळलेली, पालीसारखी नजर डेक्स्टरकडे वळवली. "तू नाही केलंस तर? तर मग मी तुला किंचाळायला लावेन, वेड्या, तुझा भेजा बाहेर पडेल, इतकं किंचाळायला लावीन."

डेक्स्टर त्याला वाटत असलेल्या भीतीशी झगडत राहिला. त्यानं या परिस्थितीशी धैर्याने सामना करण्याचा कसोशीने प्रयत्न केला. काही वर्षांनंतर जेव्हा त्याला या दिवसाची आठवण व्हायची, तेव्हा त्याला समजून यायचं की त्याने धैर्य एकवटण्याचा कसोशीनं प्रयत्न केला होता. पण समोर मूर्तिमंत छळ दिसत असताना मनात धैर्य

असणं, हे केवळ कॉमिक्सच्या पुस्तकांतच शक्य असतं, हेही त्याला उमगलं. अकरा वर्षांच्या मुलासाठी ते शक्य नसतं.

तो उभा राहिला आणि जिथे मार्क होता तिथे गेला. त्याने जेकबकडे खाली बघितलं. जेकबचं रडणं बरंच थांबलं होतं. तो अजूनही मार्कची पावलं चाटत होता आणि आता ती पावलं खूपच स्वच्छ दिसू लागली होती.

छान! डेक्स्टरने विचार केला. तो वेडा होण्याच्या अगदी काठावर उभा होता. तरी त्याच्या मनात हा विचार आला. छान काम केलंय जेकबने!

काही क्षणांसाठी जेकब थांबला आणि त्याने डेक्स्टरकडे बघितलं. या पोराची त्वचा खरंच खूप नितळ आणि सुंदर आहे. लहान मुलांसारखे डोळे होते त्याचे – मोठे आणि विश्वासपूर्ण. त्याच्या नाकातून शेंबूड वाहत होता आणि गालांवर अश्रूंचे ओघळ वाहून गेल्याच्या खुणा होत्या.

"आता तुझं लिंग त्याने चोखण्यापूर्वी तू त्याच्या एक थोबाडीत मारावीस, अशी माझी इच्छा आहे." मार्क म्हणाला. त्याचा आवाज थकलेला, आळसावलेला वाटला.

'करू नकोस असलं काही.' डेक्स्टरच्या डोक्यात एक आवाज घुमला. 'ही अशी गोष्ट आहे, जी एकदा केल्यावर पुन्हा उलटी फिरवता येत नाही. पुन्हा माघारी येता येत नाही.'

डेक्स्टर जेकबच्या चेहऱ्यावरून नजर दुसरीकडे हलवू शकत नव्हता. त्याचा तो गोल, वेडपट चेहरा. डेक्स्टरला जाणवलं की त्याच्या आत राग उसळून येतोय. त्याला अकारण जेकबचाच राग येऊ लागला. डेक्स्टर या ठिकाणी असण्याला जेकबच कारणीभूत आहे, असं त्याला वाटू लागलं. इतकं घाणेरडं काम आपल्याकडून होतंय, त्याला जेकबच जबाबदार आहे, ही भावना त्याच्या मनात दृढ झाली.

'तू जर असा मतिमंद नसतास मादरचोद, तर तू इथे नसतास आणि मीही इथे नसतो. मी मस्तपैकी शनिवार सकाळची फेरी मारत राहिलो असतो.'

डेक्स्टरचा राग वाढत चालला. नंतर त्याला समजून चुकलं की, खरंतर तो राग नव्हता, तर त्याच्या मनातल्या भीती आणि शरम या भावनांचं ते मिश्रण होतं.

त्याने आपला हात मागे घेतला. तो काही वेळ हवेतच लोंबकळत राहिला. थरथरत.

"मार ना चुत्या." मार्क म्हणाला. बेडूक जसा डरांवऽ डरांवऽ करतो तशा आवाजात.

डेक्स्टरला आपण नरकात असल्यासारखं वाटलं.

त्याने आपले डोळे मिटले, कारण त्याला जेकबचा चेहरा आता बघायचा नव्हता. आपल्या मनातल्या रागाला त्याने कवटाळलं – जोरात आणि वेगाने हात खाली आणला.

२३

''मी त्या बिचाऱ्या मुलाच्या थोबाडीत मारली आणि मी... केलं जे मार्कनं मला करायला सांगितलं होतं. आणि मार्कनं त्याला नंतर धमकावलं तेही मी बघितलं.'' व्हिडिओ क्लिपवरचा तो माणूस पुढे वाचत राहतो. ''मार्कने जेकबला सांगितलं, की जर तो मागे हटला तर मार्क त्याला मारू शकेल आणि नंतर म्हणाला, की तो जेकबच्या आईवर मागून चढेल.''

''माझ्या लहानपणाच्या शनिवारांचा तो शेवट होता. सकाळच्या शांततेत मी पुन्हा जागं होण्याचा प्रयत्न केला. पण ना कार्टुन्समध्ये मजा यायची ना दालचिनी टोस्टमध्ये.

''मला माझ्याबद्दल त्या घटनेनंतर कधीच काही वाटलं नाही. मी पूर्ण बदलून गेलो. तुमच्या स्वत:विषयीच्या काही कल्पना असतात. विशेषत: तुम्ही लहान असताना तुम्ही गृहीत धरलेलं असतं, की जेव्हा आवश्यकता असेल तेव्हा तुम्ही धैर्यवान असाल आणि कठीण परिस्थितीत तुम्ही योग्य निर्णय घ्याल वगैरे. पण मार्कने माझ्या या साऱ्या कल्पनांचा चक्काचूर केला. मला कळून चुकलं, की दुसऱ्याला इजा पोहचविण्याची, अगदी त्याच्यावर बलात्कार करण्याची क्षमता माझ्यात आहे. माझी कातडी वाचवण्यासाठी असहाय व्यक्तीला त्रास देण्याची माझ्यात क्षमता आहे. जेव्हा परिस्थिती बिकट होती तेव्हा मी धीरोदात्तपणे वागलो नाही. माझ्याविषयी मी हे कायम लक्षात ठेवीन.

''मी नानाला हे घडलं ते सारं सांगितलं. मी तिला सांगितलं आणि खूप रडलो. तिनं मला बराच वेळ तिच्याजवळ धरून ठेवलं. बराच वेळ ती शांत होती. तिच्या दृष्टीने आणि तिच्या पद्धतीने त्या घटनेवर विचार केला. शेवटी तिने मला हे सांगितलं – 'प्रत्येकात थोडंबहुत वाईट काहीतरी असते. पुढच्या वेळी जेव्हा तू

इतरांना जोखशील, तेव्हा तुझ्यातल्या वाईटपणाची आठवण ठेव.''

''हे घडल्याचं माहीत असलेली नाना एकमेव होती. अगदी या वर्षापर्यंत. मला एक पाद्री भेटला. भला माणूस. माझा कबुलीजबाब ऐकण्याची त्याची तयारी होती. मी बोलत गेलो. तो ऐकत गेला आणि नंतर चमत्कारच चमत्कार. त्याने मला पापमुक्त केलं. त्याने मला सांगितलं, की परमेश्वर मला क्षमा करेल. माझा त्या पाद्र्यावर विश्वास आहे. पण आता माझ्या असं लक्षात येतंय, की परमेश्वराने मला क्षमा करणं, न करणं, ही समस्याच नाहीये. मला ही खात्री नाहीये, की स्वतःला माफ करण्यासाठी मी तयार आहे, की नाही.

''पण मी प्रयत्न करतोय. मी खरंच प्रयत्न करतोय.''

तो मनुष्य हातातला कागद खाली, त्याच्या समोरच्या टेबलावर ठेवतो आणि पुन्हा हात एकमेकांत गुंफतो. अंगठा आणि तर्जनी एकीकडे माळ ओढतच आहेत.

''तर डेक्स्टर रिडने एक गुपित जगाला सांगितलं. त्याची स्त्री होण्याची इच्छा त्याने प्रकट केली. पण एक गुपित त्यानं दडवून ठेवलं. जे कदाचित अधिक लज्जास्पद होतं. त्याच्यासाठी तर ते निश्चितच लज्जास्पद होतं. ते म्हणतात ना, संपूर्ण सत्य, सत्याव्यतिरिक्त दुसरं काही नाही. म्हणणं सोपंय; करणं अवघड असतं. पण मुक्ती मिळवायची तर करावं लागतंच. रोझमेरी सोनफिल्डचा मृत्यू हे मी सांगतो त्याचं दुसरं उदाहरण आहे. ते आता आपण नंतरच्या भागात बघू या.''

स्क्रीन काळा होत जातो.

''मला एक वाईट शंका येतेय, ती बरोबर आहे का?'' मी ॲलनला विचारते.

''हो.''

''चल पुढे.''

पुढच्या क्लिपवर तो क्लिक् करतो. या वेळी पडद्यावरची अक्षरं सांगतात : *रोझमेरी सोनफिल्डचा मृत्यू आणि पाप.*

''रोझमेरी पाप्यांमधली पापी होती,'' तो माणूस एका सुरात म्हणतो. तो खास करून रोझमेरीला जोखतोय, तिच्याविषयी काही निकाल देतोय, असं वाटत नाही. जसं आहे तसं केवळ सांगतोय. ''तिने आपलं तारुण्य कोणतेही निर्बंध न पाळता, स्वच्छंदीपणे संभोग करण्यात घालवलं. पैसे मिळवण्यासाठी ती सेक्सचा वापर करायची. नशेच्या आहारी गेली होती. विकृतीच्या आहारी गेली होती. ती अगदी तळाशी असताना, यापेक्षा अधिक पापाचार करता येणं शक्यच नाही, अशी स्थिती असताना, तिने तिच्या आयुष्यात परमेश्वराला आणलं; परमेश्वराला स्वीकारलं आणि आपल्या गतायुष्याचा कबुलीजबाब दिला. तिने आपली गुपितं उघडी केली आणि पुण्याच्या मार्गावरून चालण्याचा प्रयत्न केला. पण, डेक्स्टरप्रमाणेच, तिच्या कुशीतही आणखी एक दुसरं गुपित दडलेलं होतं. आणखी खोलवर रुतलेलं पाप.

बघा ते.''

त्या क्लिपमध्ये एक स्त्री दिसायला लागते. कोकेनच्या ढिगावर तिचा चेहरा अधाशासारखा घुटमळतो आहे. हातात नळी आहे, कोकेन ओढण्यासाठी लागणारी. ती पूर्णपणे नग्नावस्थेत आहे आणि थरथरते आहे. ती कोकेन ओढतानाच्या आवाजाबरोबरच कोकेनचा डोंगर लहान लहान होताना दिसतो. ती रोझमेरी असल्याचं मी लगेच ओळखते.

''पुन्हा,'' एक आवाज अधिकारवाणीने बोलतो. हा जो व्हिडिओ क्लिपमध्ये समालोचन करतोय त्याचाच आवाज आहे.

रोझमेरी वर बघते. तिचे डोळे थोडे सैरभैर, अस्थिर दिसताहेत. पण तरीही मला त्यात भीती दिसते.

''मी अजून ओढत राहिले तर मरेन.'' ती म्हणते.

''खरंच की,'' तो माणूस उत्तरतो. ''पण तू जर कोकेन नाही ओढलंस तर मी तुझ्या गुडघ्यांवर गोळ्या झाडीन आणि तुझे स्तन कापून टाकीन. म्हणजे तशीही तू मरशीलच. पण मग हा मृत्यू खूप वेदनादायक असेल, नाही का?'' थोडा वेळ स्तब्धता. ''तर मग, ओढ पुन्हा.''

शरणागतीची एक भावना तिच्या चेहऱ्यावर तरळून जाते. ती कोकेनच्या डोंगरावर पुन्हा खाली झुकते आणि एक मोठा झुरका घेते. तो झुरका कधी संपणारच नाही असं दिसतंय. तिच्या हातातून नळी गळून पडते आणि मान मागे पडते. डोळ्यांची उघडझाप होते. केस तिच्या पाठीवर रुळतात. एक विकृत, निंदनीय कलाप्रकार असावा, तसं हे दिसतंय. मृत्यूचं आणि येणाऱ्या मृत्यूचं सौंदर्यशास्त्र.

''पाठीवर पड आता,'' तो माणूस म्हणतो. त्याचा आवाज मृदू आणि मनातला ताप शांत करणारा आहे. ''पाठीवर पड, माझ्या मुली.''

स्क्रीनवर हातमोजे घातलेला एक हात दिसतो. तो तिचं कुडकुडणारं, थरथरणारं शरीर बिछान्यावर मागे ढकलतो. ती हसतेय. खालचा ओठ चावतेय. तिच्या भुवयांमध्ये घामाचे बारीक थेंब जमा झालेत. अतिशय रोमांचक आणि आनंदाच्या अवस्थेत असणाऱ्या महिलेचं चित्र असावं, तशी ती दिसतेय. ती दोन्ही मांड्या जुळवून घेतेय आणि मांड्यांचा वरचा भाग वारंवार पकडतेय. जणू संभोग करताना समाधानाची स्थिती इतक्या लवकर येऊ नये म्हणून प्रयत्न करतेय, असं वाटावं.

''डिल्लनविषयी सांग, रोझमेरी.''

तिचं मांड्या पकडणं थांबतं आणि ती एकाग्र होण्याचा प्रयत्न करते. तिच्या कपाळावर आठ्या पडतात आणि ती थरथरते. तिला आता घाम यायला लागलाय.

''तू-तू... तुला कसं ठाऊक? क... कसं? मी... मी तर फक्त थो.. थोड्या...

थोड्याच लोकांना सांगितलंय.''

''मला माहितेय रोझमेरी,'' तो तिला मधेच अडवतो. ''तू आता मरते आहेस. जा आता परमेश्वराला जाऊन भेट आणि त्या वेळी तुझ्या ओठांवर सत्य असू दे. सांग आम्हाला डिल्लनविषयी. तो तुझा भाऊ होता. हो ना?''

''ह... हो. भाऊ. देखणा भाऊ.''

''किती वर्षांचा होता डिल्लन?''

तिला एकदम झटका येतो आणि ती डोळे मिटते.

''तेरा,'' ती सापासारखा फुत्कार टाकत उत्तर देते.

''आणि तू किती वर्षांची होतीस?''

''पंध... पंधरा... धरा.'' ती अडखळत म्हणते.

''सांग आम्हाला रोझमेरी. सांग आम्हाला, सांग त्यांना, सांग परमेश्वराला, काय केलंस तू देखण्या डिल्लनला?''

बराच वेळ स्तब्धता. आता ती थरथरते आहे. तिचा श्वासोच्छ्वास जोरात आणि वरवर व्हायला लागलाय.

तिच्याकडे फार वेळ नाहीये असं मला वाटतंय.

''एक दिवस मी त्याच्या बिछान्यात गेले आणि त्याचं लिंग चोखलं.'' ती कसबसं बोलते. ''मी लिंग चोखत होते आणि त्याने नाइलाजाने मला तसं करू दिलं. मग मी त्याचं लिंग परत ताठ केलं आणि त्याच्याशी संभोग केला.''

''आणि दुसऱ्या दिवशी काय झालं रोझमेरी?''

शांतता, झटके, घाम.

''काय झालं दुसऱ्या दिवशी?''

ती तिचं डोकं हलवते. मागेपुढे, मागेपुढे.

''नाही, नाही, नाही, नाही, नाही.''

''परमेश्वर म्हणजे प्रेम आहे, रोझमेरी.''

हे शब्द उच्चारल्याबरोबर तिच्यात अकस्मात बदल होतो. मला कळतच नाही, असं कसं होत असतं ते. ती रडायला सुरुवात करते.

''त्याने स्वत:चा जीव घेतला. तो बाथरूममध्ये गेला आणि त्याने स्वत:ची मनगटं कापून घेतली. त्याने मागे कोणतीही चिठ्ठी ठेवली नाही. त्याला माहीत होतं, त्याच्या आत्महत्येचं कारण मला माहीत आहे. कोणालाच ते कारण कळलं नाही. आईला माहीत झालं नाही. वडिलांना कळालं नाही. पण मला ठाऊक होतं; मला ठाऊक होतं; मला ठाऊक होतं. माझ्यातला वखवखलेला पापी जागा झाला आणि त्याने छान डिल्लनचा बळी घेतला. त्या पाप्याने त्याच्या इच्छेविरुद्ध त्याला वाईट गोष्टी करायला लावल्या. त्या पाप्यानं त्याला जिवंत खाल्लं. माझ्यातल्या

त्या वखवखणाऱ्या पापी राक्षसाने त्याला ठार मारलं.''

तिच्या आवाजातली वेदना ऐकून माझं मन हेलावतं. आपल्यातल्या एखाद्या गोष्टीचा काही लोक तिरस्कार करीत असतात. त्या गोष्टीला एखादं नाव देण्याची कल्पना वेगळीच. जसं आता रोझमेरीने नाव ठेवलंय – वखवखणारा पापी.

''शाबास रोझमेरी.'' तो माणूस म्हणतो. त्याच्या आवाजातल्या जिव्हाळ्याची खोली आणि तीव्रता मला जाणवते आणि मी आश्चर्यचकितच होते. तो वास्तविक तिची काळजी घेतोय. ''मी आता तुला शांतता देणार आहे. मी आता तुला घरी पाठवणार आहे, परमेश्वराकडे. आवडेल तुला?''

ती देवाची प्रार्थना म्हणायला सुरुवात करते.

''आमचा पिता, जो स्वर्गात आहे.''

एक धारदार टोक असलेली, लांब, धातूची सळई स्क्रीनवर दिसू लागते.

''तुझ्या नावाभोवती वलय असू दे.'' तो उत्तरतो.

ते दृश्य संपतं आणि पुन्हा तो माणूस पडद्यावर दिसू लागतो. टेबलापाशी बसलेला. पुढे काय आहे ते मला माहितीय. त्याने तिच्या शरीराच्या बाजूवर वार केला आणि एक कोन करून त्या सळईचं टोक काळजात घुसवलं. त्यानं आपलं आश्वासन पूर्ण केलं. तिला तातडीने मृत्यू देण्याचं आश्वासन.

''पुन्हा बघितलंत ना तुम्ही? एक उघड केलेलं गुपित दुसऱ्या गुपिताला लपवतो, जे उघड झालेलं नाहीये. सत्य हा काही प्रयासाचा प्रवास नाहीये. ते एकदम अवतीर्ण होतं.''

प्रथमच त्याची देहबोली बदलते. तो आपल्या हातातली जपमाळ टेबलवर एका बाजूला ठेवतो आणि हातांचे तळवे समोर टेबलच्या पृष्ठभागावर ठेवतो.

''मी माझं आयुष्य हा क्षण येण्यासाठी वेचलं. या क्षणाची तयारी करण्यासाठी वेचलं. हे उघड करून दाखवण्यासाठी मी आयुष्य खर्च केलं. मी हे माझ्यासाठी नाही केलं. मला ठार करणं आवडतं म्हणूनही मी हे नाही केलं.

''खरंय.'' कॅली उपरोधिक स्वरात म्हणते.

''एक परिपूर्ण, हवाबंद, ज्याला आव्हान दिलं जाऊ शकणार नाही किंवा नाकारलं जाऊ शकणार नाही, असं सत्य उभं करण्यासाठी मी हा वेळ खर्च केला. कारण एकदम मूलभूत सत्य हे आहे – खोटेपणात जगा. पापांमध्ये जगाल, तर तुम्ही स्वर्गातल्या फळांपासून वंचित राहाल. सत्याबरोबर जगा. तुमची पापं कबूल करा, काहीच दडवून ठेवू नका आणि मग जेव्हा तुमचा अंत होईल, तेव्हा तुम्ही परमेश्वराच्या उजव्या हाताशी बसलेले असाल. हे इतकं सोपं आहे. त्यासाठी कोणतीही चर्चा, वाद आवश्यक नाही. कोणतेही तर्कवितर्क आवश्यक नाहीत. त्यासाठी आवश्यक काय असतं, तर ती म्हणजे पूर्णतेच्या पातळीवर शस्त्रक्रिया.

"आपण आपल्या छोट्या पापांच्या प्रेमात पडलेलो असतो. ती गुपितं आपण आपल्याजवळ बाळगून बसलेलो असतो. काही वेळेस तर आपल्याजवळ केवळ ती गुपितं असतात, ज्यांना खऱ्या अर्थानं आपण आपलं म्हणू शकतो. मी समजतोय हे. मला ठाऊक आहे, आयुष्य कठीण असू शकतं. एखादी आई तीन-तीन नोकऱ्या करते आहे; चार-चार मुलांना वाढवते आहे, ती स्वत:हून एखादा तास चोरते आणि दुसऱ्याच एका लग्न झालेल्या माणसाबरोबर लफडं करते. ते क्षण तिच्या आयुष्यात परत प्राण ओततात, परत तिला उत्साहित करतात. तिला चोरलेल्या, क्षणिक स्वातंत्र्याची चव चाखायला मिळते. ज्याविना ती कदाचित मरून जाईल, असं तिला वाटतं. काही वेळा पाप वाळवंटातल्या पाण्यासारखं असू शकतं.

"शाश्वत सत्य हे आहे – ती या नोकऱ्या करू शकते, मुलांना चांगलं वाढवू शकते आणि अशा रितीने आयुष्य जगू शकते, की ती एक चूक सोडली, तर त्यात बाकी काही चुका नाहीयेत. पण ती जर त्या पापाची पूर्ण आणि नि:संदिग्धपणे कबुली देणार नसेल, तर तिचं स्वर्गात आगमन होणार नाही.

"तर विचारा स्वत:लाच – ते चोरलेले क्षण अनंत काळाच्या बरोबरीचे आहेत काय? ते क्षण महत्त्वाचे की पुढचा अनंत काळ महत्त्वाचा? या क्षणिक मोहामुळे अनंत काळ नासवायचा का?

"लोकांना ठार मारता मारता मी आत्तापर्यंत दोन दशकं खर्च केली आहेत. ते काही केवळ मजेखातर नव्हे. मी ते यासाठी केलं की मला आज इथे येता यावं आणि मी जे काही बघितलं त्यातील सत्य तुम्हाला सांगता यावं. मी ज्यांना बळी दिलं, त्यांची निवड अतिशय काळजीपूर्वक केली, हे तुम्ही बघालच. त्या प्रत्येकाकडे एक गुपित दडवलेलं होतं, एक काळोख त्यांचं काळीज व्यापून बसला होता. प्रत्येकाकडे एक अशी गोष्ट होती, जी ते उघड करू शकत नव्हते. आता ते सर्व ईश्वराच्या उजव्या हाताशी बसलेले आहेत आणि स्वर्गातल्या आश्चर्यांची मजा लुटताहेत. सरतेशेवटी त्यांनी आपलं आयुष्य दिलं, ते तुम्ही या सत्याला जाणून घेऊ शकाल म्हणून. त्यांनी जरी स्वेच्छेने हौतात्म्य पत्करलेलं नसलं, तरीही शेवटी ते हुतात्माच ठरतात.

"मी काही प्रेषित नाही. आत्तापर्यंत केवळ एकच प्रेषित झाला आहे – येशू ख्रिस्त, परमेश्वराचा मुलगा. परंतु मी नम्रपणे, विनयाने सांगू इच्छितो की मी आधुनिक युगाचा प्रणेता आहे. आपण अशा काळात जगतो आहोत, जो पापांमध्ये भिजलेला आहे. परमेश्वरहीनता तर या काळातली अध्याहृत गोष्ट बनली आहे. जर तुम्ही हे बघत असाल, मी काय म्हणतो ते ऐकत असाल तर, जागं होण्याची हीच वेळ आहे. या जगात चांगलं आहे आणि वाईटही. इथे परमेश्वरदेखील आहे. इथे स्वर्ग आहे आणि नरकही. जो पूर्ण सत्याकडे जाण्याचा रस्ता आहे, तोच स्वर्गाकडे

जाण्याचा रस्ता आहे. जो खोटेपणाचा रस्ता आहे, गुपितं दडवून ठेवणारा रस्ता आहे, गुपितं उघड न करण्याचा, त्यांना आपल्या उराशी घट्ट धरून ठेवणारा रस्ता आहे, तोच रस्ता नरकाकडे जाणार आहे. आपण कोणता रस्ता घेणार आहात?

"जर तुम्ही स्वर्गाकडे जाणारा रस्ता निवडला, तर मग माझे हे उरलेले चित्रपट तुम्ही बघा, माझं ऐका. कदाचित इतर लोक आपली पापं उघड करताना तुम्ही बघाल, तेव्हा तुमची स्वत:चीच पापं उघड होताहेत, असं तुमच्या लक्षात येईल. कदाचित तुम्हाला ते महान आणि साधं-सरळ सत्य समजून येईल. तुम्ही कितीही वाईट गोष्ट केलेली असो, परमेश्वर तरीही तुम्हाला क्षमा करतो, हे ते सत्य. तुम्ही फक्त त्याला विचारायला हवं.

"वीस वर्षांपूर्वी माझ्या लक्षात आलं की हे सत्य जगाला सांगण्यासाठीच परमेश्वराने मला आज्ञा केली होती. पाप सर्वकालव्यापी आहे. कोणत्याही वेळी ते असतंच. आपण जन्मतो, त्या क्षणापासून पाप करत असतो. पण तुम्ही जर हे बघत असाल, तर हे समजून घ्या – तुम्ही स्वत:ला सगळं कबूल केलं, तुमच्याजवळ काहीही दडवून ठेवलं नाही, तर तुम्हाला वाचवलं जाऊ शकतं.

"काही लोक विचारतील, मी केलेल्या खुनांचं मी कसं समर्थन करू शकतो का? माझं त्यावरचं उत्तर सोपंय. मी म्हणतो, या व्हिडिओवर जे घडल्याचं दाखवलंय, ते खून नाहीत. ते त्याग आहेत. त्यांनी त्यांच्या पापांची कबुली माझ्याजवळ दिली. ते पश्चात्ताप करीत होते. आणि अशा प्रकारे त्या सर्वांना स्वर्गात प्रवेश मिळाला असणार. वस्तुस्थितीचा विचार करा – मी आत्ता जे म्हणतोय ते इतिहासकाळात बरेच जण म्हणून गेले आहेत. तरीही लोक ऐकत नाहीत. ते आपली गुपितं जवळ पकडून ठेवतात. ते केवळ शब्द ऐकतात, पण त्या शब्दांचा त्यांच्या काळजाला स्पर्श होत नाही.

"असं दिसतंय, की केवळ शब्द पुरेसे नाहीयेत. दुसरे लोक रडताहेत, जखमी होताहेत आणि मरताहेत हे माणसाने बघणं गरजेचं झालंय, असं दिसतंय. आपण एकटे नाहीत. आपल्यापेक्षाही भयानक पापं इतरांनीही केली आहेत, हे समजण्यासाठी माणसाने इतर लोक आपली काळी गुपितं उघड करताना ऐकणं गरजेचं आहे. मी ज्यांना बळी दिलं, त्यांना परमेश्वराच्या हवाली केलं, ते यासाठी की आता तरी हे प्राथमिक सत्य ऐकून घ्या, त्याकडे लक्ष द्या, ते जाणून घ्या. ते सत्य म्हणजे – परमेश्वराशी प्रामाणिक राहा आणि अनंतकालपर्यंतची, शाश्वत मुक्ती मिळवा. एखादी छोटी, साधी चूक, छोटं पाप, लहान गुपित दडवून ठेवा आणि कायमस्वरूपी नरकाच्या आगीत जळत राहा."

हे शेवटचे शब्द धबधब्यासारखं कोसळतात, जणू गडगडाट झाल्यासारखे! त्यात अतीव उत्कटता! हेच ते, मी विचार करते, हेच ते कारण, ज्यामुळे तो हे

सारं करतोय. म्हणजे त्याला तरी तसं वाटतंय.

परमेश्वरासमोर तो सत्यासाठी एक पार्श्वभूमी तयार करतोय. त्याचं म्हणणं सिद्ध करण्यासाठी इतरांचे मृत्यू आवश्यक होते. जे लोक ते पाहतील आणि तो शिकवतोय ते शिकतील, त्यांच्या संभाव्य मुक्तीसाठी इतरांचे खून त्याच्या मते समर्थनीय होते. याप्रकारे त्याला अपराधी वाटण्याची आवश्यकता नव्हती. त्यांनी आपल्या पापांची कबुली दिली होती. बरोबर? म्हणजे त्याचा अर्थ असा, की तो त्यांना अधिक चांगल्या ठिकाणी पाठवत होता. च्यामारी! म्हणजे तो ज्यांचे खून करायचा, त्यांच्यावर वस्तुत: उपकारच करायचा म्हणा की.

डोंबल त्याचं तत्त्वज्ञान! मग ॲम्ब्रोसचं काय? त्याच्या खुनाचं काय समर्थन केलं होतं त्यानं?

मानसिक विकृतीने पछाडलेली ही माणसं कितीही चलाख असली, तरी त्यांच्या विचारांत, कृतींत कुठेतरी काळे डाग दडलेलेच असतात. तो कमीपणा लक्षात मात्र यायला हवा. त्यांच्या प्रामाण्यवादाची पद्धत वरवर कितीही तर्कसुसंगत वाटली, तरी त्यांचा मूळ हेतू ती लपवू शकत नाही. त्यांना दुसऱ्यांचा त्रास आणि दुसऱ्यांचा मृत्यू आनंद देत असतात.

तो पुन्हा जपमाळ हातात घेतो आणि मणी ओढायला लागतो.

"मी जे तत्त्वज्ञान अंगिकारलेलं आहे, त्याचं शेवटचं उदाहरण म्हणून आता मी स्वत:लाच सादर करतोय. कायद्याची अंमलबजावणी करणारे जे लोक हे पाहतील, त्यांना माझं सांगणं आहे की, मला शोधून काढण्यासाठी तुम्हाला जे काही माहीत असणं गरजेचं आहे, ते सर्व या आणि बाकीच्या टेपमध्ये आहे. सर्व काही! तुमचं मन मात्र स्वच्छ हवं. तरच तुम्हाला ती माहिती मिळू शकेल. सत्य बघण्याची क्षमता तुमच्यात असायला हवी. मी जे काही शिकवतो आहे, ते तुम्ही अमलात आणा आणि तुमच्या लक्षात येईल, की मी अगदी तुमच्या समोर उभा आहे. मात्र तुम्ही जर तुमच्या खोटेपणाला कवटाळून बसलात, तुमच्या डोळ्यांसमोर पडदा धरून ठेवलात, तर मला शोधून काढण्यासाठी तुम्हाला तितकाच उशीर लागेल. पोलीस खात्यातले अधिकारी आणि एजंटांना या प्रकरणात वेळ सर्वांत महत्त्वाचा घटक आहे. इथे वेळ हेच आयुष्य आहे.

"माझं काम अजून संपलेलं नाहीये. माझ्या यादीत अनेकांची नावं आहेत. ते प्रथम माझ्याकडे आणले जातील व नंतर परमेश्वराच्या उजव्या हाताशी बसवले जातील, यासाठीची सर्व व्यवस्था मी करून ठेवली आहे. पुढील दोन दिवसांत मी पुन्हा एक खून करणार आहे; आणि या वेळी खून एका लहान मुलाचा होणार आहे."

"अरे बापरे!" ॲलन नि:श्वास सोडत म्हणतो.

पडद्यावर पुन्हा काही गोठवलेले क्षण! जग फिरायचं थांबतं. सिकाडा किडे

माझ्या धमन्यांमधून ओरडत पुन्हा पळू लागतात. मला पूर्ण खात्री आहे, की तो खरंच बोलतोय आणि त्याने जे सांगितलंय ते तो करणार, यात तर अजिबातच संशय नाही.

"आत्तासाठी एवढं पुरे. मला कळतंय, की सध्याच्या दिवसांमध्ये मला कुठलं तरी टोपणनाव देण्यात येईल. पण कोणीतरी हुशार प्रतिभावंतानं मला काही टोपणनाव दिलं, तर मी ज्या हेतूनं काही संदेश देतोय, त्यावरून लोकांचं लक्ष उडू शकेल. विषयांतर होईल. त्यापेक्षा आपण माझं टोपणनाव अतिशय साधं सुटसुटीत ठेवू या. तुम्ही मला प्रीचर म्हणू शकता. प्रीचर – लोकांना उपदेश करणारा."

पडदा पुन्हा काळा.

प्रत्येक जण गप्प बसलेला.

"प्रीचर." अखेर कॅली शांतताभंग करते. तिच्या बोलण्यात राग आणि तिरस्कार आहे. "केवढा मोठ्ठा अहंभाव आहे!"

"यात रोझमेरी म्हणाली, की मी सांगितलं ते फक्त माझ्या... माझ्या काय?" मी विचारते.

"चर्च?" ॲलन अंदाज व्यक्त करतो.

मी शंकेनं कपाळावर आठ्या घालते. "नाही, या अंदाजात विशेष तथ्य नाही. तू तिचा चेहरा बघितलास का? शून्य ओळख दिसत होती तिच्या चेहऱ्यावर. ती या मारेकऱ्याला ओळखत नव्हती. ते चर्चदेखील तसं छोटं आहे आणि त्यातले भाविकही थोडेच. परस्परांना चांगलं ओळखणारा समूह आहे तो."

"म्हणजे फादर येट्स सुटले. त्यांच्यावर शंका घेण्याचं काही कारण नाही." ॲलन म्हणतो. "पण मग एखादा सपोर्ट ग्रुप असेल तर? पीडितांना साहाय्य करण्यासाठी अशा अनेक संस्था असतात. त्यापैकी एखादी संस्था! त्यातल्या लोकांना तर रोझमेरीनं काही सांगितलं नसेल ना?"

"म्हणजे, लोकांना व्यसनमुक्त करण्यासाठी त्यांना मदत करणाऱ्या संस्था असतात, त्याविषयी बोलतो आहेस ना तू?"

"हो," त्याठिकाणी खूप लोक असतात. अशा समूहातल्या एखाद्याला ओळखणं जरा अवघड असतं."

"असू शकेल. एक शक्यता गृहीत धरायला हरकत नाही."

"घातक विचार आहे." ॲलन सुस्कारा सोडतो. "म्हणजे मला आता त्या सगळ्या लोकांना भेटावं लागणार तर. पूर्वीप्रमाणेच. फार त्रास होतो त्याचा. ते लोक कोणाविषयी माहिती देत नाहीत. व्यसनाधीन लोकांची, सभासदांची नावं गुप्त ठेवायची असतात त्यांना. फार कटकटीचं काम असतं ते."

"तरीही आपण ते लक्षात ठेवू या. बाकीच्या क्लिप्सचं काय?"

"मी या अगोदरच्या क्लिप्स बघितलेल्या नाहीत." तो म्हणतो. "पण असं दिसतंय, की तो आपल्या शब्दाला जागणारा आहे. या पानावर आणखी सहा-एक क्लिप्स आहेत आणि मग..." तो पुढच्या पानावर क्लिक् करतो आणि अंगठ्यांच्या आकाराच्या दुसऱ्या फोटोंची रांग त्या पानावर अवतरते. "जर तू काळजीपूर्वक बघितलंस तर लक्षात येईल की, प्रत्येक क्लिपच्या माहितीत लेखकाचं नावही असतं. इथे त्याच्या सर्व क्लिप्समध्ये त्याचंच नाव आहे."

मी पुढे झुकते आणि खरंच की, मी वाचू शकते. *लेखक – प्रीचर* असं प्रत्येक फोटोखाली लिहिलंय. मी प्रत्येक फोटोच तपासते. प्रत्येक फोटो वेगवेगळ्या प्रतिमांचा आहे. काही फोटोत केवळ काळा स्क्रीन आहे. काही ठिकाणी केवळ पांढरी अक्षरं आहेत. आता ही अक्षरं ओळखीची झाली आहेत. प्रत्येक क्लिपच्या सुरुवातीला याच अक्षरातला मजकूर असतो. काही फोटोंमध्ये स्त्रिया आहेत, तरुण आणि म्हाताऱ्या. काही स्त्रिया मेलेल्या आहेत असं दिसतंय. काही खूप भेदरलेल्या. काही स्त्रियांची तोंडं बोळे घालून बंद करण्यात आलेली आहेत. ओळखता येऊ शकेल असं कोणीही त्यात नाहीये.

"किती फोटो असतात एका पानावर?" मी विचारते.

"पाचच्या दहा रांगा." ॲलन उत्तरतो.

"आणि ही किती पानं?" उत्तर काय असेल, याची कल्पना करूनच माझ्या अंगावर शहारे येतात.

"जवळजवळ तीन."

"म्हणजे प्रत्येक फोटोत एका बळीची कथा असेल तर," कॅली गणित करू लागते. "त्याने लिसा आणि रोझमेरीच्या शरीरात क्रॉस खुपसले. त्यावर जे क्रमांक होते ते बळींची संख्या दर्शवतात. अखेर आपली ती भीती खरी ठरतेय.

"आणखी एक प्रॉब्लेम आहे." ॲलन म्हणतो. तो पुन्हा या क्लिप्सच्या मुखपृष्ठावर येतो. या संकेत स्थळाच्या धार्मिक विभागाचं मुखपृष्ठ असतं ते. "एखादी क्लिप खूप लोकांनी पाहिली, तर लोकप्रियतेच्या आधारे ती मुखपृष्ठावर येते."

"वा! छान!!" मी पुटपुटते. "आणि मग मी असं गृहीत धरते, की ते सर्व विभागातल्या क्लिप्सची सर्वसाधारण लोकप्रियतादेखील विचारात घेत असतील. त्यांचीही एखादी सूची त्यांनी बनवली असणार. बरोबर?"

तो होकारार्थी मान हलवतो. "जर या क्लिप्स खूप वेळा बघितल्या गेल्या तर त्या केवळ धार्मिक विभागाच्या पहिल्या पानावरच नाही, तर या संकेतस्थळाच्याच पहिल्या पानावर झळकतील."

"कोणीतरी रिड या नावाचा संबंध लवकरच जोडेल." जेम्सचं निरीक्षण.

''शिवाय त्याने दिलेली धमकी वेगळीच. तो आता लहान मुलाला मारणार आहे म्हणे. ही आता एक मोठी बातमी होणार.''

माझ्या पोटात चिंतेमुळे खड्डा पडलेलाच होता. आता त्याची मोठी दरी झालीय.

''हे आता एक मोठं वादळ तयार होणार आहे.'' मी म्हणते. ''या वादळाने आपला पाठलाग करण्याऐवजी आपणच प्रयत्न करून या वादळाच्या पुढे राहायला हवं.'' मी ऑफिसमधेच फेऱ्या मारायला लागते. माझ्या विचारांची सुसूत्रपणे जुळवाजुळव करण्यासाठी मोठ्याने बोलू लागते. ''प्रसारमाध्यमांत ही बातमी आता धडकणार आणि मग सर्व ठिकाणांहून आपल्याला वेगवेगळ्या बळींबाबत विचारणा होणार. त्याने आत्तापर्यंत स्वत:ला लपवून ठेवलंय, याचा अर्थ बहुधा त्या बळींची 'बेपत्ता' म्हणून नोंद झालेली असणार आणि या सर्व केसेस सुटलेल्या नसणार. म्हणजे अशी सर्व कुटुंबं खात्री करून घेण्यासाठी आपल्याला विचारणार; आरडाओरड करणार.''

''अरे बापरे,'' कॅली म्हणते. मी काय म्हणतेय त्यातला खरा अर्थ कळल्यावर त्यातलं गांभीर्य तिच्या लक्षात येतं. ''बळी गेलेले सर्व जण आता फोटोफ्रेममधून रांगत बाहेर यायला लागतील.''

''ते आणि अनेक उत्साही वेडे वीर.'' ॲलनचं निरीक्षण.

खून प्रकरणांची खूप चर्चा झाली, विशेषत: जर त्यांना खूप प्रसिद्धी मिळाली, तर अनेक वेड्या लोकांमध्येही उत्साह संचारतो. भुकेलेल्या कुत्र्यापुढे मांसाचा तुकडा फेकला, तर तो जशी त्यावर झडप घालतो, तशी अवस्था होते या लोकांची. मग हे लोक आपल्या गुन्ह्यांची कबुली देण्यासाठी रांगा लावतात. गुन्ह्यात जितकी विचित्रता जास्त, तेवढी रांगेची लांबी जास्त. मी माझं कपाळ चोळते. अजूनही मी फेऱ्या मारतेय.

''आपल्याला या क्लिप्स मागे घेणं गरजेचं आहे.'' मी म्हणते.

''बरोबर आहे.'' कॅली म्हणते.

''थांबा जरा,'' जेम्स म्हणतो आणि संकेतस्थळांची नावं एकामागोमाग टाईप करायला लागतो. प्रत्येक नाव वेगळ्या ब्राऊजर विंडोत. काही वेळाने तो मागे रेलतो आणि निराशेनं डोकं हलवतो. ''वाटलंच होतं मला.''

''काय ते?'' मी विचारते.

''इथे महत्त्वाचा शब्द आहे 'व्हायरल'!'' तो उत्तरतो. ''युजर ट्यूब हे फार लोकप्रिय संकेतस्थळ आहे व्हिडिओ क्लिप्सची देवाणघेवाण करण्यासाठी. पण ते असं एकमेव संकेतस्थळ नाहीये. मी अशा आणखी दहा संकेतस्थळांची नावं यूआरएलमध्ये टाकली. तू स्वत: बघ.''

आम्ही सर्व पुढे झुकून बघतो. तो एकामागोमाग वेगवेगळ्या विंडोज उघडतो.

प्रत्येक विंडोत व्हिडिओ क्लिप्सच्या अंगठ्याएवढ्या फोटोंची रांगच रांग बघायला मिळते.

"हे काय आहे?" मी विचारते.

तो डोकं हलवतो. "प्रीचरच्या क्लिप्स. त्या प्रेक्षकांनी दुसऱ्या अशाच संकेतस्थळांवर जगभर परत पाठवल्या आहेत." तो खांदे झटकतो. "मालमसाला पुरवण्याचं वेड संकेतस्थळांवर फार चटकन पसरतं."

ॲलन दोन्ही हातांनी आपला चेहरा चोळतो. "च्याऽऽऽयला!"

"मग काय?" मी विचारते. "तुला असं म्हणायचंय, की जरी आपण या क्लिप्स युजर ट्यूबवरून काढून घेतल्या, तरी काही फरक पडणार नाही. बरोबर?"

"नाही तसं नाही. युजर ट्युब हे इंटरनेटवरचं सर्वांत लोकप्रिय संकेतस्थळ आहे. तिथून या क्लिप्स काढून घेतल्या तर लगेचच फरक पडेल. पण त्या जगभर पसरणं आपण थांबवू शकत नाही. त्यांचं पाहण्याचं प्रमाण जरा कमी होईल, इतकंच."

"ते कसं?" ॲलन विचारतो.

जेम्स खांदे उडवतो. "या क्लिप्स आता सर्वदूर पोहोचल्या आहेत. अगदी लोकांच्या हार्ड ड्राईव्हपर्यंत गेल्या आहेत. आता त्यांच्या सीडी बनतील. डीव्हीडी बनतील. लोक त्यांचे ई-मेल एकमेकांना पाठवतील. इंटरनेटच्या वेगवेगळ्या व्यासपीठांवर त्यांची जोरदार चर्चा होईल. व्हिडिओंची देवाणघेवाण करणारी संकेतस्थळं टनांच्या संख्येने आहेत. त्यातले बरेच अमेरिकेच्या बाहेरचे आहेत. आपण जरी त्यांना या क्लिप्स काढून टाकायला सांगितल्या, तरी ते थोडी ऐकणारेत? अगदी अमेरिकेतली संकेतस्थळंदेखील आपल्या आदेशाला विरोध करतील. कोर्टाच्या आदेशाशिवाय काहीही करायला नकार देतील. मग युजर ट्युबचीदेखील एक पद्धत आहे. यातलं सर्व काही नेट वापरणाऱ्यांनी पाठवलेलं असतं. आपण एखादी क्लिप काढली की कोणीतरी ती परत पाठवेल. अभिव्यक्ती स्वातंत्र्याचा कायदाच आहे तसा. म्हणजे प्रीचरसाठी हे अगदी योग्य माध्यम आहे."

वैफल्याने ॲलन आपले दोन्ही हात झटकतो. "मग आपण करायचं तरी काय?"

"या क्लिप्स मागे घ्या. कॉम्प्युटर गुन्ह्यांच्या आपल्या शाखेला युजर ट्यूबशी संपर्क साधायला आपण सांगू. आणि प्रीचर भविष्यात नव्या क्लिप्स पोस्ट करण्याचा प्रयत्न करेल, तर त्यावर लक्ष ठेवायला सांगू. नव्या क्लिप्स ते अडवतील आणि आपल्याला सांगतील. दुसऱ्या व्हिडिओ क्लिप्स दाखवणाऱ्या संकेतस्थळांशीही कॉम्प्युटर गुन्हे शाखा संपर्क साधेल. जे आपल्याला सहकार्य करतील ते या क्लिप्स दाखवणार नाहीत. मग त्या पलीकडे..." तो डोकं हलवतो. "एक मुख्य गोष्ट तुम्ही समजून घ्यायला आणि स्वीकारायला हवी, की या क्लिप्स आता बाहेर

पडल्या आहेत. जहाज पुढे निघालंय. अनेक कुटुंबं त्या बघणार आहेत आणि त्याबद्दल आपण काहीच करू शकणार नाही.''

मी त्याच्याकडे टक लावून बघते काही क्षण. मग डोळे मिचकावते. ''मला एडीशी बोलायला हवं.'' मी म्हणते. ''आपल्याला आणखी माणसं लागणार आहेत.''

जेम्स सहमती दाखवत मान डोलावतो, ''एक कृतिदल.''

''हो.''

ॲलन तक्रारीच्या सुरात गुरगुरतो. ''फार छान! ही नवीन पोरं. धड चालताही येत नाही, पडतात धडाधड आणि आता माझ्या टेबलावर बसणार.''

''त्यांचा आपण प्रामुख्याने वापर करणार आहोत ते फोन घेण्यासाठी आणि मिळालेल्या माहितीची सांगड घालण्यासाठी. काही सुगावा मिळाला तर पुढचा तपास आणि गुन्ह्याच्या मुख्य तपासाचं काम आपल्याकडेच राहील.''

''अच्छा, म्हणजे त्यांनी हमाली करायची आणि आपण हारतुरे घ्यायचे.'' कॅली माझ्या योजनेशी सहमत. ''मला आवडलीय कल्पना.''

''एक काम पहिल्यांदा,'' मी त्यांना सांगते. ''आपल्याला या साऱ्या क्लिप्स बघायला हव्या. त्याने आपल्याला डेक्स्टर आणि रोझमेरीची नावं सांगितली. कदाचित असंच त्याने इतर क्लिप्समध्येदेखील त्याच्या बळींची नावं घेतली असतील. आपण एक यादी बनवायला हवी आणि मग गुन्ह्याची जी संपूर्ण देशातली माहिती आहे, ती तपासायला हवी.''

''गुन्ह्यांच्या जागा महत्त्वाच्या आहेत. त्यात कुठे सारखेपणा दिसतो का ते बघायला हवं.'' जेम्सची सूचना. ''आशा आहे, की याबाबतीत तो आपल्या हाती काही सुगावे लागू देईल. त्यामुळे आपण कोण आणि कुठे बळी दिलं गेलंय ते निश्चित करू शकू आणि छोट्यात छोट्या भौगोलिक क्षेत्रात आपला तपास मर्यादित करू शकू.'' तो माझ्याकडे बघतो. ''आपण शेवटी या बळींची यादी स्थानिक पोलिसांकडे पाठविणार आहोत. त्यामुळेदेखील आपल्याला मदत होणार आहे.''

''चांगली योजना आहे. क्लिप्स वाटून घ्या आणि आपल्या वाटेच्या क्लिप्स लवकरात लवकर बघा. एकदा माझं एडी जोन्स आणि रोझॅरिओ रिड यांच्याशी बोलणं झालं, की मी क्लिप्सचा शेवटचा सेट घेते आणि बघायला सुरुवात करते.''

ॲलन सहानुभूती दाखवल्यासारखं हसतो. ''तुला काय वाटतं, त्यांना माहीत असेल? म्हणजे त्यांच्या मुलाने जेकबला काय केलं, याबद्दल?''

मला खूप थकवा जाणवतोय; माझा चोळामोळा झालाय आणि माझं सगळं काम, मेंदू, विचार विस्कळीत झाले आहेत. आणि त्याच वेळी माझ्या अंगात विजेप्रमाणे उत्साहदेखील संचारलाय.

''नाही. चला, आता कामाला लागू या.''

२४

"परमेश्वरा!" एडी जोन्स देवाला आळवतात आणि गप्प बसतात. मी थांबून राहते. काही बोलत नाही. "हे आता सगळीकडे पसरेल." ते म्हणतात.

"यापूर्वीच ते पसरलंय सर."

मी त्यांना सेलफोनवर फोन केला होता. त्यांचा सेलफोन सतत चालू असतो.

"तो कोणत्या मुलाला ठार मारणार आहे, धमकी दिल्याप्रमाणे? काही थोडीफार तरी कल्पना आहे आपल्याला?"

"नाही सर."

अजून शांतता.

"तू रोझेरिओशी बोललीस का?"

"अजून तरी नाही सर. मी अगोदर तुम्हाला फोन केला. पण मी त्यांना फोन करणारच आहे."

"त्यांना हे पचवणं फार कठीण जाणार आहे." ते सुस्कारा सोडतात. "मला वाटतंय, आता तुला कृतिदलाची गरज आहे?"

"आम्हाला आता अतिरिक्त मनुष्यबळ हवंय सर. एकदा हे इंटरनेटवरून बाहेर, मुख्य प्रवाहातल्या प्रसारमाध्यमांपर्यंत पोहोचलं, की अनेक कुटुंबांना संपर्कासाठी एका फोन नंबरची आवश्यकता भासेल. जर प्रसारमाध्यमांना त्यांचं काम करण्यापासून आपण थोपवू शकत नसलो – आणि आपण तसं करूही शकणार नाही – तर निदान आपल्या फायद्यासाठी तरी आपण त्यांचा वापर करून घेऊ या."

"मान्य आहे. असं काम अगोदर ज्याने केलंय, जो पटापट काम करू शकतो, असं कोणीतरी तुझ्या मदतीला द्यायला हवं."

"कोणी आहे असं?"

"एक एजंट आहे. आपल्याच जनसंपर्क विभागात काम करते. जेझबेल स्मिथ! अगोदर तिनं फोन बँक चालवली होती."

"जेझबेल? खरं की काय?"

"होय, मला ठाऊक आहे. या प्रकरणाचा धार्मिक बाबींशी संबंध आहे. ती गेली आठ वर्षं काम करतेय आणि ती स्वत: पुढाकार घेऊन काम करणारी आहे. तिला धक्का मारावा लागत नाही. २००७ मध्ये दहशतवाद्यांनी धुमाकूळ घातला होता. सर्वत्र भीतीचं वातावरण पसरलेलं होतं. त्या वेळी आम्ही तिला उपयोगात आणलं होतं. लोक वेड्यासारखं फोन करीत सुटले होते. शंभर मैलांवर त्यांना अल्-कायदा दिसल्याचा दावा ते करीत होते. पूर्ण मूर्खपणा आणि वेळेचा अपव्यय होता तो. पण अशा वेळीही तिनं उत्तम काम केलं. मिळालेल्या माहितीतून ती बरोबर आवश्यक तेवढीच घ्यायची. गहू कोणता आणि कोंडा कोणता, बरोबर कळतंय तिला."

"किमान ती नवखी तरी नाही. नाहीतर आपण फोन घेण्यासाठी ज्या एजंटांना ठेवतो ते साधारणपणे नवशिकेच असतात."

"खरंय तू म्हणतेस ते. आणखी तुला काय हवं?"

"मी संचालकांना फोन करायला हवाय का? तुमची काय इच्छा आहे?"

"हो. पण मी तुझ्यावर अशी सक्ती करणार नाही. मी स्वतंत्रपणे त्यांच्याशी बोलणारच आहे. आणि तुला नव्हे तर मला फोन करायला हवा, हे त्यांना कळेल अशी व्यवस्था मी करेन. प्रसार माध्यमांना हाताळण्यासाठी आपल्याला त्यांची मदत होणार आहे."

"आभारी आहे."

"स्मोकी, लवकर कामाला लाग. मी ऑफिसमध्ये आल्यावर एजंट जेझबेल स्मिथला गाठतो आणि तुझ्याकडे पाठवतो. एखादा तास दे मला. रोझॅरिओ रिड यांना फोन कर."

"हो सर." ते फोन ठेवतात आणि मी जरा दम घेण्यासाठी थांबते. मला रोझॅरिओंना फोन करण्याची इच्छा नाहीये. खरंच नाही. खुनात ठार झालेल्यांच्या मागे त्यांचे जे कुटुंबीय राहतात, त्यांना सतत, एका मागोमाग वाईट बातम्या देण्याचा मला तिरस्कार वाटतो.

"आवर स्वत:ला." मी स्वत:लाच सांगते. फोन करते. केवळ तीनदा रिंग वाजल्याबरोबर लगेचच त्या फोन उचलतात.

"स्मोकी?"

"हाय रोझॅरिओ!"

"वाईट बातमी आहे? खरंय ना?" कुठेही चाचपडणं नाही. सरळ, स्पष्टपणे

विषयालाच हात घालतात त्या. पण त्यामुळे माझं काम जरा सोपं होतंय. म्हणजे वाईट बातमीची त्यांना अपेक्षा आहे. ती ऐकण्याची त्यांनी तयारी केलीय. खूप सोपं नाहीये माझं काम. पण थोडं.

"खूपच वाईट."

पुन्हा कुठेही न अडखळता त्या बोलू लागतात. त्यांचा आवाज गंभीर आहे. "सांग तर खरं."

मग मी त्यांना सांगते. मी त्यांना प्रीचर, व्हिडिओ क्लिप्स, लिसाच्या डायरीतून त्याने चोरलेली पानं या सगळ्यांविषयी विस्ताराने सांगते. मी सांगत असताना आणि नंतरही त्या पूर्णपणे गप्प आहेत.

"मला आठवतोय जेकब लिट्लफिल्ड," त्या म्हणतात. "गोड मुलगा. आणि मला मार्क फिलीप्सदेखील आठवतोय. एक छोटा राक्षस, जो खूप अवाढव्य झाला. तो विशीत पोहोचला तेव्हाच जेलमध्ये गेला. बिचारा डेक्स्टर. माझा बिचारा, बिचारा मुलगा."

त्यांचा आवाज कातर होतो. मी प्रथमच त्यांचा तसा आवाज ऐकतेय. वियोग कधीतरी असा वार करतो. वियोगाच्या दु:खाला काळाचं बंधन नसतं. ते केव्हाही उफाळून वर येऊ शकतं. मला कल्पना आहे त्याची. जेव्हा त्यांच्या मुलाचा खून झाला तेव्हा त्या कोसळल्या नव्हत्या. पण आता त्या स्वत:ला सांभाळू शकल्या नाहीत. आता त्यांच्या मनात त्यांच्या अकरा वर्षांच्या मुलाचे आणि त्या शनिवारच्या सकाळचे विचार घोळत होते.

"हा राक्षस कोण आहे, हे माहीत होण्याच्या आपण जवळपास तरी पोहोचलो आहोत की नाही?" एका क्षणानंतर त्या विचारतात.

"हो. म्हणजे ढोबळ मानाने असं म्हणता येईल. त्याने ज्यांचे अगोदर बळी घेतलेत, त्यांच्या व्हिडिओ क्लिप्स त्याने पुरविल्या आहेतच. आपल्याकडे जितकी जास्त माहिती जमा होईल तितकं त्याला पकडणं कठीण होऊन जाईल."

"का केलं असेल त्याने हे? लिसाचं गुपित त्यानं साऱ्या जगाला का सांगितलं असेल? तिचा खून केला ते पुरेसं नव्हतं का?"

त्यांना ते समजावून घ्यायचंय आणि त्यासाठी मी त्यांना मदत करायचा प्रयत्न करतेय. त्याचा उपयोग होणार नाहीये हे मला माहीत आहे तरी. त्यामुळे त्यांना दिलासा मिळणार नाहीये, हे मला माहीत आहे तरी.

"रोझॅरिओ, याचा संबंध कायमच अधिकाराशी, सामर्थ्याशी असतो. आयुष्य, मृत्यू आणि त्यांच्या बाकीच्या सर्व घटकांवर मिळालेला अधिकार. त्याचा निश्चित हेतू काय आहे याचं निश्चित चित्र मी तुमच्यासमोर रेखाटू शकत नाही, अजून तरी नाही, पण थोडक्यात त्याचं उत्तर आहे – नाही. तिचा केवळ खून करणं पुरेसं

नव्हतं. एखाद्याचं अतिशय व्यक्तिगत, अतिशय खाजगी आणि खूप खोलवर लपवलेलं जे जे काही असेल, त्यावर आपलं नियंत्रण असल्याची जी भावना असते, ती त्याला हवी असते. त्याच्यासाठी ही भावना म्हणजेच सेक्स आहे. उत्तम सेक्स.

"आणि त्याचं सत्य आणि परमेश्वर यावरचं भाषण?" त्यांचा आवाज तिरस्काराने कापतो, थरथरतो.

" यावर त्याचा विश्वास आहे. मला याबाबत खात्री आहे; पण तो वेडा आहे. त्याचं मानसिक संतुलन बिघडलेलं आहे. म्हणून खऱ्या सत्याकडे त्याचा कानाडोळा होतो आहे."

"आणि ते काय आहे?"

"तो स्वत:ला सांगतो की एक विशिष्ट हेतू पुढे नेण्यासाठी तो लोकांच्या मृत्यूचा उपयोग करतो आणि असं करण्यात त्याला आनंद मिळतो. पण खरं सत्य हे आहे, या खूनसत्राचं किळसवाणं सूत्र हे आहे, की मृत्यू हा त्याचा एकमेव हेतू आहे."

एका क्षणासाठी त्या गप्प आहेत. "हे असं काही तुला कसं ठाऊक आहे?"

मी त्या प्रश्नावर विचार करते. असा प्रश्न ऐकण्याची माझी ही पहिलीच वेळ नाहीये.

"मला असं वाटतं, की त्यांना जे वाटतं ते मला जाणवतं."

आणखी शांतता.

"आणि आता त्याला काय वाटतंय? तो राक्षस, ज्याने माझ्या बाळाला मारलं?"

"आनंद," न अडखळता मी प्रत्युत्तर देते. "परमोच्च बिंदूवरचा आनंद."

जेव्हा त्या परत बोलू लागतात तेव्हा त्यांचा आवाज घोगरा आणि रखरखीत आहे. "त्याला वेदना व्हाव्यात, अशी माझी इच्छा आहे स्मोकी. त्याला आनंद वाटावा, ही नाही."

"मला कल्पना आहे. यात मी जास्तीत जास्त काय करू शकते, तर त्याला पकडू शकते."

"माझी चिंता करू नकोस किंवा हे गुपित बाहेर पडल्याने आमच्या कुटुंबावर काय परिणाम होईल याचीही चिंता करू नकोस. आम्ही या परिस्थितीचा सामना करू. तू हे... ही गोष्ट शोधण्यावर लक्ष केंद्रित कर. प्लीज."

"निश्चितच!"

मी ऑफिसमध्ये पुन्हा परत येते तेव्हा ॲलन माझ्यासमोर एक कागद धरतो.

"प्रत्येक केसमधल्या बळींची नावं तो आपल्याला देतोय." तो सांगतो. "त्यातली काही प्रकरणं फारच जुनी आहेत. म्हणजे माझ्या अंदाजानुसार वीस वर्षांपूर्वीची. त्या वेळचे कपडे, केसांची स्टाईल यावरून मी हा अंदाज बांधलाय."

"त्याची मूळ कामाची पद्धत मात्र तीच आहे." कॅली सांगते. "तो त्यांनी आपली खोलवर दडवलेली, काळी गुपितं सांगायला भाग पाडतो आणि मग त्यांना तो ठार मारणार आहे, याची स्पष्ट कल्पना देतो.

"पण प्रत्यक्ष मृत्यू घडण्यापूर्वीच प्रत्येक क्लिपचा शेवट होतोय." जेम्सचं निरीक्षण.

"विचित्रच आहे," मी पुटपुटते. "आपल्याला तर असं वाटायचं की त्याच्यासाठी यापेक्षा मृत्यूचा क्षण अधिक महत्त्वाचा असतो."

"कदाचित हा त्याच्या तत्त्वज्ञानाचा भाग असू शकेल," जेम्स म्हणतो. "तो आपल्याला आणि त्याला स्वत:ला सांगतोय, की तो जे काही करतोय, ते त्याची सत्याची कल्पना लोकांना पटवून देण्यासाठीच; ती कल्पना अधोरेखित करण्यासाठी. असं सत्य, जे माणसाला देवाच्या जवळ आणतं. तो हे सत्य जगाला सांगण्याचा प्रयत्न करतोय; ज्यामुळे लोकांचा उद्धार होईल; ते नरकात जाण्यापासून वाचतील, असं त्याला वाटतंय. प्रत्यक्ष खून जर दाखवला, तर कदाचित लोकांना असं वाटेल की त्याला इतरांच्या वेदनेत आनंद मिळतोय. म्हणून तो तसं दाखवत नसावा."

"माझी खात्री आहे, की त्याने सर्व खुनांचं चित्रीकरण केलंय." ॲलन म्हणतो. "त्याने केवळ क्लिपमध्ये तो भाग जोडलेला नाहीये. बहुधा घरी बसून तो ते भाग वारंवार बघत असावा. नियमितपणे."

"मला कळत नाहीये," मी म्हणते. "मला वाटतं तो स्वत:च्या इच्छा दाबून टाकणारा आहे. त्याने स्वत:ची ओळख प्रेक्षकांच्या मनात तयार केलेली आहे त्याच्याशी ते सुसंगतच असेल. आपण या क्लिप्स बघत राहू आणि त्याने घेतलेल्या बळींच्या नावांची नोंद ठेवत राहू. ते देण्याची त्याची तयारी असेल, तर आपण त्याचा फायदा घेत राहू."

मी त्यांना माझं एडी जोन्सशी, जेझबेल स्मिथ आणि बाकी गोष्टींबद्दल जे बोलणं झालं, त्याविषयी सगळी माहिती देते.

ॲलन त्याचं घड्याळ बघतो. "ती आपल्याला लवकर भेटायला हवी. ती नंबर सेट करणार आहे का?"

आम्ही लोकांच्या सोयीसाठी जो एक फोन नंबर देणार आहोत, त्याविषयी तो बोलतोय.

"हो! ते सगळं काम ती करणार आहे आणि असं वाटतं तरी आहे की तिला हे कसं करायचं ते माहीत आहे. अजून काही?"

कोणीच एक शब्दही बोलत नाही.

"तर मग आपली कामं चालू ठेवू या."

थोड्या वेळानंतर मी माझ्या ऑफिसात परत आले. जेम्सने सर्व क्लिप्स डाऊनलोड करून ठेवल्या आहेत आणि त्या बघण्यासाठी आमच्यात वाटून घेतल्या आहेत. त्याने मला दिलेली सीडी मी बघते. त्यात मी बघायच्या सगळ्या क्लिप्स क्रमाने डाऊनलोड केलेल्या आहेत. प्रत्येकावर चार अंकी क्रमांक आहे. मी सुस्कारा सोडते आणि पहिल्या क्लिपवर क्लिक् करते. पडद्यावर काळा रंग! त्यानंतर पांढरी अक्षरं – मॅक्झीन मॅकगी हिची पापं आणि मृत्यू. मी हे नाव लिहून घेते. एका महिलेचा चेहरा पडद्यावर दिसू लागतो. जरी सुंदर नसला तरी, छान चेहरा आहे. तिचे केस तपकिरी रंगाचे, खांद्यापर्यंत रुळणारे आहेत आणि ती केशरचना बघता लक्षात येतं, की बहुधा १९८०च्या दशकात या क्लिपचं चित्रीकरण झालं असावं. तिचे डोळे, मोठे, तपकिरी आहेत आणि चेहरा जरा गुबगुबीत आहे. त्या तपकिरी डोळ्यांभोवती काळी वर्तुळं आहेत. रॅकून पक्ष्याच्या डोळ्यासारखी. कारण ती रडते आहे आणि खूप घाबरलेली आहे. पापण्यांना लावलेला मस्कारामुळे तिच्या अश्रूंचा चिखल झाला आहे.

मी तिचं वर्णन तिच्या नावासमोर लिहून घेते. मी जे काही बघतेय त्यापासून स्वत:ला दूर ठेवण्यासाठी मी हे करतेय. नाहीतर आपण समोर जे दिसतंय त्याच्याशी एकरूप होऊन जाण्याचा धोका असतो. ही स्त्री एकदा केव्हातरी जिवंत होती, पण आता मात्र मेली आहे. ती आता तिच्या आयुष्यातले शेवटचे क्षण जगते आहे. तिला कल्पना आहे याची. आणि हे सर्व काही मी बघते आहे. या साऱ्या प्रकारामुळे मला खूप थकवा आलाय.

"मॅक्झीन मॅकगी," तो प्रीचर बोलतोय. त्याच्या नेहमीच्या आल्हाददायक आवाजात! या आवाजाचा आता मी तिरस्कार करायला लागले आहे. "लोक बघताहेत. सांग त्यांना तुझ्या पापांबद्दल."

मॅक्झीन रडणं थांबवू शकत नाही.

"क... क... काय... कशाबद्दल बोलत आहात तुम्ही?" ती बरळते.

"मॅक्झीन," धमकावल्यासारखा सूर त्या आवाजात आहे. एखादा मित्र दुसऱ्याला बोटाने सावधानतेचा इशारा देतो तसा. "तुला परमेश्वराच्या उजव्या बाजूला बसायचं नाहीये का? सांग त्यांना तुझ्या बाळाबद्दल. सांग त्यांना छोट्या चार्ल्सबद्दल. किती वर्षांची होतीस तू त्या वेळी? सोळा?

तिच्या चेहऱ्यात एकदम बदल होतो. ती आश्चर्यचकित झालेली. तिने डोळे विस्फारलेले आहेत. अश्रू थांबले आहेत आणि तोंडही उघडं पडलंय. ती म्हणजे आश्चर्य व धक्का यांचं मूर्तिमंत रूप झालीय.

''बघितलंस? तुला निश्चित माहीत आहे, मी काय म्हणतोय ते.''

माझ्या पोटातली अस्वस्थतेची दरी पुन्हा एकदा जाणवायला लागलीय.

मॅक्झीन पटापट डोळ्यांची उघडझाप करते. तिचं तोंडही बंद होते. उघडतं. बंद होते. गप्पी मासा मरताना करतो तसं.

''चल, चल, मॅक्झीन! सांग लवकर! चार्ल्स! तुला आठवतोय चार्ल्स – हो ना? छोटं बाळ चार्ल्स. ज्याने कचऱ्याच्या डब्यात शेवटचा श्वास घेतला. कचऱ्यासारखं त्याला फेकून देण्यात आलं होतं.''

मॅक्झीनच्या चेहऱ्यावर ज्या छटा उमटतात, ते बघून मी घाबरूनच जाते. ही अवहेलना आहे. इतकी खोल, इतकी भरीव, इतकी पूर्ण आणि इतकी सच्ची की मी क्लिप बघायचं जवळजवळ थांबवतेच. तिचे एक गुपित त्याला माहीत आहे, यामुळेच खरं तर ती खूप दुखावली गेली आहे. आणि शिवाय त्याला हे ठाऊक आहे, हे त्याने तिलाही माहीत करून दिलंय. त्यामुळे तर ती कोसळलीच आहे. तिच्याभोवतीची एक भक्कम संरक्षक भिंत ओलांडून तो आत घुसलाय. तिला खुर्चीला बांधून ठेवण्यापेक्षा हे वाईट आहे. एवढंच कशाला? ती मरणार आहे याची तिला माहिती असण्यापेक्षाही हे भयंकर आहे.

हेच ते. हेच ते. मला उमगतंय. यासाठीच त्याची तडफड चालू असते. त्याचंच त्याला वेड आहे. याचंच त्याला व्यसन आहे. हेच क्षण, जेव्हा व्यक्ती अगदी लाचार, हतबल होऊन जाते. याच क्षणांचं त्याला वेड आहे.

ती पुन्हा रडायला लागते. पण आता ती हळूहळू रडते आहे. त्यात दुःख आहे. त्यात शरम दिसते आहे, भीती नव्हे. तिचं डोकं पुढे लोंबते आणि चिखल झालेले ते अश्रू तिच्या पायांवर ओघळतात. त्यामुळे त्या पायांवर डाग पडतात.

''मी केवळ सोळा वर्षांची होते.'' ती खालच्या आवाजात म्हणते.

ती हे म्हणत असताना तिचा आवाजही सोळा वर्षांच्या मुलीसारखा वाटतोय.

''खरंय!'' तो म्हणतो. ''पण तेव्हा चार्ल्स बाळ किती वर्षांचं होतं?''

''मिनिट,'' ती श्वास घेते. ''तो केवळ काही मिनिटांचाच होता.''

''काय केलंस त्याला तू?''

''मी-मी फक्त सोळा वर्षांची होते. मी माझ्या वडिलांपासून गरोदर राहिले होते. ते आणि आई दोघंही, त्यांना जणू काही ठाऊकच नाही, असा आव आणत होते. मी हडकुळी होते आणि पोटही फारसं पुढे आलं नव्हतं, पण शाळेतल्या मुलांच्या ते लक्षात आलं होतं. वडीलही रात्री माझ्याजवळ यायचे थांबत नव्हते.'' तिने आपलं डोकं आता वर उचललंय. ती शून्यात बघतेय. काहीतरी आठवतेय. ती जणू भूतकाळात गेलीय आणि बोलते आहे कसं लहान मुलासारखं. ''माझ्या पोटात जे वाढत होतं त्याचा मी तिरस्कार करीत होते. डॅडी माझ्याजवळ आले होते म्हणून

ते झालं होतं, आणि मला आठवतंय, जेव्हा जेव्हा मी त्याचा विचार करायचे, त्या त्या वेळी मला वाटायचं की माझ्या पोटात सैतान वाढतोय, राक्षस. सुळे आणि लांब नखं असलेला एखादा प्राणी. तो काही वेळा आत हालचाल करायचा आणि मी घाबरून जायचे. खूप घाबरायचे मी. शेवटी असं काहीच नाहीये, असा आव आणणं डॅडींनी बंद केलं. एकदा त्यांनी माझ्या पोटाला स्पर्श केला आणि म्हणाले, "जर हा मुलगा असेल तर आपण त्याचं नाव चार्ल्स ठेवू." ती शहारते. "त्यामुळे तर त्या मुलाचा मी अधिकच तिरस्कार करायला लागले. मला खात्री होती, की ते सैतानाचं मूल होतं. असंच काहीतरी.

"एका रात्री मी उठले तर माझा बिछाना ओला झाला होता. माझं पाणी फुटलं होतं. मला खूप वेदना होत होत्या. मी एक निश्चय मनात केला होता की मला ते घरात, या घरात व्हायला नको होतं. म्हणून मग मी कपडे घातले. डॅडींची कार काढली आणि ज्या परिसरात सर्व बंद कारखाने होते तिथे गेले. अंधारात मी एक जागा शोधली. ते मूल जेव्हा बाहेर येईल तेव्हा मला त्याच्याकडे पाहावं लागू नये म्हणून. त्याचे सुळे, त्याची नखं, त्याची शेपूट हे काहीच बघायची माझी तयारी नव्हती. माझी खात्री होती, की असंच विद्रूप जनावर माझ्या पोटात वाढलं होतं."

ती थांबते. तिचा चेहरा वेदनेमुळे वेडावाकडा होतो.

"नंतर काय झालं मॅक्झीन?" तो आवाज विचारतो.

"मला तो झाला. मी त्याला जन्म दिला. तो त्या मातीत पडलेला होता आणि मी या सगळ्या नष्टचर्यातून एकदाची बाहेर आली होते. पण मला एक गोष्ट ठाऊक होती, की मी घाबरले होते. मला त्याच्याकडे बघायचं नव्हतं. आणि तेव्हाच तो रडायला लागला."

तिच्या आवाजात मी आश्चर्य ऐकलं. "त्याचा आवाज इतका नेहमीसारखा, साधारण वाटला मला. सैतानासारखा अजिबात नव्हता. त्याचा आवाज नेहमीसारखा, लहान मूल रडतं तसा होता. म्हणून मग मी त्याच्याकडे बघितलं. इतका छोटा होता तो आणि तो रडतच सुटला होता. माझ्यावर रागावल्यासारखा रडत होता. कारण ती माती फार थंडगार होती आणि एकूणच साऱ्या जगावर रागावल्यासारखा. माझं रक्त त्याच्यावर पसरलं होतं. मी त्याला कवटाळलं आणि खरोखरच बघितलं."

"आणि काय बघितलंस तू मॅक्झीन?"

ती डोळे मिटून घेते. "मी फक्त एक मूल बघितलं. केवळ एक मूल."

"आणि? आणखी काय बघितलंस?"

तिचे डोळे उघडतात. त्या डोळ्यांत खूप काही सोसल्याचं दिसत होतं. वेदना, शुद्ध वेदना. "हे की, ते मूल डॅडींचं होतं. डॅडी त्याला कसाही वापरतील. त्यांच्या वाईट गुणांची लागण त्यालाही होईल. त्याचा ते गैरवापर करतील. सैतान किंवा

राक्षस म्हणून तो जन्माला आलेला नव्हता. पण शेवटी डॅडी त्याला पापी बनवतीलच. म्हणून मग मी ते केलं.'' – ती एक मोठा श्वास घेते. ''मला एकच गोष्ट योग्य वाटली. ती मी केली. मी चार्ल्सला घेतलं, एक कचराकुंडी शोधली आणि त्याला त्यात ठेवलं. त्याच्यावर कचरा टाकून मी त्याला झाकून टाकलं. रडण्याचा आवाज मला ऐकू येईनासा होईपर्यंत मी त्याच्यावर कचरा टाकत होते.

''त्यानंतर काय झालं?''

''मी घरी गेले. आणि तुम्हाला ठाऊक आहे?'' तिचे डोळे आता कॅमेऱ्याकडे बघताहेत. त्यात भीक दिसतेय. याचना दिसतेय. अन्यायग्रस्त भावना दिसतेय. ''त्या बाळाचं काय झालं हे डॅडींनी कधीच विचारलं नाही. एकदाही नाही. कधीच नाही.''

''तुझ्या आईनेही याबाबत काहीच विचारलं नाही, हे तर जास्तच वाईट होतं. हो ना?''

''हो.'' ती पुटपुटते.''सर्वांत अधिक दुःखदायक तेच होतं. जणू काही ते बाळ त्यांच्यासाठी कधी अस्तित्वातच नव्हतं. किंवा कदाचित खरंच तसंही असावं. ते बाळ त्यांच्यासाठी अस्तित्वात नव्हतंच. कदाचित ते असे लोक होते, जे कोणत्याही प्रकारची अपराधीपणाची भावना मनात न ठेवता जगू शकत होते; दुसऱ्यांविषयी कधीच काळजी न करता जगू शकत होते.''

''तू अशा लोकांपैकी नव्हतीस ना? की होतीस? मॅक्झीन?''

ती आपले मस्काराची वर्तुळं असलेले डोळे जोरात बंद करते आणि विव्हळते. ''नाही! मी कधीच विसरले नाही. कधीच नाही! माझ्या बाळाला मी जे काही केलं ते मी कधीच विसरले नाही. एक वर्षानंतर मी पळून गेले आणि इथे कॅलिफोर्नियाला आले. काही दिवस रांड बनून राहिले, थोडं नशापाणी केलं आणि स्वतःचा तिरस्कार केला. पण... पण मग मला परमेश्वर सापडला आणि मी आयुष्य मागे फिरवून पुन्हा मार्गावर आणलं.'' तिचे डोळे उघडतात. पुन्हा त्यात वेदना दिसतात. पुन्हा. ''तुम्हाला ठाऊक नाही का ते? मी बदललेय. मी माझ्यातल्या सैतानाला दूर सारलंय आणि माझा आत्मा मी परमेश्वराला दिलाय. आता मी मुलांबरोबर त्यांच्यासाठी काम करतेय. त्यांना मदत करते. चार्ल्सला मी जे केलं त्याची भरपाई करण्यासाठी मी हे सारं करतेय. दिसत नाही का तुम्हाला?''

ती दयेची भीक मागतेय. पण मला ऐकू येणाऱ्या पुटपुटण्यातून हे समजतंय की तो तिला दयेची भीक घालू शकत नाहीये. मी सहज ओळखू शकते त्या आवाजावरून. ते पुटपुटणं असतं त्याने सुरू केलेल्या प्रार्थनेचं. देवाची प्रार्थना.

''आमचा पिता, जो स्वर्गात आहे. तुझं नाव वलयांकित राहू दे...'' मग स्तब्धता. ''परमेश्वर म्हणजे प्रेम आहे, मॅक्झीन.'' तो म्हणतो.

पडदा हळूहळू काळा होत जातो.

माझं तोंड कडू झालंय. हृदयाची धडधड इतकी वाढलीय की, काही ठोके मधूनच चुकताहेत. माझी त्वचा लालीलाल झालीय. मला चक्कर आल्यासारखं वाटतंय.

हवेत उडून माझे तुकडे तुकडे होताहेत असं माझ्या लक्षात येतंय. अगदी इथेच! आत्ताच!! कोणतीही पूर्वसूचना न देता.

संपूर्ण रात्रभर एक गोष्ट सतत माझ्या मनात रडत रडत आवाज करत असते; अत्यंत वेगाने धावत, धडपडत असते, काळोखाला फोडून उजेडात येण्यासाठी.

मला भेट, ती गोष्ट मला ओरडून, रडून सांगते. तुला ठाऊक आहे, मी कोण आहे ते. भेट मला.

मी माझे डोळे घट्ट मिटून घेते आणि डोकं हलवते.

नाही.. नाही... नाही.. नाही... नाही!

रात्रीतला वेताळ बाहेर आलाय. आता त्याचा मोठा राक्षस झालाय आणि त्याने मला अचानकपणे पकडलंय.

तकीलाची बाटली मला हवीय. मला आत्ता तिची गरज आहे. मला आत्ता तकीलाची तहान लागलीय. जोरदार तहान, पशुवत, उघडीबोडकी, कोणतीही लाज नसलेली तहान! अशी तहान मला लागल्याचं लक्षात आल्यावर मला घाबरायला होतं. ज्यांना दारूचं व्यसन जडलेलं असतं ते पुढचा पेग का भरतात, हे मी आता समजू शकते. त्यांना असं वाटतं, की जर त्यांनी आता दारू घेतली नाही तर ते मरतील, मृत्यू त्यांना कवटाळेल, हळूहळू, घुटमळत मृत्यू त्यांना खाऊन टाकेल. ते किंचाळत आणि असह्य वेदना सहन करत शेवटचा श्वास घेतील.

मी माझा हात पुढे घेते आणि तळवा टेबलावर ठेवते. हात थरथरतोय.

भेट मला. तो आवाज काही पिच्छा सोडत नाहीये. भेट मला, ओरडून ओरडून सांगतोय.

पण आता त्या आवाजात जोर आहे. अधिकार आहे. तो त्याला भेटण्याची विनंती नाही, तर आज्ञा करतोय.

मला मळमळतंय. ही मळमळ अजून वर येणारच आहे. माझ्या लक्षात येतंय. मी रोखू शकत नाहीये.

जीझस! परमेश्वरा! अरे, मला तर वांती होतेय!

मी ऑफिसमधून बाथरूमकडे धावत सुटते. हॉलमधेच आहे बाथरूम. पण त्याचा दरवाजा बंद करता येत नाही. अर्थात सुदैवाने आत कोणीही नाहीये.

आतल्या तीन टॉयलेट स्टॉल्सपैकी एकाचा दरवाजा मी जोरात उघडते आणि कोणतेही नखरे न करता फरशीवर गुडघे टेकते. माझ्या पोटातला गोळा वर येतो,

पोटात पीळ पडतो, एक गोड वेदना डोक्यात जाते आणि पुढच्या सेकंदाला मी वांती करतेय. असं वाटतंय की, माझी आतडी पिळवटून निसटताहेत आणि तोंडावाटे बाहेर पडताहेत. हा प्रकार खूपच थोडा वेळ चालतो, पण जितका वेळ चालतो तेवढा वेळ शरीरात सर्वत्र दंगा, हिंसाचार चालू असतो. माझा चेहरा किती लालेलाल झालाय ते मला जाणवतंय. सगळा जोर चेहऱ्याच्या दिशेने लागल्याने डोळ्यांतून अश्रू बाहेर पडले आहेत. कमोडच्या दोन्ही बाजू मी घट्ट पकडते आणि वांती संपलीय की अजून होणार आहे, याची वाट बघत बसते.

भेट मला.

मला परत वांती होते. दणकट खलाशी जसा दोरखंड पिरगळतो, तशी मी पिरगळली जाते. व्हायोलीनच्या तारेसारखी मी वाकते, पोटाच्या स्नायूंमध्ये झटके येतात आणि मी पुन्हा वांती करते. या वेळी ती जरा जास्त वेळ चालते. त्यामुळे डोळ्यांच्या मागे ठिपके जमा होतात.

मला जाणवतंय, की आता वांती होणार नाहीये. मी कमोडवर बसकण मारते. कमोडच्या मागच्या भिंतीला पाठ टेकवून बसून राहते. काही क्षणांनंतर मी श्वास घेते, हात कपाळावर, त्या राक्षसाला आणि त्याच्या लांब नखं असलेल्या पंजाला पेटीत बंदिस्त करण्याचा प्रयत्न करतेय.

आता ती वेळ नाहीये, मी स्वत:लाच सांगते. त्या राक्षसाचं ऐकण्याची ही वेळ निश्चितच नाहीये. एक वेळ असते, मान्य आहे. पण ती वेळ ही नाहीये. प्लीज.

मी डोळे मिटते आणि डोकं मागच्या भिंतीला टेकवते. मग मी स्वत:लाच भरकटण्याची मुभा देते. मनाच्या आत वेगवेगळ्या प्रतिमा चमकतात, असंबद्धपणे. परस्परांशी कोणताही संबंध नसणाऱ्या प्रतिमा. त्यासाठी कोणतंही तार्किक स्पष्टीकरण देता येणं शक्य नाही. मी बघते मॅट, बघते बॉनी. मग तिथे आहे टॉमी, सांगतोय मला, की तो प्रेम करतोय माझ्यावर आणि माझ्या मनाच्या पडद्यावर मॅक्झीनही दिसतेय, रॅकूनसारख्या तिच्या डोळ्यांसह.

मी माझे डोळे उघडते. लक्षात येतं की तो आवाज आता येत नाहीये. त्याचा फायदा घेऊन मी माझ्या लटपटणाऱ्या पायांवर उभी राहते. टॉयलेटमध्ये फ्लश करते आणि ते करत असताना माझ्या लक्षात येतं, की माझ्या गालांवर अश्रू घरंगळताहेत.

"च्यायला!" मी पुटपुटते.

रडण्याचा मी कायम तिरस्कार करते. केलेला आहे.

आता मला जरा स्थिरावल्यासारखं वाटतंय. पोट थडथडत होतं ते थांबलंय. आणि डोक्यात जी बडबड चालू होती ती देखील थांबलीय. मागे कुठेतरी अस्पष्ट आवाजात कोणीतरी पुटपुटतंय एवढंच. माझ्या तोंडात मात्र वांतीची घाणेरडी चव

आहे. मी टॉयलेटचा दरवाजा उघडते आणि बाहेर लडबडते.

"बरं वाटतंय?"

मला आश्चर्याचा धक्काच बसतो. चमकून मी पिस्तूल काढण्याच्याच बेतात होते. मी त्या आवाजाच्या दिशेने वळते आणि ते करत असताना पडते. कारण माझे पाय अजूनही थोडे रबरासारखे आहेत. किरबी तिथे उभी आहे. हाताची घडी घालून आणि बाथरूमच्या दरवाजाला टेकून. ती च्युईंगम चघळतेय आणि माझ्याकडे टक लावून बघतेय. तिच्या नजरेत काय भाव आहेत, मला कळू शकत नाही.

"काय करतेस तू इथे?" मी विचारते.

"तुझे आत तुकडे तुकडे होत होते तेव्हा आत कोणी येऊ नये म्हणून मी इथे उभी होते." ती खांदे झटकते. "मी कॅलीला भेटायला आले होते, पण तुला बाथरूमकडे पळताना बघितलं आणि उत्सुकता जागी झाली."

मी बेसिनकडे वळते. म्हणजे तिच्याकडे पाहणंही नको आणि नजरेला नजर भिडवणंही नको. पाणी सोडते.

"आतमध्ये माझे काही तुकडे तुकडे होत नव्हते." मी म्हणते. मी बचावाच्या पावित्र्यात.

ती तिच्या तोंडात च्युईंगमचा फुगा फोडते. "तसं म्हण हवं तर. पण तू टॉयलेटमध्ये जवळजवळ वीस मिनिटं बसली होतीस."

मला धक्काच बसतो. मी सरळ उभी राहते.

"वीस मिनिटं? इतका वेळ?"

मी तिच्याकडे कटाक्ष टाकते. ती तिथं उभी आहे, च्युईंगम चघळतेय. तिच्या चेहऱ्यावर संमिश्र भाव आहेत. माझ्या मनात काय चालू आहे, ते बहुधा तिनं वाचलं असावं म्हणून मला घड्याळ दाखवण्यासाठी ती आपलं मनगट वर करते.

"मी वेळ बघत होते."

मी पुन्हा वळते आणि माझ्या चेहऱ्यावर पाण्याचा शिपका मारते. शरमेने माझे गाल जळताहेत.

"आणि तुला काय एवढी काळजी त्याची?" मी जरा चिडूनच विचारते.

"असंय, या जगात मी काही खूप लोकांचा आदर करीत नाही स्मोकी. पण तुझा मात्र करते. आणि मला वाटतं, जर तुला छिन्नभिन्न व्हायची आवश्यकता असेल, तर तुला एकांत मिळायला हवा. कळतंय ना?"

हे सगळं ती तिच्या नेहमीच्या बिनधास्त, छंदीफंदी शैलीत म्हणते. ज्या शैलीत ती हवामानाबद्दल किंवा कोणी मेलं असेल त्याबद्दल बोलते, तशी.

ला ऽ ला ऽ ला ऽ! ही उष्णता कशी वाढतेय? माफ कर, पण तुला मारणं मला भाग आहे. पण या उष्णतेपेक्षा ते वाईट असू शकतं. पटकन नाही! हळूहळू

मारणार आहे मी तुला. कळतंय ना? हा! हा! हा!

तोंडातली वांतीची चव जाण्यासाठी मी चूळ भरते आणि आरशात बघते. मी कशी दिसतेय, याचा अंदाज घेते. मी थकल्यासारखी जरूर दिसतेय पण वेडी निश्चितच दिसत नाहीये. चला! किमान इतकं तर आहे!

''धन्यवाद.'' मी किरबीला कसबसं सांगते.

''तुझं स्वागत आहे.''

एकदा शेवटचं माझ्याकडे मी आरशात बघून घेते.

गुपितं.

अगदी स्वत:पासूनदेखील तुम्ही ती लपवून ठेवू शकता. पण कायमसाठी नाही.

डेथ सेंट्रलमध्ये मी परतते तेव्हा एक महिला माझी वाट बघत असलेली दिसते. ती खूपच उंच आहे. जवळजवळ सहा फूट. आणि विश्वास बसणार नाही, पण सौंदर्याच्या विभागात ती कॅलीलाही मागे टाकेल. बत्तीसच्या आसपास वय असावं तिचं. लांब, सोनेरी, सरळसोट केस आणि एकदम ताज्या सफरचंदासारखी आणि ओटमिलसारखी त्वचा. तिचे डोळे स्वच्छ, निळे आहेत आणि त्यात बुद्धिमत्तेची चमक दिसून येतेय. सडसडीत, बांधेसूद देहयष्टी. तिला बघितल्यावर मला तिचा तिरस्कार करावासा वाटतोय. कोणतीही सुंदर स्त्री दिसल्यावर सामान्य स्त्रीला असंच वाटतं. पण ती माझ्याकडे बघते. तिचे ते रेखीव, परिपूर्ण, पांढरेशुभ्र दात मला इतके भावत नाहीत, जितका त्यातला सच्चा मोकळेपणा. ती हात पुढे करते.

''जेझबेल स्मिथ.'' ती म्हणते.

मी तिचा हात हातात घेते. एकीकडे, माझ्याशी किरबीची बडबड चालूच आहे. तिच्याकडे मी दुर्लक्ष करते.

जेझबेल मान हलवून किरबीलाही अभिवादन करते. चेहऱ्यावर कोणताही गोंधळ नाही. जेझबेल हे नाव ऐकून किरबीचा मात्र काहीतरी गोंधळ झालेला दिसतोय. तो बघून जेझबेल स्पष्टीकरण करते. ''हो! मला ठाऊक आहे. दुसऱ्या कोणत्यातरी नावासारखं ते वाटतंय. आई मूलतत्ववाद्यांच्या विरोधात होती ना. म्हणून....''

''ए! माझ्या डॅडने माझं नाव किरबी ठेवलं. म्हणून मला कल्पना आहे, विचित्र नाव असलं की कसं वाटत असेल ते. पालकांनी आपल्या मुलांची वाटेल ती नावं

ठेवण्याविरुद्ध एखादा कायदा असायला हवा. हो ना?''

"तुझी इच्छा पूर्ण होवो.'' जेझबेल हसते.

"किरबी...'' तिच्याकडे वळून मी म्हणते.

ती मारेकरी हात वर करते. "जास्त बोलू नकोस बॉस बाई. तुझ्या चालू असलेल्या कामात मी अडथळा आणणार नाही. मला फक्त कॅली बेबीला भेटायचंय. लग्नाच्या तयारीबद्दल.'' जेझबेलला ती डोळा मारते. तिच्याकडे बघून निरोप देण्यासाठी हात हलवते आणि निघून जाते.

"मजेशीर बाई!'' जेझबेल म्हणते.

"तुला तिची अर्धीदेखील माहिती नाहीये. आणि समजा ती कळली, तर बाकी माहिती जाणण्याची तुझी इच्छाही होणार नाही. असो. तर एडी जोन्सने तुला सांगितलंय सगळं?''

ती होकार देण्यासाठी डोकं हलवते. गंभीरपणे.

"त्यातली एखादी क्लिप मी बघू शकते का?'' ती विचारते. "मी कशाबद्दल काम करतेय, ते मला माहीत असलेलं बरं ना?''

तिला खरंच तसं वाटतं का किंवा हे असलं काही तिने अगोदर बघितलंय का, हे विचारण्याच्या फंदात मी पडत नाही. जर तिने या प्रकारचं अगोदर काही बघितलेलं नसेल, तर तशीही तिच्या मनाची तयारी झालेली नसणारच. मी तिला माझ्या ऑफिसात घेऊन जाते आणि हाताला लागलेली एक क्लिप काढते. ती क्लिप दिसायला लागल्यावर मी मात्र दुसरीकडे बघते. जेझबेल पुढे वाकून ती बघायला लागते. शेवटपर्यंत ती शांतच राहते.

"राक्षस!'' क्लिप संपल्यावर ती एवढंच काय ते बोलते.

"हो!''

"अनेक गुन्ह्यांच्या अनेक बळींशी माझा संबंध येत असतो. माझं कामच आहे ते. मी त्यांना भेटते, त्यांच्याशी बोलते – मी त्यांच्याबरोबर त्यांच्या घरात बसलेलीही आहे. हे, तो जे करतोय ना, खूप कुटुंबांना त्रासदायक ठरणार आहे.''

"त्याला ठाऊक आहे ते.''

ती ताठ बसते, तयारीत. "ठीक आहे तर. मी फोन बँक तयार करते. इथल्याच खालच्या मजल्यावर कॉन्फरन्स रूममध्ये. फोन बँकचं काम करण्यासाठी मी सहा एजंट कामाला लावते. मला खरं तर जास्त लोक हवे होते. पण सध्या तरी एडी जोन्स मला इतकीच माणसं देऊ शकताहेत. आमच्याकडे अशा परिस्थितीसाठी काही फोन नंबर्स राखून ठेवलेले आहेत. त्यातला एक नंबर मी निवडते आणि तुला कळवते. मुख्यालयातली एक बाई मला माहीत आहे. या प्रकरणात प्रसारमाध्यमांकडे चौकशी करणाऱ्या फोनचा पाऊस पडेल, त्यांच्याशी संपर्क साधण्याचं काम ही बाई

करेल. मी तिच्याशी बोलते आणि प्रसारमाध्यमांना आपला फोन कळवून तो जाहीर करण्याची व्यवस्था करते.''

''आपण या प्रकरणात खूप तत्पर असायला हवं. स्वत:हून पुढाकार घेऊन काम करायला हवं आणि प्रसारमाध्यमांच्या पुढे राहायला हवं.'' मी म्हणते.

तिचं स्मितहास्य हळुवार आहे. ''माझ्यावर विश्वास ठेव. प्रसारमाध्यमं या अगोदरच आपल्यापेक्षा खूप पुढे जाऊन पोहोचलीत. मी खात्रीपूर्वक सांगते, की देशातल्या सर्व प्रसारमाध्यमांशी लोकांनी या अगोदरच संपर्क साधलेला आहे. हे प्रकरण म्हणजे त्सुनामी आहे, असं समज. ते वादळ येतंय. ते अपरिहार्य आहे आणि त्याच्याशी झगडणं निश्चितपणे निष्फळ आहे.''

''छान!''

''एक चांगली बातमी ही आहे, की मी जे काही करते आहे त्यात मी खरंच, अगदी खरंच, खूप निपुण आहे. आणि मुख्यालयात बसून या प्रकरणासाठी काम करणारे माझ्याबरोबरचे जे लोक आहेत, तेही तसेच आहेत. तुझा प्रसारमाध्यमांशी संबंध येणारच नाहीये. त्यांनीच तुला गाठलं तर त्यांना माझ्याकडे वळव. तेवढाच काय तो तुझा आणि त्यांचा संबंध. आपण जाहीर करणार असलेल्या फोन नंबरवर चौकशी करणारे किंवा दुसरेही अनेक फोन येतील. पण त्यातले फक्त कामाचे फोन आम्ही तुमच्याकडे वळवू. केवळ असे फोन, जे तुम्हाला तपासात मदत करू शकतील.''

तिचा आत्मविश्वास स्फूर्तिदायक आहे. मी माझा सेल नंबर एका चिठोऱ्यावर लिहिते आणि तिला देते.

''नवीन काही मिळालं तर मला फोन कर, प्लीज. नियमितपणे अहवाल देण्यासाठी मलाही विचारणा होतच राहणार आहे. तुला तर ठाऊक आहे, आपलं काम कसं चालतं ते.''

''इथला गोंधळ कसा असतो ते मला ठाऊक आहे आणि त्याचा धुरळा कसा उडत असतो तेही माहितेय.'' ती हसत हसत बोलते. तिचं स्मितहास्य क्षणात नाहीसं होतं.

माझ्या मनातली भावना ती एकदम चपखलपणे बोलून दाखवते.

२५

जेझबेलने सध्याच्या परिस्थितीला त्सुनामीची दिलेली उपमा एकदम चपखल आहे. भरतीची ती भयानक लाट दुपारी दोन वाजता येऊन धडकते.

माझ्या वाट्याला आलेल्या व्हिडिओ क्लिप्स पाहण्याचं माझं काम चालू आहे. आम्ही सर्व जण इथे आहोत. ऑफिसमध्ये वरवर शांतता असली तरी वातावरणात चिंता ठासून भरलीय. खुनी माणसाने जाहीर केल्याप्रमाणे त्याने पुढचा बळी घेण्यापूर्वीच त्याला पकडणं किती गरजेचं आहे, हे सर्वांना कळलेलं आहे.

क्लिपमध्ये मला दिसतेय सोनेरी केसांची एक महिला. भेदरलेली. त्याच वेळी माझा फोन वाजतो.

"ही बातमी सर्वत्र पाचच्या न्यूजवर धडकणार आहे," जेझबेल कोणतीही प्रस्तावना न करता सांगते. "आणि ईस्ट कोस्टवर आत्ताच पाच वाजलेत."

"काय म्हणताहेत ते?"

"ते म्हणताहेत की एका माणसाने, जो स्वत:ला प्रीचर म्हणवतो, त्याने इंटरनेटवर व्हिडिओ क्लिप्स पाठवल्या आहेत आणि त्यावर त्याने घेतलेले तथाकथित बळी दाखवले आहेत. आणि असंही म्हणताहेत, की दोघा बळींची ओळख तर त्यांनी निश्चितदेखील केली आहे.

"उत्तम."

"हे असं होणार हे आपल्याला अगोदरच ठाऊक होतं. प्रसारमाध्यमांशी संपर्क ठेवणाऱ्या आपल्या संचालक क्वांटिको यांच्या मी संपर्कात आहे. पुढच्या अर्ध्या तासात त्या पत्रकार परिषद घेताहेत. संपूर्ण देशात ती दाखवली जाईल. त्याच वेळी त्या आपला हेल्पलाईन नंबर जाहीर करतील."

“ज्या बळींविषयी खात्री झालीय, त्यांची नावं लवकरात लवकर कळवशील का?”

“अर्ध्या तासाच्या आत. तुला पत्रकार परिषद बघायची आहे का?”

“नको.”

“खरंच?”

“ती महत्त्वाची नाहीये, असं नाही म्हणत मी. पण माझ्या कामाचा त्याच्याशी काही संबंध नाही, इतकंच. मी आणि माझ्या टीमने सध्या बळींची ओळख निश्चित करणं आवश्यक आहे. सध्या तरी आपण तेवढंच करू शकतो.”

“मी समजू शकते. मी तुला ओळख निश्चित झालेल्या बळींची नावं कळवीन आणि इतरही माहिती आम्हाला मिळाल्याबरोबर कळवत राहीन. पुढच्या काही तासांत हेल्पलाईन सुरू होईल, अशी अपेक्षा आहे.”

“मी इथेच असेन.”

मी फोन ठेवते. पेन पुन्हा हातात घेते आणि क्लिप बघायला लागते.

“प्लीज.” क्लिपमधली ती महिला याचना करतेय.

प्लीज. प्लीज. कायम प्लीज... प्लीज. बळी कायम या एका शब्दाचं गाणं म्हणताना प्रत्येक क्लिपमध्ये दिसताहेत.

ॲलन फळ्याजवळ आहे. नावं लिहून घेतोय आणि जिथे ठाऊक आहे तिथे ठिकाणंही लिहितोय. माझ्याकडे तयार झालेली यादी मी त्याच्याकडे सुपूर्द करते. आणि आतापर्यंत जी माहिती जमा झालेली आहे त्यावर नजर टाकते.

“सगळ्या स्त्रियाच आहेत.” मी म्हणते.

“शेवटी त्याच्या मनातली लैंगिकता स्पष्ट झालीच.” कॅलीचं निरीक्षण.

तिचं बरोबर आहे. जर हे सारं सत्याविषयी असेल आणि त्यानं जो एवढा मोठा डोलारा रचलाय त्याविषयी असेल, तर मग बळींमध्ये आपल्याला पुरुषही दिसायला हवे होते ना. त्याच्या हे बहुधा लक्षातच आलं नसावं आणि हे त्याच्या कोणी लक्षात आणून दिलंच तर त्यालाही आश्चर्याचा धक्काच बसेल. शेवटी खून हा खूनच असतो आणि ती रागातून घडलेली कृती असते. राग प्रत्यक्षही असू शकतो – तो स्त्रियांचा द्वेष करतोय – किंवा तो चुकीच्या व्यक्तीवरही असू शकतो – तो काहीतरी अशा कारणाने स्वत:चा तिरस्कार करतोय, ज्याचा संबंध स्त्रियांशी आहे. हे सर्व कोड्यात टाकणारं आहे.

“सर्वांचं सामान्य वय काय?”

“जे बळी गेले आहेत त्यांची ओळख निश्चित झाल्याशिवाय आपल्याला

खात्रीपूर्वक त्यांचं वय सांगता येणार नाही. पण क्लिपमध्ये आपण बघतो त्यावरून अंदाज बांधता येईल, की प्रत्येक बळीचं वय पस्तीसच्या दरम्यान असावं. पस्तीसहून अधिक वयाचं कोणीही मला दिसत नाही. बहुतेक बळी त्याहीपेक्षा कमी वयाचे आहेत.

''किती कमी वयाचे?''

''सर्व जण प्रौढ आहेत. वीस किंवा त्यापेक्षा जास्त वयाचे. जर त्याने एखाद्या लहान मुलाला खरंच मारलं तर, असं दिसतंय की प्रथमच तो इतक्या लहान वयाच्या मुलाचा बळी घेणार असेल.''

''सर्व बळी दिसायला आकर्षक होते? नाही, पुसून टाक ते. मी क्लिपमध्ये पाहिलेल्या सर्वच स्त्रिया काही अभिजात सौंदर्यवती नव्हत्या. काही खूपच साध्या होत्या.''

''तू म्हणतेस तसंच आहे.'' जेम्स म्हणतो. ''मी पाहिलेल्या क्लिपमधली एक बाई तर लठ्ठ होती. दुसरीच्या चेहऱ्यावर पुळ्याच पुळ्या होत्या. तेव्हा स्त्रिया दिसायला कशा आहेत यावर तो काहीच ठरवत नसावा.''

''पण बळी पुरुष की स्त्री हे तर निश्चित ठरवत असावा.'' मी विचार करते. ''ठीकाय. ठिकाणाचं काय? किती पसरलाय तो?''

''मी एक नकाशाच तयार करून तो छापून घेतोय. म्हणजे आपल्याला त्याने केलेल्या खुनांची ठिकाणं नीट समजतील.'' कॅली म्हणते. ''तो प्रवास करणारा आहे. किरकोळ अपवाद वगळता तो साधारणपणे पश्चिम अमेरिका, मुख्यत्वेकरून कॅलिफोर्निया, ओरेगॉन, वॉशिंग्टन, नेवाडा, ॲरिझोना, न्यू मेक्सिको, उटाह आणि कोलोरॅडो या क्षेत्रांतच फिरत राहिलाय.''

''मजेशीरच आहे की! म्हणजे नेहमी तो ज्या क्षेत्रात धुडगूस घालायचा त्यापेक्षा व्हर्जिनिया खूपच दूर आहे.''

कॅली माझ्याशी सहमत. ''कोणताच बळी इतक्या दूरवर, पूर्वेकडे राहात नव्हता.''

एक विचार माझ्या मनात येतो. ''त्याच्या सर्व बळींमध्ये लिंगबदल करून घेतलेलं कोणी नाहीये का?''

''नाही.'' जेम्स म्हणतो.

''म्हणजे त्याच्या चाकोरीबाहेरची आणखी एक गोष्ट! त्याच्या बळींमध्ये लिंगबदल केलेली कोणी व्यक्ती नाहीये. अपवाद फक्त लिसा रिडचा. आणि त्याच्या गुन्ह्याच्या क्षेत्राबाहेरचीही तीच एकमेव व्यक्ती आहे. आणि म्हणूनच तिची निवड करण्यात आली, असाही अर्थ निघतो.''

''बाहेर यायचं, उघड व्हायचं हे त्याने ठरवलेलं आहे,'' ॲलन मान्य करतो.

''त्याने अंदाज केला, की लिसाचा खून केल्यावर खूप मोठा गदारोळ माजेल. लहान मुलाला मारल्यावरही तसंच होईल.''

''पण आता का?'' मी विचारात पडते. कोणीच उत्तर देत नाही. ''आणखी काही सारख्या गोष्टी आहेत का?''

''प्रत्येक बळीचा प्रत्यक्ष खून करण्यापूर्वी तो क्लिप थांबवतो,'' जेम्स म्हणतो. ''आपण या अगोदरच चर्चा केल्याप्रमाणे, आपल्याला तो दाखवून देतोय, की त्याचा संदेश जास्त महत्त्वाचा आहे; खून नव्हे. खून काही विशिष्ट हेतू ठेवून केले गेले आहेत. मजा म्हणून नव्हे.''

''त्याच्या बळींविषयी त्याने सतत आपुलकी दाखवली आहे. निदान आपण तसा विचार तरी करावा, अशी त्याची इच्छा आहे.'' मी म्हणते. ''एका अर्थाने तो त्यांना नग्न करतोय – त्यांचं गुपित फोडून. पण शेवटच्या क्षणामध्ये तो सगळ्यावर पडदा टाकतो. खून केल्याचं दाखवत नाही. तो ती अतिशय खाजगी बाब समजतो आणि तिचा आदर राखतो. त्यांची प्रतिष्ठा जपतो.''

''तो कधीच रागवत नाही,'' जेम्सचं निरीक्षण. ''तो खंबीर आहे आणि प्रत्येक बळीबरोबर शांतपणे वागतो. त्याच्या म्हणण्याप्रमाणे त्याच्या बळींनी वागावं म्हणून तो त्यांना धमकावत नाही, असं नाही. पण त्या धमकवण्यातही एक प्रकारचा दूरस्थ भाव असतो. त्याला जे साध्य करायचं असतं त्याचा केवळ मार्ग म्हणून. त्याचं धमकावणं कल्पनेच्या जगातलं नसतं. ते वास्तव असतं.

''म्हणजे, 'गुपितं' हे सूत्र कायम आहे, त्यात सातत्य आहे असं मी समजते.''

''असंच म्हणावं लागेल,'' कॅली म्हणते, ''आणि गुपितांच्या केवळ वास्तवाबाबत नव्हे, तर प्रकारांबाबतही सातत्य आहे, समानता आहे.''

''म्हणजे?'' माझ्या कपाळाला आठ्या.

''म्हणजे तिला असं म्हणायचंय, की ती गुपितं अशी काही साधीसुधी नाहीयेत. 'मी माझ्या आईच्या पर्समधून पैसे चोरले' यासारखी ती गुपितं नाहीत.'' ॲलन स्पष्टीकरण करतो. ''ती गुपितं काळीकुट्ट किंवा वेडीवाकडी किंवा खूप दारुण नाहीतर तिन्ही प्रकारची अशी आहेत.'' तो आपल्या नोटपॅडकडे बघून सांगतो. ''अर्थातच, या सर्व गुपितांमध्ये सेक्स हा मुख्य भाग आहेच. प्रत्येकाचं गुपित सेक्सशी निगडित आहे. काही खून अपघाताने करण्यात आले आहेत. पण मग ते त्या वेळी लपवले गेले. पण त्याचबरोबर या गुपितांमध्ये ठरवून केलेले काही खूनही आहेत. जे त्या स्त्रियांनी केले आणि नंतर त्याच्याकडून त्या मारल्या गेल्या. एका महिलेला तिच्या नवऱ्याकडून अनेक वर्षं मार खावा लागला. म्हणून तिने तो राग तिच्या बाळावर काढला. पेटलेल्या सिगारेटचे चटके देऊन.'' आनंदविरहित स्मितहास्य देत तो माझ्याकडे वर बघतो. ''भयानक चित्रपटांचाच हा संग्रह आहे.''

माझ्या पोटात पीळ पडतो, एकदाच आणि परत मला तो आवाज जाणवतो. अजून तो बोलत नाहीये. पण हालचाल करतोय, माझ्या मनात. त्याचं अस्तित्व जाणवून देण्याचा प्रयत्न करतोय. मी त्याला दूर ढकलते आणि बळींच्या नावांच्या यादीत मन एकाग्र करण्याची मनाला सक्ती करते. त्या यादीतून मला काय कळतंय, ती नावांची यादी मला काय सांगतेय, हे जाणून घेण्यासाठी मी मनाला एकाग्र करण्याचा प्रयत्न करते.

''त्याने प्रत्येक खुनाची व्हिडिओ क्लिप बनवलीय, हे दिसतंच आहे.'' जेम्स म्हणतो. ''पण चित्रीकरणाची पद्धत, आवाजाची गुणवत्ता यात जे बदल दिसताहेत, त्यावरून कळतं की, गेल्या अनेक वर्षांपासून हे माध्यम तो वापरतोय. बहुधा त्याने सुपरएट किंवा तत्सम माध्यमांपासून सुरुवात केली आणि प्रगती करतकरत काही वर्षांनंतर अधिक चांगलं तंत्रज्ञान वापरायला लागला. तांत्रिकदृष्ट्या तो बराच निपुण असणार, अगदी जादूगार वगैरे नाही, पण सर्वसामान्य लोकांपेक्षा जास्त ज्ञान असणारा. त्याला जुनी माध्यमं अद्ययावत करून घ्यावी लागली असतील आणि त्यानंतर व्हिडिओ क्लिप्स बनवून त्यांचं संपादन करावं लागलं असेल. वगैरे वगैरे.''

''त्यामुळे त्याची विश्वसनीयता वाढते आहे.'' कॅली तक्रारीच्या सुरात म्हणते. ''त्याने सुरुवातीपासून त्याच्या या कृत्यांची व्यवस्थित नोंद ठेवली आहे. आणि मग आपलं म्हणणं जगासमोर केव्हा आणायचं, त्या दिवसाची तो वाट बघत बसला.''

''त्याला एवढी खात्री कशी वाटत असावी?'' ॲलन अचंबित होऊन विचारतो.

मी त्याच्याकडे बघून आठ्या घालते. ''म्हणायचंय काय तुला?''

''म्हणजे बघा की, जेव्हा त्याने सुरुवात केली तेव्हा इंटरनेट अस्तित्वात नव्हतं. निदान सामान्य लोकांसाठी तरी नव्हतं. त्याला आपला चेहरा दाखवायचा होता आणि हे स्पष्टच आहे, की त्यासाठी त्याला व्हिडिओ हे माध्यम वापरायचं होतं. काही दशकांपूर्वी बघा, घराघरात व्ही.एच.एस. टेप्सच्या चळतीच्या चळती बघायला मिळायच्या.''

''मग?''

''तर, मग ते थेट काम झालं असतं. तो आणि आपण. पण हे?'' तो कॉम्प्युटरकडे बोट दाखवतो. ''त्याने या क्लिप्स सार्वजनिक संकेतस्थळावर चढवल्या आहेत. आपलं लक्ष त्याच्याकडे जाईल, याची त्याला काय खात्री?''

''त्याने अतिशय काळजीपूर्वक निवड केलीय.'' जेम्स उत्तरतो. ''ज्या संकेतस्थळावर त्याने व्हिडिओ क्लिप्स पाठवल्या आहेत, ते जगातलं सर्वांत जास्त बघितलं जाणारं व्हायरल व्हिडिओ संकेतस्थळ आहे. मला तर असं वाटतं, की जर आपण त्याची दखल घेतली नसती, तर त्याने ई-मेल किंवा पत्र पाठवून पाठपुरावा केला असता.''

ॲलन मान हलवतो. ते बघून तो म्हणतो. ''कदाचित त्याने फोनही केला असता.''

''या क्लिप्सवरून शोध घेण्याचा, माग काढण्याचा काही मार्ग आहे का?'' मी विचारते.

जेम्स नकारार्थी मान हलवतो. ''नाही. एका मर्यादेपर्यंत सीडी, डीव्हीडी अथवा प्रिंटरच्या पानावरून थोडाबहुत माग काढता येतो. पण डिजिटल क्लिपचं तसं नसतं. तिला वॉटरमार्कही नसतो आणि डिफॉल्ट सिग्नेचरही नसते.''

''अपलोडचं काय? या क्लिप्स युजर-ट्युबवर टाकण्यासाठी त्याला कुठेतरी वेबशी संपर्क साधावा लागला असेलच ना.''

''कॉम्प्युटर क्राईमच्या आपल्या शाखेला याबाबत शोध घ्यायला मी अगोदरच सांगितलंय, हनी-लव्ह.'' कॅली सांगते. ''आपण आता बोलतो आहोत तेव्हा त्याचं काम सुरू झालेलं आहे.''

''बहुधा बंद गल्लीत जाण्याचा रस्ता असावा तो.''

''बहुधा.'' मी त्याच्याशी सहमत. ''पण गुन्हेगार मूर्खासारखं वागतात.''

''काही वेळाच. ठीकाय! दुसरं काही?''

''हो,'' जेम्स म्हणतो. ''पुन्हा तेच. त्याला त्याच्या बळींची ही माहिती मिळतेय तरी कुठून?''

या रहस्याचा सर्वांत मोठा भाग. लिसा रिडने आपली कथा डायरीत लिहून ठेवली होती. ठीक. पण बाकीच्यांचं काय? त्यांच्या गुपितांची माहिती त्याला कशी मिळाली?

''कदाचित तो प्रीस्ट असावा.'' ॲलनचं चिंतन.

''प्रवास करणारा प्रीस्ट?'' मी म्हणते. ''मला नाही वाटत तसं. प्रीस्ट किंवा धर्मोपदेशक असणं म्हणजे प्रकाशात असणं, सर्वांच्या डोळ्यासमोर असणं. आपण प्रीस्ट आहोत असा त्याने बनाव जरी केला असता, तरी फादर येट्सने आपल्याला तसं सांगितलं असतं. कोणत्या प्रीस्टने त्यांच्या चर्चला भेट दिल्याचं त्यांनी तर काही सांगितलं नाही आपल्याला. नंतर रोझमेरीनंही तिच्यावर हल्ला करणाऱ्याला ओळखलेलं नव्हतं.'' मी डोकं हलवते. ''छे. छे. प्रीस्ट असणं शक्य नाही.''

''तरीदेखील या प्रश्नाचं उत्तर आपल्याला द्यावंच लागणार आहे ना.'' ॲलन म्हणतो. ''बळी गेलेल्यांची गुपितं त्याला कशी ठाऊक झाली?''

''मी अगोदर सुचवलं होतं तसं तर नसेल?'' मी विचारते. ''सपोर्ट ग्रुप्स? व्यसनाधीन लोकांना व्यसनमुक्त करण्यासाठी अनेक संघटना काम करत असतात. तिथे नशाबाज लोकांचीच वर्दळ असते. ज्यांची अशी गुपितं असतात, आयुष्यात ज्यांना वेगवेगळ्या प्रकारच्या दुर्धर प्रसंगांना सामोरं जावं लागतं. ते साधारणपणे

नशेच्या आहारी जातात. जसे आपण बघतो आहोत ते बळी.''

''जसे रोझमेरी आणि ॲण्ड्रिया,'' ॲलन माझ्याशी सहमत. ''आणि ॲण्ड्रियाने बघा कसं पटकन मनातलं सगळं सांगून टाकलं.''

''कोणत्याही एका ठिकाणाहून त्याने माहिती जमा करण्याची आवश्यकता नाहीये.'' कॅली लक्षात आणून देते. ''त्याला ठार मारण्यासाठी तो जे लोक शोधतो. ते त्याला अनेक ठिकाणी मिळू शकतात. खूप समाजकार्य करणारी अनेक चर्च, दारूपासून अन्य नशिल्या पदार्थांपासून लोकांना मुक्त करणाऱ्या संस्था. काहीही. तो स्वत: व्यसनाधीन असल्याचं भासवून बाकीच्या व्यसनासक्त लोकांमध्ये सामील होत असावा, बाकीच्या व्यसनासक्त लोकांचा विश्वास संपादन करीत असावा आणि त्यांच्या विषयी सहानुभूती दाखवत असावा.''

''चांगला मुद्दा आहे.'' मी म्हणते. ''बळी गेलेल्यांमधला सारखेपणा म्हणून आपण याकडे बघायला हवं.''

''आपल्याला त्याच्याविषयी काय माहिती आहे, त्याची आपण यादी बनवू या.'' जेम्स म्हणतो.

मी संमती देते. ''करू या. मी सुरुवात करते. तो खूपच कार्यरत, कार्यक्षम आणि बहुधा आकर्षक व्यक्तिमत्त्वाचा आहे. स्त्रिया आजूबाजूला असताना तो आत्मविश्वासाने वावरतो. त्याच्या मनात स्वत:विषयीची जी प्रतिमा त्याने तयार केली आहे, तिला स्त्रियांपासून धोका नसल्याची त्याची खात्री आहे. स्त्रियांमुळे त्याला राग येत नाही. निदान वरवर तरी तसं दिसतंय.''

''तो ब्रह्मचारी असावा. म्हणजे त्याने आजपर्यंत स्त्री-सहवास उपभोगलेला नसावा.'' जेम्स पुटपुटतो.

मी माझ्या भुवया उंचावते. ''कसा काय काढलास हा निष्कर्ष तू?''

''विचार करून बघ. तो बुद्धिप्रामाण्य मानणारा आहे. तर्कसुसंगत विचार करणारा आहे. त्याचा त्याच्या बळींबाबतचा दृष्टिकोन अतिशय शांत आहे. त्यांच्याशी त्याने हिंसाचार केलेला असला, तरी तो त्याचा उद्देश नाहीये. त्याचा जो काही उद्देश आहे तो साध्य करण्यासाठी केवळ तो हिंसाचार करतो. त्यामागे उत्तेजित होणं हा त्याचा उद्देश नाहीये. ज्या बळींची मृत शरीरं आपल्या हाती लागली आहेत, त्यावरून हे स्पष्ट होतंय की त्याने त्यांच्यावर कोणताही लैंगिक अत्याचार केलेला नाहीये, किंवा अकारण कोणताही हिंसाचार केलेला नाहीये. त्याच्या कल्पना वरच्या पातळीवरच्या आहेत. त्या कल्पना धर्म, अध्यात्म, सत्य यांच्याभोवती पिंगा घालणाऱ्या आहेत. म्हणजेच शुद्धतेशी, निर्मळतेशी निगडित आहेत.'' तो खांदे उडवतो. ''त्याच्या संपूर्ण कार्यशैलीत सेक्स केवळ अनुपस्थित नाहीये, तर सेक्सचं अस्तित्वच नाहीये.''

"मॅडोना आणि वेश्या." कॅलीचा विचार.

"पुन्हा सांग?" मी तिला विचारते.

"ओह. तुला माहीत आहे ना ती पुराणकथा. पुरुषांना मॅडोना स्त्रियांशी लग्न करायचं असतं, पण सेक्स मात्र वेश्यांशी करायचा असतो. ज्या बायकोला सेक्स आवडतो ती बायको होऊच शकत नाही. सेक्स आवडणारी स्त्री वेश्याच असते वगैरे, वगैरे."

"ठीक आहे. पण इथे त्याचा काय संबंध आहे?"

"तो या स्त्रियांशी सेक्स करत नाही. का? कारण तो त्यांचा आदर करतो."

माझ्या डोक्यात काहीतरी क्लिक होतं. कॅमेऱ्याचं शटर, फोटो काढतेवेळी जसं क्लिक होतं ना तसं! आपण शोधून शोधून न सापडलेली एखादी वस्तू कुठूनतरी भिरभिरत येऊन आपल्या जागेवर पडावी, तसं काहीतरी माझ्या डोक्यात चालू आहे.

"हं," मी म्हणते दूर कुठेतरी शून्यात बघत. "बरोबर वाटतंय. पण त्या स्त्रियांची गुपितं तर अशी आहेत की, तो त्यांची पूजा कशी करू शकेल? कशी?"

मी फळ्याजवळ जाते. त्याकडे मी एकटक बघत राहते. कोणती तरी एक अनामिक गोष्ट आहे, जी मला चकवा देतेय. हाती येत नाहीये. मी तिला प्रकाशात आणण्यासाठी तडफडतेय. माझे सहकारी शांत आहेत. वाट बघताहेत, मला काहीतरी गवसेल म्हणून. माझ्या मनाची ही प्रक्रिया त्यांनी या अगोदर बऱ्याच वेळा बघितली आहे.

"मग?" ॲलन शेवटी विचारतोच.

निराशेनं मी निःश्वास सोडते. "अजून माझ्या हाती येत नाहीये."

"मग फिरत राहा. दुसरीकडे कुठेतरी जा. दुसरा काहीतरी विचार कर." ॲलन मला प्रोत्साहित करतो. "येईल ते तुझ्या हाती."

मला ठाऊक आहे, तो योग्य तेच बोलतोय. आपण किल्ली कुठे ठेवलीय हे आठवण्याचा जर प्रयत्न केला, तर तुम्हाला ती कधीच सापडत नाही. मी देखील ती अनामिक गोष्ट शोधण्याचा नाद सोडून देते.

"महान विदुषी! आता आपण हल्ला करण्याची पुढची योजना काय आहे?"

"बेपत्ता झालेले लोक," मी म्हणते. "इतकी वर्षं तो आपल्या नजरेत आला नाही, पोलिसांच्या रडारवर आला नाही. याचा अर्थ खून केल्यावर तो त्या बळींची प्रेतं दडवून ठेवत असणार. ती प्रेतं कोणालाच कधीच सापडणार नाहीत, याची काळजी घेत असणार आणि तो तयार असल्याशिवाय आपल्यालाही त्याची माहिती मिळणार नाही, याचीही तो काळजी घेत असणार." मी वळून त्या सगळ्या नावांकडे बघते. नावांमागून नावं आहेत. किती ही नावं! "मला तर असं वाटतंय

की बेपत्ता झालेल्या शंभराहून अधिक लोकांच्या केसेस आपण एका झटक्यात सोडवणार आहोत. त्याही अतिशय वाईट पद्धतीने. बेपत्ता झालेले ते लोक कोण, हे आपल्याला शोधायला हवं.''

''तेही तातडीनं.'' ॲलन माझ्याशी सहमत.

त्यानं एका मुलाचा खून करण्याची सूचना दिलीय. सूचना कसली, आव्हानच ते! ते आव्हान दूर कुठेतरी क्षितिजावर नाहीये. ते तर आता तुमच्यासमोर उभं आहे. घड्याळाचे काटे पुढे सरकताहेत तसं ते जवळजवळ येतंय. वारंवार ते घड्याळ बघतंय आणि हसतंय – मृत्यूचं आव्हान.

२६

“**माझ्या भाषेबद्दल मला क्षमा कर, एजंट बॅरेट,** पण आपल्यावर हत्तीदळ, घोडदळ आणि पायदळ सगळे एकदम मागून पुढून चढताहेत, असंच मला वाटतंय.”

“परिस्थितीचं योग्य मूल्यमापन आहे सर.”

मी फोन उचलल्यावर लक्षात येतं की, दुसऱ्या बाजूला एफ.बी.आय.चे संचालक आहेत. त्यांना माझा नंबर कसा मिळाला याचं मला क्षणभर आश्चर्य वाटलं. पण क्षणभरच! शेवटी ते एफ.बी.आय.चे संचालक आहेत.

“परिस्थिती वाईट आहे सर आणि ती याहीपेक्षा वाईट होत जाणार आहे.”

“मला वाटतं तू एक्झिक्युटिव्ह रिॲश्युरन्स सेमिनारला नव्हतीस. समोरच्या माणसाला धीर कसा द्यायचा, दिलासा कसा द्यायचा, हे त्यात शिकवलं होतं.”

“त्यापेक्षा मला खरं काय ते सांगणं आवडतं सर.”

“छान.” ते जरा रागावतात. “तर मग तुमचं देदीप्यमान सत्य सांगून आम्हाला प्रकाशित कराल काय?”

“सत्य हे आहे सर, की हे प्रकरण आता प्रचंड मोठं आणि तितकंच गोंधळाचं झालेलं आहे. आणि त्यात तुम्हाला प्रसारमाध्यमांना सांभाळावं लागतंय. मला तुमचा हेवा निश्चितच वाटत नाहीये. पण हेदेखील तितकंच खरंय, की तो मैदानात उघड्यावर आल्यामुळे हा उन्माद सुरू झालाय. त्याने व्हिडिओ क्लिप्स प्रकाशित करून आपल्याला त्याने घेतलेल्या बळींची यादी कळवली आहे. त्याची धमकीही विचित्र, पण तितकीच आपल्या फायद्याची आहे. जर त्याने आपल्याला जी माहिती पुरवली आहे, त्याआधारे आपण त्याला पकडलं नाही, तर आपलं काही खरं नाहीये.”

''काही सांगू नकोस मला.'' ते सुस्कारा सोडतात. ''तुला असं म्हणायचंय, की त्याच्या कारनाम्यांना प्रसिद्धी देऊन त्याने जशी आपली बदनामी केलेली आहे, तसंच त्याला पकडण्यासाठी आपल्याला मार्गही दाखवला आहे.''

''हो सर. आणि अतिशय अर्थपूर्ण पद्धतीने तुम्ही हे सांगता आहात सर.''

''फारच बोलते आहेस. तुझं ते काम एजंट कॅलीवर सोड. ती अधिक चांगल्या पद्धतीने तुसडं बोलू शकते.''

''मान्य आहे. मी समजतेय तुम्हाला काय म्हणायचंय ते सर.''

''स्मोकी, मला आता सांग तुला काय दिसतंय? पुढे काय होणारेय? मला थोडक्यात सांग.''

काय सांगावं याचा मी काही क्षण विचार करते. आमचं हे संभाषण फारच सरळ चालू असल्याचं वरवर दिसत असलं, तरी शेवटी मी सॅम रॅथबन यांच्याशी बोलतेय, हे विसरून चालणार नाही. ते काही केवळ एफ.बी.आय.चे संचालक नाहीयेत. असं म्हणतात की, कधी काळी ते अतिशय प्रतिभावान प्रश्नकर्तेही होते. गुन्हेगारांना पकडल्यावर कावेबाजपणाने असे प्रश्न विचारायचे की, सगळ्या केसचीच उकल व्हायची. कदाचित आता ते धूर्तपणा दाखवत असावेत. गोडगोड, चुचकारत बोलून माझ्यावरचा तणाव कमी करायचं नाटक करायचं, मला तणावमुक्त करून मोकळं करायचं आणि मला बोलतं करायचं. मग मी काही बरळले तर नंतर मला फाशी देण्यासाठी त्याचा उपयोग करायचा, असाही त्यांचा प्रयत्न असू शकतो. मला सांभाळून राहायला हवं.

मी सुस्कारा सोडते. माझ्याकडे डावपेच खेळायला वेळ नाहीये आणि खरंतर मला ते जमतही नाही. मला दुष्ट माणसं लगेच ओळखू येतात, दुष्ट, पापी गुन्हेगार! पण निर्दयी, चतुर माणसं नाही ओळखू येत.

''सर, मी बघतेय, एकशे त्रेचाळीस मृत, खून झालेल्या स्त्रिया! मी बघते आहे की बऱ्याच कुटुंबांना लवकरच वाइटातली वाईट बातमी ऐकायला मिळणार आहे. मी बघतेय की त्याने उघड होऊन मैदानात येऊन घोडचूक केलीय, जी त्याच्या जिवावरही बेतू शकते. आम्ही त्याला पकडू आणि त्याने पुन्हा कोणाला मारण्याआधी त्याला धरणं गरजेचं आहे.''

क्षणभर स्तब्धता! बहुधा ते विचार करताहेत. माझा अंदाज.

''कामाला लाग एजंट बॅरेट.''

मी 'यस सर' म्हणण्याच्या आतच त्यांनी फोन ठेवलेला आहे.

मी लगेचच एडी जोन्स यांना फोन करते. राजकारण खेळणं हा माझा प्रांत नाही, तरी माझ्यासारखीलादेखील हा नियम ठाऊक आहे – जर तुमच्या बॉसचा बॉस तुमच्याशी बोलला, तर यत्किंचितही वेळ वाया न घालवता तुमच्या बॉसला

ते कळवा.

"बोल."

"चुकीच्या वेळी फोन केलाय का मी सर?"

"हं! पण तू उगाच फोन करणार नाहीस."

"मला संचालकांचा फोन आला होता."

"त्यांनी स्वत: तुला फोन केला?"

"हो सर."

ते काहीतरी पुटपुटतात. स्वत:ला शिव्या देतात. मला ऐकू येतंय.

"काय हवंय त्यांना?"

मी त्यांना आमच्या संभाषणाविषयी सर्व माहिती देते.

"ठीकाय! मला ठाऊक आहे तिथे काय चालू आहे ते." जरा शांत झाल्यासारखे ते वाटतात. "त्यांनाही प्रश्न विचारणारं कोणी आहेच ना. बहुधा अध्यक्षांनीच त्यांना गाठलं असावं."

मला वाटलं, मोठ्या अधिकारपदावरच्या व्यक्तींची मला बरीच सवय झाली आहे. असे एकांतात तेही आपल्यासारखेच पादतात. फरक एवढाच, की त्यांनी सिल्कची अंतर्वस्त्रं घातलेली असतात. पण तरीदेखील देशाचे अध्यक्ष म्हटल्यावर मीही थबकते.

"मला काय वाटतंय, ते निश्चितपणे मला कळत नाहीये सर."

"विचार कर. तोच योग्य प्रतिसाद राहील. ठीकाय. सांगितल्याबद्दल धन्यवाद!"

पुन्हा एकदा मी 'येस सर' म्हणण्याच्या आत पलीकडून फोन बंद केला जातो. फारच वैफल्य येतं अशाने.

मी घड्याळ बघते. आता सायंकाळचे सात वाजलेत. रात्र तरुण आहे. मला अजून बरंच काही करायचं आहे, पण पुन्हा एकदा या वादळात सूर मारण्यापूर्वी मला बॉनीशी बोलायचंय.

"हाय स्मोकी," ती बोलते. तिचा आवाज त्रासलेला.

"काही गडबड आहे बेबी?"

शांतता.

"मी त्यापैकी काही व्हिडिओ क्लिप्स बघितल्या."

मी खुर्चीत कोसळते. परमेश्वरा.

"ओह बेबी! कशासाठी?"

"मी-मी- केवळ – आपण बोललो होतो ना अगोदर. तू जे करते ते मला करायचंय म्हणून. मी बातम्यांवर ते बघितलं आणि मग नेटवर गेले. ते संकेतस्थळ शोधलं ज्यावर त्या क्लिप्स आहेत आणि त्यातल्या काही बघितल्या."

"किती बघितल्यास राणी?"

तिने आवंढा गिळल्याचं मला ऐकू येतंय. "सुरुवातीला एकच पाहिली. त्यात ती मुलगी होती. तिचं नाव एप्रिल होतं. त्या माणसाने तिला बोलायला भाग पाडलं. कसं तिने तिच्या मुलाला छळलं. मला कसंतरीच झालं. मी छोटी आहे ना." ती पुटपुटते. "मला कसंतरीच झालं म्हणून मी अस्वस्थ झाले. म्हणून मग मी आणखी व्हिडिओ क्लिप्स बघितल्या."

"आणखी किती?"

"बहुधा तीस!"

"जीझस. परमेश्वरा! बॉनी, तू हे काय चालवलंय?"

"रागावू नकोस ममा-स्मोकी. प्लीज रागावू नकोस."

राग? मी अजिबात रागावलेले नाही. म्हणजे ती आता म्हणाली तेव्हा कुठे मला उमगलं की, खरं तर मी रागवायला हवं. पण त्याहीपेक्षा अधिक मला तिची चिंता वाटतेय. मी तिला रागवावं का?

माझ्या लक्षात येतंय की, बॉनीला मी कधी खऱ्या अर्थाने रागावलेच नाही. असं नाही की मी तिच्याबाबत निष्काळजी होते, म्हणून मी तिला कधी शिस्त लावली नाही. पण तिला कधी त्याची गरजच भासली नाही. मला वाटतं, कदाचित... कदाचित.... आताच तिला गरज असावी.

"मी रागावले नाहीये बॉनी. पण..." मी वेगात विचार करते. काय शिक्षा देणं योग्य ठरेल? "मी तुझ्या कॉम्प्युटर वापरावर निर्बंध आणते आहे. काही काळासाठी. हे बघण्याआधी तू मला किंवा एलायनाला विचारायला हवं होतंस. तुला याची कल्पना आहे, असं मला वाटतं."

ती सुस्कारा सोडते. "हो, मला माहीत होतं."

"आणि?"

"मला हेही माहीत होतं, की मी परवानगी मागितली असती, तर तुम्ही ती दिली नसती."

तिच्यातल्या प्रामाणिकपणामुळे मला हसू येतं.

"तू आतली खबर मला देते आहेस."

"मला ठाऊक आहे." ती आणखी एक निःश्वास सोडते.

"ठीकाय. तर आता पुढच्या दोन आठवड्यांसाठी इंटरनेट बंद. फक्त शाळेच्या कामासाठी वापरायचा. कळलं?"

"हो."

ठीकाय, ठीकाय. पुरे आता. माझी बेबी कशी आहे?

"कशी आहेस बाळा? तू ठीक आहेस ना?"

“मला कळत नाहीये. मला सर्वांत जास्त त्रास कशाचा होत असेल तर, मला वाटतं, तो जे सत्याविषयी बोलतोय ते बरोबर वाटतंय. तो जे म्हणाला ना त्याचा. तो जे म्हणतोय ते बरोबर वाटतंय याचाच मला त्रास होतोय. त्याच्यासारखा माणूस योग्य ते कसं बोलत असेल? तो जे करतोय ते बघता तो बरोबर कसं बोलत असेल? म्हणून त्रास होतोय. तुला कळतंय ना?”

“हो बेबी.”

“माझ्या मनातही हेच विचार तळ ठोकून बसलेले आहेत. त्या स्त्रिया, त्यांना ज्या परिस्थितीतून जावं लागलं, त्यांनी जी पापं केली; खरंय की ती पापं वाईट होती; पण सर्वांत वाईट काय असेल, तर त्याच्याशी ते कोणत्याही बाबतीत सहमत होतात. तो म्हणेल ते मानतात.

“मी जे करतेय ते जर तू करायला लागलीस, तर तुला अशा अनेक प्रसंगांना तोंड द्यावं लागेल. कृती – म्हणजे लोक जे करतात ते, जसं खून, बलात्कार – ती काळी किंवा पांढरी असू शकते. पण ते लोक स्वत:? लोकांचा विचार केला तर मग करड्या रंगाच्या अनेक छटा दिसतात. लोक एकतर काळे किंवा पांढरे असू शकत नाहीत. बेबी, म्हणून कृती महत्त्वाची असते. सर्वांत महत्त्वाची.”

“तुला काय म्हणायचंय?”

“तुला एखादा माणूस सांगू शकतो, की चांगला पिता असणं हा कोणत्याही माणसाचा सर्वांत महत्त्वाचा गुण आहे. तोच माणूस नंतर घरी जाऊन आपल्या मुलांना मारतो. किंवा त्याहीपेक्षा जटिल काही सांगायचं तर – कदाचित तोच माणूस इतरांच्या मुलांना सल्ला देत असेल, उपदेश करीत असेल, कदाचित तो व्याधी दूर करणारा असू शकेल. त्याचं हे काम अनेक वर्षं चालू असेल आणि कदाचित त्यामुळे अनेक बालकांचा लाभही झाला असेल. पण मी जे काम करतेय त्या चष्म्यातून पाहिलंस तर, सर्वांत महत्त्वाचं काही असेल तर ते हे की तो घरी जातो आणि त्याच्या स्वत:च्या मुलांना झोडपून काढतो.”

ती शांत आहे. मी सांगितलं त्यावर विचार करते.

“मला यावर अजून विचार करायला हवा.”

आणि ती विचार करेल. बॉनी म्हणजे लाटा नसलेलं सरोवर आहे. शांत, स्थिर. पण तळाशी खूप काही चालू असतं. जिथे सूर्य पोहोचू शकत नाही आणि मासे लपू शकतात.

“याविषयी तू माझ्याशी आणखी बोलशील का? म्हणजे तू त्यावर विचार केल्यानंतर?”

“ठीक आहे.”

“पक्कं?”

"पक्कं! मम-स्मोकी. मला आता बरं वाटतंय. मी जे करायला नको असं तुला वाटतंय, ते केल्याबद्दल क्षमा कर मला."

ती तिच्या इच्छेनुसार शब्दांना जे वाकवतेय, ते माझ्या लक्षात येतंय. तिने जे केलंय, त्या प्रत्यक्ष कृतीबद्दल ती क्षमा मागत नाहीये. त्या कृतीमुळे मी अस्वस्थ झाले म्हणून ती क्षमा मागतेय.

"क्षमा केलीय. पण लक्षात ठेव – दोन आठवडे."

"मी करेन तसंच."

"आता मला एलायनाशी बोलू दे. फारच झालंय."

"फार म्हणजे खूपच झालंय," ती उत्तरते.

थोड्या वेळाने एलायना फोन घेते.

"ओह, स्मोकी." तिच्या आवाजात किती वेदना आणि यातना आहेत. फोनमधून जाऊन तिला मिठी मारावीशी वाटते.

"स्वतःला फार दूषण लावून घेऊ नकोस एलायना. आत्तापर्यंत आपण बॉनीच्या बाबतीत सुदैवी होतो. मला वाटतं आता आपण सावध व्हायला हवं."

"मला वाटतं, तू योग्य बोलतेस. पण तरी – मला खूप अपराधी वाटतंय. ती तिच्या लॅपटॉपवर होती आणि वायरलेस इंटरनेट कनेक्शन वापरत होती. मला अलीकडे नीट झोप लागत नाही रात्री. म्हणून मी दुपारी थोडी वामकुक्षी घ्यायचं ठरवलं आणि मला कळलंच नाही. मी चक्क काही तास झोपून काढले. मी झोपलेली असताना तिने ह्या क्लिप्स बघितल्या. मला इतकं वाईट वाटतंय स्मोकी. सॉरी."

"एलायना प्लीज. तू तिची दुसरी आई आहेस. तिला घरी शिकवण्याची जबाबदारी तू घेतली आहेस; जेव्हा मी वेळी-अवेळी काम करत असते तेव्हा तिला तू तुझ्याजवळ ठेवून घेतेस – तू खूप काही करते. स्वतःवर इतकं रागावू नकोस."

"मी कदर करते तू म्हणतेस त्याची. पण माझ्या जागी तू असतीस तर तुला कसं वाटलं असतं?"

मला एकदम बावळटासारखं वाटलं असतं. वाईट वाटलं असतं.

"मुद्दा माझ्या लक्षात आलाय. तुला ठाऊक आहे, बॉनी काही लहान मूल नाहीये. असं काही झालेलं नाही, की आपण लाँड्रीचा साबण कपाटात ठेवायला विसरलो आणि त्या चिमुकलीनं तो खाल्ला. आणि असंही नाही, की तिने मुद्दाम आपल्यापासून काही लपवून ठेवलंय." मी तिला दोन आठवड्यांच्या इंटरनेट बंदीविषयी सांगते.

"या बंदीची अंमलबजावणी मी करेन. तू खात्री बाळग."

"मला नाही वाटत त्यावरून काही वादळ होईल. तिनेही काही आदळआपट नाही केली. तिच्यावर गुपचूप नजर ठेवण्याची गरज नाहीये."

"हं!" एलायनाच्या आवाजात थोडा हसरेपणा आल्याचं ऐकून मला आनंद होतो. "कदाचित आपण त्याविषयीच जास्त चिंता करायला हवी."

"चांगला मुद्दा आहे. आता स्वत:ला दोष देणं थांबव. काळजी घे."

सहमती दाखवत ती नि:श्वास सोडते. "माझ्या वतीने माझ्या नवऱ्याला चुंबन दे. बॉनीला तुझ्याशी अजून बोलायचंय."

"दे फोन तिला."

"मी तुला एक गोष्ट सांगायची विसरले." बॉनी धापा टाकत म्हणते.

"काय ती?"

"तो माणूस? खुनी? जो स्वत:ला प्रीचर म्हणवतो?"

"हं? त्याचं काय?"

"पकड त्याला आणि जेलमध्ये ठेव कायमसाठी. तो जेलमध्येच मरायला हवाय मला."

ही विनंती नाहीये, ही घोषणा आहे. त्याने काय केलंय ते बॉनीनं बघितलंय. तिच्या मनात जे काहूर उठलं होतं, गोंधळ चालू होता – काळं, पांढरं, करड्या रंगाचं, नैतिक वर्तणूक आणि बरंच काही – त्यातून ती एका निश्चित निष्कर्षापर्यंत आली होती – त्याचं स्वातंत्र्य कोणत्याही परिस्थितीत अग्राह्य आहे.

"मी निश्चित पकडेन त्याला राणी."

"चांगलंय."

आणखी काही न बोलता ती फोन ठेवून देते. मी काही क्षण फोनकडे टक लावून बघते. माझी करमणूकही होते आणि मी अस्वस्थही होते. आज कोणीतरी लागोपाठ तिसऱ्यांदा असाच अचानक फोन ठेवून दिलाय. असो. माझ्या आयुष्यात बॉनी नेहमीच सरळ, साधी पण त्याचबरोबर गुंतागुंतीची आणि जटिलही होत आलेली आहे. साधं, सरळ म्हणाल, तर तिच्याविषयीचं माझं प्रेम आहे ते अनिर्बंध आहे, त्याला तळ नाही, ते निर्मळ, नितळ, शुद्ध आहे. बॉनीत स्वत:मधेच गुंतागुंत आहे. तिच्यात लहान मुलाची चमक आहे, पण त्याचबरोबर तिच्या व्यक्तिमत्त्वात प्रौढांसारखे पदरही आहेत. त्यात बऱ्याच खाजगी जागा आहेत आणि मला त्या कधी बघायला मिळतील याची मला खात्री नाही. आपली स्वत:ची गुपितं स्वत:जवळ कशी सांभाळून ठेवायची, हे ती शिकली आहे आणि कदाचित याहीपेक्षा महत्त्वाचं म्हणजे, गुपितं बाळगूनही आपल्या वागण्या-बोलण्यात सहजता कशी ठेवायची, मनात विश्रांतावस्था कशी आणायची, मन अविचल कसं होऊ द्यायचं नाही, हेही ती शिकलीय. काही वेळा त्यामुळे मी अस्वस्थ होते. बऱ्याच वेळा नाही. आता मात्र मी अस्वस्थ झालेय.

आता लवकरच ती तारुण्यात प्रवेश करणार आहे. पूर्ण चंद्राच्या प्रकाशात

कोल्हा जसा बाहेर पडतो तसं. त्याचबरोबर चोरून काहीतरी करण्याची आणि खोटं बोलण्याची क्षमताही येत असते. हे स्वाभाविक आहे. त्यामुळे मला त्रास होत नाही. समस्या ही आहे, की गुपचूप, चोरून करण्यासाठी बॉनीनं कशाची निवड करावी? चोरून धूम्रपान करणं, चुंबन घेणं किंवा जोरात गाडी चालवणं असं काही तिनं केलं नाही. तिने चोरून काय करावं? चौर्यकर्म करण्याची आपली क्षमता तिने कुठे वापरावी, तर त्या सर्व गरीब, बिचाऱ्या स्त्रियांचे आयुष्यातले शेवटचे, भयानक क्षण पाहण्यासाठी.

तुम्हाला असहाय, अयोग्य, अकार्यक्षम वाटायला लावतं ते आईपण. मातृत्वाइतकं अन्य कशामुळेही असं वाटत नाही, हे माझ्या लक्षात येतं.

मी ऑफिसच्या बाहेर पडते. बाहेर प्रचंड असा भोवरा वाट बघतोय.

''**बेपत्ता लोकांसाठीची आपली जी व्यवस्था आहे,** त्यातल्या सर्व त्रुटी या प्रकारच्या केसमुळे उघड झाल्या आहेत.'' ॲलन तक्रार करतो. ''तुला माहीतेय? एन.सी.आय.सी.मध्ये एक लाख बेपत्ता लोकांच्या केसेस आहेत, पण ए.एफ.आय.एस.कडे फायलींमध्ये शंभरहूनही कमी केसेसची नोंद आहे?''

नॅशनल क्राईम इन्फर्मेशन सेंटर (एन.सी.आय.सी.) आणि ऑटोमेटेड फिंगरप्रिंट आयडेंटिफिकेशन सिस्टिम (ए.एफ.आय.एस) यात देशभरात घडलेल्या गुन्ह्यांची नोंद असते. आम्ही सी.ओ.डी.आय.एस. (कोडीस) आणि व्हायकॅप या संस्थांनी विविध गुन्ह्यांबाबत जमा केलेल्या माहितीचाही उपयोग करून घेत आहोत.

''कुठेच पुरेशी माहिती नाहीये. जी काही आहे ती महासागरात एखादा बिंदू असावा इतकीच आहे.''

'कोडीस' हा हुशारीचा एक नमुना होता. जर कोणी बेपत्ता झालं आणि तीस दिवसांच्या आत परतलं नाही किंवा सापडलं नाही, तर त्या व्यक्तीचा डी.एन.ए. नमुना घेतला जातो. असा नमुना थेट त्या व्यक्तीचे केस, टूथब्रशला लागलेली लाळ वगैरे यातून मिळवला जाऊ शकतो किंवा जवळच्या रक्ताच्या नातेवाइकांद्वारे जमा करता येतो. तो डी.एन.ए. जमा करून त्याचं पृथक्करण केलं जातं आणि त्याची नोंद केली जाते. जर नंतर एखादं शव मिळालं, तर मग याप्रकारे 'कोडीस'च्या मदतीने त्याची ओळख पटवली जाते. एखादं लहान मूल बेपत्ता झाल्यावर अनेक वर्षांनी ते 'कोडीस'च्या मदतीने शोधता येऊ शकतं. अशा अनेक केसेस झालेल्या आहेत.

परंतु ही माहिती जमा केलेल्या सर्व डाटाबेस संग्रहाची समस्या सहकार्य, वेळ आणि पैसे यांच्याशी निगडित आहे. या सर्व संस्था समाजसेवी आहेत. जर स्थानिक

पातळीवरच्या शासकीय यंत्रणेने योग्य वेळी ते फॉर्म्स भरले नाहीत किंवा डी.एन.ए. जमा केले नाही, तर ती माहिती योग्य त्या डाटाबेस संग्रहात जमाच होत नाही. जरी माहिती पुरवली गेली तरी कोणीतरी ती डाटाबेसमध्ये टाकायला हवी ना.

ही चुकलेली आणि अपूर्ण व्यवस्था आहे. पण अजिबातच नसण्यापेक्षा खूप बरी आहे; हे मात्र खरं. हीच माहिती वापरून आम्ही अनेक केसेस सोडवलेल्या आहेत. तेव्हा ही यंत्रणा जरी लंगडत चालली असली, तरी शेवटी ती जमेची बाजू आहे.

"काय शोधलंय आपण?"

"आत्तापर्यंत बेपत्ता म्हणून नोंदवलेले चोवीस लोक आणि आपल्याकडची नावं यांचा मेळ बसतोय. कॉम्प्युटर क्राईम्स विभाग याबाबतीत आपल्याला मदत करतोय. ते व्हिडिओ क्लिपवरून बळींच्या चेहऱ्याचे फोटो मिळवताहेत आणि आपण ते त्या त्या विभागातल्या स्थानिक पोलिसांकडे पाठवत आहोत. ते तो फोटो घेऊन संबंधित कुटुंबीयांशी संपर्क साधतील आणि बळींची ओळख पटवली जाईल. माझ्या अंदाजानुसार या पद्धतीनं सर्व मृतांची ओळख पटवता येऊ शकेल. अर्थात या व्हिडिओ क्लिपमधली बळींची नावं आणि बेपत्ता लोकांची नावं जुळणं हा फार मोठा योगायोग असेल."

"मान्य आहे मला. जाता जाता सांगते, तुझ्या बायकोनं तुला चुंबन द्यायला सांगितलंय."

"आभारी आहे."

"सांभाळून ठेव. आपलं काम किमान अकरा वाजेपर्यंत चालू राहणार आहे."

"आनंद आहे."

मी जेम्सकडे जाते. त्याने नुकताच फोन ठेवलाय.

"जेझबेल जी माहिती पुरवते आहे, तिचा फार उपयोग होतोय," तो म्हणतो. बळींना ओळखण्यासाठी आत्तापर्यंत आपल्याकडे ऐंशी लोक पुढे आले आहेत."

"काय म्हणतोस?"

काही लोकांना आश्चर्य वाटेल, इतके लोक इतक्या लवकर कसे आलेत? मला आश्चर्य वाटत नाही. अनेक दृष्टीनं एखादी व्यक्ती मरण्यापेक्षा ती बेपत्ता होणं त्या व्यक्तीच्या कुटुंबीयांसाठी फार फार क्लेशदायक असतं. बेपत्ता झालेल्यांसाठी एक शक्यता असते. कदाचित ते अजूनही जिवंत असू शकतील. कदाचित नसतीलही. कोणी बेपत्ता असेल तर केस बंदही करता येत नाही आणि कुटुंबीयांना दुःखही करता येत नाही. ते बिचारे कायम आशेवर जगत राहतात.

एकदा एका आईला मी अशीच एक वाईट बातमी सांगितली. तीन वर्षांपासून तिची मुलगी बेपत्ता होती. ती मेल्याचं आढळून आलं होतं. ती खूप रडली. अर्थातच!

ती रडणारच. पण ती नंतर जे काही म्हणाली ते माझं काळीज कापून गेलं.

"किती कठीण होतं, हे माहीत झालं नव्हतं तेव्हा!" अश्रुपात करीत, अडखळत ती म्हणाली. "एकदा – हे परमेश्वरा – एकदा मला आठवतंय, मी खूप दुबळी झाले होते आणि या यातनांचा आता अंत व्हावा अशी इच्छा करू लागले होते. ती मेली आहे, हे ऐकण्याचीदेखील त्या वेळी तयारी होती."

ती काय बोलून गेली होती, हे काही क्षणांनंतर तिला जाणवलं. आणि तिचे डोळे विस्फारले गेले. काही क्षणांसाठी का होईना आपण काय इच्छा व्यक्त केली, आपण काय बोलून गेलो, या साऱ्याचा खरा अर्थ काय होतो, ते तिला नंतर उमगलं. म्हणून तीदेखील आश्चर्यचकित झाली. आपण आपल्या मुलीच्या मृत्यूची इच्छा करीत होतो? तिचा त्यावर विश्वासच बसेना. हे उमगल्यावर तिच्या चेहऱ्यावर जे भाव उमटले, ते मी कधीच विसरू शकणार नाही.

स्कॉटलंडमध्ये आणि आयर्लंडमध्ये मोठ्याने गळा काढून शोक करण्याची प्रथा आहे. मुस्लीम देशात त्याला 'मातम' म्हणतात. पूर्वीच्या काळी, म्हणजे कॅथॉलिक चर्चने त्यावर बंदी आणण्यापूर्वी, अंत्यसंस्कारांचा एक भाग म्हणूनच मातम केलं जायचं. त्यासाठी एखादी स्त्री अथवा स्त्रिया भाड्याने आणल्या जायच्या. मेलेल्या व्यक्तीच्या पूर्वजांपासूनचा इतिहास त्या स्त्रिया शोक करीत सांगायच्या, मृत व्यक्तीची स्तुती करायच्या आणि त्या व्यक्तीच्या कुटुंबीयांवर कसं संकट कोसळलंय, त्यांना कशा यातना होताहेत याचं वर्णन करायच्या. हे सर्व त्या डोळे काढत करायच्या. टाळ्या वाजवत, पुढे-मागे डोलत हा शोक चालायचा. तो शाब्दिक पश्चात्ताप असायचा. एका माणसाचं आयुष्य संपलं या वस्तुस्थितीला न्याय देण्यासाठी ही प्रथा बहुधा रूढ झाली असावी. त्या वेळी मला या प्रथेची आठवण झाली, कारण ती आई असंच काहीतरी करत होती. ती मातम करीत होती.

त्याच प्रसंगाचा मी आता विचार करतेय. अशा अनेक कुटुंबांचा विचार माझ्या मनात येतोय. शोक करणारी कुटुंबं. ऐंशी. केवळ अविश्वसनीय संख्या आहे ही. ऐंशी जणांचा बळी! ऐंशी कुटुंबं! किती जणांवर याचा परिणाम होणार आहे, होतो आहे. विचार करण्याच्या पलीकडचं आहे हे सारं.

"सर्व ठिकाणच्या स्थानिक पोलिसांशी संपर्क साधून मी पाठपुरावा करतोय." जेम्स म्हणतो. "संपर्कासाठी एकमेव व्यक्ती म्हणून स्वत:लाच नेमून टाकलंय. जे लोक बेपत्ता झाल्याची खात्री झालीय, त्यांचा खून झालाय असं समजून तपासासाठी उत्कृष्ट डिटेक्टिव्हची नेमणूक करा, असं मी त्यांना सांगतोय. जे काही सापडेल ते त्यांनी मला कळवायचं आहे. मी ती माहिती मुख्य प्रकरणाशी सुसंगत करून आपल्या डाटाबेसमध्ये जमा करून ठेवीन."

"आपल्याकडे डाटाबेस आहे का?"

तो कॉम्प्युटरकडे बोट दाखवतो. ''मी तयार केलाय एक.''

''चांगलं काम आहे जेम्स.''

''मला ठाऊक आहे.''

तो मान वळवतो. म्हणजे मी इथून जावं असं सांगतोय.

ऑफिसचा दरवाजा ढकलून कॅली धडधडत आत येते. हातात अमेरिकेचा एक मोठा नकाशा आहे. फोमवर चिकटवलेला. किरबी तिच्या मागे मागे. तिची काहीतरी बडबड चालू आहे.

''तर फुलांचं जमलं? किंमत ठीकाय?''

''किंमत तर खूपच छान आहे किरबी, आणि केकचं काय?''

''केकवाल्याला नाही हं. त्याला पाठीवर केस आहेत.''

''फारच छान. किमतीचं विचारतेय मी?''

''किंमत आपल्या बजेटमध्ये आहे. ओह् आणि फोटोग्राफरची चांगली बातमी आहे. एका माणसाला मी ओळखत होते. म्हणजे आम्ही बरोबर काम करत होतो, या अर्थाने. तो कोणाकोणावर नजर ठेवण्याचं काम करायचा. पण कॅमेऱ्यावरही त्याचा हात चांगला चालतो. आणि नेहमीसारखं! तसंच! कळलं ना?''

किरबीची पार्श्वभूमी लक्षात घेता, तिच्या जुन्या सहकाऱ्याला लग्नासाठी बोलवण्याच्या किरबीच्या शहाणपणाबद्दल कॅली विचार करतेय. मी ते बघतेय.

''ठीकाय.''

''वधूचं व्यवहारचातुर्य शेवटी जिंकलंय.'' ॲलनची टिप्पणी. ''हे लग्न फारच भारी होणारेय. लग्नाचं साहित्य पुरवणाऱ्या आणि कामं करणाऱ्या लोकांपैकी अर्ध्या लोकांबरोबर किरबी एकतर झोपली तरी असणार, नाहीतर सुरे, चाकू, बंदुका घेऊन तिने त्यांना दमदाटी तरी केली असणार. आणि उरलेले लोक तिच्याबरोबर काम केलेले पूर्वीचे मारेकरी तरी असणार. वा! छान!!''

''पूर्वीचे मारेकरी नव्हे.'' किरबी म्हणते. ''त्यापैकी बरेच जण अजूनही तेच काम करताहेत.''

''तुम्हाला थांबवणं मला आवडत नाहीये,'' मी म्हणते, ''पण – कॅली?''

''ओय! मी चालले.'' किरबी म्हणते. ''मला आता काय हवंय ते माझ्या लक्षात आलंय. नंतर भेटू कॅली बेबी.''

''ठीकाय. प्लीज मला नंतर फोन कर.''

''मी चार वाजेपर्यंत जागी होते.'' किरबी चिवचिवते. ''मुलीला जरा झोपू द्या. नाहीतर ती सुंदर कशी दिसणार?''

आम्हाला दिसण्यासाठी कॅली नकाशा वर धरते.

''सर्व बळी कोणत्या कोणत्या ठिकाणी मारले गेलेत, त्यांची यादी मी

जेम्सकडून प्रिंट मारून घेतली आणि आता त्या प्रत्येक ठिकाणावर खुणेसाठी मोठ्या पिन्स लावल्या आहेत.''

ते बघण्यासाठी आम्ही सर्व तिच्या भोवती जमा होतो.

''मला दिसतंय, की काही ठिकाणी टाचण्यांचे पुंजके तयार झाले आहेत,'' ॲलन म्हणतो. तो लॉस एंजेलिसकडे बोट दाखवतो. तिथे वीसहून अधिक टाचण्या खोचल्या गेल्या आहेत. म्हणजे वीसहून अधिक बळी लॉस एंजेलिस परिसरातच ठार करण्यात आले आहेत. ''आणि इथेही!'' लास व्हेगास, नेवाडा.

''जिथे भरपूर सूर्यप्रकाश आहे, तिथेच मारेकरी जास्त कार्यरत दिसतोय. पाप आणि ताप.'' कॅली म्हणते.

प्रीचरच्या इतर क्षेत्रात बाकीचे बळी विखुरलेले आहेत. काही शहरं आहेत जी सर्वांनाच ठाऊक आहेत, तर काही छोटी गावं आहेत, ज्यांची नावं मीदेखील ऐकलेली नाहीत. पण त्या सगळ्याचा एकत्रित परिणाम तुम्हाला भानावर आणणारा असतो.

''जंगलासारखं दिसतंय हे.'' ॲलन गुरगुरतो. माझ्या मनातलंच बोलतोय तो.

''क्षमा करा,'' किरबी म्हणते. अच्छा म्हणजे अजून ती गेलेलीच नाही तर. ''या बोर्डवर हे नाव का आहे?''

ती लॉस एंजेलिसमधल्या एका बळीच्या नावाकडे बोट दाखवते आहे. विलो थॉमस.

''का?'' मी विचारते.

ती मला एक स्मितहास्य देते. पण त्यात आनंद अजिबात नाहीये. भयानकता आहे. त्यामुळे मी लगेच सावध होते.

''माझ्या प्रश्नाचं प्लीज उत्तर दे.''

तिचा बोलण्याचा सूर नेहमीसारखा नाहीये. अतिशय सामान्य, मृदू. जणू कोणीतरी आपल्याला हवामानाविषयी विचारावं असा. पण तिचे डोळे मात्र आता चित्त्यासारखे दिसायला लागलेत. आणि ते थंड, थंड आहेत. भाडोत्री मारेकऱ्याचा निर्विकारपणा असाच असतो. हे मारेकरी एखाद्याला ठार मारतात, यासाठी नव्हे की तो माणूस वाईट असतो, पण यासाठी; की कोणाला तरी तो मेलेला हवा असतो आणि त्यासाठी तो पैसे मोजायला तयार असतो.

''तू बातम्या बघत नाहीस का हनी-लव्ह?''

किरबी कॅलीकडे एक कटाक्ष टाकते आणि नंतर माझ्याकडे.

''आता काय म्हणू? अगं, मी जर बातम्या बघत असते तर मी विचारला असता का हा प्रश्न? विचारला असता का? सांग कॅली.''

कॅलीच्या नावाच्या आगे-मागे तिने नेहमीप्रमाणे कोणताही विचित्र शब्द लावला

नाही. त्यामुळे माझी अस्वस्थता अधिकच ताणली जातेय. तिचा आवाज अजूनही गंभीरच आहे. ती कॅलीवर आता चिडली, तेव्हादेखील एखादी हळूवार चापटी मारल्यासारखी. नेहमीप्रमाणे धुडगूस घालणारा तिचा आवाज आता हरवलेला आहे. हवेत निश्चित वेगळेपण आहे. या गांभीर्याच्या मागे गूढ धोका लपल्याचं मला जाणवतं.

काय चाललंय तरी काय?

''एक माणूस आहे.'' मी म्हणते. तिच्या चेहऱ्यावर काय प्रतिक्रिया उमटताहेत याकडे माझं बारीक लक्ष आहे. ''आम्हाला असं वाटतंय की, गेल्या वीस वर्षांपासून तो स्त्रियांना ठार मारतोय. आणि आमची पक्की खात्री आहे की, या फळ्यावर जी नावं लिहिलेली आहेत, ती त्याने ठार केलेल्या बळींची आहेत.''

''बळींची? ठार केलेल्या?''

''हो.''

ती माझ्याकडे येते आणि माझ्या खांद्याभोवती हात ठेवते. त्यात मित्रत्वाचा अंशही नाहीये. तिचं हे इतकं निकट येणं खूप अस्वस्थ करणारे. ''आणि?'' ती पुटपुटते, तिचं तोंड माझ्या अगदी कानाजवळ. ''हा माणूस कोण आहे, आपल्याला ठाऊक आहे?'' तिचे शब्द बर्फात भिजलेले! थंड! गार!!

''अजून तरी नाही.'' मी तिच्यापासून दूर होते आणि तिच्याकडे थेट बघते. ''आणि मला माहीत असतं तरी तुला सांगितलं असतं किंवा नाही ते मला माहीत नाही.''

त्याच बर्फाळ नजरेनं ती माझ्याकडे टक लावून बघते.

''मी तुझ्याशी बोलू शकते?'' ती मला विचारते. ''एकांतात?''

माझ्या उत्तराची वाट न बघता ती माझ्या ऑफिसकडे चालू लागते. मी ॲलन, कॅली आणि जेम्सकडे बघते.

''काही कळत नाहीये.'' कॅली म्हणते.

''या वेड्या मुलीच्या डोक्यात काय चालू असतं, ते मला कधीच कळत नाही.'' ॲलन म्हणतो.

जेम्स मात्र शांत आहे.

दरवाजा बंद करून आम्ही आमच्या ऑफिसमध्ये बसलेलो आहोत. किरबी बोलायला केव्हा सुरुवात करतेय, त्याची मी वाट बघतेय. पण ती गप्पच. आणि हे तिच्या स्वभावात न बसणारं. इतर वेळी किरबी वारा वाहतो तशी बडबडत असते.

माझ्या समोरच्या खुर्चीत ती बसली आहे. ती ओठांशी चाळा करतेय आणि माझ्या नजरेला नजर देण्याचं टाळतेय. ती हसते. तोंडाच्या एका बाजूने!

तिला बोलतं करण्यासाठी मी उत्सुक आणि बोलायचंच नाही, असं जणू तिनं ठरवलेलं. आमची जणू शर्यतच लागलेली.

"मी या शर्यतीत हरावं म्हणून तू जर वाट बघत असशील तर, स्मोकी, तुला खूऽऽप वेळ वाट बघावी लागेल."

एकदम रागाच्या भरात येणं किरबीला फार चांगलं जमतं. पण आत्ता नाही. नाही जमलं तिला आत्ता.

"मला वाटतं, मी अगोदरच तुला हरलेलं बघितलंय."

ती माझं बारकाईने निरीक्षण करते, हसते आणि खांदे उडवते.

"हं... थोड्या वेळापूर्वी किंचित प्रतिक्रिया व्यक्त केली मी. खरंय."

"थांबव हा मूर्खपणा किरबी. मी बाथरूममध्ये असताना तू मला सांभाळून घेतलंस. कळतंय मला. आता मला परतफेड करू दे. तुला कशामुळे त्रास होतोय का? सांग की मला."

ती माझ्याकडे बोट हलवत हलवत बोलते, "स्मोकी, मी काही लपवून ठेवत नाहीये. तुला माहिती असायला हवं हे."

"मला विलो थॉमसबद्दल सांग. कोण होती ती? आणि ती तुझी कोण लागते?"

पुन्हा एकदा ओठ चावणं. किरबीला असं गप्प गप्प मी कधीच बघितलेलं नाहीये. उत्तर द्यायचंही ती टाळतेय. दोन वर्षांचं मूल जितक्या नाजूकपणे आणि हळुवारपणे वावरतं, वागतं तशी किरबी आहे.

"विलो ही... माझ्या मित्राची मैत्रीण होती. ती साधी, सरळ होती. म्हणजे आमच्यासारखी मारेकरी नव्हती. ती निष्पाप म्हणूनच जन्मली आणि बहुधा निष्पाप म्हणूनच मेली असावी. पण डॉग किंवा किटी कॅटसारखी! चमकदार डोळे आणि झुपकेदार शेपूट असल्यासारखी. आपण ज्या जगात वावरतो, त्यासाठी ती कधीच नव्हती. साधी, सरळ नागरिक! ती माझ्यासारखी किंवा माझ्या मित्रासारखी अजिबात नव्हती. आपण कधीच साधे, सरळ नागरिक नव्हतो. आपण पडलो मवाली. आपण जगात आलो तेच मुळी हे विस्तीर्ण, वाईट जग आपल्याला जे देईल ते घेण्यासाठी. विलो तशी नव्हती. ती फार दुबळी होती."

"काय तुझ्या मित्राचं नाव?"

ती पुन्हा एकदा बोट हलवते आणि हसते. "प्रयत्न चांगलाय तुझा. पण नाही! मी तुला ती माहिती आत्ता तरी सांगणार नाही."

"या प्रकरणाशी काही संबंध?"

"जर मला वाटलं, की माझ्या माहितीमुळे तुला मदत होणार आहे, त्या भावी स्वर्गवासी माणसाला पकडण्यासाठी तुला उपयोगी पडणार आहे, तेव्हा मी तुला सांगेन सारं."

भावी स्वर्गवासी माणूस! तिच्या म्हणण्यात एक प्रकारची निश्चितता, खात्री दिसतेय.

"खरंच म्हणतेस?"

"विलोनं योग्य निर्णय घेतला. तिने आम्हाला सोडलं आणि छान, सामान्य, इतरांसारखं आयुष्य जगायला लागली. आम्ही नंतर कधी बोललो नाही. पण मी वारंवार तिची चौकशी करीत असे. तिच्याविषयी माहिती घेत असे. ती पडली भोळसट – पपी डॉग! तिचा कोणी गैरफायदा घ्यायला नको ना! एकदा मी अशीच तिची चौकशी केली तेव्हा कळलं ती गायब झालीय. मी माझ्या पद्धतीने, माझे कॉंटॅक्ट्स वापरून तिचा तपास करण्याचा प्रयत्न केला, पण ती अचानक नाहीशी झालेली होती. जणू ती एका रात्री महासागरात पोहायला गेली आणि परतलीच नाही."

"केव्हाची गोष्ट आहे ही?"

"साधारण दहा वर्षांपूर्वीची."

"तिच्यामागे कोणी कुटुंबीय आहेत?"

उत्तर देण्यासाठी ती बराच वेळ घेते.

"नाही. ती अनाथ होती."

"अच्छा!"

ती अजून काहीतरी सांगेल म्हणून मी वाट बघते. पण ती हसते.

"अन्याय आहे! अन्याय आहे हा! ती अनाथ होती. ती दहा वर्षांपूर्वी नाहीशी झाली. या लॉस एंजेलिसच्या स्वच्छ सूर्यप्रकाशात ती नाहीशी झाली. तिने जाणूनबुजून कोणालाही दुखवलं नाही. फक्त स्वत:ला त्रास करून घेतला. इतकी माहिती तुझ्यासाठी पुरेशी आहे."

"किरबी, ती काहीतरी लपवत होती. कोणतं तरी गुपित ती दडवत होती. हा खुनी अशाच स्त्रियांना घेरतो."

मी तिला व्हिडिओ क्लिप्सविषयी समजावून सांगते. सांगत असताना माझं तिच्या चेहऱ्याकडे बारीक लक्ष आहे. किरबी अजूनही तिला जे ठाऊक आहे, ते सारं काही सांगत नाहीये. तिचा हा आडमुठेपणा केव्हातरी गळून पडेल या आशेने मी तिच्याकडे बघत सगळं सांगतेय. पण ती केवळ ऐकतेय. हाताच्या एका बोटाने पुढे आलेल्या सोनेरी केसांच्या एका बटेशी चाळा करत ती केवळ ऐकतेय. तिचा कणखरपणा मऊ पडण्याची काही चिन्हं दिसत नाहीत.

“कळतंय मला.” माझं सांगणं झाल्यावर ती म्हणते.

“किरबी, विलोला कुठले प्रश्न त्रास द्यायचे का? दारू, नशा? व्यसनं सोडण्यासाठी ती कोणाची मदत घ्यायची? त्यासाठी काही संस्था काम करतात. जायची का तिथे ती?”

“खरं सांगायचं तर हो. ती दारू प्यायची. अर्थात तिने नंतर दारू सोडली होती. अल्कोहोल ॲनॉनिमस संस्थेच्या बैठकांना ती याचसाठी जात असायची.”

‘वा! काहीतरी सुगावा हाती लागतोय तर.’ मी आशाळभूतपणे विचार करते.

“तिच्याविषयी अजून काही सांगू शकतेस?”

“तुला मदत होईल, असं काही नाही.” ती पुढे झुकते. पुन्हा एकदा वातावरणात काहीतरी वेगळं जाणवतंय. त्या खुन्याला ठार मारण्याची प्रबळ इच्छा किरबीच्या डोळ्यांत दिसतेय. शिकाऱ्याची नजर असते तशी. “तर, हा खुनी कोण आहे, हे अजून तुला कळलं नाहीये म्हणतेस तू?”

“नाही!”

ती डोकं हलवते. “ठीकाय मग! आपलं इथलं काम संपलंय.” जाण्यासाठी ती उभी राहते.

“किरबी, तुला क्लिप बघायची आहे का?”

ती थबकते. तिची पाठ माझ्याकडे आणि हात दरवाजा उघडण्याच्या नॉबवर.

“नाही! मला ठाऊक आहे, तिचं काय गुपित होतं ते.”

ती नॉब पिळते, दरवाजा उघडते आणि निघून जाते.

एक साधी, सरळ नागरिक! विलो थॉमसविषयी बोलताना किरबी असंच म्हणाली होती. समोरचा व्हिडिओ बघताना मी त्याचाच विचार करतेय.

ती आकर्षक होती. आयुष्यात तिच्यावर जे क्रूर वार झाले त्यामुळे तिला निश्चितच आश्चर्य वाटलं असणार. नशीब आपली फसवणूक करतंय असं वाटल्यावाचून राहिलं नसेल तिला. ती तिच्या स्वप्नांच्या जगात जगत राहिली असती, पऱ्यांसारखी हवेत उडत राहिली असती. पण तिच्यावर अचानकपणे काहीतरी आदळावं आणि ती जमिनीवर कोसळावी, असं झाल्यासारखं दिसतंय.

तिला कशामुळे तरी फार खोलवर इजा झाली असावी. तेव्हापासून ते दुष्टचक्र तिच्या पाठी लागलं आणि शेवटपर्यंत ती त्यातून बाहेर पडलीच नसावी.

ती सुंदरच दिसत होती. स्वच्छ, पारदर्शक डोळे असतात ना एखादीचे तशी. सरळ, काळेभोर केस आणि खूप सडपातळ होती. खूपच सडपातळ. त्या सडपातळपणामुळे तिचं सौंदर्य अधिकच उठून दिसत होतं. खूपच फिकट त्वचा

होती तिची. गाल थोडे रंगलेले, रसरशीत, लाल ओठ.

"व्रणांबद्दल सांग मला विलो."

ती थरथरतेय. ती चहुकडे भेदरलेले कटाक्ष टाकतेय. कधी उजवीकडे, कधी डावीकडे, कधी त्या खुन्याकडे तर कधी सरळ कॅमेऱ्यात. मग मला वाटतं की ती माझ्याकडेच बघतेय – टक लावून. ती रडतेय, पण सतत रडत नाहीये. मधूनमधून तिच्या डोळ्यांच्या कडेला अश्रू यायला बराच वेळ लागतोय. अश्रू साचले की, मोठे मोठे मोती तिच्या गालांवरून घरंगळत तिच्या उघड्या मांड्यांवर टपकताहेत. जेव्हा माझ्या लक्षात येतं की, तिच्या सर्वांगावर शहारे आले आहेत, तेव्हा अस्वस्थतेची एक लाट माझ्यावर घाव घालते. तिच्या भेदरलेपणाचा त्याला वास लागलाच असेल.

"विलो," तो तिला चुचकारतो, नेहमीप्रमाणे, हळुवारपणे. "व्रण! घाव! सांग मला त्याविषयी. नाहीतर मला पुन्हा इजा करावी लागेल तुला."

त्याने अशी धमकी दिल्यावर ती पुन्हा घाबरून थरथरते. इतक्या जोरात की खुर्चीचे पाय जमिनीवर थडथडतात.

"नको!" ती ओरडते.

"मग बोल ना! प्लीज. जखमांमुळे झालेल्या त्या व्रणांविषयी सांग मला."

"पण, पण तुम्हाला तर ते अगोदरच माहीत आहे ना!" ती केविलवाणी होऊन कुरकुरते. "मला ठाऊक आहे. तुम्हाला माहीत आहे सारं. तुम्हीच सांगितलंय मला."

"हो! पण तू ते सर्व कॅमेऱ्यासमोर सांगायला हवंय मला."

तिची थरथर थांबते. ती एक दीर्घ सुस्कारा सोडते. मग पुन्हा एकदा. फुफ्फुसं हवेने पूर्ण भरते आणि आवाज करत श्वास सोडते. तिचं डोकं पुढे झुकतं. त्यामुळे तिचे सरळ केस पुढे लोंबतात आणि अश्रूंनी भिजलेल्या तिच्या मांड्यांशी लगट करतात.

"आम्ही एकमेकींना ब्लेडने कापायचो." ती पुटपुटते.

"कोण विलो? तू आणि कोण?"

"मी आणि मॅंडी. मॅंडी माझी बहीण होती. माझ्यापेक्षा दोन वर्षांनी मोठी होती ती. आम्हाला आईवडील खूप मारायचे, म्हणून आम्ही एकत्रच अनाथालयात गेलो होतो. मॅंडीनंच मला ते कापण्याबद्दल सांगितलं होतं. त्यामुळे कसं बरं वाटतं, जेव्हा आपल्याला इजा होते तेव्हा कसा आनंद होतो, वगैरे."

"आणि मग? कापलंस तिला? दुखलं का खूप?"

"हो."

"सांगत रहा."

"आम्ही रेझर ब्लेड वापरायचो. बऱ्याच वेळा आम्ही पायांच्या आतल्या भागावर ब्लेड चालवायचो. स्कर्ट घातला तर दिसेल अशा जागी काही वेळा आम्ही एकमेकींवर ब्लेड चालवायचो."

"तेच तुम्ही त्या दिवशी करत होता, नाही? एकमेकींवर ब्लेड चालवत होता ना?"

"हो." इतका बारीक आवाज मी आयुष्यात प्रथमच ऐकतेय. जेमतेम ऐकू येईल असा.

"मग काय झालं?"

"प्रथम तिने माझ्या पायांवर ब्लेड चालवलं. फार... फार बरं वाटलं. मी त्याचं वर्णन नाही करू शकत. तुम्ही ब्लेड चालवता त्यापूर्वी बधीर झाल्यासारखं वाटतं, त्याच वेळी इजा होत असल्यासारखंही वाटतं. पण ते सगळं खोटं असतं. नुसता भास आणि मग तुम्ही प्रत्यक्ष कापता तेव्हा मात्र वेदना होतात. ती वेदना खरी, अस्सल, प्रत्यक्ष जाणवणारी. ती तीव्र असते, मधुर असते आणि त्या क्षणापुरती असते. तिला ना भविष्य ना भूतकाळ. आत्ता! इथे!! अशी ती वेदना असते. कापल्यामुळे सारं काही त्या क्षणाभोवती फिरतं. तो क्षण महत्त्वाचा ठरतो. तो क्षण तुम्हाला खरं बनवतो. तुम्हाला महत्त्वाचं बनवतो. त्या क्षणामुळे तुमचं अस्तित्व सिद्ध होतं."

"सांगत रहा."

"मला खूप उबदार आणि चांगलं वाटत होतं. तिने जरा जास्तच खोलवर ब्लेड चालवलं होतं. तिनं बघितलं, की मला किती छान वाटतंय ते. आणि मग तिने मलाही तिच्या पायावर असंच खोल ब्लेड चालवायला सांगितलं. अगदी खोल. म्हणून मग मी तसंच केलं."

"तू तिला खूप खोल कापलंस विलो?"

ती चेहरा वर करते आणि त्या चेहऱ्यावरचा पांढराफटकपणा बघून मला धक्काच बसतो. प्रेतासारखा पांढराफटक!

"माझ्याकडून तिच्या पायाची रोहिणी नलिका, शुद्ध रक्त वाहून नेणारी नलिका कापली गेली." ती पुटपुटते. "ती नेहमीच सडपातळ असायची. म्हणजे आम्ही दोघीही सडपातळच होतो. मी ब्लेड खोल, खोल चालवतच गेले. बाकी गोष्टींकडे माझं लक्षच नव्हतं. तिने मला जिथं कापलं होतं तिथं अजूनही मला ॲड्रिनॅलिन आणि एन्डॉर्फिन जाणवत होतं. मी जणू त्या नशेत होते. मी खूप खोल खोल ब्लेड चालवलं होतं. तिचं रक्त वाहायला लागलं होतं. खूप जोरात आणि खूप प्रमाणात."

ती बोलायचं थांबते.

"बाकीचं काय झालं ते सांग. काय केलंस मग तू?"

त्या वेळी मला प्रथमच त्या स्त्रीमध्ये थोडं तरी सामर्थ्य असल्याचं लक्षण दिसून येतंय. प्रीचरसाठीचा शुद्ध तिरस्कार मला त्या डोळ्यांत दिसतोय. त्या तिरस्काराने तिचे डोळे चमकत आहेत. जर तिला शक्य असतं तर, मला वाटतं, तिने त्याच्यावरही ब्लेड चालवलं असतं.

"मी तिला सांगितलं, की तिला खूपच रक्तस्राव होतोय. तिने खाली बघितलं आणि – आणि ती हसली. ती हसली. तिने मला बाहेर पळून जायला सांगितलं. मी हे कापलंय, हे कोणालाही सांगू नकोस, असंही बजावलं. मी नाही म्हणाले. तिला मदत हवीय. पण ती म्हणाली, आता खूप उशीर झालाय. ती म्हणाली, की ती आता मरणारच आहे. आणि ठीकाय, हरकत नाही. तिची काही हरकत नाही म्हणाली ती. म्हणाली की तिला हे सारं आवडतंय. खरंच! पण मी अडचणीत येणं तिला नको होतं, म्हणून तिने मला सांगितलं की मी बाहेर पळून जायचं आणि परत यायचं आणि नाटक करायचं. तिला पाहून धक्का बसल्याचं नाटक करायचं. म्हणून मी तसंच केलं आणि बाहेर जाऊन पाच अंक मोजले आणि परत आले. ती बेशुद्ध पडण्याच्या मार्गावर होती. मी किंचाळले. तिथं सगळीकडे रक्त पसरलं होतं. आणि...."

भावनांचा तिचा धबधबा क्षणभर थांबतो – केवळ अजून एक मोठा श्वास घेण्यासाठी. "मी तिला धरलेलं होतं आणि रक्तस्राव थांबण्यासाठी धडपड करीत होते. पण रक्त फारच वाहून चाललं होतं. मी त्या रक्ताच्या थारोळ्यात होते. थारोळं कसलं? तळंच ते. ठरवलं असतं तर मला पोहताही आलं असतं त्यात." एक क्षण शांतता. "ती मेली."

"तुझ्या बहिणीनं तुला सांगितलं तसं तू केलंस का विलो? तू नाटक केलंस?"

ती डोकं हलवते. आता तर ती अधिकच पांढरी पडलीय. तिचे डोळे तिरस्काराने चमकताहेत. शुद्ध आणि नंगा तिरस्कार!

"बोल मुली, बोल." तो म्हणतो.

ती एकदा हलते, थरथरते. पुन्हा एकदा खुर्चीचे पाय जमिनीवर थडथडतात. "मी माझ्या बहिणीला मारलं. आणि जणू तिनेच स्वत:ला मारलं असा इतरांचा समज करून दिला." ते कडवट, विषारी शब्द ती जणू थुंकते.

"आणि तुझ्या बहिणीच्या मृत्यूमुळे तुला इतरांची सहानुभूती मिळाली का?"

"हो."

"तू स्वत:वर ब्लेड चालवायची, हे लोकांना सांगितलंस का?"

"हो."

"आणि एक शेवटची गोष्ट विलो. तू हे सांगितलंस का, की या मार्गावर तुला

तुझ्या बहिणीनंच आणलं होतं? तुला हे करायला तिनेच भाग पाडलं, असा त्यांचा समज तू करून दिला का?''

"होऽऽऽऽय.'' मोठ्याने कण्हल्यासारखी ती म्हणते. तिच्या डोळ्यांची वेगाने उघडझाप होतेय. तिच्या चेहऱ्यावर उमटलेल्या भावना तिरस्काराकडून निराशेकडे बदलणाऱ्या! आणि त्या बदलत असताना आणखी निरनिराळ्या भावना उमटत जात आहेत.

तो थांबतो. मला जाणवतं की त्याचं समाधान झालंय आणि आता मला माझ्या आत धुमसणाऱ्या तिरस्काराची जाणीव व्हायला लागलीय.

"धन्यवाद विलो. लक्षात ठेव – परमेश्वर म्हणजेच प्रेम.''

पडदा काळा.

माझ्या लक्षात आलं नाही, की मी माझा श्वास रोखून धरलेला होता. मी श्वास सोडते आणि खुर्चीत मागे रेलून बसते.

तर, ही किरबीची मैत्रीण होय. मी विचार करते.

किरबी समजतेय की, तिला विलोचं गुपित ठाऊक आहे. हेच ते गुपित असावं काय? की किरबीला माहीत असलेलं गुपित याहून आणखी वेगळं आहे?

दरवाजावर टकटक झाल्यामुळे माझी तंद्री भंग पावते. जेम्स आत डोकावतो.

"आपल्याला सुगावा लागलाय.''

२७

"व्हिडिओ क्लिप्स ज्या आयपी नंबरवरून अपलोड करतात, त्यावर टाच आणता येईल का, यासाठी आपण वॉरंट तयार केलं आहे." जेम्स म्हणतो. "तो त्याच्या इंटरनेट कनेक्शनपर्यंतचा मार्ग आपल्याला दाखवण्याइतका बावळट आहे का, हे आपल्याला बघायचं होतं. या खुन्याची हुशारी आणि त्याचं तांत्रिक ज्ञान लक्षात घेता ते जरा अशक्यच वाटत होतं. पण त्याने प्रचंड मटेरियल कॉम्प्युटरवर चढवलंय, म्हणून प्रयत्न करायला हरकत नव्हता."

"आणि? तू असं म्हणतोयस जणू त्याने त्याच्या खुणा मागे ठेवल्या आहेत, आपल्यासाठी."

"बरीचशी कनेक्शन्स डायनामिक आयपी नंबरच्या आधारे चालतात. जे इंटरनेट चालवणारे असतात, ते नेट वापरणाऱ्याला प्रत्येक वेळी नवा आयपी नंबर देत असतात. काही लोकांना डायनामिक नको तर स्टॅटिक आयपी नंबर हवा असतो. हा नंबर कधीच बदलत नाही. आपण ज्या व्हिडिओ क्लिप्स बघतो आहोत, त्याला स्टॅटिक नंबर आहे."

"याचा अर्थ हा नंबर त्या विशिष्ट ग्राहकाशिवाय इतर कोणालाही मिळणं शक्य नाही."

"बरोबर."

मी येरझाऱ्या घालत यावर विचार करते.

"खूप म्हणजे खूपच विचित्र दिसतंय. तो इतर बाबतीत इतका चतुर असताना याच बाबतीत असा बावळटपणा कसा करेल? खरं नाही वाटत. हा नंबर वापरणारा आपला खुनीच नसेल, असं तर नसेल ना?"

"असंच असणार. जर आयपी नंबरचा मालक वायरलेस रूटर वापरत असेल

आणि त्याने पासवर्डने त्याचं संरक्षण केलेलं नसेल, तर कोणीही त्याच्या घरासमोर आपली गाडी पार्क करून लॅपटॉपवरून त्याच्या कनेक्शनवर डल्ला मारू शकतं आणि सहजपणे अपलोडिंग करू शकतं.''

''घरच्यासाठीचं वायरलेस नेटवर्क असुरक्षित असणं इतकं नेहमीचं झालंय?''

''हो. अनेक लोक रूटर खरेदी करतात आणि केवळ प्लगमध्ये लावून निघून जातात. आपल्या कनेक्शनच्या सुरक्षिततेची ते सहसा काळजी घेत नाहीत. कारण बऱ्याच वेळा त्यांनाच याची खात्री नसते.''

''दाखव मला तो माणूस.''

तो की-बोर्डवरची एक की दाबतो आणि स्क्रीनकडे बोट दाखवतो. कॅलिफोर्नियातल्या एकाच्या ड्रायव्हिंग लायसन्सचं चित्र पडद्यावर दिसतं.

''हॅरिसन बेस्टर,'' मी वाचते. ''वय एक्केचाळीस, काळे केस, निळे डोळे. साधारण रूप. काही कळलंय आपल्याला याच्या बाबतीत आत्तापर्यंत?''

''आता कळलंय.'' ॲलन म्हणतो. आत तो एक फोल्डर घेऊनच येतो.

तो त्याच्या खुर्चीत स्वत:ला झोकून देतो आणि मोठ्याने वाचतो.

''हॅरिसन एक सिस्टिम इंजिनियर होता. नोकरी सोडताना त्याला बऱ्यापैकी पैसे मिळाले. त्यातून त्याने एक दुकान विकत घेतलं. खूप पैसे मिळवत नाहीये तो. पण मध्यमवर्गीय निश्चितच आहे. थाऊजंड ओक्समध्ये राहतो. त्याचं लग्न झालंय. बायकोचं नाव ट्रेसी आहे. दोन मुली आहेत त्यांना. सतरा आणि पंधरा वर्षांच्या!''

''पुन्हा हे सगळं चुकीचं चालू आहे, असं वाटतंय.'' कॅलीचं निरीक्षण. ''हॅरिसन आणि ट्रेसी खूप तरुण असताना झाडींमध्ये चुंबन घेताहेत. इतके तरुण की आता त्यांना सतरा वर्षांची मुलगी आहे. आपल्या खुन्याशी ही गोष्ट जुळत नाहीये. आपला खुनी निष्ठावंत कार्यकर्ता आहे. लग्न, कुटुंब, पोरं यासाठी त्याला वेळ नाहीये.''

''मला पटतंय.'' जेम्स म्हणतो.

''मला देखील,'' मी उत्तर देते. काही क्षण मी विचार करते आणि एक निर्णय घेते. ''कॅली, तू गाडी आणि लॅपटॉप घ्यायचा आणि बेस्टरच्या घरापाशी गाडी पार्क करायची आहेस. बघ, बेस्टरकडे वायरलेस कनेक्शन आहे का ते आणि त्याने ते सुरक्षित करून ठेवलेलं आहे की नाही, तेदेखील. दरम्यान, मी एडी जोन्सबरोबर समन्वय साधते आणि या माणसावर चोवीस तास नजर ठेवण्याची व्यवस्था करते.''

''नंतर वाईट वाटण्यापेक्षा अगोदरच काळजी घेतलेली बरी, असंच ना?''ॲलन विचारतो.

मी खांदे उडवते. ''मलादेखील वाटतंय की बेस्टर हा प्रीचर नाहीये. पण

वाटणं आणि माहीत असणं, या दोन वेगळ्या गोष्टी आहेत ना. जरी तो प्रीचर नसला तरी त्याचा अर्थ असा नाही ना, की दोघे एकमेकांना ओळखत नसतील. कदाचित त्या दोघांचं संगनमतही असू शकेल. किंवा कदाचित दोघंही अनेक दिवसांपासूनचे दारूमित्र असतील आणि हॅरिसनला हे ठाऊकदेखील नसेल, की त्याचा मित्र खुनामागून खून पाडतोय. एक शक्यता मात्र कायम आहे – अंधूकशी आहे, पण हे निश्चित – की प्रीचर केव्हातरी तिथे परत येईल आणि आणखी हॅरिसनच्या वायरलेस वेळेची चोरी करेल. आत्तापर्यंत आपल्या हाती लागलेला हा सर्वांत चांगला सुगावा आहे.''

''संगनमताने,'' ॲलन माझी नक्कल करून मला चिडवतो.

''मी जाते आणि बघते बेस्टरचं काय ते.'' लॅपटॉप बॅग घेत दरवाजाकडे जाताना कॅली म्हणते.

''तुला काय आढळतंय ते मला फोन करून कळव.'' मी तिच्यामागे ओरडते.

''जर त्यानंतर तू मला घरी जायला आणि माझ्या भावी नवऱ्याबरोबर पटकन एकदा करायला आडकाठी आणणार नसशील तरच.'' ती प्रत्युत्तर देते आणि काही ऐकायच्या आत दरवाजाच्या बाहेरही पडते.

''व्यसन सोडण्यासाठी रोझमेरी ज्या सपोर्ट ग्रुपमध्ये जायची, त्याचा तपास केला मी.'' ॲलन म्हणतो.

''आणि?''

माझ्या आवाजातला आशावाद त्याने ऐकला असावा, कारण तो नकारार्थी मान हलवतो. ''ती व्हॅलीतल्या नारकॉटिक्स ॲनोनिमस या सपोर्ट ग्रुपमध्ये नियमितपणे जायची. मी त्यांच्या संचालकांशी बोललो. त्यांच्या बैठकांना खूप गर्दी होत असते. आणि वेगवेगळ्या स्तरातले व्यसनाधीन लोक तिथे येत असतात. तिथे हजेरी घेतली जात नाही. कोणालाही अर्ज करावा लागत नाही किंवा कोणाचीही छाननी होत नाही. जोपर्यंत तुम्हाला बोलायचंय, तोपर्यंत तुमचं तिथं स्वागत आहे.''

''म्हणजे लपण्यासाठी उत्तम जागा आहे.''

''हं. असो. तर ते संचालक ठीक बोलले माझ्याशी. सहानुभूती व्यक्त केली त्यांनी रोझमेरीच्या मृत्यूबद्दल. पण कोणाहीविषयी काहीही माहिती द्यायला ते उत्सुक नव्हते. तसंच तिथल्या कोर्सबद्दलही काही बोलले नाहीत.'' तो खांदे उडवतो. निराश झालाय. ''आपला खुनी चतुर आहे. तिथे निश्चित गेला असणार.''

''मलाही तशीच खात्री आहे, तू त्यांच्यापैकी प्रत्येकाला प्रश्न विचारलेस, तरी त्यापैकी कोणालाही या खुन्याला बघितल्याचं आठवणार नाही. जसं विमानातल्या प्रवाशांचं होतं तसं.''

फोनवरून बोलण्यापेक्षा प्रत्यक्ष येऊन भेट असं एडी जोन्स यांनी मला सांगितलं. मी त्यांच्या ऑफिसच्या दारावर टकटक करते.

"या आत." ते भुंकल्यासारखं ओरडतात.

मी आत प्रवेश करते. ते टेबलामागे आपल्या खुर्चीत बसलेले आहेत. गांजलेले दिसताहेत. त्यांनी गळ्याभोवतीचा टाय मोकळा करून ठेवलाय. शर्टच्या बाह्या वर वळवलेल्या आहेत. मी समोरच्या एका चामडी खुर्चीवर स्वत:ला झोकून देते. ते डोकं वर करून माझं निरीक्षण करतात.

"फारच भयानक दिसत्येस तू." ते म्हणतात.

"तुमचंही तसंच आहे सर. आणि धन्यवाद."

त्यांच्या तोंडाचे कोपरे किंचित वळतात. हसताहेत असं अस्पष्टपणे दिसतंय.

"हो ना. फार बेकार दिवस होता. सगळा वेळ प्रीचर, प्रीचर! प्रसारमाध्यमं बिथरली आहेत म्हणजे संचालक साहेबही बिथरणारच. लॉस एंजेलिस, सॅन फ्रान्सिस्को, वेगास, कार्सन सिटी, फिनिक्स, सॉल्ट लेक सिटी... सर्व शहरांच्या पोलीस आयुक्तांचे फोन आले. तुला कल्पना येतच असेल. आपल्याशी आणि एकमेकांशी पूर्ण सहकार्य करण्याचं त्यांनी मान्य केलंय. यात राजकारण करू नका, असं त्यांना मी सांगितलं."

"ही जादू तुम्ही केली तरी कशी?"

ते कपाळावर बोटांनी चोळतात. "अनेक कुटुंबीय त्यांच्या कानाशी किंचाळताहेत. त्यांना उत्तर हवंय, नाहीतर त्या खुन्याचं रक्त, नाहीतर दोन्ही. दुसरीकडे प्रसारमाध्यमांनी गदारोळ उठवलेला. आयुक्त मंडळींना राजकारण करावं लागतं आणि म्हणून त्यांना पटकन उत्तरं हवी असतात. हे करण्यासाठी सर्वांनी एकमेकांच्या बरोबर राहणं गरजेचं आहे, हे ते जाणतात."

"धन्यवाद सर. आपल्याला त्याची निश्चित मदत होईल."

"मला मदत करण्याची आता तुझी पाळी आहे. कुठे आहोत आपण या केसमध्ये?"

मी त्यांना आयपी नंबरचा लागलेला सुगावा वगैरे सांगते. ते तोंड वेडंवाकडं करतात.

"मान्य आहे मला की हे तपासायला हवं आणि मी त्या माणसावर नजर ठेवण्याची परवानगीदेखील देतो. पण तो माणूसच खुनी असेल याबद्दल मला शंका आहे."

"मलाही मान्य आहे सर. आजच्या क्षणाची बांधणी करण्यासाठी खुन्याने खूप वेळ खर्च केलाय. हे क्षण त्याच्यासाठी फार महत्त्वाचे आहेत. इतक्या साध्या गोष्टीत तो असा पाय घसरून पडणार नाही."

"मग या प्रकाराचा तपास कुठे नेणार आहे आपल्याला?"

"या सगळ्यांमध्ये मूलभूत समान गोष्ट कोणती आहे हे शोधल्याने आपण या केसचा गुंता सोडवू शकतो, असं मला वाटतंय."

"स्पष्ट कर जरा."

"ही तर्काशी निगडित समस्या आहे. तो खूप चतुर आहे, पण शेवटी तोही सवयीचा गुलाम आहे. त्याने आत्तापर्यंत केवळ स्त्रियांचेच बळी घेतलेले आहेत. अपवाद फक्त लिसा रिडचा. त्या सर्वांनी कोणतं ना कोणतं तरी काळंकुट्ट गुपित खोलवर दडवून ठेवलेलं होतं आणि आणखी एक समान गोष्ट म्हणजे, त्याने प्रत्येकीला एकाच पद्धतीने ठार केलंय. या सगळ्या समान गोष्टी आपल्याला उकळून, घुसळून घ्याव्या लागतील, म्हणजे मग एक गोष्ट वर येईल, जी आपल्याला त्याच्यापर्यंत घेऊन जाईल."

"कुठे दडली असेल अशी गोष्ट?"

"त्याच्यासाठी गुपितं आणि सत्य हेच सर्व काही आहे. आपल्याला एका प्रश्नाचं उत्तर मिळणं आवश्यक आहे – त्याला जे माहीत होतंय ते कसं माहीत होतंय. या इतक्या स्त्रियांची गुपितं त्याला कशी ठाऊक झाली. मला वाटतं, जर आपल्याला त्याचं हे रहस्य समजलं, तर तो आपल्या पकडीत आलेला असेल."

"मग यावर काही विचार केलाय?"

"आम्हाला असं वाटतंय, की अल्कोहोल ॲनॉनिमससारख्या व्यसनमुक्तीच्या स्वयंसेवी संस्था असतात, तिथून तो आपल्या बळींची निवड करत असावा. तो स्वत:च व्यसनाधीन असल्याची बतावणी करून ग्रुपमध्ये शिरकाव करून घेत असावा." मी खांदे उडवते. "किंवा समुपदेशक म्हणून नाहीतर चर्च असेल, तर प्रीस्ट बनूनही जात असावा."

"पण तशी तुझी खात्री नाहीये."

"तसं करणं त्याच्या दृष्टीने खूपच मोठी जोखीम उचलल्यासारखं होईल. त्याला लपण्यासाठी जमाव हवा असतो. शिवाय गरज भासेल तेव्हा रफूचक्कर होण्याचं स्वातंत्र्यही त्याला हवं असतं. त्यामुळे तो समुपदेशक किंवा प्रीस्ट बनून कुठे जाण्याची शक्यता जरा कमीच आहे. ज्या व्यक्तीबरोबर लोक आपले संबंध जुळवू इच्छितात, अशा व्यक्तीचं रूप तो घेणार नाही. व्यसनाधीन लोक आणि पापं केलेले लोक समुपदेशकावर आणि प्रीस्टवर विश्वास टाकतात. म्हणून अशी व्यक्ती नाहीशी झाली, की लोकांच्या लगेच लक्षात येतं."

"बरोबर आहे." ते म्हणतात. मग विचारात पडतात. "मग या समान गोष्टींचा वापर करून आपण त्याला कसे शोधणार आहोत?"

"अजून मला कळत नाहीये." माझ्या आवाजातली निराशा मला ऐकू येतेय.

“एजंट बॅरेट, अशा परिस्थितीत दोन गोष्टी करायच्या. एकतर यावरचं लक्ष पूर्णपणे काढून घे नाहीतर त्यात स्वत:ला पूर्णपणे झोकून दे.”

“हो, सर.”

“स्मोकी, लवकर शोध घे. मी इतकंच म्हणू शकतो की, आपण त्याला पकडावं अशी त्याची इच्छा आहे. आपण त्याची इच्छा पूर्ण करू या. चला कामाला लागा.”

मी त्यांच्या ऑफिसमधून बाहेर पडते. त्यांचे शब्द माझ्या कानात घुमताहेत. ‘नाहीतर त्यात स्वत:ला पूर्णपणे झोकून दे.’

मी डेथ सेंट्रलमध्ये पोहोचल्यावर ॲलनच्या टेबलसमोर उभी राहते.

“चल, आपण फादर येट्सला जाऊन भेटू या.”

२८

व्हॅलीत जाण्यासाठी ही आमची आणखी एक रात्रीची चक्कर आहे. चंद्र लपतोय, काही ठिकाणी ढगांना चंदेरी ठोसे लगावतोय. त्यामुळे मधून मधून त्याचं दर्शन होतंय.

''लॉस एंजेलिसमध्ये कधी तारे दिसत नाहीत.'' ॲलन पुटपुटतो.

''शहरातले इतके दिवे म्हणजे आकाशातल्या ताऱ्यांचंच तर प्रतिबिंब आहे की.'' मी हसते. ''ते आणि स्मॉग.''

गाडीची चाकं उंच-सखल रस्त्यावरून अंधार कापत कापत पुढे चालली आहेत.

फादर येट्स जीन्स आणि ढगळ शर्ट घालून आमच्यासमोर उपस्थित आहेत. त्यांचे केस विस्कटलेले आहेत. डोळे थकलेले आहेत. एकदा ते जांभई देतात.

''क्षमा करा मला.'' ते स्मितहास्य करतात. प्रथम माझ्याशी आणि नंतर ॲलनशी हस्तांदोलन करतात. ''म्हणतात ना तसं – मी लवकर झोपणारा आणि लवकर उठणारा आहे.''

''फार त्रास घेऊ नका.'' मी म्हणते. ''आपण एकाच झाडावरचे पक्षी आहोत. फक्त आमच्या बाबतीत थोडा फरक आहे. 'उशिरा झोपा आणि लवकर उठा' असा आमचा दिनक्रम असतो.''

ते चर्चमधल्या बाकांकडे बघून बसण्यासाठी निर्देश करतात.

''माझी मदत हवीय तुम्हाला, असं तुम्ही म्हणत होता?''

''खुन्याने ज्या व्हिडिओ क्लिप्स बनवल्या आहेत, त्यातल्या तुम्ही काही

बघितल्या का?''

"केवळ सुरुवातीच्या काही. त्यात तो सत्याविषयीचं त्याचं तत्त्वज्ञान विशद करतो. बाकी तो कोणाचा खून करण्याचं पाहण्यात मला बिलकूल रुची नाही.''

"आणि? काय मत झालंय तुमचं?''

ते बाकावर मागे रेलून बसतात आणि समोरच्या क्रॉसवरील येशू ख्रिस्ताच्या प्रतिमेकडे बघत बसतात. या जागेत येशूची प्रतिमा त्यांच्यासाठी बोटीच्या नांगरासारखी आहे. मला समोर दिसतंय. येशूकडे पाहणाऱ्या फादर येट्सच्या डोळ्यांतली चिंता आणि थकवा काहीसा दूर झाला आहे.

"कॅथॉलिक चर्चमध्ये प्रश्नोत्तराद्वारे शिक्षण देण्याची एक पद्धत आहे. एजंट बॅरेट, तुम्हाला त्याविषयी थोडी तरी कल्पना आहे का?''

"अं... हो आहे की, कॅथॉलिक म्हणूनच मी वाढले.''

"अधिकृत प्रश्नोत्तरं माहीत आहेत?''

"तुम्ही काय म्हणताहेत ते मला माहीत असेल, असं मला नाही वाटत.''

"एक सेकंद.''

ते आत गायब होतात आणि एक जाडजूड पण छोटंसं पुस्तक घेऊन बाहेर येतात. ते पुस्तक ते माझ्या हातात देतात. मी पुस्तकाचं नाव वाचते. 'कॅथॉलिक चर्चमधील प्रश्नोत्तराद्वारे शिक्षण'.

"कॅथॉलिक चर्चविषयी तुम्हाला हवी असलेली सर्व माहिती, जी विचारायला तुम्ही घाबरत होतात.'' ते हसतात. "यात एक परिच्छेद आहे. मला मार्गदर्शन व्हावं म्हणून मी सतत या परिच्छेदाचं मनन करत असतो. मी त्या व्हिडिओ क्लिप्स बघितल्यावर लगेचच गेलो आणि पुन्हा तो परिच्छेद वाचून काढला.'' ते माझ्या हातातून ते पुस्तक घेतात आणि पुस्तकाच्या सुरुवातीचंच एक पान काढतात. "इथे आहे बघा. या तत्त्वप्रणालीचा आणि शिकवणीचा संपूर्ण उद्देश निरंतर प्रेमासाठीच असायला हवा. श्रद्धेसाठी, आशेसाठी किंवा कोणत्याही कृतीसाठी काहीही करायचं ठरवलं, तरीही नेहमी त्यात आपल्या देवाविषयीचं प्रेम असायला हवं. म्हणजे अस्सल ख्रिश्चन मूल्यं प्रेमातूनच फुलतात आणि प्रेमापर्यंत पोहोचणं हेच त्यांचं उद्दिष्ट असतं, हे कोणालाही कळायला हवं.'' ते पुस्तक मिटतात. अतिशय जिव्हाळ्याने ते पुस्तकाच्या मुखपृष्ठाला स्पर्श करतात. "मला फार आवडतो हा परिच्छेद. त्यात सत्य काय ते सांगितलंय. माझ्या चर्चमध्ये बाकी काहीही घडो, अतिउत्साही किंवा असहिष्णु धर्मोपदेशकांच्या काहीही चुका होवोत, परमेश्वराची माणसं म्हणून सोंग घेऊन आलेल्या पापी माणसांनी कोणतेही गुन्हे करोत, मी हा परिच्छेद नेहमीच वाचू शकतो आणि माझ्या लक्षात येतं की समस्या माणसाने निर्माण केलेल्या असतात; चर्चने किंवा माझ्या श्रद्धेने नव्हे. आपल्या कृतीचा उद्देश

शुद्ध असायला हवा. ज्यांचा तो नसतो ते चर्चचा उपमर्द करीत असतात. आपल्या कृतीचा उद्देश एकच असायला हवा आणि तो म्हणजे प्रेमापर्यंत पोहोचणं.''

''चांगली कल्पना आहे,'' मी मान्य करते. ''पण बऱ्याच वेळा ही कल्पना प्रत्यक्षात आणली जात नाही, हे किती वाईट आहे नाही?'' मी जीभ चावते. ''परत एकदा क्षमा करा, फादर.''

ते हसतात. ''योगायोगाने माझं आणि तुमचं मत एकच आहे. ख्रिस्ताच्या जवळ आणण्यासाठी एखाद्या व्यक्तीवर हल्ला करणं किंवा संघर्ष करणं हा मार्ग नव्हे. त्यांना हे सांगू नका, की तुम्ही बावळट आहात आणि नरकात जाणार आहात. त्यापेक्षा त्यांना ख्रिस्ताचे शब्द द्या. ऐकायला द्या. वाचायला द्या. किंवा तुमच्या वागणुकीतून त्यांच्यासमोर एक आदर्श उभा करा किंवा एखाद्याला गरज असेल तर त्याला केवळ मदतीचा हात द्या. श्रद्धा हा निवडीचा भाग आहे. बंदूक दाखवून कोणाच्या गळी ती उतरवण्याची गोष्ट नाहीये.''

''तुम्हाला काय म्हणायचंय ते येतंय लक्षात,'' ॲलन म्हणतो. ''म्हणजे प्रेमाची जी खरी कल्पना आहे तिचं अनुसरण हा प्रीचर करत नाहीये.''

फादर येट्स क्रुद्ध होतात. ''खून ही कधीच प्रेमाची कृती असू शकत नाही. हा माणूस फारतर माथेफिरू आहे, असं म्हणता येईल.''

''त्याच्या कल्पनांविषयी काय म्हणता येईल?'' मी विचारते. ''सत्याविषयी तो जे बोलतो, ते?''

ते सुस्कारा सोडतात. ''प्रामाणिकपणे सांगायचं, तर त्याच्या कल्पना अतिशय प्रभावी आहेत. खूप काळापासून मीदेखील लोकांचे कबुलीजबाब घेतो आहे. आणि त्यात काय अपूर्वाई असते, ते ठाऊकाय मला. सत्य सांगणं ही लोकांसाठी तितकीशी अवघड गोष्ट नसते. जितकी 'संपूर्ण' सत्य सांगणं ही असते. मला खात्री आहे, तो जे बोलतोय त्याच्याशी सहमत असणारे अनेक लोक असतील. त्याला निश्चितच खूप जणांचा पाठिंबा असेल.''

''तुम्ही विनोद तर करत नाही ना?'' माझा त्यांच्या बोलण्यावर विश्वासच बसत नाहीये.

''नाही तर. ख्रिश्चन जगतातले अनेक जण काळं आणि पांढरं यावरच विश्वास ठेवणारे आहेत. मधला करडा रंग त्यांना मान्य नसतो. आणि त्यांचा जेव्हा ईश्वर आणि बायबलशी संबंध येतो, तेव्हा 'ज्याची जी लायकी असेल त्याला ते आणि तसं मिळेल' या तत्त्वानुसार त्यांचं आचरण असतं. जर तुम्ही कबुलीजबाब देताना चुका कबूल केल्या नाहीत, तर तुम्ही नरकात जाणार हे निश्चित, असं त्यांचं मत असतं. या बळींकडे काही जण कसं पाहत असतील? की ईश्वरासमोर कबुली देण्याची त्यांची तयारी नव्हती म्हणून या स्त्रियांचा बळी गेला; असंच त्यांचं मत असेल.''

मी क्रॉसकडे बघते. त्याचा रंग उडालेला आहे. पोपडे उडालेला येशू ख्रिस्त. फादर येट्सना ख्रिस्ताकडे बघून जी शांती मिळाली, ती आता मी शोधतेय. नेहमीप्रमाणे, रित्या हातानेच मी परत येते. मला शांती नाही मिळत. या खुन्यासारखे लोक ज्या धर्माने पैदा केले, त्या धर्मावर मी कसा विश्वास ठेवू?

"जे चांगलं केलं गेलंय ते विसरू नका." ते म्हणतात. जणू माझेच विचार ते मध्येच तोडताहेत. "सेवाभावी ख्रिश्चनांमुळे कोट्यवधी मुलांना अन्न मिळतंय. बेघरांना घरं मिळताहेत. जगभर अन्न पोहोचवलं जातंय. काही दिवसांपूर्वीच दक्षिण कोरियातला ख्रिश्चनांचा एक गट अफगाणिस्तानात गेला होता. तो प्रदेश धोकादायक आहे, हे त्यांना माहीत होतं आणि बहुधा त्यांना तिकडे न जाण्याचा सल्लाही देण्यात आला होता. पण मुद्दा असा आहे, की त्यांचे हेतू शुद्ध होते. त्यांच्या मनात कोणतेही सुप्त हेतू नव्हते. तिथे ते मदत करण्यासाठी गेले होते. त्यांना ओलीस ठेवण्यात आलं. नंतर त्यातले बरेच जण सुटले. तरी काही जणांना मात्र प्राणांना मुकावं लागलं. धर्म हा नेहमीच दुधारी तलवारीसारखा राहिला आहे आणि राहील. तुम्ही त्याचा कसा वापर करताय, यावर सारं अवलंबून असतं आणि प्रत्येक व्यक्तीपरत्वे धर्माचा वापर करण्याची पद्धत बदलत जाते.

"अन्य अनेक गोष्टींपेक्षा धर्म वेगळा नाहीये. जर आज इंटरनेट नसतं, तर अश्लील चित्रफितीदेखील कमी निघाल्या असत्या आणि लहान मुलांचं शोषणही कमी झालं असतं. पण इंटरनेट असल्यामुळे अनेक चांगल्या गोष्टी झाल्या, त्याचं काय? व्यापार, माहितीचा मुक्तपणे वाहणारा ओघ, सांस्कृतिक कुंपणांची पडझड, परकीय व्यक्तींबाबत वाटणारा तिरस्कार गळून पडणं, हेदेखील इंटरनेटमुळेच शक्य झालंय ना? कारण जगात दूरवर विखुरलेले लोक आता एकमेकांशी या माध्यमातून बोलू शकतात. कोणतीही गोष्ट चांगल्या किंवा वाईट कामासाठी तितक्याच प्रभावीपणे वापरता येऊ शकते. त्यात चर्च आणि बायबलवरचं भाष्य, टीकाटिप्पणी यांचाही समावेश आहे."

"कबुलीजबाबाविषयी सांगा आम्हाला फादर. तुम्हाला त्याचा काय अर्थ ठाऊक आहे? किती महत्त्वाचा असतो कबुलीजबाब?"

त्यांचे डोळे पुन्हा येशूला शोधतात. "माझ्या मते, चर्चच्या माध्यमातून समाजाची सर्वांत महत्त्वाची सेवा कोणती होत असेल, तर ती म्हणजे पवित्र कबुलीजबाब – 'होली कन्फेशन.' त्या राक्षसी खुन्याचे शब्द लोकांच्या हृदयाला भिडणार आहेत. यासाठी नाही की ते शब्द फार क्रांतिकारक आहेत; पण यासाठी की आपल्यापैकी बरेच जण एखाद-दुसरं गुपित आपल्या हृदयात दडवून जगत असतात. ही वस्तुस्थिती आहे. आणि प्रत्येक दिवसाच्या प्रत्येक मिनिटाला ही गुपितं आपल्याला खात असतात. मी बघितलंय, अनेक जण आपल्या वाईट

कृत्याची कबुली देतात. खूप मोठी चूक त्यांनी केलेली नसते. पण कबुली दिल्यावर त्यांच्या मनावरचं ओझं दूर झाल्यासारखं त्यांना वाटतं. त्यांना शांती लाभते. हमसून हमसून रडून ते ती शांती प्रकट करतात.''

''पण या व्हिडिओ क्लिप्समधल्या अनेकांनी खरोखरच घोर पापं केली आहेत. त्याचं काय?''

''माझ्या आयुष्यात, लोकांची कबुली स्वीकारण्याच्या निमित्ताने, मी अतिशय भयानक गोष्टी ऐकल्या आहेत. हो. खरंय ते. अतिशय भयानक गोष्टी. आणि असेही लोक बघितले, की इतकी मोठी पापं करूनही त्यांना काही त्याचा फारसा पश्चात्ताप होताना दिसला नाही. पण बहुतांश लोक त्यांनी केलेल्या वाईट कामांच्या ओझ्याखाली झगडत असतात. अनेक लोक स्वत:ला घोर पातकी समजतात. स्वत:ला अतिशय कडकपणे जोखतात. तुम्ही-आम्ही त्यांना जोखणार नाही, इतक्या कडकपणे जोखतात. लोकांचे कबुलीजबाब ऐकून मला कंटाळा वगैरे आलेला नाही. किंबहुना त्याचा उलटाच परिणाम झाला आहे. माणसं मुळात खूप चांगली असतात, यावरचा माझा विश्वास त्यामुळे दृढ होत गेलाय.''

''माझ्यासाठी खूप अवघड आहे हे फादर.'' मी म्हणते.

''आमेन,'' ॲलन पुटपुटतो.

फादर फक्त हसतात. ''समजण्यासारखं आहे ते. तुमचा वेळ अशाच स्त्री-पुरुषांच्या बरोबर जातो, जे कोणताही पश्चात्ताप न करता पापं करत असतात. आणखी वाईट म्हणजे, या काही जणांना तर अशी पापं करताना आनंदही होत असतो. खरं सांगतो, माणसांमधलं याहीपेक्षा सामान्य उदाहरण एखाद्या आईचं देता येईल. कबुलीजबाब देण्यासाठी तिच्यावर बळजबरी केली जाते. तिचा गुन्हा काय? तर ती जरा थकलेली असताना तिच्या मुलावर ओरडली. चूक आपल्यात आहे, पापात नाही.''

''तुम्ही सर्व प्रकारचे कबुलीजबाब ऐकता का?'' मी विचारते.

''साधारणपणे सर्व गोष्टी मी ऐकतो. काही वेळा लोक गुपितं, त्यांची पापं दडवून ठेवतात. लोकांचे कबुलीजबाब घेणं, म्हणजे सारखं तेच तेच काम करण्यासारखं नसतं. ती एक कला आहे. तुम्हाला कबुलीजबाब देणाऱ्यांचा विश्वास संपादन करावा लागतो. त्यांचे लैंगिक चाळे किंवा छोटे-मोठे गुन्हे किंवा त्याहीपेक्षा भयानक काहीही ऐकल्यानंतर तुम्ही त्यांच्याशी वेगळ्या पद्धतीने वागणार नाही, अशी त्यांना खात्री वाटणं आवश्यक असतं.''

''कधीतरी तुम्हाला एखादी खरोखरच वाईट गोष्ट ऐकावी लागली असेल, नाही? खून किंवा लहान मुलांचा विनयभंग किंवा असंच काहीतरी. मग अशा माणसाला नंतर तुम्ही पूर्वीसारखंच कसं वागवू शकता?''

ते खांदे उडवतात. 'मला काय माहीत!' या अर्थाचं ते खांदे उडवणं नाहीये. त्या हालचालीचा अर्थ असा आहे की 'आता तू जे ऐकणारेस त्या व्यतिरिक्त माझ्याकडे या प्रश्नाचं दुसरं उत्तर नाहीये.'

"माझं ते पवित्र कर्तव्य आहे."

"अवघड जात असेल नाही काही वेळा?"

"येतात असे क्षण कधीतरी."

"कसे हाताळता तुम्ही असे क्षण? जेव्हा आत्ताच एखादी गोष्ट घडतेय असं तुम्ही ऐकता, तेव्हा काय करता तुम्ही? कसं वाटतं अशा वेळी?" ॲलन विचारतो. "म्हणजे एखादा पिता आपल्या मुलांवरच लैंगिक अत्याचार करत असेल. म्हणजे उदाहरणादाखल! किंवा एखादा माणूस कबूल करतोय, की वेश्यांकडे गेल्यामुळे त्याला एड्सची लागण झालीय आणि तरीही तो त्याच्या बायकोबरोबर झोपतोच आहे, असं आज घडत असलेलं तुम्ही जेव्हा ऐकता, तेव्हा हे प्रकार तुम्ही कसे हाताळता?"

"मी प्रार्थना करतो एजंट वॉशिंग्टन. सामर्थ्य मिळावं म्हणून मी प्रार्थना करतो. त्याची कबुली देण्याची कृतीच त्याला या प्रकारची पापं करत राहण्यापासून परावृत्त करो, अशी मी प्रार्थना करतो. मान्य आहे, अवघड आहे. पण कबुलीजबाबातला विश्वास मी तोडला आणि ती गुपितं संबंधितांजवळ फोडू लागलो, तर मग अशा शेकडो लोकांपासून मी दूर जाईन, ज्यांना त्यांच्या वाईट कामांची कबुली द्यायची असते आणि त्यासाठी एका फादरची आवश्यकता असते. एका माणसाच्या पापासाठी मी शंभर लोकांना शिक्षा करायची का?"

"असंच ना? यात अपवाद नाही ना होत?"

"जर एखादं गुन्हेगारी प्रवृत्तीचं प्रकरण असेल, तर त्या गुन्ह्याची कबुली देणाऱ्याला पोलिसांकडे जाऊन गुन्हा कबूल करण्याची विनंती करू शकतो. तशी परवानगी असते मला. अशा वेळी मी पुढे जाऊन त्याची पापमुक्तीही रोखू शकतो. पण कोणत्याही परिस्थितीत मी त्यांचं गुपित फोडू शकत नाही."

ॲलन डोकं हलवतो. "फादर, तुमचा आणि तुमच्या कामाचा मला अजिबात हेवा वाटत नाही. विशेषतः तुम्ही एक विचारी फादर आहात. म्हणून तर तुमचं काम अधिकच अवघड झालंय. रात्र रात्र तुम्हाला झोप लागत नसणार यामुळे."

फादर येट्स स्मितहास्य करतात. "काही लोक आपल्या श्रद्धेच्या बळावर तरून जातात. काही लोक बुद्धीच्या बळावर. त्यांच्या विचारांना धर्मशास्त्र मार्गदर्शन करतं. मी यांच्या मध्ये कुठेतरी आहे. मलाही आणीबाणीच्या परिस्थितीला तोंड द्यावं लागतं. सर्वच पाद्र्यांना तोंड द्यावं लागतं. नन्स असतात त्यांनाही मनातल्या वादळांचा सामना करावा लागतो. मदर तेरेसांनादेखील त्यांच्या मनातल्या काळोखाशी

झगडावं लागलं होतं. त्यांना परमेश्वराच्या अस्तित्वाविषयीच शंका होती. आयुष्यातला बराच काळ त्यांना या संशयाशी लढण्यातच घालवावा लागला होता.''

''लोकांमध्ये खरोखरचा बदल झाल्याचं तुम्ही कधी बघितलंय?'' मी विचारते.

''अर्थातच! नेहमी नाही, पण मी आनंदी राहीन इतक्या वेळा तर निश्चितच.''

''त्यांच्यात समान सूत्र काय असतं? जे लोक बदलतात त्यांच्यात?''

माझ्या प्रश्नावर ते विचार करतात. ''पश्चात्ताप! खरोखरचा पश्चात्ताप!! आपल्या पापांची कबुली देणं हा एक भाग झाला. पण माझ्या मते मनापासून पश्चात्ताप झाला तर तो माणूस बदलणं खूप महत्त्वाचं असतं. पश्चात्तापाचा तो मूलभूत घटक असतो. माणूस बदलणं! तुम्हाला खरोखर वाईट वाटलं असेल, तुम्ही मनापासून पश्चात्ताप करीत असाल, तर तुम्ही बदलता. जर पश्चात्ताप नसेल तर नाही.''

''रोझमेरी होती का पश्चात्तापदग्ध?''

''हो! मला तरी तसं वाटतं.''

माझ्या मनात काहीतरी फडफडतंय, चमकतंय आणि ती फडफड अधिक तीव्र होत चाललीय. आम्ही जे बोलतो आहोत त्यात काहीतरी दडलंय खास. माझ्या डोळ्यांच्या कोपऱ्यात एखादी ज्योत चमकावी, तसं काहीतरी चमकतंय. केवळ तेच नाही, तर कोणती तरी अनामिक इच्छा पूर्ण करण्यासाठी मी अधीर झाले आहे. मला ती इच्छा पकडता येत नाहीये.

''लोक जिथे कबुलीजबाब देतात ती जागा मी बघू शकते का फादर?''

ते काही क्षण स्तब्ध. माझा निरखून अभ्यास करतात. त्यांच्या असं एकटक बघण्यानं मला अस्वस्थ वाटत नाही आणि माझ्या स्त्रीत्वाची कोणी हेळसांड करतंय असंही वाटत नाही. त्यांच्या नजरेत खूपच करुणा आहे.

ते उभे राहतात. ''या माझ्यामागे.''

''मी थांबतो इथेच,'' ॲलन माझ्यामागे म्हणतो. ''आज रात्री थोडी झोप मिळावी म्हणून जरा प्रार्थना कर, जमलं तर.''

फादर येट्सच्या मागे जाताना मी त्याच्याकडे अर्धवट बघून मनापासून हात हलवते. कबुलीजबाब जिथे दिले जातात त्या बूथकडे आम्ही चालू लागतो. दोन गोष्टी आता इथे एकाच वेळी घडताहेत. जी गोष्ट मी बघण्याचा प्रयत्न करतेय ती आता स्पष्ट होत चाललीये. अधिक जोमाने ती आता माझ्या दृश्य पातळीकडे झेपावतेय. मनाच्या अंधारातून अधिक चमकदार होऊन उजेडात येऊ लागलीय. आणि दुसरी गोष्ट म्हणजे तो आवाज! तो गूढ आवाज, जो माझ्या डोक्यात सतत घुमत असतो; ज्या आवाजामुळे माझ्या पोटात घुसळलं जात असतं तो आवाज! तो आवाज परत घुमायला लागलंय.

माझ्या कपाळावर थंडगार, तेलकट घाम जमा झाल्याचं मला जाणवतंय.

''चल, तुला आता याचा पूर्ण अनुभव देऊन टाकू या.'' आम्ही कबुली देण्याच्या बूथजवळ येत असताना फादर येट्स म्हणतात. ''मी माझी नेहमीची जागा घेतो. तू पश्चात्ताप करणाऱ्या माणसाच्या जागेवर बस.''

''निश्चित,'' मी म्हणते, पण माझाच आवाज मला जेमतेम ऐकू येतोय. खूप वटवाघुळं माझ्या डोक्यात जोरात फडफड करताहेत.

मी बूथचा दरवाजा उघडून आत प्रवेश करते. आत फार कमी प्रकाश आहे. बूथ छोटा आणि साधा आहे. काळ्या आणि कसंतरी पॉलिश केलल्या लाकडाचा! समोर एक पडद्यासारखी जाळी आहे. पाद्री आणि पापी यांना विभागणारी! त्याखाली गुडघे टेकवण्यासाठी जागा आहे. मी दार बंद करते आणि त्या जागेकडे खाली बघते.

काहीही होवो. बघू या तर खरी हा अनुभव घेऊन. मी विचार करते. एकाच वेळी मला रडावंसं आणि हसावंसं वाटतं.

या वेळी तो आतला आवाज मोठ्याने बोलतो – मला भेट.

मी लगेचच गुडघ्यात वाकून बसते. अनामिक कारणामुळे मी असं केल्याबरोबर तो आवाज शांत होऊन जातो. फादर येट्स फळी सरकवून खिडकी उघडतात.

''मला आठवतंय, त्यापेक्षा खूपच छोटी आहे.'' मी म्हणते.

''मला वाटतं, तुम्ही शेवटी जेव्हा कबुलीजबाब दिला होता तेव्हा खूप लहान होता.'' ते उत्तरतात. माझी प्रतिक्रिया बघून त्यांना जरा गंमत वाटतेय.

''हं, बघू या... मला आशीर्वाद द्या फादर. कारण, मी पाप केलंय. जवळजवळ... अं.... सत्तावीस वर्षं झाली, मी अखेरचा कबुलीजबाब दिला त्या घटनेला.''

''अच्छा! तुला काही कबुली द्यायचीय माझ्या पोरी?''

मी गोठूनच जाते. माझ्या आतमधून काहीतरी वरवर येत असल्याचं मला जाणवतं. ते जे काय येतंय ते खूप रागावलेलं आहे, खूप कुरूप आहे आणि खूप कडवट आहे.

''जेव्हा तुम्ही तिकडे असताना माझ्याकडे इतकं निरखून बघत होतात, तेव्हा हाच विचार करत होता का फादर? मला तुम्ही इथे आणाल आणि मग मी मनातलं सगळं गरळ ओकून बाहेर काढीन आणि मला पुन्हा माझी श्रद्धा, माझा धर्म सापडेल. असंच ना?''

''आता तू फक्त गरळ ओक बेटी. बाकी काही बोलू नकोस.'' अतिशय शांतपणे. ते म्हणतात ''श्रद्धेशिवाय म्हणतेस तू. हे जरा घाईने होतंय, असं मला वाटतं.''

''झोंबतंय का तुम्हाला?''

ते सुस्कारा सोडतात. ''एजंट बॅरेट, तू इथे आहेस. मी देखील इथे आहे. आणि या चार छोट्या भिंतींच्या आत तू सुरक्षित आहेस. तू इथे संतापू शकतेस,

तू इथे रडू शकतेस, तू मला सारं काही सांगू शकतेस आणि इथे जे काही होईल ते तू, मी आणि येशू यांच्यातच राहील. तुला काहीतरी त्रास देतंय, छळतंय. मला दिसतंय. बोलून का टाकत नाहीस?''

''फादर, ज्या शेवटच्या माणसाला मी माझी गुपितं सांगितली, त्यानं मला ठार मारण्याचा प्रयत्न केला.'' माझा आवाज इतका थंड कसा असू शकतो? मलाच आश्चर्य वाटतंय.

''हो! मी ते वाचतोय तुझ्या बोलण्यात. तू परमेश्वराबद्दल बोलतेस. तुझे त्याच्याविषयीचे गैरसमज मी समजू शकतो. कदाचित तू परमेश्वरापर्यंत नेऊ शकत नसशील, तर माझ्यापर्यंत का आणत नाहीस? मी कोणाच्याच विश्वासाला तडा जाऊ दिलेला नाही.''

''माझा तुमच्यावर विश्वास आहे.'' मी मान्य करते.

हे वातावरणच असंय, की दडवलेली सारी गुपितं, सारी पापं उघड करून टाकण्याची इच्छा होतेच. खूप खोलवर ही इच्छा जागृत होते आणि मग मनाची आवरणं कापत कापत ती वर येते, आपला ताबा घेते. माझ्या आत खूप क्रोध साचलेला आहे, याचं कारणच मुळी हे वास्तव आहे. मी माझं गुपित दडवून ठेवतेय, सांगत नाहीये हे वास्तव आहे. त्यामुळेच मनात क्रोध साठला आहे.

'मला भेट,' तो आवाज म्हणालाय. तो आवाज काय म्हणतोय हे मला समजू शकत नाहीये, ही समस्या नाहीये. समस्या ही आहे की, त्याला भेटण्याचं मी थांबवूच शकत नाहीये.

अखेर कोणालातरी माझं गुपित सांगण्याची गरज, त्या गुपिताचं ओझं माझ्या छातीवरून दूर करण्याची गरज आणि त्यानंतर मला शांती मिळेल, परमेश्वर मिळो अथवा न मिळो, पण शांती मिळण्याच्या शक्यतेमुळे मन आश्वस्त झालंय. यामुळे सततच्या मानसिक नष्टचर्यातून सुटका होईल असं जे आश्वासन मनाला मिळतंय, ते इतकं प्रभावी आहे, की माझ्या अंगाला मुंग्या आल्यात, असं मला जाणवतंय.

मी वेगात श्वासोच्छ्वास करतेय. माझ्या हृदयाची धडधड वाढलीय. मी माझे दोन्ही हात एकमेकांत घट्ट गुंफून ठेवलेत – मला आधार मिळावा म्हणून नव्हे, तर मला खूप असहाय वाटतंय म्हणून.

''माझा परमेश्वरावर विश्वास उरलेला आहे की नाही, मला कळत नाहीये फादर.'' मी पुटपुटते. ''परमेश्वराचं अस्तित्व आहे की नाही याबद्दल मनात शंका असताना मी कबुलीजबाब देणं योग्य ठरणार आहे का?''

''जर तुम्हाला मनापासून पश्चात्ताप होत असेल, तर कबुली देणं केव्हाही चांगलंच. कबुली केवळ चांगलीच असू शकते एजंट बॅरेट. माझा पूर्ण विश्वास आहे यावर.''

"स्मोकी. मला स्मोकी म्हणा."

"ठीकाय. स्मोकी, तुला कोणत्या पापांची कबुली द्यायचीय काय?"

माझ्या आत खूप पापं दडली आहेत. काय काय सांगावं या फादरला? किती पापं आहेत आत म्हणून सांगू. अहंभावाची पापं, अभिमानाची पापं, असूयेची पापं, वासनेची पापं. मी अनेक जणांना ठार केलंय. स्वत:च्या संरक्षणासाठी मी त्यांना मारलंय, खरंय, पण त्यांना मारताना मनात कुठेतरी आनंद व्हायचा. ज्या माणसाने माझ्या मॅटला आणि ॲलेक्झाला माझ्यापासून दूर हिरावून नेलं, त्याला ठार करावं लागलं याचा मला आनंद वाटतोय. मला कायम त्या कृत्याचा आनंद वाटत राहील.

पापं?

मी पापं केलीत माझ्या कुटुंबाविरुद्ध, माझ्या मित्रांविरुद्ध, ज्यांनी माझ्यावर प्रेम केलं, माझ्यावर विश्वास टाकला त्यांच्याविरुद्ध. मी खोटेपणा केला – खूप खोटं बोलले. रात्री मी दारू पिते. आयुष्यात आत्तापर्यंत मी केवळ दोनच माणसांबरोबर झोपले. आणि कोणतेही निर्बंध न पाळता मी ते सुख उपभोगलं. त्यात काही वेळा प्रेम होतं, खरंय! पण काही वेळा त्यातून मला केवळ इंद्रियसुख मिळत होतं म्हणून उपभोगलं. माझ्या तोंडात होणाऱ्या लिंगाच्या स्पर्शाचा आनंद घेणं पाप आहे का? घे मला, कर मला, चढ माझ्यावर, गोड, गोड रे ईश्वरा, कर मला जोरात, असं मॅटच्या किंवा टॉमीच्या कानात पुटपुटणं, हे पाप आहे का? परमेश्वराला माझ्या अशा मनाजवळ आणतेय ते त्याला आवडेल का? समागमाच्या त्या घामट क्षणांचा त्याला मी एक भाग बनवतेय, ते त्याला आवडणार आहे का?

मी इतरांच्या वेदना बघितलेल्या आहेत. त्यांचं चालू असलेलं शोषण बघितलेलं आहे. खून झालेली आणि छिन्नभिन्न करून टाकलेली त्यांची प्रेतं बघितलेली आहेत. आणि त्यापासून दूर नजर कशी वळवावी, हे मी स्वत:ला शिकवलेलं आहे. बघितलेल्या या भेसूर प्रतिमांचं आणि अनुभवलेल्या या विदारक भावनांचं बटन बंद कसं करायचं ते मी शिकले आहे. जणू काही त्यांची वेदना अस्तित्वातच नव्हती किंवा त्या वेदनेला आपल्या लेखी काही महत्त्वच नाही, असं समजून घरी कसं जायचं, खीर कशी खायची आणि टी.व्ही. कसा बघायचा, हे मी स्वत:ला शिकवलेलं आहे. पापी माणसांची शिकार करायची, हा मी माझा व्यवसाय बनवलेला आहे. लोक मरताहेत म्हणून मला पगार मिळतोय.

ही सर्व पापं आहेत का?

मी पुन्हा गुडघे टेकवण्याच्या जागेकडे बघू लागते. माझ्या डोक्यात आता ज्या गोष्टी गदारोळ घालत नाचत होत्या, त्यांना पापं म्हणता येईल किंवा कदाचित नाही देखील. यापैकी कोणत्याच गोष्टीमुळे माझ्या मनातला राक्षस जागा होत नसतो.

"भेट मला." असं तो म्हणतो. पण या वेळी तो आवाज हळुवार आहे. आणि तो आवाज, अर्थातच, मी आहे.

माझ्या चेहऱ्यावरून अश्रू ओघळत असल्याचं मला जाणवतं. माझ्या लक्षात येतंय, की मी आता मन मोकळं करणार आहे. मी त्यांना हे सांगणारच आहे. मी इथे आत आले तेव्हाच मी हे समजून चुकले होते, की आता मी गरळ ओकणार आहे. मनावरचं ओझं दूर करणार आहे. म्हणूनच तर मला आलेला घाम आणि पोटात होणारी मळमळ गायब झालीये.

"मी एक फारच भयंकर गोष्ट केलीय फादर." मी पुटपुटते. "मला वाटतं मी ते भयंकर कृत्य केलं, म्हणूनच मी स्वत:ला कधीच आनंदी ठेवू शकणार नाही. मी स्वत:ला कधीच पुन्हा कोणावरही प्रेम करण्याच्या पात्रतेची समजणार नाही. कारण त्या कृत्यानंतर माझी ती लायकीच राहिलेली नाही."

मनातलं हे मोठ्याने बोलल्यामुळे मनातली तळमळ, वेदना तीव्रतेने बाहेर येताहेत. वेदनेचा तो राक्षस मनातून सरपटत वर येतोय आणि घशातून विलाप करत बाहेर पडतोय. मी त्याला खाली रेटण्याचा प्रयत्न करतेय. 'आत काय करायचा तो स्फोट कर; बाहेर येऊ नकोस'. असं सांगतेय. इथे फारच शांतता आहे; इतकी, की बाहेर दूर बसलेल्या ॲलनलाही माझं बोलणं ऐकू जाऊ शकतं. मी एकाच मुठीत माझे दोन्ही हात बंदिस्त करून ठेवते आणि माझ्या तोंडावर दाबून ठेवते. मी हाताना चावते – इतक्या जोरात की कातडी फाटते. स्वत:च्याच रक्ताची थोडी चव घेते आणि माझ्याच वेदनांमुळे माझ्या अंगावर शहारा येतो.

फादर येट्स शांत आहेत. मी पुढे काही बोलेन याची वाट बघताहेत. त्यांचा आवाज हळुवार आहे. सुरक्षित. त्यांच्याकडे बघून, एका क्षणासाठी, मला माझ्या वडिलांची आठवण होते. परमेश्वराची नाही, पण माझ्या डॅडची. मला त्रास होऊ नये म्हणून ते कायम माझ्या बिछान्याखालच्या किड्यांना दूर करायचे.

"स्मोकी, जे वाटतंय ते शब्दात सांग. बांध मोकळा कर. काही राखून ठेवू नकोस. मी ऐकतोय. मी तुझ्याविषयी कोणतंही मत बनवणार नाही. तुला जोखणार नाही. तू इथे जे काही सांगशील ते मी दुसऱ्याला कधीही सांगणार नाही. जे काही ओझं तू स्वत:वर बाळगत आलेली आहेस, ते आता खाली ठेवून मोकळं होण्याची हीच वेळ आहे."

मी मान हलवते. अश्रू अजूनही चेहऱ्यावरून ओघळताहेत. मला कळतंय, की मी मान हलवल्याचं त्यांना दिसत नाहीये, पण माझा घसा बंद झालाय आणि मी बोलू शकत नाहीये. त्यांना कदाचित माझी ही अडचण कळाली असावी.

"तुला हवा तेवढा वेळ घे."

मी नाकाने मुसमुसते. ते वाट बघत राहतात. हे अवघड क्षण निघून गेल्यावर

तोंडावर दाबून ठेवलेले माझे हात ढिले पडतात. आता मी पुन्हा बोलू शकते.

"माझ्यावर हल्ला झाला, त्यानंतर काही दिवस मी हॉस्पिटलमध्ये होते. सॅण्डसने माझा चेहरा बऱ्याच ठिकाणी अगदी हाडांपर्यंत कापलेला होता. त्याने माझ्या शरीरावर बाकीच्या ठिकाणीदेखील वार केले होते आणि सिगारेटचे चटके दिले होते. त्या वेळी माझ्या जिवाला धोका नव्हता हे जरी खरं असलं, तरी मला प्रचंड वेदना होत होत्या. डॉक्टरांना चिंता होती ती संसर्गाची. कारण बऱ्याच जखमा खूप खोलवर झालेल्या होत्या.

"मी मरणासाठी तयार झाले होते फादर. मला शंभर टक्के, पूर्णपणे खात्री होती, की माझ्या मेंदूच्या मी चिंधड्या उडविणार आहे म्हणून. कानपट्टीला पिस्तूल लावून घोडा दाबायचा की झाल्याच चिंधड्या. मला त्या हॉस्पिटलमधून बाहेर पडायचं होतं. मी घरी जाणार होते, माझी कामं मार्गी लावणार होते आणि मग स्वत:ला ठार मारणार होते."

"सांगत राहा."

"हे मी जे सांगतेय ते सर्वांना माहितीय. मला नंतर मानसोपचार तज्ज्ञाकडे देखील जावं लागलं आणि मग, तुम्हाला ठाऊकाय ते दिव्य कसं असतं ते. मुद्दा हा आहे, की लोकांना ठाऊकाय की मला आत्महत्येच्या विचारांशी कसं झगडावं लागलं ते. त्यांना माहीत आहे माझ्यावर बलात्कार झाला ते. आणि माझ्या चेहऱ्यावरचे घाव तर ते प्रत्यक्ष बघू शकतात. या सगळ्या निरुपद्रवी गोष्टी आहेत, म्हणजे अशा की त्यांनी ते समजून घ्यावं आणि त्याकडे दुर्लक्ष करावं. त्यांनी म्हणावं, 'अर्थातच ती आत्महत्या करण्यासाठी उत्सुक होती. बघा, तिला कोणत्या परिस्थितीतून जावं लागलं. गरीब बिचारी.' असं काहीतरी. कळतंय ना तुम्हाला?"

"हो! हो!!"

"आणि माझ्यातल्या एका भागाने हे सारं आनंदाने उपभोगलं फादर. ती सर्व सहानुभूती – गरीब बिचारी, बिचारी स्मोकी. बघा ती कशी कणखर आहे! एवढं सगळं होऊनही ती कशी नव्याने उभी राहिलीय आणि चालू लागलीय. आहे की नाही प्रशंसनीय?"

माझ्यातला कडवटपणा वर वर येतोय. काळ्या कॉफीसारखा किंवा फाटलेल्या दुधासारखा. मी अगदी त्या कडवटपणाची जणू चव घेऊ शकतेय. त्या कडवटपणाला आत्मनिंदेचा वास आहे. नाही; हा शब्द इतका कठोर नाहीये. आत्म-तिरस्कार. बरोबर! आत्म-तिरस्कार!!

"तर त्यांना जी गोष्ट ठाऊक नाही, ती सांग स्मोकी, जी गोष्ट प्रशंसनीय नाहीये."

माझ्या आत विरोध खदखदतोय. त्यानं रौद्र रूप धारण केलंय. इतकं रौद्र की

मला चक्कर येतेय. शुद्ध क्रोध! एखाद्या प्राण्याला कोपऱ्यात पकडावं आणि त्याच्यासाठी 'करा-नाहीतर-मरा' परिस्थिती निर्माण व्हावी, असं माझं झालंय. माझ्या गालांवर उष्णता उमलतेय – गालांवर आणि कपाळावर – लालेलाल झालंय. हे गुपित खाली अंधारात लपून बसण्यासाठी झगडा करतंय. पण तरीही ते वरवर आणलं जातंय. ते प्रकाश बघतंय तसं अधिकच संतापतंय आणि किंचाळतंय.

"गेला परमेश्वर भोसड्यात." मी श्वास घेते. मी आता जे बोलले त्या शब्दाची चव मला आवडतेय. त्यातली रोमांचकता मला आवडतेय.

"काय म्हणालीस?"

"गेला परमेश्वर भोसड्यात आणि त्याची क्षमादेखील. कशासाठी मी त्या भडव्याला सांगू की मला क्षमा कर? माझ्या आईने त्याची क्षमा कशासाठी मागायची? तुम्हाला ठाऊकाय, तिच्या शेवटच्या दिवसांत आम्ही तिला ठार मारून टाकावं म्हणून ती अक्षरशः भीक मागायची ते? तिला इतक्या वेदना होत होत्या, तिचे प्राण घ्या म्हणून ती आमच्याकडे गयावया करायची आणि माझ्या माहितीतली ती एक अतिशय श्रद्धाळू, निष्ठावंत कॅथॉलिक होती."

"आणि तू केलंस? तिला ठार केलंस?" ते विचारतात. त्यांचा आवाज अतिशय शांत.

"काय? गांड मारीन तुझी आता. अजिबात मी तसं काही केलं नाही." माझ्या आतला माझ्या गुपिताचा संताप आता अधिक उग्र झालाय. त्याची आता महाकाय भरतीची लाट झालीय. त्या लाटेनं मला लपेटलंय आणि वर उचलून धरलंय, आणि मी मात्र काहीही करू शकत नाहीये. असहाय. माझं गुपित माझ्यावर रागवतंय, कारण मी ते उघड्यावर आणू बघतेय.

"मग तू केलंस तरी काय स्मोकी? ते तरी सांग. तुला परमेश्वराची क्षमायाचना करण्याची आवश्यकता नाहीये. जर तुझी तशी इच्छा नसेल, तर अजिबात तशी गरज नाहीये. पण निदान तू स्वतःकडे तरी क्षमायाचना मात्र करायला हवी.

मी माझे दात एकमेकांवर घासते आणि हात एकमेकांवर घट्ट दाबून धरते. इतके घट्ट की ते बधिर होताहेत.

"स्वतःला क्षमा करू?" मी पुटपुटत चडफडते. "केवळ मी इथे त्या पापाचा मोठ्याने उच्चार करण्याने सगळं काही ठीकठाक होणारेय?"

"नाही. पण तो प्रारंभ असेल. आपण जे पाप केलंय त्याबद्दल एखाद्याला सांगण्याने काय फरक पडतो ते मी नाही सांगू शकत, स्मोकी, पण असं केल्याने फरक पडतो, हे निश्चित. ते केवळ साधे शब्द आहेत. पण हो. तुला निश्चित बरं वाटेल. तू काय केलंस ते मला सांगायला हवं आणि मग तुला समजून येईल की

तू ते सांगितल्यामुळे लगेच काही जगाचा अंत झालेला नाहीये.''

ती शांतता न थांबण्यासारखी आहे. फादरची ती शांतता – तिला अंतच नाहीये. हा फादर म्हणजे श्रद्धेचा एक छोटासा रणगाडा आहे. शांत, अधीर नसलेला आणि विचलित न होणारा. जर त्यांना पोहण्याचा एक तलाव चमचा घेऊन रिकामा करायला सांगितला, तर विनातक्रार ते कामाला सुरुवात करतील. मग कितीही वेळ लागो. त्यामुळे मला एकाच वेळी सुरक्षितही वाटतंय आणि त्यांच्याविषयी वैरभावही जाणवतोय. मला एकाच वेळी त्यांना मिठी मारावीशी वाटतेय आणि त्यांच्या थोबाडीतही मारावीशी वाटतेय.

''मी गर्भवती होते.'' मी कसंतरी सांगते.

शांतता.

एक क्षणभर मला असं वाटतं की ते मला जोखताहेत, माझ्याविषयी मत बनवताहेत. पण नंतर कळतं की ते केवळ वाट बघताहेत माझ्या बोलण्याची.

''सांगत राहा.'' ते म्हणतात.

''नुकताच गर्भ राहिला होता मला. आमच्यासाठी ते आश्चर्यच होतं. मी वास्तविक संतती नियमनाची काळजी घेतलेली होती. मॅट आणि मी काही फार मोठे नव्हतो. पण इतके लहानही नव्हतो. पण... ते असंच झालं खरं.''

''तुझ्या नवऱ्याला ते ठाऊक होतं?''

फादर, फार चतुर आहात तुम्ही.

''नाही. मी त्याला सांगेन की नाही, हेदेखील मी ठरवलं नव्हतं. त्या मुलाला वाढवायचं की नाही, हे सुद्धा मी काहीच ठरवलं नव्हतं.

''का बरं नाही?''

''ठाऊक नाही मला. स्वार्थीपणा असावा कदाचित. मी तिशीला आले, बहरले होते. करियर उभारत होतं. सर्व नेहमीची कारणं. पण मी त्याविषयी विचार करत होते आणि मॅटपासून मी ते लपवूनही ठेवत होते.''

''तुझ्या वैवाहिक आयुष्यात खूप गुपितं होती का?''

''नाही. तेवढी एकच गोष्ट. म्हणजे एक भाग त्या गोष्टीचा. मॅट आणि मी. आम्ही सुदैवी होतो. लग्न रुळांवरून कसं घसरतं त्याबद्दल मला सारं माहीत होतं. पुरुष फसवतात, स्त्रिया फसवतात, पुरुष खोटं बोलतात, स्त्रिया खोटं बोलतात. रखेल स्त्रिया त्यांच्या माणसांच्या बायकांना ठार करतात, बायका नवऱ्यांना ठार करतात. किंवा त्यांच्यात तसं काही नसतं पण दोघांनाही कॅन्सर होतो आणि ते मरतात. काही वेळेस तो लांबलेला, हळूहळू येणारा मृत्यू असतो. छोटी छोटी गुपितं वर्षानुवर्षं सांभाळून ठेवल्यावर काही दिवसांनी त्यांचं मोठ्या अविश्वासात रूपांतर होतं. आणि मग लग्नात प्रेम राहातंच नाही. त्यात उरतं ते केवळ

एकमेकांना सहन करणं.

"मॅट आणि मी? आमच्यात असं काही नव्हतं. आमच्यात भांडणं होत. एकमेकांशी न बोलता आम्ही अनेक दिवस काढू शकत होतो. पण शेवटी आम्ही एकत्र येत असू. एकमेकांवर फार प्रेम होतं आमचं. मी त्याला कधीच फसवलं नाही. परपुरुषाबरोबर गेले नाही आणि मला खात्री आहे, त्यानेही मला कधी फसवलं नाही."

"मग त्या वेळी – त्याच्यापासून ते लपवून ठेवणं – ते अपवादात्मक होतं. असं?"

"खूपच अपवादात्मक. तुम्ही छोट्या गोष्टी लपवता. कोणाबरोबर तरी तुम्ही राहात असता तेव्हा सहजीवनाचा तो एक भागच असतो. तुम्हाला काही गोष्टी केवळ स्वत:जवळच ठेवाव्या लागतात. पण तुम्ही मोठ्या गोष्टी नाही लपवत. तुम्ही गर्भारपण लपवू नाही शकत, आणि गर्भपात तर नाहीच नाही. आम्ही असं वागायचो नाही."

"त्याच्या मृत्यूपूर्वी त्याला हे ठाऊक होतं?"

"नाही."

"तू हे त्याला कधीतरी सांगितलं असतं, असं वाटतंय तुला?"

"असा विचार करायला मला ठीक वाटतंय. पण माहीत नाही. मी सांगितलं असत की नाही, माहीत नाही."

"त्या बाळाचं काय झालं स्मोकी?"

हाच तर खरा मुद्दा आहे. अर्थातच. 'मला भेट', तो आवाज म्हणाला. मी भेटतेय, भेटतेय तुला १०,००० X १०,००० वॅट इतक्या प्रखर प्रकाशात मी आता तुला भेटतेय.

"मी गर्भपात केला हा मुद्दा इतका महत्त्वाचा नाहीये." मी म्हणते. "गर्भपात का केला हे महत्त्वाचं आहे." माझा आवाज पोकळ वाटतोय. मी खूप थकलेय. मला वाटतंय की इथून पळून जावं. इतर कुठेही असलेलं बरं. पण इथे नको. आत्ताच्या आत्ता. "असं बघा की, मला स्वत:ला मरायचं होतं. पण पोटात बाळ असताना मी तसा विचारही करू शकत नव्हते. म्हणून मी डॉक्टरला सांगितलं... ते पाडायला." खूप थकलेय मी, खूप थकलेय. "मॅटचा तो छोटासा, शेवटचा अंश होता. माझ्या पोटात वाढत होता. वाढण्यासाठी, जन्म घेण्यासाठी, जगण्यासाठी उत्सुक होता. त्याचा असा अंत व्हायला नको होता. तिथे असा शेवट व्हायला नको होता. तुम्हाला समजतंय ना? सॅण्डसने माझं मूल माझ्यापासून हिरावून घेतलं नाही. त्यानं माझ्या मुलाला नाही मारलं. ते काम मी केलं. मी."

मी रडायला लागते.

"अजून काही आहे?"

"अजून? अर्थात अजून बरंच काही आहे. मी इथे आहे. तुम्ही बघत नाही का? मी त्या मुलापासून माझी सुटका करून घेतली. आता मी स्वत:ला ठार मारू शकत होते. पण शेवटी मी तेही नाही केलं. ते मूल हकनाक मेलं. काहीच कारण नसताना. मी... मी..." मला काहीही बोलायचं नाहीये पण बोलायला तर हवं."मी खून केलाय फादर त्या मुलाचा – खून!"

मी अजून काही बोलू शकत नाही. मी फार तर रडू शकते. मी स्वत:साठी रडत नाहीये. मी रडतेय कारण आमच्या लग्नातलं शेवटचं कृत्य मी काही केलं असेल तर ते म्हणजे खोटं बोलले, खोटं वागले. ॲलेक्साला एखादा छोटा भाऊ किंवा छोटी बहीण असती, या कल्पनेसाठी मी रडतेय. सर्वांत जास्त मी रडतेय त्या बाळासाठी. सॅण्डसने माझ्या आयुष्यातल्या ज्या काही गोष्टी हिरावून नेल्या, त्यातल्या काही पूर्ववत आपापल्या जागी ठेवण्याची संधी त्या मुलाच्या किंवा मुलीच्या रूपाने मला मिळाली असती. वेदनेच्या त्या क्षणी मी ती संधी फेकून दिली. हा काही गर्भपात योग्य की अयोग्य असा मुद्दा नाहीये. त्यामागचं कारण काय ते महत्त्वाचं आहे. वेदना, स्वार्थीपणा, शक्यतांचे विचार – कदाचित, असं होऊ शकलं असतं, असं झालं असतं तर. तुम्ही काहीतरी फार भयंकर केलंय ते तुम्ही मागे फिरवून पूर्ववत करू शकत नाही; त्याची भरपाई करू शकत नाही, हे उमगण्यात जे दु:ख दडलंय ते महत्त्वाचं आहे.

मी रडते आणि फादर येट्स मला रडू देतात. ते बोलत नाहीत, पण त्यांची माझ्या निकटची उपस्थिती मला जाणवतेय आणि त्यामुळे मला हायसं वाटतंय.

किती वेळ असा जातो समजत नाही. माझं दु:ख शमलंय. निघून गेलेलं नाही. पण शांत झालंय.

"स्मोकी, मी तुला आता इथं धर्मशास्त्रावर प्रवचन देणार नाहीये. मला ठाऊक आहे की तुझी तेवढी श्रद्धा नाहीये. मी एवढंच म्हणेन, की हो, तू जे काही केलंस, ज्यामुळे, ज्या कारणाने केलंस, ते चुकीचं होतं. तुला हे ठाऊक आहे. पण खरं पाप काय आहे? कशामुळे तू इतकं भयंकर कृत्य केलंस? वस्तुस्थिती ही आहे, की तू जीवनाची देणगी अव्हेरलीस, फेकून दिलीस. ती देणगी, ती भेट कुठून आली, असा तू विचार करशील. मला त्याच्याशी काही कर्तव्य नाहीये. परमेश्वराने ही भेट दिलीय की आणखी कुठून ही भेट मिळालीय, ते तुझं तू ठरवं. पण जीवन ही भेट मिळालेली असते. देणगी मिळालेली असते, यात तर काही शंका नाही. आणि मला वाटतं तुला ते माहीत आहे. इतर अनेक लोकांपेक्षा तुला हे अधिक ठाऊक आहे, की जीवन ही आपल्याला मिळालेली भेट असते. कारण तू जे काही काम करतेस त्यात लोकांचा जीव जात असतो.

"हो," मी पुटपुटते.

"मग, तुला समजत कसं नाही, की स्वत:लाच तू क्षमेपासून वंचित ठेवणं, प्रेमापासून वंचित ठेवणं म्हणजे तेच पाप अजूनही करत राहणं नव्हे काय? – कारण असं करून तू स्वत:ला जीवनापासूनच वंचित ठेवते आहेस."

"पण फादर – मी मला आनंदात ठेवू तरी कसं शकणार? खरोखरच आनंदी? मी जे करून बसले आहे, ते मी बदलू तर शकणार नाही ना?"

"तू पश्चात्ताप करत आहेस. तुला तुझ्या कृत्याचा विसर पडलेला नाहीये. तू केलेल्या कृत्याचं तू समर्थनदेखील करत नाहीयेस. तू बदलते आहेस. तू तुझ्या मैत्रिणीच्या मुलीला वाढवते आहेस. तिचं चांगलं संगोपन कर. तिच्यासाठी एक चांगली आई हो. जीवनावर कसं प्रेम करायचं ते तिला शिकव. तुझ्या जीवनात कोणी पुरुष आला आहे? त्याच्यावर प्रेम कर. जर त्याच्याशी तू लग्न केलंस तर त्याच्यापासून कोणतंही गुपित दडवून ठेवू नकोस. जे लोक दुसऱ्यांचा जीव घेतात, त्यांना तुरुंगात टाकण्याचं तुझं काम आहे. ते काम नीट कर. त्यामुळे तू अनेकांचे जीव वाचवशील. तू केलेल्या कृत्यामुळे, पापामुळे तू खूप त्रास सहन केलास, ते ठीक आहे. पण मुळात तू दुष्ट नाहीयेस स्मोकी. आणि जर तू स्वत:ला क्षमा करू शकत नसशील, तर आता दुसऱ्या कोणासाठी तरी वेळ आलीय तू स्वत:ला क्षमा करण्याची. तुला जे तप करायचंय ते मी तुला सांगितलंय. कदाचित ते करण्यासाठी तुला सर्व आयुष्य खर्च करावं लागेल. आता पित्याच्या नावाने, मुलाच्या नावाने आणि पवित्र आत्म्याच्या नावाने मी तुला पापमुक्त करतोय."

केवळ शब्द आहेत हे. मी परमेश्वराशी नीट वागलेले नाही आणि यापुढेही वागेन की नाही, याची खात्री नाही. कदाचित यानंतर मी कबुलीजबाब देण्यासाठी या बूथच्या आतमध्ये कधीच येणार नाही. आणि मी सतत गुपचूप हा विचार करत असते, की येशू ख्रिस्त केवळ एक सुतार होता. पण फादर येट्सचं बरोबर आहे – आपली चूक दुसऱ्याजवळ मोठ्याने बोलून दाखवणं आणि त्यानंतर बघणं, की त्यामुळे जगाचा काही अंत झालेला नाहीये, ही कृतीच एकदम जादूसारखी आहे. त्यामुळे मला इतकं हायसं वाटतंय, मोकळं वाटतंय. मी कधीच इतकी अपेक्षा केली नव्हती. मला आता... स्वच्छ वाटतंय. दुःख अजून आहे. पण ठीकाय. मी ज्यांची शिकार करते, ते का मात्र कधीच पश्चात्ताप करीत नाहीत.

"धन्यवाद फादर!"

दुसरं काय म्हणावं, मला सुचत नाही.

"मला आनंद आहे त्यात." ते स्मितहास्य करताहेत, हे मला स्पष्टपणे जाणवतं. "बघितलंस? मी जे काही करतो त्यात किती साहस करावं लागतं ते?"

"निश्चितच! येरागबाळ्याचं काम नाहीये हे."

काही लोक बाहेरच्या जगात भ्रमंती करीत असतात. ते पर्वत चढतात, महासागराची भटकंती करतात, जंगलात आदिवासींबरोबर शिकार करतात आणि काय काय. काही जणांना एखाद्या गोष्टीचं टोक गाठण्यात साहस वाटतं. जसं हेमिंग्वेने केलं – बैलाबरोबर पळणं, दारू पिऊन लोळगोळा होणं, आयुष्यापेक्षा मोठं होऊन जगणं आणि बरंच काही. आणि मग असेही लोक असतात... फादर येट्ससारखे आणि माझ्यासारखे, जे आतल्या जगात डुबक्या घेत असतात. आतल्या जगात प्रत्येक वळणावर काहीतरी नवं, किंवा कदाचित काहीतरी भयंकर नेहमीच दबा धरून बसलेलं असतं. 'इथे वाघ असू शकतात,' असं पूर्वीचे भटके लोक नकाशावर लिहून ठेवायचे. ही धोक्याची सूचना एका प्रदेशात खूपच लागू होते. हा प्रदेश दोन कानांच्यामध्ये सुरू होतो आणि हृदयाच्या आतपर्यंत जाऊन संपतो.

तुम्ही या लाकडी बूथमध्ये येऊ शकला, दुसऱ्या माणसाला असं काही सांगू शकला जे तुम्ही कधीच कोणालाच सांगितलं नसतं, याचा विचार केला तरी...

"च्यायला," मी पुटपुटते.

"स्मोकी...."

"परमेश्वरा!"

'या वातावरणाशी एकरूप हो.' फादरने सांगितलं होतं आणि मी खरंच झाले. आणि त्यामुळे त्या मोठ्या प्रश्नाचं उत्तर माझ्याकडे टक लावून बघत बसलेलं होतं. सापडलं की उत्तर. किती सोपं होतं. कोणतंही आडवळण न घेता आलं, की थेट माझ्याकडे. किती बरोबर होतं ते उत्तर. उत्तर सापडलं.

"स्मोकी, तू ठीक आहेस ना?"

मी उभी राहते. जे लोक बळी गेले त्यांची गुपितं या खुन्याला कशी ठाऊक झाली? कुठे ठाऊक झाली? दुसरीकडे कुठे? इथेच. कबुलीजबाब देतात त्या बूथमध्येच.

"फादर, मला वाटतं माझ्याकडे एक वाईट बातमी आहे. मला वाटतं या बूथमध्ये कोणीतरी दुसरंच येऊन गेलंय. म्हणजे मी परमेश्वराबद्दल बोलत नाहीये."

२१

"चोरून ऐकण्यासाठी ध्वनिग्राहक यंत्र, बग, बसवण्यासाठी हा बूथ म्हणजे एकदम योग्य जागा आहे." ॲलन निरीक्षण करतो. "आतमध्ये अंधूक प्रकाश आहे. आणि आत आल्यावर लोकांचं लक्ष स्वत:कडेच जास्त असतं. त्यांच्या आजूबाजूला काय आहे, त्याकडे फारच कमी. त्यामुळे इथे कुठेही बग पेरून ठेवणं एकदम सोपंय."

कबुली देण्याच्या बूथच्या बाहेरच आम्ही उभे आहोत. माझ्या चेहऱ्यावर ओघळलेले अश्रू वाळलेही नव्हते, तशीच मी बाहेर पळत सुटले होते.

या निष्कर्षात तथ्य आहे. आम्ही वेगळीच कल्पना केली होती. व्यसनमुक्ती केंद्रात म्हणजे अल्कोहोलिक ॲनॉनिमससारख्या केंद्रात जाऊन खुन्याने त्याच्या बळींविषयी माहिती मिळवली असावी, असा आमचा समज होता. पण इतक्या दूर फुकटच जाळं टाकण्याची गरजच काय? जर तुम्हाला लोकांची गुपितंच माहीत करून घ्यायचीय आहेत, तर असा अंधारात तीर मारण्याची गरजच नाही. प्रीचरचा सगळा संबंध धर्माशी आहे. जर तुम्ही धार्मिक व्यक्ती आहात, तर तुमची काळीकुट्ट, खोल खोल दडवून ठेवलेली गुपितं तुम्ही कोणाला सांगणार? ज्या प्रकारची गुपितं आपण व्हिडिओ क्लिप्समध्ये बघितली, तशी गुपितं कुठे सांगितली जातील?

अर्थातच, प्रीस्टलाच सांगितली जाणार. आणि प्रीस्टला गुपितं सांगण्याची जागा ती हीच. बूथ.

एकदा तुम्ही बूथचा दरवाजा बंद केला की मन निश्चित मोकळं करता. मी धर्मापासून दूर झालेली कॅथॉलिक आहे. तरीदेखील मी केलंच ना इथे माझं मन मोकळं? आपलं गुपित फुटणार तर नाही ना, अशी काळजी प्रत्येकाला वाटतच असते. पण कोण फोडणार? प्रीस्ट? शक्यच नाही. पण कोणीतरी बूथमध्ये बग

पेरला असेल, आपलं बोलणं चोरून ऐकलं जाणार असेल, अशी पुसटशी शंकाही कोणाला येत नसेल.

फादर येट्स पुढेमागे फेऱ्या मारताहेत. ते अस्वस्थ झाले आहेत. रागावलेले आहेत. त्रासलेले आहेत. मी समजू शकते. मी बूथमध्ये काय केलं त्याचा मी विचार करते आणि कोणीतरी माझं बोलणं ऐकणार या विचाराने माझ्या अंगावर शहारे येतात. त्यांना तर माझ्यापेक्षा दहा पटीने अधिक वाईट वाटत असणार. कारण या प्रकारासाठी ते स्वत:लाच जबाबदार धरणार.

"जर हे खरं असेल तर ते भयंकर आहे. फार भयंकर." ते तोंडातल्या तोंडात पुटपुटतात. "लोकांना इथे येऊन कबुलीजबाब देणं सुरक्षित वाटणार नाही. आणि ज्यांनी अगोदरच आपल्या पापांची इथे येऊन कबुली दिलीय, त्यांना आपली फसवणूक झाल्यासारखं वाटणार. श्रद्धेच्या प्रांतात हा एक मोठा पेचप्रसंग उद्‌भवणार आहे."

बिचारे फादर! त्यांना भेटल्यापासून मी त्यांना इतकं संतप्त आणि अस्वस्थ झालेलं कधीच बघितलं नव्हतं. ते बघून मीच अस्वस्थ झाले आहे. ते कधीच विचलित होत नाहीत, असा माझा समज होता. त्यांच्या अविचलतेची मला सवय झाली होती, आणि आता मात्र मी त्यांना कोसळताना बघते आहे.

"फादर, मला तुम्हाला काही विचारायचंय."

ते फेऱ्या थांबवतात. आपल्या केसांमधून हात फिरवतात.

"अर्थात. काहीही विचार."

"मला एका गोष्टीवर शिक्कामोर्तब करून हवंय. तुम्ही म्हणालात, की खुन्याने बळी घेतलेल्यांच्या व्हिडिओ क्लिप्स तुम्ही बघितल्या नाहीत. रोझमेरीच्या व्हिडिओ क्लिपचं काय? त्याच्या सुरुवातीच्या प्रवचनात होती रोझमेरीची क्लिप."

"अजिबात नाही. त्या सर्व क्लिप्स मी ओझरत्या बघितल्या. त्यातून सुटली ती. मला ती बघायला मिळाली नाही."

"त्या क्लिपमध्ये तिनं स्वत:चं जे गुपित उघड केलंय, त्याविषयी मला तुम्हाला काही विचारायचंय. तो फारच वाईट प्रकार होता, आणि तिचं गुपित त्याला माहीत होतं. ते गुपित काय होतं, ते मी तुम्हाला सांगणार आहे, आणि तेच गुपित तिनं तुम्हाला कबुलीजबाब देतेवेळी सांगितलं का, हे मला माहीत करून हवंय."

"मी कोणाचाही कबुलीजबाब जाहीर करू शकत नाही." ते तक्रारीच्या सुरात म्हणतात. "जरी तिचा मृत्यू झालेला असला, तरी मला त्यातून सूट नाही मिळू शकत."

"चला, काहीतरीच काय फादर. जर तुमच्या सांगण्यामुळे एखादा खुनी पकडला जाणार असेल तरी तुम्ही सांगणार नाही? त्याने आम्हाला सांगितलंय; जर आम्ही त्याला पकडलं नाही, तर तो लवकरच एका लहान मुलाला ठार करणार आहे." मी त्यांच्याकडे बोट दाखवून जरा कठोर आवाजात त्यांना सांगते. "इतक्या

सहजपणे तुम्ही यातून मोकळे नाही होऊ शकत फादर. तुमच्यासाठी ही फार अवघड परिस्थिती आहे, मी समजू शकते. कदाचित त्यासाठी खूप पुढचं एखादं धर्मशास्त्रावरचं विवेचन आवश्यक असेल. पण आता, बरोबर काय आणि चुकीचं काय, हे तुम्हाला कठोरपणे ठरवावं लागणार आहे. तिचं ते तथाकथित फार मोठं गुपित आता इंटरनेटवर उपलब्ध झालंय. सर्वांना बघण्यासाठी. तुम्ही यापेक्षा अधिक वाईट अजून कसं करू शकता. मला तर वाटतंय, तुम्ही जर मला मोकळेपणानं सांगितलं तर तुम्ही चांगलं तेच करणार आहात.''

''खरं की काय?'' त्यांचा आवाज कठोर बनलाय. ''स्मोकी, तुला एक विचारतो. जर उद्या तू मेलीस, तर तू मला आता थोड्या वेळापूर्वी बूथमध्ये जो कबुलीजबाब दिलास, तो मी जाहीर करायचा का? आवडेल तुला?''

त्यांच्या या प्रश्नाने मी चक्रावून जाते. त्यावर माझा त्वरित आणि आतून आलेला प्रतिसाद म्हणजे – कधीच नाही. कधीच नाही आवडणार मला.

मान्य आहे, फादर. तुमचं खरं.

''इतर वेळी, सामान्य परिस्थितीत तुम्ही माझं गुपित फोडलेलं मला नाही आवडणार. पण जर रोझमेरीसारखा माझा खून झालेला असेल तर? तिला तिचा कबुलीजबाब पुन्हा द्यायला भाग पाडण्यात आलं. तसंच माझं झालं असतं आणि नंतर सगळ्या जगाला ते दाखवण्यात आलं असतं तर? मी त्यांच्या जवळ सरकते. खाली बघून त्यांनी माझ्या डोळ्यात डोळे घालण्यालाही त्यांना मी भाग पाडते. ''त्या मादरचोदला त्याच्या लायकीचा न्याय मिळण्यासाठी तुम्हीही काही करायला हवंय फादर.''

त्यांच्या आत जो संघर्ष चालू आहे, तो मला दिसतोय. मी समजू शकते. फादर येट्स एक तत्त्वनिष्ठ व्यक्ती आहेत. सच्चा श्रद्धाळू. जे उपदेश ते इतरांना करतात त्याचं ते स्वत: पालन करतात. अचल तत्त्वांच्या आधारे ते आपलं आयुष्य जगताहेत. ती तत्त्वं कायम स्थिर आहेत. त्या तत्त्वांमधला काळेपण आणि पांढरेपण ते प्रत्यक्षात जगताहेत. बाहेरच्या जगात काळ्या-पांढऱ्याचं मिश्रण असलेली करड्या रंगाची माणसं वावरताना त्यांची तत्त्वं त्यांना, नांगर जसं बोटीला स्थिर ठेवतं तसं स्थिर ठेवतात. जगात रोझमेरीसारख्या क्लिष्ट व्यक्ती खूप असतात. त्यांना हाताळणं म्हणजे अवघडच काम. म्हणून जे काही दिसेल ते क्लिष्ट नसावं, असं त्यांना वाटणं स्वाभाविक आहे. जे काही समोर येईल ते करड्या रंगाचं नसावं, एक तर काळं असावं नाहीतर पांढरं, जे काही असेल ते निश्चित असावं, अशी त्यांची इच्छा असणं मी समजू शकते.

''ठीकाय! सांग मला.'' ते म्हणतात. ''जर तू सांगतेस त्यात तथ्य आहे असं मला वाटलं, तर मी तुला खूण करीन. मी रोझमेरीनं दिलेल्या कबुलीजबाबाबद्दल थेटपणे काही बोलणार नाही. केवळ खूण करीन.''

फादर येट्सनी अखेर तडजोड केली तर. पण ही तडजोड करतानाही त्यांना खूप त्रास झालाय, त्यांना खूप त्याग करावा लागलाय, हे समजून येतंय.

"आभारी आहे फादर."

मी त्यांना रोझमेरीने तिच्या भावाबरोबर समागम केल्याचं सांगते आणि मग डिल्लनने, तिच्या भावाने कसं स्वत:ला ठार केलं तेही सांगते. मी हे सांगत असताना सुरुवातीपासून शेवटपर्यंत फादर येट्सच्या चेहऱ्यावरची एक रेषाही हलत नाही. जणू चेहऱ्यावर एखादा बुरखा चढवलाय. जेव्हा माझं सांगणं संपतं तेव्हा ते थेट माझ्या डोळ्यांत बघतात आणि क्रॉसची खूण करतात.

"पित्याच्या नावाने, मुलाच्या नावाने, पवित्र आत्म्याच्या नावाने," ते पुटपुटतात. "आमेन."

मी सर्वकाही विसरले, कारण माझी पेशी अन् पेशी रोमांचित झाली आहे.

"फादर, उद्या मला कबुलीजबाब देण्यासाठीचा बूथ हवाय. उद्या सकाळी करायची पहिली गोष्ट. मी आमच्या लोकांकडून बूथ तपासून घेते. तसंच तुमचं सारं चर्चही तपासून घेते. संभाषण चोरून ऐकण्यासाठी कुठेकुठे बग पेरून ठेवलेत का, ते बघू या."

ते सुस्कारा सोडतात. "अर्थात."

"ॲलन, आम्हाला एक क्षणभर एकांत देतोस?"

माझा मित्र मान हलवतो. "बाहेर दारापाशी भेटू."

जेव्हा मी आणि फादर येट्स एकांतात उरतो, तेव्हा मी त्यांना बाकावर बसण्यास सांगते. "फादर, बसा इथे."

ते बसतात. मी त्यांच्या शेजारी जाऊन बसते.

"मला कळतंय, तुमची मानसिक स्थिती वाईट आहे."

ते पुन्हा येशूकडे नजर लावून बघताहेत. तिथे बघितल्यावर त्यांना शांतता आणि समाधान मिळाल्याचं मी अगोदर बघितलंय. आता मात्र तसं काही दिसत नाही.

"तुला वाटतंय तसं?" ते विचारतात. "खरंच?"

"हो. कोणीतरी तुमचा मानभंग केल्यासारखं तुम्हाला वाटतंय. ज्या एका गोष्टीवर आपण अवलंबून राहू शकतो, तीच तुकडेतुकडे होऊन पडलीय, असं तुम्हाला वाटतंय."

माझ्याकडे बघण्यासाठी ते वळतात. अजूनही अस्वस्थ दिसताहेत. पण त्यांना काहीतरी कोडं पडलंय, असं दिसतंय. "तू म्हणतेस ते जवळपास बरोबर आहे."

"अशा वेळी कशी मनस्थिती होते त्याची मला कल्पना आहे. माझ्या व्यवसायाने मला दगा दिला. त्यामुळेच एक मारेकरी माझ्या घरात शिरला आणि माझं कुटुंब आणि माझा चेहरा घेऊन तो निघून गेला." मी माझ्याजवळचं पिस्तूल दाखवण्यासाठी

कोटाची बटनं काढते. ''माझा कायमच माझ्या पिस्तुलावर आणि माझ्या एफ.बी.आय.च्या ओळखपत्रावर खूप भरवसा होता. त्यामुळे मी सुरक्षित राहीन असा मला विश्वास होता. मला खात्री होती. त्यात कोणत्या संशयाला जागाच नव्हती.'' मी खांदे उडवते. ''पण चुकीची ठरले.''

''मग असं काही घडलं की, तू काय करतेस?''

''अशा वेळी झोपी जायचं, दुसऱ्या दिवशी सकाळी उठायचं आणि पुन्हा स्वत:ला कामाला जुंपायचं. काम महत्त्वाचं असतं फादर.''

आता ते स्मितहास्य करतात. ते बघून मला आनंद होतो. अजूनही त्यांच्या चेहऱ्यावर विषाद आहेच. पण पहिल्यापेक्षा हे बरंय.

''तू म्हणते आहेस, की माझं काम महत्त्वाचं आहे स्मोकी. म्हणजे तू परमेश्वराशी समझोता केलाय, असं समजायचं का?''

''फार पुढे जाऊ नका फादर. मला अजूनही खूप मुतायचंय परमेश्वरावर.'' मी चर्च आणि भोवतालच्या परिसराकडे हात दाखवते. ''मला याविषयी काही माहिती नाहीये. मला एकच ठाऊक आहे, तुम्ही मला मदत केलीय. खरी मदत. उगाच काही नाटक नाही. तेव्हा हो, तुम्ही आत्ता मला मदत करून जे काही केलं ते जर तुमचं काम असेल, तर हो, निश्चितच तुमचं काम महत्त्वाचं आहे.''

त्या डोळ्यांत पुन्हा अस्वस्थतेचं दर्शन होतंय. ''त्या राक्षसाला मी माझ्या चर्चमध्ये येऊ दिलं.''

''मग? पहिल्या वेळेला तुम्हाला कोणीतरी लोळवलं म्हणून काय खेळ सोडून द्यायचा का? कुठे गेला तो डेट्रॉईटचा शूर पुरुष? ठीकाय. आपली मारली गेलीय. स्वीकार करायचा या गोष्टीचा, एक पेग मारायचा किंवा प्रार्थना करायची, किंवा शांत होण्यासाठी तुम्ही प्रीस्ट लोक काय करता, ते करायचं, आणि नंतर कामाला लागायचं.''

अजून एकदा ते हसतात. मला जाणवतंय की त्यांच्या नकळत ते हसले, ''तू काय म्हणतेस, त्यावर मी विचार करीन. दरम्यान तू माझ्या चर्चमध्ये अर्वाच्य भाषा वापरायला नकोस स्मोकी.''

''जर तुम्ही स्वत:विषयी वाईट वाटून घ्यायचं थांबवलंत, तर मग मीही अर्वाच्य भाषा बोलण्याचं बंद करेन.''

ते खरोखरच हसतात. ''चल तर! ठरलं आपलं!'' त्यांचा चेहरा एकदम गंभीर होतो. ''कृपा करून या माणसाला पकड.''

''मी पकडेन त्याला.''

''उत्तम. आता मला एकटं सोड. मला प्रार्थना केली पाहिजे.''

ॲलन गाडीला रेलून उभा आहे. तारे नसलेल्या लॉस एंजेलिसच्या आकाशाकडे बघतोय.

"उपदेशकालाच उपदेश देत होतीस ना?" तो विचारतो.

"ते ठीक आहेत."

"आता कसं करायचं?"

मी घड्याळाकडे बघते. अकरा वाजून गेलेत.

"आजच्यापुरतं आपण काम थांबवू या. कॅली आणि जेम्सला फोन करून घरी जायला सांगते. उद्या धावत धावत सकाळीच कामाला लागू."

"मला ठीक वाटतंय हे वेळापत्रक. तू फोन कर. मी गाडी चालवतो."

"सुरक्षिततेची फारशी काळजी न घेता इंटरनेट वापरणारे दिसताहेत हे महाशय, श्रीमान हॅरिसन बेस्टर." कॅली म्हणते. "मी या क्षणी त्याच्या घरासमोर बसलीय. माझ्या लग्नाच्या निमंत्रण पत्रिकांसाठी कागद निवडत बसलीय नेटवर."

"त्याच्या घरावर नजर ठेवण्यासाठी लोक आलेत का?"

"नाही."

"मला वाटतं, थोड्या वेळात ते येतीलच. ते येईपर्यंत तू तिथंच ठाण मांडून बसायला हवं."

ती लांबलचक, मोठ्ठा आवाज करीत एक सुस्कारा सोडते. "माझ्यावर जो बोजा आहे त्याविषयी तुम्हाला काही वाटतच नाहीये. लग्नाचं प्लॅनिंग, या केसचं काम, किरबीवर नजर ठेवून तिच्याकडून काम करून घ्यायचं आणि वेळात वेळ काढून सॅमबरोबर चढाचढी करायची. फार शीण होतोय बाई."

"गरीब बिचारी." मी हसते.

"आभारी आहे, हनी-लव्ह. एवढंच मला हवंय. थोडी सहानुभूती, आत्ता आणि वारंवार. फादर येट्सबरोबर कशी झाली भेट?"

"खूप सकारात्मक! खूप प्रकाश देणारी!! सांगेन सगळं तुला उद्या. लवकर काम सुरू करायला हवं उद्या."

"मला जेव्हा वाटेल ना, तेव्हा मी झोपायला जाईन. कळलं ना? धन्यवाद. तू माझी वरिष्ठ आहेस. माझी आई नाही."

"तुला जसं वाटेल तसं कर, जेम्स. मला एक सुगावा लागलाय. फार जबरदस्त आहे. उद्या सकाळी सर्वांनी लवकर ऑफिसला यायचंय. म्हणून मी तुला लवकर झोपायला सांगितलं."

"मी नेहमीच लवकर येत असतो ऑफिसला." तो ताडकन बोलतो आणि

फोन ठेवून देतो.

फोन बंद करताना मी डोकं हलवते.

"कसा आहे डॅमियन?" ॲलन विचारतो.

"आल्हाददायक आहे नेहमीसारखाच."

"जेम्स 'गे' जीवनशैलीचा असण्याबद्दल माझ्यासाठी सर्वांत विचित्र गोष्ट काय असावी, ठाऊक काय तुला?"

"कोणाशीही त्याची जवळीक असते, ही कल्पना."

ॲलन हसतो. "अगदी बरोबर. त्यानं आपण 'गे' असल्याचं सांगण्यापूर्वीही मला खरंच असं वाटायचं की, तो हिजडा आहे. सेक्स नसलेला. त्याच्याबरोबर बिछाना गरम करण्यासाठी कोणी फार काळ ताटकळत बसेल, अशी मी कल्पनाही करू शकत नाही."

"जग फिरतंय. जग फिरण्यासाठी काहीही चालतं."

"मला आनंद आहे त्याबद्दल."

"का?"

"आपल्याला चीड आणणारा तो एक रांडेचा आहे. ठोसे देऊन त्याची बत्ती गुल करावी, असं काही वेळेस वाटतं. पण काय करता. आपल्या कुटुंबातला आहे ना तो. मला आनंद आहे; कामाव्यतिरिक्त त्याच्या आयुष्यात बाकीही काहीतरी घडतंय."

तो गाडी चालवतोय. मी त्याच्याकडे बघून हसते. "तू एक अतिशय मृदू काळजाचा गलेलठ्ठ माणूस आहेस ॲलन."

"कोणाला सांगू नकोस म्हणजे झालं. असो. तू रोझमेरी आणि व्हिडिओ क्लिप्सविषयी फादर येट्सना सांगत होतीस ना, तेव्हा मी त्यांचं निरीक्षण करत होतो. तो माणूस खूप चांगला आहे. मी त्याचा प्रतिसाद अजिबात वाचूच शकलो नाही."

लोक जशी पुस्तक वाचतात तसं ॲलन लोकांना वाचतो. समोरच्या माणसाची डोळ्यांची बुब्बुळं कशी हलताहेत, श्वासोच्छ्‌वासाच्या लयीत काय बदल होताहेत, किंवा अगदी साधी गोष्ट म्हणजे तणावाखाली तो आपल्या बोटातल्या अंगठीशी कसे चाळे करतोय वगैरे, वगैरे तो अगदी बारकाईने बघत असतो. सत्य शोधून काढण्यासाठी या सगळ्या गोष्टींना आपापल्या परीने महत्त्व असतं. त्याचं म्हणणं असं आहे, की असल्या कोणत्याही प्रतिक्रिया नियंत्रणात ठेवण्यात फादर येट्स खूप खूप निपुण आहेत.

"जरा मनोरंजक वाटलं." ॲलनचं निरीक्षण. "कदाचित आपण फादर येट्सकडे बारकाईने बघायला हवं. जर तुम्हाला प्रशिक्षण दिलेलं नसेल, तर स्वत:वर असं नियंत्रण ठेवणं खूप अवघड असतं."

"आपण ज्याला शोधतोय तो म्हणजे फादर येट्स नाहीये." मी म्हणते.

"खात्री आहे तुला?"

खरं तर अशी खात्री मी द्यायला नको. या अगोदर मी अनेक देवदूतांवर विश्वास ठेवला, पण ते वेष बदललेले राक्षस निघाले. मी अगोदर मूर्खात निघालेले आहे. पण या वेळी मात्र मला खात्री आहे.

"मला खात्री आहे."

"या केसमध्ये तुला सगळं स्पष्ट दिसतंय."

हे म्हणजे कबुलीजबाब देण्याच्या बूथमध्ये काय झालं, हे ॲलनने विचारण्यासारखं झालं. त्याला ठाऊक आहे की या गोष्टी ज्याच्या त्याच्यावर सोडून द्यायच्या असतात. माझ्याजागी तो असता आणि त्याच्याजागी मी असते, तर मीदेखील अशा गोष्टी त्याच्यावर सोडून मोकळी झाले असते. फुकट चौकशा केल्या नसत्या.

"ॲलन! हो पुढे आणि काढ त्यांची पार्श्वभूमी, मागचं रेकॉर्ड. बारकाईनं तपास. पण मी सांगते तुला. हा आपण शोधतोय तो खुनी नाहीये."

"ठीकाय! ठीकाय!!" तो गप्प बसतो. अंधार कापत आमची गाडी पुढे जातेय. शहरातले दिवे सर्वत्र आहेत. करड्या वेलवेटवर ठेवलेल्या बीभत्स हिऱ्यांसारखं लॉस एंजेलिस आहे. सुंदर पण दोषपूर्ण. हिऱ्यांसारखंच, पण पैलू न पाडलेलं. महान बनण्यासाठी सतत उथळपणे धडपड करणारं. असं हे शहर कोणालाही भुरळ घालतं. "तू त्या फादरमुळे पछाडलेली दिसते आहेस. याचा आता असा अर्थ काढायचा, की तू आता चर्चमध्ये नियमाने प्रवचनांना वगैरे जायला लागणार?" तो विचारतो.

"बघा कशी बडबड करतोय. अरे बाबा, त्यांनी मला मदत केली. त्यांनी काही माझं आणि परमेश्वरामधलं भांडण मिटवलं नाही. मला आता वाटायला लागलंय, की ही केस संपेपर्यंत मला कॅथॉलिक संप्रदायाविषयी खूप काही कळायला लागलेलं असेल. अर्थात मला सहन होईल तितकंच म्हणा."

"आमेन."

"तुझं काय?"

"मी आयुष्यात दुसऱ्यांदा एक प्रेत बघितलं तेव्हापासून परमेश्वराशी माझं संभाषणच झालेलं नाहीये."

आम्ही अशा प्रकारचं काम करतो, की आम्हाला खूप काही वाईट-साईट बघावं लागतं. परमेश्वरावर आम्ही विश्वास ठेवण्यात समस्या ही आहे की – जर परमेश्वर खरा असेल, तर एकतर सैतान त्याला पळवून तरी लावत असतो, नाहीतर परमेश्वर कशाची काळजीच करत नाहीये. काळजी न करणाऱ्या परमेश्वरापेक्षा कोणताच परमेश्वर चांगला असू शकत नाही.

३०

"प्रवाशाचं घरात स्वागत असो." दारातून आत येताना मी माझ्याशीच बोलते.

हे शब्द आज कालच्याइतके निरर्थक वाटत नाहीयेत. मी चर्चमध्ये कबुलीजबाब दिल्यामुळे मला पोकळ झाल्यासारखं वाटतंय. पण वाईट अर्थाने नव्हे, म्हणजे माझ्या आत एखादी काळी गुहा तयार झाल्यासारखा हा पोकळपणा नाहीये. रिकाम्या टेबलसारखं म्हणा हवं तर. नव्याने त्यावर रचना करण्यासाठी तयार. रिकामं रिकामं वाटतंय.

काय ठेवू तुझ्यावर? चिनी मातीची नवीन भांडी ठेवू? की जुनी चांदीची, मला मिळालेली?

थोडं थोडं दोन्ही, मी ठरवते.

मी मोबाइल फोन उघडते आणि टॉमीला फोन करते.

"ओय," तो उत्तरतो.

"झोपला होतास का?"

"ना! खरं सांगायचं, तर तुझाच विचार करत होतो."

"उत्तम! कारण बोलण्यासाठी मी तयार आहे आणि मला तुला काहीतरी सांगायचंय. बॉनी आज ॲलन आणि एलायनाकडेच राहणार आहे. येऊ शकतोस का तू इकडे?"

"बावळट प्रश्न!" तो म्हणतो. "भेटू लवकरच."

टॉमी दारात उभा. इतका अस्ताव्यस्त मी त्याला कधीच बघितलेलं नाही.

टॉमी काही विचित्र माणूस नाहीये. आरशासमोर उभं राहून वेळ खर्च करण्याचं खूळ त्याला कधीच नव्हतं असं मला तरी वाटतंय. पण तरीही तो कायमच नीटनेटका असतो. केस व्यवस्थित विंचरलेले, दाढी केलेली. त्याच्या अंगाला कायम चांगल्या साबणाचा वास येत असतो. पण आत्ता? दाढी वाढलेली! केस असे की जेमतेम लक्ष दिलेले आणि त्याच्या शर्टावर पुढे अन्नाचा डाग पडलाय. मी पुढे होऊन माझे तळवे त्याच्या गालावर ठेवते.

"ठीक आहेस ना? किती भयंकर दिसतोय तू?"

"तू काहीतरी बोलशील म्हणून मी वाट बघत बसलो होतो."

मी मागे हटते. जणू वाचाच गेल्यासारखी. "हे सगळं माझ्यामुळे आहे? माझ्यामुळे तुझा असा अवतार झालाय?"

ओठांच्या एकाच बाजूने तो हसतो. "कणखर आणि गप्प, शांत! हे शब्द जरी गुळगुळीत झाले असले तरी वापरतोय मी स्मोकी. मी असाच आहे. आम्ही लॅटिन लोक आहोत स्मोकी. आमचं काळीज आम्ही आमच्या दंडावर पांघरलेलं असतं. कोणीही यावं आणि बघावं आमच्या काळजात काय चालू आहे ते. मी जे करतो त्यात एकतर मी पूर्णपणे असतो नाहीतर अजिबात नसतो. जे करतो ते जीव ओतून." तो खांदे उडवतो. "त्यामुळे काही वेळा प्रॉब्लेम होऊन जातो."

मी त्याचे गाल पुन्हा थोपटते. माझ्यामुळे कोणी आपली शांतता गमावून बसतोय, त्याची झोप उडतेय, या कल्पनेनेच मी चक्रावून गेलेय.

माझ्या आतला आवाज लगेच बोलतो. तो सांगतोय, की बरेच दिवस आपण काही कामाचे नाही, आपलं आयुष्य निरर्थक आहे, असं कायम वाटत असल्यामुळे आता आश्चर्य वाटतंय. तो माझ्या आतला आवाज मला असंही सांगतोय, की मी जे फादर येट्सना सांगितलं ते याला सांगितलं तरी कदाचित तोही माझा स्वीकार करेल.

"बिअर हवीय तुला?" मी विचारते.

"हो! का नाही? पण मी जर आता बिअर घेतली, तर रात्री इथेच कोचावर झोपावं लागेल मला. कारण मी अगोदरपासूनच बिअर रिचवतोय. इथपर्यंत कसाबसा ड्रायव्हिंग करत आलोय खरा, पण अजून घेतली तर मला नाही करता येणार ड्रायव्हिंग."

मी हसते. "बघू तर खरं काय हालत होते तुझी. घेते मी एक चान्स."

फ्रिजमधून मी आम्हा दोघांसाठी एक-एक बिअर उचलते, कोचावर बसते, पाय खाली दुमडून आणि बाटली उघडते.

"टॉमी, मला तुला काही सांगायचंय. मी पूर्वायुष्यात जे काही केलंय त्याविषयी. खरंच ते खूप वाईट आहे. मला भीती वाटतेय, की एकदा मी ते तुला सांगितल्यावर

तू नंतर कधी माझी इच्छा धरणार नाहीस. मला दूर करशील तू.''

त्याच्या त्या काळ्याशार डोळ्यांनी तो मला बारकाईने न्याहाळतो आणि शांतपणे बिअरचा एक घोट घेतो.

''मला सांगायलाच पाहिजे, असं आहे का ते?''

माझ्या कपाळावर आठ्या. ''म्हणायचंय काय तुला?''

''काही गुपितं आपल्याजवळ ठेवलेली ठीक असतात; हेच म्हणायचं होतं मला. तुझ्यावर प्रेम करण्यासाठी तुझ्या पूर्वायुष्यातलं सगळं काही ठाऊक असण्याची गरज वाटत नाही मला.''

मी ज्या हातात बिअरची बाटली धरलीय तो जरा थरथरतो. ''बऱ्याच अंशी मला ते मान्य आहे. पण हे मात्र मला सांगायला हवं. ही अशी एक गोष्ट आहे की ज्यामुळे मला वाटतं...'' मी मला व्यक्त करण्यासाठी शब्द शोधतेय. ''असं वाटतं की मी तशी नाहीये, जसं लोक मला समजतात.''

सरळ आणि संक्षिप्त. तो अजून एक घोट घेतो, कॉफी टेबलावर बाटली ठेवतो. माझ्या हातातून बाटली घेतो आणि त्याच्या बाटलीशेजारी ठेवतो. माझे हात घेऊन तो त्याच्या हातात गुंफतो आणि माझ्या डोळ्यांत बघतो.

''ठीक आहे, सांग तर मग.''

मी त्याला सांगते. सगळं काही सांगून टाकते. कसं वाटलं होतं मला हॉस्पिटलच्या बिछान्यावर होते तेव्हा; त्या अंधारात. मरून जाण्याची माझी इच्छा. माझा टोकाचा स्वार्थीपणा – माझ्या बाळाला मी ठार करणं. म्हणजे मग पिस्तुलातली गोळी माझ्या डोक्यातून आरपार करण्यासाठी मला काहीही आणि कोणीही परावृत्त करू शकलं नसतं वगैरे, वगैरे, सर्व काही. मी बोलतेय ते तो ऐकतोय. एक शब्दही उच्चारत नाही. आपल्या हातातून माझे हातही सोडवून घेत नाहीये. दुसरीकडे चेहरा वळवत नाहीये. जेव्हा माझं बोलणं संपतं तेव्हा काही वेळ तो गप्प राहतो.

''बोल काहीतरी.'' मी पुटपुटते.

तो माझे हात त्याच्या ओठांजवळ आणतो आणि त्याचं हळुवारपणे चुंबन घेतो. या त्याच्या कृतीत लैंगिकता नाहीये. इंद्रिय सुखासंबंधी असंही काही नाहीये. पण त्यात पराकोटीची जवळीक आहे. त्यामुळे खूप बरं वाटतंय. प्रत्येक बोटाच्या पेराजवळ तो चुंबन घेतोय. शेवटी अंगठ्याचं. माझे हात तो उलटे करतो आणि हाताच्या तळव्यांचंही चुंबन घेतो. त्याच्या कोरड्या ओठांनी. मग माझ्या हातावरच्या रेषांवरून तो बोट फिरवतो. माझ्या केसांची बट तो माझ्या कानामागे नेतो आणि हसतो.

''मी तुझ्यावर प्रेम करतो स्मोकी. कदाचित तू दुसऱ्या कशाची तरी अपेक्षा

करत असावीस. पण दुसरं जे काही आहे ते हेच, जे मी आता तुला सांगितलंय. मी प्रेम करतो तुझ्यावर. मला तू सगळीच्या सगळी हवी आहेस. तुझा प्रत्येक इंच, प्रत्येक व्रण, प्रत्येक घाव, प्रत्येक ओरखडा, तुझा प्रत्येक चांगला भाग आणि तुझ्यातले सगळे दोषदेखील हवे आहेत मला.''

''खरंच... खरंच म्हणतोस तू? मला ठीक वाटत नाहीये टॉमी. गेल्या दोन वर्षांत मी स्वतःला दहा वेळा सांगितलंय, की माझ्या भूतकाळाचा आणि माझा आता संबंध संपलाय. माझ्यावर जी परिस्थिती ओढवली ती संपलीय. आता मी बरीच बरीय, हे जरी खरं असलं, तरी गतायुष्यातली मी केलेली कोणती तरी चूक मला आठवते आणि पुन्हा माझं आयुष्य अस्ताव्यस्त होऊन जातं. हे असंच चालू राहिलं, हे नाहीच बदललं तर? गतायुष्यातले काही बारीक तुकडे जी कधीच दूर करू शकत नाही, अशा स्त्रीवर तुला प्रेम करायचंय?

''स्मोकी, तू आता जी आहेस ती तुझ्या पूर्वायुष्यात जे काही घडलं त्या सगळ्यामुळे आहेस. केवळ चांगल्या गोष्टींमुळे आत्ताची तू नाहीयेस. जी तू आत्ता आहेस, त्याच तुझ्यावर मी प्रेम करतोय.''

''आणि बॉनी?''

''मी तिच्यावरदेखील प्रेम करतो आणि तिला ते ठाऊक आहे.''

''तिला ठाऊक आहे?''

''काही महिन्यांपूर्वी तिने मला सांगितलं की ती माझ्यावर प्रेम करते म्हणून. आम्ही तेव्हा कार्टून बघत होतो आणि ती म्हणाली, 'टॉमी, मी तुझ्यावर प्रेम करते, तुला ठाऊक आहे?' ''

तो डोकं हलवतो. त्याला हे सांगताना गंमतच वाटतेय. ''तिने टीव्हीवरची आपली नजर जराही हटवली नाही. मीदेखील असं नाटक केलं जणू 'त्यात काय मोठंसं. अर्थात मला ठाऊक आहे.' मग मीदेखील तिला सांगितलं, की माझंही तिच्यावर प्रेम आहे. जणू काही झालंच नाही, अशा थाटात आम्ही टीव्हीवरचे कार्टुन्स बघत बसलो.''

''अच्छा! म्हणजे तू सगळी फिल्डिंग लावून ठेवलेली आहेस तर.'' मी हसते.

तो पुन्हा माझे हात त्याच्या हातात घेतो. त्याचे हात राठ आहेत, बॉक्सरसारखे.

''मी एक सज्जन माणूस आहे स्मोकी. मी फसवाफसवी करत नाही. मुळात मी प्रामाणिक आहे. मी निष्ठावंत आहे. पण माझ्यातही काही दोष आहेत. काही वेळा मी फार उद्धटासारखा वागतो. मीच बरोबर असा हट्टही करतो, ढोंगीही आहे मी. असं वारंवार घडत नाही, पण जेव्हा घडतं तेव्हा मी खात्रीपूर्वक सांगतो, तुला वेड लागेल.''

''मला ठाऊक आहे टॉमी, तू काही सद्‌गुणांचा पुतळा नाहीयेस. तुला हे

सगळं सांगण्याची गरज नाहीये.''

''मला पूर्ण तर करू दे. मी अमली पदार्थांची नशा करत नाही. धूम्रपान करत नाही, पण वर्षातून एक-दोनदा दारू पिऊन लोळागोळा होणं मला आवडतं. म्हणजे मी असं करायला नको, पण करतो खरं. तेवढं एकच मी जरा जास्त करतो. त्या अवस्थेत तू मला खरंच बघितलेलं नाहीयेस.''

''मी तोंड देऊ शकते अशा प्रसंगांना.''

''मला ठाऊक आहे, तू सांभाळून घेऊ शकतेस. पण तुला त्याविषयी माहिती असायला हवी ना. मी इतकी दारू प्यायल्यावर माझ्यातलं जनावर जागं होतं. आणि मला मादी लागते. त्या वेळी मी तिला ओरबाडतो आणि जर त्या वेळी तू म्हणालीस, की दारूड्याबरोबर झोपण्यात तुला काही स्वारस्य नाही, तर मग माझी नाटकं सुरू होतील. पण मग दुसऱ्या दिवशी सकाळी मला खूप वाईट वाटत राहील.''

''अजून काही?''

तो काही बोलत नाही. माझ्या तळव्यांशी तो खेळतोय, खेळत राहतोय. ''माझं काम करताना आत्तापर्यंत मी पाच जणांना ठार केलंय स्मोकी. त्यातल्या किमान दोन वेळा मला खरंच खूप आनंद झाला होता. मला साधं समाधान मिळालं असं मी म्हणत नाहीये, लक्षात घे. मला खूप आनंद झाला होता, असं मी म्हणतोय. अत्यानंददेखील म्हणू शकतो मी.'' वर डोकं करून तो माझ्याकडे बघतो. ''माझ्या सर्व दोषांपैकी हा एक दोष आहे, जो मला सर्वांत जास्त छळत असतो.''

मी या माणसाला जोखते आहे. माझ्यातलं काही त्याच्यात दिसतंय का ते बघते आहे. टॉमी नेहमीच एक सामर्थ्यशाली पण हळुवार व्यक्तिमत्त्व म्हणून मला परिचित आहे. राग यायला वेळ लागणारा, काही करण्यापूर्वी विचार करणारा असा. या गोष्टी खऱ्या आहेत. पण त्याच्यातही थोडंसं पशुत्व आहे. शत्रूच्या रक्ताने आपले हात रंगवून घेण्याची आणि त्याबद्दल समाधान व आनंद मानून घेण्याची त्याच्यात क्षमता आहे.

''माझ्या अनुभवावरून सांगते, जोपर्यंत हा विचार तुला छळतोय तोपर्यंत बहुधा तू ठीक आहेस.''

''तेच मी स्वत:ला सांगत असतो.''

''मीदेखील.'' आमच्या नजरा पुन्हा परस्परांत अडकतात. ''मी तुझ्यावर प्रेम करते टॉमी.''

हे शब्द बोलल्यामुळे मला इतकं हायसं वाटलंय, की माझी हाडंही थरथरली. भरपूर ओझ्याखाली मी इतके दिवस चालत राहिले होते. मला मात्र वाटत होतं की मी उडतेय. त्याला हे सांगितल्याने माझ्यावरचं ओझं गळून पडलं. तेव्हा मला

कळलं, की आपल्यावर किती मोठं ओझं होतं ते. मॅट आणि माझं प्रेम असं नव्हतं. मी लोकांना ठार मारण्याच्या धंद्यात पडले नव्हते तेव्हाच मॅट मला भेटलेला होता. मी खूप लहान होते तेव्हापासून तो मला ओळखत होता. मला माझ्या आयुष्यातलं पहिलं चुंबन त्याने दिलं होतं. तो माझ्या गळ्यात बांधलेल्या एका दोरखंडासारखा होता. तो आणि ॲलेक्सा. बाहेरच्या जगात मी किती पुढे जायचं, मी काय करायचं ते या दोरखंडामुळे मर्यादित होत होतं. फार सुंदर जाणीव होती ती.

पण आयुष्याने माझ्यावर कुऱ्हाड चालवली. माझे काही भाग एकतर कापून टाकण्यात आले किंवा लुळेपांगळे तरी करून टाकण्यात आले. मी अनेक लोकांशी अतिशय भयंकरपणे वागले. बहुधा त्यांची तीच लायकी होती. आणि असं वागताना, त्या लोकांना शिक्षा करताना मलाही बहुधा प्रमाणापेक्षा जास्तच आनंद मिळायचा. मी राक्षसाचं निरीक्षण केलंय आणि राक्षसांकडूनही माझं निरीक्षण झालंय. त्यांच्यात कधी बदल झाल्याचं मला आढळलं नाही. पण मी? आता माझ्यातच एक छोटा राक्षस दडून बसलाय, असं माझ्या लक्षात येतंय. आणि त्याला माझ्यातून घालवणं शक्य होईल की नाही, मला शंकाच आहे.

ही राक्षसी वृत्ती टॉमी त्याच्यातही बघतो आणि माझ्यातही. आणि त्याच्यावरचं हे ओझं हलकं करण्याचा प्रयास करतोय. ओझं आहे या राक्षसी वृत्तीमुळे आत तयार झालेल्या अंधकाराचं! जो अंधार अमली पदार्थांसारखी नशा देतो. ओझं आहे सत्तेचं, जी दुसऱ्या लोकांना मारून आपल्याला मिळते. कधीकधी चांगलं आणि वाईट यातली सीमारेषा खूप धूसर झालेली असते.

''हं! तूदेखील प्रेम करतेस माझ्यावर, अजून काय हवंय मग?'' तो उत्तरतो.

''पण मी अजून चकित करणार आहे तुला.'' मी म्हणते. ''कदाचित तुला आवडणार नाही.''

''काय ते?''

''टॉमी, मला सर्व काही हवंय. पूर्णच्या पूर्ण. तुकड्यातुकड्यात काही नको. मला माझं घर परत हवंय. तर मी असं म्हणतेय, की हे प्रेम वगैरे दरवळतंय ना हवेत, तेव्हाच आपण एकत्र राहायलादेखील हवंय.''

आश्चर्याने तो डोळे मिचकावतो. क्षणभर मला भय वाटतं. तो 'नाही' तर म्हणणार नाहीये ना? मग त्याचे ओठ वळण घेऊन हसायला लागतात. तो माझं चुंबन घेतो.

''मान्य आहे मला.''

आता डोळे मिचकावण्याची माझी पाळी. ''खरंच म्हणतोस तू? असंच?''

''स्मोकी, अगं आपण दोन वर्षं एकत्र आहोत. तेव्हा अगदी अचानक आपण बरोबर राहायचं ठरवलं, असं म्हणता यायचं नाही.''

“चांगला मुद्दा आहे. म्हणजे तू ‘हो’ म्हणतो आहेस तर.”

“अर्थातच ‘हो’ म्हणतोय.”

तो माझा चेहरा त्याच्या हातात घेतो आणि एक जोशपूर्ण चुंबन घेतो. आत्तापर्यंत आम्ही जी उत्कटता आणि लैंगिकता दाबून ठेवली होती, ती या चुंबनात पूर्णपणे उफाळून बाहेर येते.

मी कशीबशी त्या चुंबनातून सुटका करून घेते. मला धाप लागलीय आणि आता मला टॉमी हवाय. “ठीक आहे. तर आता प्रेम वगैरे सगळं झालंय ना? मग आता कार्यक्रम सुरू करायचा का?” मी गुरगुरते.

“किती रोमांचक!” माझ्या मानेचं चुंबन घेत आणि माझ्या स्तनांशी चाळे करत तो म्हणतो.

मी त्याचं डोकं बाजूला घेते आणि त्याला माझ्याकडे बघायला लावते. “मी मनातलं बोलतेय टॉमी. गेले दोन दिवस फारच खडतर होते. आज मला हळुवार प्रेम वगैरे नको. जनावरासारखं रांगडेपणाने चढ माझ्यावर. एखादी मांजर माजावर आलीय, असं समज.”

तो त्याच्या कृतीनेच उत्तर देतो. आपल्या बाहुपाशात तो मला लपेटून घेतो आणि बेडरूमकडे जाण्यासाठी पायऱ्या चढायला लागतो. कोणताही उपचार न करता मला बिछान्यावर पटकतो आणि कपडे काढायला सुरुवात करतो. मी देखील, समागमाची पाशवी गरज मला व्यापून उरलीय आणि आणखी एक साधी गरज आहे – जवळीक.

नंतरच्या अर्ध्या तासात मी किती वेळा परमेश्वराचं नाव घेतलं कोणास ठाऊक. परमेश्वराच्या नावाबरोबरच अश्लील शब्दही मुक्तपणे वापरले. मला हे सुख अजून हवंय, अजून, अजून. एकंदर परिस्थिती लक्षात घेता परमेश्वरदेखील काही हरकत घेणार नाही, असं वाटतंय.

३१

सकाळी मी जागी होते. टॉमीचा पाय माझ्या ओटीपोटावर पसरलाय. बेडशीटला आदल्या रात्रीच्या सेक्सचा वास येतोय.

महत्त्वाचं म्हणजे मी आनंदात आहे. मी एका केसच्या अगदी शिखरावर आले आहे. ती केस आणखी स्फोटक बनू बघतेय. माझ्या संपूर्ण करियरमध्ये इतक्या लोकांना ठार करणारा खुनी मला कधी भेटला नव्हता. मी त्याचा पाठलाग करतेय. आणि अशा परिस्थितीत मला आनंद होतोय. माझं चित्त एकाग्र आहे. कोणतंही आव्हान स्वीकारण्यासाठी मी सज्ज आहे.

बिछाना सोडून मी बाथरूममध्ये शॉवरखाली जाते. इच्छा नसते, पण टॉमीचं जे जे काही माझ्या शरीराला लागलंय ते धुवून काढते. माझी अंघोळ होतच आली असताना तोही आत येतो. माझी अन् त्याची टक्करच होते. त्याचं इंद्रिय सकाळी सकाळी उभं राहिलंय.

"तुला न्याहारीसाठी काय हवंय, मला ठाऊक आहे." त्याच्याजवळ जात मी म्हणते. "लवकर आटप. मला आज लवकर जायचंय." माझ्या म्हणण्यापुढे तो मान तुकवतो आणि जोशात काम सुरू करतो. दहा मिनिटांनंतर त्याला चिकटलेले माझे सगळे अवशेष तो धुवायला लागतो आणि मी आज घालायचे कपडे शोधण्यासाठी कपाटात उचकपाचक करतेय. मी माझे केस मागे घेऊन नेहमीप्रमाणे त्यांची पोनीटेल बांधते. बूट घालताना मी खुशीत शीळ वाजवते. टॉमी टॉवेलने डोक्याचे केस पुसत बाथरूमच्या दरवाजात अवतरतो. क्षणभर मी त्याला डोक्यापासून पायापर्यंत न्याहाळते.

"वा! वा!! स्वच्छ! स्वच्छ!!" मी म्हणाले. त्यावर तो खळखळून हसला.

"निघालीस तू?"

मी घड्याळ बघितलं आणि बिछान्यावरून उडी मारून उभी राहिले. मी त्याच्या जवळ गेले आणि वर मान करून त्याचं चुंबन घेतलं. क्षणभर त्याच्या छातीवरचे केस कुरवाळले

"हो बाबा, जायला हवं. पळायला हवं खरं तर." बेडरूमच्या दरवाजाकडे मी झेपावले. एक महत्त्वाची गोष्ट माझ्या लक्षात आली, म्हणून मी मागे वळले, "आय लव्ह यू!" मी म्हणाले.

तो हसला. माझ्यासाठी त्याचं सर्वांत सुंदर रूप. "आय लव्ह यू टू! मला फोन कर नंतर."

त्याच्यासाठी मी हवेत एक चुंबन फेकलं आणि खाली उतरले. एक कप कॉफीचा आस्वाद घेतला आणि घाईघाईने रस्त्यावर बाहेर पडले.

मी आता जवळजवळ कामाच्या ठिकाणी आलेले आहे. त्यापूर्वी एक क्षणभर कालच्या सुखद आठवणींमध्ये न्हाऊन घेण्यासाठी मी स्वत:ला अनुमती दिली. काल शेवटी मी माझ्या गड्याजवळ माझं प्रेम व्यक्त केलं. अगदी मनापासून. कॅलीचं स्मितहास्य मला आता आठवतंय. सॅम नक्की प्रेम व्यक्त करणार, असं तिनं मला सांगितलं, त्या वेळी ती अशी हसली होती.

कॅली, तू बरोबर होतीस. माझा आतला आवाज सध्या कुठेच दिसत नाहीये. आता या क्षणी मॅटच्या विचारांचं भूतही जवळपास दिसत नाहीये. पण मला खात्री आहे, केव्हा ना केव्हा ते डोकं वर काढणारच आहे. मॅट आणि अलेक्झाला माझ्या आठवणींच्या जगातून कायमचं हद्दपार करण्याची अपेक्षा म्हणजे जरा अवास्तवच आहे, हे मला ठाऊक आहे. त्यांच्या आठवणी सतत येतच राहणार आणि प्रत्येक वेळी त्या चांगल्याच असतील असंही नाही. मला तर वाटतं, की त्यांच्या आठवणी मी मृत्युशय्येवर असतानाही माझ्या हृदयात असतील.

माझ्या असं लक्षात येतंय की, या खुन्यामुळे मला अजून एकदा फायदा झालाय. अप्रत्यक्षपणे का असेना, पण झालाय. प्रीचरने सत्याचं काय मूल्य असतं, त्याविषयी प्रवचन दिलं होतं. त्याने जे सांगितलं ते मी केलं होतं आणि खरंच की, त्यामुळे आता किती बरं वाटतंय!

पण मी काही त्याची कृतज्ञ वगैरे नाहीये.

मी ऑफिसमध्ये येते. जेम्स अगोदरच पोहोचलेला. जेझबेलही आहेच.

"मला जे हवं होतं तेच." मी म्हणते. "मला वाटतं, त्याला ही माहिती कशी मिळत गेली, हे मला ठाऊक आहे."

मी सविस्तरपणे त्यांना समजावून सांगते. चर्चमध्ये कबुलीजबाब देण्याच्या

बूथमधूनच खुन्याला त्याच्या बळींनी केलेल्या पापांची माहिती मिळत असणार, हेही पटवून देते.

''तुझ्या बोलण्यात तथ्य आहे.'' जेम्स माझ्याशी सहमती दाखवतो.

''धार्मिक गोष्टींचा विचार करता तुझा तर्क चपखल बसतोय. व्यसनमुक्ती संस्थांमध्ये चोरून-लपून प्रवेश मिळवायचा, तिथल्या व्यसनासक्त लोकांशी संभाषण करून त्यांचा विश्वास संपादन करायचा आणि आपला नेमका बळी हेरायचा, हे तसं अवघडच काम. खूप वेळखाऊ आणि पुन्हा खात्री नाही. त्यापेक्षा कबुलीजबाबाच्या बूथमध्येच चोरून संभाषण ऐकण्याचं यंत्र लावून ठेवलं, की कामच झालं. शिवाय या खुन्याला वेगवेगळ्या यंत्रांची आणि तंत्रांची आवड आहेच.''

''जर मी बरोबर बोलत असेन, तर आत्तापर्यंत त्याने घेतलेले बळी कॅथॉलिक संप्रदायाचे आचरण करणारे होते, हा समान धागा असायला हवा. ही खात्री कशी करून घ्यायची याचा मार्ग शोधायला हवा आणि आपल्याला ही माहिती का हवीय, हेदेखील कोणाला कळता कामा नये.''

''काय माहिती हवीय आपल्याला?'' आत येतानाच कॅली विचारते. तिच्या एका हातात कॉफी आणि दुसऱ्या हातात डोनट. ॲलनही तिच्या मागोमाग येतो.

मी पुन्हा सर्वांसमोर माझा तर्क काय आहे, ते सांगते.

''ओहो! असंय तर!'' माझं बोलणं संपल्यावर ती उद्गारते. ''यामुळे फारच मोठं वादळ उडणार आहे तर...''

''जर शक्य असेल, तर मला तेच तर टाळायचंय.''

जेम्सच्या कपाळावर आठ्या. ''इथे एक नैतिक मुद्दा उपस्थित होतोय. तो आपले बळी कसे निवडतो, याची साधारण कल्पना आपल्याला आलेली आहे. मला वाटतं, आपण हे जाहीर करावं. कोणी कबुलीजबाबात एखाद्या गंभीर पापांची प्रीस्टजवळ कबुली दिलेली असेल, तर या निमित्ताने ती व्यक्ती सावध तरी होईल.''

महत्त्वाचा मुद्दा आहे हा. मी कधी विचारच नव्हता केला.

''वेळ आल्यावर बघू त्याचं काय करायचं ते.'' मी म्हणते. ''आता आपल्याला हे शोधून काढायचंय, की हे सर्व बळी कॅथॉलिक होते का. जर ते असले तर मग तिथून आपल्याला आपली वेगळी रणनीती आखावी लागेल.''

''आपण एक प्रश्नावली तयार करून तुला हवीय ती माहिती जमा करू शकतो.'' जेझबेल म्हणते. ''बळी गेलेल्यांच्या कुटुंबीयांना बोलवायचं आणि त्यांना सर्वसाधारण स्वरूपाचे प्रश्न विचारायचे. त्यांना सांगायचं की, तपासकामात मदत व्हावी म्हणून आम्हाला बळी गेलेल्यांविषयी जी काही माहिती उपलब्ध असेल ती हवीय. त्यातला एखादा प्रश्न धर्माविषयीदेखील असू शकतो. कोणाला कळणारही नाही, आपल्याला निश्चित काय हवंय ते.''

"उत्कृष्ट कल्पना आहे." मी म्हणते. "जेम्सबरोबर बसून लगेच प्रश्न तयार कर."

"कॅली, तू रिडीमर चर्चमध्ये जावं. फादर येट्स आपली वाट बघताहेत. त्या चर्चमधल्या कबुलीजबाबाच्या बूथमध्ये चोरून संभाषण ऐकण्यासाठी कुठे बग्ज पेरून ठेवलेत का, ते बघायचंय."

"खरं सांगायचं तर माझं क्षेत्र नाहीये ते. मी फोरेन्सिकवाली आहे, इलेक्ट्रॉनिक्समधली नाही. आठवतंय का?"

"टॉमीला विचारून घे. या क्षेत्रात तो तरबेज आहे. तुला काय लागेल ते तो तुला बरोबर सांगू शकतो."

तिच्या भुवया उंचावल्या जातात. "तुम्ही दोघं पुन्हा बोलायला लागलात वाटतं."

"तू म्हणू शकतेस असं."

"मला वाटलं स्वत:चं समाधान करून देणाऱ्या जगातच तू अजूनही वावरते आहेस. 'आता मला निजवलं होतं त्याने' असं सांगून खूश होण्यातच धन्यता मानणारी!"

"माझ्याकडे तुला सांगण्यासाठी त्याहीपेक्षा बरंच काही रोचक आहे. पण मी ते नंतर सांगेन. आत्ता नाही."

ती तिची कॉफी आणि पर्स पकडते, थबकते आणि माझ्याकडे बोट दाखवून म्हणते, "मला याचा विसर पडेल, असं समजू नकोस."

"मला नाही चिंता त्याची. ओह् आणि कॅली?" ती थबकते आणि पाठमोरी वळते. "तुला जे काही सापडेल ते मला लगेचच कळव."

कारण माझा स्वत:चा कबुलीजबाब टेप झालेला नाही ना, याची मला खात्री करून घ्यायचीय. मी फक्त हा मनातला विचार मोठ्याने बोलून दाखवत नाही इतकंच.

मला वाटतं, माझा कबुलीजबाब टेप झाला असण्याची शक्यता खूपच कमी आहे. कारण काम झाल्यावर बग्ज काढून घेऊन जाण्याइतपत खुनी निश्चितच चतुर आहे. म्हणजे नजरचुकीनेही कोणाच्या हे लक्षात येऊ नये, याची काळजी तो घेतच असणार. पण आई म्हणायची ना, 'मूर्खात निघण्यापेक्षा काळजी घेतलेली बरी.' म्हणून मी कॅलीला माझ्याशी लगेच संपर्क साधायला सांगितला.

ती निघताना दोन बोटांनी मला सॅल्युट करते.

"माझं काय?" ॲलन विचारतो.

मी त्याला काही उत्तर देणार तोच माझ्या ऑफिसचा दरवाजा जोरात उघडून एडी जोन्स आत येतात. त्यांचा चेहरा पडलेला.

"आपल्याला खूप उशीर झालेला आहे."

"व्हॅलरी कॅव्हॅनॉ, वय दहा. आज सकाळी तिच्या बेडरूममध्ये ती मृतावस्थेत आढळली. तिच्याही शरीराच्या बाजूला इतर बळींसारखीच जखम केलेली."

आम्ही एडीच्या ऑफिसमध्ये आहोत. ॲलन बसलेला आहे. मी फेऱ्या मारते आहे. मागे-पुढे. मला जोरात किंचाळी मारावीशी वाटतेय किंवा गोळ्या झाडून काहीतरी उडवावसं वाटतंय. अपराधीपणाच्या भावनेनं मला मळमळून येतंय.

''ती कॅथॉलिक आहे का, आपल्याला काही कल्पना आहे?''

एडी जोन्सची प्रश्नार्थक मुद्रा. ''त्याचा इथे काय संबंध?''

मी ज्या तर्कापर्यंत पोहोचले आहे, ते त्यांना सांगण्यासाठी मला वेळच मिळालेला नाही. म्हणून ते काम मी आता करते.

''तसं असेल तर सगळंच आपोआप स्पष्ट होईल.'' एडी जोन्स माझ्याशी सहमत होतात. तो बळींविषयी माहिती जमा कशी करतो, त्यातलं धार्मिक सूत्र, सगळं चपखल बसतंय तुझ्या या तर्कामुळे.''

''सध्या मला हे गुपित ठेवायचंय.'' मी त्यांना प्रश्नावलीविषयी सर्व काही सांगते.

''उत्तम. कामाला लावा सर्वांना. आणि नंतर तू नि ॲलन, कॅव्हॅनॉ यांच्या घराकडे रवाना व्हावंत.''

''कोणीतरी दुसऱ्यानेच याच प्रकारे हा खून केलेला असावा.'' ॲलन म्हणतो. ''कारण त्याला माहिती आहे, की संशय या खुन्यावरच घेतला जाणार.''

''कोणीतरी दुसरं? म्हणजे कोण, तिचे पालक?'' मी विचारते.

तो खांदे उडवतो. ''काहीही शक्य आहे.''

तो म्हणतो ते बरोबर असण्याची दाट शक्यता आहे. आता खून झालेल्या मुलीच्या पालकांपैकी एकाने किंवा दोघांनीही बातम्या बघितल्याच असणार. त्यात त्यांना प्रीचरचे उद्योग समजलेच असणार. आणि मग त्यांनी व्हॅलरीला त्याच प्रकारे ठार मारलं असावं. या आशेने की हा गुन्हादेखील खुनांची मालिका रचणाऱ्या आपल्या मुख्य खुन्याच्या नावे जमा होणार. बहुतांश लहान मुलांचे खून त्यांच्या पालकांनीच केलेले असतात.

पण माझं मन मला सांगतंय, की असं काही झालेलं नसणार. या वेळी तरी नाही.

''तुझा तर्क गुलदस्त्यातच ठेव.'' एडी जोन्स आदेश देतात. ''त्या मुलीच्या आईला गुंगीचं औषध द्यावं लागलंय, असं मला कळलंय.''

''स्वरूप एकदम साधं आहे,'' मी प्रश्नावली वाचत असताना जेझबेल सांगते. ''आपण दोघा जणांना फोनजवळ बसवू. असंही सर्व बळींची ओळख पटवण्याचं आपलं काम संपलेलं आहे. इतर चौघांवर मी आणि जेम्स देखरेख ठेवतो आणि आम्ही एकेक कुटुंबाला गाठण्याच्या कामाला लागतो. उशिरापर्यंत

आमचं हे काम चालेल. पण तरीही आम्ही ते उरकतोच.''

''ठीकाय. चांगलं आहे.''

बळी गेलेल्यांची पार्श्वभूमी माहीत व्हावी, हा या उपद्व्यापाचा सकृतदर्शनी उद्देश आहे, अशा रितीने प्रश्नावलीची रचना करण्यात आली आहे. आम्हाला निश्चित काय हवंय हे कोणाला कळू नये म्हणून प्रश्नांचं स्वरूप खूपच मोघम ठेवण्यात आलंय. 'ती कधी कॉलेजमध्ये गेली होती का?' 'तिला काही मूलबाळ होतं का?' 'कोणत्या सामाजिक संस्थेशी ती निगडित होती?' आणि अशा प्रश्नांमधेच एक प्रश्न पेरलेला आहे ज्याचं उत्तर आम्हाला हवंय : 'धर्माचं पालन करणारी ती असलीच, तर कोणत्या?'

''प्रसारमाध्यमांनाही या प्रश्नावलीवरून काहीच संशय येणार नाही आणि ते सावध होणार नाहीत.'' जेझबेल म्हणते. ''आणि बऱ्याच अंशी या प्रश्नांची उत्तर देण्यासाठी बळींचे कुटुंबीयदेखील उत्सुक असतील.

''लाग कामाला.''

''या चर्चमध्ये बग्ज नाहीयेत बरं का.'' फोनवरून कॅली मला सांगते. ''तथापी, मला कबुलीजबाबाच्या त्या बूथमध्ये एक जागा सापडलीये. तिथे नुकतीच लाकडामध्ये लांबी भरली आहे.''

''ठसे?'' काही मिळण्याची अपेक्षा नाही. पण आशा आहे, म्हणून विचारते इतकंच.

''माफ करा. ठसेही नाहीत. आणि लाकडात भरलेली ती लांबीही जरा कोड्यात टाकणारी आहे. ती निश्चितपणे केव्हा भरली ते सांगता येणं कठीण आहे. काही महिन्यांपूर्वीही भरलेली असावी, नाहीतर काही वर्षांपूर्वीदेखील.''

''काही दिवसांपूर्वी तर भरलेली नसेल ना?'' मी विचारते. काही तासांपूर्वीच मी कबुलीजबाब दिल्याचा विचार माझ्या मनात आलेला म्हणून माझा हा प्रश्न!

''नाही. त्याहून बराच जुना दिसतोय तो लांबीचा डाग.''

''ती खूण अजून तिथे आहे म्हणजे योगायोगच म्हणावा.''

''आता मी काय करायचंय?''

''तू आता आम्हाला गुन्हा घडलाय, त्या ठिकाणी भेट.'' मी तिला सांगते.

ती गप्प.

''शेवटी त्याने खून केलाच तर? लहान मुलीला मारलं?''

''असं दिसतंय.''

''ठीकाय. दे, पत्ता दे.''

३२

कॅव्हॅनॉ कुटुंबीय बरबँकच्या एका उपनगरात राहतात. ऐंशीच्या दशकात बांधलेलं, दुमजली घर आहे त्यांचं. आता जरा आधुनिक बनवलंय. एका छोट्या निवासी क्षेत्रातलं हे घर आहे. लॉस एंजेलिसचं खास वैशिष्ट्य समजलं जातं तसा हा परिसर आहे. शांत, एका बाजूला, रस्त्याच्या दोन्ही बाजूला झाडी लावलेली. पण केवळ तीन ब्लॉक्स ओलांडले की, सर्वत्र कॉंक्रीटचं जंगल, लोखंड आणि घाई-गडबड-धांदल!

"प्रसारमाध्यमांची गिधाडं अगोदरच घिरट्या घालताहेत." ॲलनचं निरीक्षण.

"तरुण, गोरी, मध्यमवर्गीय, स्त्री आणि मृत," मी म्हणते. "अख्ख्या अमेरिकेत कुठेही ही मुख्य बातमीच होणार."

प्रसारमाध्यमांना रोखून धरण्यासाठी ठिकठिकाणी अडसर लावलेले आहेत. आम्ही ते पार करतो. शेजारी-पाजारी त्यांच्या घराबाहेरच्या हिरवळीवर उभे आहेत. तो राक्षस त्यांच्या इतका जवळ येऊन गेला, म्हणून सारे भेदरलेले आहेत. आणि त्याने त्यांच्या मुलांना निवडलं नाही म्हणून त्यांना हायसंही वाटतंय. पण तरीही झाल्या प्रकाराकडे ते दुर्लक्षही करू शकत नाहीयेत.

"काळ्या-पांढऱ्या तीन गाड्या आहेत." ॲलन माझ्या लक्षात आणून देतो. "कदाचित जमावाला काबूत ठेवण्यासाठी हे पोलीस आले असावेत. दोन साध्या गाड्या आहेत. एक अधिकृत कार आहे. तिच्यावरची पितळी खूण काढून ठेवली आहे. कदाचित प्रसारमाध्यमांना चकविण्यासाठी ही चतुराई केलेली असावी. बाकीच्या गाड्या या केसचा तपास करणाऱ्या डिटेक्टिव्ह लोकांच्या दिसताहेत." तो डोकं हलवतो. "आता पुन्हा त्यांचं काम करण्याची इच्छा होत नाही."

मी वैतागते. "त्यांचं काम? आपल्या कामाचं काय?"

“तुम्ही पोलीस असता तेव्हा वेगळी गोष्ट असते. आपण एफ.बी.आय.चे आहोत. आपण आपलं इथलं काम करून निघून जाऊ. पण या डिटेक्टिव्ह लोकांना इथेच थांबावं लागेल. सगळ्यांच्या नजरा त्यांच्यावर खिळलेल्या असतील.”

“मी याकडे अशा दृष्टीने कधीच बघितलं नाही.”

“आता आपण आपलं काम कसं करायचंय?”

मी परिसराची बारकाईने पाहणी करते. बहुतांश प्रसारमाध्यमांनी ठरावीक साचाची दृश्य टिपायला सुरुवात केलीय. कोणी घर कॅमेऱ्यात टिपतंय तर कोणी आजूबाजूचा परिसर. काही जणांना पोलिसांची उपस्थिती दर्शकांना दाखवायचीय, तर काहींना वर घिरट्या घालणारी हेलिकॅप्टर्स. वार्ताहर हातात मायक्रोफोन धरून त्यांना ठाऊक झालेली माहिती नंतर कॅमेऱ्यासमोर सांगण्यासाठी सराव करताहेत. मला सध्या अशा वार्ताहर मंडळींची चिंता वाटत नाहीये. मी माझं छाननीचं काम चालूच ठेवलंय आणि मला ज्याची भीती वाटते, तेच नेमकं मला दिसतंय.

“शूट,” मी पुटपुटते. “इथे काही चतुर वार्ताहरही आहेत तर.”

मी ज्यांना ‘अस्सल वार्ताहर’ म्हणते, अशा लोकांविषयी मी बोलतेय. जे बोलण्यासाठी कमी वेळ खर्च करतात आणि पाहण्यासाठी जास्त. त्यांची नाकं कायम वर हवेत असतात. अस्सल बातमीचा अस्पष्टसा वासही टिपून घेण्यासाठी. अशीच एक वार्ताहर मला दिसतेय. सोनेरी केसांची, तिशीतली, स्वतःच्या मापाचा शिवलेला कोट आणि त्याला साजेशी पँट असे टापटीप कपडे घातलेली. ती इतरांसारखी कॅव्हॅनॉच्या घराकडे बघत नाहीये. ती थेट आमच्या कारकडे बघतेय. ती तिच्या कॅमेरामनशी बोलताना मी बघतेय. आमच्याकडे बोट दाखवतेय. आमच्या गाडीच्या काळ्या काचांमुळे आम्ही कोण आहोत हे तिला कळणं शक्य नसलं, तरी बहुधा तिला आमच्याविषयी माहिती असावी.

“या पोरीच्या कॅमेऱ्यापासून फार वेळ आपण दूर नाही राहू शकत.” ॲलन म्हणतो.

“मलाही तसंच वाटतंय.” मी सुस्कारा सोडते. “ठीकाय. आपण फक्त इथल्या जबाबदार अधिकाऱ्याला शोधू, आपल्याला बघायचं ते बघू आणि इथून सटकू.”

आम्ही कारमधून बाहेर येतो आणि पायवाटेच्या दिशेने चालू लागतो. माझा चेहरा कॅमेऱ्यापासून दूर वळवण्याचा मी प्रयत्न करतेय. पण नंतर तो नाद सोडून देते. कारण मला माहितीय की मी आता जरी त्यांना टाळलं, तरी घरातून बाहेर पडताना ते मला कॅमेऱ्यात टिपतीलच. आम्ही प्रवेशद्वाराजवळ पोहोचतो. गणवेशातला एक पोलीस आम्हाला अडवतो.

वयस्कर वाटतोय मला. अनुभवी. बहुधा त्यांना इथे कोणीतरी पक्क्या खांबासारखा

पाय रोवून उभा राहणारा, पण त्याचबरोबर विचार करणारा माणूस हवा होता.

"काय चालू आहे ॲलन?" तो पोलीस विचारतो. चेहरा निर्विकार, अजिबात हसू नाही.

धट्टाकट्टा माणूस आहे हा पोलीस. ॲलनएवढा नाही, पण चांगलाच रुंद. डोक्यावर पांढरे केस आहेत आणि कठोर, जाडजूड चेहरा आहे. त्याचे डोळे मात्र वैशिष्ट्यपूर्ण आहेत. ते तसे नसते, तर त्याचा चेहरा म्हणजे मांसाचा एक निव्वळ गोळा, असंच वर्णन केलं असतं मी. त्याचे डोळे तीक्ष्ण आहेत, त्यात बुद्धिमत्तेची चमक आहे. मात्र त्यात मित्रत्वाचा अंशही नाही.

"कोण हे प्रकरण हाताळतंय, ते हवंय रॉन." ॲलन उत्तरतो.

तो पोलीस जरा वैतागलेलाच! "एफ.बी.आय.ला या केसमध्ये काय हवंय? तुमच्या प्रतिष्ठेची उंची बघता आता ही तुमच्या दृष्टीने खालच्या पातळीवरची केस आहे ना!"

ॲलन हसतो. त्याचं स्मितही या पोलिसाच्या डोळ्यांसारखंच आहे. मित्रत्वाचा स्पर्शही नसलेलं. "म्हणजे तू अजूनही तसाच गधड्याच्या गांडीसारखाच आहेस. तुझं भांडं फोडून तुला परत पोलीस खात्यात पाठविल्याबद्दल अजूनही तू मलाच दोष देतोयेस तर."

मुळातच तो चिडलेला. आता त्याची चीड संतापात बदलण्याची चिन्हं दिसताहेत. मला आता मध्ये पडण्याची वेळ आलेली दिसतेय.

"ओय-रॉन. रॉनच ना नाव तुझं? मी कोण आहे, ठाऊक आहे? ओळखतोस मला तू?"

ॲलनवर रोखलेलं आपले डोळे तो नाईलाजाने माझ्याकडे वळवतो. माझा चेहरा तो बारकाईने न्याहाळतो आणि डोकं हलवतो.

"मी ओळखतो तुम्हाला."

"मग तुला हेही माहीत आहे, की आम्ही इथं असण्याचं एकच कारण असू शकतं. ती मेलेली छोटी मुलगी. आम्हाला मदत करणार का? आणि ॲलनबरोबरचा हिशेब नंतर केव्हातरी कर?"

त्याचे डोळे आमच्या दोघांवर आलटून-पालटून मागे पुढे होतात. गुरगुरत तो एक सुस्कारा सोडतो. "थांबा जरा." त्याच्याजवळची रेडिओ वॉकीटॉकी तो बाहेर काढतो आणि बोलण्यासाठीचं बटन दाबतो. "डिटेक्टिव्ह अल्वारेझ?"

क्षणभर स्तब्धता. मग पलीकडून उत्तर येतं, "बोल."

"फिबचे (एफ.बी.आय.चे) दोन लोक आलेत. ॲलन वॉशिंग्टन आणि स्मोकी बॅरेट. आत यायला मागताहेत ते."

आत जरा जास्त वेळ स्तब्धता. "पाठव त्यांना आत."

"ठीकाय सर."

रॉन त्याची वॉकीटॉकी ठेवून देतो आणि एक शब्दही न बोलता घराचा दरवाजा उघडतो. शत्रुत्वाची ती नजर ॲलनचा आतपर्यंत पाठलाग करते.

"कशाबद्दल चालू होतं तुमचं?"

"थोडक्यात सांगू? रॉन ब्रिको हा खुनाचा तपास करणारा एक डिटेक्टिव्ह होता. फार चांगलं काम करायचा. त्या काळी एका माणसाने धुडगूस घातला होता. तो लहान मुलींना गळे दाबून ठार करायचा. रॉनला ठाऊक होतं की तो माणूस कोण आहे. पण त्याला हवा तो पुरावा त्याच्याकडे नव्हता. मग त्याने सरळ मार्ग सोडून आडवळणाने काम करायचं ठरवलं. त्याने खोटे पुरावे पेरून ठेवले. मला ते कळलं आणि मी त्यांचं भांडं फोडलं. तो खुनी सुटला आणि ब्रिस्कोला माघारी गणवेशातली पोलिसाची नोकरी करावी लागली."

"त्या खुन्याचं नंतर काय झालं?"

"बळी गेलेल्या एका मुलीच्या वडिलांनी गोळी घालून त्या खुन्याच्या मेंदूच्या चिंधड्या उडवल्या. तो बाप सध्या तुरुंगात आहे."

हे ऐकून मी आ वासते; खिळूनच राहते आणि माझ्या मित्राकडे निरखून बघत राहते. त्याने अगदी सहजपणे हे सांगितलं असलं, तरी मला ठाऊकाय, या प्रकरणाचं ओझं तो मनावर वागवत असलाच पाहिजे.

"पोलीस कमिशनर डॅनियल्स स्वत: येताना दिसताहेत." ॲलन पुटपुटतो.

फ्रेड डॅनियल्स गेल्या दहा वर्षांपासून लॉस एंजेलिस पोलीस डिपार्टमेंटचे कमिशनर आहेत. पन्नाशी ओलांडलेले, पण त्यांच्यापेक्षा वयाने लहान असलेल्यांहूनही खूपच चपळ. उंच आणि सडसडीत. लष्करी जवानासारखे कापलेले केस. परेड घेणाऱ्या सार्जंटसारखा चेहरा कठोर. एकाच वेळी कठोरपणाने पण न्याय्यरितीने काम करण्यासाठी ते प्रसिद्ध. तथापी बऱ्याच वेळा कठोरपणाचाच त्यांच्या कामात विजय होत असतो. ते आमच्याकडे येऊन माझा हात घेण्यासाठी आपला हात पुढे करतात.

"एजंट बॅरेट," ते म्हणतात.

"कमिशनर."

"एजंट वॉशिंग्टन, तू अगोदर लॉस एंजेलिसच्या पोलीस विभागात काम करायचास. बरोबर ना?"

"खून तपास विभागात दहा वर्षं होतो कमिशनर."

"एफ.बी.आय.मधले काही लोक तळापासून काम करत वर चढलेत. आनंद वाटतो. मला तुम्हाला डिवचायचं नाहीये एजंट बॅरेट."

"हरकत नाही. मी डिवचले गेली नाहीये."

"तुम्ही इथे आलात, कारण तुम्हाला वाटतंय, की या खुनाचा संबंध प्रीचरशी आहे."

थेट कामालाच सुरुवात. उत्तम!

"आम्ही ती शक्यता तपासून बघतोय." मी उत्तर देते.

"गुन्हा वरच्या मजल्यावर घडलाय." ते जिन्याकडे बोट दाखवून म्हणतात. "अल्वारेझ हा एक चांगला डिटेक्टिव्ह आहे. त्याच्या पायावर पाय देऊ नका." त्यांनी आपली टोपी काखेत धरून ठेवलीय. ती बाहेर काढून ते डोक्यावर चढवतात. "मी आता बाहेर जाऊन कॅमेरा घेतलेल्या हिंस्र पिरान्हा माशांना तुकडे टाकतो."

ते दारातून बाहेर पडण्यासाठी पुढे जातात. कॅलीशी त्यांची जवळजवळ टक्करच होणार होती. ती आत येते. कमिशनर निघून जातात.

"आँऽऽऽ कमिशनर!" ती नाटकीपणे डोळे मिचकावत श्वास घेते. "मी कोणीतरी महत्त्वाची व्यक्ती असल्याचं मला आत्ताच वाटायला लागलंय."

"अल्वारेझला ओळखतोस तू?" मी ॲलनला विचारते.

"मला केवळ त्याचं नाव माहितेय."

मी सुस्कारा सोडते. "आता हे लांबणीवर टाकण्यात अर्थ नाहीये. चल, त्याला शोधू आणि गुन्हा घडला ती जागा तरी बघू या."

रेमंड अल्वारेझ हा एक बुटका माणूस आहे. पाच फूट-पाच इंचापेक्षा जास्त नसावा. बरा दिसतोय. हातावर प्लॅस्टिकचे मोजे चढवले आहेत. डाव्या हातातली त्याची लग्नाची अंगठी मोज्यातून दिसतेय. त्याचा उत्साह ओसंडून वाहतोय. हातवारे करून बोलण्याची सवय दिसतेय त्याला.

"त्या मुलीचा बाप तिच्या आईजवळ हॉस्पिटलमध्ये आहे. ती पिसाळली होती. सगळ्या स्वयंपाकघराचा विध्वंस करायला लागली होती. म्हणजे खिडक्यांमधून खुर्च्या बाहेर फेकणं, थाळ्या फोडणं वगैरे. आपले हातही तिने बऱ्यापैकी कापून घेतलेत. सर्वदूर रक्तच रक्त झालंय. तिला जबरदस्तीने गुंगीचं औषध द्यावं लागलं."

"तू बघितलंस?"

"तिला ना? हो. खरं वाटत होतं ते."

काही वेळेस जो गुन्हेगार असतो, तोच आमची दिशाभूल करण्यासाठी असं पिसाळल्याचं नाटक करत असतो. असं नाटक करणं जरा अवघडच असते. आपण ज्याच्यावर प्रेम करतो त्याचा मृत्यू झाल्यावर जे खरं दुःख होतं, ते उत्स्फूर्त असतं.

त्यात अजिबात खोटेपणा किंवा ढोंगीपणा नसतो. काही लोक किंचाळतात, काही गळा काढतात, काही लाकडासारखे एकदम स्तब्ध होऊन जातात, तर काही जण मूर्च्छित होऊन जातात.

"व्हॅलरीला बघू शकतो का आम्ही?'' मी विचारते.

"इथून या.'' तो म्हणतो.

आम्हाला तिला का बघायचंय, हे काही तो विचारत नाही. गुन्हा घडल्याच्या ठिकाणी प्रेताला बघण्यास काही पर्यायच नसतो, हे त्यालाही चांगलं ठाऊक असावे. तो आम्हाला हॉलमध्ये घेऊन जातो. आम्ही मुख्य बेडरूम ओलांडतो. पांढऱ्या भिंती व गालिचा असलेली ती रूम असते. गालिचे इतरत्रही पसरलेले आहेत आणि भिंतीचा पांढरा रंगही. अंतर्गत सजावटीतलं अतिशय सुरक्षित सूत्र. कॅलिफोर्नियातल्या लोकांची कल्पनाशक्ती जरा क्षीणच असते म्हणा. भिंतीवर लावलेले फोटो मागे टाकत आम्ही पुढे चाललोय. प्रत्येक फ्रेम काळी आणि एकाच प्रकारची. कॅव्हॅनॉ पती-पत्नी सुंदर आहेत. केस सोनेरी, छोटे आहेत. तिचेही केस सोनेरी पण लांब आहेत. दोघांचेही दात खूप शुभ्र! इतके शुभ्र दात मी कधीच बघितलेले नाहीत. प्रत्येक फोटोत स्मितहास्य करून ते आपल्या दातांचं प्रदर्शन करताहेत. सुंदर लोक. अनेक फोटोंत एक लहान मुलगीही दिसते, व्हॅलरीच असावी. तिचेही केस सोनेरी आहेत आणि आपल्या मातापित्यांकडून तिनेही शुभ्र दंतपंक्ती घेतल्या आहेत.

माझ्या शंकेखोरपणाला मी लगाम घालण्याचा प्रयत्न करते. या लोकांचा आनंद खोटा आहे किंवा हे लोक उथळ आहेत, असं यांपैकी कोणत्याही फोटोंमधून किंवा त्यांच्या स्मितहास्यांमधून दिसून येत नाहीये.

मला वाटतं, आता ते स्मितहास्य करत नसावेत. माझ्या एकदम लक्षात येतं, की ॲलेक्झा दहाच वर्षांची होती, जेव्हा ती गेली आणि बॉनीही दहाच वर्षांची होती, जेव्हा ती माझ्या आयुष्यात आली.

जादूई आकडा!

"आलो आपण! हातमोजे आणि कागदाचे जोडे चढवा.'' रूमच्या बाहेर ठेवलेल्या खोक्यांकडे बोट दाखवत अल्वारेझ म्हणतो.

आम्ही त्याने सांगितलं तसं करतो आणि आता मला 'तो' वास येतोय. हातमोज्यांचं प्लॅस्टिक आणि रक्त यांचं एक विशिष्ट मिश्रण आहे या दर्पात.

आम्ही खोलीत प्रवेश करतो. सगळी खोली गुलाबी आहे. छोट्या राजकन्येचं अस्तित्व तिथं ठायीठायी दिसतंय. भिंती गुलाबी आहेत. मंडप (छपरी पलंग?) असलेला बिछाना आहे. त्यावर झालर असलेल्या गुलाबी चादरी आहेत. पांघरुणंही तशीच. भुसा भरलेली अनेक जनावरं बिछान्यावर आणि जमिनीवर सजावटीसाठी

ठेवलेली. एक छोटं टेबलही दिसतंय. तेही गुलाबीच. त्यावर कॉम्प्युटर ठेवलेला. माझ्या लक्षात येतं की कॉम्प्युटरचा मॉनिटर चालू आहे.

व्हॅलरी आमचं नव्हेच, तर या खोलीमध्ये असणाऱ्या सर्वांचं लक्ष वेधून घेतेय. ती पाठीवर निजलीय. हात छातीवर दुमडून ठेवलेले. तिचे डोळे सताड उघडे आहेत. तिचे सोनेरी केस डोक्याभोवती पसरलेले आहेत. तिच्या बाजूला झालेल्या जखमेतून रक्त वाहून गेलेलं आहे आणि ते गुलाबी चादरीत व खालच्या गालिच्यात शोषलं गेलंय. जिरलेल्या रक्ताचा तपकिरी रंग त्यावर उठून दिसतोय. तिचं तोंड बंदच आहे. पण आता त्या शुभ्र दंतपंक्ती दिसत नाहीयेत.

''ती नग्नावस्थेत आहे.'' ॲलनचं निरीक्षण.

''हो. पण ती ज्या पद्धतीने निजलेली आहे, त्यात लैंगिकता अजिबात नाहीये.'' मी त्याच्या लक्षात आणून देते. ''तो त्याच्या सर्व बळींना, त्या ज्या अवस्थेत जगात आल्या, त्याच अवस्थेत या जगातून दूर पाठवतोय, असं समजायला हरकत नसावी.''

''खरंय.''

मी अल्वारेझकडे वळते, ''कोणाच्या प्रथम लक्षात आलं हे? प्रथम कोणाला सापडली?''

''तिच्या वडिलांना! ती खाली नाश्त्यासाठी आली नाही म्हणून तिला बघण्यासाठी ते वर आले आणि ती या अवस्थेत सापडली.''

''बापाने तिला स्पर्शही नाही केला,'' कॅली म्हणते. ''विचित्र वाटतं.''

तिला म्हणायचंय की व्हॅलरी ज्या स्थितीत गतप्राण झाली, त्याच स्थितीत अजूनही पडलेली आहे. तिच्या शरीरातून वाहून गेलेल्या रक्ताची धार बघितल्यावर हे लक्षात येतं.

''मी त्याला विचारलं याबाबत.'' अल्वारेझ कॅलीच्या निरीक्षणाला प्रतिसाद देतो. ''तो म्हणाला, बघितल्यावरच कळत होतं, की ती मेलीय. तिचे डोळे जसे सताड उघडे होते आणि ती जशी पांढरी फटक पडली होती, त्यावरून ते समजून येत होतं.''

''मीही बघू शकते.'' मी मान्य करते.

व्हॅलरी जिवंत असल्याची एकही खूण दृष्टीस पडत नाहीये. दुकानांमध्ये जसे पुतळे ठेवलेले असतात. थंडगार, मऊ – अशी ती दिसतेय.

''खुनी आत कसा आला, त्याचा काही खुणा?'' ॲलन विचारतो.

''दोन गोष्टी आहेत. तिकडे एक दार आहे. मागच्या अंगणातून गॅरेजमध्ये येण्यासाठी त्याचा उपयोग केला जातो आणि गॅरेजमध्ये आणखी एक दरवाजा आहे. त्यातून घरात प्रवेश केला जातो. अत्यंत सराईतपणे हे दोन्ही दरवाजे

उघडल्याच्या खुणा तिथं स्पष्टपणे दिसताहेत. जर त्यानेच हे केलं असेल, तर त्याने प्रथम मागच्या अंगणात येण्यासाठीचं बारीकसं गेट उघडलं, मग दरवाजा क्रमांक एक आणि नंतर दरवाजा क्रमांक दोन बळजबरीने उघडले आणि तो घरात आला.''

''घरात अलार्म सिस्टिम नाहीये? धोक्याची घंटा वाजवणारी?''

''नाहीये. आणि कुत्राही नाही. दुर्दैव नाहीतर काय?''

''तरी जरा धाडसाचं काम केलंय त्याने.'' मी म्हणते. ''इथं रात्री येणं आणि तिचे आईबाप झोपलेले असताना तिला ठार मारणं.''

''तुमच्या खुन्याशी ही वर्णनं जुळताहेत का?''

''तो जोखीम उचलणारा आहे. आणि तो लहान मुलाला मारणार आहे, अशी धमकी त्याने आम्हाला अगोदरच दिलेली होती.''

तो बिछान्याकडे आणि व्हॅलरीकडे निर्देश करतो. ''आणि याचं काय? हे खरं वाटतंय का?''

''याची तुलना करण्यासाठी माझ्याकडे इतर खुनांची फक्त दोन दृश्यं आहेत. सगळी दृश्यं सारखीच दिसताहेत. फक्त बळी गेलेल्या व्यक्तींच्या वयात फरक आहे आणि ही चिंताजनक बाब आहे. खून करण्याची त्याची जी एक खास शैली आहे, ती आम्ही लपवून ठेवली आहे.'' खून झाल्यावर प्रीचर बळीच्या शरीरात क्रॉस कसा घुसवून ठेवतो, हे मी त्याला सांगते. ''जर असा क्रॉस व्हॅलरीच्या शरीरात नसेल, तर मग हा खून भलत्याच कोणीतरी केलाय; कोणीतरी या खुनी माणसाची नक्कल केलीय, असं समजायला हरकत नाही.''

''असं असेल तर मग व्हॅलरीच्या पालकांकडे आपल्याला जरा निरखून, कठोरपणे बघावं लागेल.'' अल्वारेझ सुस्कारा सोडतो. ''उत्तम! मला कळलं नाहीये, कोणता निष्कर्ष अधिक योग्य आहे ते.''

''आपण हे आत्ता तपासून बघायचं का, हनी-लव्ह?'' कॅली विचारते. ''जागेवरच शव-विच्छेदन करणारं कोणी आहे?''

''शव हलवण्यासाठी वॅगन तयार करण्याचं त्यांचं काम चालू आहे बाहेर. मी त्याला बोलावून घेते.''

''इतर बळींच्या शरीरात क्रॉस किती खोलवर घुसवलेला होता?''

डॉ. विम्स शवविच्छेदन करणारे तज्ज्ञ आहेत. मध्यमवयीन. ते अत्यंत काटेकोरपणाने काम करणारे गृहस्थ आहेत, हे लगेचच लक्षात येतंय.

''त्वचेच्या लगेच खाली. छातीच्या पिंजऱ्याला लागून.'' कॅली उत्तरते. ''तुम्ही

जर हाताने दाबून बघितलं तरी जाणवेल.''

''इथेच तो क्रॉस काढणं नियमबाह्य ठरेल.'' ते विचार करत बोलतात.

''पण ते बेकायदेशीर नसेल,'' मी त्यांच्या लक्षात आणून देते. ''आणि ते काढताना जर शूटिंग करून फिल्म बनवली, तर पुराव्यांच्या दृष्टीनेही तुमच्याकडे सर्व काही असेल. म्हणजे आत्ता क्रॉस काढला तरी तुम्ही गमावण्यासारखं काहीच नाहीये. डॉक्टर, आपल्याकडे वेळ फार कमी आहे, म्हणून हे करावं लागतंय.''

ते फारसे आढेवेढे घेत नाही. ''ठीकाय. डिटेक्टिव्ह अल्वारेझ, जर गुन्हा घडल्याचं ठिकाण रेकॉर्ड करणारा कॅमेरा इथे आणला, तर मी तिची तपासणी करतो आणि तो क्रॉस जर आत घुसवलेला असेल, तर तो बाहेर काढतो.''

बऱ्याच तपासकामांत, विशेषत: मोठ्या गुन्ह्यांच्या तपासात व्हिडिओ कॅमेऱ्याने गुन्हा घडल्याचं ठिकाण रेकॉर्ड करणं आता नेहमीचंच झालंय. त्याच वेळी तपासामधल्या पुढच्या प्रक्रियादेखील कॅमेऱ्यात टिपल्या जातात. हे दुधारी शस्त्र आहे. जर तपासकामाच्या पद्धतीत काही चुका झाल्या, तर त्याही कॅमेऱ्यात टिपल्या जातात आणि मग पुढे कोर्टात बचाव पक्षाच्या वकिलांना आयतीच संधी मिळते. याउलट परिस्थितीदेखील खरी आहे. कारण कॅमेऱ्यात बंदिस्त केलेलं जे काही असतं, ते खरंच असतं. त्याची सत्यासत्यता पडताळून पाहण्याची गरज नसते.

कॅमेरा हातात घेऊन एक माणूस येतो. त्याची ओळख करून देण्यात येते. जेफ त्याचं नाव. तरुण आहे. तपकिरी केसांचा! इथे सगळेच म्हातारे. त्यांच्यात न शोभणारा. तो अजिबात विचलित झालेला नाहीये. डोळ्यांची पापणीही न मिटता तो व्हॅलरीच्या शवाचं शूटिंग करतो.

व्हॅलरीच्या शरीरात बाजूला झालेली जखम तपासण्यासाठी डॉ. विम्स गुडघ्यावर बसतात.

''एक छिद्र दिसतंय. अंदाजे अर्धा इंच व्यासाचं. जखम खूप जुनी नाहीये आणि व्यवस्थित कोरलेली आहे. त्यासाठी जे शस्त्र वापरलंय ते टोकदार आणि धारदार असलं पाहिजे. अगोदर भोक पडलेली जागा नंतर कापली गेल्यामुळे अधिक मोठी झालीय. अतिशय व्यवस्थित कापल्याच्या या खुणा आहेत. कदाचित स्काल्पेल किंवा तत्सम ब्लेड वापरलं गेलं असावं.'' हळुवारपणे ते आपल्या बोटांनी ती जखम हाताळून बघतात. ''त्वचेच्या खाली एक कठीण वस्तू असल्याचं मला जाणवतंय.''

मी उत्तेजित होते. ॲड्रिनलिन धमन्यांमधून जोरात वाहू लागतं. लगेच मला स्वत:ची शरमही वाटते. एका मुलीचा मृत्यू झालाय आणि मी क्रॉसमुळे उत्तेजित होतेय. वास्तविक माझ्यावर त्या मृत्यूचा परिणाम व्हायला हवा. मात्र मी काय

विचार करतेय? तर ती मला काय देणार? हा विचार नाही करत, की तिच्यापासून काय हिरावण्यात आलंय.

डॉ. विम्स वर कॅमेऱ्यात बघतात. "जखमेचं जे स्वरूप आहे, त्याचे फोटो अगोदरच घेण्यात आले आहेत. मी आता जखमेत दडवलेली वस्तू बाहेर काढण्याचा प्रयत्न करतो." ते पकडीसारखं दिसणारं एक साधन हातात पकडतात. मी अगोदर ते कधीच बघितलेलं नाहीये. त्यांची ही सगळी साधनं ठेवण्याची काळी मेडिकल बॅग आहे. १९५० साली अशाच बॅग्ज वापरल्या जायच्या.

त्यांचं सामान ठेवण्याची बॅग असावी, असं मला वाटतंय.

जुन्या स्टाईलचं सामान असलं म्हणून काय झालं? मृताशी संबंधित काम करायला लागणाऱ्या वस्तू साध्याच असायला हव्या. फार कलाकुसरीची अशा वेळी गरज नसावी.

बॅगेत हात घालून ते पकडीसारखं अजून एक साधन बाहेर काढतात.

"कोणाला जर मळमळत असेल," जखमेवर वाकताना ते म्हणतात, "तर कृपा करून एक तर मान वळवून घ्या, नाहीतर बाहेर निघून जा. वांतीमुळे इथल्या तपासकामात गोंधळ व्हायला नको."

कोणीच जागचं हलत नाही. अजिबात विचलित न होता जेफही ही सारी प्रक्रिया कॅमेऱ्यात बंदिस्त करतोय.

डॉ. विम्स पकडीसारखं ते साधन अजिबात न चाचपडता आणि कोणतेही नखरे न करता त्या छिद्रात घालतात.

"मी त्वचेखालच्या कठीण वस्तूला स्पर्श करतोय." ते खातरजमा करून घेतात. "ती वस्तू बाहेर काढण्यासाठी मला तिला आतल्या आत फिरवावं लागेल. नाहीतर बाहेर काढताना त्वचा अजून फाटेल. एक क्षणभर थांबा, आत्ता ठीक." ते पकड हळूच बाहेर काढतात.

"सुव्वर का बच्चा!" ॲलन शिवी हासडतो.

चांदीचा क्रॉस. इतर क्रॉससारखाच. जसे इतर बळींच्या शरीरात आढळले तसाच.

त्या क्रॉसचे फोटो घेतल्यावर आणि व्हिडिओ शूटिंग घेतल्यावर डॉ. विम्स तो क्रॉस पुराव्याच्या पिशवीत ठेवतात.

"तर मग? हा तुमचाच खुनी आहे ना?"

"असं दिसतंय तर खरं," मी त्याच्याशी सहमत होताना म्हणते. "आता प्रश्न हा उद्‌भवतो की – व्हॅलरी का? तो अशा लोकांकडे जातो, ज्यांनी फार मोठी गुपितं दडवलेली असतात. दहा वर्षांच्या मुलीजवळ असं कोणतं मोठं गुपित दडवलेलं असणार?"

"मी दहा वर्षांची होईपर्यंत माझ्याकडे लपवून ठेवण्यासारखी भरपूर गुपितं साचलेली होती." कॅली म्हणते. "पण काय आहे, की मी काळाच्या नेहमीच पुढे होते ना."

माझा सेलफोन वाजतो.

"बॅरेट."

"जेम्स बोलतोय. तीन गोष्टी आहेत. आमचं बळींच्या कुटुंबीयांना प्रश्न विचारण्याचं काम चांगलं चालू आहे. आत्तापर्यंतच्या माहितीनुसार शंभर टक्के बळी कॅथॉलिक संप्रदायाचं अनुसरण करणारे निघाले."

पुन्हा एकदा मी उत्तेजित होते.

"उत्तम! छान जेम्स!! आणखी काय?"

"आपण बेस्टरच्या घरावरची नजर हटवायला हवी. लिसा रिडच्या खुनाच्या वेळी तो कुठे होता याचा मी तपास केलाय. त्या वेळी व्यवसायाच्या कामासाठी तो सॅन फ्रॅन्सिस्कोला गेला होता."

मी आठ्या घालते. "आपल्याला अजून माहिती हवीय..."

"तिसरी गोष्ट तर ऐकून घे."

"बोल, बोल."

"कॉम्प्युटर क्राईम विभागातला एक जण युजर ट्युबच्या कर्मचाऱ्यांशी दर अर्ध्या तासाच्या अंतराने संपर्क साधून आहे. प्रीचरने एखादी नवी व्हिडिओ क्लिप चढवली आहे का हे तो दर अर्ध्या तासाने तपासतोय."

"आणि?"

"त्यांनी एक क्लिप पकडलीय. व्हॅलरी कॅव्हॅनॉविषयीची ती क्लिप आहे."

"हरामजादा." मी माझी कानशिलं दाबते.

"पुन्हा बेस्टरविषयी सांगतो. ही नवी क्लिप त्याच्या आयपीवरून पोस्ट केलेली नाहीये. त्याच्यावर पाळत ठेवणारे सांगताहेत की जेव्हा व्हॅलरी कॅव्हॅनॉचा खून झाला तेव्हा बेस्टर घरीच होता आणि झोपी गेलेला होता. बेस्टर 'तो' नाहीये स्मोकी."

मी सुस्कारा सोडते. "मान्य आहे. बरं. आता मला विस्ताराने सांग." मी थोडं पुढे वाकून बसते. माझ्या आत मी आता कुठल्यातरी दुसऱ्याच गोष्टीवर माझं चित्त एकाग्र करते. "आता मला या नव्या क्लिपविषयी सांग."

तो काही क्षण स्तब्ध. जरा जास्तच वेळ थबकलाय तो असं मला वाटू लागलंय. "ही क्लिप जरा वेगळी आहे. त्याने तिला ठार मारण्यापूर्वी व्हिडिओ शूटिंग केलेलं नाहीये."

मी गोंधळलेली. "मला कळलं नाही."

"मी ती क्लिप तुला ई-मेल केलीय. बघ ती. वाईट आहे, खूपच वाईट. त्यामुळे ते कुटुंब उद्ध्वस्त होणार आहे."

जेम्सच्या आवाजात नेहमीचा चिडचिडेपणा नाहीये. तो शांत वाटतोय. म्हणजेच तो खूप अस्वस्थ आहे. या क्लिपचा तो परिणाम असावा. त्याच्या स्वभावातल्या आतुरतेची जागा एका थंड लहरीने घेतली आहे.

"किती वाईट आहे?"

पुन्हा एकदा लांबच लांब स्तब्धता.

"ते एका भयावह स्वप्नासारखं आहे."

कॅव्हॅनॉ कुटुंबीयांकडे वायरलेस इंटरनेट कनेक्शन आहे आणि कॅलीजवळ लॅपटॉप आहे. म्हणून आम्ही दिवाणखान्यात येतो. मी ई-मेल चेक करते आणि जेम्सने पाठवलेली क्लिप डाऊनलोड करते.

मी कोचवर कॅलीच्या शेजारी बसले आहे. ॲलन तिच्या बाजूला आहे. अल्वारेझ आम्हा सर्वांच्या मागे उभा आहे.

"तयार?" ती विचारते.

मी मान डोलावते. "सुरू कर."

ती क्लिक करून व्हिडिओ क्लिप सुरू करते. नेहमीचा काळा पडदा आणि पांढरी अक्षरं निघून जातात. पडद्यावर त्याचा हात आणि हातातली माळ दिसू लागते. तीव्र प्रकाश आणि बाजूचं लाकडी टेबल.

"मला कळतंय, हे आता थेट पोलिसांकडेच जाण्याची शक्यता आहे." प्रीचर सुरुवात करतो. "ही एक तात्कालिक, तात्पुरती अडचण आहे; हे मी तुम्हाला सांगू इच्छितो. सत्य शोधून काढण्याचे अनेक मार्ग आहेत. इतकं बोलल्यावर आपण आता सत्य आणि काळ यांच्यातील संबंधांवर चर्चा करू या. कारण इथं ती सयुक्तिक असून लागू पडतेय. सत्याचा वयाशी काही संबंध नसतो. एक लहान मूल ते शेवटी मूलच असतं, वगैरे म्हणणं ठीक आहे. पण जो आत्मा असतो तो आत्माच असतो. आणि सत्य सर्वांना लागू आहे. सैतान कोणत्याही वेषात येऊ शकतो आणि तुम्ही दहा वर्षांचे असा की ऐंशी, कबुलीजबाब व पश्चात्ताप या एकमेव मार्गानेच तुम्ही मुक्ती मिळवू शकता. आणि मी हा जो विशिष्ट पसारा मांडलाय, त्याचा उद्देशच मुळी हा आहे. मला दोन गोष्टी दाखवायच्या आहेत. एक सत्याला वय नसतं; आणि दुसरी म्हणजे पश्चात्तापाविना सत्य म्हणजे केवळ असत्य." तो अंगठ्याने माळ ओढतो. "व्हॅलरी कॅव्हॅनॉ ही एका चांगल्या घरातली मुलगी आहे. तिचे आईवडील पापभीरू आहेत. देवावर श्रद्धा ठेवणारे आहेत.

त्यांच्या तिच्याकडून खूप अपेक्षा आहेत. आणि तसं पाहिलं तर या साऱ्या अपेक्षा ती पूर्ण करते आहे. व्हॅलरी अभ्यासात कायम वरची श्रेणी मिळवते. ती पियानोचे धडे दररोज एक तास गिरवते. ती शाळेच्या जलतरणपटूंच्या संघात आहेच. तिने अनेक पुरस्कारही मिळवलेले आहेत. दुसऱ्या अभागी लोकांना मदत करण्यासाठी आपल्या मातापित्यांबरोबर स्वयंसेवी कामांत ती सक्रिय असते.''

''सगळं खरंय,'' अल्वारेझ म्हणतो.

''जे वरवर दिसते ते फसवं असू शकतं.'' प्रीचर आपलं बोलणं पुढे चालू ठेवतो. ''आणि आपल्या **जघन्य** अपराधांबद्दल खरोखर पश्चात्ताप न होता कबुलीजबाब देणं म्हणजे तो कबुलीजबाबंच खोटा पाडण्यासारखं असतं.''

व्हॅलरी कॅव्हॅनॉची पापं

३३

''माझ्याकडे बघ किटी,'' व्हॅलरी म्हणते.

ती मांजर तिच्या आवाजाच्या दिशेने वळते आणि एकदा म्याँव करते. त्या मांजरीचे डोळे सुंदर हिरवे आहेत. मग व्हॅलरी हसते.

''गुड किटी,'' ती म्हणते आणि त्या मांजरीच्या कानामागे थोपटते.

आजचा दिवस फारच छान आहे. सूर्य बाहेर आलाय, पण उकाडा त्रस्त करत नाहीये. डॅडी अशा दिवसाला 'कॅलिफोर्निया फॉल' म्हणतात. वाऱ्याची मंद झुळूक वाहतेय. व्हॅलरी डोळे मिटते आणि चेहरा आकाशाकडे वर करते. ती झुळूक तिच्या त्वचेला गारवा देते आणि केस उडवते. व्हॅलरी मांजरीच्या कानामागे थोपटणं चालूच ठेवते.

व्हॅलरी आपल्या घराच्या मागच्या अंगणात आहे. मम्मी आणि डॅडी आज दिवसभर बाहेरच आहेत आणि तिला सांभाळणारी एम्मा कोचावर डुलक्या काढतेय. व्हॅलरी आता एकटी आहे. असे क्षण फार विरळ असतात आणि अभावानेच मिळणाऱ्या अशा क्षणाचा ती पुरेपूर आनंद उपभोगत असते.

मागचं अंगण भरपूर मोठं आहे. त्याच्या एका भागाला फरसबंदी केलीय. शिवाय अंगणात एक तळंही आहे आणि सगळीकडे भरपूर हिरवं हिरवं गवत. या अंगणाची रचना करण्यासाठी आणि कामगारांवर लक्ष ठेवण्यासाठी मम्मीनं खूप वेळ खर्च केलाय. (मम्मी नेहमी म्हणते, एखादी गोष्ट अर्धवट केली, तर तुम्ही एक अर्धवट व्यक्ती म्हणून ओळखले जाल.) व्हॅलरी झुडपांच्या एका रांगेच्या मागे बसली आहे. कडेला राखाडी रंगाच्या भिंती आहेत. भिंतीपलीकडे बाहेरचं जग आहे. अशीच एक भिंत आणि उर्वरीत अंगण यांच्यामध्ये ही झुडपांची रांग आहे.

''गुड किटी,'' ती पुन्हा पुटपुटते.

मांजर म्याँव करते. पण हे म्याँव आनंदाने केलेलं नाहीये आणि त्यासाठी व्हॅलरी त्या बिचाऱ्या मांजराला दोषही देत नाहीये. अखेर ती पूर्णपणे टॉवेलमध्ये गुंडाळली गेली आहे.

"सॉरी किटी," ती म्हणते. "पण तू मला कायम खाजवत राहावंस, हे मी नाही सहन करू शकत."

व्हॅलरीला अजून थोडं थांबायचंय. अजून थोडा वेळ या एकांतातल्या क्षणांचा आस्वाद घ्यायचा आहे. पण एम्मा आतमध्ये काही कायमची झोपलेली नाही. ती केव्हाही जागी होऊन बाहेर येऊ शकते. त्यामुळे आता वेळ दवडायला नको. ती सुस्कारा सोडते.

"चला, आपण काम सुरू करू या, किटी. तुम्ही अर्धवट कामं केली तर तुम्ही अर्धवट म्हणून ओळखले जाल."

ती टॉवेलमध्ये गुंडाळलेल्या त्या मांजराला आपल्या मांडीवर घेऊन तिच्या पाठीवर आडवी निजवते आणि हात मांजराच्या गळ्याभोवती नेते. नंतर ती हळूहळू आपले हात आवळायला लागते.

ती खूप ताकदीने किंवा खूप वेगाने आपले हात आवळत नाहीये – अखेर किटीने लवकर मरावं असं तिला वाटत नाहीये. या क्षणाचा आस्वाद लुटण्यातच खरी मजा असते.

व्हॅलरीची नजर सतत त्या मांजराच्या डोळ्यात खिळलेली आहे. तिला कळत नाहीये, की ती त्या डोळ्यांत काय शोधतेय. कदाचित मृत्यूचा तो एक क्षण ती त्या मांजराच्या डोळ्यात शोधत असावी. तो क्षण – जेव्हा जिवंतपणाचं ते अखेरचं स्फुल्लिंग विझून जातं आणि उडून जातं. कोणास ठाऊक? पण या क्षणाविषयी तिच्या मनात अमर्याद कुतूहल आहे. काहीतरी होत असतं तिथं, हे मात्र निश्चित!

ती मांजर प्रतिकार करत असल्याचं तिला जाणवतंय. टॉवेलमधून बाहेर येण्यासाठी धडपडतेय.

सॉरी किटी, पण मी काय करतेय ते मला माहीत आहे. तुझी कधीच सुटका होणार नाहीये.

ती एकदाच खिदळते.

आपल्या छातीत हृदय जोरात धडधडतंय, हे व्हॅलरीला समजतंय. वर्णन करता येणार नाही, अशी जाणीव तिच्या धमन्यांमधून वाहते आहे. एक प्रकारची अवर्णनीय उत्तेजना. ही कशाची जाणीव आहे, ही कोणती उत्तेजना आहे हे माहीत करून घेण्यासाठी ती फारसा प्रयत्नदेखील करीत नाही. ती गोष्ट प्रत्यक्ष करणं आणि त्या जाणिवेचा आस्वाद घेणं, हेच पुरेसं आहे.

मांजरीची धडपड आता खूप वाढलीय. व्हॅलरीच्या हृदयातली धडधड आणि मनातली उत्तेजना सुद्धा त्याच प्रमाणात वाढलेली. अजून एक क्षण जातो आणि ती

मांजर प्राण सोडते. व्हॅलरी मात्र तिचा गळा दाबतच राहते. त्या मांजरीचे निष्प्राण डोळे सताड उघडे आहेत आणि तिची जीभ तिच्या ओठांमधून बाहेर लोंबकळतेय, हे व्हॅलरीला कळतच नाहीये.

तो क्षण निघून जातो. त्या मांजरीला काहीच दिसत नाहीये. व्हॅलरी तिच्या गळ्यावरची आपली पकड सैल सोडते. तिने आपला श्वास रोखून ठेवलेला असतो. आता ती नि:श्वास सोडते.

''गुड किटी,'' ती पुन्हा म्हणते आणि मांजरीच्या कानांच्या मागे खाजवते.

मांजर आता मात्र म्याँव करून प्रतिसाद देत नाही, हे बघून तिला बरं वाटतं. म्हणजे खूपच बरं वाटतं.

विश्रांत होण्यासाठी, ज्या क्षणाने तिला तिचं खरं रूप दाखवलं त्या छोट्या क्षणात न्हाऊन निघण्यासाठी व्हॅलरी स्वत:ला एक मिनिट देते.

एक सामान्य मुलगी असल्याचं नाटक सतत करत राहणं खूप अवघड असतं. नाही? ती विचार करते. म्हणून अशा वेळी तिला एकदम मोकळं वाटतंय.

पण व्हॅलरीला माहीत आहे, जरी ती केवळ दहा वर्षांची असली तरी, तिला तिचा खरा चेहरा लपवून ठेवणं भाग आहे. जेव्हापासून तिने मांजरांना मारायला सुरुवात केली, तेव्हापासून ती फारच काळजीपूर्वक वागतेय. स्वत:वर खूप नियंत्रण ठेवून जगतेय. या झुडपांच्या मागेच ती मेलेल्या मांजरांना पुरायची. हे सगळं करणं म्हणजे खूपच अवघड काम आहे, खरंय, पण अजून काही काळ वाट पाहण्याची तिची तयारी आहे. आपलं भविष्य काय असणार आहे, हे तिला दिसतंय. ती मोठी होईल आणि एक दिवस तिला खूप स्वातंत्र्य मिळेल. ती विचार करते, की एक दिवस ती ड्रायव्हिंगदेखील करू शकेल.

कोणास ठाऊक, त्या वेळी ती काय मारू शकेल?

या विचाराने तिच्या तोंडावर एक स्मितहास्य उमलल्याचं तिला कळलंही नाही. तिचे शुभ्र दात सूर्यप्रकाशात चमकतात आणि तिचे सोनेरी केस वाऱ्यामुळे फडफडतात. आणि स्वप्न बघत असतानाच ती तिच्या मांडीवर पहुडलेल्या निष्प्राण मांजरीला थोपटतेय.

''परमेश्वरा! जीझस!!'' ॲलन पुटपुटतो.

स्पष्टच आहे, व्हॅलरीला ही कल्पनाच नाहीये, की ती जे काही करत होती ते व्हिडिओवर चित्रित झालंय. व्हिडिओ कृष्णधवल रंगातला आहे, पण चित्रणाचा दर्जा उत्तम आहे. ज्या कोनातून चित्रण केलं गेलंय, त्यावरून माझ्या ते सहज लक्षात येतंय. मी उभी राहते आणि मागच्या अंगणात जाण्यासाठी असणाऱ्या

काचेच्या सरकत्या दरवाजाजवळ जाते.

बाहेर आल्यावर मी उभी राहते आणि बघते. स्वच्छ, निळंशार तळं मला दिसतं. आजूबाजूचं गवत हिरवंगार आहे, व्यवस्थित कापलेलं आहे. डाव्या आणि उजव्या बाजूला झुडपांच्या रांगा आहेत. या झुडपांमुळे पुढच्या अंगणापासून मागच्या अंगणापर्यंत दोन्ही बाजूला अखंड रेषा तयार झाल्या आहेत. झुडपांची रांग आणि राखाडी रंगाची कुंपणाची भिंत यात अंदाजे एक फुटाचं अंतर आहे.

फार जागा नाहीये, पण दहा वर्षांच्या मुलीसाठी पुरेशी आहे.

मी उजव्या बाजूच्या झुडपांची रांग पकडते आणि चालू लागते. बुटकी असल्याने झुडपांच्या वरून पलीकडचं मी बघू शकत नाही. म्हणून मी पुढे वाकते, भिंतीवर हात ठेवते आणि चवड्यावर उभी राहते.

गवत झुडपांपर्यंतच आहे. झुडपांच्या रांगेपलीकडे साधी माती आहे. मी तिथं बऱ्याच ठिकाणी उकरून नंतर थोपटलेली माती बघते.

आठ किंवा दहा ठिकाणी अशा थोपटलेल्या मातीच्या खुणा दिसताहेत; बहुधा सर्व मारलेल्या मांजरींना तिथं पुरलेलं असावं.

व्हॅलरी कॅव्हॅनॉ, गोड गोड, छान छान, सोनेरी केसांची व्हॅलरी, पांढरे शुभ्र दात असलेली व्हॅलरी एक छोटी मनोरुग्ण होती तर.

मी डोळे मिटते आणि आत्ताच बघितलेली व्हिडिओ क्लिप आठवते. तो कोन! ज्या कोनातून चित्रण केलं गेलं तो कोन आठवते. मी परत डोळे उघडते आणि उजव्या बाजूला वळते. मी झुडपांच्या रेषेजवळून शेवटपर्यंत चालत जाते आणि पुढे वाकते. मी जे शोधतेय ते मला दिसतं.

''झुडपांच्या रेषेत शेवटी एक बारीक कॅमेरा लावलेला आहे.'' घरात परत येताना मी म्हणते. ''तो तिला बघतोय, याची तिला कल्पनाच नव्हती.''

''तो कॅमेरा कुठे लावायचा, हे त्याला कळलं तरी कसं?'' अल्वारेझ विचारतो.

''काही सांगता येत नाही.'' मी खोटं बोलते.

कॅली तिची एक भुवई उंचावते, पण बोलत मात्र काही नाही. ॲलन आपल्या नखांकडे बघत बसतो.

''चला, आपण क्लिप पाहून संपवू या.'' परत जागेवर बसताना मी म्हणते.

कॅलीने पॉझ करून क्लिप थांबवली होती, कारण मी तेव्हा मागच्या अंगणात गेलेली होते. ती पुन्हा 'प्ले' क्लिक करते.

बगीच्यातल्या फावड्याने व्हॅलरी खड्डा खणत असल्याचं दृश्य पडद्यावर दिसतं. त्या निष्प्राण मांजरीभोवती गुंडाळलेला टॉवेल ती दूर करते. मांजरीच्या

मानेला धरून ती तिचं प्रेत वर उचलून धरते; तिच्या डोळ्यात अजून एक क्षणभर बघते, खांदे उडवते आणि त्या खड्ड्यात टाकून देते. तो खड्डा ती मातीने पुन्हा भरून टाकते, त्यावरची माती सारखी करते आणि थोपटून तिथली जमीन सपाट करते. ती उभी राहून झुडपांच्या रांगेपासून दूर होण्यापूर्वी एकदाच आम्हाला तिचा चेहरा दिसतो. ती आनंदी, सुंदर, अविचल आणि शांत दिसतेय.

व्हिडिओ एक मिनिटभर चालूच राहतो. त्यात कुंपणाची भिंत, झुडपांची रांग, खड्डा खणला गेला ती जमीन दिसत राहते. त्यानंतर पडद्यावर पुन्हा प्रीचर दिसायला लागतो. सतत त्याच्याजवळ असणारी माळही अर्थातच त्याच्या हातात आताही आहेच.

"बघितलंत?" तो म्हणतो. "सैतान वयरहित असू शकतो. जर सैतानाला काही वय असण्याची गरज नसेल, तर मग सत्याची आवश्यकताही वयरहित असू शकते. पालकांनो, नोंद घ्या. लहान वयाची व्हॅलरी हे एक टोकाचं उदाहरण होतं. पण त्यामुळे धोक्याची सूचना मिळते. तुम्ही अपेक्षाही करणार नाही, असं तुमची मुलं काय करताहेत?"

तो पुन्हा हात बदलतो आणि टेबलवर तळवे टेकतो.

"आता या विशेष धड्याचा दुसरा भाग – पश्चात्ताप नसलेला कबुलीजबाब म्हणजे मुळातच एक असत्य असतं."

एक स्थिर प्रतिमा दिसू लागते. त्यात व्हॅलरी त्या मांजरीचा गळा घोटताना दिसतेय. व्हिडिओ क्लिपमधलंच ते दृश्य आहे. ज्या ठिकाणी तिचा बुरखा जास्तीत जास्त निघालाय, ठीक त्या क्षणाची तिची प्रतिमा त्यानं इथं उचललीय. आम्ही बघतो तिचे विस्फारलेले डोळे, तिचा विकृत, काळाकुट्ट आनंद आणि तिच्या तोंडाच्या कोपऱ्यातून दिसणारं तिच्या गुलाबी जिभेचं टोक. तिला आनंदाचा उन्माद झाल्याचा तो क्षण आहे.

व्हॅलरीची हीच प्रतिमा पडद्यावर ठेवून प्रीचर मागून आपलं बोलणं चालू ठेवतो. "कल्पना करा, ही मुलगी कबुलीजबाब देतेय. नक्राश्रू ढाळत, रडत, हुंदके देत ती सांगतेय, तिच्या आत दडलेल्या काळ्या गोष्टीविषयी आणि सैतान कसं तिच्या मार्गात मोहजाल फेकतोय ते. कल्पना करा. बघितलं ना? आता पुन्हा या चित्राकडे बघा आणि स्वत:लाच विचारा – तुम्ही इथे बघत असलेला राक्षस कधी खरोखरचा, मनापासून पश्चात्ताप करू शकेल का?"

नाही. मी मनातच उत्तर देते. तिने आपलं तारुण्य, आपले शुभ्र दात, आपला परीसारखा चेहरा लबाडी आणि लपवालपवी करण्यासाठी वापरला असता. पण त्याबद्दल तिला वाईट वाटलं नसतं; कधीच नाही.

"लक्षात ठेवा – केवळ सत्य पुरेसं नसतं. कारण सत्यासमवेत जर पश्चात्ताप

नसेल, जे चुकीचं आहे ते बरोबर करण्याची इच्छा नसेल, तर ते सत्य म्हणजे तरीही असत्यच असतं.''

क्लिप अचानक संपते.

''जीझस!'' अल्वारेझ शीळ घालतो. ''मला कोणतीही शाब्दिक कोटी करायची नाहीय. या टेपमुळे तिचे पालक उद्‌ध्वस्त होणार, हे निश्चित. कधी बघितलं आहेस, असं? या व्हॅलरीसारखं?''

''घडत असतं असं,'' मी म्हणते. ''काही मनोरुग्ण तसे होतात, कारण परिस्थिती तसं त्यांना घडवते. पण काही लोक जन्मतःच तसे असतात. ते चांगल्या घरात वाढतात; त्यांचा छळही होत नाही, अवहेलनाही होत नाही; त्यांना भरपूर प्रेम मिळतं, प्रगती करण्याची संधी मिळते; पण तरीही ते शेवटी वाकडेच होतात. आपल्याला कळत नाही, असं का होतं ते.''

''माझ्या तर अंगावर शहारेच येतायत.''

मी उभी राहते आणि खालच्या मजल्याचा परिसर तपासते. दाट तपकिरी रंगाचा कोच आहे. गालिचा आणि पांढऱ्या भिंतीची निरंतरता इथेही कायम आहे. सगळं कसं लखलखीत स्वच्छ आहे. डोळ्यांत भरेल असं काहीच नाही. निश्चितच कोणत्याही छोट्या राक्षसाचं हे घर वाटत नाहीये. माझी नजर भिंतींवरून फिरते आणि मी जे शोधतेय ते मला दिसतं – लाकडाचा एक क्रॉस.

हेच ते, मी विचार करते. या क्रॉसच्या मागे ती लपली होती. कॅथॉलिक संप्रदाय, कबुलीजबाब, हेच ते उत्तर. धर्माचरणाचा बुरखा घालून तिचं पापाचरण चालू होतं.

''आता आम्हाला जायला हवं,'' मी अल्वारेझला सांगते.

''आटोपलं तुमचं?'' आश्चर्यचकित होऊन तो विचारतो.

''आपल्याला माहीत आहे, कोणी तिला ठार केलंय ते.'' मी म्हणते. ''आता आपण त्याला शोधायला हवं.''

दुतर्फा प्रसारमाध्यमांचे प्रतिनिधी उभे आहेत आणि त्यांच्यामधून आम्ही चाललो आहोत. कॅमेरे चमकतात आणि ते प्रतिनिधी माझं नाव घेऊन ओरडतात. मला त्यांनी ओळखलंय तर. म्हणजे त्यांना आता रक्ताचा वास लागलाय.

''तू एक प्रसिद्ध व्यक्ती आहेस, हनी-लव्ह.'' कॅली म्हणते.

आम्ही गाडीत चढतो आणि दरवाजा बंद करतो.

''तू तो कॅथॉलिकचा मुद्दा अल्वारेझपासून का बरं लपवून ठेवलास?'' ॲलन विचारतो.

''कारण अजून त्याची खात्री व्हायचीय आणि तो एक बॉम्ब आहे. स्फोट

होण्याची वाट बघतोय."

"खरंय," कॅली म्हणते. "मला वाटतं, जेव्हा लोकांना कळेल, की ते खाजगी कबुलीजबाब देत असताना लपवलेल्या कॅमेऱ्याने त्यांना टिपलं जात होतं, तेव्हा ते फारच अस्वस्थ होतील."

"इतक्या लहान वयात ती कबुलीजबाब द्यायला गेली असेल?" ॲलन विचारतो.

"मी गेले होते." मी उत्तर देते. "प्रत्येकाचं कळण्याचं वय काय आहे, त्यावर सगळं अवलंबून आहे हे. जेव्हा लहान मुलं धडपड करायला लागतात, चांगलं काय, वाईट काय याचा विचार करायला लागतात, पुण्य काय आणि पाप काय हे त्यांना कळायला लागतं, तेव्हा त्यांना समज आलेली असते की नाही, हा वादाचा विषय आहे. काही लोकांचं असं म्हणणं असतं, की लहान मुलांना चर्चमध्ये जाऊन कबुलीजबाब द्यायला लावणं म्हणजे त्यांचं शैशव हिरावून घेण्यासारखं असतं. बाकी काही लोकांचं असं म्हणणं असतं, की जर तुम्ही लहान मुलांना कबुलीजबाब देण्याची शिकवण द्यायला वेळ लावला, तर अनैतिक सवयी मुलांच्या अंगवळणी पडू शकतात. दोन्ही वर्गांचं म्हणणं लक्षात घेता कबुलीजबाब देण्यासाठी सात ते आठ हे वय सर्वसाधारणपणे स्वीकारलं गेलंय."

ॲलन डोकं हलवतो. "बरं झालं, मी बॅप्टिस्ट म्हणून वाढलो. तुम्हा कॅथॉलिक मंडळींचे खूप नियम आहेत. मला तर ते फारच कडक वाटतात."

मी त्याच्यावर गुरगुरते. "तुम्ही कॅथॉलिक? तोंड सांभाळून बोल. आणि चला आता ऑफिसला परत. जेम्स आणि जेझबेल यांचं बळींच्या कुटुंबीयांना प्रश्नावली विचारायचं काम आटपायला हवं लवकर. जर मी बरोबर असेन आणि मला अगदी खात्री वाटते, की या वेळी मी बरोबर आहे, तर आपल्याला निर्णायक वार कसा करायचा ते ठरवायला हवं."

ॲलन ड्रायव्हिंग करतोय. कॅली तिच्या गाडीतून आमच्या मागोमाग येतेय.

"चमत्कारिक आहे, नाही?" ॲलन विचारतो.

"काय?"

"आपण कॅव्हॅनॉ कुटुंबाच्या घरी आलो तेव्हा कसं वाटत होतं? एक छोटी मुलगी मारण्यात आली, म्हणून एखादं विदारक दृश्य बघावं लागेल, आपल्याला खूप वाईट वाटेल म्हणून आपण स्वत:चीच मानसिक तयारी करून आलेलो होतो. आणि आता? ती काय करीत होती हे बघितल्यावर, मला कळत नाहीये, की आता आपल्याला काय वाटतंय ते."

मी मोठ्या झालेल्या व्हॅलरीची कल्पना करते. सुंदर, श्वास रोखून धरायला लावणारी आणि भयंकर. आपली बोटं कोणाच्या तरी गळ्याभोवती आवळणारी, आपल्या बळीच्या डोळ्यांत बघताना दात चमकवणारी आणि हसणारी आणि हसणारी आणि हसत राहणारी.

गुड किटी, ती कदाचित पुटपुटेल. *किती छान छान आहेस किटी तू!*

३४

"एकवीस नंबरची खात्री अजून पटत नाहीये." जेझबेल सांगते. "एकतर आपण त्या बळीच्या कुटुंबीयांपर्यंत पोहोचू शकत नाहीये किंवा त्या बळीला कुटुंबीयच नाहीयेत. ज्यांना आपण गाठून प्रश्न विचारले त्या सर्वांनी सांगितलंय की, ते सर्वजण कॅथॉलिक संप्रदायाचं पालन करणारे आहेत."

जाणिवेच्या एका पातळीवर मला हे अगोदरच ठाऊक होतं. पण आता खात्री झाल्यावर त्याचा खरा आणि पूर्ण अर्थ आता मला उमगतोय. मी ॲलनच्या टेबलपाशी एका रिकाम्या खुर्चीत बसते आणि फळ्यावर लिहिलेल्या सर्व नावांकडे एक क्षणभर निरखून बघते.

"वा! उत्तम!!" मी कसंबसं म्हणते.

"मी थोडं संशोधन केलंय," जेम्स म्हणतो. "कॅथॉलिक संप्रदायात कबुलीजबाबाच्या विधीची इतक्या मोठ्या प्रमाणावर कधीच अवहेलना झालेली नव्हती."

"खरं असेल. माझी खात्री आहे." मी पुटपुटते.

मी फादर येट्सचा विचार करते. काल रात्री ते चर्चमध्ये अस्वस्थपणे येरझाऱ्या घालत असतील. आणि मग त्यांच्या जागी मी पोपची कल्पना करते. जणू पोपच अस्वस्थपणे येरझाऱ्या घालताहेत, असं दृश्य माझ्या डोळ्यांसमोर तरळतं.

मला या केसचा तिटकारा आलाय. या केसमुळे मी एफ.बी.आय.च्या संचालकाच्या प्रत्यक्ष संपर्कात आलेय, अमेरिकेच्या अध्यक्षांच्या जवळ आलेय आणि माझी खात्री आहे, हे इतकं मोठं कांड आहे, की ते पोपच्याही कानापर्यंत जाणारच.

मी उभी राहते आणि सर्वांना माझ्याकडे लक्ष द्यायला सांगते.

"आपण आत्तापर्यंत खूप प्रसिद्ध प्रकरणं हाताळली; खूप प्रसिद्ध केसेसचा तपास करून त्या सोडवल्या. पण हे आपल्या हातातलं प्रकरणच पूर्णपणे वेगळं

आहे. यातलं एक अवाक्षरही बाहेर जाता कामा नये. कुठेच नाही. रात्री आपल्या जिवलगाला यातलं काही सांगायचं नाही. जर तुमच्याकडे कुत्रा असेल तर त्यालाही सांगायचं नाही. कळलं?''

सगळेजण माना हलवतात. माझ्याशी कोणीच असहमती दाखवत नाही. कदाचित या केसचं गांभीर्य त्यांनाही उमगलं असावं.

''जेम्स, तू कॅली, ॲलन आणि जेझबेल यांना घेऊन बस आणि तुम्ही जो डाटाबेस तयार केलाय तो बघा. प्रत्येक बळी साधारणपणे कोणत्या चर्चमध्ये गेली असावी, याची एक यादी करा.''

''तू कुठे चाललीस हनी-लव्ह?'' कॅली विचारते.

''मी आता एडी जोन्सना भेटायला चाललेय. त्यांना ही वाईट बातमी देते ना.''

''तुला खात्री आहे याची?'' एडी जोन्स विचारतात.

''हो सर. त्याला पुष्टी देणारी माहितीही आपल्याकडे आहे. कॅव्हॅनॉच्या घरी आम्ही बघितलं. त्याला गुपचूप नजर ठेवणं खूप आवडतं. आत्तापर्यंत बळी गेलेल्या महिलांच्या ज्या कुटुंबीयांशी आमचा संपर्क होऊ शकला, त्यावरून या प्रकरणाचा कॅथॉलिक संप्रदायाशी असलेला संबंध स्पष्ट झालाय. नाहीतर दुसऱ्या कोणत्या प्रकारे त्याला त्या बळींची माहिती मिळाली असती? शिवाय त्यानेच आपल्याला हा मार्ग दाखवलाय.''

''ते कसं?''

''लिसा रिडच्या डायरीत त्याने नोंद करून ठेवली होती. 'मी काय जमा करतोय?' हाच प्रश्न आणि या प्रश्नातच उत्तर. आठवतंय? आणि नंतर त्याच्या सुरुवातीच्या व्हिडिओ क्लिप्स! त्यात तो आपल्याला सांगतोय, की त्याला पकडण्यासाठी आपल्याला जी काही माहिती हवीय, ती सर्व त्या क्लिप्समध्ये आहे. शिवाय, बहुतांश बळींच्या प्रतिक्रिया बोलक्या आहेत. त्यांची काय गुपितं आहेत, हे त्याला ठाऊक आहे, हे त्यांना समजल्यावर त्यांना धक्का बसलेला दिसतोय. आणि बळींपैकी कोणीही त्याला ओळखत नसल्याचं त्यांच्या चेहऱ्यांवरूनही दिसतंय.''

अगोदर माझ्या हे लक्षात आलं नव्हतं. त्यामुळे आता मी मनातल्या मनात स्वत:च्या थोबाडीत मारून घेते. त्या सर्वांना असं वाटायचं, की त्यांची गुपितं नंतरही गुपितंच राहिली असतील. मला हे समजलं कसं नाही?

माझ्या स्वत:च्या गुपितामुळे माझ्या डोळ्यावर पट्टी बांधली गेली, असं तर नसेला ना?

थोडा वेळ एडी जोन्स काहीच बोलत नाहीत. ते दोन्ही हात गुंफून डोक्याच्या

मागे नेतात आणि विचार करीत शून्यात टक लावून बघत बसतात.

"स्मोकी, हे प्रकरण म्हणजे राजकीय दु:स्वप्न आहे. अर्थात मला त्याची पर्वा नाहीये. पण या प्रकरणात कदाचित खुन्याला पकडण्यात त्यामुळे अडचण येऊ शकते. आपण जर कॅथॉलिक चर्चमध्ये गेलो आणि त्यातून आपल्या सगळ्या लवाजम्यानिशी आणि खूप लोकांसह गेलो, तर आपल्याला ते राजकारणी तोंड काळं करायलाही सांगू शकतील. चर्चशी जमवून घ्यायलाही सांगतील."

"खरंय!" मी म्हणते. "पाद्री लोक लहान मुलांचं लैंगिक शोषण करतात? वाईट, वाईट, वाईट. चर्चच्या कबुलीजबाबाच्या बूथमध्ये बग्ज? अरे बापरे! अशा त्यांच्या प्रतिक्रिया असतात. चर्चच्या मंडळींना आपण दाखवायला हवं, की आपण दोस्त होऊ शकतो. त्यांना आपण शत्रू बनवण्यापेक्षा आपले मित्र बनवू."

त्यांच्या कपाळावर आठ्या. "मग कसं काय करू म्हणतेस तू हे?"

"आपल्या माहितीनुसार, यामुळे काही लगेच अमेरिकेच्या एकसंघत्वावर परिणाम होणार नाहीये. आपण हे आपल्या पातळीवरच दडपून ठेवू. याविषयीची माहिती फक्त माझ्या टीमला, तुम्हाला आणि संचालकांना असेल, बाकी कोणाला नाही. संचालक चर्चमधल्या कोणाला तरी धरतील, ज्याचा चर्चमध्ये काही वट आहे. त्याला ते या प्रकरणाविषयी सांगतील. मग आपल्याला वेगवेगळ्या चर्चची तपासणी करण्याची मुभा मिळेल, अशी व्यवस्था करायची. आपण आपली तोंडं गप्प ठेवण्याचं त्यांना आश्वासन द्यायचं. शिवाय, त्यांची जर इच्छा असेल, तर आपण स्थानिक पाद्री लोकांनाही याची कल्पना येऊ देणार नाही."

"फादर येट्सचं काय?"

"हे प्रकरण बाहेर फुटण्यात त्यांना अजिबात रस नाहीये. माझ्यावर विश्वास ठेवा. ते त्यांच्या चर्चशी एकनिष्ठ आहेत आणि मला वाटतं त्यांनाही याची कल्पना असावी."

"चालू शकेल ही तुझी आयडिया." ते मान्य करतात.

"चालणारच सर. मला नाही वाटत, काही गोष्टींबाबत, कॅथॉलिक चर्च नोकरशाहीपेक्षा काही वेगळं असेल. लोक आपलं क्षेत्र, आपलं बजेट नेहमी सुरक्षित ठेवतात आणि कोणतीही गडबड होऊ न देण्यासाठी मेहनत घेतात. मी तर पैजेवर सांगते की, त्यांना जर शक्य असेल तर या प्रकरणाची माहिती ते पोपलादेखील कळू देणार नाहीत."

"ते अगदी आपल्यासारखे आहेत, असं तुझ्या बोलण्यावरून वाटतंय."

"माणूस जसा जगण्यासाठी नाना क्लृप्त्या करतो, तसंच संस्थांच्या बाबतीतही असतं. बाकी काही नाही."

"बरोबर बोलतेस तू."

"तशीही आपली योजना मला ठीक वाटतेय. प्रीचरला शेवटी काय हवंय? तर त्याला सगळं काही हलवून सोडायचंय. त्याला वाटतंय, की तो कोणी प्रेषित आहे, जो सत्याबद्दल प्रवचन देत आहे. लोकांनी परमेश्वराबद्दल बोलावं, त्याच्याविषयी विचार करावा, त्याच्याविषयी आश्चर्य व्यक्त करावं, असं काहीतरी तो करतो आहे. त्याला कमीत कमी गोंधळ घालायला आपण मुभा दिली म्हणजे मला बरं वाटेल."

"मान्य आहे. मी आत्ताच संचालकांना फोन करतो."

"तू बातम्यांमध्ये आहेस!" मी ऑफिसमध्ये परत येताक्षणीच जेझबेल मला सांगते.

"बरं झालं, इथे टीव्ही नाहीये."

ती हसते. "हरकत नाही. इथल्याच कॉम्प्युटरवर आपण बातम्या बघू शकतो." मी ॲलनच्या कॉम्प्युटरकडे बोट दाखवते. "वापरू शकते का मी?"

"अगदी!"

ती काही बटनं दाबते आणि पासवर्ड टाकते. एका क्षणानंतर पडद्यावर एक वेगळाच स्क्रीन दिसू लागतो.

"आता, खरं म्हणजे माझा कॉम्प्युटर आपण बघतो आहोत. मी दुरून तो चालवते आहे." ती एक प्रोग्रॅम उघडते आणि पडद्यावर व्हिडिओ प्लेअर दिसू लागतो. व्हिडिओ दिसायला सुरुवात होते.

बातम्या देणाऱ्या वार्ताहर स्त्रीला बघितल्यासारखं वाटतंय.

"कॅव्हॅनॉच्या घराजवळ होती ही," तिला ओळखत मी म्हणते, "तीच ती चतुर वार्ताहर."

आम्ही कार थांबवली तेव्हा तिनेच आम्हाला ओळखलं होतं आणि कॅमेरामनला सांगून आमचं शूटिंग केलं होतं.

मी ती बातमी बघतेय. आम्ही कारमधून खाली उतरतो आहोत, तेव्हाच मागून तिचं निवेदन सुरू होतंय.

"आज सकाळी एक मुलगी तिच्या बेडरूममध्ये मृतावस्थेत आढळली. बरबँकच्या उपनगरात हे घर आहे. त्यामुळे या ठिकाणी मोठ्या प्रमाणावर पोलीस उपस्थित व्हायला फारसा वेळ लागला नाही. यात आश्चर्य वाटण्यासारखं काही नाही. आश्चर्यजनक आहे ते या ठिकाणी एफ.बी.आय.ची स्पेशल एजंट स्मोकी बॅरेट यांचं आगमन."

"ओ बाई, माझं काय?" ॲलन विनोद करतो.

"स्पेशल एजंट बॅरेट बहुतांश कॅलिफोर्नियावासीयांना आणि अनेक अमेरिकनांना

तीन वर्षांपूर्वी माहीत झाली. ती स्वत: एका गुन्ह्याची बळी ठरली आहे. जोसेफ सॅण्डस नावाचा गुन्हेगार एकामागोमाग खून पाडत होता, त्या वेळी ती त्याच्या मागावर होती. पण त्याने तिच्यावरच डाव उलटवला. तो रात्री तिच्या घरात घुसला, तिच्या नवऱ्याचा आणि मुलीचा त्याने खून केला. नंतर एजंट बॅरेटवर बलात्कार करून तिचा चेहरा विद्रूप केला.''

माझ्या जखमांचे व्रण वगैरे असलेला चेहरा पडद्यावर!

''एजंट बॅरेट यातून सावरली आणि एफ.बी.आय.मधली नोकरी तिने पूर्ववत सुरू केली. तिने असं करावं का, यावर अगोदर पुष्कळ चर्चा झाली. ही चर्चा आता थांबलेली दिसतेय, कारण तिने नोकरी करण्याबाबत घेतलेल्या निर्णयाचे परिणाम समोर आहेत. एजंट बॅरेट नोकरी करतेय आणि चांगली करतेय. आणि त्यामुळेच एक ज्वलंत प्रश्न उपस्थित होतोय. खुनांच्या मालिकांचा तपास करणारी दक्षिण कॅलिफोर्नियातली एक आघाडीवरची अधिकारी कॅव्हॅनॉच्या घरी का आली? ही वार्ताहर एकाच निष्कर्षाप्रत येऊ शकते आणि तो म्हणजे दहा वर्षीय व्हॅलरी कॅव्हॅनॉच्या मृत्यूचा संबंध त्या माणसाशी आहे, जो स्वत:ला प्रीचर म्हणवून घेतो.''

नंतर बातमीत प्रीचरने केलेले कारनामे दाखवले जातात आणि त्याला पकडलं नाही तर तो एक लहान मूल ठार करेल, ही त्याने दिलेली धमकीही दाखवली जाते.

''नशीब बलवत्तर,'' कॅलीचं निरीक्षण. ''त्यांनी अजून व्हॅलरीची क्लिप बघितलेली दिसत नाहीये.''

आपण काहीही केलं तरी तो वाट्टेल ते करून सत्य जगजाहीर करणारच, हे त्यानं दिलेलं वचनही माझ्या लक्षात आहे. तेव्हा आता नशीब बलवत्तर असलं तरी ते असंच चालू राहणार नाही, याची मला खात्री आहे.

''प्रीचरला कितपत प्रसिद्धी मिळतेय?'' मी जेझबेलला विचारते.

''प्रचंड! साऱ्या जगभर!! सत्य, धर्म आणि त्याने जे जे मुद्दे उपस्थित केले आहेत त्या सगळ्याविषयी अमाप चर्चा चालू आहे. विशेष म्हणजे, आश्चर्य वाटावं इतके पाठीराखे त्याला आहेत.''

''पाठीराखे?'' ॲलन म्हणतो. ''त्याला पाठिंबा द्यावा, असं त्या भडव्यांकडे आहे तरी काय? तो एक खुनी आहे.''

''आश्चर्य वाटण्यासारखं काही नाहीये यात.'' जेम्स म्हणतो. ''अगोदरही असंच बऱ्याच वेळा झालंय आणि असल्या गोष्टी केवळ कॅथॉलिक संप्रदायापुरत्या मर्यादित नाहीयेत. श्रद्धेत एकसूत्रीपणाचा तो पुरस्कार करतो. परमेश्वराला आत्मार्पण संपूर्णपणे करायचं किंवा अजिबात नाही. त्यामुळे जे श्रद्धाळू आहेत त्यांचा पाठिंबा त्याला मिळणारच. अतिरेकीपणा आणि धर्मांधता नेहमी धर्माच्या हातात हात घालून जात असतात. असंच आत्तापर्यंत होत आलंय.''

"तुझे आणि रिड्स मंडळींचे जे संबंध आहेत, त्याविषयी देखील बरीच चर्चा चालू आहे प्रसिद्धी माध्यमांमध्ये." जेझबेल म्हणते. "तू आणि तुझी टीम व्हर्जिनियाला जाऊन आलात, हे कोणीतरी बरोबर वार्ताहरांपर्यंत पोहोचवलंय."

"जनावरांचा स्वभावच तसा असतो, काय करणार?" ॲलन म्हणतो.

"वार्ताहरांपैकी कोणी या बळींचा कॅथॉलिक संप्रदायाशी संबंध असल्याचा उल्लेख केलाय का?"

"नाही. फक्त प्रीचरचा असा संबंध असल्याचं ते बोलतात."

"चला! एवढं तरी बरंय!!"

एडी जोन्सशी माझं काय बोलणं झालं आणि कबुलीजबाबाच्या बूथमधून माहिती बरोबर प्रीचरपर्यंत पोहोचते, हे प्रकरण मी कसं हाताळणार आहे, याविषयी माझ्या सर्व सहकाऱ्यांना मी माहिती देते.

"ही बहुधा उत्कृष्ट खेळी ठरणार आहे." ॲलन माझ्या योजनेशी सहमत होत म्हणतो. "चर्चचे लोक लफड्यांबाबत जरा जास्तच संवेदनशील असतात."

"माझी आई कॅथॉलिक आहे," मध्येच काही संबंध नसताना जेम्स बोलतो. "तिला चर्चमध्ये जाऊन आपण केलेल्या वाईट कामांचा कबुलीजबाब द्यायला फार आवडतं. कोणीतरी त्या गुप्ततेचा भंग करतंय, या कल्पनेनेच ती ठार होऊन जाईल. आता मोठा प्रश्न हा आहे, की प्रीचरला त्या बूथमधून कबुलीजबाबांची माहिती मिळते तरी कशी?"

"यादी तयार करण्याचं काम आटपा लवकर."

"एजंट बॅरेट?"

माझ्या सेलफोनवर मला अनोळखी असलेल्या नंबरवरून फोन येतो. त्याला मी उत्तर दिलंय.

"बोला?"

"मी कार्डिनल ॲडम रॉस बोलतोय. लॉस एंजेलिसच्या आर्चडायोसिझमधून बोलतोय."

"ओह. हॅलो कार्डिनल." माझ्या कपाळावर आठ्या. "तुम्हाला 'कार्डिनल' असं संबोधणं योग्य आहे ना?"

"कार्डिनल ठीक आहे तसंच ॲडमदेखील, जसं तुम्हाला आवडेल."

"ठीक आहे. तर मग कार्डिनलच म्हणते मी. काय मदत करू शकते मी?"

"एजंट बॅरेट, मला वाटतं हा प्रश्न मीदेखील विचारू शकतो. मला दहा मिनिटांपूर्वीच एफ.बी.आय.च्या संचालकांचा फोन आला होता. फारच अस्वस्थ

करणारा फोन होता तो. मी तुमच्या ऑफिसमध्ये येण्यासाठी कारमध्ये बसलोय. तुम्ही भेटू शकता का?''

त्यांच्या आवाजातला तणाव लगेचच दिसून येतोय. तरीदेखील त्यांच्या वागण्याच्या शैलीत शोधूनही दोष सापडत नाहीये. ते म्हणजे कोणीतरी सरंजामी व्यक्तिमत्त्व असेल अशी माझी अपेक्षा होती. पण ते तर अगदीच विनयशील दिसताहेत.

''मी इथेच आहे कार्डिनल.''

एडी जोन्स शिट्टी वाजवतात. ''फारच वेगाने हालचाल झालीय तर. केवळ अर्ध्या तासापूर्वी माझं आणि संचालकांचं फोनवर बोलणं झालं होतं.''

''काय म्हणत होते ते?''

''त्यांना तुझी योजना मान्य आहे. त्यांचं म्हणणं आहे की, जर शक्य असेल तर हे सगळं कायम गुप्तच ठेवावं.''

''कार्डिनल रॉसना तुम्ही ओळखता सर?''

''मी कधीच त्यांना भेटलेलो नाहीये. मी काही चर्चमध्ये जाणाऱ्यांतला नाही. पण जर आपले संचालक स्पीड डायल करून त्यांच्याशी बोलतात, तर त्याचा अर्थ असा, की या रॉस महाशयांचे फार वर लागेबांधे असले पाहिजेत. बघ आणि त्यानुसार त्यांना वागणूक दे.''

''जो कोणी, जोपर्यंत आपलं काम करतो तोपर्यंत आपण त्याच्याशी चांगलंच वागतो, सर.''

''पोपची टोपी घालण्यासाठी कार्डिनल असणं ही शिडी असते काय?'' कॅली विचारते.

''तांत्रिकदृष्ट्या, जो कॅथॉलिक पुरुष नियमांत बसतो, तो पोप होऊ शकतो.'' जेम्स सांगतो. ''पण प्रत्यक्षात कार्डिनलसाठीच ते पद राखीव असतं. कार्डिनल नसलेल्याची, पोप म्हणून आत्तापर्यंत सर्वात शेवटी निवड झाली ती १३७८ साली.''

''एखादा माणूस कार्डिनल कसा होऊ शकतो?'' मी विचारते.

''कार्डिनलची नेमणूक पोप करतात. त्यांना चर्चचे राजकुमार म्हणतात. ते निश्चितच साधं काम नसतं. अनेक वर्षं चर्चमध्ये सेवा केल्यावर हे पद प्राप्त होत असतं. तुम्ही प्रथम प्रीस्ट असता. मग तुमची बढती होते आणि बहुधा तुम्ही

साहाय्यक बिशप बनता. त्यानंतर तुम्ही पूर्ण बिशप होता आणि मग आर्चबिशप. आर्चबिशप या पदावरदेखील पोपतर्फेच नेमणूक केली जाते. त्यानंतर आर्चबिशपमधून कार्डिनल निवडले जातात.

''कॅथॉलिक चर्चच्या व्यवस्थेत खुद्द पोपपेक्षाही कार्डिनल मतदार जास्त प्रभावी समजले जातात. विद्यमान पोपचं निधन झाल्यावर तेच नवीन पोपची नेमणूक करतात. कार्डिनल लोकांची संख्या साधारणपणे एकशे वीस असते. कॅथॉलिक चर्चची व्याप्ती बघता ही फार, फार छोटी संख्या आहे. म्हणजे आठ ते नऊ दशलक्ष कॅथॉलिक लोकांमागे एक कार्डिनल, असं प्रमाण पडतं.''

''मला वाटतं कार्डिनलचा, पोपशी थेट संपर्क असला पाहिजे.''

''हो.''

जेम्सने दिलेल्या माहितीमुळे, मला भेटण्यासाठी जो माणूस सध्या लिफ्टमधून वर येतोय, त्या बद्दलचं माझ्या मनातलं चित्र अधिक स्पष्ट झालंय. ते आकर्षक व्यक्तिमत्त्वाचे, मोठे, लांब नाक असलेले असतील. त्यांचा प्रभाव आणि त्यांना मिळालेले अधिकार याची त्यांना सवय झालेली असेल. आमच्यासाठी सर्वांत महत्त्वाचं म्हणजे, ते असे असतील, की जे काही निर्णय घेऊ शकतात आणि आदेश जारी करू शकतात. आणि त्या आदेशाचं बाकीचे पालन करतात.

आशा आहे की हा माझ्याकडे येणारा माणूस गाढव किंवा खडूस नसेल.

''तुला काय वाटतं, ते त्यांच्या झग्याखाली काही घालत असतील?'' कॅली विचारते.

''पायजमे, डिअर! आम्ही पायजमे घालतो.''

आम्ही त्या आवाजाच्या दिशेने बघतो. एखाद्या कार्डिनलचा आवाज इतका मोकळा आणि खर्जातला असेल, अशी आमच्यापैकी कोणीही कल्पनादेखील करू शकत नव्हतं.

कार्डिनल रॉस खूप उंच आहेत. जवळपास सहा फूट चार इंच. त्यांचे केस चंदेरी झालेले आहेत आणि ते खूप सडपातळ आहेत. त्यांच्या उंचीला साजेसा त्यांचा चेहराही लांब आहे. तो चेहरा जरी आकर्षक नसला, तरी इतक्या वर्षांच्या त्यांच्या चर्चमधल्या सेवेची नोंद त्या चेहऱ्यावर झालेली दिसतेय. माझ्या अंदाजानुसार त्यांनी जेमतेम साठी पार केलेली असावी. त्यांचे डोळे काळेभोर आहेत आणि त्यांच्या नजरेत आमच्यावर प्रभाव टाकेल असं वजन, असं गांभीर्य आहे. साध्या धर्मगुरूसारखा त्यांचा वेष आहे – काळा! पायजमा, शर्ट, कोट, पांढरी कॉलर आणि गळ्यात घातलेला मोठा चांदीचा क्रॉस. त्यांचा वेष जरी साधा असला, तरी त्यांचा प्रभाव तिळमात्रही कमी झालेला नाहीये. आमच्या ऑफिसचं सर्व दालन त्यांच्या प्रभावाने व्यापून गेलंय.

ते एकटेच आलेले दिसताहेत. मला जरा आश्चर्यच वाटतं.

मी हात पुढे करते. "कार्डिनल, तुमचं स्वागत असो."

ते माझा हात हातात घेऊन हलवतात. माझ्याकडे खाली बघत ते हसतात. आवश्यकतेपेक्षा क्षणभर जरा जास्तच त्यांनी माझा हात हातात धरलाय. माझ्या चेहऱ्यावरचे जखमांचे घाव ते निरखून बघतात.

"धन्यवाद."

माझ्या सहकाऱ्यांशी मी त्यांची ओळख करून देते. माझ्या कार्यालयात आजूबाजूला ते जरा उत्सुकतेने नजर फिरवतात.

"इथे तुम्ही खुनी लोकांना पकडतात तर!"

"हो, म्हणजे प्रयत्न करतो."

ते फळ्यापाशी जातात आणि त्यावर लिहिलेल्या नावांचं निरीक्षण करतात. वेगवेगळ्या टेबलांभोवती चक्कर टाकतात. मधेच 'ठीक आहे' या अर्थाची मान हलवतात.

"नेहमीच खूप महत्त्वाची कामं अतिशय साध्या वातावरणात पार पाडली जातात." ते आमच्याकडे बघतात आणि हसतात. "माझ्या असं म्हणण्यानं कोणाला वाईट वाटण्यापूर्वीच सांगतो, मी तुमच्या ऑफिसला नावं ठेवत नाहीये. तर उलट प्रशंसा करतोय."

"आम्ही साधी माणसं आहोत." कॅली हेल काढत सांगते.

"एजंट थॉर्न, मला वाटतं, आताचं तुमचं वक्तव्य खरंही आहे आणि खोटंही. तुमचं चित्त अतिशय मर्यादित क्षेत्रावर एकाग्र झालेलं असतं आणि तुमचे हेतू भयानक साधे असतात. पण दुष्टपणाची जी गुंतागुंत असते, ती तुम्हाला फार चांगली समजते. माझ्यासारख्याच्या कुवतीबाहेरची क्षमता असते तुमची.

"तुम्ही निश्चितच अतिशयोक्ती करू शकता."

ते जोरात हसतात. फार छान आहे त्यांचं हसणं. खूप समृद्ध आणि अजिबात संकोच नसलेलं. "काय करणार? आमचा व्यवसायच असा आहे. मी खात्री देतो तुम्हाला, की माझ्या स्तुतीबाबत मी अप्रामाणिक नाहीये."

"फार छान! पण आता आपण आपल्या कामाकडे वळू या का? आम्ही त्या खुन्याचा पाठलाग करतो आहोत." जेम्स म्हणतो.

माझ्याच विचारांना त्याने शब्द दिले आहेत. पण त्याचा सूर जरा वैतागल्यासारखा वाटला. तसा नसता तर मला अधिक आवडलं असतं. कार्डिनल रॉस त्याचा वैताग पचवतात. ते अविचल!

"का नाही? तुमच्या संचालकांनी मला फोन केला. हा खुनी मनुष्य आमच्या चर्चमधले कबुलीजबाबाचे बूथ बग करतो, त्यात होणारं गुप्त संभाषण ऐकण्यासाठी

तिथे बारीक यंत्र ठेवतो, असा तुम्हाला संशय आहे, असं ते म्हणत होते. माफ करा मी हे विचारतोय, पण तुम्ही हा निष्कर्ष कसा काढला, ते मला जरा स्पष्ट करून सांगा."

मी त्यांना प्रीचरविषयी सांगते. बळींच्या जखमांमध्ये तो क्रॉस घुसवून ठेवतो, ही बाब मात्र मी त्यांच्यापासून दडवून ठेवते. माझं फादर येट्स यांच्याशी जे बोलणं झालं, तेही मी त्यांना सांगते. रोझमेरी सोनफिल्डने जो कबुलीजबाब दिला आणि प्रीचरच्या व्हिडिओ क्लिपमधेही दिसला, तो त्यांनी न बोलता, अप्रत्यक्षपणे खरा असल्याचं कसं सांगितलं, वगैरे. माझं बोलून झाल्यावर कार्डिनल रॉस आपलं कपाळ दाबायला लागतात. ते खूप म्हणजे खूपच अस्वस्थ दिसताहेत.

"मी खाली बसलो तर चालेल?"

ॲलन त्यांच्यापुढे खुर्ची सरकावतो.

"मला समजतंय. अर्थात मला मान्य आहे, की खुन्याला कबुलीजबाब माहीत होण्यासाठी याहून दुसरा मार्गच नाहीये. हे जे काही तो करतोय ते भयानक, खूप भयानक आणि केवळ भयानकच आहे. जर हा प्रकार बाहेर सर्वांना माहीत झाला तर श्रद्धाळू लोकांना प्रचंड धक्काच बसेल."

"चर्चविरुद्ध अजून काही खटले दाखल होतील म्हणून तुम्हाला चिंता वाटत नाहीये ना?" जेम्स तिरसटपणे म्हणतो. "लहान मुलांचं लैंगिक शोषण करण्याचे प्रकार चर्चने अनेक वर्षं छानपैकी दाबून ठेवले."

"जेम्स!" मी त्याला दाटो.

कार्डिनल मात्र हात वर करून मला थांबवतात. "नाही एजंट बॅरेट. त्या प्रकरणांबद्दल माझ्यावर टीका होण्याचीच माझी पात्रता आहे, हे आता मी स्वीकारलंय. मी व्यक्तिश: लहान मुलांचं लैंगिक शोषण करणाऱ्या कोणत्याही प्रीस्टला लपवलं नाही किंवा संरक्षणही दिलं नाही. पण आमच्या चर्चच्या सदस्यांनी मात्र ते केलंय. आणि ती अतिशय लज्जास्पद गोष्ट आहे. तुमचं काहीही मत असू शकतं, पण चर्चच्या जनसंपर्कावर प्रीचरच्या अभियानाचा काय परिणाम होईल, याविषयी मला चिंता वाटत नाहीये. हा श्रद्धेचा प्रश्न आहे. तुमच्यापैकी कोणी चर्चमधल्या बूथमध्ये जाऊन कबुलीजबाब दिलाय काय?"

"मी दिलाय," मी म्हणते. "पण मी तरुण असल्यापासून नाही दिला कधी."

मी धडधडीत खोटं बोलल्यावरही ॲलनने त्याचा चेहरा निर्विकार ठेवलाय.

"मी नाही दिला कधी कबुलीजबाब," कॅली म्हणते. "बरं झालं नाही दिला ते. माझ्या कबुलीजबाबामुळे एखादा बिचारा प्रीस्टच शरमेनं लाजून गेला असता."

जेम्स काहीच उत्तर देत नाही.

"कल्पना करू शकता का तुम्ही, तुम्हाला कसं वाटेल ते? जेव्हा तुम्हाला

कळेल की तुम्ही, तुमचा पाद्री आणि परमेश्वर यांच्या व्यतिरिक्त आणखी कोणीतरी तुमचं संभाषण ऐकत होतं. म्हणून म्हणतो, हे काही साधं एखादं लज्जास्पद कांड नाहीये. कॅथॉलिक संप्रदायाच्या अतिशय मूलभूत, नितांत सुंदर आणि विश्वासू बुरुजांपैकी एकाला या प्रकरणामुळे धक्का बसतोय. कबुलीजबाब गुप्त ठेवण्यासाठी पाद्री लोकांनी मरण पत्करलेलं आहे.''

''कार्डिनल,'' मी म्हणते, ''आम्ही काही कोणत्या मोहिमेवर नाही आहोत. आपल्याला हे सारं जगजाहीर करण्याची अजिबात आवश्यकता नाहीये. आम्हाला हवंय ते सहकार्य आणि चर्चमधल्या काही गोष्टींच्या जवळ जाण्याची मुभा.''

''अर्थातच तुम्हाला ते मिळणार आहे आणि तसंही तुम्हाला ते मिळालंच असतं. पण तुम्ही मला खात्री देत आहात, त्याची मी प्रशंसा करतो. सत्य हे आहे, की हे प्रकरण केव्हा ना केव्हा बाहेर फुटणारच आहे. मला खात्री आहे, तुमच्याप्रमाणेच कोणीतरी वस्तुस्थितीचा अभ्यास करून याच निष्कर्षाप्रत येईल. पण तोपर्यंत शांतता असेल. तुम्ही वस्तुत: मला काय देत आहात, तर ते म्हणजे वेळ.''

''पण तुमच्या मदतीमुळं जर या सर्वांसाठी जबाबदार असणारा माणूस पकडला गेला तरी हानी काहीच होणार नाहीये ना?'' मी त्यांच्या लक्षात आणून देते.

''मी हे सत्यदेखील नाकारू शकत नाही. माझ्याकडून तुम्हाला काय हवंय?''

''आम्ही सर्व बळींची यादी केलीय. ते राहत असत त्या परिसरातल्या चर्चची देखील यादी केलीय. मला त्या प्रत्येक चर्चपर्यंत पोहोचायचं आहे. आणि मला हे शोधायचंय की ते बळी त्या चर्चच्या अखत्यारीत असणाऱ्या परिसरातले रहिवासी होते का. तसे ते असल्याची खात्री झाली, की त्या त्या चर्चच्या पाद्री लोकांशी आम्हाला बोलावं लागेल आणि त्यांना विचारावं लागेल, की ते या खुन्याला ओळखतात का?''

''माझ्या कर्मचाऱ्यांपैकी तीन जण मी तुम्हाला त्वरित उपलब्ध करून देतो. ते प्रत्येक प्रीस्टला फोन करून तुम्हाला पूर्ण सहकार्य करण्याची सूचना देतील आणि तुमच्या ताब्यात फोन देतील.''

आश्चर्य वाटून मी डोळे मिचकावते.

''एकदम छान!''

''इथून बाहेर पडल्याबरोबर मी ती व्यवस्था करतो.''

३५

कार्डिनलने पाठवलेल्या तीन प्रीस्टबरोबर जेझबेल, जेम्स, ॲलन आणि कॅली फोनरूममध्ये काम करताहेत. कार्डिनलची माणसं एकदम व्यावसायिक पद्धतीने काम करणारी. काहीही प्रश्न विचारत नाहीत. गांभीर्यपूर्वक काम करणारी गंभीर माणसं. त्यांना जे करायला सांगितलंय ते करण्यासाठी ते तिथं आहेत.

असं दिसतंय, की चर्चमधल्या अधिकारपदाच्या उतरंडीत हे लोक 'मी तुम्हाला उडी मारायला सांगितलं की उडी मारायची. जास्त प्रश्न विचारायचे नाहीत.' या पातळीवरचे असावेत. ते कोणाला तरी फोन करायचे आणि काही क्षणांतच जी व्यक्ती हवी असायची ती फोनवर बोलू लागायची. ते त्या व्यक्तीला अतिशय त्रोटक शब्दात आणि कोरडेपणाने सांगायचे, की ते एफ.बी.आय.च्या लोकांकडे फोन देत आहेत आणि त्यांच्या सर्व प्रश्नांची उत्तरं पलीकडच्या प्रीस्टने द्यायची आहेत. नंतर माझ्या माणसांपैकी एक जण त्यांना प्रश्न विचारायचा. प्रश्नोत्तरं संपल्यावर फोन पुन्हा कार्डिनलच्या माणसाकडे जायचा आणि ते परत स्पष्टपणे सूचना द्यायचे की यातलं एक अवाक्षरही कधीच बाहेर जाता कामा नये. मग ते फोन ठेवून द्यायचे. इतकं साधं, अजिबात गोंधळ नाही, अजिबात नखरे नाहीत, अजिबात तक्रारी नाहीत.

मी त्या सर्वांना ते करीत असलेल्या कामाच्या हवाली केलं आणि आता रिकाम्या असलेल्या डेथ सेंट्रल या आमच्या ऑफिसमध्ये स्वत:साठी एक क्षण देऊ केला. गेल्या काही दिवसांमध्ये खूप बदल घडत गेले आहेत. व्यक्तिश: माझे तुकडे-तुकडे झाले होते. आता मी पुन्हा जोडले गेले आहे. प्रीचरने आपल्या अस्तित्वाची जाणीव साऱ्या जगाला करून दिली आहे आणि मी त्याचा मागोवा घेत कबुलीजबाब देण्याच्या बूथमधल्या अंधकारापर्यंत जाऊन पोहोचले.

थोडं मागे सरण्यासाठी, एक पाऊल मागे टाकण्यासाठी, जंगल बघण्यासाठी, एखादं दुसरं झाड नव्हे, तर जंगल बघण्यासाठी मला एक क्षण माझा स्वत:चा हवा आहे. आम्ही ज्याच्या मागावर आहोत, त्याला बघण्यासाठी मला प्रयत्न करायला हवा आहे.

तो चतुर आहे. त्याच्या कल्पना काही नवीन नाहीत, पण तो ज्या पद्धतीने त्या राबवतो आहे, त्यात खूप खोली आहे. पापी लोकांबद्दल तो काळजी दाखवतोय. आपल्या शैलीत त्याने एक प्रकारचा पूज्य भाव मिसळलाय. तो जे काही बोलतोय त्या शब्दांमागे तो दुसरा कोणताही हेतू लपवत नाहीये. त्याचा त्या शब्दांवर विश्वास आहे आणि त्या शब्दांपासूनच त्याला स्फूर्ती मिळतेय.

तर मग ते शब्द आहेत तरी कोणते?

ते शब्द सरतेशेवटी येऊन थांबतात सत्य, खोटेपणा आणि पाप यांच्यापाशी; आणि त्या सर्वांवर त्याने धार्मिकतेचं आच्छादन पसरलं आहे. त्याने तत्ववेत्त्याची भूमिका घेतलेली नाही, कारण त्या मार्गावर सत्याचा सर्वसाधारणपणे विचार केला जातो. एखाद्या निश्चित कोनातून सत्याचा विचार केला जात नाही. उलट तो सांगत असलेलं सत्य 'मुक्ती' या एका निश्चित कल्पनेभोवती फिरतंय. त्यावरून मला काय बोध होतोय?

बोध असा होतोय, की एक कॅथॉलिक म्हणून त्याचं संगोपन झालंय.

मी माझ्याशीच सहमत होऊन डोकं हलवते. हो, मी काढला तो निष्कर्ष योग्य आहे. आजूबाजूला पुतळे, मूर्ती, चित्रदर्शी भाषाशैली असलेल्या वातावरणात तो वाढलेला आहे. जसं की अपराधीपणा, त्याची मागची बाजू आणि समोरची बाजू! चिंता आणि आशा! आणि त्यात मिश्रण केलेलं आहे ते स्वत:च्या सौम्य निर्भर्त्सनेचं आणि स्वत:ला क्षमा करण्याच्या वृत्तीचं. ख्रिस्ताला क्रूसावर बघत तो वाढला आणि त्याला आपण काही देणं लागतो, या भावनेसह तो वाढला.

ठीकाय! मग हे सारं जगाला सांगण्याची त्याला गरज का भासली असावी?

कारण जग ऐकत नाहीये, असा त्याचा समज झाला असावा.

जग? नाही. नाही ते तर दृश्य स्वरूपातलं प्रकटीकरण आहे. आपण इथे एका मागोमाग खून करणाऱ्या माणसाचा विचार करतो आहोत. हा काही असा माणूस नाहीये, की ज्याचा विश्वास बळकट आहे आणि ज्याने इतरांची गुपितं फोडण्यासाठी स्वत:ला वाहून घेतलंय. तर तो असा आहे की, ज्यांनी स्वत:जवळ अतिशय वाईट गुपितं दडवून ठेवली आहेत. त्यांना शोधण्यासाठी आणि कॅमेऱ्यासमोर त्यांचा खून करण्यासाठी त्याने वीस वर्षांहूनही अधिक कालावधी खर्च केलाय. कशीही त्याची फोड करा, त्याभोवती श्रद्धेची कोणतीही पद्धत बांधलेली असो, पण शेवटी खून म्हणजे नेहमीच क्रोधातून उद्भवलेली एक कृती असते. ज्याचा खून केला जातो,

त्या माणसाविषयी तो क्रोध असूही शकतो किंवा नसूही शकतो. खरं म्हणजे खुनांच्या मालिका घडवून आणणाऱ्या खुन्यांचा राग अस्थानी असतो. म्हणजे 'राग एकावर पण शिक्षा दुसऱ्याला', या पद्धतीचा. आई किंवा वडील यांच्यावर त्यांचा राग असतो आणि भलत्याच इसमांचा खून करून ते तो राग व्यक्त करीत असतात.

त्यांच्या आयुष्यात कोणीतरी किंवा काहीतरी त्यांचं ऐकलेलं नसतं. कोणीतरी किंवा काहीतरी खूप जवळचं! कोणीतरी किंवा काहीतरी खूप महत्त्वाचं आणि मोलाचं, स्वत:विषयीच्या जाणिवेशी जोडलं गेलेलं. याचा परिणाम म्हणून त्याला खूप राग आला आणि आता तो खात्री करून घेतोय, की तो सध्या पाठवत असलेला संदेश पुन्हा एकदा सतरंजीखाली दडवला जाणार नाहीये. म्हणूनच त्याचं म्हणणं तो मोठ्या आवाजात, साऱ्या जगाला ऐकू जाईल अशा आवाजात ओरडून सांगतोय.

त्याचा संदेश आहे तरी काय?

साधे शब्द. वेगवेगळ्या प्रकारे त्याने हे शब्द उच्चारले आहेत. आता मी ते अगदी घंटेप्रमाणे स्पष्ट आवाजात ऐकू शकतेय – परमेश्वराशी खोटं बोलू नका.

माझ्या लक्षात येतं, की त्याच्या तर्कशास्त्रात दोष आहे. त्याच्या युक्तिवादात एक मोठं छिद्र आहे. ज्या व्यक्तींचा त्याने खून केला. त्यांनी अगोदरच आपल्या पापांची कबुली दिलेली होती. त्यांनी जे करायला हवं, असं तो म्हणतोय, ते त्यांनी केलेलं होतं. कबुलीजबाबाच्या बूथमध्ये जाऊन ते गुडघ्यांवर बसून आलेले होते आणि त्यांनी योग्य शब्द शोधण्यासाठी आणि ते ओठांवर आणण्यासाठी आणि धैर्याने त्यांचा उच्चार करण्यासाठी मनाशी लढाईदेखील केली होती.

कदाचित तो हे लक्षात घेत नाही, की त्याच्या बळींमध्ये मुळातच कमतरता होती. कदाचित 'काय करू नये' याचे ते उदाहरणं नव्हते. तर 'काय करायला हवं' याची उदाहरणं होती. कदाचित असंही असेल, की त्यांनी अगोदरच कबुलीजबाब दिल्याने त्यांचं स्वर्गातलं स्थान निश्चित झालं होतं. म्हणून अपराधी न वाटून घेता तो त्यांना ठार मारायला मोकळा झाला होता. 'तू कोणाला ठार मारणार नाहीस' हा दैवी आदेश आपण सर्व जण मानतो. परंतु या आदेशाचा भंग करण्यासाठी आवश्यक असणारं बुद्धिप्रामाण्य त्याला मिळालं आणि तो खून करत सुटला.

किंवा कदाचित असंही असेल, म्हणजे मला तरी असं वाटतं, की इथेच त्याच्या गाडीचं टायर रस्त्यावरून घसरलं. कदाचित इथेच त्याची तर्कशुद्धता गळून पडलीय आणि तो वेडा झालाय. त्याने स्वत: त्याच्या कल्पनांचं एक चर्च बांधलंय. खून हा त्या चर्चचा पाया आहे आणि त्याच्या बळींच्या हाडांच्या साहाय्याने त्याने त्याच्या कल्पनेतली ही इमारत उभी केलीय.

माझ्या मनात असाही विचार येतो, की कदाचित तो सत्य या विषयावर इतकी

प्रवचनं देत असला, तरी सर्वांत जास्त खोटं बोलणारा कोणी असलाच तर तोच आहे.

माझ्या या कल्पनेवर मलाच हसू येतं. तो स्वतःच, स्वतःचा आणि स्वतःच्या तत्त्वांचा पराभव करतोय, ही कल्पनाच मला खूप आवडते. मला खूपच आवडते ही कल्पना.

खुनी माणसा, तू काही वेगळा नाहीयेस. मी त्याच्या बळींच्या नावांकडे बघते आणि खरं तेच मला दिसतं. इतर अनेक राक्षसांप्रमाणेच तू परमेश्वराशी बोलत नाहीयेस, तू माझ्याशी बोलत नाहीयेस, सरतेशेवटी तू ज्यांना ओळखतोस त्यांच्याशीच तू बोलतो आहेस. आणि तू लोकांचे खून पाडून कितीही जोरात किंचाळलास, तरी ते बहुधा कधीच तुला ऐकणार नाहीत.

दहा वाजलेत. सर्व जण डेथ सेंट्रलमध्ये जमले आहेत. बळींच्या कुटुंबीयांशी काय बोलणं झालं ते जेम्स सर्वांना सांगतोय. सारे ऐकताहेत.

''गेल्या पाच वर्षांत ज्या बळींना ठार मारण्यात आलं त्यापैकी अंदाजे नव्वद टक्के बळींचं ज्या चर्चमध्ये जाणं-येणं होतं, ते चर्च आपण निश्चित करू शकलो आहोत. पाच वर्षांपूर्वीची टक्केवारी कमी होतेय, कारण बऱ्याचशा चर्चचे पाद्री या काळात बदलले आहेत.''

मी याचा विचारच केलेला नव्हता. पण तो बरोबर बोलतोय. कॅथॉलिक चर्चमध्ये इतर संस्थांप्रमाणेच अधिकारी वर्गाची ये-जा, अदलाबदल चालूच असते. ''हे लक्षात घेण्यासारखं आहे, की जे चर्च आपण निश्चित करू शकलो त्यांच्या पाद्र्यांना विशेष प्रयास न करता त्या बळींविषयी सारं काही आठवलं. त्यापैकी जवळजवळ सर्वच जण दुर्दैवाने पछाडलेले होते, पण नंतर कबुलीजबाब देऊन त्यांनी आपल्या पापांची भरपाई केलेली होती. अर्थात, काही अपवादही आहेत.''

''त्याच्या जाहीरनाम्यात ते चपखल बसतंय,'' मी म्हणते. ''ज्यांनी आपल्या पापांची कबुली दिली, त्यांनी आपल्या आयुष्याच्या प्रवाहाची दिशाच बदलली.''

''त्याने चर्चची निवडही हुशारीने केली. आपल्या इथलं रिडिमर चर्च आहे, अशाच प्रकारची चर्च त्याने निवडली. जिथे खूप समस्या असलेले खूप लोक येतात आणि तिथले पाद्री त्यांना मदत करतात.''

''ज्यांचा भूतकाळ खूप घाणेरडा आहे, असे खूप लोक ज्या परिसरात आहेत,'' ॲलन लक्षात आणून देतो. ''आणि शिवाय जे बेपत्ता झाले तरी फारसं कोणाच्या लक्षात येणार नाही, असे खूप लोक ज्या परिसरात आहेत, त्यावर

प्रीचरने लक्ष केंद्रित केलेलं असावं."

"आता वाईट बातमी! आम्ही ज्या ज्या पाद्र्यांशी बोललो त्यापैकी एकालाही, अगदी एकालाही कोणी अपरिचित माणूस चर्चच्या अवतीभोवती फिरत असल्याचं आठवत नाहीये. विशेषत: जेव्हा खुनाला बळी पडलेल्या व्यक्ती अचानक बेपत्ता झाल्या तेव्हा.

"असं काहीच आठवत नाही?" मी विचारते.

"नाही. आपले प्रश्न अतिशय स्पष्ट आणि विशिष्ट स्वरूपाचे आहेत. त्यात मोघम काहीच नव्हतं. उदाहरणार्थ – 'साधारणपणे ही विशिष्ट व्यक्ती बेपत्ता झाली त्या वेळी कोणी माणूस निघून गेल्याचं तुम्हाला आठवतंय का?' एकानेही होकारार्थी उत्तर दिलं नाही."

मला काय बोलावं तेच सुचत नाही. बऱ्याच लोकांनी काहीच पाहिलं नसेल तर त्याचं मला आश्चर्य वाटणार नाही. त्याने काळजी घेतली असेल आणि लोकंही इतकं बारीक निरीक्षण करत नसतात. पण एकालाही काहीच आठवत नाही? हे जरा चमत्कारिकच आहे.

"साफसफाई करणाऱ्या कर्मचाऱ्यांचं काय?"

"आम्ही अर्थातच तेही विचारलं. बरीचशी चर्च खूप गरीब आहेत. चर्चचा परिसर साफ करण्यासाठी कोणी माणूस नेमणं त्यांना शक्य नाहीये. त्यामुळे तेच स्वत: साफसफाईचं काम करतात."

मी निराशेने मान हलवते. "आपण याची फोड करून घेऊ. त्याला चर्चमधल्या कबुलीजबाबाच्या बूथमध्ये जाण्याची मुभा हवीय आणि त्या वातावरणात तो मिसळून जाईल, कोणाचंही लक्ष वेधून घेणार नाही, अशी परिस्थिती त्याला हवीय. पण ही चर्च छोटी आहेत आणि त्यात येणारे साधक परस्परांच्या चांगल्या परिचयाचे आहेत. त्यामुळे नवख्या माणसानं तिथं येणं आणि ते कोणाच्याही लक्षात न येणं स्वाभाविक नाहीये. त्याच्यासाठीही ते खूप अवघड आहे."

"आपण साधक आहोत, असं त्याने ढोंगही केलं असेल," कॅली म्हणते. "इतर अनेक साधकांप्रमाणे बाहेरून आलेला."

"मग प्रीस्ट मंडळींना तो आठवत का नाहीये? तो काही तिथे फार काळ थांबला नसावा. एकदा त्याने निश्चित केलेल्या व्यक्तीचा बळी घेतल्यावर त्यानं तिथून काढता पाय घेतला असणार. शिवाय फादर येट्सने सांगितल्याप्रमाणे ज्यांना आपले डोळे उघडे ठेवण्याची सवय आहे, अशाच पाद्र्यांशी आपण बोललो आहोत. त्यांना ठाऊक असतं, की ते मेंढ्याच्या कळपासमोर प्रवचन देत नाहीयेत."

"वैफल्य आणणारी आहे ही कोंडी." जेझबेल म्हणते.

जेम्सचा सेलफोन वाजतो.

"येस? काय? ठीक आहे. आभारी आहे." तो आपला फोन बंद करतो. "कॉम्प्युटर क्राईम्समधून फोन होता. प्रीचरने युजर-ट्युबवर आणखी एक क्लिप चढवण्याचा प्रयत्न केला. त्यांनी त्यात हस्तक्षेप करून ती क्लिप मिळवली आणि आता ते मला ई-मेल करताहेत. ते म्हणाले, या वेळची क्लिप वेगळी आहे."

"वेगळी कशी?" मी विचारते.

"या क्लिपमध्ये कोणीही बळी नाहीये. पण लवकरच अजून एक खून होणार असल्याचं तो आपल्याला सांगतोय."

"मला असं दिसतंय, की मी ज्या संकेतस्थळावरून व्हिडिओ क्लिप्स पाठवतो, तिथून त्या काढून टाकण्यासाठी पोलीस यंत्रणा अथक परिश्रम घेतेय. समजण्यासारखं आहे ते आणि ते निश्चितच अनपेक्षित नाही. पण आता तसाही त्यामुळे काही फरक पडत नाहीये. मी ज्या क्लिप्स आत्तापर्यंत संकेतस्थळावर चढवल्या आहेत, त्या जगभरातल्या संगणकांच्या हार्ड ड्राइव्हपर्यंत जाऊन पोहोचल्या देखील आहेत. वार्तासंघ, ई-मेल आणि अन्य व्हायरल व्हिडिओ संकेतस्थळांच्या माध्यमांद्वारे त्यांची देवाणघेवाणही मोठ्या प्रमाणावर सुरू झाली आहे. इंटरनेटचं तेच तर विशेष आहे आणि त्यामुळेच मी त्याची माझं पहिलं माध्यम म्हणून निवड केली.

"मी हे मान्य करतो, की आतापासून पुढे मात्र हे जरा अवघड होत चाललंय. माझा संदेश बाहेर प्रसारितच होणार नाही यासाठी कायदा राबवणारी मंडळी प्रतिबंधात्मक पावलं उचलण्याची खूप शक्यता आहे. अर्थात हेदेखील अनपेक्षित नाहीये. यासाठीच, जे कोणी माझ्या मागावर आहेत त्यांच्यासाठीच मी ही क्लिप पाठवित आहे. मला शोधण्यासाठी तुम्हाला जे काही हवंय ते सारं काही मी तुम्हाला दिलेलं आहे. जर तुम्ही मला पकडलं नाही, तर साधारणपणे पुढच्या अठ्ठेचाळीस तासांत मी पुन्हा कोणाला तरी ठार करेन." तो थबकतो. त्याचं माळेच्या मण्यांना कुरवाळणारं बोट थांबतं. "मी पुन्हा सांगतो – मला पकडण्यासाठी तुम्हाला जे काही आवश्यक आहे, ते मी तुम्हाला दिलंय. आत्तापर्यंत तुम्हाला माझा ठावठिकाणा ठाऊक व्हायला हवा होता. मी कधीच खोटं बोलत नाही. आणि मी जे वचन दिलंय तेही मी पाळणारच. पुढचे अठ्ठेचाळीस तास. अजून एक खून. तर आता हुडकून काढा मला."

क्लिप संपते.

"तो स्वत:ला पकडायला का मागतोय?" कॅली विचारते.

"ते पुढचं पाऊल आहे," मी म्हणते. "तुला वाटतंय, की त्याला आता कोणी

प्रेक्षक असतील? तो तुरुंगात जाईपर्यंत थांब. तोपर्यंत तो एक खराखुरा ख्यातनाम माणूस म्हणून ओळखला जाईल. त्याच्या दंडात सुई खुपसली जाईपर्यंत, म्हणजे त्याला देहदंड मिळेपर्यंत त्याचं प्रवचनं देण्याचं काम सुरूच राहील.''

''म्हणजे मग त्याला हौतात्म्य प्राप्त होईल आणि त्याची त्याला अजिबात हरकत नसेल.'' जेम्स म्हणतो.

''चला, फळ्याकडे वळू या,'' पुन्हा मागे-पुढे चकरा मारत मी म्हणते. ''त्याचं म्हणणं असंय, की जी माहिती आपल्याकडे आहे त्या आधारे आपण त्याला शोधू शकतो. तो म्हणतोय, की तो कधीच खोटं बोलत नाही. सर्वसाधारणपणे म्हणाल, तर मला याबद्दल शंका वाटतेय. पण या विशिष्ट प्रकरणापुरतं मी त्यावर विश्वास ठेवते. कारण तो पकडला जावा, ही त्याचीच इच्छा आहे. त्यामुळे आपल्या नजरेतून काहीतरी सुटतंय, हे निश्चित. काय असावं बरं ते?''

ॲलन सुस्कारा सोडतो. ''तर्कशास्त्र या विषयात मी केव्हाच प्रवीण नव्हतो. मुलाखत घेण्यासाठी संशयित गुन्हेगारांची यादी मला द्या, मी दिवसभर आनंदाने पाय आपटत राहीन. हे तुमचं क्षेत्र आहे स्मोकी. तू आणि जेम्स.''

''जे आपल्या नजरेतून सुटलंय ते काहीतरी अगदी साधं असेल.'' फळ्यावर कायमस्वरूपी लिहून ठेवलेली बळींच्या नावांची यादी बघता बघता जेम्स म्हणतो. ''ती लगेचच लक्षात येण्यासारखी असेल, म्हणून आपल्या लक्षात येत नसेल. म्हणजे त्याला माहिती मिळण्याचं ठिकाण कोणतं? तर कबुलीजबाब देण्याचं बूथ. इतकी साधी गोष्ट आपल्या किती उशिरा लक्षात आली? आपल्यासमोर ती गोष्ट होती. म्हणूनच सुरुवातीला आपण तिच्याकडे बघितलंच नाही. समोरच्या चित्राचाच ती एक भाग होती.''

''अतिशय सहज दिसणारी गोष्ट होती ती.'' जेझबेल म्हणते.

''एकदम बरोबर! तुमच्या अगदी समोर, थोडं वेषांतर करून ते ठेवा. आणि तुम्ही मात्र कुठे काही लपविण्याचा प्रयत्न करतंय का, हे शोधत बसायचं, असंच झालंय हे.''

मी एडी जोन्सला प्रीचरविषयी सुरुवातीला काय सांगितलं ते शब्द मला आता आठवताहेत. मी सांगितलं होतं, की त्याने विमानात वेषांतर करून प्रवास केला असावा; अतिशय साधं वेषांतर, कदाचित त्यातली एखादीच गोष्ट लगेच लक्षात येऊ शकेल, असं वेषांतर.

कॅमेऱ्याचं शटर जसं क्लिक करतं तसं काहीसं माझ्या आत होतं.

असं अनेक वेळा होतं. या प्रकाराविषयी इतरांना सांगण्याचा मी प्रयत्नही केलेला आहे. असं झालं की मला पूर्वसूचना मिळत असते. लवकरच मला अचानक काहीतरी उमगणार आहे, काहीतरी कळणार आहे, कशाचं तरी ज्ञान

होणार आहे, याची पूर्वसूचना! वेळ घालवल्यासारखं ते काहीतरी असतं. जणू काही माझ्या जाणीवक्षेत्राचा एक भाग बधीर होतोय. अतिशय थोड्या वेळासाठी, सेकंदाच्या एक शतांश भागासाठी असं काहीतरी दिवा लागल्यासारखं होतं. माझ्या नजरेतून सुटलंय तरी काय? उत्तर एकदम सोपंय : जी गोष्ट मी बघायला हवीय ती माझ्या नजरेसमोर आली होती. पण ती समजण्यासाठी मी तयार झालेले नव्हते. मी जेव्हा त्यासाठी तयार होते, तेव्हा मी वाया घालवलेला वेळ परत मिळवते.

तसंच ते आत्ता घडलंय आणि मी स्तंभित होऊन विचार करतेय : असं काय आहे, जे मी समजायला हवंय; जे मला उमगायला हवंय? अशी कोणती गोष्ट आहे, जी बघायला हवीय?''

''बोल माझ्याशी जेम्स,'' मी पुटपुटते. ''आपल्या समोर जी समस्या आहे तिचे पद्धतशीरपणे भाग कर आणि त्यांची यादी बनव. त्या एकेका भागाची यादी तयार कर.''

मला तो 'का?' म्हणून कारण विचारत नाही. आम्ही या परिस्थितीतून या अगोदरही बऱ्याच वेळा गेलोय. हा रस्ता त्याला माहीत आहे.

''कबुलीजबाबाच्या आधारे तो ज्या व्यक्तीचा खून करायचा तिला निवडतो. त्याला हे करणं शक्य होतंय. कारण चर्चमधल्या कबुलीजबाबाच्या बूथमध्ये तो चोरून संभाषण रेकॉर्ड करणारे बग्ज बसवत आलाय. अशा चर्चमध्ये त्यानं ही कल्पना राबवली, जिथे समाजातल्या खूप समस्या असलेल्या लोकांना मदत केली जाते. या चर्चमध्ये जे लोक जमतात, ते एकमेकांशी घट्टपणे बांधलेले आहेत.''

''थांब तिथेच. परस्परांशी इतके घट्टपणे बांधून घेण्याकडे त्यांचा कल का आहे?''

''एकाच प्रकारचे अनुभव!''

''त्याहीपेक्षा साधं काहीतरी.'' मी म्हणते. ''त्यांच्यात सारखं काही असेल तर तेच. ते सारेच एकमेकांसारखे आहेत. ते जसे आहेत तसं त्यांना बाकी कोणी स्वीकारत नाहीये. त्यांच्या दोषांसह वगैरे!''

''पुरेसं बरोबर आहे. त्यामुळे आपण त्याच रस्त्यावर पुन्हा येतोय. अशा लोकांच्या समूहात कोणी नव्यानं आलं, तर त्याच्याकडे बारकाईने बघितलं जातं. आणि या समूहातून कोणी बाहेर पडलं, तरी तेही इतरांच्या लगेचच लक्षात येतं. जेव्हा या आपल्या खुन्याच्या हातून मारली गेलेली व्यक्ती बेपत्ता व्हायची, नेमक्या त्या वेळी कोणी माणूस गावातून किंवा चर्चमधल्या साधकांच्या समूहातून निघून गेल्याचं कोणालाच आठवत नाहीये.''

बरोबर नजरेसमोर, अगदी नजरेसमोर, एकदम नजरेसमोर! काय असेल असं?

लहरींसारखे माझ्यातून शब्द घरंगळत बाहेर पडतात. अशा लहरी, ज्या पूर्ण

उंचीवर जातच नाहीयेत. हे सारं वेड लावणारं आहे. मी चंद्र होण्याचा प्रयत्न करते. माझ्या गुरुत्वाकर्षणाने त्यांना माझ्याकडे खेचून घेण्यासाठी प्रयास करते. त्या लहरी जवळ येतात, पण किनाऱ्याला लागण्यापूर्वीच नाहीशा होतात.

"बोलत राहा. चालू ठेव." मी म्हणते.

"त्याला चर्चमध्ये वावरण्याची, कबुलीजबाब देण्याच्या बूथमध्ये जाण्याची मुभा हवीय. त्यामुळे त्याने तिथं असणं गरजेचं होतं. पण तो तिथं असल्याचं कोणाला आठवत नाहीये."

मी ताडदिशी सरळ पाठ करून बसते.

त्या लहरी शेवटी किनाऱ्याला लागल्या.

एकदम नजरेसमोर.

"कारण तो तिथं नव्हताच मुळी!" उत्तेजित होऊन मी म्हणते. "ज्या समूहात त्याने घुसणं गरजेचं होतं, त्या समूहाचं काम कसं चालतं, हे त्याला ठाऊक होतं."

जेव्हा तुम्ही मान्य करता, की तुम्ही पापं केली आहेत, तुमच्या आत सगळा गोंधळ झालाय आणि ज्यांच्याजवळ तुम्ही हे मान्य करता, ते लोक तरीही तुम्हाला स्वीकारतात कारण... कारण त्या लोकांच्या आतही तसाच गोंधळ झालेला असतो. अशा वेळी तुमच्यात आणि त्या लोकांत एक प्रकारची जवळीक निर्माण होते.

"म्हणजे तुला म्हणायचंय की कोणीतरी त्याच्याबरोबर काम करतंय." जेम्स म्हणतो. "त्यात वेगळं ते काय? जेव्हा बळी बेपत्ता झाले तेव्हा त्याच्याबरोबर काम करणारी व्यक्तीही तिथून निघून गेली असेल ना? मग तेही इतर लोकांच्या लक्षात आलंच असतं ना?"

"अगदी बरोबर! पण बळी बेपत्ता झाल्यावर त्याचा जो कोणी सहकारी असेल तो तिथून निघून गेलाच नसेल, तो तिथेच, त्याच लोकांमध्ये काही आठवडे किंवा अगदी महिनाभर रेंगाळत राहिला असेल. आणि मग त्यांनी तिथून त्या लोकांच्या समूहातून पोबारा केला असेल. बळी जेव्हा बेपत्ता झाले, त्या वेळी ते कुठे होते, काय करत होते याची देखील काळजी करण्याची त्यांना गरज नव्हती. कारण जेव्हा बळीला पकडून ठार करण्यात आलं तेव्हा त्याचा सहकारी, जो कोणी असेल तो, अगदी तिथेच, साधकांच्या त्या समूहातच होता, असं तो सांगू शकत होता.

जेम्स कपाळाला आठ्या घालतो. "या तर्कात खूप गोष्टी गृहीत धरलेल्या आहेत."

"हो, पण तरीही ते तर्कसुसंगत आहे. तुला नाही वाटत?"

"हं! त्यात अर्थ आहे. नाही असं नाही." तो मान्य करतो. "आपल्याला आत्ता पुन्हा त्या पाद्री लोकांना फोन करायला हवे. पण या वेळी आपण जरा विस्ताराने आपले प्रश्न विचारायला पाहिजेत. असं कोणी तुम्हाला आठवतंय का, की जो बळी

बेपत्ता झाल्यावर अगदी लगेच नाही, तर काही दिवसांनी समुदाय सोडून गेला? अशा प्रकारचा प्रश्न विचारायला हवा.''

''आणि बळी गेलेल्या व्यक्तीच्या एकदम जवळचा कोण होता? मित्र, मैत्रीण?'' मी त्या प्रश्नात भर घालते. ''कारण त्यांच्या कामाचाच तो एक भाग असणार. खून करण्यापूर्वी आपल्या बळीच्या आयुष्याविषयी जाणून घेणं, माहिती जमा करणं वगैरे.''

''त्याचं असं आहे,'' ॲलन म्हणतो. ''त्यांची कृती एक सरळ रेषेत असणं त्यांच्या दृष्टीने जास्त सयुक्तिक असेल.''

''कळत नाहीये, तू काय म्हणतोस ते.'' मी म्हणते.

''त्यांनी कोणाचे बळी घेतले? अशाच व्यक्ती त्यांच्या दृष्टीने सोयीच्या आहेत, ज्या एका ठिकाणी राहणाऱ्या नसणार. सतत आपल्या वास्तव्याचं ठिकाण बदलत असणार. असे बळी निवडण्यासाठी त्यांनी अगोदर बूथमध्ये बग पेरून ठेवणं आवश्यक आहे. बगच्या मदतीने लोकांचे कबुलीजबाब चोरून ऐकल्यावर कोणाला ठार करायचं, हे तो ठरवत असणार आणि मग ते पुढची चाल खेळत असणार. मधेच एखादं ठिकाण सोडून जाणं आणि नंतर तिथं परत येणं, त्याला परवडण्यासारखं नसणार. कारण दरम्यानच्या काळात, त्याने खून करण्यासाठी निश्चित केलेली व्यक्ती त्या ठिकाणाहून दुसरीकडे गेली असण्याची शक्यता असणार. म्हणून त्यांनी एकाग्र चित्ताने आपल्या कामावर लक्ष केंद्रित करून, आपलं काम झाल्यावरच एखाद्या ठिकाणाहून हलणं त्यांच्या दृष्टीने गरजेचं आहे. मध्येच ते ठिकाण सोडून जाणं त्यांच्या फायद्याचं नाहीये.''

''मग?''

''तर या पद्धतीत दोन खुनांमध्ये खूप दिवसांचं अंतर असायला हवं ना? बरोबर? खून ज्या स्त्रीचा करायचा ती प्रथम निश्चित करा, मग तिला पकडा, मग तिचं चित्रीकरण करा आणि नंतर तिला ठार करा. हे काम आटोपल्यावर दुसऱ्या ठिकाणी जा. म्हणजे खूप तयारी करावी लागत असणार त्यांना. पण इथे तर दोन आठवड्यांपेक्षाही कमी कालावधीत त्याने तीन खून पाडले आहेत. लिसा रिड, रोझमेरी सोनफिल्ड आणि व्हॅलरी कॅव्हॅनो. मला वाटतं की आणखी एक गोष्ट शक्य असावी. या तीन खुनांपैकी किमान एक खून असा असावा, ज्याचा अभ्यास आणि पूर्वतयारी त्याने स्वत: केलेली असावी. तुला नाही वाटत?''

''चांगला मुद्दा आहे,'' कॅली म्हणते. ''पण या तिघांपैकी कोणत्या खुनाची सगळी सूत्रं त्यानं आपल्या हाती घेतली असावी?''

''लिसा रिड.'' जेम्स म्हणतो. मलाही तसंच वाटतं. ''तीच असली पाहिजे. कारण त्याच्या बळींमध्ये लिसा रिडच जरा वेगळी आहे. ती एकच बळी अशी आहे,

जी स्त्री म्हणून जन्माला आलेली नव्हती. शिवाय आपलं लक्ष वेधून घेण्यासाठीही त्याने लिसा रिडचाच वापर केला.''

माझ्यातली उत्तेजना वर उफाळून येत असल्याचं मला पुन्हा जाणवतं. लहरी घरंगळत आहेत. हलताहेत, उंच उंच होताहेत आणि पुन्हा किनाऱ्यावर आदळण्यासाठी तयार झाल्या आहेत.

''सध्या आपण या दोघींवरच लक्ष केंद्रित करायला हवंय – लिसा आणि रोझमेरी. पण त्याने लिसाला निवडलं तरी कसं? त्याच्या रडारवर ती आली तरी कशी? तो ज्या परिसरात साधारणपणे धुमाकूळ घालत असतो, लिसा तिथली नाहीये. म्हणजे तो तिच्यामागे होता. ती त्याच्याकडे आपोआप आलेली नव्हती. मुळात तिची माहिती त्याला मिळाली तरी कशी? रोझमेरी ही त्याच्या बळींपैकी एक ताजी शिकार आहे. आणि तिच्याविषयी फादर येट्सने आपल्याला माहिती दिलेली आहे. त्यांना काहीतरी आठवेल. तिच्याजवळ असणारी कोणी व्यक्ती जी....''

मी बोलणं थांबवते. कारण एक लहर, एक प्रचंड लाट किनाऱ्यावर येऊन आदळते. आदळताना प्रचंड गडगडाट करते.

समोर दिसतंय तिथंच ते लपलंय....

''त्यांनी मला अगोदर सांगितलंय.'' मी पुटपुटते.

''काय ते?'' कॅली विचारते.

''येट्स. रोझमेरीच्या जवळच्या माणसांशी बोलायला आम्ही मागितलं होतं. तिच्या जवळची एकच व्यक्ती होती– ॲण्ड्रिया.'' मी आवंढा गिळते. ॲलनकडे बघते. ''येट्स यांना गाठा. ॲण्ड्रियाचं आडनाव काय ते शोधून काढा आणि तिची काय पार्श्वभूमी आहे, ते तपासून बघा. माझं अंतर्मन मला सांगतंय, की ते नाव बोगस असल्याचं आपल्याला आढळून येईल आणि ती यापूर्वीच तिथून सटकली असेल.''

३६

"लिसा रिड हे काहीसं चर्चमध्ये झालेलं अंतर्गत कोडं होतं," कार्डिनल रॉस मला सांगतात. "ते चर्च चालवणारा पाद्री एक तरुण माणूस आहे – फादर स्ट्रेन. तरुण पाद्री लोकांपैकीच तो एक आहे. या समूहातले पाद्री तरुण, हुशार आणि थेट रोमशीच असहमती दाखवण्याची तयारी असलेले – अर्थात आदरपूर्वक – असे आहेत."

"म्हणजे मी असं गृहीत धरते, की लिंगबदल केलेल्या व्यक्तीकडून कबुलीजबाब घेण्याचं काम त्यांच्या कार्यात एकदम चपखल बसत असेल."

"हो आणि नाही."

मी कपाळावर आठ्या घालते. "हे जरा गुंतागुंतीचं दिसतंय."

"समलैंगिकतेविषयी चर्चची जी भूमिका प्रथमपासून होती, ती आजही कायम आहे. समलैंगिकता म्हणजे पाप समजलं जातं. ज्यांनी लिंगबदल केलेला आहे त्यांना नामर्द किंवा बायल्या समजलं जातं. म्हणजे ते समलिंगीच, ज्यांनी आपल्या आतल्या इच्छेनुसार आपलं बाहेरचं रूप बदलण्यासाठी प्रगत तंत्रज्ञानाचा उपयोग करून घेतलेला असतो. पण त्यांनी जरी असा बदल करून घेतलेला असला, तरी सत्याला बाजूला सारण्यासाठी चर्च हा बदल विचारात घेत नाही. ते जसे जन्मले तेच सत्य असतं. परमेश्वराने त्यांना जसं बनवलं तसेच ते जन्माला येतात. त्यांनी जरी वरकरणी त्यात बदल केला तरी शेवटी सत्य ते सत्यच."

"म्हणजे मग लिंगबदल केलेल्या व्यक्तीस समलिंगीच समजलं जात असतं तर."

"हो."

"तुम्ही 'नामर्द, बायल्या', हे शब्द वापरले. पण ज्या स्त्रियांनी स्वत:ला पुरुष बनवून आपल्यात बदल करून घेतला असेल, त्यांचं काय?"

"दोन्ही प्रकार एकाच जातकुळीतले आहेत. शेवटी समलैंगिकता हे पापच समजलं जातं."

"मग एखाद्या समलिंगी व्यक्तीला रोमन कॅथॉलिक व्हायचं असेल, तर त्यानं काय करावं?"

"ते कबुलीजबाब देऊ शकतात. खरं म्हणजे त्यांनी कबुलीजबाब द्यायला हवा. जोपर्यंत ते बदलत नाहीत आणि परमेश्वराने त्यांना जसं बनवलं आणि बायबलने जसं सांगितलंय तसं ते वागत नाहीत, तोपर्यंत त्यांनी आपल्या चुकांची कबुली द्यायलाच हवी. जर ते पूर्णपणे पूर्वपदावर येऊ शकत नसतील – म्हणजे उदाहरणार्थ विरुद्धलिंगी व्यक्तीशी विवाह करणं, नाही तर त्यांनी ब्रह्मचर्याचं पालन करणं अपेक्षित आहे. यापैकी एक गोष्ट जोपर्यंत घडत नाही, तोपर्यंत त्यांनी 'होली कम्युनिअन' आणि विविध विधींमध्ये भाग घेऊ नये. 'होली कम्युनिअन'मध्ये पाद्री पाव आणि वाईन पवित्र करतात व एकत्र बसून त्याचं सेवन करतात. अशा विधीत त्यांनी भाग घेता कामा नये.

"मग... मला कळत नाहीये. स्ट्रेनशी संघर्ष होण्याचं कारण काय?"

"दोन प्रकारची कारणं आहेत. त्यातलं एक म्हणजे स्ट्रेन डेक्स्टर रिडला 'होली कम्युनिअन' देत होता.

"आणि दुसरं कारण?"

"चर्चमध्ये येणाऱ्या इतर साधकांनी तक्रार केली. एजंट बॅरेट, तुम्ही कोणत्या ठिकाणी आहात यावर ते अवलंबून असतं, की तुम्हाला काय अनुभव येऊ शकतात. वेगवेगळ्या ठिकाणी वेगवेगळे अनुभव येतात. एखादी समलैंगिक व्यक्ती लॉस एंजेलिसमधल्या चर्चमध्ये आली, तर किंवा टेक्सासमधल्या चर्चमध्ये आली, तर त्या व्यक्तीला भिन्न स्वरूपाची वागणूक मिळेल. एक उदाहरण दिलं."

"अच्छा! समजतंय मला."

"फादर स्ट्रेनला सबुरीचा सल्ला देण्यात आला होता. डेक्स्टर रिडला 'होली कम्युनिअन' देण्याचं थांबवा असं त्यांना सांगण्यात आलं होतं आणि डेक्स्टरशी वागताना सांभाळून राहावं, अशीही सूचना देण्यात आली होती. पण त्याने या सूचना पाळायला नकार दिला."

"मग काय झालं त्यांचं?"

"काहीच नाही."

ते 'काहीच नाही' ज्या प्रकारे म्हणतात, ते जरा वेगळं आहे. त्या म्हणण्यावरून असं वाटतं, की पुढचे 'अजून तरी नाही' हे शब्द उच्चारायचे ते विसरले असावेत.

"काय होणार आहे त्यांचं?"

"ते परमेश्वराच्या हातात आहे."

मी गालातल्या गालात हसते आणि डोकं हलवते. सर्व जगात नोकरशाही ही नोकरशाहीच असते हे बघून जरा बरंही वाटतं. मला असं जाणवतंय, की फादर स्ट्रेन यांनी स्वत:ला पदोन्नती मिळण्याची अपेक्षा करू नये. कदाचित त्याचीही त्यांना पर्वा नसावी.

"कार्डिनल, मी एक संबंध हुडकतेय. लिसा रिडने प्रीचरचं लक्ष कसं वेधून घेतलं असेल? लिसा रिडचा खून म्हणजे फार मोठ्या बातमीचा विषय होईल, असा अंदाज तर त्याने बांधला नसेल ना?"

"लिसा रिडबाबत, मला माहीत असलेल्या कोणत्याच मोठ्या वृत्तवाहिनीवर काहीही आलं नाही. कॅथॉलिक ब्लॉगवर आणि वार्तापत्रांमध्ये त्याविषयी पुसटसा उल्लेख आहे, इतकंच. अगदी चर्चमध्येसुद्धा कधीतरी समलैंगिकतेवर चर्चा, वादविवाद होत असतात. समलिंगी जीवनशैली आत्मसात केलेल्यांना परमेश्वराच्या कृपाछत्राखाली कसं आणता येईल, याविषयी मतं-मतांतरं व्यक्त होत असतात. तुम्ही कल्पना करू शकता, किती गरमागरम विषय आहे हा."

"असू शकेल." मी पुटपुटते. "कदाचित तो धार्मिक ब्लॉग बारकाईने बघत असावा."

"एजंट बॅरेट, तुम्हाला असं वाटतं का, की फादर स्ट्रेन यांच्या जिवाला धोका आहे? डेक्स्टरला चर्चमधल्या सत्संगांमध्ये प्रवेश द्यायला अनुमती दिली, म्हणून फादरच्या मागे तर हा प्रीचर लागणार नाही ना?"

आमची ही चर्चा चालू असताना एक गोष्ट माझ्या लक्षात येते. मी लिसा म्हणते; तर कार्डिनल डेक्स्टर म्हणतात. व्यक्ती एकच. लिसा जे काही करू बघत होती, जे काही होण्याचा प्रयत्न करत होती आणि स्वत:विषयी तिला जे वाटत होतं, ते सारं काही ते अतिशय सहजपणे बडतर्फ करत आहेत. त्यांच्या दृष्टीने लिसासारख्या व्यक्तीचा इतक्या गांभीर्याने विचार करण्याचीच आवश्यकता नाहीये.

"फादर स्ट्रेनच्या जिवाला धोका? छे! मला नाही तसं वाटत. प्रीचरच्या दृष्टीने लिसा एक साधन होती; आपलं लक्ष त्याच्याकडे आणि तो जे काही करतोय त्याकडे वेधून घेण्यासाठी वापरलेलं साधन. बरीच वर्षं एक अनामिक म्हणून तो काम करत राहिला. काहीतरी जोरदार हंगामा करून त्याला या अनामिकतेच्या अंधकारातून प्रकाशात यायचं होतं. हा हेतू सफल करण्यासाठी लिसा ही एक अतिशय योग्य व्यक्ती होती. अनेक अंगांनी! अनेक कोनांतून!! तिच्या कुटुंबाचे राजकीय संबंध, तिच्या स्वत:च्या जीवनातलं वादंग वगैरे. व्हर्जिनिया तसं त्याच्या नेहमीच्या कार्यक्षेत्रापासून बरंच दूर. मला वाटतं, त्याला जे करायचं होतं ते त्याने केलं आणि तो निघून गेला. तरीदेखील फादर स्ट्रेन यांच्याशी मला बोलायचंय."

"मी समजू शकतो."

ॲलन माझ्या ऑफिसमध्ये डोकं घालतो. ''काहीतरी मिळालंय.'' तो म्हणतो. तो अतिशय उत्तेजित झालेला दिसतोय.

''कार्डिनल, मला जाणं गरजेचं आहे. तुमच्या मदतीबद्दल मी आभारी आहे.''

''जेव्हा माझी गरज भासेल, तेव्हा मी उपस्थित आहे एजंट बॅरेट.''

असणारच तुम्ही उपलब्ध! फोन बंद करता करता मी विचार करते. आता अजून काही नवं लफडं किंवा कांड नकोय ना तुम्हाला? की हवंय?

समलैंगिकतेविषयी त्यांनी दिलेलं प्रवचन आणि 'लिसा' या नावाचा वापर करण्याचं त्यांनी कटाक्षाने टाळणं, यामुळे कॅथॉलिक चर्चविषयीचा माझ्या मनात असलेला जुना राग उफाळून वर आलाय. एक काळ होता, तेव्हा प्रार्थनेतली निरामयता आणि निर्मळता मला खूप भावायची. फक्त मी आणि परमेश्वर! इतकं साधं ते होतं. आणि त्याभोवती एक प्रकारचं शांततामय सत्य पांघरलेलं असायचं. असहिष्णुता, एखाद्या मर्यादेच्या पलीकडे जाऊन विचार न करण्याची वृत्ती असणं, एखाद्या गोष्टीच्या पलीकडचं न पाहणं; या साऱ्याचा अर्थ मला कधी उमगला नाही आणि त्यावरच्या प्रवचनांचा मी कधी आनंदही उपभोगला नाही. आजही माझ्या या दृष्टिकोनात काहीही बदल झालेला नाही.

''काय झालं रे?'' मी विचारते.

''ॲण्ड्रियाने फादर येट्सला तिचं नाव, ॲण्ड्रिया टू असल्याचं सांगितलं.''

''टू? विनोद तर करत नाहीयेस ना?''

''ठाऊक आहे मला. फारच विनोदी. हा... हा... हा... तुझा कयास बरोबर निघाला. खोटंय नाव ते. ॲण्ड्रिया टू नावाची कोणीच कधीच ओहियोतल्या पोलिसांत काम करत नव्हती. ए.एफ.आय.एस., कोडीसमध्ये कुठे कुठे कुठेच ॲण्ड्रिया टू नव्हती.''

''कदाचित ती केवळ एक तात्पुरती रहिवासी म्हणून इथे आली असेल आणि तिने खोटं नाव सांगितलं असेल.'' कॅलीचं निरीक्षण.

''तसं असेल तर तो एक मोठा योगायोगच म्हणावा लागेल.'' ॲलन म्हणतो. त्याच्या आवाजात केवळ शंका नाहीये, तर त्याहीपेक्षा जास्त काहीतरी आहे.

मी डोकं हलवते. ''असं नसणार. तिचा खात्रीपूर्वक खुनांमध्ये हात असणार.''

चला, निघा आता लवकर, मी विचार करते. या प्रकरणाचा तपास हाती घेतल्यापासून प्रथमच गाडीला उतार लागलाय. त्यामुळे सगळ्या कामाला कसा वेग आलाय.

''कॅली, तू माझ्याबरोबर रिडीमर चर्चमध्ये येणार आहेस. तुझं फोरेन्सिकचं सामान बरोबर घे. ॲलन, व्हर्जिनियातल्या फादर स्ट्रेन यांना फोन लाव. त्यांना पुन्हा विचार, लिसा रिडच्या सहवासात कोणी होतं का? तिच्यात कोणी रस दाखवला

होता का? त्यांनी असं काही बघितलं होतं का? या वेळी एकदम उलट्या दिशेने जा. त्यांना सर्वांत शेवटी ज्या कोणाचा संशय येत असेल, त्या व्यक्तीचा शोध घ्या.''

''कळलं मला.''

फादर येट्स अजूनही अस्वस्थ दिसताहेत. मला वाईट वाटतंय, की मी आता त्यांच्यासाठी अजून वाईट परिस्थिती निर्माण करणार आहे.

''ॲण्ड्रिया टू हे खोटं नाव आहे फादर.''

''इकडे यात काही विशेष समजलं जात नाही.''

''ओहियोच्या पोलीस विभागात कोणा ॲण्ड्रिया टूने कधीच काम केलेलं नाहीये.''

ते आपल्या केसांमधून हात फिरवतात. त्यांचे डोळे पुन्हा येशूला शोधतात. शांतता मिळवण्यासाठी ते त्या रंग निघालेल्या भात्याकडे दिवसातून किती वेळा बघत असतील?

''तुला असं वाटतंय, की ती प्रीचरबरोबर काम करत होती. असंच ना?''

''हो! असंच वाटतंय.''

मी या निष्कर्षाप्रत कसं आले, हे मी त्यांना समजावून, स्पष्ट करून सांगते. ते खचून जायला सुरुवात होते. आणि मी जसं प्रीचरच्या सहकाऱ्याची काम करण्याची पद्धत त्यांना सांगते, तशी त्यांची अवस्था अधिकच वाईट होते. ती काम करण्याची पद्धत म्हणजे सत्संगामध्ये घुसायचं, कबुलीजबाब देण्याच्या बूथमध्ये चाललेलं संभाषण चोरून ऐकण्यासाठी तिथे बग लावायचा, बळी निश्चित करायची आणि तिच्या जवळ जायचं, मग त्या बळीला आपल्या सहकाऱ्याच्या म्हणजे प्रीचरच्या हवाली करायचं आणि ती बळी बेपत्ता झाल्यावर आपला संशय येऊ नये म्हणून चर्चच्या परिसरात रेंगाळत राहायचं. मी जे काही सांगतेय ते खरं असू नये, अशी त्यांची इच्छा आहे. पण फादर येट्सने समाजातल्या वाईट भागाबरोबर इतक्या जवळून आणि इतकं दीर्घ काळ काम केलंय, की त्यांच्यासमोर पापं उभं केल्यावर, पापाचा पुरावा सादर केल्यावर ते त्याला टाळू शकत नाहीत.

''तू जे काही म्हणतेस त्या साऱ्यात तथ्य आहे. परमेश्वर मला मदत करो. ॲण्ड्रियाशी तू बोलल्यानंतर दुसऱ्याच दिवशी ती निघून गेली. ती म्हणाली की, तिची घरी जाण्याची आणि आयुष्य नव्याने सुरू करण्याची वेळ आलीय.'' त्यांच्या आवाजात कडवटपणा आहे. ''मी तिच्यावर विश्वास ठेवला. मी तिला आत घेतलं, तिला कम्युनिअन म्हणजे प्रसाद दिला आणि तिचा कबुलीजबाबही घेतला. तिने

जेव्हा तिच्या मेलेल्या मुलाविषयी सांगितलं आणि ती रडली, तेव्हा मी तिला प्रेमाने जवळ घेऊन तिला धीर दिला.''

कॅली सुरुवातीपासून आत्तापर्यंत शांतच आहे.

''काही वेळेस हे लोक उत्तम अभिनय करतात.'' ती म्हणते. ''असं नसतं की तुम्ही आंधळे किंवा मूर्ख असता. पण असं असतं की, त्यांना जेव्हा गरज असते तेव्हा ते ऑस्कर विजेत्या अभिनेत्याप्रमाणे अभिनय करतात.''

ते तिला हृदयापासून नसलेलं एक स्मितहास्य देतात. त्या स्मितहास्यात ते तिच्याशी सहमती दाखवत असले, तरी तिच्या शब्दांतून त्यांना शांतता मिळाल्याचं दिसत नाही.

''बरं! तर आता मी काय मदत करू शकतो?''

''मला वाटतं, ॲण्ड्रिया आपल्यासाठी मुद्दाम काहीतरी मागे ठेवून गेलीय. त्यांच्या दृष्टीने खेळ संपत आलाय. आम्ही त्यांना पकडावं अशी त्यांची आता इच्छा आहे. पण त्यासाठी आम्ही श्रम घ्यावे, अशीही त्यांची इच्छा आहे. प्रीचरने सांगितलंय, की त्याला पकडण्यासाठी जे काही आवश्यक आहे, ते तिथंच आहे.''

''ॲण्ड्रिया नेहमी वापरायची, असं इथं काही आहे का?'' कॅली विचारते. ''असं काहीही, ज्याला ती वारंवार, खूप वेळा स्पर्श करायची. असं काहीही, ज्याकडे ती नको इतकं लक्ष द्यायची?''

त्यांचे डोळे विस्फारतात.

''काय झालं फादर?'' मी विचारते.

''वाईनचा चषक! तो चषक स्वच्छ करण्याचं काम तिनं मागितलं होतं. त्या चषकाला स्पर्श करायला तिला फार आवडतं, असं ती म्हणाली होती. असंही म्हणाली, की त्या चषकाला स्पर्श केल्यावर आपण परमेश्वराच्या खूप जवळ आहोत, असं जाणवतं.''

''कदाचित ते मात्र ती खरं बोलत असेल.'' मी म्हणते.

''आम्ही बघू शकतो का तो चषक?'' कॅली विचारते.

''अर्थात! का नाही? कृपया थांबा इथेच.''

ते जातात आणि एका क्षणात निळ्या रंगाची एक बॅग घेऊन येतात. पुढे वेदीजवळ येण्याची ते आम्हाला खूण करतात.

''प्लीज ती बॅग खाली ठेवा फादर.'' कॅली म्हणते.

ते बॅग खाली ठेवतात.

कॅली हातांवर मोजे चढवते, ते आम्ही बघत बसतो. ती बॅगेत हात घालून त्यातला चषक बाहेर काढत नाही, पण त्याऐवजी ती बॅगचं तोंड उघडते आणि बॅगेचं तोंड बॅगेच्या तळापाशी हळुवारपणे ओढून ठेवते. तो चषक सोन्याचा आहे

आणि रात्रीची वेळ असूनही चर्चच्या त्या अंधारलेल्या प्रकाशात तो चषक चमकतोय.

कॅली फ्लुरोसंट फ्लॅश लाईट बाहेर काढते आणि चषकाची बाहेरची बाजू तपासण्याच्या कामाला लागते.

"बाहेरच्या बाजूला अजिबात काहीही नाहीये," ती म्हणते. "अस्पष्टसेदेखील कोणतेही डाग नाहीयेत."

मनात निराशा वर यायला लागलीय. पण मग एक कल्पना डोक्यात येते.

"त्या चषकाचा तळ तपासून बघ. तळाचा खालचा भाग. चषक साफ करणाऱ्या बहुतेक लोकांकडून तो भाग साफ करायचा राहून जातो, याची मला खात्री आहे. तिला आपल्यासाठी काही सुगावा सोडायचाच असला, तर ती खात्री करून घेऊन अशा ठिकाणी तो सोडेल, जे ठिकाण सहसा साफ केलं जाणार नाही; आणि तो सुगावा अपघाताने पुसला जाणार नाही."

कॅली तो चषक उलटा करते आणि त्यावर प्रकाश टाकते. ती माझ्याकडे बघते आणि हसते.

"अबब! अंगठ्याचा छान, मोठा ठसा आहे. अगदी दिवसाइतका स्पष्ट, स्वच्छ."

पुन्हा माझ्यात वीज चमकून गेल्याची जाणीव. संपूर्ण शरीरभर! खेळ संपलेला नाहीये, पण आम्ही तिथे पोहोचतोच आहोत.

बोटांच्या ठशासाठी वापरतात तो भुसा त्या ठशावर पसरून कॅली तो ठसा स्पष्ट करते आणि त्यावर पारदर्शक सेलोटेप लावते. एका पांढऱ्या कार्डला ती तो टेप चिकटवते. तसंच त्या ठशाचे ती फोटोही घेते. म्हणजे कार्डला काही झालं तरी आमच्याकडे त्या ठशाचा बॅकअप आम्ही घेऊन ठेवलेला असतो.

चर्चच्या या परिसरात कॅमेऱ्याचे फ्लॅश उडणं म्हणजे जरा विचित्रच वाटतं. मनुष्य-निर्मित वीज तिथं चमकते. क्षणभर येशू आणि चर्चमधली वेदी दिवसाच्या प्रकाशात असल्यासारखे दिसतात. लगेच ते मेणबत्यांच्या ज्योतीमुळे तयार झालेल्या सावल्यांमध्ये विरघळून जातात. फ्लॅशच्या प्रकाशात चषक असा चमकतो, जणू त्याला कोणी आगच लावलीय.

मी त्या चषकाकडे निरखून बघते आणि विचार करते, हे निश्चितपणे केव्हा घडलं असेल? मी इथपर्यंत पोहोचले कशी? जेव्हा मी मुलगी होते तेव्हा अशाच चषकांमधून मी घोट घेतले होते. आणि त्याचा अर्थ असा होता, की मी देवाच्या जवळ गेले होते. आता त्याचा अर्थ असा आहे, की मी एका राक्षसाच्या जवळ जातेय.

ही काय निवड आहे? राक्षस किंवा परमेश्वर? त्या राक्षसांच्या खूप जवळ जाणं, त्यांना समजून घेणं आणि तरीही ईश्वराविषयीच्या कल्पनांसाठी आपल्या

अंतरंगातला एक कोपरा रिकामं ठेवणं, हे शक्य आहे का?

पुन्हा एकदा फ्लॅश चमकतो आणि त्या प्रकाशाच्या तीव्रतेमुळे माझे डोळे मिटतात. या प्रकाशाचं देवाशी काहीही देणंघेणं नाहीये. काहीही नाही.

"आत्तासाठी मला इतकं पुरेसं आहे." कॅली म्हणते.

मी फादर येट्सकडे वळते. "आम्हाला हा चषक घेऊन जावा लागेल फादर."

ते खिन्नपणे हसतात. "संकोच करू नकोस. माझ्यासाठी म्हणाल तर आता यानंतर तो वापरण्याच्या पात्रतेचा राहिलेला नाहीये."

"तिच्या अंगठ्यांच्या ठशांनी परमेश्वराचं अस्तित्व पुसलं गेलं की काय? असं दिसतंय, की तुम्ही तिला बरीच शक्ती प्रदान करताय."

त्यांना पुन्हा एकदा ते जुनं स्मितहास्य सापडतं. मी जेव्हा माझ्या स्वत:च्या अविश्वासाने, परमेश्वराविषयीच्या अविश्वासाने आणि कडवटपणाने त्यांना आव्हान दिलं होतं, त्या वेळी ते माझ्याकडे बघून असंच हसले होते. त्या स्मितहास्यात एक भाग सहनशीलतेचा, दुसरा भाग करुणेचा आणि बाकी सर्व भाग ममतेचे आहेत.

"नाही, तसं नाही. त्यांच्या एकाही भागाला मी त्या पवित्र क्षणांच्या सोबत राहू देणार नाही. त्यांची ती पात्रता नाहीये."

मला जाणवतंय की मी अकारण ही गोष्ट ताणतेय. वास्तविक नुकत्याच घडलेल्या काही घटनांमुळे फादर येट्स अस्वस्थ झालेले आहेत, खरंय. पण त्यांच्या श्रद्धेला तडा गेलेला नाहीये. परमेश्वराविषयीची अनिश्चितता हा माझा प्रांत आहे. पण ते मात्र नेहमीच निष्ठावंत राहिले आहेत.

"आता तुम्ही कशासाठी प्रार्थना करणार आहात फादर?"

"अर्थातच न्यायासाठी."

माझ्या आतला काळाकुट्ट कडवटपणा वर येत असल्याने मी तोंड वाकडं करते. याला काही अंतच नाही असं दिसतंय.

"माझ्या पद्धतीचा न्याय की परमेश्वराच्या?"

"त्याने न्याय करण्यासाठी मला प्रार्थना करण्याची आवश्यकता नाहीये, कारण त्याचा न्याय निश्चित आहे. तेव्हा, मला वाटतं तुझ्या न्यायासाठीच मी प्रार्थना करावी."

"आपण जवळ येऊन पोहोचलो आहोत." आम्ही गाडीतून परत येत असताना कॅली म्हणते. "ते कोण आहेत हे आपल्याला लवकरच समजेल."

"हो."

"फार छान वाटत असेल नाही, त्या माणसासारखी श्रद्धा असणं?"

''मला वाटतं, तुझी तशी श्रद्धा नाहीये.''

ती खळखळून हसते. आणि मघापासून हातात धरून ठेवलेली व्हायकोडीनची गोळी तोंडात टाकते.

''मी फक्त स्वत:वर आणि मोजक्या काही लोकांवर विश्वास ठेवते आणि माझ्यासाठी तसंही ते जरा कठीणच आहे.''

''तुझं काय?'' ती विचारते.

''त्याला पकडल्यावर हा प्रश्न तू मला विचार. तुझं हे मोठं थोबाड बंद ठेवणार असशील, तर तुला आणखी एक गोष्ट मला सांगायचीय.''

''किती निर्घृणपणे मला कापतेस!'' ती सुस्कारा सोडते. ''पण ठीक आहे. चल सांग काय ते लवकर.''

''टॉमी आणि मी आता एकत्र राहणार आहोत. या सर्व गोंधळात मी त्यावर विचार केला आणि मला हे मान्य करावं लागेल, की मी या निर्णयाप्रत आले त्यात फादर येट्स हेदेखील काही अंशी साहाय्यभूत ठरले आहेत.''

ती गप्प आहे.

''स्मोकी, तुझ्यासाठी मी इतकी आनंदी आहे म्हणून सांगू!''

कोणत्या तरी नष्टचर्यातून माझी सुटका झाल्याचा भाव तिच्या आवाजात आहे. कोणत्या तरी तणावातून मुक्त झाल्याचा भाव. मी त्यामुळे जरा कोड्यातच पडते, पण जेव्हा मी तिच्याकडे बघते तेव्हा तिच्या भावना माझ्या लक्षात येतात.

''तू माझी खूप काळजी करतेस कॅली. माझं नेहमीच चांगलं होणार होतं.''

''तेच तर...'' ती आवंढा गिळते, भावनांचा उद्रेक झटकून टाकते आणि हजारो वॅटचं एक स्मितहास्य माझ्याकडे भिरकावते. ''अनेक गोष्टींपैकी तीच तर एक गोष्ट असते जे चांगले मित्र करतात – एकमेकांची काळजी.''

तिला स्पर्श करण्यासाठी मी हात पुढे करते, पण लगेचच मागे घेते. कॅलीशी जवळीक करणं म्हणजे... अवघडच होऊन बसतं मग ते सारं.

''चल, माझ्या मैत्रिणी, आपण त्या मारेकऱ्याला पकडू या.''

''हां! ते चालेल. ते काम आपण एकत्रपणे केलेलं चालेल. काहीच प्रॉब्लेम नाही.

३७

"फादर स्ट्रेन कुशाग्र बुद्धिमत्तेचे निघाले," ॲलन म्हणतो. "जेव्हा मी काय आणि का शोधतोय ते स्पष्ट करून सांगितलं, त्या वेळी त्यांना काहीतरी लगेचच आठवलं. एक लुळापांगळा माणूस. तो चाकाच्या खुर्चीवर बसून आला होता. तो दारुडा होता म्हणे. एकदा नशेत तो वाहत्या रहदारीत सापडला आणि अपघात झाल्यावर त्याला पक्षाघात झाला. कमरेपासून त्याचं शरीर लुळं पडलं. अशी त्याची तो कथा सांगत होता म्हणे. त्याची आणि लिसा रिडची तार एकदम जुळली होती."

"हुशार. लिसाचा खून झाल्यावर तो निघून गेला असेल, तर त्याचं नाव समोर का नाही आलं?"

"तो हुशार आणि चतुर होता. त्याने एक कथा रचली. त्याचं आणि त्याच्या मुलीचं बिनसलं होतं. पण नंतर परत समेट झालाय वगैरे. लिसाच्या ट्रीपच्या काही दिवस अगोदर तो त्याच्या कथित मुलीला भेटण्यासाठी कॅलिफोर्नियाला विमानाने जाणार होता. माझा असा अंदाज आहे, की चर्च सोडण्यापूर्वीच त्याने ॲम्ब्रोझचा खून करून टाकलेला होता. लिसा जाईपर्यंत तो बहुधा ॲम्ब्रोझच्या घरातच थांबला असावा आणि नंतर टेक्सास आणि परत असा प्रवास करून त्यानं लिसाचा पाठलाग केला असावा."

तो म्हणतोय त्या साऱ्यात तथ्य आहे आणि ॲलनच्या या कयासामुळे प्रीचरची जी प्रतिमा आमच्या मनात आम्ही रचलीय, तिला बळकटीच मिळते; बुद्धिमान, निर्णयक्षमता असलेला आणि आपल्या कामात आटोपशीर आणि व्यवस्थित. त्या अगोदर त्याने केलेल्या खुनांच्या वेळी त्याने बळी निवडण्यासाठी 'ॲण्ड्रिया'ला पाठवलं होतं. ॲण्ड्रिया म्हणजे जनमानसातला त्यांचा चेहरा होता. लिसाच्या खुनानंतर तो उघड्यावर प्रकाशात येऊ शकत होता. सर्व काही त्याला खूप

समाधान देत असणार.

"ॲलन, आता तू कॅलीची जागा घ्यावीस आणि रिडीमर चर्चमधून आम्ही बोटांच्या ठशांच्या ज्या प्रिंट्स आणल्या आहेत त्यावर ए.एफ.आय.सी.मधून प्रक्रिया करून आण. कॅली, तू आता फोनवर बस आणि व्हर्जिनियातल्या फोरेन्सिकच्या लोकांशी बोल. त्यांनी स्ट्रेनच्या चर्चमध्ये जाऊन तिथेही काही प्रिंट्स मिळतात का ते बघायला हवं."

"तिथेही वाईनच्या चषकावरच बोटांचे ठसे असतील, असं तुला वाटतंय का?"

"मी तर सर्वांत अगोदर त्याच जागेची तपासणी करेन."

आता उघड व्हायचं हा विचार तो थांबवूच शकला नसावा. पुरे झाली आता लपाछपी. बरोबर? म्हणून आपण त्याला शोधून काढावं, यासाठी मागे सुगावा सोडताना तो नकळत हसला असावा.

"आपण चाललो." ॲलन ओरडून बोलावतो.

मी घाईघाईने त्याच्या टेबलपाशी जाते. त्याच्या कॉम्प्युटरच्या पडद्यावर ॲण्ड्रिया टूचा फोटो आहे. तिचे केस छोटे आहेत. पण ती तीच आहे, यात शंका घेण्याचं काही कारणच नाहीये.

"फ्रान्सिस मर्फी." मी वाचते. "ती या डेटाबेसमध्ये का आहे पण?"

"भूतकाळातलं गुन्हेगारीचं रेकॉर्ड." तो त्या मजकूरावर खाली सरकतो. "हे बघा – कॅथॉलिक पाद्र्यांवर हल्ला केल्याप्रकरणी अटक. नंतर त्याच पाद्र्याला लहान मुलाचं लैंगिक शोषण केल्याप्रकरणी अटक झाली होती. आणि... बघू या पुढचं... न्यायाधीशांकडून कोणतीही सूट नाही, कारण त्या पाद्र्याने ज्या मुलाचं लैंगिक शोषण केलं होतं, त्यापैकी ती नव्हती. त्या पाद्र्यांला मुलं आवडायची; मुली नाही.

"तिचे कोणी सहकारी?"

तो की-बोर्डवरचं एक बटन दाबतो आणि पडद्यावर तीन शब्द दिसतात. ते वाचून मी श्वास घ्यायचीच थांबते.

"भाऊ मायकेल मर्फी." मी मोठ्याने वाचते. "फोटो दाखव त्याचा."

मायकेल मर्फीचा फोटो पडद्यावर दिसतो. अगदी त्याच्या बहिणीची पुरुषी आवृत्ती आहे. तेच मोठे आणि दु:खी डोळे. दिसायला आकर्षक आहे. छान, छान, गोंडस मुलासारखा दिसत नाहीये. मर्दानी आहे. त्याचा चेहरा रांगडा आहे आणि त्यात एक प्रकारची भावनिक तीव्रता आहे. स्त्रियांच्या बाबतीत त्याला काही

अडचणी येण्याचा प्रश्नच उद्‌भवत नाही.

"पाद्र्यावरच्या हल्ल्यात त्यानेही भाग घेतला होता." ॲलन माहिती पुरवतो. "वीस वर्षांपूर्वी. यात त्यालाही काही सूट मिळाली नाही, कारण तोही लैंगिक शोषण झालेल्यांपैकी एक नव्हता."

"आणखी काय?"

तो अजून दोन-तीन बटनं दाबतो आणि त्यांचे अगोदरचे कारनामे पडद्यावर अवतरतात.

"नेहमीप्रमाणेच आहे त्यांची गुन्हेगारी पार्श्वभूमी." ॲलनचे निरीक्षण.

त्यांनी केलेल्या गुन्ह्यांच्या यादीची सुरुवात वयाच्या अठराव्या वर्षापासून होते. आणि त्यानंतरची चार ते पाच वर्षं त्यांची गुन्हेगारी सुरू राहते. किरकोळ चोऱ्या, मोठ्या चोऱ्या, चेकची लांबवालांबवी – फार काही मोठे गंभीर गुन्हे नाहीत. वयाच्या बाविसाव्या वर्षापर्यंत त्यांचं तुरुंगात जाणं-येणं चालू राहतं. त्यानंतर मात्र पाद्र्यांवरच्या हल्ल्याव्यतिरिक्त त्यांच्या नावावर काही गुन्हे नाहीत.

"त्यांच्या जन्मतारखा तपासून बघा बरं." ॲलन म्हणतो.

"जानेवारी बावीस आणि... जानेवारी बावीस?" मी डोळे मिचकावते. "ते जुळे आहेत."

"मॅचिंग जंपसूटमध्ये गोड दिसतील, नाही?" किरबीच्या आवाजाने मी चमकते. ती आमच्या मागे येऊन उभी राहिलेली आहे. मी या कामात इतकी मग्न झालेली होते, की ती आल्याचं मला कळलंही नाही.

"जुळे भाऊ-बहीण. खून करणारी टीम?" मी पुटपुटते. "कसं काम करत असतील दोघं?"

"त्यांच्याच हातात सगळी सूत्रं असतील," किरबी म्हणते. "तिच्याकडे बघा. डोळ्यांभोवती! किती दुबळी वाटते!" तिच्या आवाजात राग आहे. "भावा-बहिणीच्या खुनी टीमला मीही एकदा भेटले होते. कुठे ते आता आठवत नाही. खून करणं त्यांच्या रक्तातच होतं. त्यांचा बापदेखील एक सराईत खुनी होता. एकदम चिकणाही होता."

मी तिच्याकडे बघते. ती हसते.

"मला इशारा समजू शकतो. मी कॅलीशी नंतर बोलेन. करा या भावा-बहिणींबरोबर मजा."

ती जात असताना तिला उत्तर देण्यासाठी मी काहीतरी पुटपुटते.

दुबळी, अं? ॲण्ड्रिया म्हणून तिने काय कारनामे केले, ते मी विचारात घेते. ते पात्र, ती भूमिका तिने किती तन्मयतेने वठवली होती. किरबीच्या म्हणण्याशी म्हणूनच मी असहमत होते. एक विचार असाही येतो. तिच्या दंडावरचे व्रण नकली

होते की काय? की मागे कधीतरी तिने खरोखरच आपली मनगटं कापून घेतली होती? म्हणजे मग तिचा आत्महत्येचा प्रयत्न फसला होता, अशी जी स्वत:विषयीची कथा तिने रचली होती, ती कोणालाही अगदी खरी वाटू शकत होती. या प्रश्नांची संभाव्य उत्तरं अस्वस्थ करणारीच आहेत. या दोघांविषयी बाकी सारं जितकं अस्वस्थ करणारं आहे तितकंच!

"चला त्यांना शोधू या ॲलन."

प्रीचर! तुझा शेवट जवळ येतोय. तू आणि तुझ्या बहिणीने अनेक गोष्टी एकमेकांसह केल्या असतील. पण आता तुमचा मृत्यू मात्र वेगवेगळा होणार आहे. मी खात्रीपूर्वक तशी व्यवस्था करीन.

"प्रिंट स्कॅन करून घेतलीय आणि ई-मेलने ती माझ्यापर्यंत पोहोचतेच आहे." कॅली म्हणते. "मला फक्त एक सेकंद दे. आपल्या श्रीमान मर्फीसोबत हे बोटांचे ठसे जुळले, की आपल्याला आवश्यक ती खातरजमा झालेली असेल."

"ॲलन, सध्या ही दोघं कुठे असतील, काही सांगता येईल?"

"त्यावरच काम करतोय अजून."

ऑफिसचं दार ढकललं जातं आणि जेम्स आत येतो. त्याच्याबरोबर जेझबेलही. दोघांच्याही चेहऱ्यावर गंभीर भाव!

"आपल्याला प्रीचरकडून नवा संदेश आलाय. मी केवळ सुरुवात बघितलीय. पण यात तो त्याचा चेहरा दाखवतोय आणि त्याला ओळखल्याबद्दल आपलं अभिनंदन करतोय."

"हरामी," एकमेकांकडे बघत ॲलन आणि मी एकाच वेळी उद्गारतो.

"त्याची रिडीमर चर्चवर नजर होती," मी म्हणते. "आपण तिथं जाण्याचं एकच कारण होतं, हे त्याला ठाऊक होतं. त्याला हे देखील माहीत आहे, की त्यांनी तिथे आपल्या बोटांचे ठसे मागे सोडलेले आहेत."

"पळून जाईल असं वाटतंय?" ॲलन विचारतो.

"काही सांगता येत नाही. मला वाटतंय की तो पकडला जावा, अशी त्याचीच इच्छा आहे. पण आता प्रत्यक्षात ती वेळ आल्यावर..." मी खांदे उडवते. "त्यांचे विचार बदलू शकतात. आपण ती क्लिप बघू या जेम्स."

तो खाली बसतो. कॅली वगळता आम्ही सारे कॉम्प्युटरच्या स्क्रीनभोवती कोंडाळं करून बसतो.

या क्लिपमध्ये सुरुवातीला नेहमीप्रमाणे कोणतीही अक्षरं येत नाहीत. कोणतेही नखरे नाहीत. या माध्यमाद्वारे जितकं शक्य आहे तितक्या जवळून तो आमच्याशी

संपर्क साधतोय. आणखी एक फरक म्हणजे, आता आम्ही त्याचा चेहरा बघू शकत आहोत.

मी त्याचा अभ्यास करते, छाननी करते आणि लक्षात येतं, की मायकेल मर्फी हा एक शांत माणूस आहे. त्याच्या देहबोलीत एक प्रकारची निश्चितता आहे. तो कुठेही चाचपडत नाही. चाचरत नाही. त्यानं जे करायला हवंय ते तो करतोय आणि आपण करतोय ते बरोबर की चूक याची चिंता करत तो झोपी जात नाही. तो शांत, संघटित, आटोपशीर आणि आनंदी आहे. त्याच्या आवाजात मैत्रीचा भाव आहे.

"ज्यांच्यावर मला शोधून काढण्याची जबाबदारी होती, त्या पोलीस दलातल्या लोकांनी आणि कायदा राबवणाऱ्या लोकांनी अखेर मी कोण आहे, ते शोधून काढलंय, हे माझ्या लक्षात आलंय. त्यामुळे मला किती आनंद झालाय, ते मी सांगू शकत नाहीये. मी आणि माझी बहीण या क्षणाची गेल्या वीस वर्षांपासून आतुरतेने वाट बघत होतो. खूप श्रम करून एक-एक वीट रचत रचत आम्ही या क्षणापर्यंत पोहोचलो आहोत. वीस वर्षांचा अज्ञातवास. वीस वर्षांचं नियोजन, वीस वर्षांचा त्याग.

"अनेकजण विचारतील – का? तुम्हाला जर काही सांगायचंच आहे, तर सरळ सांगून का टाकत नाही? मला वाटतं, या प्रश्नाचं उत्तर स्वयंसिद्ध आहे. तुमच्या आजूबाजूला समाजात काय चाललंय ते बघा. आत्म्याच्या कल्पनेचा कोणी साधा विचार जरी केला, तरी त्याला ज्या जगात दटावलं जातं; ज्या जगात त्या कल्पनेला दाबून टाकलं जातं, अशा जगात आपण सध्या वावरतो आहोत. हे दटावणं, हे दाबून टाकणं दिवसेंदिवस वाढत चाललंय. माणसाची जमात मांसाच्या दुनियेत आनंद उपभोगतेय. शारीरिक पातळीवरचा आनंद उपभोगतेय आणि जे लोक या पातळीवर जगतात, ते केवळ जे दिसतं त्यावरच विश्वास ठेवतात.

"त्या मांसाशी, शारीरिक पातळीवर जगणाऱ्या त्या माणसाशी तुम्ही सत्याविषयी बोललात तर तो नाक मुरडेल आणि म्हणेल – 'सत्य? कोणतं सत्य? सत्य वगैरे मला काही दिसत नाही. मला दिसतंय सेक्स, लैंगिक सुख, मला दिसतेय नशा, मला दिसतंय इंद्रियसुख.

"मला माहितीये, की आपल्याला जर आपला मुद्दा सिद्ध करून लोकांना पुन्हा परमेश्वरापाशी आणायचं असेल, तर त्यांना काहीतरी दाखवावं लागेल. आपण जे दाखवू ते त्यांना त्यांच्या डोळ्यांनी दिसायला हवं, ते त्यांना त्यांच्या कानांनी ऐकू यायला हवं. तेव्हाच त्यांना आपण जे सांगतोय ते हृदयापासून समजेल.

"आणि मला जे घडायला हवंय ते साध्य होतंय. परमेश्वराची स्तुतीच करायला हवी यासाठी. मी हा जो काही प्रचंड पसारा उभारून जगाला दाखवला, त्याचा परिणाम होत असल्याचं जाणवतंय. साऱ्या जगभर चर्चा सुरू झालीय." तो

टेबलवरचं एक वृत्तपत्र उचलतो आणि वाचतो. ''मी आणि परमेश्वर यांच्यात मी जे अंतर तयार करून ठेवलंय, ते नाहीसं करण्याच्या कल्पनेसाठी प्रीचरने माझे डोळे उघडले. मी आणि परमेश्वर यामध्ये ज्या अवकाशाचं अंतर आहे, त्या अवकाशात भरलेला आहे माझा खोटारडेपणा; ज्याचा त्याग करण्याची माझी इच्छा होत नव्हती. प्रीचरला जे सांगायचं होतं, ते मी ऐकलं आणि सरळ उठून आमच्या स्थानिक चर्चमध्ये गेलो आणि गेल्या दहा वर्षांत प्रथमच माझा कबुलीजबाब दिला.''

''तिरस्करणीय आहे हे सारं.'' संतापाने आपला ओठ वळवत कॅली उद्गारते. ''तूदेखील या खुन्याशी सहमत होऊन कबुलीजबाब दिलास का?''

मी आतल्या आत अस्वस्थ होते. प्रीचरमुळेच कबुलीजबाब द्यायला मी प्रवृत्त झाले होते.

त्याला पकडून मी माझ्या चुकीची दुरुस्ती करेन.

''ही तर अनेक प्रतिक्रियांपैकी केवळ एक प्रतिक्रिया आहे. अर्थात सर्वच जण माझ्याशी सहमत होणारे नाहीयेत. पण मुद्दा हा आहे की – मी जे काही म्हणालो, त्यावर ते चर्चा करताहेत. सत्य, असत्य, पाप, कबुली, परमेश्वर आणि मुक्ती या विषयावर ते चर्चा करू लागले आहेत. ज्योत पुन्हा पेटवण्यात आली आहे. परमेश्वराची स्तुती करा. आजच्या जगात माझे संदेश अडवून ठेवण्यासारखी कृती एकदमच निरर्थक आहे. मी जे बोलतोय त्याच्या आणि माझ्या अगोदरच्या व्हिडिओ क्लिपच्या प्रती या अगोदरच सीडीवर उतरवल्या गेल्या आहेत आणि जगभर वृत्तवाहिन्यांना, लेखकांना, धर्मशास्त्राच्या विद्वानांना आणि शंकेखोरांना पाठवण्यात आलेल्या आहेत. माझा संदेश लोकांपर्यंत पोहोचण्याची गती फार तर कमी करता येईल, पण तो थांबवून ठेवता येणार नाही.

''याहीबाबतीत तो योग्य तेच बोलतोय.'' जेम्स म्हणतो.

''मला निश्चितपणे वाटतंय, की मला आणि माझ्या बहिणीला लवकरच पकडण्यात येईल.''

''याही बाबतीत तो योग्य तेच बोलतोय.'' मी गुरगुरते.

''आम्ही त्यांचं स्वागत करतो. जो मार्ग आम्ही निवडलाय त्या मार्गावरचं ते पुढचं पाऊल आहे. आम्ही प्रत्यक्ष उपदेश करावा, चर्चसाठी आम्ही उपलब्ध असावं, मुलाखतींसाठी, प्रश्नोत्तरासाठी आम्ही उपलब्ध असावं, यासाठीची वेळ येऊन ठेपली आहे. परंतु ते घडण्यापूर्वी, आम्ही जो उपदेश करतो, तेच आचरणात आणतो, हे दाखवून देणंही महत्त्वाचं आहे, असं मला वाटलं. फ्रान्सिस, ये इकडे.''

फ्रान्सिस, जिला मी ॲण्ड्रिया म्हणून भेटले होते, ती कॅमेऱ्यासमोर येते. ती

पण शांत वाटतेय. जवळजवळ तेजस्वीच वाटतेय. वेगवेगळे असल्यापेक्षा ते एकत्र असतानाच अधिक आकर्षक दिसताहेत. जणू ज्योत आणि आरसा परस्परांना प्रतिबिंबित करताहेत. ती आपल्या भावाकडे खाली बघून हसते आणि कॅमेऱ्याकडे वळते. तो आपलं बोलणं चालू ठेवतो.

''फ्रान्सिस आणि मी जुळी भावंडं म्हणून जन्माला आलो. जन्मत:च आम्ही सुदृढ होतो आणि आरोग्यसंपन्न स्थितीतच आम्ही जगलेलो आहोत. आरोग्यसंपन्नता ही परमेश्वराने आम्हाला दिलेली पहिली भेट होती, हे तुम्हाला नंतर कळेलच. आमचं आयुष्य यापेक्षा खूप वेगळं असू शकत होतं. आम्ही फारच खडतर जीवन जगलो आहोत, आणि आमचं जीवनही पाप आणि खोटेपणा यापासून मुक्त नव्हतं. अनेक वेळा आम्ही परमेश्वराच्या मार्गापासून दूर भरकटत गेलो. आम्ही इतरांना जे करायला सांगतो, ते स्वत: करण्याची आता वेळ आलीय. आमच्या पापांचा कबुलीजबाब देण्याची वेळ आलीय.''

''मला हे ऐकायचंय.'' ॲलन पुटपुटतो.

''आमचे वडील,'' तो सांगतो, ''एक कॅथॉलिक पाद्री होते.''

मायकेल आणि फ्रान्सिस मर्फी यांची पापं

३८

मायकेल गुडघ्यावर वाकून, ओणवा होऊन पडद्याच्या मागे बसला आणि त्याने काळजीपूर्वक, अतिशय काळजीपूर्वक कबुलीजबाब देण्याच्या बूथला कान लावला. श्रीमती स्टिव्हन्स आतमध्ये होत्या. त्यांचे केस सोनेरी होते आणि त्यांची छाती भरदार होती. वासनेच्या प्रांतात पापं करणं हे त्यांचं वैशिष्ट्य होतं. त्यामुळे त्यांचा कबुलीजबाब ऐकायला नेहमी मजा वाटायची.

मायकेलने आपले डोळे बंद केले आणि तोंड किंचितसं उघडलं. एक क्षण असाच गेला. पण नंतर बूथमधले आवाज लाकडातून झिरपून त्याला ऐकू येऊ लागले.

''मला स्वत:लाच स्पर्श करायचं मी थांबवूच शकत नाही फादर.''

स्तब्धता. मायकेल कल्पना करू शकत होता, की पाद्र्याने आपला सुस्कारा दाबून ठेवलाय.

''आणि माझ्या मुली, तू स्वत:च्या कोणत्या अंगाला स्पर्श करतेस?''

श्रीमती स्टिव्हन्सचा श्वास आत घेतल्याचा मोठा आवाज.

बाईंना हा प्रश्न आवडलेला दिसतोय, मायकेल मनात विचार करतो.

''माझ्या दोन पायांमध्ये फादर. पँटीच्या आत आणि माझ्या योनीच्या ओठांच्या आत.''

ते ऐकून मायकेलचं तोंड अधिकच उघडलं गेलं. या बूथमध्ये योनीसारखे शब्द वापरतेय ही रांड!

स्वत:च्या ढोंगीपणासाठी तो स्वत:लाच दटावतो. ढोंगीपणा हे अभिमानाचं रूप आहे. अभिमान बाळगणं हे पाप आहे. ती कल्पनाच कशी होती? सोनेरी केसांच्या आणि मोठे स्तन असणाऱ्या श्रीमती स्टिव्हन्स 'तिथे' स्पर्श करताहेत – च्यायला – आणि त्यांच्या चड्डीची कल्पना – या सगळ्या प्रतिमांमुळे त्याच्या

मनाचे डोळे विस्फारले गेले होते.

या प्रसंगाची तळाशी दडलेली दुसरी बाजू होती. ती म्हणजे, त्यालाही कबुलीजबाब देऊन स्वच्छ व्हावं लागणार होतं. भिंतीजवळच्या पडद्यामागे लपल्याची, बूथला कान लावून बसल्याची आणि अत्यंत खाजगी संभाषण ऐकल्याची त्याला कबुली द्यावी लागणार होती – पुन्हा. या वेळी त्याच्याही मनात वैषयिक विचार आले, वासना जागृतीचे विचार आले. तेव्हा याचीही भर त्या पापांमध्ये तो टाकू शकत होता.

त्याने कबुली देणं जरा अवघडच होतं. कारण ज्यांच्याजवळ आपल्या पापांची त्याला कबुली द्यावी लागणार होती, ते त्याचे वडीलच होते. तरीही कबुली चुकणार नव्हतीच. ती द्यावीच लागणार होती. आणि मायकेल तर कबुली देण्यापासून हटणार नव्हताच. त्याची कितीही किंमत त्याला मोजावी लागली असती, तरी चाललं असतं. कबुलीजबाब न देणं म्हणजे अनंतकाळ जळणाऱ्या नरकातल्या ज्वाळांकडे जाण्याचं न परतीचं तिकीटच होय. तिथून परत येण्याचीही सोय नाही. मायकेलचा नरकावर विश्वास होता. त्याच्या दृष्टीने नरकात जाण्याइतकं कोणतंच गुपित मोठं किंवा महत्त्वाचं नव्हतं.

मायकेल वडिलांच्या अनेक गोष्टींची स्तुती करायचा. त्यातली एक म्हणजे त्यांनी एक पाद्री म्हणून आणि एक पिता म्हणून त्यांच्या जबाबदाऱ्या स्वच्छपणे आणि पूर्णपणे विभागून वेगवगळ्या ठेवल्या होत्या. मायकेलनं त्याच्या कबुलीजबाबात त्याच्या पापांची कबुली दिली, तरी त्याचे किंचितसेही पडसाद बूथबाहेर असलेल्या पिता-पुत्र या त्यांच्यातल्या नात्यावर पडत नसत.

श्रीमती स्टिव्हन्स बूथमध्ये बोलत होत्या आणि मायकेल ते चोरून ऐकत होता. त्या हस्तमैथुन करण्याच्या त्यांच्या पापांविषयी बोलत होत्या आणि अगदी सविस्तर वर्णन करत होत्या. (ओली, ओली, त्या पुटपुटल्या, किती किती ओली) एक क्षणभर त्याला आपल्या वडिलांविषयी प्रेम आणि आदर वाटला. मायकेल ओळखत होता त्या सर्वांमध्ये त्याचे वडील खूप सज्जन आणि खूप आदरणीय होते. शेवटी तो चारित्र्याचा प्रश्न होता आणि फ्रँक मर्फीकडे ते विपुल प्रमाणात होते. ते सिद्ध करण्यासाठी खरं तर त्यांना गळ्याभोवती प्रीस्टची पांढरी कॉलर लावण्याचीही आवश्यकता नव्हती.

मायकेललाही पाद्री व्हायचं होतं. आणि त्यामागचं कारण होतं ते म्हणजे त्याचे वडील. एक ब्रह्मचारी म्हणून पाद्री व्हायचं व्रत स्वीकारण्याचं त्याने ठरवलं होतं. त्यामागचंही कारण म्हणजे त्याचे वडील. अशा वेळी तो घेणार असलेल्या त्या शपथेचं बौद्धिक पातळीवर पृथक्करण करत बसायचा. कारण मायकेल स्वत:शी प्रामाणिक होता. आणि तो प्रामाणिकपणाला इतर अनेक

गोष्टींपेक्षा जास्त महत्त्व देत होता. तो घेणार असलेल्या शपथेमुळे त्याला स्त्रीच्या स्पर्शाचा अनुभव मिळणार नव्हता. त्याला स्त्रीच्या स्पर्शाचा अनुभव कधीच मिळणार नव्हता. मग श्रीमती स्टिव्हन्सच्या जगात एखादा दृष्टिक्षेप टाकला, तर ते काय इतकं वाईट आहे? त्यांच्या पांढऱ्या चड्डीत डोकावून बघितलं तर ते काय इतकं मोठं पाप ठरेल?

नाही! ते काही इतकं मोठं पाप नसेल. इतकी वाईट गोष्ट नसेल. पण तरीही, शेवटी ते पापच होतं, असा त्याने विचार केला आणि पाप म्हटल्यावर कबुली आलीच.

त्याच्या वडिलांच्या धीरोदात्तपणाचं त्याला काही वेळेस कौतुक वाटायचं. खरं तर कबुली देताना लोकांना आपल्या पापाची आठवण होऊन त्यांना दुःख होणं अपेक्षित असतं. पण श्रीमती स्टिव्हन्स मात्र कबुली देताना उत्तेजित झाल्याचं दिसत होतं. त्यांच्या आवाजात पश्चात्ताप अजिबात दिसत नव्हता. अगदी तेराव्या वर्षीही मायकेल ठामपणे सांगू शकत होता, की त्या या कबुलीच्या क्षणांचाही उपयोग अजून अधिक पाप करण्यासाठी करत होत्या. त्या त्यांच्या हस्तमैथुनाची कबुली एका उमद्या आणि ब्रह्मचारी पाद्र्याजवळ देत होत्या, या कल्पनेनेच त्या आणखी उत्तेजित झाल्याचं जाणवत होते. त्याहीक्षणी बहुधा त्यांची चड्डी ओली झाली होती.

गुप्तांगावरचे केस... तितकेच सोनेरी, जितके डोक्यावरचे... त्या उसासा सोडताहेत तसे ते केसही चमकताहेत.

ही प्रतिमा त्याला उत्तेजित करून गेली; तसंच त्याला तिटकाराही आला.

"कोण आहे आतमध्ये?"

या पुटपुटण्यामुळे त्याला मोठा धक्का बसला असता आणि त्याची हाडं हलली असती. पण त्याला धक्का बसला नाही. कारण त्याला तिच्या येण्याची चाहूल लागली होती; त्याची जुळी बहीण. एकमेकांपासून काहीही लपवून ठेवणं त्या दोघांना केवळ अशक्य होतं. का? ते त्याला ठामपणे सांगता येत नव्हतं. कदाचित ते जुळे भाऊ-बहीण होते म्हणून असावं.

अत्यंत नाखुशीने आणि खूप काळजीपूर्वक त्याने आपले कान बूथपासून दूर नेले. कारण जोरात हालचाली केल्या, तर लाकूड आवाज करण्याची शक्यता होती. आपल्या जुळ्या बहिणीकडे बघून तो हसला.

"श्रीमती स्टिव्हन्स आहेत आत."

तिने चेहरा वेडावाकडा केला. "ती रांड? आणि तसंही तिचं बोलणं ऐकायला तुला इतकं का आवडतं?" ती त्याला चिडवत म्हणाली.

"नाही," मायकेल तिला विरोध करत पुटपुटला. "अर्थातच नाही."

फ्रान्सिस पुढे काही बोलली नाही. फक्त हसली. सगळं काही माहीत आहे,

असा अर्थ त्या स्मितहास्यात दडलेला होता. मायकेललाही ते उमगलं, की खोटं बोलणं ही आणखी एक अशी गोष्ट होती, जी ते परस्परांशी करू शकत नव्हते.

त्याने उसासा सोडला आणि खांदे झटकले.

"मी कबुलीजबाब द्यायला जाईन."

"ठीकाय."

हे म्हटल्यावर आता यावर पडदा पडणार, त्याच्या पापाचा, त्याच्या चोरून ऐकण्याचा नंतर उल्लेखही होणार नाही, हे त्याला ठाऊक होतं. त्याची जुळी बहीण त्याच्यावर कायम प्रेम करत राहील, काहीही झालं तरी; याविषयी त्याला खूप खात्री होती. तशीच खात्री त्याला त्याच्या श्रद्धेविषयीही होती.

"इथून दूर जाऊ या आपण," तो कुजबुजल्या स्वरात म्हणतो.

सराईत चोरासारखे ते दोघंही त्या बूथपासून लपतछपत दूर जातात. ते त्यांच्या निवासस्थानाकडे जातात आणि नंतर त्यांच्या सामायिक खोलीत. एक छोटी खोली होती ती. काहीजण त्या खोलीला उजाड आणि भकासही म्हणू शकतील, पण त्यांच्यासाठी ती खोली म्हणजे त्यांचं घर होतं. छताला बांधलेल्या एका पडद्यामुळे त्या खोलीचे दोन भाग झाले होते. जेव्हा गरज भासेल तेव्हा तो पडदा ते खाली खेचू शकत होते. फ्रान्सिसचे स्तन वाढायला लागल्यानंतर वडिलांनी तो पडदा लावला.

"ही भिंत आहे," ते म्हणाले होते. "दरवाजा नसलेली भिंत. जो कोणी हा पडदा खाली घेतो आणि ही भिंत बंद करतो, तोच हा पडदा पुन्हा वर घेऊन भिंत उघडेल. समजलं?"

"हो डॅडी." त्यांनी वडिलांचा हुकूम ऐकला. पण असं पडद्याचं नाटक करण्याची काय गरज आहे, हे त्यांना त्या वेळी उमगलं नव्हतं.

आता मात्र त्यांना त्याचा अर्थ उमगलाय. काही वेळा, मायकेल, फ्रान्सिस झोपी गेल्यावर हस्तमैथुन करायचा. त्या लैंगिक इच्छेशी, उर्मीशी तो खूप संघर्ष करून बघायचा. पण त्यानंतर तर ती जास्तच प्रबळ व्हायची. एखाद्या छुप्या जागेत, अंधाऱ्या गुहेत, ज्यात डोकावण्यासाठी तो अद्याप तयार झालेला नव्हता. हस्तमैथुन करण्यात खूप मजा येत होती. त्या वेळी एक हातभर अंतरावर झोपलेल्या बहिणीचा विचार त्याच्या डोक्यात यायचा. इतक्या जवळ झोपलेली, पण तिला तो स्पर्श करू शकत नव्हता. हस्तमैथुन करताना शांत राहण्याचा तो प्रयत्न करायचा. पण काही वेळा, त्याला समजायचं, तो जरा मोठ्यानेच उसासे सोडायचा. त्या क्षणी ती ऐकायची का त्या? कदाचित ऐकत असावी. हो. ऐकलं असेल तिने त्याला उसासा सोडताना.

त्यानंही तिला ऐकलेलं होतं. रात्री उशिरा. तो झोपला असावा, असं जेव्हा

तिला वाटलं असावं, तेव्हा तिचे छोटे उसासे आणि दाबून टाकलेलं तिचं कण्हणं त्यानं ऐकलं होतं. तेव्हा ती तिच्या योनीशी चाळा करत होती, हे त्याला समजलं. सुरुवातीला त्याला धक्का बसला. नंतर तो कोड्यात पडला आणि त्यानंतर त्यामुळे काहीतरी उजेडात आलं, उघड झालं; ज्याकडे बघायचं नाही, असा त्याने निश्चय केला. आपल्या बहिणीविषयी हा विचार?

तो त्याच्या बहिणीला कधीच 'त्या' अर्थाने स्पर्श करणार नव्हता. पुढील एक दशलक्ष वर्षांत तरी. पण एक गोष्ट त्याने तिच्याजवळ कबूल केली होती.

''मी कधीच लैंगिक सुख घेणार नाहीये,'' त्याने तिला सांगितलं. ''पण... मी जर ते घेणारच असेन, तर ते तुझ्यासारख्या स्त्रीसोबतच मी घेईन, फ्रान्सिस.''

''मला ठाऊक आहे.'' असं म्हणून ती हसली होती. ''माझ्याही अशाच भावना आहेत.''

काही लोक त्याला विकृत म्हणतील. परंतु ती दोघं मात्र त्याला प्रेम म्हणायचे. आणि खूप खोलात न जाण्याची ते काळजी घ्यायचे. शिवाय तसं काही घडलंही नव्हतं म्हणा.

फ्रान्सिसला नन व्हायचं होतं. ईश्वराच्या कार्याला वाहून घेतलेली साध्वी. अशीच त्यांची योजना होती. पण त्यामुळे त्यांचा वियोग होणार होता आणि दोघांनाही ते अवघड जाणार होतं; खूप अवघड. पण श्रद्धावानांनी क्लेश सहन करावेत, अशीच ईश्वराची इच्छा नसते काय?

त्या दोघांचाही यावर विश्वास होता, की प्रत्येक गोष्टीमागे काहीतरी कारण असते. वडिलांनादेखील एक जुळी बहीण होती. वडील रोमन कॅथॉलिक विद्यालयात गेले, तेव्हा ते ब्रह्मचारी नव्हते. ते एका स्त्रीबरोबर झोपले होते आणि त्यानंतर ती स्त्री गर्भवती राहिली होती. बाळंतपणात ती वारली. फार अवघड होतं ते. पण इतर अनेक गोष्टींप्रमाणेच देवाने वडिलांना जे काम करायला दिलं होतं, ते काम ते चोखपणे करत होते. त्यांनी त्या मुलांना व्यवस्थित वाढवलं आणि त्यांना रोमन कॅथॉलिक विद्यालयात प्रवेश मिळण्यासाठी चर्चकडे आग्रह धरला व चर्चला ते कसं योग्य आहे, ते पटवूनही दिलं. त्यांची जुळी बहीण, मिशेल आत्या, त्या वेळी मदतीला आली. वडिल धार्मिक शिक्षण घेत असताना आत्याने तिच्या घरी त्यांचा सांभाळ केला. जेव्हा वडील शिक्षण घेऊन आणि पाद्री म्हणून दीक्षा घेऊन परत आले, तेव्हा त्यांनी मुलांना परत आणलं आणि मिशेल आत्याने साध्वी होण्यासाठी कॉन्व्हेंटमध्ये प्रवेश घेतला.

ते नेहमीसारखं आयुष्य नव्हतं. त्यांना कळत होतं, वडील एक चांगले पिता होते. ते खूप दयाळू होते, ज्ञानी होते, कडक होते पण न्याय करणारे होते. दुसऱ्या कोणत्याही गोष्टीपेक्षा त्यांनी मुलांना परमेश्वरावर प्रेम करायला शिकवत वाढवलं.

पण त्याचबरोबर आपली श्रद्धा बुद्धीच्या कसोटीवर घासून तपासून घेण्याचा त्यांचा आग्रह असे. म्हणूनच त्यांनी मुलांना खाजगी नव्हे, तर सार्वजनिक शाळेत घातलं. त्यामुळे चर्चच्या चार भिंतींच्या बाहेर असलेल्या पापाने भरलेल्या जगाची त्यांना ओळख झाली.

"या जगात ईश्वरावर श्रद्धा नसलेल्या लोकांची संख्या श्रद्धा असणाऱ्या लोकांपेक्षा खूप जास्त आहे." वडिलांची त्यांना सांगितलं. "जर तुम्हाला श्रद्धाहीन लोकांमध्ये परमेश्वराच्या शब्दाचा प्रसार करायचा असेल, तर तुम्हाला श्रद्धाहीन लोकांना समजून घ्यावंच लागेल. समजून घेण्यातून आपुलकी जन्माला येते. आपुलकी आणि जिव्हाळ्यातून प्रेम जन्माला येतं आणि पापी माणसाच्या हृदयात येशूची स्थापना करण्यासाठी प्रेम हा अत्युत्तम मार्ग आहे."

त्यांनी जसं सांगितलं तसंच मायकेल आणि फ्रान्सिस यांनी केलं आणि ते एकत्रच या जगात उतरले. त्यांनी या जगाकडे असं बघितलं, जणू दोन सैनिकांना कोणत्या तरी मोहिमेवर पाठवलं गेलंय. ते एकत्रच इकडे-तिकडे फिरायचे; सार्वजनिक, सामाजिक समारंभात बेतानेच भाग घ्यायचे; अतिशय माफकपणे इतरांत मिसळायचे. पण खडूसपणानेही वागायचे नाहीत. त्यांचा सर्वांशी मैत्रीपूर्ण व्यवहार असायचा. ती दोघंही इतकी आकर्षक होती, की त्यांच्या अशा विचित्र वागण्याकडे लोक दुर्लक्ष करून त्यांना क्षमा करायचे. मुली मायकेलला योग्य ते इशारे द्यायचे, पण मायकेल त्यांना दाद द्यायचा नाही. त्यामुळे पोरी पिसाळून जायच्या. मुलं फ्रान्सिसला खुणवायची, पण तीही त्यांना दाद लागू द्यायची नाही. त्यामुळे त्यांच्या मनातली तिच्याविषयीची तहान अधिकच वाढायची. त्यांच्या मते ती जगातला सर्वांत हवाहवासा वाटणारा प्राणी होती.

शाळेत त्यांना खरा मित्र कोणीच नव्हता. होते ते सर्व केवळ परिचित आणि त्याचा त्यांना काही विषादही वाटत नसे. त्यांच्यासमोर जो मार्ग होता त्यात ते समाधानी होते आणि त्यांच्या भविष्याविषयी त्यांच्या मनात कोणतीही शंका नव्हती.

वडील आणि मिशेल आत्या जुळी भावंडं होती आणि ते पाद्री व नन झाले होते. फ्रान्सिस आणि मायकेलदेखील जुळी भावंडं होती आणि त्यांचंही तेच प्रारब्ध होतं. परमेश्वराने केलेली ही खूण नाही, तर दुसरं काय असू शकेल?

गृहपाठ करण्यासाठी ते आपल्या बिछान्यावर बसले. मायकेलचं लिंग अजूनही ताठ असल्याने तो अस्वस्थ होता. श्रीमती स्टिव्हन्सची प्रतिमा त्याच्या मनात स्पष्टपणे कोरली गेलेली होती. त्याने सहज म्हणून त्याच्या जुळ्या बहिणीकडे बघितलं आणि त्याला धक्काच बसला. कारण ती त्याच्याचकडे टक लावून बघत होती.

तिला माहिती आहे. तिला ते नेहमीच माहीत असतं. त्याचं लिंग ताठ आहे, हे तिला ठाऊक आहे. त्याला तिचीच तहान लागली आहे, हे तिला ठाऊक आहे.

या विचाराने तो अधिकच उत्तेजित झाला. या विचाराचा त्याला तिटकाराही आला. या विचारामुळे अपराधीपणाची भावना त्याच्यात ठासून भरली गेली. त्याहीपेक्षा काळंकुट्टं काहीतरी त्याला व्यापून गेलं.

तिला कशाची तरी अपेक्षा असल्याची भावना तिच्या चेहऱ्यावर दिसत होती. ती हसली आणि तिने पडदा खाली घेण्यासाठी हात उंचावला. त्यांच्यामध्ये तो पडदा टाकण्यापूर्वी ती म्हणाली, "उद्या आठवणीने कबुलीजबाब द्यायला जा."

त्याने आवंढा गिळला आणि मान हलवली.

"जाईन मी नक्की."

"आय लव्ह यू, मायकेल."

"आय लव्ह यू टू!"

तिने पडदा ओढला.

मायकेल आणि फ्रान्सिस सोळा वर्षांचे होते, जेव्हा सगळं काही बदललं.

त्यांचं सारं जग विस्कळीत होऊन कोसळून पडणार होतं, याची पुसटशीही कल्पना त्यांना नव्हती. जग आणि परमेश्वरदेखील – फार विचित्र आणि क्रूर असे आहेत. मायकेलला हे कायम ठाऊक असायचं. पण त्याचा अनुभव मात्र त्याला आला नव्हता. जगाचा आणि ईश्वराचा क्रूरपणा, विचित्रपणा, त्याने स्वीकारला होता पण अनुभवला नव्हता.

ते झोपले होते तेव्हा कोणाच्या तरी बोलण्याने मायकेलला जाग आली. त्याने वळून बघितलं तर फ्रान्सिस अजूनही झोपलेली होती. अनेक वर्षांनंतर त्याला वाटलं की, का बरं त्याला जाग आली? नंतर त्याने समजूत करून घेतली, की परमेश्वराने हाक मारून त्याला जागं केलं, कारण परमेश्वराचीही काहीतरी योजना होती.

ते आवाज खूप मोठे नव्हते, पण त्यात एक प्रकारची तातडी होती, लगबग होती, घाई होती. आणि विचित्रपणाचा भाग म्हणजे, आता रात्रीचे दोन वाजले होते. डॅडी तर साडेनऊला झोपी जातात आणि सकाळी साडेचारला उठतात.

त्यातला एक आवाज स्त्रीचा होता आणि आश्चर्य म्हणजे ओळखीचा वाटत होता. पण तो कोणाचा आवाज आहे हे लक्षात येत नव्हतं. दुसरा आवाज तर वडिलांचाच होता.

"त्यांना माहीत असण्याची काही आवश्यकता नाहीये." त्याचे वडील कुजबुजले. "काहीच कारण नाही. ते आपलं पाप होतं. आपलं गुपित होतं. ते छान आहेत. सुदृढ आहेत आणि दोघंही जण परमेश्वराच्या सेवेत आयुष्य व्यतीत करणार आहेत. आता त्यांच्यावर हे ओझं का टाकायचं?"

"फ्रँक, परमेश्वर माझ्याशी बोललाय. मी गेली सोळा वर्षं त्याची प्रार्थना करण्यात घालवले आहेत. त्याने क्षमा करावी म्हणून भीक मागण्यात घालवले आहेत. प्रार्थना करून करून माझ्या गुडघ्यावरची त्वचा कठीण झालीय. शेवटी त्याने माझ्या प्रार्थनेला प्रतिसाद दिलाय. तुला ठाऊकाय, तो काय म्हणाला ते? त्याने फक्त एकाच शब्दाचा उच्चार केला – सत्य. मी माझ्या हृदयात तो शब्द ऐकलाय. अगदी घंटेसारखा. परमेश्वर म्हणजे प्रेम आहे, फ्रँक, आठवतंय? प्रेम केवळ सत्यातून जन्म घेऊ शकतं. हे प्रकरण लपवण्यासाठी सुरुवातीला मी होकार दिला, कारण मला खूप शरम वाटली होती. माझा ठाम विश्वास होता, की परमेश्वर मला कधीच क्षमा करणार नाही. पण तो माझ्याशी बोलला. तो मला क्षमा करेल, असं त्यानं मला सांगितलंय. मला आता एवढंच करायचंय, की त्याची आज्ञा पाळायचीय. सत्य सांगायचंय."

"तुला काहीतरी ऐकल्याचा भास होतोय! तुला खरंच असं वाटतं का, की तू त्यांची आई आहेस हे सत्य सांगून त्यांच्या आयुष्याचा सत्यानाश व्हावा, अशीच परमेश्वराची इच्छा असावी का?"

मायकेलने दरवाजाला कान लावलेला होता. विजेचा धक्का बसावा तसं त्याने डोकं दरवाजापासून दूर केलं. जणू काही त्यानं तापून लाल झालेल्या लोखंडालाच कान टेकवला होता.

काय म्हणाले ते?

आई. तो शब्द होता आई.

सुरुवातीच्या काळात किती वेळा त्यांनी वडिलांजवळ हट्ट धरला असेल, किती वेळा त्यांनी आईविषयी विचारलं असेल?

बाळंतपणात ती गेली, असं त्यांनी सांगितलं होतं. ती आता परमेश्वराजवळ आहे. तिच्यामुळेच तर मी पाद्री झालो. राहू दे तिला तिथे.

एक दिवस मुलांनी आईविषयी विचारण्याचं थांबवलं. पण तिच्याविषयीचा विचार करण्याचं मात्र त्यांनी थांबवलं नाही.

आणि त्या स्त्रीचा आवाज परिचयाचा का वाटतोय?

"काय आहे ते?"

तो अंधारातच चालू लागला होता. त्याची जुळी बहीण त्याच्यामागे उभी होती. तो कुडकुडतोय आणि थरथरतोय, हे त्याच्या लक्षात आलं.

"मायकेल?"

तिने त्याच्या कमरेभोवती तिचे बाहुपाश टाकले आणि त्याला मागून मिठी मारली. त्याच्या खांद्यांवर तिने आपले गाल ठेवले. त्याचं थरथरणं चालूच होतं. परंतु त्या भीतिदायक क्षणीही तिच्या छोट्या स्तनांचा त्याच्या पाठीला होणारा स्पर्श

त्याला जाणवत होता. शांततेतच त्याने स्वत:ला दटावलं.

वासना हे सैतानाचं काम आहे आणि सैतान कधीही थकत नाही.

''ड... डॅडी कोणाशी तरी वाद घालताहेत. स्त्री आहे कोणीतरी. मी त्यांना असं म्हणताना ऐकलं, की ती आपली आई आहे.''

मिठी मारलेली असतानाच ती एकदम कडक झाल्याचं त्याच्या शरीराला जाणवलं.

''काय?''

त्याला पाठीमागे वळावंसं वाटलं. पाठीमागे वळून तिला सांगावसं वाटलं, की विसरून जा हे सारं. सांगावसं वाटलं, की आता आपण परत झोपी जाऊया. दुसऱ्या दिवशी सकाळी उठून लक्षात येईल, की काल रात्री झालं ते स्वप्न होतं. पण त्याला आता मागे वळता येणं शक्य नव्हतं. कारण तिला त्याच्यात जागी झालेली वासना दिसली असती. त्याचं लिंग ताठरलेलं होतं.

सैतान कधी थकत नसतो....

''मी ऐकलंय त्यांना. तूही ऐक.''

त्यांनी ऐकण्यासाठी कान टवकारले असताना तिने त्याला पकडून ठेवलं होतं. सैतान कसा खुबीनं काम करतो, याचा विचार करून तो अचंबित झाला. आता त्यांना अजून काय ऐकावं लागणार आहे, या विचाराने तो भयभीत झाला. जे त्याने या अगोदर ऐकलं त्यामुळे तो संतप्त झालेलाच होता. भावनांच्या या अजब मिश्रणामुळे त्याला चक्कर आल्यासारखं वाटू लागलं. आणखी काहीतरी ऐकण्यासाठी तो एका बाजूला प्रयत्नही करत होता, पण त्याच वेळी आणखी काही ऐकण्याची त्याची इच्छाही नव्हती. आणि ही सगळी भावनिक घालमेल चालू असतानाच त्याच्या पाठीशी दाबल्या गेलेल्या तिच्या स्तनांच्या स्पर्शाची जाणीवही त्याला सतत होत होती. त्याच्या पाठीला चिकटलेले तिचे छोटे स्तन, स्तनाग्रं असावीत.

''मी हे करण्यास तुला मनाई करतो.'' मायकेलचे वडील रागाने कुजबुजतात.

शांतता.

त्या स्त्रीचा आवाज शांत होता. त्यात एक प्रकारचा ठामपणा होता. एक प्रकारचा निर्धार होता. तरीही तो आवाज कोणाचा होता, हे मात्र तो अजूनही ओळखू शकत नव्हता. त्यांच्या कुजबुजण्यात ती ओळख लपली जात होती.

''फ्रँक, परमेश्वराने जो आदेश दिलाय तो मानण्याला तू मनाई करू शकत नाहीस. मी त्यांची आई आहे आणि परमेश्वरानं सांगितलंय, की आता त्यांना सगळं माहिती होण्याची वेळ आली आहे.''

जेव्हा फ्रान्सिसने उसासा सोडला तेव्हा मायकेलला कळलं, की काहीतरी, खूप विचित्र असं काहीतरी घडतंय. तिने आपला चेहरा त्याच्या पाठीत रुतवला

आणि ती कण्हली. काहीतरी भयप्रद पाहिल्यासारखा तो आवाज होता. तिच्या बाहूंनी त्याची पाठ सोडली आणि ती मागे सरकल्याचं त्याला जाणवलं. तो मागे वळला आणि त्याने बघितलं, की तिचा चेहरा दुधासारखा पांढराफटक पडला होता. तिचे डोळे इतके विस्फारलेले होते, की ते केव्हाही खोबणीतून बाहेर पडतील, असं वाटत होतं. आपलं कण्हणं दाबून टाकण्यासाठी तिने आपली मूठ तोंडावर दाबून धरली होती. तिचं थरथरणारं बोट तिने दरवाजाकडे दाखवलं, पण सुसंबद्ध रितीने ती काहीच बोलू शकत नव्हती.

"फ्रान्सिस? काय होतंय?"

तिने तोंडात कोंबलेली मूठ बाहेर काढली. तिने ती मूठ जोरात चावून अनेक ठिकाणी रक्त काढलं होतं, हे बघून त्याला धक्काच बसला.

"तिचा..." ती पुटपुटली, अजूनही भयचकित झालेली. "तू तिचा आवाज ओळखत नाहीस का?" फ्रान्सिस तिचे केस उपटायला सुरुवात करते. काही केस तर तिच्या टाळूपासून तुटून गळून पडतात. "तू तिचा आवाज ओळखत नाहीस का?"

मायकेलने तिची मनगटं पकडली – तिने स्वत:ला अजून जखमी करून घेऊ नये म्हणून. त्याला नेहमीच तिचे केस आवडायचे. तिच्या डोळ्यांव्यतिरिक्त तिचे केस तिच्या सौंदर्यात भर घालत होते.

"फ्रान्सिस! सावर स्वत:ला."

तिने आपली मनगटं त्याच्या पकडीतून सोडवून घेतली आणि भिंतीला टेकून बसली. तिने आपले गुडघे दुमडून छातीपाशी घेतले आणि त्यावर आपलं कपाळ टेकवलं. ती पुढेमागे डोलायला लागली.

"जा आणि बघ. तुला समजेल." तो जेमतेम तिचं बोलणं ऐकू शकत होता.

पण खूप खोलवरून, काळ्याकुट्ट अंध:कारातून काहीतरी तरंगत वर येत असल्याची त्याला जाणीव होते. काहीतरी असं की, त्यामुळे त्याच्या कपाळावर तेलकट घाम जमा होतो.

त्याने शेवटचं एकदा आपल्या जुळ्या बहिणीकडे बघितलं आणि दरवाजा उघडला. हॉलमध्ये जिथून आवाज येत होते त्या दिशेने तो चवड्यावर चालत गेला. आवाज चॅपेलच्या दिशेने येत होते. आता घाम मोठ्या प्रमाणावर येत होता. त्याने पळायला सुरुवात केली. कारण ती काळीकुट्ट गोष्ट सूड घेतल्यासारखी तरंगत वर यायला लागली होती. आणि ती पृष्ठभाग भेदून बाहेर पडण्याअगोदर त्याला तिथं पोहोचायचं होतं. म्हणजे ते चुकीचं, अगदी चुकीचं होतं हे त्याला सिद्ध करता आलं असतं.

त्याने चॅपेलमध्ये प्रवेश केला. अनवाणी, केवळ अंतर्वस्त्र घातलेल्या अवस्थेत, घामाने डबडबलेला आणि बर्फाच्या वादळात एखादा नंगा माणूस सापडावा तसा कुडकुडत होता तो.

आतून वर तरंगत येणारी ती गोष्ट अखेर पृष्ठभाग भेदून बाहेर आलीय. जोरात खिदळत.

बघतो आहेस तू हे? बघतो आहेस? हा! हा! हा! हा! बघितलं. जी स्त्री म्हणाली होती, की ती त्यांची आई आहे, त्या स्त्रीसमोर आदरणीय महान फ्रँक मर्फी उभे होते. ती स्त्री नन होती. साध्वी. आणि ती त्याच्या चांगल्या परिचयाची होती.

मिशेल आत्या.

३९

''माझे वडील आणि माझी आई, भाऊ आणि बहीण होते. जुळे भाऊ-बहीण, मी आणि माझ्या बहिणीसारखे. ते एकमेकांबरोबर झोपले होते आणि त्याचा परिणाम म्हणजे आमचा जन्म झाला होता.'' त्याचा चेहरा दु:खी, उदास आणि गंभीर आहे. ''त्यांनी माझ्या आईचं गर्भारपण लपवून ठेवण्याचं कारस्थान केलं. फार कठीण नव्हतं ते. त्या वेळी ती दोघंही अठरा वर्षांची होती. दोघंही दारू प्यायले होते आणि मग सैतानानं जसं सांगितलं तसं त्यांनी केलं होतं.

''आमच्यासाठी ते सत्य कशासारखं होतं, याचं वर्णन मी करू तरी कसं? जगातल्या ज्या दोन लोकांविषयी आम्हाला सर्वांत जास्त आदर होता, तेच आमचं सारं आयुष्यभर आमच्याशी खोटं बोलत आले होते. गोत्रगमन – जवळच्या नातलगांमधला शरीरसंबंध हा आमचा जन्मसिद्ध हक्क होता. निषिद्ध अशा संभोगातून आमचा जन्म झालेला होता.

''त्या रात्री मी माझ्या वडिलांना विचारलं, की त्यांनी या पापाचा कबुलीजबाब कोणाकडे दिला का? त्यांनी तो दिलेला नव्हता, असं त्यांनी सांगितलं.'' मर्फीच्या मुद्रेवर विश्वास बसणार नाही अशा भावना प्रकट होतात. ''तुम्ही कल्पना करू शकता? त्यांनी त्यांचं पाप स्वत:जवळच ठेवलं. स्वत:ला नरकातल्या ज्वाळांच्या हवाली केलं. का? आमचं रक्षण करण्यासाठी? नाही. कोणत्याही पाद्र्याजवळ त्यांनी आपल्या पापांची कबुली दिली असती, तरी त्याने गुप्तता पाळली असती. त्यांनी कबुली दिली नाही, कारण त्यांना स्वत:ची शरम वाटत होती.

''मी अनेक पापांविषयी शिकलो, त्यांच्याविषयी ऐकलं. पण हे एक पाप माझ्या दृष्टीने अक्षम्य म्हणावं लागेल. गोत्रगमन नाही. त्यांनी आपल्या बहिणीशी समागम केला, ते पाप आहेच. त्यात काही शंका नाही. पण माझ्या दृष्टीने तेही

क्षम्य आहे. ते आम्हा भावंडांशी खोटं बोलले. पाप आहेच. पण मी म्हणतो, तेही क्षम्य आहे. मी समजू शकतो. पण त्यांचं परमेश्वराला फसवणं माझ्या दृष्टीने केव्हाही अक्षम्य ठरतं.

''त्यांनी आम्हाला सांगितलं, त्यांच्या पापाचं प्रायश्चित्त म्हणून त्यांनी त्यांचं आयुष्य परमेश्वर चरणी अर्पण केलं आणि आम्हाला पापभीरू, देवभीरू म्हणून वाढवलं. पण त्यांनी जी मूळ फसवणूक केली होती, त्या पलीकडे जाऊन मला काहीच ऐकूही येत नव्हतं आणि काही दिसतही नव्हतं.

''त्याच सकाळी मी आणि माझी बहीण चर्चमधून बाहेर पडलो. वडिलांनी आम्हाला थांबवण्याचा खूप प्रयत्न केला. पण मी त्यांना मारलं.'' तो हसतो. एकदाच. ''नाही. मी त्यांना ठार नाही केलं. ते दहा वर्षांपूर्वी कॅन्सरने वारले. त्यांनी शेवटी आपल्या पापाची कबुली दिली की नाही, मला कल्पना नाही. दिली असेल, असा विचार करायला मला आवडतं.''

''ती कधीच बोलत नाहीये. लक्षात आलंय?'' ॲलन म्हणतो.

''त्याच्या ताब्यात सारी सूत्रं आहेत,'' मी उत्तरते. ''हा त्याचा खेळ आहे.''

खुनांची मालिका करणाऱ्या टीममध्ये असंच असतं. त्यातला एक जण मुख्य खेळाडू असतो. तोच सारी सूत्रं हलवत असतो. त्यांच्या कृतीचं समर्थन करण्यासाठी त्या कृतीला बुद्धीप्रामाण्याची जोड देत असतो. म्हणजे किरबी जवळपास योग्य तेच म्हणाली होती तर.

''मी मान्य करेन, की त्यानंतर बरीच वर्षं आम्ही अस्वस्थ होतो. आम्ही आमच्या मार्गापासून दूर गेलो होतो. या काळात आम्ही एकच गोष्ट गमावली नाही, ती म्हणजे आमचं परस्परांविषयीचं प्रेम.'' त्याची बहीण त्याच्या खांद्यावर हात ठेवते. बोलणं चालू ठेवतानाच तो आपला हात उचलून तिचा हात हातात घेतो. ''परमेश्वराकडे परत येण्यासाठी आम्हाला जरा वेळ लागला. त्यातलं बारीकसारीक सगळं सविस्तरपणे सांगून मी तुम्हाला कंटाळा आणू इच्छित नाही. आमची पूर्ण कथा सांगण्यासाठी नंतर बराच वेळ आहे. या वेळी महत्त्वाचं आहे ते हे, की आम्ही ईश्वराकडे परत आलो. मला हे समजून चुकलं, की एक असत्य, परमेश्वराजवळ सर्व काही उघड करण्यास दिलेला नकार, मुक्ती मिळवण्यासाठी आपल्या पापकर्मांची कबुली देण्यास दिलेला नकार, या सर्वांचा एकत्रित परिणाम म्हणून आमची आयुष्यं उद्‌ध्वस्त झाली होती.

''म्हणून मग तेव्हापासून हेच तत्त्व आम्ही आमच्या जीवनात अनुसरण्याचं ठरवलं – कोणतीही दयामाया न दाखवता, स्वत:ला शिक्षा करण्याबाबत कोणताही संयम न बाळगता! माझ्या बहिणीबाबत माझ्या मनात वैषयिक भावना जागृत होतात, हे मी कबूल केलं. तिनेही ते कबूल केलं. या आमच्या पापासाठी आम्ही

तपश्चर्या केली. आमच्या पालकांनी जी पापं केली होती, तीच जवळजवळ आम्ही करू लागलो होतो. पण सुदैवाने आम्ही वेळीच सावध झालो आणि तपश्चर्या करून मनावरचं हे ओझं दूर केलं. त्यानंतर परमेश्वराची आमच्यासाठी काय योजना आहे, हे आम्हाला पुन्हा एकदा उमगलं.''

तो तिच्याकडे वर बघतो. ती त्याच्याकडे खाली बघते. आणि ती दोघंही परस्परांकडे बघून हसतात. त्यांची पडद्यावर दिसणारी ही प्रतिमा फार भयावह वाटते. कारण ते परमानंदात आहेत. दातांना रक्त लागलेले राक्षस! डोक्याभोवती आभा असलेले राक्षस! ते पुन्हा कॅमेऱ्याकडे बघू लागतात.

''आम्ही गर्भवासात पडलो, तेव्हापासून परमेश्वराने आमची परीक्षा घेतलेली आहे. आम्ही त्याचा नाद सोडून द्यावा, म्हणून त्याने अनेक कारणं आमच्यासमोर उभी केली. फसवणूक, त्याच्या अस्तित्वाविषयीचा संदेह, क्लेश, सारं काही त्याने आम्हाला दिलं. आम्ही खंबीर आहोत, आमची त्याच्यावरची निष्ठा अविचल आहे, याची त्याला खात्री करून घ्यायची होती. परमेश्वर त्याच्या प्रत्येक प्रेषिताची अशीच परीक्षा घेत असतो.

''मला हे समजून चुकलं, की माझ्या वडिलांसारखी खूप माणसं जगात आहेत. खूप म्हणजे खूपच! एक पवित्र माणूस! परमेश्वरासाठी आणि इतरांसाठी आपलं स्वतःचं आयुष्य अर्पण करणारा असा त्याचा आत्मा! ज्याची प्रशंसा करावी तेवढी कमीच. तरीही तो माणूस स्वतःला अनादिकालपर्यंत नरकात ढकलून देण्यासाठी तयार, कारण तो त्याची गुपितं उघडी करण्यास तयार असला, तरी सर्व गुपितं नाही. काही गुपितं तो दडवून ठेवणारा. विवाहबाह्य संबंधातून मूल झाल्याचं माझ्या वडिलांनी मान्य केलं. पण अंतिम सत्य त्यांनी दडवूनच ठेवलं. एक गुपित राखूनच ठेवलं. एका पापाची कबुली दिलीच नाही. ते हे की ते त्यांच्या बहिणीबरोबर झोपले होते.

''मला हे समजलं, की इतरांना परमेश्वराच्या पूर्ण प्रकाशात आणणं हे आमचं कर्तव्य आहे. परमेश्वर केवळ पूर्ण सत्यच स्वीकारतो, अर्धसत्य नाही. काही दडवलेलं त्याला चालत नाही. हे त्यांना समजावून देऊन त्यांना परमेश्वराच्या कृपाप्रसादाचा लाभ मिळवून देणं, हे आमचं कर्तव्य होतं. सर्व बाबतीत सत्यप्रिय राहा. खरोखरचा पश्चात्ताप करा. मनापासून पश्चात्तापदग्ध व्हा. आणि मग त्याच्याकडे क्षमायाचना करा. म्हणजे मग तो तुमची पापं धुवून टाकेल. दहा पापांपैकी नऊ पापांची कबुली द्या, एका पापाची कबुली राखून ठेवा, एक पाप लपवून ठेवा, की मग अनादिकालापर्यंत जळत राहावं लागतं.

''आम्ही या कार्यासाठी आमचं आयुष्य समर्पित केलंय. फार अवघड होतं ते. परमेश्वराच्या अगदी मूलभूत आदेशांपैकी एक आदेश आहे, तो म्हणजे – तू

कोणाला ठार करणार नाहीस. पण आम्ही ज्यांना ठार केलं, त्या सर्वांनी आपल्या पापांची कबुली दिलेली होती. त्यांच्यापैकी एक अपवाद वगळता, सर्व जण खरोखरचे पश्चात्तापदग्ध झालेले होते. ज्यांनी पाद्र्याजवळ आपल्या पापांची कबुली दिली, त्या केवळ आत्म्यांना आम्ही बाहेर काढलं. एक अपवाद वगळता, ते सारे हुतात्मा होते. आम्ही येशूप्रमाणे त्यांच्या बाजूला क्रॉस टोचून ठेवले. आणि आता ते सारे पश्चातापदग्ध लोक परमेश्वराच्या उजव्या हाताला बसलेले आहेत.'' तो स्तब्ध होतो – एक क्षणभर. ''ती लहान मुलगी मात्र अर्थातच अपवाद आहे. मी हे बोलत असताना ती जळत असेल, याबद्दल माझ्या मनात तिळमात्रही शंका नाहीये. पवित्र कराराचा दुसरा भाग प्रकाशित करण्यासाठी ती मेली. तो करार म्हणजे – पश्चात्ताप. या मृत्यूमुळे आणखी लाखो लोकांना हे समजेल, की तसं करणारे या जगात ते एकटे नाहीयेत. त्यांना समजेल, की आपल्या प्रत्येकाच्या आत लज्जास्पद गोष्टी दडवल्या गेलेल्या आहेत. जर आपल्याला परमेश्वरी प्रेमाच्या पूर्णत्वाचा अनुभव घ्यायचा असेल, तर आपली जी काळीकुट्ट बाजू आहे तिची कबुली द्यावीच लागेल. आणि हो! ते परमेश्वरी प्रेम किती निरामय, निर्मळ असतं. परमेश्वर खूप काही आहे. पण त्यातही सर्वांत महत्त्वाचं म्हणजे परमेश्वर प्रेम आहे. परमेश्वर म्हणजेच प्रेम आणि प्रेम म्हणजेच परमेश्वर.''

तो वेडा असल्याची एक अस्पष्टशी झलक प्रथमच दिसते. खूपच अस्पष्ट आहे ती. डोळ्यांत एक वेगळीच चमक, आवाजाला आलेली धार. पण असं असलं तरीही ती झलक दिसतेच. तिच्याच पाठीमागे असणार आहे ते खरं कारण, ते सत्य. तो काय करतोय, त्याने काय केलंय आणि तो हे सारं का करतोय? यामागचं सत्य. लज्जास्पद परिस्थितीत त्यांचा झालेला जन्म, ज्यांच्यावर विश्वास ठेवला त्यांच्याकडूनच झालेली फसवणूक आणि ते ज्या धर्मात वाढले त्या धर्माच्या आवरणात त्यांचं हे कथानक लपेटलेलं. शब्दांचा कितीही सुंदर फुलोरा वापरून त्याने भाषण दिलेलं असलं आणि कितीही काळजीपूर्वक बुद्धिप्रामाण्य वापरून युक्तिवाद केलेले असले, तरी मला त्याची पर्वा नाही. अप्रत्यक्ष क्रोधाचीच परिणती खुनांच्या मालिकेत होत असते. त्याला अपवाद नसतात.

त्याने ज्यांचे बळी घेतले त्या सर्व स्त्रिया होत्या, ही बाब मी लक्षात घेते. मॅडोना आणि वेश्या, असं जे कॅली म्हणाली ते बरोबर होतं. मायकेल मर्फीने त्याच्या वडिलांपेक्षा त्याच्या आत्याला, म्हणजेच आईला अधिक दोष दिला आणि त्याने ज्यांचा बळी घेतला, त्या स्त्रियांना मात्र त्याच्या रागाची किंमत मोजावी लागली.

''आमचं कार्य आता त्या पातळीपर्यंत पोहोचलंय. आता आम्ही पुढे जाण्यासाठी, परमेश्वराने आमच्यासाठी जो मार्ग आखलेला आहे, त्यावर पुढचं पाऊल टाकण्यासाठी आम्ही तयार आहोत. आम्ही त्या मार्गावर स्वखुशीने चालत जाऊ. आम्ही त्याला

कोणताही विरोध करणार नाही, संघर्ष करणार नाही."

पडद्यावर अंधार!

"किती चांगुलपणा आहे नाही त्यांचा?" कॅली उद्गारते. राग आणि उपरोध तिच्या आवाजात ठासून भरलेला. "गरीब बिचारी मुलं ती. बापाने शेण खाल्लं, पोरंही तशीच वेडी."

तिच्या भावनांशी मी सहमत! मी कशाला – आम्ही सारेच! जीवन खडतर असतं आणि काही वेळेस तर क्रूर आणि अन्याय्यदेखील असतं. पण म्हणून त्याचा राग दुसऱ्यावर काढण्याचं कारण नाही ना! 'निसर्ग विरुद्ध संगोपन' हा वाद अनेक दिवसांपासून गाजलेला आहे आणि यापुढेही गाजत राहील. मला वाटतं, लहान मुलांना चांगल्या वातावरणात वाढण्याची खरंच गरज असते. आपण लहानपणी जो अनुभव घेतो, त्याचेच पडसाद आपल्या भविष्यात पडत राहतात. वारंवार आपल्यासमोर येणारी याबाबतची आकडेवारी म्हणूनच नाकारता येत नाही.

ज्यांचा लहानपणी छळ झालेला असतो, त्यापैकी अदमासे एक तृतीयांश मुलं मोठी झाल्यावर इतरांचा छळ करतात. पण उरलेल्या दोन तृतीयांश मुलांचं काय? ज्यांचा छळ झाला, ज्यांना वाईट वागणूक मिळाली, ज्यांनी मार खाल्ला, ज्यांची फसवणूक झाली, पण नंतर जे साधारण, नेहमीसारखं, सामान्य माणसासारखं आयुष्य जगले, त्यांचं काय? त्यांना आलेल्या अनुभवामुळे पछाडले गेलेले, आयुष्यभर, कदाचित त्यामुळे त्यांच्यावर कायमस्वरूपी मानसिक आघात झालेला पण – आणि हाच खरा मुद्दा आहे – तरीही ते सज्जन आहेत, अशा लोकांचं काय? लहानपणी लैंगिक छळ झाला म्हणून प्रौढ झाल्यावर लहान मुलांचा असाच छळ करणारे जरी अनेक असले, तरी लहानपणी लैंगिक छळ झालेल्यांची आपल्याला अशीही उदाहरणं सापडतात, जे अतिशय दयाळू आणि प्रेमळ पालक म्हणून नावारूपाला येतात. या दोन प्रकारच्या लोकांत काय फरक आहे? जन्मत:च इतरांपेक्षा मोठं ओझं बाळगण्याची आपल्यातल्या काही लोकांजवळ क्षमता असते का?

मायकेल आणि फ्रान्सिस यांच्या वाटेला वाईट अनुभव आले; खरंय, पण ते अनुभव इतके वाईट होते? की मानसिक दृष्ट्या ते अगदी लुळेपांगळे होऊन जावेत? याहीपेक्षा वाईट अनुभव आलेल्यांविषयी आपण ऐकलंय की. पण ते काही खून करत सुटले नाहीत. वीस वर्षं ते लोकांचे मुडदे पाडत राहिले. त्याची कारणमीमांसा करताना त्यांनी त्याची सांगड आपल्या दुर्दैवाशी घातली. पण हे त्यांच्या दुर्बलतेचं लक्षण आहे. त्यांच्या अपराधीपणाचं लक्षण आहे. त्यांना सहानुभूती दाखवण्याचं ते कारण होऊ शकत नाही.

"ते असं का वागले, याची मी पर्वा करायचं काहीच कारण नाहीये." मी

म्हणते. "मला आता त्यांना फक्त तुरुंगात टाकायचं आहे."

"मलाही तसंच वाटतं." ॲलन माझ्याशी सहमत.

शेवटी हे असलं साधं तर्कशास्त्रच कामाला येतं. एखाद्या गोष्टीमागची कारणं शोधत बसायचं, त्या गोष्टीच्या अगदी तळाशी जायचं म्हणजे साप आपलंच शेपूट खात असल्यासारखं झालं. या प्रक्रियेत शेवटी तुम्हाला सत्य तर गवसणार नाहीच. उलट तुम्ही स्वत:लाच खाल्लेलं असेल. एका विशिष्ट पातळीवर आल्यावर कोण असं का वागलं हे समजून घेण्याचा प्रयास थांबवायला हवा आणि अशा लोकांना समजातून बाहेर काढणं, हेच केवळ आपलं काम आहे, हे स्वीकारायला हवं.

"त्यांचा सध्याचा पत्ता घेऊ या," मी म्हणते. "आणि त्यांची इच्छा पूर्ण करू या."

वेगवेगळे शोध इतके वेगात आणि वादळी वेगात लागले की त्यांनतर एक तास उलटून गेल्याचं कळलंही नाही. एडी जोन्स आमच्या ऑफिसातच आहेत. त्यांच्याबरोबर माझी टीम आणि एफ.बी.आय. स्वॅट (SWAT) आहेत.

आमच्या स्वॅटचा प्रमुख आहे सॅम ब्रॅडी, कॅलीचा होणारा पती. ब्रॅडी चाळिशीच्या मध्यावर आलेला उंच, सडपातळ, सहा फूट चार इंच, केस बारीक कापलेला आणि त्याच्या कामाप्रमाणेच गंभीर चेहरा असलेला आहे. मी या माणसाच्या इतरही बाजू बघितलेल्या आहेत. तो जसा आहे, त्यामध्ये शांत आणि समाधानी आहे. तो तसंच शांतपणे कॅलीवर प्रेम करतो, पण त्याचं तिच्यावरचं प्रेम गहिरं आहे. आयुष्यातल्या प्रत्येक गोष्टीकडे बघण्याची त्याची हीच भूमिका असते. तो एक खंबीर माणूस आहे. त्याच्या व्यक्तिमत्त्वाच्या प्रत्येक पैलूत पुरुषीपणाचा प्रत्यय येत असतो. आणि मुख्य म्हणजे कॅलीपुढे तो अजिबात दबून जात नाही.

प्रीचरची शेवटची व्हिडिओ क्लिप ब्रॅडीने बघितली आहे.

"तिथं फार हिंसाचार होईल असं वाटत नाही. आपण अगदी युद्धावर निघालो असल्यासारखं जावं, असं मला वाटत नाही." तो म्हणतो. "मी काही तज्ज्ञ नाही, पण मला असं दिसतंय, की आपण त्यांना ताब्यात घ्यावं, ही त्यांची इच्छा आहे. खरंतर त्यांची ती गरज आहे."

"मान्य आहे मला," मी म्हणते. "पण मला पुरेसा आत्मविश्वास नाहीये. आपण त्यांच्या दारावर थाप मारायची, त्यांनी बाहेर यायचं आणि आपण त्यांना पकडून घेऊन यायचं इतकं सोप्पं काम नसेल हे. मला वाटतं, आपण त्यांच्या घरापासून काही अंतरावर उभे राहू आणि त्यांच्याशी फोनवरून किंवा कर्ण्यातून बोलू. त्यांना जर शांतपणे बाहेर यायचं असेल, तर येऊ देऊ. जर तसं नाही झालं तर..." मी खांदे उडवते. "तर मग आहेच अश्रुधूर!"

यावर तो विचार करतो आणि मान हलवतो. ''मी माझ्या टीमला तयार करतो. आम्हाला वीस मिनिटं दे.''

''पार्किंग लॉटमध्ये भेटू.''

मी माझं हत्यार तपासते आहे आणि माझ्या मनाची तयारी करतेय. आम्ही सारेच.

''ओय!'' ॲलन त्याच्या हत्यारात गोळ्या भरताना बोलतो, ''जर तुम्हाला ठाऊक आहे, की तुमच्यासाठी मृत्युदंडाची शिक्षा निश्चितपणे सुनावली जाणार आहे आणि अशा वेळी तुम्ही आपला गुन्हा कबूल केला, तर त्याला काय आत्महत्या म्हणणार का?''

''हे हौतात्म्य आहे, असं ते आत्मविश्वासाने सांगतील.''

तो आपलं हत्यार म्यान करतो आणि सुस्कारा सोडतो. ''खरंय, असो! तर तुला काय वाटतंय, ते म्हणतात तसं शांतपणे बाहेर येतील?''

''वाटतंय तसं मला. पण शेवटी तसंच होईल अशी खात्री बाळगू शकत नाही आपण.''

जेव्हा खेळ खतम होतो, तेव्हा सर्वसाधारणपणे गुन्हेगार स्वत: किंवा पोलिसांकरवी आत्महत्या करणं पसंत करतात. जर पोलिसांनी आपल्याला शोधून काढलंच तर आपल्याला मरायचंय, हे बहुतांश वेळा गुन्हेगारांनी फार अगोदरपासूनच ठरवलेलं असतं.

''त्यांचं व्हॅलीमध्ये घर असावं, हे जरा विचित्र वाटत नाही?'' तो विचार करत बोलतो. ''त्या बाजूने एक-दोनदा गेलोय. पण लक्षात नाही आलं.''

जेम्सचा सेलफोन वाजतो. तो त्याला उत्तर देतो, ऐकतो आणि कपाळावर आठ्या घालतो.

''काय आहे ते?'' तो विचारतो. त्याचा चेहरा पांढराफटक पडतो. ''पाठव मला आत्ताच ते.''

''काय झालं?'' मी विचारते.

''बेअक्कल,'' श्वास सोडत तो उद्गारतो. पण त्याचा आवाज जरा विचित्र वाटतो. त्यात कोणाचा तरी अपमान करण्यापेक्षा असहायता जास्त ऐकू येतेय.

''जेम्स?''

तो माझ्याकडे बघतो.

''किरबी तिथं अगोदरच पोहोचली आहे. त्यांनी तिला पकडलंय.''

४०

किरबी कॅमेऱ्यासमोर येते. पूर्ण नग्नावस्थेत. खुर्चीला बांधून ठेवलेली. मायकेल मर्फी तिच्या जवळच उभा आहे. प्रचंड संतापलेला आहे.

"मी तुम्हाला सांगितलं होतं, आम्ही शांतपणे शरण येऊ म्हणून. तुम्ही आमच्या कृतीशी सहमत असाल, अशी माझी अपेक्षा नव्हतीच; पण तुम्ही कायद्याचं पालन कराल, ही अपेक्षा मात्र होती." तो खोलवर एक श्वास घेतो. "मी फार, फार निराश झालोय."

"ओह. परमेश्वरासाठी गऽऽऽप्प बैऽऽऽऽस," किरबी डोळे फिरवत ओरडते.

"बावळट पोरगी," ब्रॅडी पुटपुटतो. "आपलं तोंड बंद ठेवायला ती कधीच शिकू शकत नाही." आम्ही काय बघतो आहोत, हे जेव्हा आम्हाला कळलं, तेव्हा मी ब्रॅडीला बोलावून घेतलं होतं.

मायकेल तिच्यासमोर येऊन उभा राहतो. आम्हाला दिसतेय ती फक्त त्याची पाठ आणि तिचे पाय.

"चाव मला, भडव्या," किरबी म्हणते. "आणि बघ, परमेश्वरही तुला कसं कडकडून चावतो ते."

मी स्वत:ला सावरते. तो आता तिच्या श्रीमुखात भडकावणार असं वाटलं. पण तो त्याचा हात मागे घेतो आणि हाताची मूठ वळवून तिच्या तोंडावर एक ठोसा लगावतो. त्याचा एक मोठा आवाज कॉम्प्युटरच्या स्पीकरमधून बाहेर पडतो. किरबी खुर्चीवर बसलेली असतानाच मागच्या मागे पडते.

"मादरचोद." मी पुटपुटते.

हे सगळं नाट्य घडत असताना कॅमेरा स्थिर राहिलेला आहे. आता कॅमेरा सरकतो. त्यामुळे समोरचं दृश्य जरा हलताना दिसतं. फ्रान्सिसनेच बहुधा कॅमेरा

उचलला असावा. कॅमेरा किरबीच्या चेहऱ्यावर झूम होतो. ती कडक लाकडाच्या जमिनीवर आडवी पडलेली आहे. तिचे सोनेरी केस अस्ताव्यस्त झाले आहेत. दृष्टी स्थिर ठेवताना तिला त्रास होतोय. तिचे ओठ दोन ठिकाणी फाटले आहेत आणि तिच्या हनुवटीवरून आणि गालांवरून भरपूर रक्त वाहतंय. रक्त दूर करण्यासाठी ती डोकं जोरात हलवते आणि हसते.

''मुलीसारखा मारतोस तू.''

''ओह, किरबी.'' कॅली म्हणते. ''मूर्ख मुली, गप्प बैस आता तरी.''

ती गप्प बसणार नाही मला ठाऊक आहे. शेवटी ती किरबी आहे. असंच वागणार ती.

मायकेल तिचे केस पकडतो आणि केसांच्या आधारानेच तिला उचलून पुन्हा खुर्चीवर बैठ्या अवस्थेत ठेवतो. तिचं आणि खुर्चीचं सारं वजन तिच्या केसांनी पेललेलं असतं. किरबी उजवीकडे मान वळवते आणि तोंडातून येणारं रक्त साफ करण्यासाठी थुंकते. ती पुन्हा कॅमेऱ्याकडे बघते आणि आम्हाला दिसतात तिचे थंडगार, स्तंभित करणारे तिच्यातल्या मारेकऱ्याचे डोळे.

''मी तुला आणि तुझ्या बहिणीला ठार मारणार आहे,'' ती म्हणते. ''फक्त तुझ्या माहितीसाठी सांगते. आणि मला इथे कोणी पाठवलेलं नाहीये. तू ज्यांचे खून केलेत त्यापैकी एक माझी मैत्रीण होती.'' ती हसते. रक्तामुळे तिचे दात लाल झालेले आहेत. ''म्हणून विचार केला, की त्या उपकाराची परतफेड करावी.''

''खून करणं हे पाप आहे.'' मायकेल तिला रागावतो. ''आम्ही परमेश्वराच्या कारणासाठी इतरांना ठार केले. जर सूड भावनेनं तू आम्हाला मारलंस, तर तू नरकात जाशील.''

खरं की काय? मी विचार करते. मग ॲम्ब्रोसचं काय? ओळख चोरण्यासाठी ज्याचा तू खून केलास? परमेश्वराचं कारण होतं ते?

निरर्थक प्रश्न आहे हा. या प्रश्नाला 'हो' असंच त्याचं उत्तर असणार. अर्थातच.

किरबी खांदे उडवते. ''मग खेच मला कोर्टात. मी तरबेज आहे त्याच्यात.'' पुन्हा एकदा ती फाटलेले ओठ आणि रक्ताळलेले दात दाखवत हसते. ''बघशीलच तू.''

''खरंच तू एकटी आली आहेस? तुझ्या मनाने?'' मायकेल विचारतो.

''मी एकटीच काम करते, भडव्या. नेहमीच एकट्याने लढत आलेय.''

''दुर्दैवाने तुझ्या लक्षात आलं नाही.'' तो म्हणतो. ''इथे सुरक्षेसाठी कॅमेरा लावलेला आहे. तू दरवाजातून आलीस तेव्हा आम्ही तुझी वाटच बघत होतो.''

''हं. ठीकाय. प्रत्येकजण कुठे ना कुठे चुकतोच. कोणीच परिपूर्ण नसतो. तरी तू मला ठार मारायला हवं होतं.''

''तरी तुला पटकन लोळवलंच ना,'' फ्रान्सिस फुत्कारते.

किरबी हसते. ''खाली पडलेय, पण मेली नाहीये, वेडी. चुकीची चाल खेळलात तुम्ही.''

''काय नाव आहे तुझं?'' मायकेल विचारतो.

''आपण जर धार्मिकतेच्याच जगात आहोत, तर समजा की माझं नाव आहे... इव्ह.'' ती गालातल्या गालात हसते. ''मला नेहमी इव्हची स्टाईल आवडायची; माहितेय? ते सफरचंद खाणं, आहाहा!''

''ठीकाय! कॅथॉलिक आहेस का तू इव्ह?''

ती डोळे फिरवते.

''एवढी थोर होण्याइतकी मी बावळट नाहीये. माझा विश्वास आहे बंदुकीवर, चांगल्या बिअरवर, हस्तमैथुनावर म्हणजे कोणी पुरुष जवळ नसेल, तर आणि कोणी पुरुष असेल तर माझा विश्वास आहे छान, कडक लिंगावर.'' ती डोळा मारते. ''कळतंय ना, मी काय म्हणते ते?''

''ईश्वराची निंदा करणारी रांड आहेस तू,'' तो रागावून म्हणतो.

'गधडगांडीच्या, माझी इतकी स्तुती केल्याबद्दल धन्यवाद.''

''मला शिव्या देण्याचं थांबवत का नाहीस तू इव्ह, माझं नाव मायकेल आहे.''

''ना! गधडगांडीच्याच ठीकाय!''

तो सुस्कारा सोडतो. ''तुला तुझ्या पापांची कबुली द्यायला लावणं म्हणजे फारच मोठं काम आहे, असं दिसतंय, इव्ह.''

''ओह... म्हणजे तू आता माझा छळ करणारेस. वा!''

''ही क्लिप थांबत का नाहीये?'' मी विचारते.

''ही क्लिप नाहीये,'' जेम्स सांगतो. ''समोर चालू आहे ते लाईव्ह आहे. जसं घडतंय तसंच आणि तेव्हाच दिसतंय.''

''सॅम,'' मी त्याच्याकडे वळून विचारते. ''आता आपल्याला तिथं जायला हवं. यापुढे सगळा तुझा खेळ आहे. समोर हे असं चालू असताना तू हा खेळ कसा खेळणार आहेस?''

तो व्हिडिओचं बारकाईनं निरीक्षण करतो. ''मला असं दिसतंय, की ते घरातल्या दिवाणखान्यात आहेत.'' तो टेबलामधून घरांचे नकाशे काढतो. ''आत जाण्यासाठी दोनच मार्ग आहेत. पुढचा दरवाजा आणि मागचा.'' तो हाताच्या तळव्यावर हनुवटी टेकून विचार करायला लागतो. ''पुढच्या खिडक्यांमधून फ्लॅशबँगचा, म्हणजे अश्रुधूर आणि प्रखर प्रकाश झोतांचा मारा करायचा म्हणजे त्यांना धक्का बसेल व त्यांचे डोळे दिपून जातील. त्याच वेळी पुढच्या आणि मागच्या दरवाजातून हल्लाबोल करीत आत घुसायचं. ते प्रकाशझोतात चाचपडत असतानाच त्यांना

खाली आणायचं. जितकी साधी योजना असेल तितकं चांगलं. फार किचकट योजना असली, तर त्या सुंदरीच्या जिवाला धोका होण्याची शक्यता जास्त राहील.'' तो कॉम्प्युटरकडे बघून मान हलवतो. ''फार कृपाळूपणाने त्यांनी आत काय चाललंय ते व्हिडिओवर पाहण्याची सोय करून ठेवली आहे आपल्यासाठी. आपण या सुविधेचा पुरेपूर वापर करून घेऊ. वायरविना इंटरनेट चालू शकेल, असा लॅपटॉप बरोबर घ्यावा आणि योग्य क्षणी त्याचा पुरेपूर वापर आपण करून घेऊ या.''

चांगली वाटतेय त्याची रणनीती. मी एडी जोन्सकडे बघते. ''सर?''

''करा असंच. आवश्यकता असेल, तर मुडदा पाडा त्यांचा आणि हा व्हिडिओ कधीच कोणालाही दिसणार नाही, यासाठी काय करता येईल, याचा विचार करा. अशा प्रसिद्ध केसमध्ये काम करताना किरबी मिशेलसारख्या मारेकरी स्त्रीबरोबर आपले संबंध असल्याचं कोणालाही कळता कामा नये.''

''माझ्या लॅपटॉपवर सेल्युलर नेटवर्कमधून हाय स्पीड कनेक्शन घेण्याची सोय आहे.'' कॅली म्हणते. ''मला फक्त या व्हिडिओसाठी यु.आर.एल. हवाय.''

''तो मी तुला देतो.'' जेम्स म्हणतो.

ब्रॅडी मान हलवतो. ''पार्किंग लॉटमध्ये भेटू या.''

''माझं काम पूर्ण होण्यापूर्वी,'' मायकेल किरबीला सांगतो. ''आपल्या पापांची परमेश्वराजवळ कबुली देण्यात किती अचंबित करणारा आनंद असतो, याचा तुला अनुभव येईल. खोटेपणा बाहेर काढून टाकणं म्हणजे काय, हे तू शिकशील. सत्य हा एक प्रकाश आहे इव्ह, कोणताही प्रकाश असा नसतो.''

''सांग काय ते भडव्या. पण मला माझ्या चेहऱ्यावर मारणं तू थांबवू शकतोस का? किमान तेवढं तरी कर. या मुलीला तिच्या मित्रांना भेटणं शक्य व्हायला हवं. कळतंय ना?''

''आपण निघू या,'' मी म्हणते. ''जर ती अशीच बोलत राहिली, तर तिच्याकडे फारसा वेळ राहिलेला नसेल.''

४१

"**किरकोळ पापांपासून सुरुवात कर इव्ह.** मोठी पापं नंतर कबूल करण्याचा तो सर्वोत्तम मार्ग असतो. अगदी छोटी पापं तू अगोदर सांग आणि मग हळूहळू सर्वांत जास्त लाजिरवाणं पाप जे तू केलं असशील ते सांग. करू शकशील तू असं?"

आम्ही सर्व जण एकाच गाडीत आहोत. ॲलन ड्रायव्हिंग करतोय. आमच्यापुढे ब्रॅडी आणि त्याची टीम व्हॅनमधून चालले आहेत. लॅपटॉप माझ्याजवळ आहे.

किरबी हसते.

"निश्चित करू शकते. तुझ्यासाठी माझ्याकडे एक पाप आहे."

"काय ते?" आवाजावरून तो खूश झालेला दिसतोय. कदाचित थोडा आश्चर्यचकितही. कारण इतक्या लवकर ती ऐकेल, त्याला होकार देईल, असं त्याला वाटलं नव्हतं.

"माझं पहिलं चोषकर्म. सर्वात प्रथम मी लिंग चोखलं, त्याबद्दल सांगते."

मायकेल मान हलवतो. "वासना, मौखिक सेक्स. उत्तम! चल सांग."

"तर झालं असं, की एक फार चिकणा पोरगा होता. एकदम मर्दानी. लगेच चढवून घ्यावा असा. कळतंय ना? मी ऐकलं होतं, की त्याचं लिंग फार तगडं आहे. मी ताठ लिंगाचे फोटो खूप बघितले होते. पण प्रत्यक्ष कोणाचं असं पाहिलेलं नव्हतं; कळतंय ना?"

"हां.. हां... बोलत राहा." किरबी करत असलेल्या वर्णनाची प्रशंसा करताना तो दिसत नाही. त्याचा आवाज आणि चेहरा निर्विकार आहे.

"काहीही असो. मी त्याला सांगितलं, की मला तुझा हॉट डॉग बघायचाय. आणि गंमत बघ – त्यालाही मला त्याचं लिंग दाखवायचं होतं." ती डोळे गरागर

फिरवते. ''पोरं जरा विनोदीच असतात. त्याच्याजवळ कार होती. तेव्हा त्या रात्री मी घरातून निसटले आणि त्याला घराबाहेरच भेटले. समुद्रकिनाऱ्यावरच्या पार्किंग लॉटमध्ये आम्ही गेलो. मग मी त्याला ते बाहेर काढायला सांगितलं. मग लक्षात आलं की इतकं काही मोठं नव्हतं त्याचं केळं. कोणीतरी वाढवूनचढवून मला त्याविषयी सांगितलं होतं. म्हणजे त्याचं लिंग लहान नव्हतं, पण मला वाटलं होतं खूप मोठं असेल. कल्पनेत मी त्याचं मोट्ठं लिंग अगोदरच चोखलेलं होतं.''

''कृपा करून मुद्द्यावर ये.''

''फार गोंडस होतं त्याचं केळं. लष्करी सैनिक डोक्यावर घालतात तशा हेल्मेटसारखं त्याचं टोक दिसत होतं. स्वच्छ धुतलेलं, चमकदार आणि ताठ झालेलं. 'सार्जंट पोपट ड्युटीपर बातचीत के लिए हाजिर है, मॅडम!' ती खिदळते.

''ही रांड तुझा वेळ वाया घालवतेय.'' फ्रान्सिस कॅमेऱ्याच्या मागून बोलते.

''ओय! हे माझं पाप आहे. कळलं ना? शेवटी मी सगळं सत्य सांगणारच आहे, तर मग मी ते कशा रितीने सांगतेय, त्याला काही महत्त्व नाही.''

''ठीक आहे. इव्ह, सांग पुढे.''

''ओके. तर मग मी काम सुरू करायचं ठरवलं. कळतंय ना? मी तोंड मोठं मोठं केलं आणि आगगाडी बोगद्यात घातली आणि तेव्हाच तो किंचाळायला लागला.''

त्यानंतर क्षणभर शांतता. मायकेलच्या कपाळावर आठ्या. ''का बरं किंचाळत होता तो?''

किरबी नाटकीपणाने एक मोठा उसासा सोडते. ''अरे! मी तेव्हा फक्त बारा वर्षांची होते आणि तो सोळा आणि एकदम गरम. मी जरा बावरून गेले होते. माझ्या श्वासाला दुर्गंधी तर येत नसेल ना, याची मला खरोखर खूप काळजी वाटत होती. म्हणून एक तासभर अगोदर मी मिंट फ्रेशनरच्या गुळण्या करत बसले होते. आणि शिवाय त्याचं लिंग चोखण्यासाठी तोंडात घेण्याच्या जरासंच अगोदर मूठभर मिंटच्या गोळ्या चघळल्या होत्या.'' ती चक् करून जिभेचा आवाज करते आणि खूप वाईट वाटल्याचं दाखवते. ''बिचारा तो. त्याच्या केळ्याला जवळजवळ फोडच आणले होते मी. तो किंचाळायला लागला आणि माझं डोकं त्याने जोरात मागे रेटलं. त्यानंतर आता खूप अनुभव घेतल्यानंतर त्या वेळची कल्पना करू शकते, की त्याला किती त्रास झाला असेल. त्याने कारमधून बाहेर उडी टाकली आणि तो गोल गोल फिरत राहिला. 'ते भाजतंय, भाजतंय, ते भाजतंय!' असं तो ओरडत राहिला. ते, तिथेच, ते खरं पाप.''

''निश्चित काय?''

''पाप हे, की मी वाईट चोषकर्म केलं.'' अत्यंत गोडपणे ती डोळे मिचकावते.

"तो वरचा, मोठा माणूस मला क्षमा करेल का? मी तसं परत कधीच नाही केलं. आणि, मी खात्रीपूर्वक सांगते, आता तर मी एकदम सराईतपणे लिंग चोखते."

"ओह, किरबी, तू गप्प का बसत नाहीयेस? त्याच्या हो ला हो का, मिसळत नाहीयेस?"

मायकेल खूप संतापेल, अशी माझी थोडी अपेक्षा असते. पण निराशेने तो केवळ त्याचं डोकं हलवतो.

"माफ कर, पण सरळपणे माझं ऐकायचंच नाही, असं तू ठरवलेलं दिसतंय." तो म्हणतो. "पण कदाचित तुझ्या प्रवासामुळे इतरांना तरी कळेल, की पापं दडवून ठेवण्यात कशी चूक असते. पाप लपवून ठेवण्यातली निरर्थकता तुझ्यामुळे इतरांना समजेल. कारण आता तुझा प्रवास सुरू होईल आणि शेवटी तू तुझ्या पापांची कबुली देशील. कदाचित त्यापूर्वी तुझे डोळे काढलेले असतील, कदाचित तुझी स्तनाग्रं छाटून टाकली गेलेली असतील. कदाचित तुझे गुडघे फोडले गेलेले असतील. पण या नाहीतर त्या मार्गाने कबुली तू देणारंच."

किरबी आळस देते. "भडव्या, एक सल्ला देते तुला छळ या विषयावर. छळ करण्यापूर्वी त्याबाबत बोलण्यापेक्षा, प्रत्यक्ष छळ करणं जास्त भीतिदायक असतं."

"तुझा तसा आग्रहच असेल तर आपण अगोदर किरकोळ छळापासून सुरुवात करू. तुला सांगितलं होतं ना मी, अगोदर तू किरकोळ पापांपासून सुरुवात कर? तसंच."

"तो कॅमेऱ्यातून बाहेर जातो. कडक लाकडाच्या त्या जमिनीवर त्याच्या पावलांचे होणारे आवाज मी ऐकते. फ्रान्सिसने तिच्यावरच कॅमेरा रोखून धरलेला आहे.

"तुला माहितीय का? तू मोडून पडणार आहेस?" फ्रान्सिस म्हणते.

किरबी कॅमेऱ्याकडे बघून एक चुंबन भिरकावते. ती तिच्या भुवया नाचवते. "ओय... कॅमेरा चालू आहे..." ती तिचे पाय फाकवते. "डायरेक्टर, क्लोजअपसाठी मी तयार आहे. पाय फाकवलेले आहेत. येतेस का तू पण?"

"जेझबेल!" फ्रान्सिस फुत्कारते.

"ओय! माझी मैत्रीण आहे जेझबेल नावाची. तेव्हा तोंड सांभाळून बोलायचं."

कॅली मधेच बोलते, "तिला बहुधा वेड लागलंय."

"तसं तरी असेल किंवा ती मृत्यूची आराधना तरी करीत असेल." मी उत्तरते.

"सामाजिक मनोरुग्ण असतात ना त्यांच्यातला समान गुणधर्म म्हणजे ते भयमुक्त असतात. त्यांना कशाची भीतीच वाटत नाही." जेम्स म्हणतो. "बघा, तो परत आलाय."

मायकेल मर्फीने एक सळई आणलेली आहे, साधारणपणे तीन फूट लांब.

सळईचं टोक तांब्याचं आहे आणि ती धरायला एक रबरी हँडल आहे. सळईच्या खालच्या टोकापासून एक वायर निघालेली आहे आणि ती कॅमेऱ्याच्या बाहेर दिसेनाशी झालीय. ती सळई तो किरबीला दाखवतो.

"तुला ठाऊक आहे, हे काय आहे ते?"

"पिकानासारखं काहीतरी दिसतंय मला. दक्षिण अमेरिकेत आणि काही सुसंस्कृत देशांतही छळ करण्यासाठी हे विजेचं उपकरण वापरतात. तुझं हे यंत्र किती ताकदीचं आहे? सोळा हजार व्होल्टचं?"

"तीस हजार. टेक्नॉलॉजी फार पुढे गेलीय. तुला तर माहीतच आहे, हे काय आहे ते. मग तुला हेदेखील ठाऊक असेल, की हे यंत्र काय करू शकतं. मी तुला परत सांगतो, तुझ्या पापाची कबुली दे, खऱ्या पापाची! आणि तीसुद्धा मनापासून पश्चात्तापदग्ध होऊन. हृदयातून पश्चात्ताप ओसंडून वाहायला हवा."

"ओय! तू जे सांगितलं ते मी केलंय. मी अतिशय वाईट प्रकारे लिंग चोखलं याचं मला मनापासून वाईट वाटलं होतं. कुठल्याही मुलीत एवढा चांगुलपणा असायलाच हवा."

मायकेल सुस्कारा सोडतो. "फ्रान्सिस, त्रिकोणी स्टँडवर कॅमेरा लावतेस, प्लीज? मला तुझी इथे मदत हवीय."

"हो,"

मग कॅमेरा हलल्याचे आणि त्याने जे जे सांगितलं ते फ्रान्सिस करत असल्याचे वेगवेगळे आवाज ऐकू येतात. एका क्षणानंतर ती पुन्हा पडद्यावर दिसायला लागते.

"अनेक लोकांना असं वाटतं, की स्तन किंवा लिंगाखालच्या गोट्या या प्रकारच्या शरीराच्या बाह्यांगांना पिकानाने स्पर्श केलेला पुरेसा असतो. तो स्पर्श फार वेदनादायक असतो, मान्य आहे. पण पिकानाचा आतल्या अंगाला स्पर्श केला असता तो अधिक परिणामकारक असल्याचं मला आढळून आलंय."

"मला सुद्धा तसंच वाटतंय," किरबी त्याच्याशी सहमत होते. "मग? कुठे? माझ्या तोंडात, गांडीत की पुढे योनीत?"

"तुझ्या घशाच्या थोडं खाली." तो म्हणतो. "तुला वांती होईल. वांती घशात असताना श्वासोच्छ्वास करू नकोस, मरशील."

किरबीच्या डाव्या डोळ्याचा कोपरा किंचित लवला गेल्याचं मला दिसतं. ती कोलमडून पडत असल्याचं ते पहिलं चिन्ह आता दिसतंय.

फ्रान्सिस किरबीचं डोकं दोन्ही हातांनी धरून ठेवते; तिने हालचाल करू नये म्हणून. मायकेल किरबीच्या तोंडापुढे पिकाना धरून ठेवतो.

"तू स्वत:हून तोंड उघड, नाहीतर मी तुझे दात ठेचून काढीन – ते मध्ये येणार नाहीत इतके ठेचून काढीन."

किरबी हसतही नाही किंवा कोणता विनोदही करत नाही. मात्र ती आपलं तोंड उघडते.

''शेवटची संधी,'' मायकेल म्हणतो. ''तुला आपल्या पापांची कबुली द्यायची आहे का?''

किरबी जीभ बाहेर काढते आणि तोंडातून 'अंऽऽऽ' असा आवाज काढते. जणू काही ती डॉक्टरांकडून आपला घसा तपासून घेतेय.

मायकेल अजिबात घुटमळत नाही. तो पिकाना तिच्या दातांमधून तिच्या तोंडात सरकावतो. मी सांगू शकते, की पिकाना तिच्या घशाच्या मागच्या बाजूला टेकलेला आहे. कारण तिचा चेहरा आता लाल व्हायला लागलाय आणि ती गुदमरायलाही लागलीय. फ्रान्सिस किरबीच्या डोक्यापासून आपले हात दूर नेते. अतिशय काळजीपूर्वक आणि तरबेज हालचाल आहे तिची. याचा अर्थ हा छळप्रयोग, त्यांनी पूर्वी केलेला आहे.

तिने हात काढताक्षणीच तो पिकानाच्या हँडलवर असलेलं बटन दाबतो.

त्याचा परिणाम क्षणार्धात दिसतो आणि तो अतिशय हृदयद्रावक व भयावह असतो.

किरबीचं सारं शरीर ताठ होतं. कारण, शरीरात वीज प्रवाहाचा संचार सुरू झाल्याने तिचे स्नायू जोरात आकुंचित पावतात. तिचे डोळे खोबणीच्या बाहेर येतात आणि दात पिकानाला आपल्या पकडीत घेतात – इतकं जोरात, की तिचे दात तुटत नाहीत याचंच मला आश्चर्य वाटतं. तिच्या पायावरून लघवी वाहू लागते. ओटीपोट थडथड नाचू लागतं. माझ्या हेही लक्षात येतंय की तिच्या इच्छेविरुद्ध तिला शौचालाही होतेय. हा छळ जेमतेम एक क्षणभर चालतो. पण वाटतं की, एक तासभर चालू आहे.

मायकेल बटनावरचा हात काढतो. किरबीचं तोंड उघडं पडतं. तो लगेच पिकाना तिच्या तोंडातून बाहेर काढून घेतो. त्याबरोबर तिच्या तोंडातून वांती बाहेर पडते आणि नंतर तिला झटके येतात. जोरात झटके आल्याने किरबीचं शरीर अस्ताव्यस्त झालेलं आहे. कारण इतक्यातच जे काही घडून गेलं त्याला प्रतिसाद कसा द्यावा, हे तिच्या शरीरातल्या स्नायूंना आणि मेंदूला अजून उमगलेलं नाहीये. तिची खुर्ची बाजूला कोलमडते आणि ती पुन्हा लाकडी जमिनीवर धाडदिशी कोसळते. तिचे डोळे फडफडतात. थोड्या वेळाने तिला येणारे झटके मंदावतात आणि थांबतात. आणि ती जमिनीला टेकून श्वासोच्छ्वास करत असल्याचं ऐकू येतं. तिच्या चेहऱ्यावरून घामाच्या धारा वाहताहेत. तिची हनुवटी आणि छाती वांतीने माखले आहेत. तिला दृष्टी स्थिर करायला त्रास होतोय.

मायकेल पुढे झुकतो. घामाने डबडबलेल्या तिच्या केसांची एक बट तो तिच्या

कपाळावरून दूर करतो.

"आता, माझ्या मुली? तुझ्या पापांची कबुली द्यायला तू तयार झाली आहेस का? घाबरू नकोस. तुला ज्या ज्या पापांबद्दल मनापासून पश्चात्ताप होतोय, त्या कोणत्याही पापांसाठी परमेश्वर तुला क्षमा करेल."

किरबी बोलण्यासाठी तोंड उघडते, पण तिच्या तोंडातून शब्दच बाहेर पडत नाहीत. ती तोंड बंद करते. काहीतरी गिळल्यासारखं करते. स्वत:ला सावरण्यासाठी धडपडते. ती तिचं तोंड वर उचलते आणि मायकेलला एक अतिशय गोड स्मित देते. इतकं गोड स्मित मी आजपर्यंत कोणत्याही निर्घृण मारेकऱ्याच्या तोंडावर बघितलेलं नाही.

"परत सुरुवात करू या."

"जीझस!" मी म्हणते. "अजून किती लांब आहे ॲलन?"

"बस! दहा मिनिटं."

"दहा मिनिटं? आपण आत्ता जो छळ बघितला तो अवघ्या दोन मिनिटांचा होता."

"ती पुरून उरेल त्याला." जेम्स म्हणतो.

ही आशा आहे, की प्रार्थना? मी अचंबित होऊन विचार करते.

"तुझा आग्रहच आहे तर," मायकेल म्हणतो. "पण सरतेशेवटी परिणाम सारखाच असणार आहे. आपण परमेश्वराच्या इच्छेनुसारच मोडून पडत असतो. परमेश्वर म्हणजेच प्रेम."

फ्रान्सिस पुन्हा किरबीचं डोकं पकडते आणि मायकेल पिकाना वर उचलतो.

"जोरात चालव गाडी," मी ॲलनला सांगते. "प्लीज."

४२

''पडदा वर गेलाय,'' ब्रॅडी सांगतो. ''तिची अवस्था कशी आहे? प्रखर प्रकाशझोत सहन होईल का तिला?''

किरबीने त्यानंतर अजून तीन वेळा पिकानाचा आघात सहन केला. ती कोसळून, तुकडे होऊन पडली नाहीये; पण तिचं बडबड करणारं, चतुर तोंड मात्र बंद झालंय. म्हणजे निश्चित समजायचं, की तिला खूप वेदना होताहेत. तिचे डोळे तेवढे अजूनही आव्हान देताहेत.

''ती फ्लॅशबँगचा आघात घेऊ शकते.''

त्यांचं घर रेसेडा परिसरात आहे. शेतात असतं तसं जुन्या पद्धतीचं घर आहे. १९६० च्या दशकातलं. तेव्हापासून त्याचं नूतनीकरण केल्याचंही दिसत नाहीये. घराचं निळं आणि पांढऱ्या रंगाचं लाकूड तुटलेलं आहे आणि ठिकठिकाणी त्याचे पोपडे बाहेर पडताहेत. घरासमोरचं लॉन काढलेल्या किंवा वाळणाऱ्या गवताने भरलेलं आहे. खिडक्या घाणेरड्या आहेत आणि पडदे जुनाट झाले आहेत. मर्फी भावंडं या घराची काळजी घेताना दिसत नाहीयेत. त्यांच्यासाठी हे घर म्हणजे दोन खुनांच्या मध्ये केवळ आश्रयाला येण्याची जागा.

ब्रॅडी मोठ्या खिडकीकडे इशारा करतो जिथून दिवाणखान्यात जाण्याचा रस्ता आहे.

''अजिबात हळुवारपणा, नखरे, काहीही करायचं नाही. मी सांगितल्यावर खिडक्यांमधून फ्लॅशबँग्ज आत फेकायचे आणि त्याच वेळी पुढचा दरवाजा फोडून आणखी छोटे बॉम्ब आत फेकायचे. मग आपण घरात घुसून त्यांना खाली आणायचं. असं सगळं मी आमच्या टीमला सांगितलंय. आमची टीम आत गेल्यावर जेव्हा सर्व धोके संपलेले असतील, तेव्हा आम्ही तुम्हाला आत बोलवू.''

ब्रॅडीचा आवाज एकदम हळू आहे. पण त्यात तातडी आहे. त्याची माणसं शांत आणि स्थिर आहेत. पण कोणतीही हालचाल नसलेली ही तणावपूर्ण स्थिरता एखाद्या धावपटूसारखी आहे, जो पळण्यासाठी तयार झालाय आणि शर्यत सुरू करण्यासाठी उडविल्या जाणाऱ्या पिस्तुलाच्या आवाजाची वाट बघतोय.

किरबी प्रथमच किंचाळते आणि आम्ही ती स्टिरिओसारखी दोन बाजूंनी ऐकतो. तिची किंकाळी घरातूनही ऐकू येते आणि कॉम्प्युटरच्या स्पीकरमधूनही.

"पुढच्या किंकाळीसाठी थांबा," मी म्हणते. "तेव्हाच ते सर्वांत जास्त बेसावध असतील."

सरतेशेवटी, राक्षस सगळे सारखेच. ते किंकाळ्या ऐकण्यासाठीच जगतात.

ब्रॅडी माझ्याकडे बघतो आणि कपाळाला आठ्या घालतो.

"तिला ही सर्वांत चांगली संधी आहे," मी म्हणते. "बंदुकीच्या गोळीपेक्षा पिकानाचा अजून एक शॉक परवडला."

ब्रॅडी त्याला मी जे सांगितलं त्यावर, हृदयाचा एक ठोका पडायला जितका वेळ लागतो तेवढ्या वेळात मेंदूत प्रक्रिया करतो, मान हलवतो आणि पुढे असलेल्या त्याच्या माणसांना तयार राहण्याची खूण करतो. त्यातला एक जण मोठ्या खिडकीजवळ दबा धरून बसलेलाय. दुसरा प्रवेशद्वाराजवळ. त्याच्याच मागे आणखी एक जण. हातात फ्लॅशबँग्जचे हातबॉम्ब! ब्रॅडीजवळ त्याची खास बंदूक.

मी आणि माझी टीम मागेच कारजवळ उभे आहोत. प्रत्येकाने आपापली हत्यारं उपसलेली. आम्हा सर्वांच्या वर चंद्र टांगलेला, रुपेरी आणि कठोर!

आम्ही इथे नुकतेच आलेलो असल्याने अद्याप शेजार जागा झालेला नाहीये. एका हृदय ठोक्यानंतर मात्र हे चित्र बदलणार आहे.

जाणारा प्रत्येक क्षण जाणवतोय. काळाविषयीची जाणीव टोकदार झालेली आहे. एकेका सेकंदाची हालचाल समजतेय किंवा मिनीसेकंद किंवा अगदी नॅनोसेकंद! प्रत्येक गोष्ट टांगणीला लागलेली, अघोरी प्रतीक्षेचे क्षण आहेत हे.

किरबी किंचाळते आणि सारं जग स्फोटांनी हादरून जातं.

फ्लॅशबँग्ज खिडक्यांवर आदळतात. दरवाजावर प्रहार केले जातात आणि दरवाजा कोलमडून पडतो. आणखी हातबॉम्ब आत टाकले जातात. त्यांचे स्फोट झाल्यावर स्टिरिओसारखे दोन आवाज मघाप्रमाणे ऐकू येतात – घरातून आणि लॅपटॉपमधून. आणि हे सगळं डोळ्याची पापणी लवते ना लवते तेवढ्यात घडतंय.

ब्रॅडी घरात घुसतो. त्याच्या पाठोपाठ त्याची माणसं. त्यांच्या हालचालींमध्ये घुटमळणं, चाचपडणं नाहीये. ते जे काही करताहेत ते पूर्वनियोजित, निर्णायक आणि कमालीच्या तत्परतेने. आता घरातला कॅमेरा खाली पडलाय आणि त्यामुळे लॅपटॉपच्या कॉम्प्युटरवर भिंत दिसतेय. आत काय चाललंय ते मी त्यामुळे सांगू

शकत नाहीये.

''चला,'' जेम्स पुटपुटतो. ''धीर धर किरबी.'' तो काय म्हणतोय ते त्याला कळतही नाहीये, असंच मला वाटतंय.

ब्रॅडी आणि त्याची माणसं मर्फी भावंडावर ओरडताहेत. ते आम्हाला बाहेर ऐकू येतं.

''जमिनीवर पडा भडव्यांनो.''

मग थोडी झटापट झाल्याचं आणि जमिनीवर कोणीतरी कोसळल्याचे आवाज. एका मिनिटानंतर ब्रॅडी दरवाजात येतो आणि आम्हाला आत येण्याची खूण करतो. आम्ही आत घुसतो.

आत गेल्यावर लगेचच उजव्या बाजूला दिवाणखाना आहे. मर्फी भावंडं, दोघंही पोटावर पडून आहेत. ते एकमेकांकडे बघताहेत आणि त्यांचे ओठ हालताहेत.

''हो! मृत्यूची सावली असलेल्या दरीतून जरी मी चालतो तरी,'' मायकेल म्हणतो.

''मी पापाला, सैतानाला घाबरणार नाही.'' फ्रान्सिस उत्तरते.

''थोबाड बंद ठेवा रे.'' ब्रॅडी गुरगुरतो.

ब्रॅडीकडे ते दुर्लक्ष करतात आणि आपलं पठण चालूच ठेवतात.

जेम्स किरबीकडे वळतो. या खोलीतला विष्ठा, मूत्र आणि घाम यांचा तीव्र दर्प नाकातले केस जाळतोय. तिचं डोकं खाली लुडकलेलं आहे. तिचे केस तिच्या मांडीवर रुळलेले. तो तिच्यासमोर गुडघ्यावर बसतो, तिच्या हनुवटीखाली हात ठेवतो आणि ती वर उचलतो. अतिशय हळुवारपणे तो हे करतोय. त्याचं वागणं अनपेक्षित आहे.

''ठीक आहेस का तू?''

''ब... बावळट.... बावळट प्रश्न.'' ती कुरकुरते.

ती जरी त्याच्याशी बोलत असली तरी तिचे डोळे मात्र माझ्याकडे लागलेले आहेत. ते याचना करताहेत.

''कॅली आणि मी सोडून इथून सर्वांनी बाहेर जा.'' मी आदेश देते.

दिवाणखान्यातल्या लोकांमध्ये थोडं घुटमळणं आणि प्रश्नांकित कटाक्षांची देवाणघेवाण चालू राहते. माश्यांचं गुणगुणणं असतं तसं मर्फी म्हणत असलेल्या ईश्वराच्या प्रार्थनेचे आवाज येतात.

''मी खरंच सांगतेय,'' मी म्हणते. ''आता प्लीज, खोलीच्या बाहेर जा.''

मी काय म्हणतेय ते केवळ जेम्सला समजलेलं दिसतंय. तो उभा राहतो आणि एक शब्दही न बोलता दरवाजाकडे चालू लागतो. ब्रॅडीचे लोक मर्फी मंडळींना उचलून त्यांच्या पायावर उभं करतात आणि त्यांना बाहेर घेऊन जाऊ लागतात.

मायकेल किरबीच्या समोर थांबतो.

"तू पापांची कबुली नाही दिलीस. तुला ठाऊकेय? तू नरकात जाणारेस."

"भ... भेटू ति... तिथे आपण," किरबी फुत्कारते. त्याच्या दिशेने एक चुंबन भिरकावण्याचा प्रयत्न करते, पण जमत नाही तिला.

"घेऊन जा त्यांना इथून बाहेर." मी म्हणते.

सर्वांत शेवटी ॲलन बाहेर पडतो.

"मी दरवाजावर लक्ष ठेवतो." तो म्हणतो आणि त्याच्या मागे दरवाजा लावून घेतो.

"क... कॅलीपण इथून जाईल का?"

"किरबी, मला तिची मदत हवीय," मी तिला अत्यंत हळुवार आवाजात सांगते. "अशाच एका प्रसंगात ती माझ्याबरोबर राहिली. तू विश्वास ठेवू शकतेस तिच्यावर."

किरबी तिच्याकडे रोखून बघत तिचा अभ्यास करते. कॅली शांतच राहते.

"म... मला यातून बाहेर काढतेस का प्लीज?"

"अर्थात, हनी-लव." कॅली तिला मंजूळ आवाजात सांगते आणि तिच्या खुर्चीसमोर गुडघ्यात वाकून बसते.

कॅली तिच्या पर्समधून छोटी सुरी बाहेर काढते. ती किरबीला बांधलेले दोर कापायला सुरुवात करते तेव्हा किरबी थरथरते. मी एक हात तिच्या खांद्यावर ठेवते, दुसऱ्या हाताने तिच्या भुवईवर आलेले केस मागे सारते. जेव्हा दोर सुटतात तेव्हा ती आपली मनगटं चोळते आणि एक क्षणभर थरथरत बसून राहते.

"ए... एक ग... गोष्ट सांगू शकते मी तुम्हाला?" ती पुटपुटते.

"काहीही सांग." कॅली म्हणते.

ती हसते. "मा... माझे प्राण ज... जवळजवळ जात चालले आहेत."

ती मूर्च्छित होऊन खुर्चीवरून पुढे कोसळत असतानाच आम्ही तिला धरून ठेवतो.

तेच तर मी तिच्या डोळ्यात बघितलं होतं. मला ते समजलं होतं. किरबी जवळजवळ खचत चालली होती. आणि हे गुपित बघण्यासाठी तिला कमीतकमी साक्षीदार आजूबाजूला हवे होते.

किरबी मला जवळजवळ लटकलेली आहे. तिचे हात माझ्या गळ्याभोवती आहेत. आम्ही बाथरूममधल्या टबमध्ये उभे आहोत आणि कॅली तिला स्वच्छ करते आहे. एखाद्या लहान मुलाप्रमाणे तिला आम्ही स्वच्छ करतो आणि तीदेखील

आम्हाला करू देते. हा विश्वास ठेवण्याचा, विश्वास देण्याचा क्षण आहे. असा क्षण पुन:पुन्हा येत नसतो. कॅली एकदम हळुवारपणे तिचं गुप्तांग स्वच्छ करत असताना तिचे स्नायू आकसतात आणि झटके देतात.

"माझ्या पापांची कबुली तुला ऐकायचीय?" ती माझ्या कानात हळूच पुटपुटते. इतकं हळू, की ते फक्त मलाच ऐकू आलं असणार, याविषयी मला शंका नाहीये.

मी काहीच बोलत नाही. ती हसतेय हे माझ्या त्वचेला होणाऱ्या स्पर्शातून मला समजतंय.

"मी सोळा वर्षांची असताना मला एक मैत्रीण होती. तिच्या मित्राने तिचा खून केला. त्याने तिला ठेचून मारलं आणि तो पळून गेला. एक वर्षानंतर मला तो सापडला आणि त्याला मरायला पुढचे तीन दिवस लागले. मी तेव्हा अठरा वर्षांचीही नव्हते. पण मला थोडंही अपराधी वाटलं नाही."

मी तरीही गप्पच. काहीच बोलत नाही. मी केवळ तिचं केस थोपटत राहते. ती तिचं डोकं माझ्या खांद्यावर ठेवते आणि उसासा टाकते.

प्रत्येकाला, अगदी किरबीलाही, आपलं गुपित सांगण्यासाठी कोणाची तरी केव्हातरी गरज भासतेच.

तुझी पापं तुला माफ किरबी.

४३

"तू प्रेतांचं काय केलंस?"

मी मायकेल मर्फीबरोबर आमच्या ऑफिसच्या त्या रूममध्ये बसले आहे. त्याच्यासारख्या अनेकांना घेऊन मी त्या रूममध्ये गुन्ह्यांची माहिती काढण्यासाठी यापूर्वीही बसलेले आहे. त्याची शेवटची गुपितं शोधून काढण्याचा माझा प्रयास आहे. त्याचा शेवटचा कबुलीजबाब!

तो माझं बारकाईने निरीक्षण करतो, माझ्या चेहऱ्यावरच्या व्रणांकडे बघतो (म्हणजे असा माझा अंदाज) माझ्या अंतरात्म्यापर्यंत पोहोचण्याचा प्रयत्न करतो.

"तू कॅथॉलिक आहेस का?" तो मला विचारतो.

"आता नाहीये."

"तुझा परमेश्वरावर विश्वास आहे का?"

"असेल कदाचित. तू प्रेतांचं काय केलंस?"

तो आमच्यापासून वीस वर्षं लपून राहिलेला होता. या काळात त्याने ज्यांचा खून केला, ते बळी गेले कुठे?

तो याही टेबलाजवळ असाच बसलाय, जसा तो व्हिडिओ क्लिपमध्ये बसलेला दिसायचा. मात्र त्याच्या हातातल्या माळेची जागा आता त्याच्या मनगटांभोवती अडकलेल्या हातकड्यांनी घेतलीय. पण त्याची बसण्याची पद्धत मात्र तीच आहे. मायकेल मर्फी नेमक्या अशा जागी आहे, जिथे तो असायला हवा. त्याच्या दृष्टीने तुरुंग म्हणजे केवळ दुसरं एक व्यासपीठ, जिथून तो उपदेश करण्याचं काम चालू ठेवू शकतो. त्याला आणि त्याच्या बहिणीला मृत्युदंडाची सजा ठोठावण्यात आली आहे. त्यांच्या मते त्यामुळे त्यांना हौतात्म्य पत्करण्याचीच संधी मिळाली आहे. त्यांनी काहीही आढेवेढे न घेता त्यांचे गुन्हे कबूल केले आहेत. त्यामुळे खटला

दाखल करण्याची आवश्यकताच उरलेली नाही.

व्हिडिओ क्लिप्सबाबत म्हणाल तर 'विषाणू' हाच शब्द त्यांचं वर्णन करण्यासाठी चपखल आहे. इंटरनेटच्या माध्यमातून त्या व्हिडिओ क्लिप्स जगभर पसरल्या. आंबट शौकिनांनी त्या बघितल्या. दुसऱ्यांच्या आयुष्यातल्या शेवटच्या क्षणांमध्ये डोकावण्याची संधी, कबुलीजबाब देण्याच्या बूथला कान लावून दुसऱ्यांच्या पापांची खबरबात घेण्याची संधीच त्यातून मिळते. अर्थात, हेदेखील नाकारता येणार नाही, की या क्लिप्समुळे खूप चर्चा आणि वादविवाद भडकले आणि कदाचित येणाऱ्या महिन्यांमध्ये किंवा त्याहूनही जास्त काळपर्यंत ते भडकलेलेच राहतील.

अनेक लोक असे आहेत, ज्यांना वाटतं की त्यांनी अनुसरलेली पद्धत अक्षम्य, गर्हणीय आहे; मात्र ते जे संदेश देताहेत त्यात जरूर तथ्य आहे. एक व्यक्ती म्हणाली, की खून ख्रिश्चन धर्मानुसार पुण्यप्रद नाही, ख्रिश्चनांचा तो गुण नाही; पण परमेश्वरासमोर संपूर्ण सत्य प्रतिपादन करणं हा मात्र आहे. दुसऱ्या शब्दांत सांगायचं तर, त्यांनी जे करायचं ते 'कसं' केलं, याबद्दल आम्ही त्यांना माफ करत नाही, पण त्यांना 'काय' म्हणायचं होतं... त्याचा विचार केला तर मात्र....

काही लोक टोकाची भूमिका घेणारेही आहेत. त्यांनी मायकेल आणि त्याच्या बहिणीला नायकत्व बहाल केलंय. त्यांच्या मते ही दोघं क्रांतिकारकच जणू. टी-शर्ट विकणारं एक संकेतस्थळ माझ्या पाहण्यात आलं. त्यांनी टी-शर्टवर छापण्यासाठी अशाच घोषणा तयार केल्या होत्या. 'पूर्ण सत्य नाही तर नरकाग्नी' आणि 'केवळ परमेश्वरच मर्फींचा न्याय करेल', वगैरे.

पण एक मात्र खरंय, की त्यांना पाठिंबा देणारे अल्पमतात आहेत. तसं नसतं तर मात्र या चर्चा आणि वादविवादांचा मला खूप तिटकारा आला असता. बहुतांश ख्रिश्चनांनी, म्हणजे आत्तापर्यंत तरी ते बहुमतात आहेत, मर्फी भावंडांनी जे काही केलं त्यावर टीका केलीय, त्याची निर्भर्त्सना केलीय. ख्रिश्चन आणि कॅथॉलिक समाजाच्या वतीने अनेकांनी मर्फींनी केलेल्या खुनाचे बळी ठरलेल्याच्या कुटुंबीयांना अनावृत्त पत्र लिहून त्यांची क्षमा मागितली आहे. प्रेमाच्या मार्गदर्शक तत्त्वाविषयी कॅथॉलिक चर्चच्या प्रश्नोत्तर मालिकेतला फादर येट्सनी जो उतारा मला वाचून दाखवला होता, तो आता मला या निमित्ताने आठवतो. अनेक लोकांसाठी ते केवळ शब्द नाहीयेत, हे बघून बरं वाटतं.

मर्फी भावंडं माझ्यासाठी विरोधाभासाचा एक चेंडू बनूनच राहिले आहेत. मी ज्या पद्धतीने अशा राक्षस लोकांना समजून घेते, ती म्हणजे संगीताची एखादी काळीशार धून असावी आणि आपण तिच्याशी समतानता साधावी, अशासारखं असतं. मी ती धून जशीच्या तशी म्हणून दाखवू शकत नसले, तरी पण मी तिच्यातले काही सूर बरोबर पकडते आणि मग सगळं गाणं कसं असेल, याचा

अंदाज बांधू शकते. मायकेल आणि त्याच्या बहिणीच्या बाबतीत मी हे काही प्रमाणात साध्य करू शकले आहे. पण त्यांच्यातले अनेक पैलू मला अजूनही चकवताहेत.

धर्मांधता जर खुनाच्या मालिकेसारख्या कृत्यात वापरली गेली, तर ती धुराच्या पडद्यासारखं काम करते. अतिरेक्यांचे जे नेते परमेश्वराच्या नावाखाली लोकांना मारण्याचा उपदेश करतात, त्यांना खरं तर परमेश्वरात काहीच स्वारस्य नसतं. लोकांना ठार मारून त्यांना केवळ नशा येत असते, इतकंच. हिटलरने आर्यवंश बळकट करण्याची भाषा केली. पण प्रत्यक्षात तो एक साधा अनेकांचे मुडदे पाडणारा खुनी होता.

मायकेल किंवा फ्रान्सिस यांना, त्यांनी जे गुन्हे केले ते करताना, लैंगिक सुख मिळत असल्याची चिन्हं मला तरी आढळून आली नाहीत. फ्रान्सिसला ज्या तुरुंगात ठेवलं तिथल्या डॉक्टरने तिला तपासल्यावर खात्रीपूर्वक सांगितलं, की ती अजूनही कुमारिका आहे. आपली मृत्युदंडाची शिक्षा रद्द करावी किंवा त्यात सूट मिळून कमी करावी, अशी विनंती त्यांनी कधीच केली नाही.

ते अस्सल श्रद्धावान आहेत का? की त्यांच्यातही एक प्रकारचा विकृत, काळा आनंद खोलवर दडलेला आहे – इतका छानपैकी दडवलेला, की ते स्वत: देखील तो कधी बघू शकणार नाहीत?

"तुला खरंच जाणून घ्यायचंय का?" तो विचारतो.

"नाही मायकेल. मला जरा मोकळा वेळ होता आज. म्हटलं, चला जाऊन भेटू या तुला आणि गप्पा माराव्यात तुझ्याशी. चेष्टा समजतोस काय? अर्थात मला जाणून घ्यायचंय."

तो हातांची घडी घालतो आणि हसतो. "मग माझ्याजवळ एखाद्या पापाची कबुली दे. फार मोठं पाप सांगण्याची गरज नाही. पण पाप खूप किरकोळ स्वरूपाचंही नसावं. तू माझ्याजवळ पाप कबूल कर आणि मी तुला शब्द देतो, की दुसऱ्यांचं काय झालं ते सारं मी उघड करीन."

त्याने दिलेल्या प्रस्तावावर मी विचार करते. गुन्हेगारांची तपासणी करताना अशी देवाणघेवाण करणं कधीही चांगलं नसतं. त्यांना हवं असतं ते मिळालं, की मग त्यांना तुमची गरज राहत नाही. आणि मग ते तोंड बंद ठेवतात. म्हणून आता मला सावधगिरी बाळगायला हवी. सत्य ही मायकेलची नशा आहे, हे सर्वांनाच ठाऊक आहे. या सत्याचा उपयोग करून घ्यायला हवा.

"ईश्वराची शपथ घे," मी म्हणते.

"काय म्हणालीस? पुन्हा सांग?"

"परमेश्वराची शपथ घे, की मी कोणत्याही पापाची कबुली दिल्यावर तू मला

सगळं सांगशील.''

तो खांदे उडवतो. ''ठीक आहे. घेतो शपथ परमेश्वराची.''

मी खुर्चीत रेलून बसते आणि त्यावर विचार करू लागते. हस्तमैथुन वगैरे सांगून त्याचं काही समाधान होणार नाहीये. असं काहीतरी, जे खूप खाजगी स्वरूपाचं असायला हवं; जे खूप अवघड असायला हवं; जे खरंही वाटायला हवं. आणि मुख्य म्हणजे सरतेशेवटी मी जे सांगणार आहे ते सांगितल्यावर माझं व्यक्तिगत चारित्र्य जसं आहे तसंच, धक्का न लागता राहायला हवं.

''मी बारा वर्षांची होते तेव्हा माझी आई वारली.'' मी सांगायला सुरुवात करते.

''कशामुळे?''

''स्वादुपिंडाचा कॅन्सर.''

''मला वाईट वाटतंय. अतिशय वेदनादायक मृत्यू.''

''हो. तसाच असतो तो मृत्यू. शेवटी शेवटी ती फक्त कण्हायची आणि किंचाळायची. दिवसा आणि रात्रीही. वेदनाशामक औषधांचा काही उपयोग होत नव्हता.''

''तुझ्यासाठी तर खूपच अवघड झालं असेल ते सारं?''

अवघड? तेव्हा जसं वाटलं होतं तसं आता माझ्यासमोर येतंय. आठवतंय सारं. चकचकीत भय होतं ते. माझ्या आईचे केस नेहमीच लांब आणि दाट होते. पण रेडिएशनमुळे तिचे केस पूर्णपणे गळून गेले होते. केस नसलेलं लहान मूल जसं दिसतं ना, तशी ती दिसायची. मला नेहमीच वाटायचं, की तिच्या अनेक सौंदर्यस्थळांपैकी तिच्या डोळ्यांचा क्रमांक सर्वांत वरचा असावा. पण वेदनांमुळे ती तिचे डोळे वर तिच्या डोक्यात घुसवायची, नाहीतर गच्च मिटून घ्यायची किंवा रडत तरी बसायची. तिच्या शरीराची गोलाई तर केव्हाच नष्ट होऊन गेली होती. हाडांचा केवळ एक सापळा शिल्लक राहिला होता. आणि तो सुवास! आईचा एक सुवास असतो. कधी काळी तिचा सुवास मला स्वत:च्या श्वासाइतकाच आरामदायी आणि नैसर्गिक वाटायचा. पण आता तिच्या शरीराला दर्प होता तो आजारपणाचा आणि औषधांचा.

माझे वडील, त्यांना परमेश्वराचा आशीर्वाद मिळो, फार चांगले वडील! खूप महान होते ते. माझ्या आईसाठी ते खूप छान पती होते. पण त्यांनाही ते सहन होईना. त्या रूममधे, आईच्या पलंगाजवळ ते अधिक काळ थांबू शकत नसायचे. ते जर त्या रूममध्ये आईजवळ एक तासभर बसले, तर तेच आजारी पडायचे आणि मग पुढचे दोन दिवस त्यांना स्वत:ला सावरण्यासाठी आणि आजारातून बाहेर पडण्यासाठी लागायचे. म्हणजे आईकडे पाहण्याची सगळी जबाबदारी अखेर माझ्या शिरावर येऊन पडली. मी तिच्या बाजूला बसायचे, तिचं कपाळ थोपटायचे,

तिच्यासाठी गाणं म्हणायचे आणि मग रडायचेसुद्धा. ती घरीच होती आणि तिच्यासाठी एक नर्स ठेवली होती. पण नर्सच्या जवळजवळ सगळ्या कामांत मी तिला मदत करायची. मी बारा वर्षांची असताना आईचे डायपर बदलले आहेत. त्या क्षणांचा मी तिरस्कारही करते आणि ते क्षण मला जपून ठेवावेसेही वाटतात.

''तिच्या शेवटच्या काही आठवड्यांत तिला मारून टाकण्यासाठी ती दररोज माझी याचना करायची. कधी कधी तर दिवसातून दोनदा ती अक्षरशः भीक मागायची.''

मारून टाक मला. प्लीज ठार कर मला, राणी माझी, मार गं मला!

''ती कण्हायची आणि कुरकुरायची आणि किंचाळायची वारंवार, वारंवार, वारंवार.''

प्लीज मार गं मला. प्लीज. प्लीज. प्लीज आणि थांबव हे सगळं. हे प्रिय ईश्वरा, थांबव हे सर्व...

''आई कॅथॉलिक होती. तिची श्रद्धा नेहमीच बळकट होती. मलाही तिने श्रद्धाळू म्हणूनच वाढवलं. असं असूनही ती कसं वागत होती बघा. आत्महत्या करू पाहत होती.''

''परमेश्वर नेहमी आपली परीक्षा घेत असतो.'' मायकेल म्हणतो.

मी त्याच्याकडे एक कटाक्ष टाकते आणि त्याला ठार करण्याचा विचार मनात चमकून जातो – केवळ एका मिलीसेकंदासाठी.

''माझा असा विश्वास होता, की आत्महत्या म्हणजे तिला नरकात जावं लागेल. तिचा शेवट जवळ आलेला असताना, एक दिवस तिची सकाळ फार चांगली गेली. कधीकधी व्हायचं असं. ती आमच्यात परत यायची. तिचे डोळे स्पष्ट दिसायला लागायचे आणि थोड्या वेळासाठी आम्ही चक्क गप्पा मारायचो. पण तिची अशी वेदनामुक्त अवस्था फार काळ टिकायची नाही. त्या सकाळी मी डॅडींना बोलवायला हवं होतं. पण नाही बोलावलं. तिच्याशी एकट्यानेच बोलावं, असं मी ठरवलं.

''तिच्या इच्छामरणाविषयी.'' हे त्याचं विधान आहे; प्रश्न नव्हे.

''हो. मी तिला सांगितलं, की आत्महत्या हे पाप आहे. सांगितलं, की जर तिने मरण मागितलं आणि ते तिने मिळवलं, तर ती नरकात जाईल. मला शेवटपर्यंत जगायचंय, असे तिने मला सांगायला हवं, हे मी तिला सांगितलं. मला ते शब्द तिच्या तोंडातून ऐकायचे आहेत, मी तिला म्हणाले तसं.''

तो त्याचं डोकं माझ्या दिशेने कोंबड्यासारखं उचलतो आणि डोळे बारीक करतो.

माझं बोलणं कुठं चाललंय, हे त्याच्या लक्षात आलंय का? कदाचित. कदाचित यात तो पारंगत असावा. कदाचित कुत्र्याला जसा मांसाचा वास येत

असतो तसा याला पापांचा वास येत असावा.

''ती शुद्धीत होती. आपण बोललेलं तिला समजत होतं. अजूनही तिला वेदना होतच होत्या; पण मी तिच्यापर्यंत पोहचत होते आणि त्या वेळी तिने मला खरी श्रद्धा काय असू शकते ते दाखवलं. ती हसली आणि तू जे मला सांगितलंस तेच मला सांगितलं. 'परमेश्वर, माझी केवळ परीक्षा घेतोय, मुली' ती म्हणाली. 'परीक्षा लवकरच संपेल.' 'आई मी तुला म्हणायला सांगितलं ते म्हण.' मी म्हणाले. ती किंचित कोड्यात पडली. पण ती थकली होती. खूप थकली होती. 'मला शेवटपर्यंत जगायचंय' ती अखेर कसंबसं म्हणाली. एक तासानंतर ती पुन्हा त्या वेदनादायक अवस्थेत गेली आणि पुन्हा मृत्यूची भीक मागायला लागली.''

''तुझी आई असामान्य असल्यासारखी वाटतेय.''

''हो. हो. ती असामान्यच होती.''

तो थोडं पुढे वाकतो.

''पाप स्मोकी? तू काय पाप केलंस?''

तो मला पहिल्या नावाने हाक मारतो, ते मला अजिबात आवडत नाही.

''मला ते शब्द केवळ ऐकायचे होते, कळलं ना? म्हणजे जेव्हा मी तिला ठार केलं, तेव्हा ती आत्महत्या झालेली नव्हती.''

अच्छा! हे तुझं सत्य आहे तर!

कारण मी जेव्हा ठार करण्याचं बोलले तेव्हा त्याचे डोळे विस्फारले होते. थोडेसेच मोठे झाले होते. ते कोणत्याही धक्क्यामुळे किंवा आश्चर्यामुळे नव्हे, तर तो रोमांचित झाला होता, उत्तेजित झाला होता म्हणून.

''तू तुझ्या आईचा खून केलास?'' तो म्हणतो.

''मी तिला शांतता दिली.'' मी गुरगुरते. ''ती शांतता, जी तुमचा परमेश्वर तिला देत नव्हता. तिचा दररोज छळ व्हायचा. आपण प्राण्यांना असं वेदनेनं तडफडू देत नाही. मग लोकांना का?''

''कारण, स्मोकी – माणसांना आत्मा असतो.''

त्याच्या थोबाडावर थुंकावं असं वाटतंय.

''काहीही असो. अंतिम सत्य हे, की मी तिला मॉर्फिनच्या गोळ्यांचा जास्त डोस देऊन तिच्यावर विषप्रयोग केला. कसं ते मला ठाऊक होतं. कारण तिला औषधं देण्यासाठी मीच मदत करायचे. आणि ती आत्महत्या नव्हती. तेव्हा तुमच्या श्रद्धेच्या विरोधात ती गेली नाही. म्हणून त्यासाठी ती नरकातही गेली नाही.''

टेबलाच्या फोरमायका टॉपवर तो बोट वाजवत बसतो. माझ्या म्हणण्यावर विचार करतो. ''तुझं हे म्हणणं मला मान्य करावं लागेल स्मोकी. तुझी आई स्वर्गातच गेली. तिची शेवटची, जागेपणीची, ती व्यवस्थित शुद्धीत असतानाची

इच्छा आत्महत्या करण्याची नव्हती. याउलट तू मात्र...'' तो डोकं हलवतो. ''तू त्याची क्षमायाचना केल्याशिवाय तुला त्याच्या कृपेचा लाभ होऊ शकत नाही.''

''असू शकेल,'' मी म्हणते, ''पण आपला तो करार नव्हता. मी माझ्या कोणत्यातरी पापाची तुझ्याजवळ कबुली द्यायचं मान्य केलं होतं. मला वाटतं, करारातल्या माझ्या बाजूचं पालन मी केलेलं आहे.''

तो सुस्कारा सोडतो. ''खरंय. आणि शिवाय मी ईश्वराची शपथ घेतली आहे. पण मला आशा आहे, मी क्षमायाचनेविषयी जे बोललो त्यावर भविष्यात तू विचार करशील आणि ईश्वराकडे जाशील, तुझ्या आईचा खून केल्याबद्दल त्याची क्षमा मागशील. तुला समजत नाहीये का? केवळ याच मार्गाने तू तिला परत भेटू शकशील.''

''तू घेतलेले इतर बळी.'' माझा आवाज बर्फासारखा थंड.

''ठीक आहे. डर्मस्टिड बीटल्स नावाचे किडे असतात. ते मांस खातात. प्राणी मारल्यावर त्यांच्यातलं मांस काढून घेतात. त्यांच्या कातड्यात भुसा भरतात आणि शो-पीस म्हणून भिंतीवर लावून ठेवतात. या व्यवसायात काम करणारे लोक मेलेल्या प्राण्यांचे मांस नाहीसं करून त्यांची कातडी स्वच्छ करण्यासाठी डर्मस्टिड किड्यांचा उपयोग करतात. हे किडे त्या प्राण्यांचं मांस खाऊन टाकतात. हे किडे फार फार कार्यक्षम असतात आणि सहज खरेदी करता येतात. मारलेल्या आमच्या बळींच्या शरीरातलं मांस नष्ट करण्यासाठी आम्हीही या किड्यांचा उपयोग केला. नंतर त्या प्रेतांची केवळ हाडं उरायची. ती हाडं दळून आम्ही भुकटी बनवायचो आणि ती पवित्र भूमीवर पसरून टाकायचो.''

''तू त्यांना किड्यांच्या तोंडी दिलंस... खाऊन फस्त करण्यासाठी?'' माझा आवाज विस्मयजनक.

''शरीर हे केवळ एक पात्र असतं स्मोकी. त्यांचे आत्मे तर स्वर्गात आहेत ना!'' तो शांत, ठाम आणि निग्रही आहे.

''त्यांचे कुटुंबीय या कृतीची निश्चित प्रशंसा करतील, माझी खात्री आहे.''

''ते प्रशंसा करतील किंवा नाही करणार. त्याला महत्त्व नाहीये. शेवटी सत्य ते सत्यच असतं.''

माझ्या निव्वळ हातांनी त्याचा गळा घोटून त्याला ठार करण्याची इच्छा मला निर्धारपूर्वक दाबून टाकावी लागते. अजून काही प्रश्न आहेत.

''डेक्स्टर रिडविषयी तुला माहिती मिळाली कशी?''

''डेक्स्टरची... परिस्थिती हा अनेक कॅथॉलिक ब्लॉगवरचा वादग्रस्त विषय बनलेला होता. संपूर्ण जगातल्या कॅथॉलिक संप्रदायासंबंधीच्या बातम्यांवर इंटरनेटच्या सहाय्याने आम्ही बारकाईने नजर ठेवत असू. अगदी दररोज.''

मी कल्पना करते, की मायकेल आणि फ्रान्सिस भेसूर पिशाच्चासारखे अंधारात गुरफटून बसलेले आहेत. कॉम्प्युटरच्या पडद्यामुळे त्यांच्या चेहऱ्यावर प्रकाश पडलेला आहे. ते त्यांचे ओठ चावताहेत आणि इंटरनेटच्या जगात वावरताहेत.

"तुम्ही ज्या पद्धतीने काम करायचात त्याविषयी आपण चर्चा करू या. तुमची पद्धत नेहमी सारखीच असायची का? फ्रान्सिसने चर्चमध्ये चालणाऱ्या सत्संगामध्ये प्रवेश मिळवायचा, चर्चच्या खूप आतपर्यंत जाण्याइतपत पाद्र्यांचा विश्वास संपादन करायचा आणि कबुलीजबाब देण्याच्या बूथमध्ये बग्ज पेरायचे, असेच ना?"

"बूथमधले कबुलीजबाब टेप झाल्यावर ते बग्ज आम्ही घरी आणून एकत्र बसून ऐकायचो आणि कोणाचा खून करायचा तिला निवडायचो. फ्रान्सिस नंतर त्यांच्याशी मैत्री वाढवायची. त्यांचे सारे बारीक-सारीक तपशील जमा करायची.

"आणि प्रत्यक्ष खून करायचं काम तू करायचास. असंच ना?"

"काही वेळा ती मदत करायची. पण सर्वसाधारणपणे तू म्हणतेस ते बरोबर आहे. ती आमच्यातली कामाची विभागणी होती."

"मग ती चर्चच्या सान्निध्यात अजून काही दिवस राहायची – म्हणजे खून केल्यानंतर – कोणाला संशय येऊ नये म्हणून. जिचा खून झालेला असायचा ती बेपत्ता व्हायची. तिच्या बेपत्ता होण्यात फ्रान्सिसचा काहीही सहभाग नाही, असं लोकांना वाटावं म्हणून ती नंतरही काही दिवस तिथेच घुटमळत राहायची."

"अगदी बरोबर."

"तुम्ही तुमचं हे... हे काम इंटरनेट अस्तित्वात नव्हतं, तेव्हापासून सुरू केलं होतं. मग हे सगळे खून तुम्ही टेप करून ठेवले, त्याचं अगोदर काय करणार होतास तू?"

"त्याबाबत डोक्यात निश्चित असं काही नव्हतं. आम्हाला इतकंच माहीत होतं, की आम्ही आमच्या कामाचं रेकॉर्ड करून ठेवायला हवं. पण हे मी मान्य करतो, की या रेकॉर्डचा आम्ही कसा उपयोग करणार त्याविषयी आमच्या मनात कोणतीही सुस्पष्ट कल्पना नव्हती. ते रेकॉर्ड बातम्या प्रसारित करणाऱ्या संस्थांकडे द्यायचे का? थेट लोकांपर्यंत पोहोचवावे?" तो वर बघतो आणि हसतो. "परमेश्वर आम्हाला मार्ग दाखवेल, असा आम्हाला विश्वास होताच आणि त्याने या काळातच आम्हाला मार्ग दाखवला."

"लिसा रिडच्या बाबतीत तुम्ही नेहमीची पद्धत का बदलली? फ्रान्सिसच्या ऐवजी चर्चमध्ये तू स्वत: घुसलास."

तो खांदे उडवतो. "मला वाटतं, उत्सुकतेपोटी. आम्ही आमच्या भूमिकेची इमारत उभी करण्यासाठी वीस वर्षं खर्च केली. आम्हाला कळलं होतं, की आमचं काम आता जवळजवळ संपत आलंय आणि आवश्यकतेपेक्षा एक क्षणभरही जास्त

वेळ घुटमळत बसण्याची आमची तयारी नव्हती. आम्ही आता उघड होणारच होतो, हे ठरल्यावर खूप सावधगिरी बाळगण्याचीही गरज नव्हती. शिवाय त्याच वेळी चषकावर माझ्या स्वतःच्या अंगठ्याचा ठसा सोडण्याची संधी मला मिळाली.''

''लिसा तुला विमानात ओळखेल, याबद्दल तुला काहीच काळजी कशी नाही वाटली?''

''मी त्या वेळी दाढी लावलेली होती. माझ्या डोळ्याचा रंगही बदलला होता. तिने मला अगोदर सतत चाकाच्या खुर्चीवरच बघितलं होतं. जेव्हा एखादी व्यक्ती अपंग असते तेव्हा स्वाभाविकपणे लोकांच्या लक्षात राहतं ते त्याचं व्यंग. त्याचा कमीपणा.''

खरं म्हणतोय हा.

''तुला कळलं कसं, की तुझं काम... कार्य संपलंय ते?''

माझ्यासाठी हा महत्त्वाचा प्रश्न आहे. आमच्या या वागण्याच्या पद्धतीमुळेच मायकेल आणि फ्रान्सिस इतरांपेक्षा वेगळे उठून दिसतात. खुनांची मालिका रचणाऱ्यांना खून करणं आवडतं. खून करण्याची त्यांना नशा चढलेली असते. जोपर्यंत त्यांना पकडून किंवा ठार मारून थांबवलं जात नाही. तोपर्यंत ते खून करत राहतात. मर्फी भावंडं मात्र स्वतःहून थांबली. स्वतःहून खुनांची कबुली उघड करून थांबले.

''आम्हाला हे कायम ठाऊक होतं, आम्ही याबाबत सहमत होतो, की आमचं पुरेसं काम झालंय हे कळण्याचा क्षण कोणता हे आम्हाला समजेल. काही महिन्यांपूर्वी तो क्षण आला आणि आम्हाला समजलं.''

''कसं?''

मायकेल मर्फी थेट माझ्या डोळ्यांना डोळे भिडवतो आणि हसतो. आणि मी पाहिलेलं ते सर्वांत गोड हसू होतं. मानवाच्या चेहऱ्यावरची इतकी सुंदर अभिव्यक्ती मी कधीच बघितली नव्हती.

''परमेश्वरानेच मला सांगितलं.''

आश्चर्यचकित भाव त्याच्या आवाजातून प्रकट होताहेत. हा काही विनोद नाही किंवा कोणाची परीक्षाही घेतली जात नाहीये.

''देव तुझ्याशी बोलला?''

''खूपच चांगलं. तो माझ्यासमोर प्रत्यक्ष अवतरला. अंदाजे तीन महिन्यांपूर्वीची ही गोष्ट असेल. त्या रात्री काहीतरी कारणाने मला गाढ झोप येत नव्हती. जी झोप होती ती वरवरची होती. असं नेहमी होत नाही. माझी झोप अतिशय गाढ असते आणि मी छान झोपत असतो. एक क्षणभर मला डुलकी लागली होती. अगदी कडेवर होतो मी. म्हणजे अशा अवस्थेत की जिथून जाणीव नसलेल्या क्षेत्रात आपलं मन लुडकतं आणि आपण गाढ झोपी जातो. त्याच क्षणी त्याचा आवाज

मला स्पर्श करून गेला.''

''मायकेल,' देव म्हणाला. 'तू फार चांगलं काम केलं आहेस माझ्या मुला. व्यक्तिश: खूप मोठी जोखीम उचलून तू अतिशय खडतर मार्गावरून चाललास. पण आता तुझ्या प्रवासाच्या पुढच्या भागाची वेळ आलीय.''

माझ्या लक्षात येतंय, की या त्याच्या बोलण्यात केवळ मायकेललाच श्रेय मिळतंय. फ्रान्सिसचा साधा उल्लेखही कुठे नाही.

''तू जगापुढे सत्य उघड करण्याची वेळ येऊन ठेपलीय. ही खूप सोपी गोष्ट नसणार आहे. अनेक जण तुझा तिरस्कार करतील आणि तू सांगितलेला पवित्र शब्द नाकारतील. पण त्यामुळे तू विचलित होऊ नकोस आणि थांबू नकोस. मी सांगितलेला मार्ग तोच खरा मार्ग आणि त्यावरची तुझी मार्गक्रमणा तू चालू ठेव. जरी तुला फुटलेल्या काचांच्या शेतातून चालत जावं लागलं, तरी चालणं थांबवू नकोस.'' मायकेलच्या गालांवरून आता अश्रू ओघळताहेत. ''हो, देवा.'' मी रडत रडत त्याला आश्वासन दिलं. ''तू जे काही सांगशील, त्याचं मी पालन करीन. तू मला कोणतंही ओझं देशील ते मी वाहून नेईन.'' तो बराच वेळ स्तब्ध राहतो. मी त्याच्यासाठी थांबून राहते. ''मग देव गेलेला होता; आणि माझ्यात शक्तीचा संचार झाल्यासारखं, खूप ताजंतवानं वाटलं. वास्तविक तेव्हा माझी झोप झालेली नव्हती. मला असं वाटलं, की आता मी अनेक दिवस, अनेक आठवडे, अनेक महिने नव्हे अनेक वर्षं सहज पळत राहू शकेन, इतकी शक्ती माझ्यात आली होती.'' आता तो वर्तमानात येतो. चेहऱ्यावरचे अश्रू पुसतो – त्याच्या नकळत. तो पुन्हा माझ्यावर लक्ष केंद्रित करतो. ''परमेश्वराने आम्हाला त्या मार्गावर आणून ठेवलं. परमेश्वरानेच आम्हाला सांगितलं, की आता त्या मार्गाचा शेवट आलाय. जेव्हापासून काळ सुरू झाला तेव्हापासून सर्व प्रेषितांसाठी अशाच प्रकारे गोष्टी घडत आल्या आहेत.''

त्याचा विश्वास आहे यावर. प्रत्येक शब्दावर. मी त्याच्या चेहऱ्यावर तो वाचू शकते, त्याच्या आवाजात तो ऐकू शकते. त्याच्या डोळ्यांत आता पुन्हा वेडेपणा झळकू लागलाय. त्याच्या डोळ्यांत चमकणारा तो प्रखर प्रकाश परत दिसू लागलाय. ते का बरं थांबले? ज्या कारणासाठी त्यांनी हे खूनसत्र सुरू केलं त्याच कारणासाठी! काय कारण? मर्फी भावंडं वेडी होती.

''मायकेल, व्हॅलरी कॅव्हॅनॉचं काय? ती तुमच्या साच्यात न बसणारी होती. तुमच्या प्रत्येक बळीचं एक बाह्य गुपित, ज्यानं दुसऱ्या एका अधिक काळ्याकुट्ट गुपितावर पांघरूण घातलेलं होतं. व्हॅलरीचं बाह्य गुपित काय होतं?''

तो थोडा वेळ विचार करत स्तब्ध राहतो. ''तू बरोबर आहेस.'' तो मान्य करतो. ''तिचं कोणतंही बाह्य गुपित नव्हतं. पण आम्ही जेव्हा तिचा कबुलीजबाब बघितला... तिनं ती कबुली पाद्र्याला छळण्यासाठी दिली होती. प्रामाणिकपणे

परमेश्वराची क्षमा प्राप्त होण्यासाठी ती कबुली नव्हती. तिच्या आवाजातला अहंभाव तुम्ही ऐकू शकता. एकदा तर कबुली देताना ती खिदळली होती. गरीब बिचारा पाद्री. काय करावं समजण्यासाठी धडपडत असावा; माझी खात्री आहे. पण कबुलीजबाबावर लागणारा शिक्का पूर्ण असतो.'' तो खांदे उडवतो. ''जरी तिचा मृत्यू इतर खुनांसारखा नसला, तरी तिच्या मरणात अधिक महत्त्वाचा संदेश दडलेला आहे – परमेश्वरासमोर पूर्ण सत्य उघड करण्याची आवश्यकता. पश्चात्तापाविना कबुली हे सर्वांत वाईट प्रकारचं असत्य असतं.'' त्याचा आवाज एकदम सपाट होतो. कोणतेच चढउतार नाहीत. ''व्हॅलरी नसल्याने या जगाचं झालं, तर भलंच होईल.''

मी माझं डोकं त्याच्या दिशेने उंचावते. ''तू तिच्यामुळे रागावलास. हो ना? तू जे सांगण्याचा प्रयत्न करत होतास त्याच्या नेमकं विरोधातलं उदाहरण म्हणजे ती होती. तुझ्या व्याख्येप्रमाणे ती सैतान होती.''

तो खांदे उडवतो. माझं म्हणणं त्याला पटत नाहीये पण....

''एक प्रश्न मायकेल? फक्त स्त्रियाच का? तुझा मुद्दा सिद्ध करण्यासाठी तुला असे पुरुष सापडले नाहीत? म्हणजे तू ठार करावंस इतकी गंभीर गुपितं ज्यांनी दडवून ठेवली आहेत असे पुरुष?

तो माझ्याकडे शून्य नजरेने बघतो. पुरता गोंधळून गेलाय.

''त्याने काय फरक पडतो?''

मला योग्य ते शब्दच सापडत नाहीयेत. मला काय म्हणायचंय ते बहुधा त्याला समजलेलं दिसत नाहीये. सापडला तर! त्याचा कच्चा दुवा सापडला. हा कच्चा दुवा त्याच्या इच्छेने व्यक्त झालाय, आपोआप, उत्स्फूर्तपणे व्यक्त झालाय आणि त्याच्या भूमिकेतला हा जो पोकळपणा उघड झालाय, तो खूप गहिरा आहे. मला फार पूर्वीच हे समजलंय, की जे मानसिक रुग्ण असतात त्यांना स्वत:विषयी, स्वत:च्या मर्मस्थानांविषयी काही उघड झालं, तर ते पचवता येत नाही. स्वत:च्या व्यक्तिमत्त्वाची अतिशय प्रामाणिकपणे आणि खूप खोलवरच्या पातळीवरून केलेली तोडफोड त्यांना मानवत नाही. दूरस्थ राहून स्वत:चा अभ्यास करणं त्यांच्या दृष्टीनं चैन असते.

''एक शेवटची गोष्ट मायकेल. फ्रान्सिसच्या मनगटावरील व्रण – खरे आहेत ते. तिने स्वत:ला ठार मारण्याचा प्रयत्न केव्हा केला?''

तो माझ्याकडे बघून हसतो आणि डोकं हलवतो. ''तिने असा प्रयत्न कधीच केला नाही. तिला तिची भूमिका वठवण्यासाठी ते व्रण आवश्यक होते. ती एक जोखीमच होती. पण परमेश्वराच्या मदतीने मी तिला त्या दिव्यातून पार करण्यात यशस्वी झालो.''

मी त्याच्याकडे निरखून पाहते. ते ऐकून मला अजिबात धक्का बसत नाही.

किंवा मी त्याच्या सांगण्यावर अविश्वासही व्यक्त करत नाहीये. तसं मी करावं, असं खरं तर मला वाटतंय. पण मला मागची एक गोष्ट आठवतेय. मी तेव्हा नवीन होते, तळपती तलवार होते आणि कोणी काही सांगितलं तर धक्का बसणारी होते. त्या वेळी आमच्या खेळात तरबेज असणाऱ्या एकाने मला सांगितलं होतं, काही वेळा अत्यंत वाईट असतं ना तेच सत्य असतं.

मी उभी राहते. या क्षणी मला इथून बाहेर पडायचंय. मला कशाहीपेक्षा जास्त ते हवंय. तरी मला ती शेवटची सांगायची एक गोष्ट आठवते. मी त्याच्याकडे वळते आणि हसते.

"मायकेल?"

"हं?"

"मी तुला आत्ता माझ्या आईविषयी जे जे सांगितलं ना, ते सगळं खोटं होतं." मी सूड घेतल्यासारखी हसते. "तू खरोखरच फार बावळट आहेस. तुला खरंच असं वाटलं की मी खुनाची कबुली देईन? इथे? इथलं आपलं सारं संभाषण व्हिडिओवर टेप होतंय मूर्खा."

एक शब्दही न बोलता मी ती खोली सोडते. त्याचे शिव्याशाप माझा पाठलाग करतात.

असं करण्यात मला रोमांचकतेचा अनुभव येतो. त्यामुळे माझे डोळे रुंद, मोठे होतात खुशीनं. त्याला जे हवंय ते न मिळाल्यानं त्याला जो त्रास होतो, त्यामुळे मी रोमांचित होते.

"म्हणजे हे सारं संपलंय तर." रोझॅरिओ माझ्याशी फोनवर बोलताना म्हणतात.

"हं! खेळ खतम! यथावकाश त्यांना मृत्युदंड दिला जाईल."

त्या गप्प आहेत आणि त्या शांततेचा मला स्पर्श होतोय. मला ती शांतता समजतेय. इच्छा पूर्ण झालेली नाहीये, वाक्य अपूर्णच राहिलंय... अशी ही शांतता आहे.

"मला हे ऐकून बरं का वाटत नाहीये?" त्या मला विचारतात.

"तुम्हाला ठाऊक आहे त्यामागचं कारण."

एक सुस्कारा. त्या रडताहेत.

"खरंय, तुझा अंदाज बरोबर आहे."

त्यांना मृत्युदंड होणं, हे पुरेसं नाहीये. कारण तरीही त्यांचं मूल गेलेलंच आहे. यानंतरही गेलेलंच असेल. ते कधीच परत येणार नाहीये. त्यावर काहीच उपाय

नाहीये, उपाय कधीच नसणार आहे.

"मला फोन केल्याबद्दल धन्यवाद स्मोकी. आणि धन्यवाद यासाठी की... सगळ्यासाठीच."

"गुड बाय, रोझॅरिओ."

आम्ही फोन ठेवून देतो आणि मला ठाऊक आहे गुडबाय म्हणजे कायमचं गुडबाय. बळींचे कुटुंबीय मला नंतर शोधत नाहीत. त्यांनी ज्यांना गमावलेलं असतं त्यांच्याशी निगडित माझी आठवण त्यांच्या मनात रुजलेली असते. रोझॅरिओ कृतज्ञ आहे. ते सगळेच कृतज्ञ असतात. पण मी त्यांच्या भूतकाळाचा भाग असावं; भविष्यकाळाचा नव्हे, अशीच त्यांची इच्छा असते. पूर्वी मला याचा त्रास व्हायचा आता नाही. आता मी व्यक्तिशः ते बरंच समजून घेऊ शकते.

मी गाडी चालवताना गेल्या काही आठवड्यांत घडलेल्या घडामोडींवर विचार करते. मला काहीही नवं शिकण्याचा तिटकारा आहे, कारण माझी या राक्षस मंडळींशी कायम गाठ पडत असते. पण मला हेही ठाऊक आहे, की शिकणं हाच तर मी आणि ते राक्षस यांच्यातला फरक आहे. मी शिकून स्वतःला बदलू शकते. ते असं नाही करू शकत.

गुपितं. या गुपितांचा अंतःप्रवाह, आपण जे काही करतो, आपण जे काही आहोत त्यात सतत वाहत असतो. गुपितांना धर्म पाप मानतो आणि आपल्याला सांगतो, की या गुपितांमुळे आपण स्वर्गापासून दूर राहू; वंचित राहू. ती मोठीही असू शकतात किंवा छोटीही. गुपितं म्हणजे जणू सोन्याची सळी आहे, असं समजून आपण त्यांना कवटाळून बसू शकतो. गुपितं प्रत्येकाजवळच असतात.

स्वर्ग आणि नरक! कदाचित धर्माचं बरोबरही असेल. पण कदाचित त्या केवळ उपमा असाव्यात. कदाचित, अगदी कदाचित, असंही असेल; स्वर्ग आणि नरक सतत आपल्याबरोबरच असतील, इथेच, याच पृथ्वीवर. या गुपितांना आपण कवटाळून बसतो तोच चालता-बोलता नरक आणि कदाचित तीचं गुपितं उघड केल्यावर आपण जो मोकळा श्वास घेतो, तेच स्वर्गाचं रूप असेल.

"हाय फादर," मी म्हणते.

फादर येट्स स्मित हास्य करतात. मला बघून त्यांना आनंद वाटतोय. चर्च रिकामं आहे. ते मला जवळच्या बाकाजवळ आणतात आणि बसायला सांगतात.

"कशी आहेस तू?" ते मला विचारतात.

"मी ठीक आहे. धन्यवाद. तुम्ही कसे आहात?"

ते खांदे उडवतात. "बराय, बराय. काही गोष्टी बदलल्या आहेत. कबुलीजबाबाच्या

बूथमध्ये बग्ज आहेत का, हे तपासण्यासाठी चर्चला साधनं पुरवण्यात आली आहेत. चर्चला आदेश मिळालेले आहेत, की तंत्रज्ञानाच्या या युगात चर्चमधल्या पवित्र विधींचं पावित्र्य जपलं जायला हवं.''

''दोन आणि दोन चार, हे यथावकाश कोणाच्या तरी लक्षात येईल.''

''मला मान्य आहे. पण आपला कमीपणा मान्य करायला चर्च तयार नाहीये.'' ते हसतात. ''अनेक कमतरतांपैकी हीही एक कमतरता आहे आणि कमीपणा असणाऱ्या अनेक गोष्टींपैकीच हीही एक आहे.''

''अजूनही कार्डिनल होण्यासाठी प्रयत्न करायचे नाहीत वाटतं.'' मी त्यांना छेडते.

''त्या प्रकारच्या राजकारणासाठी मी बनलेलोच नाहीये. त्यामुळे जे आहे, ते ठीक आहे.''

''खरंय! माझंही तसंच आहे.''

''तर मग मला वाटतंय, की आपण सध्या जे करतो आहोत, तेच केवळ चालू ठेवू.''

''मलाही तसंच वाटतंय.''

''मजेशीर आहे पण हे,'' ते विचार करत करत बोलतात. ''मायकेल मर्फी म्हणाला, की तो सत्यासाठी काम करत होता. पण शेवटी कॅथॉलिक चर्चच्या इतिहासात कबुलीजबाबाच्या सुरक्षित ठिकाणाचं त्याने जेवढं नुकसान केलंय तेवढं अन्य कोणीच केलेलं नाही.''

''हे त्याला कधीच दिसणार नाही फादर. पुढील दहा लाख वर्षांत त्याला हे समजणार नाही. त्यांच्या स्वत:च्या विरोधाभासाला ते धैर्याने हाताळू शकत नाहीत.''

आम्ही दोघंही शांत राहतो. मी येशूकडे बघते. अजूनही रंगाचे पोपडे उडालेले. अजूनही व्यथेने व्याकूळ.

''इथे का आलीस स्मोकी?''

''मला तुमच्याकडून काहीतरी हवंय.''

''काय?''

मी घुटमळते. अडखळते. येशूकडे बघते.

मी जे काही करायचं ठरवलंय ते खरंच मला करायचंय का? खात्री आहे माझी तशी?

''माझा कबुलीजबाब तुम्ही परत ऐकायला हवा. फार थोडक्यात असेल तो.''

क्षणभर ते माझा अभ्यास करतात आणि मग उभे राहून कबुलीजबाबाच्या बूथकडे चलण्याची खूण करतात.

''**फादर मला क्षमा करा,** कारण मी पाप केलंय. मी शेवटचा कबुलीजबाब दिला तेव्हापासून किती वेळ गेलाय, तुम्हाला ठाऊक आहे. आज मी एका माणसाशी खोटं बोलले, फार मोठं असत्य होतं ते.''

''कोणत्या प्रकारचं खोटं होतं ते?''

''मी त्याला सांगितलं की मी काहीतरी, काहीतरी भयंकर केलंय. नंतर मी त्याला सांगितलं, की मी खोटं बोलले; मी जे म्हणाले, तसं मी काही केलेलंच नव्हतं, असं म्हणाले.''

''पण तू तसं केलेलं होतंस?''

मोठा प्रश्न, त्याचं उत्तरही तसंच मोठं, जे माझा पिच्छा कधीच सोडत नाहीये. ते सतत माझ्या जवळच असतं; जेव्हा मी जागी होते, जेव्हा मी झोपी जाते, जेव्हा मी दिवसभर कामात असते, सतत ते माझ्या बरोबरच असतं. मला खात्री आहे, की माझ्या करिअर निवडीवरही त्याचा परिणाम झाला होता.

''हो. मी त्याच्याजवळ ज्या पापाची कबुली दिली होती, ते पाप मी प्रत्यक्षात केलेलं होतं.''

''तू त्याला जे सांगितलंस ते मला सांगण्याची इच्छा आहे तुझी?''

''नाही फादर.''

क्षणभर स्तब्धता. मी जे म्हणाले त्यावर ते विचार करताहेत, हे मला जवळजवळ ऐकू येतंय. त्यांची नाखुशी, त्यांचा संशय मला जाणवतोय.

''तू जे त्याला सांगितलंस, ते ईश्वरानेही ऐकलं का? काय वाटतं तुला?''

''जर परमेश्वर अस्तित्वात असलाच, तर माझी कबुली त्याच्यासाठीच होती फादर.''

''अच्छा! तर तुला आता इथे हे मान्य करायचंय, की तू जे म्हणालीस ते खरं होतं. पण आता पुन्हा तुला ते सांगायचं नाहीये.''

''असंच काहीतरी.''

ते उसासा सोडतात.

''तुला या गोष्टीबद्दल क्षमा हवीय का?''

''मला कळत नाहीये. फादर, प्रामाणिकपणे सांगायचं तर मला इतकंच ठाऊक आहे, की ते तसं घडलंय, हे मला मान्य करायचंय. ही एक सुरुवात आहे. नाही का?''

''खरंय स्मोकी. पण याप्रकारे मी तुला ना प्रायश्चित्त देऊ शकत ना पापमुक्ती.''

''प्रायश्चित्त तर चालूच आहे आणि अनेक दिवसांपासून चालू आहे. पापमुक्तीबद्दल म्हणाल तर... बघावं लागेल आपल्याला. मला केवळ एक समाधान हवंय की, तुम्ही माझं म्हणणं ऐकलंय. क्षमा हा या चित्राचा भाग आहे की नाही, याबद्दल

अजूनही मी ठाम नाहीये.

शक्य असतं तर मी आईला विचारलं असतं.

"मी तुझं ऐकलंय स्मोकी. आणि तुला कधीही मला आणखी काही सांगायचं असेल, तर मी ते जरूर ऐकेन."

"मला ठाऊक आहे फादर. धन्यवाद."

मी हायवेवरून घराकडे, बॉनीकडे, टॉमीकडे जातेय. डोक्यात आईचा विचार. मला आठवतंय तिचं सौंदर्य, तिचं स्मितहास्य, तिचा स्वभाव. तिच्या सहवासात घालवलेला प्रत्येक क्षण मला आठवतोय. आणि त्या आठवणी जशा आहेत तशा मी जपून ठेवतेय. ते क्षण आणि ती ठिकाणं परत कधीच अस्तित्वात येणार नाहीयेत.

मी बारा वर्षांची असताना माझ्या आईला मारलं. मी ते तिच्या प्रेमापोटी केलं, खरंय, पण मला नेहमीच आश्चर्य वाटत आलंय – त्यामुळेच राक्षस लोकांना मी समजू शकते का? कारण किंचितसा एक राक्षस माझ्यातही दडला आहे, म्हणून?

काय वाटतं तुला, परमेश्वरा?

परमेश्वर शांत! माझी हीच तर सततची समस्या आहे त्याच्याविषयीची.

आई?

कदाचित ती माझी कल्पना किंवा भास असेल, पण कारच्या खिडकीतून येणारी वाऱ्याची झुळूक माझ्या केसांना कुरवाळते. मला कोणीतरी धीर दिल्यासारखं वाटतंय. एक क्षणभर मला शांत-विश्रांत वाटतंय.

४४

''कशी आहे ती?'' मी विचारते.

''बघ तूच स्वत:'' किरबी म्हणते.

व्हायकोडीनचं व्यसन सोडण्यासाठी कॅली एका हॉटेलच्या खोलीमध्ये राहतेय – गेल्या बारा दिवसांपासून. सगळ्या रूममध्ये घाम आणि वांती यांची दुर्गंधी पसरली आहे. तिने नेहमीच्या व्यसनमुक्ती केंद्रात जाण्यासाठी नकार दिला होता. मला त्याचं काहीच आश्चर्य वाटलं नव्हतं.

''आपण शेवटी खोली स्वच्छ करण्यासाठी हाऊस कीपिंगच्या लोकांच्या ताब्यात देऊ, तेव्हा आपल्याला ते शिव्या घालणार आहेत.'' खोलीच्या अवस्थेकडे बघून मी माझं निरीक्षण नोंदवते.

''हनी-लव्ह, मी त्यांना भरपूर टीप देईन. काळजी करू नकोस.''

कॅली बाथरूमच्या दरवाजाजवळ उभी आहे. ती निस्तेज झालीय आणि तिच्या डोळ्यांखाली तिला आलेल्या थकव्याची सावली पडली आहे. पण आता ती अगोदर होती त्यापेक्षा बरीच स्थिर दिसतेय.

''कसं वाटतंय तुला?'' मी विचारते.

''अखेर जरा माणसात आल्यासारखं वाटतंय. मला वाटतं, या नरकातून बाहेर पडण्यासाठी उद्या माझी तयारी झालेली असेल.''

किरबी आणि मी आळीपाळीने तिच्यासोबत असतो. व्यसन सोडताना तिला झगडावं लागतंय. ती थरथरते. तिला प्रचंड घाम येतो. वैतागाने. ती शिव्या देते, त्या वेळी आम्ही आळीपाळीने तिला जवळ घेऊन कुरवाळतो. तिला वांती होत असताना आम्ही तिचे केस मागे धरून ठेवतो. एकदा तिला व्हायकोडीन अगदी हवंच होतं, तेव्हा ती रडायला लागली. त्या वेळी मी तिचं डोकं थोपटत बसले होते.

"फार दिवस झाले," किरबी म्हणते. "यामुळे माझं लैंगिक आयुष्य एकदम ठप्प झालंय."

"माझंदेखील," मी म्हणते.

"हो... हो... हो." कॅली उत्तरते, हे सुरू झाल्यापासून मीसुद्धा माझ्या मर्दाला नंगा पाहिलेला नाहीये. लवकरच आपण आपापल्या प्रियकरांकडे परत जाणार आहोत."

"तुझी पाठ कशी आहे?" मी तिला विचारते. "काही वेदना आहेत?"

ती येते आणि बिछान्यावर बसते. "स्मोकी, बऱ्याच दिवसांपासून माझ्या पाठीत वेदना नाहीयेत. व्हायकोडीन अखेर आपलं काम करतंच ना."

"अच्छा! म्हणजे तू अधिकृतपणे व्यसनी झाली होतीस तर." किरबी म्हणते.

"मला माझ्या त्या छोट्या, पांढऱ्या गोळ्या खूप आवडायच्या. खरंय. पण बरं झालं, मला माझा मर्द गडी त्याहीपेक्षा अधिक आवडतो. त्यावरनं आठवलं – लग्नाची तयारी कुठवर आलीय?"

"सर्व यंत्रणा काम करताहेत. तुझी मुलगी शेवटची तयारी करण्यात खूप मदत करतेय. ब्रॅडीने तुझ्या आईवडिलांसाठी एक निमंत्रणपत्रिका मध्येच घुसवण्याचा प्रयत्न केला होता. पण ती चोरी माझ्या लक्षात आली आणि मग ती निमंत्रणपत्रिका मी गठ्ठ्यातून बाहेर काढली."

"आभारी आहे."

"लोकांना खूश करणं हेच माझं ध्येय असतं. असो. तर, अजिबात काळजी करू नकोस. सगळं काही तयार झालंय. तू फक्त इथून बाहेर निघायला हवंय. मग जरा व्यायामशाळेत जा. हवंच तर थोडं टॅनिंग कर. रापून घे स्वतःला उन्हात."

"मी टॅनिंग करत नाही." कॅली म्हणते. तिच्या आवाजात पहिल्यासारखी घमेंड आणि मग्रुरी ऐकू यायला लागलीय. त्यामुळे मला बरं वाटतंय. ती बरी होत असल्याचं हे चांगलं लक्षण आहे.

"कसंही. लग्नाच्या दिवशी तुला जर प्रेतासारखं दिसायचं असेल तर मी काय बोलणार? शेवटी ती तुझी अंत्ययात्रा आहे. म्हणजे मला म्हणायचंय, की तुझं लग्न आहे."

"सोनेरी केसांच्या लोकांची कांती जरा निस्तेज, पांढरीफटकच असते." कॅली तक्रारीच्या सुरात म्हणते.

"निस्तेज आणि व्यसनी माणसासारखं पांढरंफटक असणं, यात फरक आहे," किरबी तिला प्रत्युत्तर देते.

"इतकी वाईट दिसतेय का मी?" आता कॅली एकदम निराश झाल्यासारखी बोलतेय.

किरबी सुस्कारा सोडते. ''नाही गं. इतकी काही तू वाईट दिसत नाहीयेस. कॅली बेबी, मी तुला फक्त छळत होते. खरं हे आहे, की जरी तुला खूप घाम येत होता, वांत्या होत होत्या वगैरे, तरी तू सुंदरच दिसते आहेस. आणि त्यामुळेच मी तुझा तिरस्कार करतेय.''

कॅली हसते. ''तुला वाईट वाटायला लावलं ना मी? कबूल करायला लावलं की नाही?'' ती जीभ बाहेर काढून किरबीला दाखवते.

''डुक्कर,'' किरबी शिवी हासडते.

आमच्यातल्या संभाषणात खंड पडलाय. कॅली तिच्या हातांकडे निरखून बघतेय. म्हणजेच काहीतरी बोलण्याची तयारी करतेय.

''नीट ऐका जरा. कारण तुम्ही हे केवळ एकदाच ऐकणार आहात,'' ती म्हणते. ''याबद्दल तुम्हा दोघींचे मी आभार मानते, मी एकटीने हे करू शकले नसते.''

''तुझं स्वागत असो.'' मी तिला सांगते.

''काही प्रॉब्लेम नाही.'' किरबी चिवचिवते. ''शिवाय, तुला गुडघ्यावर बसलेलं बघायला मिळालं, देवासमोर प्रार्थना करताना बघायला मिळालं.'' ती कॅलीची थट्टा करत करत म्हणते. ''ते सगळं मी कॅमेऱ्यात टिपायला हवं होतं.''

कॅली तोंड वाकडं करते. त्यानंतर अशीच थट्टेत एकमेकांवर चिखलफेक चालू राहते. मी अर्धवटपणे ते ऐकत असते. योग्य वेळी हसतही राहते.

तीन स्त्रिया. सर्व गविष्ठ. सर्व थोड्याफार कोलमडलेल्या, कोसळलेल्या, घाव झेललेल्या. आमच्या गुपितांचं ओझं फार पटकन जड होतं. आम्ही सहजपणे कोणावरही पुरेसा विश्वास ठेवत नाही. आणि आमच्या व्यक्तिमत्त्वातले काही भाग असे आहेत, जे आम्ही आमच्या जवळच ठेवले आहेत. आमच्या प्रियकरांना ते कधीच दिसणार नाहीयेत – आम्ही त्यांच्यावर कितीही प्रेम करत असलो तरीही.

पण आता हे ठाऊक झाल्यानं बरं वाटतंय, की जर मनावरची ही ओझी खूप जड झाली, तर ती हलकी करण्यासाठी जायला एक जागा आहे. तिथे आम्ही त्याच्या कानात पुटपुटलेली गुपितं तो ऐकेल आणि तशीच, कोणालाही न सांगता, ती त्याच्या बरोबरच थडग्यात घेऊन जाईल.

''मला याची सवय होऊन जाईल पोरी. काय वाटतं तुला?''

''स्वत: स्वयंपाक शिकण्यापेक्षा ज्याला स्वयंपाक करता येतो, असा माणूस शोधणं फार सोपं असतं.'' बॉनीची सहमती.

टॉमी आमच्यासाठी इटालियन जेवण बनवतोय. मीट सॉसमुळे माझ्या तोंडाला

पाणी सुटलंय. आणि घरी बनवलेल्या लसणाच्या ब्रेडचा सुवास घरभर दरवळतोय.

"माझ्या आईने मला हे शिकायला लावलं," तो किचनमधून बोलतो. "तिने सांगितलं, एखाद्या स्त्रीवर पटकन भाव मारायचा असेल तर तिच्यासाठी स्वयंपाक करायचा."

"स्मार्ट आई," मी म्हणते.

"हो. ती फार स्मार्ट आहे."

"आपण केव्हा भेटणार आहोत तिला?" बॉनी विचारते.

मी टॉमीकडे कटाक्ष टाकते.

"असं का विचारतेस बेबी?"

ती माझ्याकडे बघून डोळे फिरवते. "मी मतिमंद आहे, असं तुला खरंच वाटतंय का, ममा-स्मोकी? तुम्ही लोक आता एकत्र राहणार आहात ना?"

मी रागावण्याचं नाटक करते. "कोणी सांगितलं तुला? कॅली? किरबी?"

ती हसते. "अरे? तुम्ही लोक मला काही क्रेडिट द्याल की नाही?"

मी माझ्या अंगठ्याचं नख चघळत बसते. जरा चिंतेत पडलेय. टॉमी गप्पच आहे.

"सॉरी लाडके. आम्ही तुला हे लवकरच सांगणार होतो. कसं वाटतंय तुला आमच्या या निर्णयाविषयी?"

ही माझी शेवटची चिंता होती. बॉनीला हे सारं सांगणं. बॉनीला भले टॉमी आवडत असेल. पण गेल्या दोन वर्षांत घरात केवळ आम्ही दोघीच होतो – मी आणि बॉनी. आमची आयुष्य आम्ही एकत्रपणे सावरली, बांधली. आम्ही एकमेकींना हवे होतो. मला जरा चिंता होती, की हा बदल ती स्वीकारेल की नाही.

ती माझ्या मागे येते आणि माझा हात हातात घेते. तिचं हास्य माझ्या साऱ्या प्रश्नांची उत्तरं देऊन टाकतात.

"मला वाटतं, फारच छान निर्णय. फार म्हणजे फार छान. शिवाय – तो स्वयंपाक करू शकतो."

रात्र बरीच झालीय आणि टॉमी माझ्या शेजारी झोपलाय. त्या खिडकीतून मी पुन्हा चंद्र पाहू शकते. तो वय नसलेला, प्राचीन चंद्र. लोक या चंद्राखाली नाचलेले आहेत, त्यांनी या चंद्राखाली संभोग केले आहेत, इतरांना ठार केलेलं आहे, एकमेकांवर प्रेम केलेलं आहे, याच चंद्राखाली अनेक जण मेलेले आहेत. चंद्र चमकत राहिलाय. आयुष्य पुढे सरकत चाललंय.

मी माझ्या आईचा विचार करते. मला जरा विस्मय वाटतो, की मी आईला

मरायला मदत केली, याचं माझ्यावरचं मानसिक ओझं गर्भपाताच्या ओझ्यापेक्षा कमी का वाटतंय? ते एक असं गुपित होतं, जे मी कोणालाच सांगितलं नव्हतं. अगदी मॅटलाही नाही. आत्ता मी ते एका राक्षसाला सांगितलं. त्या पापाचं माझ्यावर इतकं ओझं कधीच नव्हतं. ते पाप असं होतं, जे घडून गेलं आणि ज्याचा मी खूप विचार करत नाही.

चुकीचं होतं का ते?

मी उत्तर शोधतेय आणि मला कधी सापडलंच असेल तर ते एकच उत्तर आहे.

मला त्याची पर्वा नाही.

तिच्या यातना संपल्या. शेवटी माझ्यासाठी तेच महत्त्वाचं, खरोखर महत्त्वाचं होतं.

तिच्या अंत्यविधीच्या वेळी मी रडले. त्यानंतर तिच्यासाठी मी कधीच रडलेले नाही. आताही मी रडत नाही. पण तिची उणीव भासते. थोडी का होईना, पण तिची उणीव भासते.

मला तुझी खूप आठवण येते मॉम. डॅड एक ग्रेट डॅड होतेच, पण मी नेहमीच आईची मुलगी होते.

माझ्या शेजारी टॉमी चुळबूळ करतो. मी हसते.

टॉमी एक चांगला माणूस आहे मॉम. मॅटपेक्षा वेगळा. आणखी चांगला नाही की आणखी वाईट नाही. फक्त वेगळा.

माझं आयुष्य म्हणजे गोंधळ झालाय. माझ्या लक्षात येतंय, मी प्रत्येकाला दूर लोटण्याचा प्रयत्न करत आलेय. त्यांना शवपेटीत ढकलून त्यांच्यावर माती टाकलीय. किती हे वाया घालवणं! ती भुतं इथे आहेत. ती कायमच इथे असतील. आणि त्यांना वाटेल तेव्हा ती जागी होऊन प्रकट होतील.

युक्ती अशी आहे, की हे असंच चालू ठेवायचं, पण सहन करण्याची वेदना असते तिच्याशिवाय. काहीही सहन करणं वेदनादायक असतं. ती वेदना होऊ न देता चालत राहायचं, चंद्राप्रमाणे.

चंद्र चमकतोच आहे. आणि मी भुतांना सांगते, की जा, झोपा आता. मी टॉमीकडे वळते आणि त्याच्या उबदार स्पर्शात विरघळून जाण्यासाठी स्वत:ला अनुमती देते.

स्वागत असो प्रवाशाचं.

कोणीतरी पुटपुटतंय.

"मॉम? आई?" मी एकदाच तोंडातल्या तोंडात म्हणते.

स्वप्नविरहित निद्रेच्या कुशीत झेपावण्यापूर्वी.

चंद्र चमकतोच आहे.

एक शेवटची गोष्ट
किरबी मिशेलची पापं

एक बातमी, लॉस एंजेलिस.

मायकेल आणि फ्रान्सिस मर्फी त्यांच्या तुरुंगातील कोठडीत आज सकाळी मृतावस्थेत आढळले. सकृतदर्शनी आत्महत्या. जुळी भावंडं असलेले हे खुनी लोकप्रिय युजर-ट्युब संकेतस्थळावरून व्हिडिओ क्लिप्स दाखवल्यामुळे नुकतेच कुप्रसिद्ध झाले होते. त्या व्हिडिओ क्लिप्समध्ये १४०हून अधिक महिलांचे अतिशय गुप्त व खाजगी कबुलीजबाब आणि त्यांनी व्यतीत केलेले शेवटचे क्षण विस्तृतपणे चित्रित करून दाखवण्यात आले होते.

या दोघांसाठी मायकेलच प्रवक्ता होता. त्यांनी केलेल्या खुनांमागे धार्मिक हेतू असल्याचा दावा त्याने केला आहे. त्यांच्या कृतीचे अल्पमतातील कट्टरपंथीयांनी काही काळ समर्थन केले असले, तरी त्यांच्या मतांना जगभरातील ख्रिश्चन समुदायाने व्यापकपणे नाकारले आहे.

एकमेकांच्या मागोमाग काही तासांच्या अंतराने ते मृत्यू पावले. मर्फी भावंडे कॅथॉलिक होती आणि म्हणूनच ते आत्महत्येच्या विरोधात असणं गृहीत असलं, तरीही त्यांनी आत्महत्या केल्यामुळे आणि त्यांच्याजवळ कोणतीही चिठ्ठी न सापडल्याने ही आत्महत्या नसून त्यापेक्षाही भयंकर काही घडल्याचे अंदाज व्यक्त झाले आहेत. मात्र हे अंदाज गृहीत धरून सध्या कोणताही तपास करायचा नाही, असे पोलीस यंत्रणेने ठरवले आहे.

अत्याचार केल्यानंतर ब्लँकेटमध्ये गुंडाळलेली तरुण मुलींची प्रेतं रस्त्याच्या कडेला वेगवेगळ्या ठिकाणी टाकली जातात... एका सूडसत्राचा घेतलेला शोध!

स्क्रीम फॉर मी

गूढ... प्रणयरम्य कादंबरी

मूळ लेखक : **करेन रोझ** । अनुवाद : **दीपक कुळकर्णी**

काळजाचा थरकाप उडवणाऱ्या आपल्या प्रत्येक लोकप्रिय कादंबरीतून, वाचकांच्या अंगावर काटा उभा करत, आपण सस्पेन्स कादंबरीची सम्राज्ञी आहोत हे करेन रोझ ह्या प्रतिभासंपन्न लेखिकेने आता निर्विवादपणे सिद्ध केले आहे. 'डाय फॉर मी' या गाजलेल्या कादंबरीची ही लेखिका आता आणखी एक काळजाचा ठोका चुकवणारे कथानक घेऊन, वाचकांच्या समोर येत आहे.

एका छोट्याशा गावात अचानक एक भयप्रद खूनसत्र सुरू होतं. गाव पार हादरून जातं. आपल्या कामात निष्णात असणारा एक धाडसी गुप्तचर अधिकारी आणि एक पिसाट, विकृत खुनी ह्यांची आमने-सामने टक्कर होते.

मरणाच्या दारात उभ्या केलेल्या आपल्या सावजाला, तो विकृत खुनी वेडावत म्हणतो, ''तुला जेव्हा वेदना असह्य होतील ना, तेव्हा माझ्या नावाने एक किंकाळी फोड.'' स्पेशल एजंट डॅनियल व्हार्टोनियन हा, तेरा वर्षांपूर्वी घडलेल्या एका खुनाची सहीसही नक्कल करणाऱ्या त्या खुन्याला शोधून काढण्याचा विडा उचलतो. नुकताच मारला गेलेल्या आपल्या कुविख्यात खुनी भावाजवळ सापडलेली काही छायाचित्रं, हाच डॅनियलपाशी एकमेव धागा असतो. खुनी इसमाचा शोध घेण्याच्या त्या विलक्षण प्रवासात, त्याला आपल्याच कुटुंबाच्या काळ्याकुट्ट इतिहासाचे दर्शन घडते आणि त्याचबरोबर मानवी अभद्र मनाच्या गूढडोहाचा तळही सापडतो.

ह्याच प्रवासात, ॲलेक्स फॅलन ह्या एका सुंदर परिचारिकेची त्याची भेट होते. तिची कहाणी ऐकून, त्याला आपलाच भूतकाळ आठवतो. विशेष म्हणजे ॲलेक्सचा चेहरा आणि तेरा वर्षांपूर्वी खून झालेल्या त्या मुलीच्या चेहऱ्यात कमालीचे साधर्म्य असते. गावातील प्रतिष्ठित व्यक्ती ह्या प्रकरणात गुंतलेल्या आहेत. त्या विकृत खुनी इसमांच्या यादीत ॲलेक्सचेही नाव आहे, हे डॅनियलला समजते. दिवसागणिक बळी जाणाऱ्या स्त्रियांची संख्या वाढू लागते. आता डॅनियलपाशी फारच थोडा अवधी राहिलेला असतो. त्या क्रूरकर्म्याला लवकरात लवकर शोधणं जितकं महत्त्वाचं असतं तितकं महत्त्वाचं असतं, ॲलेक्सचा जीव वाचवणं. कारण तो आता ॲलेक्सच्या प्रेमात आकंठ बुडालेला असतो.